HƯỚNG ĐẾN 400 NĂM
VĂN HỌC CÔNG GIÁO VIỆT NAM
(1632 - 2032)

QUYỂN III

Bản quyền tác phẩm
HƯỚNG ĐẾN 400 NĂM VĂN HỌC CÔNG GIÁO VIỆT NAM (1632 - 2032) - QUYỂN iii
LM. TRĂNG THẬP TỰ Chủ biên
thuộc **TỦ SÁCH NƯỚC MẶN** (thuộc Giáo phận Quy Nhơn)
116 Trần Hưng Đạo, Quy Nhơn, Vietnam
Phone: +84 98 756 67 35
E-mail: tusachnuocman1618@gmail.com
Website: tusachnuocman.com
Facebook: facebook.com/tusachnuocman/

Chịu trách nhiệm phát hành tại hải ngoại:
Nhà xuất bản SỐNG:
Ông Vũ Đình Trọng - vudinhtrong@gmail.com
Ông Phạm Hùng Nghị - hungnghi@gmail.com

ISBN: 979-8-3496-5213-4

LM. TRĂNG THẬP TỰ Chủ biên
Với sự giúp đỡ đặc biệt của
Pgs. Ts. NGUYỄN HỮU SƠN - Pgs. Ts. VÕ VĂN NHƠN
Nv. Micae BÙI CÔNG THUẤN, và Nnc. Phaolô NGUYỄN VY KHANH

HƯỚNG ĐẾN 400 NĂM VĂN HỌC CÔNG GIÁO VIỆT NAM (1632 - 2032)

QUYỂN III

TỦ SÁCH NƯỚC MẶN 1618
91 - VĂN CHƯƠNG

GIỚI THIỆU TỔNG QUÁT

Bộ sách gồm ba quyển.
Mục lục tổng quát tiếp đây giúp độc giả có cái nhìn toàn cảnh về 400 năm Văn học Công giáo.

QUYỂN I

giới thiệu sự phát triển từ đầu tới hết thế kỷ XIX.

QUYỂN II

giới thiệu bước tiến trong thế kỷ XX.

QUYỂN III

giới thiệu bước tiến đầu thế kỷ XXI,
Văn học Công giáo Việt Nam hải ngoại
và viễn cảnh hướng đến chào mừng kỷ niệm
400 năm Văn học Công giáo vào năm 2032.

(Xem mục lục chung cuối quyển này)

MỤC LỤC QUYỂN III

8. VĂN HỌC CÔNG GIÁO VIỆT NAM HẢI NGOẠI

9. NHỚ 2005, VĂN HỌC NỐI MẠNG

2. KHUÔN MẶT TÁC GIẢ TRẺ

3. CHĂM SÓC TÀI BỒI TIẾNG MẸ ĐẺ

CHIA SẺ TỔNG KẾT

8.
VĂN HỌC CÔNG GIÁO VIỆT NAM HẢI NGOẠI

Sách Công vụ các Tông đồ cho thấy các tín hữu thuở đầu phân tán đến đâu, đã rao giảng Tin mừng đến đó. Ngày nay cũng thế, khi những biến chuyển lịch sử đã đưa đẩy nhiều người Việt rời quê hương, tản mác khắp các châu lục, những người Công giáo đi tới đâu cũng đã góp phần loan báo Tin mừng tới đó, cả bằng lời nói, chứng tích đời sống lẫn văn thơ và sách báo. Bản sơ thảo của nhà nghiên cứu Nguyễn Vy Khanh cung cấp cho ta một cái nhìn tổng quát về toàn cảnh một giai đoạn sôi nổi của văn học Công giáo Việt Nam tại hải ngoại, từ sinh hoạt đến nội dung. Ta gặp thấy những chủ đề phong phú về quá khứ, tình tự tha hương, di tản, lạc lõng trên đất lạ, cái chết, cố gắng hội nhập, đặc biệt là về sống đạo và tâm linh. Bản sơ thảo cũng cho ta một thoáng nhìn về các thể loại: thơ, hồi ký, truyện, tiểu thuyết lịch sử, đặc biệt là nghiên cứu văn học và biên khảo, với nét trẻ trung và cách tân, thể hiện với rất nhiều báo chí nở rộ khắp nơi, rồi trên mạng Internet...

Ngoài ra, trong phần này còn có 10 bài riêng đã tìm được về 10 tác giả.

SƠ THẢO VỀ
VĂN HỌC CÔNG GIÁO VIỆT NAM HẢI NGOẠI

Nguyễn Vy Khanh

Người Việt hải ngoại

Biến cố 30-4-1975 đã là một sự kiện lịch sử lớn đối với dân tộc Việt, đã đưa đến việc hình thành một Cộng đồng Người Việt Hải ngoại, từ gần 150 ngàn lúc đầu - mà nói chung, đa phần có văn hóa hoặc đã có những liên hệ xa gần với những biến cố chính trị ở Việt Nam hoặc chính trị là lý do hoặc nguyên nhân của sự có mặt của họ ở ngoài nước, lên đến hơn 5 triệu người hiện nay. Theo Wikipedia, "hiện nay có khoảng 5,3 triệu người Việt sinh sống trên hơn 130 quốc gia ở năm châu lục, trong đó có 1,799,632 sống tại Hoa Kỳ" (thông tin 2018).

Quan trọng hơn nữa, lịch sử đã hình thành được một cộng đồng người Việt hải ngoại với những đặc tính riêng – tính tiếp nối và bảo tồn truyền thống văn hiến Việt cũng như tiếp nối tinh thần quốc gia, dân tộc của miền Nam trước 1975 và nước Việt trước đó: nhân bản, tự do, khai phóng, cũng như lưu truyền truyền thống văn hóa dân tộc.

Người Việt Công giáo hải ngoại

Chúng tôi chưa tìm thấy thống kê chính thức về số người Việt Công giáo ở ngoài nước hiện nay. Theo *Niên lịch Công giáo Việt Nam* (Dân Chúa Âu Châu) năm 1995, tại hải ngoại, Cộng đồng Công giáo Việt Nam bao gồm khoảng 300.000 tín hữu trên 27 quốc gia định cư (khoảng 15% người Việt tại hải ngoại) được phục vụ bởi 633 linh mục, 30 tu sĩ, 31 phó tế vĩnh viễn, 96 đại chủng sinh, và 241 nữ tu. Một số nghiên cứu gần đây và Wikipedia đưa ra con số hơn nửa triệu người Công giáo Việt Nam ở rải rác khắp nơi trên thế giới.

Nhà nghiên cứu Nguyễn Vy Khanh

** Sinh: 1951 tại Quảng Bình - Định cư ở Montreal, Canada từ 1975.*

** Nghiên cứu lịch sử và nhân văn.*

** Tác phẩm chính: Bốn Mươi Năm Văn Học Chiến Tranh 1957-1997 (1997); Văn Học Miền Nam 1954-1975: nhận định, biên khảo và thư tịch; 2 tập (2019).*

** Email: <nguyenvykhanh@yahoo.com>*

Cộng đồng Công giáo Việt Nam ở hải ngoại có nhiều hình thức sinh hoạt khác nhau, theo giáo luật và tổ chức giáo hội ở các nước sở tại. Hoặc họ tạo thành cộng đồng, giáo xứ Việt Nam do một linh mục người Việt làm quản nhiệm (Pháp, Canada, Hoa Kỳ, Úc). Hoặc lập giáo đoàn Việt Nam trong một giáo xứ địa phương do linh mục Việt Nam làm cha xứ hoặc cha phó phụ trách với tính cách quản nhiệm (Canada, Hoa Kỳ) hay tuyên úy (Úc). Cũng có nơi chỉ là một cộng đoàn nhỏ bé, thỉnh thoảng mới tụ họp nhau dâng thánh lễ bằng tiếng Việt. Sinh hoạt sẽ mạnh mẽ hơn nếu người Việt là sở hữu chủ nhà thờ và nhà xứ thay vì thuê mướn hoặc sử dụng chung với các cộng đồng thiểu số khác.

Ngoài ra, các Đại hội Công giáo - đặc biệt Ngày Thánh Mẫu hàng năm ở Missouri, hoặc những ngày Đại hội Giới trẻ Thế giới Công giáo, v.v. được xem là những dịp quy tụ người Việt tín đồ Công giáo lớn nhất ở hải ngoại.

Người Công giáo ở ngoài nước tuy phải thuộc về giáo hội địa phương mình đang sống theo đúng Giáo luật, nhưng nói chung trước sau vẫn giữ mối liên hệ với Giáo hội Việt Nam cũng như vẫn giữ được bản sắc văn hoá Việt Nam và nếp sống đạo của người Công giáo Việt Nam. Tòa Thánh Vatican luôn quan tâm, qua Văn phòng Phối kết Tông đồ Mục vụ Việt Nam hải ngoại và ngày 26-5-1987, Đức ông Philipphê Trần Văn Hoài được bổ nhiệm làm giám đốc đầu tiên.

Văn học Công giáo hải ngoại

Người công giáo Việt Nam đã đóng góp cho dân tộc Việt Nam về nhiều phương diện, kể cả văn hóa, văn học và lịch sử cũng đã xác nhận có một nền văn hóa công giáo Việt Nam. Nhiều thế hệ nhà văn Công giáo đã tiếp nối làm giàu văn học và văn hóa dân tộc. Vào thời điểm hiện nay, với những tiến bộ về kỹ thuật truyền thông, văn học Công giáo Việt Nam trăm hoa đua thắm, ở trong nước cũng như ở hải ngoại.

Trong nhận định này chúng tôi ghi nhận sự hình thành và vài đặc điểm của văn học Công giáo ở ngoài nước qua sự có mặt và các nỗ lực bảo tồn và phát huy cho văn học của một số tác giả, báo chí và tổ chức, thời hiện đại sau năm 1975 - hiện đại, vì người Việt đã sống lưu vong và sinh hoạt văn hóa, tôn giáo từ cuối thế-kỷ XVIII ở Xiêm la và sau đó ở Pháp quốc. Do hoàn cảnh lịch sử, người Việt ngụ cư khắp nơi trên thế giới, lớp sau tiếp nối lớp trước, rồi thế hệ thứ 2, thứ 3,... làm nên một nền văn học viết bằng tiếng Việt ở hải ngoại rất đỗi phong phú, đa dạng, đa văn hóa, và nhất là tự do, khai phóng bên cạnh những sinh hoạt văn học hội nhập với ngôn ngữ bản xứ của các thế hệ tiếp nối! Chúng ta sống trong một ngôn ngữ khi không còn lãnh thổ.

Đức TGM Nguyễn Chí Linh từng nói đến vai trò của trí thức công giáo hải ngoại: *"Một bộ phận không nhỏ của của dân tộc và Giáo hội Việt Nam đã di tản đến nhiều nước trên thế giới, đem theo bao nhiêu nỗi buồn của thời thế thăng trầm đau thương, nhưng trong hành trang viễn xứ, vẫn không bao giờ thiếu lòng yêu mến Giáo hội quê hương"*[1].

Viết về sinh hoạt và thành quả của văn học Công giáo hải ngoại không đơn giản. Trước hết là khoảng cách địa lý: người Việt Công giáo hiện sinh sống ở nhiều quốc gia và ngay trong một số nước có diện tích lớn như Hoa Kỳ, Canada, Úc, người Việt sống rải rác ở nhiều nơi. Nếu có thể nói đến các trung tâm Công giáo với các giáo xứ, đặc xứ, có thể kể các thành phố New Orleans, Orange County, San Jose, Houston, Atlanta, Denver, Montreal, Toronto, Calgary, Paris, Sydney, v.v.

Cũng vì lý do trên, báo chí và việc xuất bản cũng như phổ biến trở nên phức tạp và tốn kém; thời đầu dễ dàng bao nhiêu thì càng về sau càng khó khăn bấy nhiêu – nhưng riêng sách báo tôn giáo thì do nhu cầu tín ngưỡng và sinh hoạt thường xuyên nên vẫn nhiều sức tiêu thụ. Với tiến trình lão hóa tự nhiên, của tập thể, cá nhân, các sinh hoạt văn hóa, văn học dần biến mất hoặc thu hẹp lại. Lão hóa theo tự nhiên vì người viết cũng như người đọc "lão" đi, dần mất (tử, buông bút,...); thứ nữa, sinh hoạt văn học, báo chí đúng nghĩa văn học, văn chương đi vào đường cùng với sự đình bản của các tạp chí văn học giấy, sự biến mất của các nhà sách đúng nghĩa; thay vào đó, sinh hoạt văn học nghệ thuật sử dụng phương tiện Internet để sinh hoạt, phổ biến và "xuất bản" "tác phẩm", cũng như "tự do" xuất bản qua các phương tiện siêu không gian như Amazon, Lulu khiến việc theo dõi càng khó khăn.

Có thể ghi nhanh rằng Văn học Công giáo hải ngoại do và của người viết Công giáo ở hải ngoại, bằng tiếng Việt và trong không khí tự do, dân chủ, đa dạng và đa văn hóa! Cộng đồng dân Chúa này là một thành phần của người Việt hải ngoại đã góp phần làm nên và gầy dựng

[1] Theo Thư Mục Ấn Phẩm Sách Báo Công Giáo Việt Nam 1651-1975. Quốc Nội & hải ngoại, Paris: Đắc Lộ Tùng Thư, 2017 do Lm. Giuse Trần Anh Dũng chủ biên; tr. 9

được một nền văn học của hơn hai thế hệ mà các dân tộc khác trong cùng hoàn cảnh đã không làm được vì nhiều lý do: Do Thái, Trung Hoa, Hàn quốc, Nhật Bản, Nga Sô, Đông Âu,... và cả Cam Bốt.

Nội dung của bản nhận định sơ thảo này tựu trung là một cố gắng có thể chủ quan về một số vấn đề, nhắm tổng quan những nét chính và ghi nhận được, nhưng cũng đưa ra những sự kiện, tác giả và tác phẩm. Chúng tôi cố vẽ lại đời sống văn học Công giáo Việt Nam ở hải ngoại trong hoàn cảnh chia cắt địa lý và nhân tâm. Những suy nghĩ và nhận xét có thể rất phiến diện nhưng chúng tôi vẫn chủ trương xem văn chương như một cuộc hành trình, một tìm kiếm và giúp con người sống một cách văn hóa. Đây là những quan sát và ghi nhận về một thời văn học của một phần dân tộc vì hoàn cảnh đã phải sống xa quê hương xứ sở, về cái vĩnh cửu của văn chương, tín ngưỡng và tiếng nói cũng như tâm thức của một dân tộc.

Chủ yếu của tập nhận định nhắm thời hải ngoại và sau biến cố 30- 4-1975, do đó chúng tôi chỉ trình bày phần sau 1975 đối với các tác giả Công giáo mà sự nghiệp kéo dài từ nhiều thời kỳ, cũng như với tác giả từng sinh hoạt văn hóa ở ngoài nước trước khi hồi hương hoặc xuất bản ở trong nước.

Sinh hoạt và nội dung của Văn học Công giáo

Sống lưu thân ở ngoài nước sau năm 1975, người Công giáo tiếp nối sinh hoạt đã từng có vào thời trước đó, đã có những tạp chí và nhóm như *Dân Chúa, Tin Nhà, Định Hướng, Đường Sống, Thời Điểm Công giáo, Sứ Điệp, Triết Đạo, Diễn Đàn Giáo Dân v.v.* Những năm đầu thế kỷ XXI với phương tiện điện toán và Internet, nhiều mạng lưới đã là những quán văn thơ và diễn đàn Công giáo sinh hoạt song hành với các phương tiện cổ điển in ấn: Dũng Lạc, Viet Catholic, Trung tâm Nguyễn Trường Tộ,... Các nhà văn hóa và văn nghệ sĩ đã khởi sự nghiệp trước 1975 tiếp tục sứ mạng và thêm những bàn tay mới: Lm. Nguyễn Tầm Thường, Lm. Trần Cao Tường, Lm. Nguyễn Trung Tây, Đường Phượng Bay, Trần Văn Đoàn, Nguyễn Đăng Trúc, Trần Công Tiến, Nguyễn Văn Thành, Song Thao, Nguyễn Ngọc Ngạn, Bùi Vĩnh Phúc, Cao Xuân Lý, Hoàng Chính, Trần Mộng Tú, Trần Thu Miên, Vinh Hồ, Trần Phong Vũ, Trà Lũ, Nguyễn Vy Khanh, Nguyễn Ước, v.v.

Sau năm 1975, văn học Công giáo sống còn và sống mạnh ở hải ngoại. Ngoài các sách mục vụ và rao giảng Tin Mừng thì trong các tác phẩm văn học nghệ thuật, tính chất đạo Chúa nhẹ nhàng hơn về tính nghệ thuật, văn chương, nhưng biểu tỏ hoặc qua nội dung hoặc qua thành quả đóng góp cho văn học, học thuật nói chung.

Nói chung, chủ đề tư tưởng của văn học lưu vong tỵ nạn không phải là khía cạnh đi tìm sự giải phóng cho chính bản thân mình mà là giải phóng cho tập thể và tương lai! Có lưu vong vĩnh viễn, tự nguyện, có lưu lạc sống tạm xứ người, có di dân kinh tế,... nhất là ở những địa phương đông đảo người Việt khiến có thể sống và viết bằng tiếng Việt không cần hội nhập, nhưng cốt lõi nhân sự và tâm thức của cộng đồng người Việt hải ngoại có tính chính trị - tranh đấu cho những lý tưởng chính trị muôn đời như tự do, dân chủ và nhân bản, và đặc biệt luôn nhắm đến quê nhà và nước Việt.

Làm thân lưu vong hay tị nạn hay vì lý do gì khác, thì thân phận đã hoàn toàn xa lạ, xa lạ với người bản xứ, nhưng đồng thời chính mình bị cái khác, cái của người lôi cuốn, bắt phải nhìn và học hỏi. Tình cảnh căn cước nhà văn Công giáo hình thành từ phản ứng lại những nhóm và thành phần khác của xã hội, như Jean-Paul Sartre khi nghiên cứu về căn cước (identité) người Do thái đã nói rằng tình cảm chung nhóm hình thành từ cái nhìn của người khác.[2]

Về tính cách quốc gia (và dân tộc) thì nhiều tác giả đã nỗ lực thấy rõ trong một số tác phẩm. Khung cảnh mất nước, sống xa quê hương, sự tiếp tục và truyền thừa khuynh hướng văn học miền Nam trước 1975 với các tác giả của chúng nhất là hai thập niên đầu, trong sáng tác cũng như phê bình, sự vươn tới một văn học quốc gia dân tộc truyền thống. Qua cấu trúc thơ văn, qua các nỗ lực cách tân nào đó, qua sự hội nhập văn chương với văn học Âu Mỹ - quê hương mới, qua sự liên lạc giữa các thế hệ – có thành công và thất bại, có thành công ban đầu nhưng có thể sẽ thiếu tiếp sức và có những bản sao xa cội rễ!

Muốn nhận chân, định hình hay tìm ra những đặc điểm của văn học Công giáo, chúng tôi thiển nghĩ hãy đề cập đến những đề mục đề tài, thể loại hình thức, nội dung và một số nguyên lý (cứu cánh) của nền văn nghệ đó.

Nội dung và các khuynh hướng văn học, ít ra là các tác phẩm xuất hiện trên các tạp chí văn học, thông tin và được xuất bản, thường thay đổi theo những biến cố quan trọng về chính trị, xã hội và văn chương. Nhìn chung, một số khuynh hướng và tác giả chứng tỏ có sức sống, giúp văn học người Công giáo hải ngoại trưởng thành, sống mạnh và do đó đã sống còn.

1- Quá khứ

Đề tài thường thấy nhất đó là *quá khứ*! Người lưu đày có những nhu cầu, hy vọng và những âu lo riêng. Trong tình cảnh đó, quá khứ trở

[2] Jean-Paul Sartre. Réflexions sur la question juive (Paris, Gallimard, coll. Folio Essais, [1946], 1954), p. 88).

thành tổ ấm, ngọn lửa. Thời gian đã qua khiến quá khứ trở thành một thực tại thường trực, bất biến! Quê hương của người lưu đày như đối với người Việt Công giáo sau tháng Tư 1975 là một quê hương đã mất nhưng đồng thời quê hương đó cũng trở nên không chắc chắn, mơ hồ vì cái mất mát ở đây không thể đo lường, thống kê như khi người ta đánh mất vật dụng hay tài sản!

Điểm trội bật của văn học trong hơn 46 năm là sự gắn liền mật thiết với thời gian và một không gian ngày càng lùi dần về quá khứ. Và phần lớn là một thời gian quá vãng với những người viết sống cho quá khứ, sống vì quá khứ, sống lùi thời gian. Thời gian đã mất, nay tìm. Sự hội nhập chẳng đặng đừng, của dĩ lỡ hôm nay, ở nơi cũng đành của xứ người – một quê hương mới hay thứ hai, thứ ba: đất lưu trú, cõi tạm riêng trong cùng cõi tạm chung nhân thế. Nếp sống ngày càng cá nhân, gia đình dần xa, sự cô đơn sẽ phải đến. Một văn học hiện thực về/từ đời sống mới. Hình ảnh thân thương của những bậc cha mẹ, ông bà, dần tàn tạ, nhà già, các bệnh trầm cảm, đãng trí, mất trí nhớ,... Đối với nhiều tác phẩm, tiếng vọng thời xưa và hình ảnh đất cũ vẫn làm nền hay ám ảnh, quanh quẩn, như không dứt bỏ được.

Viết về quê hương và quá khứ để đối chiếu với hôm nay, với đời sống lưu xứ. Trong đó sau cá nhân, gia đình đã trải qua nhiều biến thiên nhất! Biển dâu văn hóa ở ngay gia đình là nền tảng của xã hội cũ, trước đây! Nếp sống gia đình thay đổi, nền tảng có thể sống của con người biến dạng, cá nhân trở thành vong thân, không gian mới khiến con người hết trung thành với chính mình, như cắt đứt với quá khứ. Trật tự tưởng nghìn đời nay đã mất, cái mất mát này đưa họ đến một vị thế một nơi chốn có thể trung lập nhưng đáng lo vì những cột mốc tham khảo, chiếu văn hóa, vừa bị xóa hết, những thẩm quyền cũng lạc chỗ hết! Nếp cũ trở thành nguồn của hạnh phúc, thành hy vọng. Quê nhà do đó trở nên điểm tựa, cho những tham khảo đã mất đó! Nhưng với thời gian, nỗi nhớ cũng trở nên già cỗi một cách bi thảm, khó khăn. Nỗi nhớ trong cô đơn, giữa những thê thảm của cảnh vật chung quanh, ... đã là những yếu tố làm suy bại kẻ lưu đày! Quá khứ quấy rầy đến làm hỏng cuộc sống hiện tại; đã dứt bỏ quá khứ nhưng không dễ, lắm khi bị thương tổn.

Nhà thơ/văn **Hà Thúc Sinh** nhớ lại có lúc đi ngang qua nhà thờ nhân ngày lễ trọng, ông không nghe được tiếng tung hô rước Chúa vào Thành mà thay vào đó là những tạp âm của thú và người lao động: *bài Chúa Nhật Lễ Lá*.

Nhà thơ **Diễm Châu** rời quê nhà tháng 7-1983 đã tóm gọn tâm sự người lưu vong và trí thức năng động từng bị cuốn hút vào thế sự không lối thoát – bản thân ông, qua bài *"Việt Nam, Tổ Quốc và Em"*.

Trần Phong Vũ qua truyện dài *Một Thời Mê Hoặc* (1998) đã lấy khung cảnh xã hội, chính trị của miền Nam trước và khi xảy ra biến cố 30-4-1975.

Với **Trangđài Glassey-Trầnguyễn**, thuộc lớp trẻ - sinh năm 1975, sau khi đã định cư ở Quận Cam CA Hoa Kỳ năm 1994, vẫn không thể quên quá khứ - bởi quá khứ đã là cơn ác mộng, không thể quên "trước ngày biệt xứ" như tựa một bài thơ (lần đầu trình bày tại buổi đọc thơ cho tháng Thi Ca Toàn Quốc và tháng Di Sản Văn Hóa Á Châu năm 2004 tại viện đại học Fullerton, California, USA - theo http://www.gio-o.com/Trang- DaiGlasseyTranNguyen.html):

"như cơn ác mộng tấu khúc đoạn trường con rời quê hương
khi vạn thọ còn nồng gió chướng
hơn một tuần sau khói pháo giao thừa thưa thốt báo xuân sang
rời Việt Nam / đời bỗng thành vô định
dù đoàn tụ gia đình ở một cường quốc tự do (…) quê hương chia xa / ngày nào trở lại? đứt ruột đồng bào, dân tộc bôn ba
làm sao giữ được
dẫu có mang theo cả dãy đất Việt Nam
khi con trụ trên một cái gì thẳm sâu không sắc màu, không hình thể cho con xin một chút quê nhà
không hao mất / con mang".

Cao Xuân Lý định cư tại Úc từ tháng 11-1984, đã xuất bản các truyện dài *Tan Rã* (1991), *Vết Thương Ngày Cũ* (1997), *Cuối Đoạn Đường Tình* (2000), *Sau Mùa Bão Biển* (2001), *Mưa Trên Bến Vắng* (2002) *Nửa Giấc Mơ* (2004), *Chân Trời Mộng Ảo* (2005), *Những Ngả Đường Tình* (2008) và 2 tập truyện ngắn *Nắng Muộn Thu Vàng* (1998), *Buổi Chiều Lộng Gió* (2008) – tất cả đều do nhà Làng Văn (Toronto) xuất bản. Đề tài và nội dung ông viết về những mảnh đời, mảnh tình, hoạt cảnh buồn vui của người Việt ở quê nhà những năm chiến-tranh, những năm hậu chiến và cuộc đổi đời sau ngày 30-4-1975.

2- Lưu vong, lưu đày

Sau biến cố 30-4-1975, ý niệm *"lưu đày"*, *"lưu vong"* đã đến rõ nét với văn chương Việt Nam và đã thay đổi nội dung nhiều lần. Tình cảnh lưu đày bắt đầu luôn luôn với một biến cố quan trọng, bất ngờ và không có chuẩn bị trước và phải có thay đổi cuộc đời. Tình cảm lưu đày có đặc tính là của chung, của những người cùng sống xa quê hương - dĩ nhiên có cả lưu đày, biệt xứ ngay trên quê hương và có những "tâm thức lưu vong" khi đang ở trên quê hương đất nước mình hoặc "exil du sens" mang tính hiện sinh của những Nietzsche, Holderlin!

Khi đặt chân lên xứ người, nhà thơ **Trần Mộng Tú** đã ghi lại tâm trạng tha hương, nhưng ở đây như phải nói với người vắng mặt *Hãy Tưởng Tượng Ra Em*. Nhà thơ đã định vị *"Tôi người đàn bà thi sĩ Việt Nam / Bây giờ sống đời biệt xứ"* :

"Tôi người đàn bà thi sĩ Việt Nam
Bỏ lại trên quê hương / Một mối tình
(...) Tôi người đàn bà thi sĩ Việt Nam
Bây giờ sống đời biệt xứ
Mười lăm năm không thấy bóng quê
Mười lăm năm cắt mất đường về
Mười lăm năm buồn vui tầm gửi
Mười lăm năm cười khóc giữa cơn mê
Hỏi Chiêu Quân xưa
Hỏi Hạnh Nguyên ngày cũ
Hỏi nàng công chúa Huyền Trân
Khi nhớ quê đã khóc được bao lần
Chắc khóc ít - vì không phải là thi sĩ
Tôi người đàn bà thi sĩ Việt Nam
Đang sống trên đất Mỹ
Chồng tôi người bản xứ
Chúng tôi có ba con chưa đến tuổi thành niên
Đời sống êm đềm
Trong một thành phố nhỏ
Không có bạo động
Không có hàng rào kẽm gai
Và không có lựu đạn cay "

(*Người Đàn Bà Thi Sĩ Việt Nam,* Thơ Trần Mộng Tú)

Hà Thúc Sinh vượt biển và cuối cùng, ông cũng đến được bến bờ tự do. Bài Thơ Tháng Năm là "bài thơ đầu viết một ngày sau khi đến Mỹ (30-4-81), trên lan can khách sạn tạm trú Windsor Park, DC":
"Tháng này trí nhớ là đêm

Gió mùa lên tới ngang anh thì ngừng
Lầu cao lũng thấp xe tuôn
Quanh co đường lạ phân vân ánh đèn
Cây xanh chót vót cây xanh
Vàng mười nắng mỏng đồi nghiêng dán vào
Dang tay rừng hát lao xao

Gió như cởi áo vào sâu lòng người
Tháng này xa xứ lạ nơi
Buồn thâm trầm khẽ phanh phui ra ngoài"

(*Tống biệt hai mươi* tr. 622)

Trà Lũ tức cựu giáo sư Trần Trung Lương (sinh năm 1935 tại Ninh Bình) nhìn cuộc sống lưu vong không hẳn bi thảm mà có những nét tích cực và tuyệt đẹp ở xứ người – chủ yếu là Canada, miền đất "hạnh phúc" ông đã đặt cho nhiều mỹ từ như các tựa đề các chuyện phiếm đã xuất bản: *Miền Đất Hạnh Phúc*, 1989; *Đất Mới*, 1991; *Miền Đất Hứa*, 1993; *Đất Thiên Đàng*, 1995; *Đất Yêu Thương*, 1997; *Đất Lạnh Tình Nồng*, 1999; *Đất Quê Ngoại*, 2001; *Đất Anh Em*, 2003, *Đất Nhà*, 2013 – những tập đầu do nhà Làng Văn ở Toronto xuất bản, các tập sau do nhà Quế Phương và Hoa Lư.

3- Thuyền nhân và tị nạn

Một đề tài khác đặc-biệt riêng của văn học hải ngoại là về những thuyền nhân (và bộ nhân) tị nạn. Nhiều tác phẩm rất thành công nói lên cái tàn nhẫn đó của chiến tranh. Bút ký, truyện và thơ về những chuyến vượt biển hãi hùng và cuộc sống khó khăn và bon chen ở các trại tị nạn ở Thái Lan, Nam Dương, Mã Lai, Hương Cảng, Phi Luật Tân, đây đó đã có những chứng giám cho đức tin, Ơn trên vẫn hiện hữu và luôn là những hỗ trợ trong những lúc tuyệt vọng nhất.

Hà Thúc Sinh trong truyện dài *Chị Em* (Tân Văn, 1988) kể chuyện Lan và Trực vượt biển tìm tự do, thuyền đắm trôi giạt vào một hòn đảo hoang và phải tìm mọi cách để sống còn như người sơ khai, trên người chỉ còn một mảnh vải che thân. Khi thuỷ triều xuống thấp thì cột buồm của chiếc ghe vượt biển trồi lên. Trực quyết định bơi ra con thuyền cũ tìm những gì còn sót lại, ít ra tìm củi đốt. Kết thúc tuyệt vọng vì hai chị em chỉ mong giữ được một ngọn khói với hy vọng được cứu mà cũng không được: người em đi đã không trở lại! Tiếng kêu thương của hai chị em, rồi của một mình người chị, đã chìm khuất không được lương tâm nhân loại nghe, biết đến, như thân phận của hàng triệu "thuyền nhân/boat people" Việt Nam.

4- Kẻ Lạ

Kẻ Lạ (người ngoài, người xứ khác,..) là đề tài thứ hai thường thấy. Trong diễn trình hội nhập, phát hiện khủng hoảng về cội nguồn, căn cước, diện mạo (ta là ai?). Từ tâm trạng cô quạnh, bất khả cảm thông với con người và không gian xã hội mới, nếu (phải) bước ra thì trong thời gian đầu xoay sở thích ứng, người lưu đày có tâm thức bị bỏ rơi, vô định, sau đó tâm thức đó trở thành tâm thức kẻ lạ như bất cứ di dân nào khác chung quanh. Ta và tha nhân thay nhau đóng vai kẻ lạ và Ta đã thành kẻ lạ. Thân phận kẻ lạ, nhân cách bị trấn lột, cắt vụn nhỏ. Sự đánh mất cái hiện hữu, những thất vọng và cái chết,... là những tâm tình lúc đầu, tức cảnh thành thơ đau xót sống ở cõi tạm xứ người với tâm tình đã mất hết khó lòng có ngày nhìn thấy quê nhà trở lại. Thơ lưu vong gần với đêm tối, âu lo, tuyệt vọng, một cái chết say; ngôn ngữ trở nên lãng mạn đầy hơi rượu.

Hoàng Chính trong truyện ký *Đoạn Chúc Thư Dang Dở* nói đến những những ám ảnh bị nan y như bệnh ung thư, đến cả với người y sĩ, nay đối đầu với những người bạn hay thân quen, mới biết cái nhìn, cái ái ngại của tha nhân là một khó vượt qua. Lại cái nhìn của người khác, những cái nhìn suồng sã, chủ quan, của những người ngoài cuộc.

5- Cái Chết

Đề tài Cái Chết trở lại thường xuyên với người viết lưu vong, ban đầu liên hệ đến sự rời bỏ quê hương, người thân, về sau do tâm sinh lý của lão hóa. Chết nên mới nghĩ đến di chúc. Di chúc sớm cho người cùng thời mà như cho người sau, vì với những kẻ vì hoàn cảnh phải ra đi thì cái chết không là nỗi hãi sợ lớn, có khi cái chết trở thành nỗi ám ảnh biết là đang chờ đợi! Càng về sau càng có những nhà văn thơ can đảm lấy cái chết làm đề tài. Cái chết là chuyện không thể tránh, cái phải đến và sẽ đến, như cuối một đoạn đường, chỉ có trước hay sau; trong tình cảnh lưu đày trở thành cái tức tưởi, đớn đau vì như thiếu sót gì đó, như không tự nhiên! Thành thử phải lên tiếng, phải cho người khác biết tâm thức bất thường đó! Nhưng cái chết dù sao cũng trở thành thiết yếu cho tương lai, như màu mỡ cho đất lạ, trở thành bông hoa, mầm sống, nhưng trong một không gian xa lạ, lạ từ khí hậu, cây cỏ, cảnh vật đến nhịp sống, khiến tâm thức lưu đày trỗi dậy. Hình ảnh miếu đền hiện ra trên hành trình tâm thức đến với cái chết như là ý nghĩa sau cùng, lúc thân xác suy thoái, hủy hoại.

Nhà văn **Thảo Trường** viết chuỗi sáng tác *Cơn Sốt* ở ba thời điểm cuộc đời - cơn đầu năm 1966 trong *Người Đàn Bà Mang Thai Trên Kinh Đồng Tháp*, cơn thứ hai khi ở trong "tù cải tạo", cơn sốt hối hận, "chạy trốn", như ứng nghiệm lời *Kinh thánh* "Chúa Giêsu phán rằng khát nước!" mà tác giả ghi ở đầu truyện. Cơn thứ ba in trong tập Miểng (2005), khi nhân vật Tôi phải nằm bệnh viện ở xứ người. Cơn sốt lúc này trầm trọng vì bệnh tật tuổi già, tâm và vô thức ông cũng sốt theo thể lý con người, hồn chập chờn lìa thân xác: "... *Ông nằm đó. Tôi bay lượn trên cao. Theo chương trình giải phẫu thì ông sẽ mê hai giờ đồng hồ. Trong đó dành từ 45 phút đến một tiếng để các bác sĩ làm việc. Một phần thời gian trước đó cho các chuyên viên chuẩn bị* *và một phần để ông nằm nghỉ ngơi chờ hồi tỉnh. Trong hai tiếng đồng hồ con người định cho ông mê đi để khỏi đau đớn trong mổ xẻ là thời gian tôi được giải phóng, tôi thoát ra khỏi ông, tôi tự do bay bổng. Hai giờ đồng hồ trần gian ấy của ông, đối với tôi có thể là hai thiên niên kỷ, hai ngàn năm qua đi, bởi vì tôi có thể biến hóa khôn lường, tôi chợt đến rồi chợt đi, chợt ở nơi này chợt ở chỗ khác, chợt bây giờ và có thể chợt lộn về quá khứ xa xưa. Tôi có thể đi cùng trời cuối đất. Tôi có thể có mặt ở khắp các thời đại. Ông là xác phàm. Tôi là hư vô. Ông nằm đấy cho người ta mày mò, mân mê, cắt xẻo... Tôi sẽ lang thang khắp thiên đàng, địa ngục, cũng như nơi trần thế. Tôi muốn đi đâu thì đi. Tôi muốn ở đâu tùy ý. Hai giờ đồng hồ của ông sẽ là hai ngàn năm của tôi. Tôi tự do. Tôi rộng chân rộng cẳng. Tôi phiêu bồng, lang thang khắp chốn. Tôi muốn làm gì thì làm. Tôi muốn đi đâu thì đi. Tôi hét lên thật lớn. Ta tự do. Ta hoàn toàn tự do. Ta sẽ hành động. Ta sẽ xử. Ta sẽ giải quyết. Ta sẽ khởi đầu và ta cũng sẽ kết thúc. Cho mà biết...* " (tr. 7-8, 12). Cái chết chập chờn nhưng chưa đến! Liệu sẽ có những Cơn Sốt khác?

Truyện *Một Đoạn Trong Thánh Kinh* của **Hoàng Chính** có thể xảy ra bất cứ ở nơi đâu nhưng hãy tạm cứ xem như chuyện của con người. Chuyện của những con người bị bệnh nan y và đến giai đoạn chót ở Viện Ung Thư; những ung thư ruột già, cuống họng, v.v. Con bệnh tên Tâm trách móc cả Chúa, cả định mệnh phủ phàng, hắn nghĩ quẩn là già 70 như ông già nằm cạnh và cả bà xơ mới đáng bị bệnh nan y Ung thư: *"Sao Chúa không bắt những người già như ma-sơ bị ung thư. Ma-sơ chán đời, bỏ đi tu thì có ung thư cũng là hợp lý. Tôi còn trẻ; tôi chưa đầy ba mươi tuổi; tôi còn ham sống"*. Con người phải cộng tác với ơn cứu rỗi của một đấng Bề Trên (Trời, Thượng đế, Thiên Chúa, v.v.) thì mới được cứu rỗi. Đức tin cũng đã có thể cứu rỗi! Ơn cứu độ phải khởi đi từ bản thân. Cứu rỗi mình chưa xong, nói gì đến cứu độ thế gian!

6- Hội Nhập

Đề tài cuối nhưng ngày càng hiện diện trong văn chương chữ nghĩa! Đối với thế hệ đầu, lưu đày là sống một đời sống mới, trong hoàn cảnh chẳng đặng đừng, cho hy vọng nẩy sinh. Hạnh phúc không cho bản thân thì thôi đành sống những mảnh hạnh phúc trong hy vọng, trong hạnh phúc của người khác, của con cái, người thân hoặc của cả đồng hương nơi địa phương. Đời sống mới ở xứ người không thể là một mục đích vì thường với hy vọng, người ta mong đó chỉ là một giai đoạn tạm bợ, chuyển tiếp, dù có lúc nhìn nhận đây là nơi đất hứa!

Hội nhập là tình cảnh đối lại với di trú, lưu đày. Nếu lưu đày níu con người lại với bi quan, phi lý, nếu con người lưu đày chìm trong quá khứ, mọi sự dễ trở thành tiêu cực, gượng ép, thì hội nhập dùng tích cực làm tôn chỉ, hướng về tương lai, cập nhật với đời mới, không gian mới. Người Việt lưu vong từ những năm sau 1975 đã hơn một lần tranh luận, bàn thảo về vấn đề hội nhập, cả những hội thảo toàn quốc hay liên quốc ở Âu châu, Canada, Hoa Kỳ, v.v., từ hội nhập xã hội, hôn nhân, nghề nghiệp đến chính trị, v.v.

Quyên Di trong những "suy tư và cảm nghiệm" *Nhìn Xuống Cuộc Đời* (Thời Điểm, 1995) đã nói đến Bàn Chân tức nói về những bước đi tới từ cái hôm nay và đời sống ngay đây đã được chấp nhận.

Song Thao (Tạ Trung Sơn) thực sự đến với thế giới văn học từ khi ra đến hải ngoại (1985) và đã tỏ ra là một cây viết bền bỉ, hăng hái nhất là khi mới xuất hiện - khoảng 1991, lúc mà văn chương chữ nghĩa được xem như khí cụ đấu tranh và sống còn, lúc văn học hải ngoại đang vào cuối giai đoạn tị nạn, lưu vong. Từ năm 1993 đến nay, ông đã xuất bản 7 tập truyện ngắn *Bỏ Chốn Mù Sương* (1993), *Đong Đưa Cuộc Tình* (1996), *Còn Đó Bóng Hình* (1997), *Chân Mang Giày Số 6* (1999), *Cuối Ngày, Một Lần Ngồi Lại* (2001), *Bên Lưng Những Con Chữ* (2003) và *Chốn Cũ* (2006). Những năm gần đây, Song Thao được biết nhiều hơn với các truyện phiếm trên các báo và tạp chí ở hải ngoại và đã in 27 tập *Phiếm* (2004-2021).

Một số truyện ngắn của ông phản ảnh cuộc sống hội nhập bình thường nhưng nỗ lực cao, nơi xứ người, khi không còn lối thoát hoặc lựa chọn. Nhà văn Song Thao từ ngạc nhiên trước những lối sống của người bản xứ đến dùng cái nhìn Việt Nam để cắt nghĩa, dàn xếp mọi chuyện. Trước hết là biết phận, nói như một nhân vật trong *Tưởng Có Cơn Bão*: *"Mình là người ăn nhờ ở đậu ấy mà! Nhập gia thì phải biết nhắm mắt mà sống."* (*Chân Mang Giày Số 6*, 1999, tr. 28). Thảm kịch (và hạnh phúc) của di dân các đợt sau đó đã là một trong những đề tài chính của Song Thao, từ những hội nhập hụt hẫng lúc đầu đến những hội nhập hạnh phúc, hài hoà, tự nhiên như hít thở khí trời! Ly dị, con riêng trong các truyện Gió Chướng, Song Thao đã nhận xét: *"Sống trong một xã hội quá an bình, người ta cơ hồ như thiếu sức chịu đựng. Người nào cũng thoải mái giang chân giang tay chiếm cho thật nhiều chỗ. Cái tôi ít bị nguy nan nhiều phần sẽ trở nên hư đốn không biết nhường nhịn"* (*Cuối Ngày, Một Lần Ngồi Lại* , 2001, tr. 53). Song Thao đã viết về những cặp hôn nhân dị chủng Tôi-Yan, Trường-Liwah, Sylvie-Hiên, Hà-John,... Người Việt lấy vợ đầm, lấy chồng Mỹ có khuynh hướng tìm đến cộng đồng người Việt, thèm được nhìn người, thèm nghe và được nói tiếng Việt. Trong *Đong Đưa Cuộc Tình*, Hà lấy chồng Mỹ theo về quê chồng lúc chưa có cộng đồng người Việt tị nạn, đã cảm thấy *"chới với giữa những người xa lạ. Anh biết không, thuở đó dễ gì mà tìm được một người đồng hương. Đi ngoài phố thấy bóng dáng một người Á-châu là ngóng cổ nhìn mong cho nghe được một câu tiếng Việt. Gặp được một người Việt là mừng hết lớn"* (*Đong Đưa Cuộc Tình*, 1996, tr 46). Do đó người đọc không lạ khi cuối cùng Hà bỏ người chồng Mỹ để làm lại cuộc đời với Hiển, người yêu thời hàn vi, dù nay *"Da thịt của nửa quãng đời son trẻ tôi đã dành cho người, giờ đây chỉ còn chút xương xẩu tôi thu vén cho cuộc tình của tôi. Tôi có dành phần quá đáng đâu, phải không anh? "* (ĐĐCT tr 49).

Nguyễn Ngọc Ngạn sinh ngày 4-5-1946 tại Sơn Tây, Bắc Việt. Ông bắt đầu nghiệp văn ở hải ngoại từ khi đến định cư ở Canada năm 1979. Ông viết mạnh và được nói đến nhiều nhưng cũng như với Nguyễn Mộng Giác, Hà Thúc Sinh, Nhật Tiến, Xuân Vũ,... nói chung họ đã không là những biến cố thuần văn học mà thực ra ít nhiều có tính cách phục vụ chính trị.

Ông viết nhiều và bền bỉ ở giai đoạn đầu, có truyện đăng báo, có truyện xuất bản và là một trong những tác giả có nhiều độc giả nhất ở các giai đoạn 1981-2000 của văn học hải ngoại. *Lúc Gần Sáng* gồm 9 truyện ngắn xảy ra dưới chế độ cộng sản tân lập ở miền Nam hoặc đã thành khuôn sống ở miền Bắc: một dân biểu trong Nam xoay xở ra sao, những anh cán bộ, đảng viên tham nhũng, những người tù bị bỏ đói, chủ tịch phường bê bối giữa "đạo đức cách mạng" và xử sự ở đời, những nghiệp báo, v.v. Ở giai đoạn này, truyện của ông phần lớn xảy ra ở quê nhà trước và ngay sau 1975, những câu chuyện và vấn nạn đương thời, như đang xảy ra, dù đã sang đến quê người.

Các truyện và tiểu thuyết đó, hoặc ngắn hoặc dài, hơn phân nửa viết về đời sống và sinh hoạt của người Việt hải ngoại. *Nước Đục* là chuyện dài về người Việt hải ngoại; một cộng đồng có những kẻ ăn không ngồi rồi giành nhau chức hão, những chuyện chụp mũ, ... *Chính Khách* được viết vào lúc trong nước đã tự "cởi trói" gây nghi ngờ và quan ngại cho lằn ranh Quốc-Cộng, truyện dài thời sự viết về một xã hội bị nhiễm độc bởi cuộc chiến vừa qua và cái độc hại ăn ra đến hải ngoại. Cả hai là những bức tranh hiện thực có thể khiến người đọc xem cho biết. *Ngày Buồn Cũng Qua Mau* chuyện thế hệ thanh niên ở hải ngoại sống như sống tạm, giữa lằn ranh Việt Nam gốc hay xã hội mới, trong tình yêu, gia đình và cộng đồng.

Với **Hồ Minh Dũng**, Chuyện H.O. và đời sống mới ở xứ người cũng là những mảnh đời sống riêng của Hồ Minh Dũng, nên ông đã có những quan sát và tình ý đặc biệt không kém những đề tài vừa nói qua. Trong bài ký *Khi Xa Cali,* ông đã nêu nhiều nhận xét nhạy bén về đời sống mới phải tái tạo cuộc đời khi không còn lựa chọn. Ông đã nhìn thấy những con người "lạ lùng", "đi lộn đầu xuống đất", những tình người đổi dạng đến đáng sợ hãi! Thê thảm như cuộc đời tàn tật của

Đào Tường (Bế Mạc) lúc đầu mới đến Mỹ bị hất hủi, bị đồng chủng xem là mối sỉ nhục lớn, dọa sẽ cột đá ném xuống biển, không cho trôi xác về cố hương. Đắng cay như ông Thuần (Mạt Lộ), một anh hùng ngoài trận mạc, nay sa cơ ở xứ người phải ngồi gãi ngứa những vết kiến cắn trên da chân một người đàn bà chồng bỏ...

Người Ăn Mày Trên Phố Bolsa là cảnh đời buồn nhiều uẩn khúc của một người Việt, mà oái oăm, kỳ quái thay lại bị mang cái uẩn khúc từ trong nước ra đến xứ người. *Phía Bên Kia Đồi Thông* là một tình huống khác mà chỉ những người không còn nước để ở mới nếm trải. Bên nầy hay bên kia đồi thông có gì và không có gì? Những thân cây trần trụi ngoài trời bão tuyết hay những thân cây kiểng để trong nhà có gì khác nhau?

Viết, với Hồ Minh Dũng, như một quay nhìn lại quá khứ, như ông từng thú nhận trong truyện *Phủi Bụi Cuối Ngày*: *"Thời gian và bóng tối với tốc độ nước rút đuổi theo sau lưng tôi và tỏa lan giữa xã hội tôi đang sống"*. Cũng có thể ông đi tìm *"một sự hồi tưởng lạc thú"* vì theo ông *"con người sống với kỷ niệm hay với ký ức của mình có khi còn yên ổn hơn thực tế..." (Một mình em, Đến giữa đời)*.

7- Sống đạo và tâm linh

Thơ văn sống đạo và tâm linh của người Công giáo cũng nhiều và khá đa dạng giữa lòng văn học hải ngoại. Thơ có *Dấu Chân Trên Cát* của Trần Phong Vũ, *Mưa Nắng Sân Trường* và *Câu Kinh Tôi Đọc Giữa Đời* Thơ của Trần Thu Miên, thơ của Nguyễn Khánh Hòa, Vinh Hồ (*Bên Này Biển Muộn* ý tình hiện đại trong khuôn khổ cổ điển của thơ luật bên cạnh một số bài tự do), Vi Vi, v.v., truyện và tiểu thuyết của Hoàng Thị Đáo Tiệp, Trần Phong Vũ, Hồ Linh, Trần Đình Ngọc, ...

Tâm linh là một trong những đề tài hiện đại nhất. Lý do đầu tiên ai cũng biết đó là thế giới càng tiến bộ về vật chất và kỹ thuật thì càng để lộ khiếm khuyết về tâm linh; con người càng văn minh và đầy đủ vật chất thì càng có nhu cầu về tâm linh, và nhu cầu này phát xuất ở nhiều lứa tuổi. Đời sống đạo của người Công giáo là một đề tài cũng thường gặp.

Chúng tôi lấy thí dụ tác phẩm của nhà văn **Thảo Trường** thời văn học miền Nam trước biến cố tháng Tư 1975, thuộc loại văn chương "dấn thân" và phản kháng tích cực, nhưng những năm cuối đời trong các tác phẩm mới, đời sống tâm linh được chú tâm hơn và một cái nhìn khác về sống đạo ở đất người. Nhà văn Thảo Trường để các nhân vật của mình dấn thân sống đạo giữa đời, ngay cả trên bãi chiến trường, với những tác phẩm xuất bản trước 1975 và sau khi ông tái định cư ở Hoa Kỳ năm 1993, đã xuất bản *Tiếng Thì Thầm Trong Bụi Tre Gai* (1995), *Đá Mục* (1998), *Tầm Xa Cũ Bắn Hiệu Quả* (1999), *Mây Trôi* (2002), *Miểng* (2005) và truyện dài *Thềm Đá Xanh Rêu* (2007) - trong các tác phẩm mới này, đời sống tâm linh được chú tâm hơn và một cái nhìn khác về sống đạo ở đất người (Hoa Kỳ).

Nhà văn **Hoàng Chính** trong một số truyện về sau đã nói nhiều đến cứu rỗi, đặc biệt truyện *Một Đoạn Trong Thánh Kinh* trong tập truyện cùng tựa (2006). Nhu cầu tìm cứu rỗi vì tâm linh bị động, vì con người đang bị nhiều chứng nan y làm mục nát thế xác cũng như tinh thần.

Đời sống và sinh hoạt của người Việt sau gần 50 năm ở xứ người cùng với những kinh nghiệm bạo động và chua cay của lịch sử ở những thập niên cuối thế kỷ XX và thập niên đầu thế kỷ XXI vừa qua, nhiều người rơi vào tình trạng đường cùng, của phi lý, vô cảm, và do đó con người mới càng cảm thấy cần đến tôn giáo, siêu hình! Như vậy, sau nhiều thử nghiệm văn chương, văn hóa, đến thời này thì tâm linh mạnh hơn - phải chăng văn chương không phải thuần vật lý? Triết lý, tâm linh, để thay đổi đời thực và thế giới; cuộc chiến tâm linh, siêu hình cũng ác ôn không thua gì cuộc chiến với bom đạn, “võ miệng”,... đưa đến ảo tưởng hòa bình, an nhiên tự tại, vì không dễ dàng gì! Tâm linh không phải là toàn bộ hiện sinh, toàn bộ văn hóa, nhưng là cái luôn hiện hữu, bàng bạc ở cuộc đời đấu tranh và rõ nét, cần thiết lúc lớn tuổi hoặc mỗi khi gặp trục trặc, vấn đề trong cuộc sống.

Truyện tâm linh thành công những khi muốn chứng minh cuộc đời có đấy nhưng không quan trọng, ý nghĩa cuộc đời là do con người gán cho; câu chuyện xoay quanh nhân vật, nhân vật trở thành tâm điểm và nhiều lúc phải cần đến tâm linh là yếu tố không hiện hữu cụ thể mắt trần có thể nhìn thấy, nhưng có thể chi phối và là nguồn giúp đỡ, nếu chưa phải là cứu cánh! Vì con người ở đây hết là cái rốn của vũ trụ và dịch lý được vận hành trở lại, mở rộng vòng tay đón tiếp phi lý, vô thường, biến hóa, tóm, con người chưa chết nhưng thường ở bên cạnh hay ở đâu đó, có khi hội nhập vào vũ trụ, thiên nhiên - con người hết làm cứu cánh, trở nên một trung dung hấp lực.

Con người nói chung đang bị khủng hoảng văn hóa và tinh thần rất lớn. Con người khao khát và đi tìm niềm tin như điểm tựa, tâm linh sẽ là con thuyền đưa con người qua bên kia bờ, thoát bến mê. Ngoài các đấng xuất nguồn các tôn giáo lớn từ nhiều thiên niên kỷ đã và vẫn cứu vớt hàng hà sa số chúng sinh, còn có tự thân mỗi người đến hoặc trở về với thế giới tâm linh, tự giải thoát, tìm bình an, và chia xẻ với đồng loại. Đó không phải là sứ mạng dễ dàng, dù vậy, nhiều tác giả đã lên đường, góp phần công việc này, qua sinh hoạt văn chương!

Trong một số thơ văn, **Trần Mộng Tú** nhân một biến cố hay câu chuyện, đã khai thác đời sống tâm linh của các nhân vật – đến hoặc sống với đức tin, hy vọng ở các tôn giáo Phật, Chúa,... Trong *Chạm Tay Vào Đức Tin*, bà bày tỏ:*"Chúa nói "Phước cho kẻ không thấy mà tin" Nhưng tôi THẤY mỗi ngày, Chúa ở ngay trong hình hài tôi. Chúa đặt trăng sao vào trong mắt tôi, đặt gió vào hơi thở tôi, đặt núi vào xương tôi, đặt đồi nhỏ trên trán tôi, đặt cánh đồng vào tóc tôi, đặt sỏi đá vào hàm răng tôi, và sau hết Chúa cho tôi một trái tim biết rung động, yêu thương. Yêu người qua Chúa. Thân thể tôi chính là một vũ trụ bao la Chúa thu nhỏ lại. Như vậy đức tin của tôi là đức tin chạm tay vào được.*

Chúa còn cho tôi một ân huệ về năng khiếu văn chương, đôi khi tôi đã dùng ân huệ đặc biệt này để tìm đến Chúa. "He who sings prays twice", tôi nghĩ làm thơ ca tụng Chúa cũng là cầu nguyện hai lần. Mỗi câu thơ là một hạt kinh.

(...) Đời sống khác gì một chuyến tàu, có người lên, xuống tàu không người đưa tiễn. Tôi may mắn được Chúa dắt tay lên tàu, tôi biết khi tôi đi đến trạm cuối ở một sân ga nào đó, Chúa cũng sẽ đứng đón tôi. Hành lý tôi có nặng, Ngài sẽ ghé vai gánh hộ, nhà ga xa cách mấy Ngài cũng chẳng nề hà"- 5-2007

Hơn nữa, với cộng đồng Việt Nam hải ngoại sau hơn 46 năm chúng ta đã đi từ cái tuổi thiếu niên đến trưởng thành và đang lão hóa - **lão hóa** đồng hành với nhu cầu **tâm linh** càng lớn mạnh. Trong một số tác phẩm, đời sống tâm linh được chú tâm hơn và một cái nhìn khác về đời sống ở đất người, rồi đến kêu thương, cứu rỗi. Nhu cầu tìm cứu rỗi vì tâm linh bị động, vì con người đang bị nhiều chứng nan y làm mục nát thể xác cũng như tinh thần.

Chúng ta có thể nói đến một **truyền thống tâm linh Công giáo** với các nhà văn Công giáo, với những tác phẩm (đề tài, bối cảnh) và nghệ thuật của họ. Về nội dung và nguồn đạo Thiên Chúa thì có những tác phẩm bắt nguồn cảm hứng từ tín lý đạo Thiên Chúa dù tác giả chúng không nhất thiết là tín đồ đạo như Nhật Tiến, Du Tử Lê, ... hoặc trở lại đạo Chúa khi đã lớn tuổi, như kiếm tìm về một nguồn tâm linh, tư tưởng có thể đáp ứng được nhu cầu tinh thần và cảm xúc. Không dễ xác định đặc tính nguồn đạo Thiên Chúa qua một số tác phẩm cũng như các tác giả, vì nhiều đặc tính đạo đã trở thành phổ quát, của cả nhân loại (công bằng, bác ái, đức tin vào một Thiên Chúa hay Thượng đế, vào đời sau, v.v.). Nguồn đạo đòi hỏi tinh túy, nội dung, tạo thành truyền thống, có thể xếp vào lớp này những tác giả Võ Long Tê, Quyên Di, Đường Phượng Bay, Trần Thu Miên, ... cũng như những tác phẩm dịch thuật, phổ thơ, thánh vịnh, phổ thông hóa, như Phạm Xuân Thu,

Bs. Trần Vỹ v.v. *Thánh kinh* từ nhiều thế kỷ đã là nguồn mạch văn hóa và văn chương của nhân loại. Các tác giả Việt Nam về mặt này cũng không ra ngoài nguồn mạch vô tận đó: Đức Kitô, những sứ điệp, Tin mừng, mầu nhiệm, các nhân vật Cựu ước, Tân ước.., đã là những tứ thơ văn và đề tài quen thuộc.

Bà **Ngô Đình Nhu** viết hồi ký với tựa đề *"Le Caillou blanc" (Viên Sỏi Trắng)* được hơn 130 trang (tr. 109-241) in trong *La République du Việt Nam et les Ngô-Đình* (Paris: L'Harmattan, 2013). Cùng trường hợp với BS Trần Vỹ, hồi ký *"Le Caillou blanc"* tuy viết bằng tiếng Pháp, nhưng liên quan đến đề tài của tập biên khảo này, do đó chúng tôi ghi lại nơi đây một số đoạn nói lên sự sống đạo và niềm tin vào Thiên Chúa của bà. Bà viết xong tập hồi-ký ngày 22-8-2010 tại nhà riêng (Tịnh Quang Lâu) ở ngoại ô Rome nước Ý, do sự thôi thúc của cô gái út Lệ Quyên và con rể Olindo Borsoi (mà bà xem là do Chúa sắp đặt vì bà đã muốn giữ im lặng, tr. 190), và 6 tháng sau, ngày 24-4-2011, bà qua đời tại bệnh viện ở Rome, tên thánh Maria (Bà Ngô Đình Nhu nhủ danh Trần Lệ Xuân, sinh năm 1924 tại Hà Nội, bà trở lại đạo Công giáo sau khi lập gia đình).

Không biết khi đặt tựa *Viên Sỏi Trắng/Le Caillou blanc* cho cuốn hồi ký, bà muốn nói thân phận bà bị lịch sử đối xử như vậy mà vẫn trắng trong, nhỏ bé, hay muốn tả nỗi lòng trơ như đá, bất nhẫn trước thời cuộc? Thật vậy, trong hơn nửa tập hồi ký, bà nói đến chuyện tâm linh, những chuyện cao xa hơn chuyện thế tục thường tình, về sự hiện hữu của Thượng Đế và của con người. Mở đầu hồi ký, bà Nhu ghi lại lời sách Khải Huyền "Ai có tai, thì hãy nghe điều Thần Khí nói với các Hội Thánh: Ai thắng, Ta sẽ ban cho man-na đã được giấu kỹ; Ta cũng sẽ ban cho nó một viên sỏi trắng, trên sỏi đó có khắc một tên mới; chẳng ai biết được tên ấy, ngoài kẻ lãnh nhận" (*Khải huyền* 2,17). Và thêm lời trong *Tin mừng* Luca : "Ai là người nhỏ nhất trong tất cả anh em, thì kẻ ấy là người lớn nhất" (Lc 9, 48).

Bà bắt đầu hồi ký ở chương 1, *"Lý lẽ của định mệnh"* như sau: *"Vào cuối cuộc đời tôi, sau nửa thế kỷ im lặng, và vì ý nghĩa đơn thuần của nhiệm vụ, tôi ghi lại những gì cần phải được biết. Đó là sự giải thoát cho tất cả. Không phải để thỏa mãn tò mò nào đó, nhưng để trả lại những gì mà định mệnh đã đòi hỏi "kẻ nhỏ nhất" của Thiên Chúa, vào thời điểm của kẻ đó. Tôi bắt đầu cuốn ký ức này, nếu tôi có thể viết xong được, cốt để làm cho người khác hiểu được những đòi hỏi của một chuỗi dài đời sống đã được định sẵn trước, nhận ra rằng cuộc sống không bao giờ có hành động trái với ý muốn của mình, mà trái lại, luôn luôn như là phải như vậy"* (tr. 112).

Như vậy, bà xem thân phận bà như viên sỏi trắng "nhỏ bé" mà định mệnh đã đặt vào thời đó, nơi đó. Từ suy nghĩ về cuộc đời mình, bà khám phá ra được Thiên Chúa một cách bất chợt và khủng khiếp. Cái gì thuộc về Tạo Hóa sẽ trả lại cho Tạo Hóa để thực hiện đầy đủ và tột cùng chương trình của con người. Định mệnh, đó là cắt nghĩa đơn giản của bà lúc này là lúc bà đã bắt đầu cảm nhận sống những ngày tháng cuối đời, và trước nay bà sống một cuộc sống mà bà không bao giờ nghi ngờ gì.

Bà cho rằng sau ngày 2-11-1963 anh em Tổng thống bị giết, nước Việt-Nam rơi vào địa ngục là do các đế quốc thực dân và cộng sản (tr. 201). Cuối cùng là những suy niệm tâm linh cuối đời của bà; bà tạ ơn Chúa đã đoái nhìn con chiên Việt Nam qua việc đức Hồng y tân cử của Hoa Kỳ đã đến La Vang ngày 21-8-2009 dâng lời cầu nguyện "Đức Mẹ La Vang cũng là Đức Mẹ của quốc gia Hoa Kỳ và của giáo hội Công giáo". Và bà cảm ơn và hiểu Chúa đã trao phó cho bà trọng trách làm mẹ và bà đã làm hết mình cho đến cuối đời!

Phạm Xuân Thu nhà giáo, ở hải ngoại, ông đã xuất bản tập *Thánh vịnh Thơ Việt* (TGXB, 2000. 336 tr.) ghi là "phụng dịch". Trong lời Tựa, ông viết: "*...Thánh vịnh quả là nhịp cầu giữa Đấng Tạo Thành và con người thụ tạo. Đứng ở trung tâm kho tàng Kinh thánh, giữa những dòng lịch sử, những lời tiên tri, thánh vịnh là những ngôn từ đầy thi vị, đạo vị, là nguồn mạch cho những lời cầu nguyện cá nhân hay tập thể khi đối diện với Thiên Chúa. Chính Chúa Kitô đã dùng thánh vịnh để hầu chuyện cùng Đức Chúa Cha và qua thánh vịnh, nhận thấy định mệnh của chính mình (...) Nơi kho tàng thánh vịnh, một hợp tuyển thi ca hiếm quí, đã và còn được trân trọng sùng kính, đọc lên qua muôn ngàn cửa miệng, chúng ta không thể bỏ sót, quên đắc dụng, thưởng thức, nhất là trang trí một bản sắc dân tộc, mà lạ lùng thay ! Phải chăng tự xa xưa, đã sẵn có một chút duyên thầm với thánh vịnh* (Lời Bạt 6.2). *Hơn nữa, dùng lời thơ này để đón nhận lời thơ khác, đặc biệt lời thơ Việt Nam với những âm thuật hỗ trợ, hi vọng sẽ nâng niu được dễ dàng báu tàng thi vị từ nguyên thủy, những hạt kim cương từ cõi thơ trời rơi xuống. (...)*

Lời kêu gọi khẩn khoản từ ngàn xưa chứng tỏ lời ca tụng Chúa mỗi ngày thêm mới, lúc nào cũng đáng hoan nghênh. Chúng ta sẽ kết hiệp cùng muôn lời ca xưa và nay, dưới muôn ngàn khung trời, từ thâm cung mỗi tâm hồn, từ chốn thinh lặng nơi các dòng tu cho đến các cuộc đại lễ long trọng. Nhờ thánh vịnh, chúng ta được diễm phúc hội kiến, hội thoại cùng Thiên Chúa, với Đức Kitô, với Giáo hội, với anh chị em mình. Chúng ta không cô đơn nữa" (tr. 12, 13).

Trong Lời Bạt ở cuối tập, ông viết về những điều cần biết về Thánh vịnh: về nhan đề Thánh vịnh, xuất xứ, tác giả, các bản dịch, ghi số các Thánh vịnh, những khó khăn trong khi chuyển ngữ, phân chia Thánh vịnh, về Chất thơ trong Thánh vịnh - về hồn thơ Do Thái, cách đối trong Thánh vịnh, về những sắc thái đặc trưng trong Thánh vịnh, như trữ tình, bi thảm, tha thiết van nài, lâm ly bi đát, rùng rợn, lạnh gáy như cảnh Chúa phán xét, oai hùng phấn khởi như dũng sĩ lên đường và nhẹ nhàng, đơn sơ như tình thơ ấu.

Bác sĩ **Paul Trần Vỹ** (17-1-1920, Huế - 25-2-1994, Paris) cũng đã dịch (còn là bản thảo, chưa in), 150 bài Thánh vịnh với 150 bài thơ song- thất lục bát. Tiếc là nguyên bản các bài thơ này chưa được phổ biến. Tạp chí *Truyền Thông / Communications* (số 6, 11-2002) đã giới thiệu tổng quát các bài thơ Thánh vịnh này cùng với văn bản "áng văn xuôi gồm 12 đoạn soạn theo sách *Giảng viên, Ecclesiate* với tựa đề *Giáo sĩ*".

Nhà thơ **Hà Thượng Nhân**, sau khi thoát cơn bệnh thập tử nhất sinh đã đồng ý chịu lễ rửa tội và chọn tên thánh là Phêrô Anrê Dũng Lạc như để nối kết con đường trần gian của mình vào với con đường mà vị Thánh tử đạo Dũng Lạc đã đi qua. Dũng Lạc cũng là tên trường trung học nơi ông từng dạy học trước 1954. Tại thánh đường Saint Victor ở San Jose ngày 1-8-2009, nhà thơ Hà Thượng Nhân lãnh nhận bí tích rửa tội, qua bàn tay Linh Mục học giả Cao Phương Kỷ, như hoàn tất tâm nguyện của ông. Hạt giống đức tin nơi ông đã được gieo cấy từ lâu, trước khi là Kitô hữu, như nhà thơ từng cho biết:

"Hai ngàn năm đó như tia chớp
Hai ngàn năm trước Chúa ra đời
Chúa chịu đóng đinh trên Thánh Giá
Chúa đổ máu mình để cứu người…
Ta tự đâu về như cỏ dại
Một cơn gió thổi loạn tinh cầu
Hòa bình mọc giữa cơn binh lửa
Binh lửa tàn đâu mọc ở đâu?
Mọc giữa lòng người đầy oán hận
Mọc trên nấm mộ cỏ xanh sầu?
Thời gian xoá hết thiêu tàn rụi
Khởi sự coi như mới bắt đầu
Thiên niên kỷ mới bao nhiêu nữa
Ta có một tình yêu Bao la như trời đất
Ta viết vào trang thơ Tình yêu ta không mất".

Lời thơ rõ đã thấm nhuần đức tin vào Thiên Chúa, đức tin mà ai có thì sẽ khỏi phải chết, nhưng được sống muôn đời.

Trần Phong Vũ tên thật Trần Ngọc Vân, sinh ngày 15-3-1932 tại Thái Bình. Sau năm 1975, định cư California, Hoa Kỳ, ông tiếp tục cầm bút, chủ trương và cộng tác với các báo *Đường Sống, Diễn Đàn Giáo Dân, Lửa Việt, Hoài Hương, Thư Nhà-Úc*,... và hợp tác trong nhiều chương trình bình luận thời sự, văn học trên các đài truyền hình của cộng đồng người Việt và đồng sáng lập Tủ Sách Tiếng Quê Hương ở Virginia từ năm 2001, xuất bản sách của văn hữu từng sinh hoạt trước 1975, sau 1975 cũng như một số tác phẩm không thể/không được in trong nước.

Tác giả của nhiều tác phẩm thuộc đủ mọi lãnh vực từ văn chương thơ phú cho đến những biên khảo, nghiên cứu chính trị và tôn giáo. Tập *Dấu Chân Trên Cát* (Tin Vui, 1995), có những bài thơ đẹp tình ý, như *Dạo Bước Bên Thầy*:

"Mỗi buổi sáng khi bình minh trở giấc,
Ánh tơ vàng lấp lánh chiếu không gian.
Tôi chợt nghe một niềm vui chất ngất,
Dạo bước bên Thầy trong tấu khúc hân hoan.
Tôi bước đi trên cánh đồng mờ sương cỏ ướt,
Giữa tiếng thì thầm của lá của hoa.
Của chim muông, của muôn loài tạo vật,
Đang chuyển mình trên những bãi bờ xa.
Trong khoảnh khắc xác thân tôi mở ngỏ,
Để hồn bay lên tới cửa Thiên Đường.
Sau một ngày trải qua nhiều gian khó,
Bao nhục nhằn cùng với những tang thương.
Dù biết Thầy luôn yêu thương gắn bó,
Nhưng ngày đêm tôi tha thiết nguyện cầu.
Thương biết mấy những bình minh sương mờ hoa cỏ,
Được theo Thầy mai sớm tiễn trăng sao".

Đức Hồng Y Phanxicô Nguyễn Văn Thuận (1928-2002) từ khi rời khỏi nước đã là vị mục tử thân thiết trong tâm tình lưu vong xa quê hương và nồng nàn chia sẻ với cộng đồng dân Chúa Việt Nam hải ngoại cũng như nhiều tầng lớp khác của cộng đồng này. Ngài đã viết, phổ biến và đến với giáo dân và giới trẻ ở nhiều quốc gia. Có thể ghi nhận một số tác phẩm của Ngài:

Năm Chiếc Bánh Và Hai Con Cá (Cộng đoàn La Vang; Định Hướng, 1997; dịch ra 7 ngôn ngữ: Les pèlerins du chemin de l'espérance; Five Loaves and Two Fish) *["Trong đời tôi, giai đoạn gian lao nhất là thời gian hơn mười ba năm lao tù. Với cuốn "Năm Chiếc Bánh Và Hai Con Cá" này, tôi đã chia sẻ với các bạn, làm sao Chúa đã giúp tôi vượt qua mọi khó khăn và sống đến ngày nay. "Năm Chiếc Bánh Và Hai Con Cá" là lương thực nuôi đời sống thiêng liêng của tôi… "]; Những Người Lữ Hành Trên Đường Hy Vọng* (White Plains, N.Y. : Spes-Divine Compassion Publications, 1991); *Đường Hy Vọng dưới ánh sáng Lời Chúa và Công Đồng* Vaticanô II (White Plains, N.Y. : Spes-Divine Compassion Publications, 1991); *Cầu Nguyện* (Tin Vui, 1997); *Hãy Cho Tuổi Trẻ một Tương Lai Hy Vọng* (San Jose CA: Thời Điểm, 1997); *J'ai suivi Jésus*, một nhân chứng đức tin đã phải chịu tù đày nói với giới trẻ về những giá trị của Phúc âm.

ĐHY Nguyễn Văn Thuận bị 13 năm tù và quản thúc, bị bao vây bủa, thù nghịch, nhưng khi ra hải ngoại đã không hận thù, chỉ nhắm "chính trị con người" một cách dấn thân và nhập cuộc; quá khứ với ông là sự sống và thử thách.

Gs. Trần Văn Toàn khi nghĩ về cuộc sống hiện đại và kỹ thuật của hôm nay, người Công giáo dễ bị hoang mang, giáo sư đã đưa ra nhận xét ở cuối bài viết *"Văn hóa và Tôn giáo"*:

"Hiện nay ở các nước phương Tây, nhất là Hoa Kỳ, đã có một hiện tượng văn hóa đáng chú ý. Một đàng thì lý trí được vun trồng và phát triển trong các lãnh vực khoa học, triết học, luân lý, làm cho người ta phê bình những cái mà các tôn giáo thường coi là siêu lý, nhưng văn hóa ngày nay lại coi đó là những giáo điều ngoại lý, vô lý, thậm chí còn là nghịch lý, không chấp nhận được. Đàng khác thì con người cá nhân ý thức được nhân cách và tính tự chủ của mình, cho nên không chịu để cho tổ chức chính trị cũng như tôn giáo bó buộc mình vào khuôn vào phép. (…)

Giải pháp mới mà một số người ở Âu Mỹ theo đuổi, đó là đi theo con đường tâm linh ở bên trong. Cái chiêu bài như thế có hai cái lợi : họ vừa tránh được sự kiểm soát bên ngoài của tôn giáo cũ có tính cách gò bó đối với cá nhân, lại vừa tránh được sự kiểm chứng công cộng của phương pháp khoa học. Có một số người, nhất là ở Hoa Kỳ, Nam Mỹ và Phi châu, tự mình đứng ra lập đạo mới, lập tôn giáo mới, tự cho rằng mình đã được thượng trí hay thần trí nào đó cho biết tất cả thiên cơ, rồi dậy lại cho những người đang bị khủng hoảng tinh thần. Tuy vẫn tuyên bố là không giáo điều như các tôn giáo cũ, nhưng những ông tự xưng là thầy thiên hạ, vẫn không thiếu gì những điều để dạy (giáo điều !), mà dạy theo như sở ước của những người bị khủng hoảng, như dạy làm người, dạy con đường hạnh phúc, v.v.. Có nhóm thì lấy cái nhãn hiệu có uy tín là «khoa học», để lập ra tôn giáo, ví dụ như nhóm «đạo khoa học» (scientol- ogy), đưa ra những danh từ mới lạ, gốc Hi lạp, có vẻ khoa học, đọc lên rất kêu, tuy đó chỉ là giả hiệu, vì không căn cứ vào phương pháp định nghĩa và kiểm chứng thực nghiệm của khoa học đích thực. Về thực hành, thì họ vay mượn những từ ngữ, lễ nghi, lễ phục có vẻ tôn giáo, giống giống như đạo nọ đạo kia, để rầm rộ làm phép trừ ma quỉ, trừ ám khí, rồi chêm pha vào đó một chút gì tương tự như «tọa thiền» để hấp thụ sinh khí trong trời đất. Thế rồi, vì muốn bỏ giáo điều cũ, người ta háo hức tìm theo lời dạy của một số «tôn giáo» mới lạ ở đâu đưa tới, mà không nghĩ rằng mình đang nhắm mắt đi theo «giáo điều» mới" (*Định Hướng*, số 58, Đông 2009, tr. 123-125).

Lm. Dũng Lạc **Trần Cao Tường** sinh năm 1948 tại Chí Tĩnh, Ninh Bình. Thụ phong linh mục ngày 6-4-1975; nhập tổng giáo phận New Orleans, Louisiana. Phụ trách cộng đồng Versailles, New Orleans East (1975-1991) và giáo xứ Assumption of Mary, Louisiana (1991-2011); sáng lập Mạng Lưới Dũng Lạc (2005) chủ trương góp tài liệu và gầy dựng Tủ Sách Dũng Lạc xây nhà văn hóa và văn học Công giáo. Linh mục qua đời sáng Chúa Nhật 21-11-2010.

Linh mục Trần Cao Tường tác giả nhiều bộ sách về nguồn đạo và Tin mừng, Việt đạo, bên cạnh những bài viết về văn học và thơ văn. Tác phẩm của linh mục thuộc nhiều thể loại - tùy bút, bút ký, tiểu luận cũng như thi ca, nhiếp ảnh, đã xuất hiện trên nhiều trang mạng, của Công giáo cũng như thuần văn học nghệ thuật.

Linh mục viết và đến với người đọc, tín hữu Công giáo và độc giả nói chung, có mục đích tìm đối thoại hơn là áp đặt, trao đổi hơn là truyền kiến thức hoặc giáo lý hoặc cảm nhận nghệ thuật. Thế giới văn chương của Linh mục đặc biệt vừa mang tính con người trần thế của thực tại và hôm nay, vừa vượt lên tới cõi vô cùng, siêu nhiên, vừa đến từ con tim mà cũng đến từ thần trí, đức tin; như khi viết về thơ Hàn Mạc Tử, vừa siêu nhiên vừa mang dấu dân tộc, con người. Linh mục đem thơ văn vào các bài giảng ở nhà thờ cũng như ở các buổi tu tập, tĩnh tâm: thơ của Tô Thùy Yên, Nguyễn Khánh Hòa, Quan Dương, Du Tử Lê, Trần Trung Đạo, văn của Doãn Quốc Sỹ, Quyên Di, Lm. Nguyễn Hữu Lễ, nhạc của Phạm Duy, Ngô Duy Linh,... Cả các tác giả, nhạc sĩ và phim ảnh Âu Mỹ và Á châu.

Tác phẩm đã xuất bản: *Đi Tìm Nét Văn Hóa Việt; Nhịp Múa Sông Thanh* (Thời Điểm, 1999); *Vũ Khúc Thăng Ca* (Thời Điểm, 1998); *Đường Nở Hoa Lê Thị Thành* (Thời Điểm, 1996); *Suối Nguồn Tình Yêu* (Lên Đường 1989); *Về Nguồn Việt Đạo* (New Orleans LA: Phong Trào Dũng Lạc, 1989); *Đường Đi Tới Nguồn* (Lên Đường 1986 và 1989); *Đạo Sống Dũng Lạc; Khúc Sáo Ân Tình; Giáo Dục Tôn Giáo* (6 tập; Dân Chúa 1983).

Lm. Cao Phương Kỷ sinh ngày 6-3-1929 và mất ngày 30-12-

2018 tại Missouri Hoa Kỳ, bút hiệu Đường Thi hay Đường Thi Trương Kỷ và Đường Thi Giuse Trương Đức Kỷ. Thành viên của Nhóm Nghiên cứu trực thuộc Hội đồng Giám mục Hoa Kỳ thập niên 1980, về Tâm lý & Sinh hoạt của người Công giáo Việt Nam trong nước và khi ra hải ngoại.

Đã xuất bản: -*Thiên Chúa Giáo và Tam Giáo,* 2000; https://hoc-day.com/thin-cha-gio-v-tam-gio-ng-thi-trng-k.html; *Đạo Thiên Chúa, Dân Nước Việt*, 2005; *Hội thánh Công giáo và Thời kỳ Tam vô,* 2014 và *Từ vựng Học chữ Hán, Phương pháp Lục thư,* Lưu hành nội bộ 2009.

Với tác phẩm *Thiên Chúa Giáo và Tam Giáo*, tác giả đã *"đề nghị một đường hướng "Đối Thoại", gọi là "Đàm Đạo", để chia sẻ niềm tin giữa các tôn giáo lớn tại Việt Nam. Mục đích là gây tình yêu thương, sự kính trọng và bổ túc cho nhau trên con đường đi tìm Chân Lý, và góp phần vào việc tạo sự an vui, đoàn kết để xây dựng một nước Việt Nam hùng cường về tinh thần và vật chất…"* (Trích Lời Giới thiệu).

Lm. **Nguyễn Tầm Thường** tên thật Nguyễn Trọng Tước (1950-) sử dụng những hình thức hiện đại như truyện ngắn, thơ, bút ký, nhật ký, suy niệm, và bài giảng trên mặt nhựa CD để đến với người đọc tôn giáo, với các tuyển tập thơ *Tình Thơ Thập Giá, Mùa Hoa Trên Thánh Giá Gỗ;* các truyện ngắn với bố cục tinh tế để lý trí giải bày có hai tập *Đường Về Thượng Trí* 1995 và *Tiếng Gọi Phiá Bên Trong* 1999. Suy niệm và cầu nguyện để tâm linh siêu thoát: hình thức đề tài có *Nước Mắt Và Hạnh Phúc* 1989, *Con Biết Con Cần Chúa* 1994; hình thức đoản khúc gồm 100 đề tài suy niệm và cầu nguyện: *Viết Trong Tâm Hồn* 1996, *Mùa Chay Và Con Sâu Bướm* 1997, *Cô Đơn Và Sự Tự Do* 2001, *Đường Đi Một Mình* 2005. Thể bút ký đã xuất bản *Những Trang Nhật Ký Của Một Linh Mục* 2002; và Kẻ đi tìm ("34 đề tài suy niệm và cầu nguyện hành hương Đất thánh",2009). CD có các bộ *Tỉnh Thức, Thánh Thể, Bí Tích Hòa Giải, Tôi Là Ai; Đường Vào Tâm Linh* với 15 đề tài suy niệm và cầu nguyện, v.v.

Với hai tập truyện ngắn *Đường Về Thượng Trí* và *Tiếng Gọi Phiá Bên Trong,* Lm. Nguyễn Tầm Thường đã cho thấy khả năng văn chương dùng sáng tác để dẫn đường vào tâm linh, thuộc vào văn chương-vị-tâm- linh. Hình thức có thể cổ điển như sáng tác của các nhà văn cùng thời, nhưng thêm đặc tính của ông là cách trình bày triết lý hoặc tâm lý để đưa vào tâm linh. Những câu chuyện ở các xứ đạo ở Việt Nam hoặc ở ngoại quốc, nhân vật có thể là bất cứ ai, nhưng họ có những niềm riêng, những khủng hoảng tâm linh, những hạnh phúc tìm thấy. Những cánh hồng trên tuyết hay cây hoa lan ở một xứ đạo thâm cùng ở Việt Nam đều là những cái đẹp của thử thách. Có thể nói toàn tập *Đường Về Thượng Trí* là một bản trường ca của của kẻ tầm Đạo, kẻ đi tìm đường về cõi vĩnh hằng. 'Kẻ được chọn sẽ là người mang thương tích của thập giá, chứ không phải là kẻ chỉ ca ngợi thập giá'. *Tiếng Gọi Phiá Bên Trong* gồm những truyện ngắn về tâm linh nhưng khởi từ những mảnh vụn của đời thường, từ những khía cạnh hay vấn đề tâm lý, xã hội và cả tín ngưỡng. Con người không là gì hết trước thời gian và Thiên Chúa, sự hiện hữu và quá khứ của một cá nhân cũng không là gì nhưng có thể lại là tất cả nếu có ý thức, vì lịch sử thì liên tục, cho nên đời sống tâm linh của con người được giàu thêm là nhờ quá khứ, khi dùng quá khứ mà suy niệm, để hiểu Tin mừng và tìm Chúa. Tác phẩm của ông đưa người đọc đến với thế giới tâm linh muôn mặt của người Việt Nam, Công giáo có, không Công giáo có, miền Nam có, miền Bắc có, trong cũng như ngoài nước.

*

Mặt khác, khuynh hướng tâm linh mang tính hậu hiện đại, đề cao cái ngược lại với duy lý, mô phạm, khoa học, lạc quan; tóm, con người ở đây hết là cái rốn của vũ trụ. Dịch lý được vận hành trở lại, mở rộng vòng tay đón tiếp phi lý, vô thường, biến hóa, tóm, con người chưa chết nhưng thường ở bên cạnh hay ở đâu đó, có khi hội nhập vào vũ trụ, thiên nhiên - con người hết làm cứu cánh, trở nên một trung dung hấp lực. Văn chương đo đó không biên giới, không nhất thiết phải trung thành với một trường phái. Vai trò của con chữ được đề cao. Ngôn từ hết phải đúng văn phạm, hợp lý,...; ngôn từ ở đây được đón nhận như được viết hay nói ra! Kết cấu của tiểu thuyết hết còn là một cấu trúc toàn bộ, mà có thể chỉ là những phần mảnh không thể dán hoặc nhập vào nhau. Một thế giới mơ tưởng vốn là trù phú cho sáng tạo, nay chiếm ngự trong óc sáng tạo của nhà văn thơ, cố tình, với tư duy.

Trần Công Tiến sinh năm 1944, tiến sỹ triết (Heidegger et le nihilisme, 1981, Đại học Montreal, Canada), đã có những triết luận và dẫn nhập vào Triết Việt, Đông phương hoặc hôm nay, dùng hiện tượng luận để giải mã triết học Đông phương và tôn giáo, với hơn chục tác phẩm đều do NXB Văn Gia ở Orange CA:

-Về triết học: *Triết học Đi Về Đâu?* (1998); *Triết học Là Gì?* (1999).

- Về triết học Đông phương: *Kinh Dịch* (1999); *Giải Thích Hiện Tượng Học về Kinh Dịch* (1999; tb 2005 tựa Kinh Dịch Toàn Thư); *Giải Thích Hiện Tượng Học về Đạo Đức Kinh Của Lão Tử* (2000); *Bến Mê Bờ Giác* (2005); *Giải Thích Hiện Tượng Học về Kinh Trí Huệ Bỉ Ngạn và Kinh Kim Cang* (2000); *Giải Thích Hiện Tượng Học về Đại Học của Khổng Tử* (2000); *Khổng Tử, Đại Học, Trung Dung, Luận Ngữ, dịch và chú thích*; *Đức Phật Và Con Đường Hạnh Phúc* (2004);

- Về Công giáo: *Giải Thích Hiện Tượng Học Bài Giảng Trên Núi* (2000); *Chân Lý Nét Gấp Đôi* (2001); *Giải Thích Tin Mừng Theo Thánh Gioan* (2001).

Ông Trần Công Tiến suy luận và hình thành một nét suy tư mới cho triết học và tìm hiểu *Kinh thánh* trong tương quan triết lý và dưới góc nhìn văn hoá là cách nghiên cứu được lựa chọn giải thích Đạo với lý thuyết "Nét Gấp Đôi" nhằm giúp cảm nhận tinh hoa của tôn giáo và triết học. *Chân lý Nét Gấp* Đôi có khái niệm như là các hiện tượng và sự việc được nhìn thành hai khía cạnh rõ ràng, không phải nét gấp đôi theo nghĩa toán học hay vật lý. Theo ông, khi người ta phân định được *Chân Lý Nét Gấp Đôi* sẽ cảm nhận được cái hay cái đẹp của Đạo và từ đó, đời sống cá nhân, gia đình cũng như xã hội sẽ an lạc, công chính hơn.

Ông sử dụng "hiện tượng" và "liên văn bản" để so sánh giúp hiểu rõ thực chất của mỗi tôn giáo. Phương pháp và ý tưởng nền tảng như không thay đổi, nhưng cách nhìn "thực thể" và hình dung khá phức tạp khiến độc giả dễ bị lạc vào một khu rừng lý lẽ.

Nguyễn Văn Thành sinh năm 1937 và mất ngày 14-11-2008 tại Thụy Sỹ. Một nhà tâm lý học với tâm thức, kinh nghiệm thần học và văn hóa dân gian cùng bác học trình bày và thuyết phục người đọc con đường và những giao lộ thiết yếu cho cuộc sống trần gian. 28 tác phẩm đã xuất bản: 1- NXB Định Hướng Tùng Thư, Strasbourg Pháp: *Đối Thoại với các Tôn Giáo*, 1998; Nguyễn Trãi (1380-1442): *Một tấm lòng Vạn Xuân và Đại Việt*, 2001.

2- NXB Tủ Sách Tình Người, Lausanne Thụy Sĩ: *Em là Đại Dương*, 1995; *Chúng ta sống lại từ tâm lý đến Đức Tin*, 1995; *Chia sẻ*, 1996; *Mắt và Tim trên bàn tay,* 1996; Đường vào Nội Tâm, Tập II, *Lắng nghe giấc mơ*, 1997; *Phát huy năng lực con người,* 1997; *Em là quê hương; Đường vào Nội Tâm với Phân Tâm Học*, 1997; *Phát huy Nhân Lực*, 1998; *Đối Thoại: Một Quê Hương Tình Người,* 1999; *Lắng Nghe,* 1999; *Quan hệ Mẹ-Con*, 2000; *Tự Tin*, 2000; *Khung Trời Mở Rộng*, 2000; *Nguyễn Trãi và vấn đề giáo dục con cái*, 2001; *Bản đồ Tâm Lý và Tư Duy sáu màu*, 2002; *Tư Duy và Hành Động,* 2002; *Đồng Cảm để Đồng Hành,* 2003; *Sơn Tinh và Thủy Tinh: Hai con đường một Nước Non*, 2003; *Le projet pédago- éducatif*, 1997; *Nguy cơ tự bế nơi trẻ em từ 0 đến 7 tuổi,* 2006; *Phát huy quan hệ xã hội trong vấn đề giáo dục trẻ em tự bế*, 2007; *Huyền Sử Việt Nam, con đường Luyện Vàng,* 2004, 2008; *Con đường Bao Dung*, 2008; *Lắng Nghe Chúa Thánh Thần,* 2008.

Quyên Di tên thật Bùi Văn Chúc, sinh năm 1947, tại Bạch Mai, Hà Nội, nguyên quán Hà Nam. Định cư tại Hoa Kỳ từ tháng 4-1978.

Trước 1975, ở Sài Gòn, ông làm chủ bút các tạp chí *Tuổi Hoa* và *Ngàn Thông* cùng chủ trương tạp chí *Phương Đông* với Đông Duy. Là tác giả nhiều truyện và tiểu thuyết giáo dục, hướng thượng từ trước 1975.

Thời hải ngoại, ông giảng dạy tiếng Việt, văn chương và Văn hóa Việt Nam tại các trường Trung học và Đại học ở California. Ông cộng tác với các tạp chí như *Quan Điểm, Đường Sống*, ..., chủ nhiệm tạp chí Tuổi Hoa hải ngoại và nguyệt san *Thần Học-Tu Đức, Thời Điểm Công Giáo,* và xuất bản tập thơ *Hành Trang Lên Đường* (1986), tập truyện *Hoa Hồng Nhà Kín* (Thời Điểm, 1995), *Tương Lai Giới Trẻ Việt Nam hải ngoại và những "suy tư và cảm nghiệm" Nhìn Xuống Cuộc Đời* (Thời Điểm, 1995) – trong Thư Gởi Bạn Đọc, ông trình bày:

"Chúng ta ai cũng có một cuộc đời để sống. Nhưng đã có mấy ai sống cho trọn vẹn cuộc đời. Sống không trọn vẹn, có thể là vì ta đã phung phí thời giờ, có thể đã dùng thời giờ không hợp lí, có thể đã suy nghĩ và hành động sai lầm, có thể đã lạc hướng đi trong một quãng thời gian nào đó, và nhất là có thể đã không định hướng được cho cả cuộc đời của mình.

Là một người hầu như đã mắc phải gần hết những lỗi lầm trên, người viết muốn chia sẻ kinh nghiệm với bạn đọc về những sai lầm cũng như những phản tỉnh để cố gắng sửa đổi. Những kinh nghiệm này đôi khi có được một cách tình cờ, nhưng thường thì phải trả bằng một giá đắt.

Qua những kinh nghiệm ấy, người viết nhận thấy: muốn sống trọn vẹn cuộc đời của mình, nghĩa là sống đầy đủ, sống hữu ích, cho mình cũng như cho người khác, ta phải luôn luôn nhìn lại chính mình, đồng thời luôn luôn nhìn vào cuộc sống đang diễn ra chung quanh ta. Ta và cuộc sống chung quanh có những tương quan mật thiết với nhau, bởi thế, quan sát cuộc sống, ta có thể nhờ đó kiểm điểm được chính mình, hiểu mình hơn, kịp thời chỉnh đốn đời mình, và nhất là giữ được hướng đi đúng nhất cho cuộc đời

Từ ngữ "cuộc sống" hay "cuộc đời" thường gợi cho ta những cái gì lâu dài, to lớn hay những biến cố quan trọng. Dĩ nhiên cuộc đời có những đặc tính và yếu tố đó. Nhưng "cuộc đời" cũng còn là những sự kiện nho nhỏ xảy ra hằng ngày, tầm thường đến độ ta không thấy trong đó một chút ý nghĩa nào; còn là những cảnh, những vật, những người mà ta luôn luôn thấy, ở bên cạnh ta mà ta không để ý. Nếu lưu tâm hơn một chút, ta sẽ thấy trong những sự kiện, những cảnh, những vật, những người đó nhiều ý nghĩa đặc biệt, giúp ta nhìn lại chính mình. Một vỏ ốc, một bông hoa, một đám mây trên trời, một con đường, cái cột đèn, cái đồng hồ, một món đồ chơi trẻ con, một em bé, một cụ già...

nếu được quan sát kĩ, đều đem lại cho ta rất nhiều suy tưởng về ý nghĩ và giá trị cuộc đời.

Một trong những cảm giác khiến ta buồn nản nhất, là bất chợt nhận ra bao nhiêu chương trình vĩ đại, bao nhiêu mộng ước cao xa, bao nhiêu giấc mơ "đội đá vá trời" của ta đều không đi đến đâu, chúng từ từ tan loãng theo ngày tháng hoặc bất ngờ sụp đổ. Và ta trở về với những công việc những mục đích nhỏ bé, tầm thường, tủn mủn của kiếp người. Thật ra, đối với cái vĩnh cửu của thời gian và cái vô tận của không gian, nhất là đối với đấng Thượng Đế tạo thành vũ trụ vạn vật, cũng như tạo nên thời gian và không gian đó, mọi "chương trình hay mong ước" vĩ đại của ta đều nhỏ bé. Nhưng trở về với cái giới hạn của đời người, nếu ta để ý và tìm ra ý nghĩa của những cái ta vốn cho là nhỏ bé, tầm thường, tủn mủn kia, ta lại có thể làm được những chuyện to lớn không ngờ.

Trong ý hướng đó, người viết mời bạn đọc nhìn xuống cuộc đời với những cái tầm thường, nhỏ bé kết tụ lại, và tìm trong đó những ý nghĩa của chúng. Có thể bạn đọc không đồng ý với cách nhìn và những ý nghĩa được tìm thấy của người viết. Điều đó không quan hệ, miễn là cách nhìn và ý nghĩa ấy đem lại được một chút gợi ý, để mỗi chúng ta nhìn và tìm ra ý nghĩa theo một cách thức riêng.

Là một tín hữu Công giáo, người viết thường tìm thấy nơi tận cùng cái nhìn và suy tư của mình sự toàn trí, toàn năng, vĩnh hằng, và nhất là tình yêu bao la đại hải của Thiên Chúa. Đó cũng là sự chia sẻ chân thành người viết muốn gửi tới bạn đọc".

Khác với sách giáo khoa, các truyện thơ thuộc đề tài giáo dục mang ý tưởng luận đề và giáo dục như một nguyên lý của văn chương.

Đường Phượng Bay một thời nổi tiếng với các tiểu thuyết tình cảm xảy ra ở các họ đạo và các nhân vật chính thuộc giới tu hành: *Mây Vẫn Nhớ Ngàn* (Dân Tộc, 1984), *Yêu Màu Áo Đen* (Long Beach, CA: Nguyệt san ĐMHCG, 1989), *Qua Cửa Thần Phù* ("truyện ký: tôi đi tu"; tb, Long Beach, CA: Nguyệt san ĐMHCG, 1989), *Tạm Biệt Rừng Hoa* (1990).

Truyện dài *Mây Vẫn Nhớ Ngàn* còn được biết với tựa đề *Vì Tôi Là Linh Mục*, là một chuyện tình đẹp nhưng buồn thảm của Cha Thảo và cô Nga. *Yêu Màu Áo Đen* khởi đầu bằng chuyện tình thường của một nam một nữ và kết thúc bằng con đường hiến thân của người nam nay là cha Hoàng và nữ nay là sơ Têrêsa Quế Thanh.

Lm. **Lã Mộng Thường** tên thật Trần Đoàn, sinh ngày 20-6-1950. Ngoài thơ văn còn là nhạc sĩ và đã xuất bản các tập truyện *Tiếng Nói*

Con Tim (Houston, TX: Kinh Đô Ấn Quán, 1990), *Ước Vọng Mùa Xuân* (Xuân Thu, 1995), *Mảnh Vụn Suy Tư* (Xuân Thu, 1995), *Câu Hỏi Lãng Quên* (Xuân Thu, 1997), *Mây Bay Về Ngàn* (2019), *Khai Phá Tin Mừng* (2021), và hai truyện dài *Linh Mục Người Là Ai?* (2 tập; Biloxi, MS : Lã Mộng Thường, 1991-1993) và *Ai Người Tri Âm*. Tạp biên *Hương Hoa Dân Việt* (Xuân Thu, 1993) viết về văn hóa dân tộc, về tục ngữ, ca dao, đạo làm người, gia đình, họ hàng, các đức tính, đức tin, v.v.

Tác giả đã nói về các tác phẩm của mình khi trả lời câu hỏi "Các tác phẩm của ngài chuyển đạt những ý tưởng hay vấn đề gì?" trong một phỏng vấn của nhà văn Trần Thu Miên https://nguoivietboston.com/?p=15387:

"*Tiếng Nói Con Tim* – Tập truyện ngắn … Đại khái viết về tâm tình, nhận thức về tình yêu của một con người nên được đặt lại vấn đề cho rõ ràng, chẳng nên lẫn lộn với ham muốn nhất thời - *Linh Mục Người Là Ai I* – Truyện dài – Nhiệm vụ và tâm tình mục vụ của một linh mục. - Hương Hoa Dân Việt – Biên khảo – Dùng tục ngữ, ca dao minh chứng các quan điểm của tiền nhân người Việt, bao gồm, tục ngữ, ca dao nơi tâm tình người Việt. - *Linh Mục Người Là Ai II* – Truyện dài – Linh mục nơi vai trò lãnh đạo. - *Ước Vọng Mùa Xuân* – Tập truyện, nêu lên ước mơ của một người dân bình thường sau thời quốc gia khổ ải. - *Mảnh Vụn Suy Tư* – Tạp ghi những nhận thức cá nhận được gợi lên do những vấn đề hoặc sự việc, và sự thể … - *Câu Hỏi Lãng Quên* – Truyện dài – Đặt vấn đề về sự hiểu biết *Kinh thánh*, đặc biệt Phúc âm theo nghĩa từ chương. - *Mây Bay Về Ngàn* – Truyện dài tổng hợp hai hình thức đối thoại và biên khảo viết về những nguyên tắc thực hành chính yếu để nghiệm chứng về Phật học, Ấn học, Lão học, Phúc âm. - *Khai phá Tin mừng* – Áp dụng nguyên tắc "Nghiệm xét mọi sự" (1Tx 5,20) từ Thánh Phaolô nơi tâm thức một người trong hành trình nhận thức Phúc âm hầu nhận ra Tin mừng Nước Trời. Mục đích chính khuyến khích độc giả nhận biết và thực hành định tâm nơi lãnh vực tâm linh".

Nguyễn Ngọc Ngạn: *Xóm Đạo* là tiểu thuyết đặc sắc của ông trong giai đoạn "hoài niệm" (1992-2000) của văn học hải ngoại. *Xóm Đạo* khai thác một số vấn đề tôn giáo ở xã hội Việt Nam, đã trình bày đời sống và các sinh hoạt của những người Công giáo ở Tân Hạ - một xóm đạo di cư sau 1954 ở miền Đông Nam phần, vai trò của các chủ chăn, những liên hệ giữa các giáo dân và với người bên "lương", tình yêu và ngăn trở đạo-đời giữa những người trẻ không đồng đạo, v.v. Cuộc sống xóm đạo toàn tòng bình lặng "nhất Chúa, nhì Cha, thứ ba Ngô tổng thống" từ thời Đệ Nhất Cộng Hòa, âm thầm dậy sóng với ít nhất năm chuyện tình của giáo dân. Quyên và Thông không trơn tru: Quyên dạn dĩ vì đã có chồng ở lại Bắc không di cư, với thầy giáo Thông, phải xin Vatican phép tha chuẩn. Tình không dễ giữa một thầy tu tên Phán với cô Mai gái mới lớn. Mai cũng yêu Thông nhưng cả hai không dám công khai đến với nhau. Tình "nội bộ" giữa Phương, con gái riêng của vợ dượng Quỳnh – một hội trưởng đạo đức làm màu, khi bị phát giác Mai đổ oan cho thầy tu và bỏ đi lấy chồng xa... Xóm Đạo dưới ngòi bút đa dạng, đầy kịch tính, nhiều cảnh hài hước (như lúc Quyên và Thông tái ngộ, nàng khiêu dâm làm chàng sắp gục ngã thì ... tình cờ có đám trẻ nhìn lén qua phên vách; như thầy Phán và Mai gần nhau khi bên ngoài phòng kín là các bà đấu tố chửi bới nhau, v.v.) của NNN là tình trường dài ngày của nhân vật Thông.

Trần Thu Miên tên thật Trần Văn Thành, ký tên Thanh V Tran & TV Chan khi viết bằng tiếng Anh. Giáo sư nhiều đại học Hoa Kỳ và sáng lập tạp chí *Sứ Điệp*. Ông viết là để cảm (người khác) và tìm đồng cảm, đánh động tâm linh, tâm thức, với các tuyển thơ *Mưa Nắng Sân Trường, Câu Kinh Tôi Đọc Giữa Đời Tha Hương,* tập thơ song ngữ Anh-Việt *Hành Trình Linh Hồn Biệt Xứ / Journey of a Soul in Exile* (2015) "phản ảnh hành trình tâm linh của mình trên đường biệt xứ...", và hai tập truyện-tùy bút *Giã Từ Giọng Hát Em* (2016) và *Tôi Vẫn Ôm Ấp Cuộc Đời* (2019).

Giã Từ Giọng Hát Em gồm một số truyện viết về liên hệ tình cảm giữa nhà tu và tín đồ hay giữa những nhà tu. Thông điệp của *'Giã Từ Giọng Hát Em'* là thông điệp mượn từ kinh Lạy Cha, bài kinh quan trong của người Công giáo. Bên cạnh truyện *Giã Từ Giọng Hát Em* là những tùy bút và ca khúc viết về đời sinh viên và dạy học của mình, như những dòng tự sự với cuộc đời... và với chính mình. *Mùi Hương Thánh Giá* kể chuyện tình cảm của cha Đức và Thu-Vân yêu từ khi sinh viên cùng khuôn viên đại học. Nhưng Đức đã chọn "tình yêu vĩnh cữu": *"Chúng ta không còn yêu nhau và gắn bó bằng con tim, bằng thân xác, nhưng chúng ta sẽ yêu nhau và gắn bó bằng niềm tin"*. Và Đức trở thành linh mục cho giáo xứ Tây, luôn tìm cách không phải gặp đồng hương và nghe nhạc cũ - *"Cha sợ những bài ca cũ làm nản lòng, bỏ cuộc giữa đường"*. Nhưng hôm nay, mười năm sau, Vân bỗng xuất hiện trong tòa giải tội, *"mùi hương mái tóc, giọng nói êm đềm, ngọt ngào, và tiếng khóc của nàng tưởng như cứ quanh quẩn mãi trong lòng chàng"*. Và *"Bây giờ cha mới biết là người ta có thể giết chết tương lai nhưng không chôn vùi kỷ niệm được"* và *"mùi hương tóc Vân vẫn còn thoang thoảng, nồng nàn"* (tr. 75, 79, 89, 93).

Tôi Vẫn Ôm Ấp Cuộc Đời gồm những nhận định văn học và bút ký tâm tình sống đạo qua 6 phần: Bơi lội giữa dòng tâm linh, Quê nhà trong tim biệt xứ, Bên lề cõi văn chương nghệ thuật, Đời có em và có bạn bè, Một đời quanh quẩn sân trường và Cho em cội nguồn. Vẫn những dòng tự sự với cuộc đời, với tha nhân, với người thân và sinh viên và luôn với chính mình.

Truyện và bút ký của Anna Maria **Hoàng Thị Đáo Tiệp** – thường đăng trên nguyệt san Trái Tim Đức Mẹ, đi vào cuộc sống đạo với những dịp lễ thường niên, những sinh hoạt hội đoàn. *Đường Lên Thiên Quốc* (2001), tác giả cho biết đó là *"hoa trái của tâm tình tôi trung con thảo cho đẹp dạ Chúa yêu"* và *"Ý chính trong Đường Lên Thiên Quốc đề cập đến sự va vấp lỗi lầm, lại là va vấp lỗi lầm của một Đấng Thánh lúc còn tại thế. Do đó nội dung chủ yếu của cuốn sách này là vấn đề của việc hối lỗi sửa mình…"*. Hối lỗi vì trong cuộc sống dễ có những hành động và lời ăn tiếng nói gây va chạm, buồn phiền, dù có đi dự Đại hội Thánh Mẫu mà tâm tính không thay đổi thì cũng chẳng đi xa hơn là tự hẹn lần sau sẽ tốt hơn…

*

Mặt khác, đã có những văn nghệ sĩ và tác giả đã trở lại đạo, có vị vào thời gian cuối đời, chúng tôi cũng ghi nhận phần nào sự nghiệp trong sơ khảo này. Những công cán chính như Nguyễn Bá Cẩn, Liên Thành, Bùi Đức Hợp, các nhà văn thơ Duyên Anh, Nguyên Sa, v.v. Cũng cần ghi nhận rằng các tác giả người Công giáo khi ra ngoài nước, có người đã rời bỏ Chúa và cũng có những nhà nghiên cứu, nhà văn thơ ngoại đạo đã có lúc tìm đến Chúa hoặc nghiên cứu về đạo Chúa hoặc văn thơ đạo, như BS Nguyễn Văn Thọ, Lê Phụng, Du Tử Lê, Nguyễn Tất Nhiên, v.v. Ngoài ra một số nhà văn thơ sống đức tin Tin Lành hoặc cải đạo Tin Lành, như các nhà thơ Hoa Văn, Phạm Hồng Ân, …

Gs. **Lê Phụng** sinh năm 1933 tại Bắc Việt. Trước năm 1975, ông giảng dạy tại đại học Khoa học Sài Gòn. Định cư tại Montreal, Canada, ông cộng tác với BS Phạm Hữu Trác biên tập đặc san *Truyền Thông* từ số đầu (11-2001) cho đến số cuối 41-42. Ông cũng đã cộng tác với giáo sư Nguyễn Văn Trung trong các nghiên cứu về văn học Công giáo (kinh sách, truyện) cũng như so sánh ngôn ngữ kinh Phật, truyện cổ dân gian (Quan Âm Thị Kính, ...) và với Bs. Trần Ngọc Ninh về thơ chữ Hán của Nguyễn Du. Bước đầu, ông đã xuất bản chung với Bs. Trần Đức Cương tập cảo luận *Nẻo Mới Vào Văn Học* (Montreal: *Tập San Y Sĩ*, 1997). Hai ông đã có cái nhìn mới áp dụng vào ngôn ngữ văn học với 5 trường hợp/ tác-giả, mục-đích để "chia xẻ thử thách và khám phá". Theo hai ông, "Văn học Việt Nam không nhất thiết phải đi theo con đường văn học Tây phương. Nhưng muốn đối thoại, trao đổi, văn học Việt-Nam cần vận dụng những phương thế phổ quát hiện dụng. Đó chính là mục đích của tập Cảo luận này. Khởi từ khoa hiệu chứng,

Sémiologie, quen thuộc với y giới, người viết cùng người đọc dùng cấu trúc của khoa phân tâm...” (Trích *Mở lời*).

Tác phẩm cuối do Cơ sở Truyền Thông xuất bản trước khi ông mất ngày 11-11-2017: *Công Trạng Văn Học Trong Các Xứ Đạo* như ấn phẩm Đông-Xuân 2017, 360 trang. Nội dung gồm 4 phần: Dịch nôm Kinh sách Công giáo - Dịch nôm Truyện Công giáo - Sáng tác bằng chữ nôm - Sáng tác bằng chữ quốc-ngữ - Tác giả Công giáo trên văn đàn hiện đại - Thơ Hàn Mạc Tử.

Là người ngoài Công giáo, ông Lê Phụng đã có công nghiên cứu và đưa ra những nhận định cùng lý giải về các mảng văn học Công giáo theo cách khoa học và triết lý hiện đại.

Nhà thơ **Du Tử Lê** vì người tình phải theo vào nhà thờ:

“(...) ai nhan sắc? - Cầm trên tay Thánh giá
trả Giáo đường câm lặng, tắt theo kinh
đôi hàng ghế uy nghiêm chờ hối cải
cửa tôi buồn. Bưng bít. Phúc âm
ai nhan sắc? - Như một lời chúc phúc
giữa-chiều-em: quân dữ bỗng quy hàng
tên ngoại giáo gửi xác, hồn lại Chúa
đưa nhau đi: dựng một Giáng sinh, nàng”.
(Đưa nhau đi: Dựng một Giáng sinh, nàng).

Nguyễn Tất Nhiên khi không thành công hội nhập cuộc sống mới, đã có những giây phút chạnh lòng và tiếc nuối mối tình tuổi học trò. Như trong bài Chuông mơ được dùng làm tựa tập thơ:

“(...) chiều nay anh ở đất bon chen
cái mộng tan theo cái thấp hèn
cái thực lem theo ngày sống vội
không cách chi dài phút nhớ em!
chiều nay em bước ngang giáo đường
mắt Chúa chắc buồn thăm thẳm hơn
chắc cây Thánh giá thành di tích
chuyện một người chuộc tội hoài công!
(...) chiều nay em bước trên quê hương
chắc Chúa chẳng nhìn như mọi hôm
bởi vì mắt Chúa và em đã
lóng lánh vùi chôi ngấn lệ lòng!
áo em trắng cả sân trường trắng
tan học trong đời anh thẩn thơ
đời anh quên, nhớ, quên... nhiều lắm!
chiều chiều xứ Mỹ cũng chuông mơ...” - 23/7/1987.

Duyên Anh tên thật là Vũ Mộng Long, sinh ngày 16-8-1935 tại thị xã tỉnh Thái Bình. Trước biến cố 30-4-1975, Duyên Anh đã có gần 50 tác phẩm được xuất bản, sau khi sang Pháp tị nạn chính trị năm 1983, ông xuất bản thêm gần 40 tựa thơ văn, hồi ký và tạp bút. Ngày 10-6-1990 ông trở lại đạo Công giáo, lấy tên thánh Giuse và trở lại viết truyện và bút ký từ ngày 11-10-1990. Ông can đảm vượt qua nhiều nghịch cảnh, bơi ngược giòng theo triết lý mới mà ông đặt tên là triết lý sống của con gọng vó (từ bài thơ "Như con gọng vó" năm 1980 trong tù). Ông mất ngày 6-2-1997 tại Pháp vì bệnh ung thư gan, thọ 63 tuổi. Duyên Anh được hỏa thiêu sau tang lễ theo nghi thức Công giáo ở nhà thờ Saint Madelaine, Plessis Robinson. Duyên Anh đã kể lại ông đã nhận được hồng ân và phép mầu khi ở tù: *"... Cung củ đậu được phép đeo giây chuyền vàng tây có thánh giá. Nó cởi trần, mặc quần xà lỏn Đài Loan mà nó chĩa của một tù nhân. Từ khoang trên, nó liệng xuống sàn nhà xi măng một vật gì đó gây tiếng kêu. Trực trại, gã trung sĩ công an, tên Chiến di đế giép râu lên vật đó. Một miếng đá mỏng! Miếng đá không vỡ. Tôi lén vồ nhanh miếng đá bỏ vội vào túi áo tù trước ngực. Cung củ đậu liệng thêm cái thánh giá đẽo và mài nhẵn bằng gỗ lim. Trực trại Chiến lại di đế giép râu lên. Tôi lại lén vồ giấu đi. Là kẻ vô tôn giáo, nhưng tôi đã xúc động mạnh khi chứng kiến Cung củ đậu ném Thánh giá và cai tù Chiến di đế giép râu lên thánh giá. Quân dữ trong Tân ước chắc cũng ngang ngược như thế này. Miếng đá và Thánh giá gỗ lim là hai vật còn sót lại sau nhiều lần khám xét. Xe cải tiến của chúng tôi chỉ mang đi đốt vài bộ quần áo rách, một số bị cói.*

Ra chỗ đốt đồ loại bỏ, tôi móc túi ra xem miếng đá. Đó là miếng đá dày 50 ly, chiều ngang 4 phân, chiều dài 6 phân 50, có khoan một lỗ nhỏ để luồn giây đeo. Một mặt, hình Đức Mẹ Maria được khắc thật công phu. Khuôn mặt Đức Mẹ nổi lên trong cái vòng tròn trũng xuống. Quanh vòng tròn là những nét khắc diễn tả ánh sáng từ khối óc của Đức Mẹ tỏa ra. Một mặt khắc con thuyền lênh đênh trên sóng cả, cột buồm là Thánh giá. Dưới thuyền khắc bốn chữ trong Thánh kinh: Này con là đá... Dưới nữa là hai chữ Lưu niệm. Có thể gọi miếng đá này là Mề đay Đức Mẹ Maria..." (Trại Tập Trung, tr. 404-405).

Ông cho biết thêm: *"Khi về nhà, tôi nhờ linh mục Chân Tín làm phép miếng đá cho tôi. Và tôi được cứu rỗi nhiều chuyến vượt biên thất bại. Rồi tôi thành công đều nhờ hưởng ân sủng của Đức Mẹ. Ở Poulau Bidong, lúc tôi chưa nhận tiền của vợ con, có người mua chiếc mề đay Đức Mẹ 500 đô la, tôi không bán. Đức Mẹ dẫn tôi đến linh mục Jean Mais và sư huynh Trần văn Nghiêm. Cả hai đều dịch sách cho tôi theo tinh thần tông đồ. Và sách của tôi Belfond xuất bản hết. Trước khi viết một cuốn sách mới, tôi đều thắp nến tạ ơn Đức Mẹ của tôi. Và tôi viết rất nhanh"* (Sđd, tr. 413).

Nhà thơ **Nguyên Sa** tên thật Trần Bích Lan, sinh ngày 1-3-1932 tại Hà Nội. Năm 1975, di tản sang Pháp, 1978 định cư ở Hoa Kỳ. Làm báo (*Đời, Phụ Nữ Việt Nam, Dân Chúng*), làm xuất bản (Cơ sở Đời) và mở trung tâm băng nhạc. Ông đã tin theo đạo Thiên Chúa và lãnh bí tích Thánh tẩy trên giường bệnh tháng 4-1998, tên thánh Giuse, và qua đời ngày 18 tháng 4 năm 1998.

Nhà thơ bị giải phẫu ung thư bao tử từ tháng 6-1997, rồi hóa học trị liệu, *"nằm lơ mơ trên giường cả ngày, trạng thái bồng bềnh, không ý thức trong sáng tuyệt đối, không chìm sâu trong vô thức"* (tr. 540) mà thơ đã trở lại. Ở những ngày tháng cuối đời, nhà thơ đã có *"Những Bài Thơ Cuối"* sáng tác đầu năm 1998 - được in lại trong phần cuối *Thơ Nguyên Sa toàn tập* 3-4, bộc tả tâm thức trung thực, lòng yêu người (người vợ, người thân và bạn hữu), yêu đời và đã để lại một vài thông điệp, nhắn nhủ cho người yêu thơ ông từ nhiều thập niên qua.

Khi trải qua những ngày hóa học trị liệu, nhà thơ đã nghĩ đến tử biệt sinh ly:

"Khi những chiếc lá phong ngả sang màu rượu chát,
Vào tuần lễ thứ nhì, / Tôi biết cây phong nghĩ gì.
Tôi biết cây phong đứng ở trước cửa bệnh viện nghĩ gì
Khi những chiếc lá phong buông tay ra,
Làm thành những vòng tròn nhỏ,
Những chiếc lá phong màu rượu chát rơi xuống một vị trí tên là mặt đất,
Gió đưa những chiếc lá phong sang một vị trí khác cũng tên là mặt đất,
Như thể vật nào cuối cùng cũng chỉ có cùng một tên... "

(Thơ Nguyên Sa Toàn tập; Hóa Học Trị Liệu, tr. 575)

Nguyên Sa can đảm trước cái chết khi bệnh tật không lối thoát, mà ngay khi còn trẻ ông cũng đã suy niệm và mạch lạc đối diện một cách thơ và nhân bản. Nhưng đặc biệt là bài "Mật Khẩu" như cuộc đối thoại với một Đấng Siêu nhiên, một thông điệp cuối đời của nhà thơ, cảm nghiệm và thoát ra lời, như chia sẻ cùng người thân, đồng loại, và nhất là cho riêng ông:

"Ngày nào Thượng Đế cũng tới,
Giờ khắc bất định,
Nhưng ngày nào ông cũng tới ít nhất một lần,
Ngày nào ông cũng mở banh lồng ngực tôi ra,
Thản nhiên bước vào trong,
Tôi không biết ông đi vào tim,
Hay ông đi vào phổi, / Hay cả hai ?
Tôi không biết khi ông đi vào tim, ông dừng lại ở đại động mạch,

Hay ông đi tới khu cổ ngữ của tâm thất trái,
Hay ông đi tới khu sấm ký của tâm thất phải ?
Tôi không biết khi ông đi vào phổi, ông dừng lại ở cuống phổi,
Hay ông đi tới từng phế nang,
Phế nang có từng chùm, mỗi chùm có cửa đưa vào một nội tâm, mỗi chùm hội tụ theo mật khẩu,
Có những chùm phế nang mật khẩu tên người,
Có những chùm phế nang mật khẩu mang tên sông,
Có những chùm phế nang mật khẩu là tên phố, tên làng, tên hoa, tên cỏ…
Mỗi lần Thượng Đế mở toang lồng ngực và bước vào
Tôi sợ đến nín thở, / Tôi sợ ông gọi cửa không được,
Tôi sợ ông quên mật khẩu, / Tôi sợ ông quay ra hỏi,
Tôi sẽ không biết trả lời sao,
Vì tôi cũng không nhớ. (tr. 562-564).

8- Hồi ký

Văn học hải ngoại có một bộ phận chúng tôi gọi là "Người cũ, Việc xưa" thường gồm các bút ký và ***hồi ký*** mà trong hoàn cảnh chung của người Việt phải rời khỏi nước thường có tính cách chính trị. Hồi ký là tác phẩm của một người trong một khung cảnh lịch sử nhưng sự kiện lịch sử trội bật, phân tích của tác giả quan trọng vì người này có liên hệ đến những biến cố đó. Bút ký khi tác giả viết về đời mình hay chuyện xưa mà tác giả là nhân chứng - nhưng cái riêng mạnh hơn cái khách quan. Các tác phẩm này nói chung giúp nhiều cho sử gia nhưng người đọc cùng thời với tác giả dễ có những phản ứng có khi đưa đến tranh luận hay gây thành chiến dịch phản công. Ngoài ra, tính hồi ức và tự sự dàn trải trong đa số các tác phẩm xuất bản và đăng trên các tạp chí.

Lm. **Cao Văn Luận** cập nhật phần hồi ký đã xuất bản trước 1975 và thêm phần cho đến biến cố ngày 30-4-1975, với *Bên Giòng Lịch Sử* 1940-1975 (Sacramento CA: Tan Tu Research, 1983).

Ký giả **Văn Bia** (Lê Văn Bia) đã xuất bản tập hồi ký *Đời Một Phóng Viên và Những Ngày Chung Sống với Chí Sĩ Ngô Đình Diệm* (Boston: Lê Hồng, 2001, tái bản 10 lần). Chúng tôi đã viết Lời Tựa cho hồi ký này, xin trích vài đoạn: *"Hồi ký dĩ nhiên là nói nhiều về cái Tôi của người viết, nhưng đồng thời có thể góp phần cho việc tìm hiểu những biến cố lịch sử, những giai đoạn hoặc nhân vật mà hành xử đã tác động hoặc ảnh hưởng đến lịch sử chung và đến đời sống của cả cộng đồng. Văn Bia đã làm được việc đó, khi ông làm cuộc hành trình ngược đường lịch sử ở lứa tuổi "cổ lai hy" trở về cho được hơn nửa thế kỷ trước. Một cách bình dị, chân thành, cả những chuyện thầm kín, riêng tư như khi ông kể* *lại đời sống tình dục thời thiếu niên - một phần đời mà ông không thể chối bỏ. (...) Văn Bia không viết hồi ký lịch sử, không phân tích chính trị cũng không cá nhân hóa lịch sử, không tìm cách "làm lịch sử" như các tác giả hồi ký khác! Ngược lại ông như chỉ muốn làm nhân chứng, như đã từng sống, sống một cách thoải mái tự nhiên một mảnh lịch sử. (...) Giữ hay bỏ hết những "màu mè", chi tiết trong tập hồi ký này, người đọc vẫn hình dung được hai con người Ngô Đình Diệm và Văn Bia dễ mến và gần gũi. Điểm son của tác giả tập hồi ký quý bạn đọc đang có trong tay là ông đã một mình "vật lộn" với chính ký ức của mình vì trước hết những sự việc được kể ở đây đã xảy ra 4, 5 thập niên, thứ nữa ông đã không tham khảo đống tài liệu dồi dào có sẵn khi viết. Ông đã để ký ức sống lại một cách tự nhiên, thành những dòng tự sự nhân sinh về những con người và một thời không còn nữa!".*

Dương Tử, sĩ quan tâm lý chiến của Việt Nam Cộng Hòa, nhà thơ Dương Tử tên thật Dương Khắc Đệ, sinh ngày 28-8-1929, là cựu tù "cải tạo" nhưng ông theo chương trình đoàn tụ gia đình và định cư ở thành phố Montréal, Canada. Ra đến hải ngoại, ông đã xuất bản bộ trường ngâm *Con Đường Cải Tạo* (Arlington, VA: Tủ sách Cành Nam, 1990), một hồi ký cô đọng qua hình thức thi ca, văn chương đặc sắc, về những những chặng đường đoạn trường đó. Nếu *Chinh Phụ Ngâm* của thời lịch triều xa xưa là tiếng buồn đợi mong của người vợ kẻ chinh phu, cái buồn phảng phất oai hùng bao nhiêu thì tiếng trường ngâm của Dương Tử bi hùng bấy nhiêu: *"Hai mươi năm, một phút tan tành / (...) Lối về chung ngõ cụt / (...) Về đây đóng nốt vai trò / Những con chốt thí ván cờ quốc gia ..."* (tr. 33). Nhà thơ Dương Tử tả cảnh đời cũng như phong cảnh tài tình. Tả từ ấn tượng, tư duy và thường là những tâm cảnh. Bằng những diễn tả tâm tình, nhận xét, bằng những kinh qua và phản ứng, ngay từ da thịt và tinh thần, bằng nhận xét (trong đắng cay) và ngôn ngữ sử dụng một cách tinh tế. Chuỗi trường ngâm nói lên tình cảm ngậm ngùi của những người lính bị bỏ rơi và bị buộc thua trận. Người lính đã nhập cuộc vì đất nước, nay phải chung chịu cảnh tang thương lịch sử của dân tộc. Tâm trạng nghẹn ngào xót xa của nhà thơ cũng chính là nỗi lòng của nhiều người.

Hà Thúc Sinh tên thật Phạm Vĩnh Xuân, Sinh ngày 7-7-1943 tại Thanh Hoá. Sau 1975, tù "cải tạo", vượt biển và năm 1981 định cư tại Hoa Kỳ. Viết văn, làm thơ, làm báo - chủ bút hoặc chủ biên San Diego Tin Tức, *Bách Việt, Tân Văn* (tạp chí văn học nghệ thuật; San Jose CA, số ra mắt Xuân 1988), *Chiêu Dương* (Úc) và cùng Nguyễn Khoa thành lập nhà xuất bản Văn Mới tại miền Nam California.

Tác phẩm đã xuất bản sau 1981: *Thơ Viết Giữa Đường* (thơ, Tân

Văn, 1988); *Chị Em* (truyện dài, Tân Văn, 1988); Ông H.O. (tập truyện, Thế Giới, 1993); *Cố Hương* (tập truyện, Tú Quỳnh, 1994); *Hòa Bình và Tôi* (thơ, HTĐ Việt Báo, 1994); *Dưa Cà Mắm Muối* (tập truyện, Văn Mới, 1996); *Về* (tập truyện, Văn Mới, 1996); *Đêm Hè* (tập truyện, Văn Mới, 1997); *Tống Biệt Hai Mươi* (tuyển tập 50 truyện, 1 kịch, 10 thơ, Xuân Thu, 1999); *Ngàn Lời Thơ - toàn tập* (Cobale, 2017).

Bác sĩ **Paul Trần Vỹ** (17-1-1920, Huế - 25-2-1994, Paris) trở lại đạo năm 1954, là cựu Bộ trưởng Y tế VNCH 1956-1961, ngoài cuốn *Saigon dưới chế độ Cộng Sản, thời kỳ 1979-1989* (Hội Y sĩ Việt Nam tại Hoa Kỳ, 1993) và tập *Thánh vịnh* chưa in. Ông đã bị "tù cải tạo" từ 1975 đến 1979 và bị quản chế tại Sài Gòn cho đến năm 1989 sang Pháp đoàn tụ gia-đình.

Ông kể chuyện mong ước được rước Mình Thánh Chúa:

"Trong câu chuyện tiếp theo đó, tôi nói với Hố Nai, chuyện mà anh biết từ lâu, rằng tôi cũng là một người Công giáo .

"Tôi đã được rửa tội vào ngày Phục sinh, từ đó đến nay đã hơn 25 năm rồi, và tôi luôn luôn đều có rước lễ ngày Phục Sinh, nhưng vậy là đã ba năm rồi tôi không thể làm được; tôi tự hỏi khi nào tôi mới có thể rước lễ lại được!"

Hố Nai im lặng một chốc, rồi sau khi liếc nhìn xung quanh, bèn nói với tôi:

"Nếu muốn, anh có thể rước lễ vào Phục sinh này!" Sửng sốt, thật là bất ngờ, tôi hỏi:

"Làm sao được?

– Chúng tôi có bánh thánh dâng hiến rồi. Tôi sẽ đem lại cho anh một mảnh và anh sẽ rước lễ sau khi đọc kinh cầu nguyện. Ngày mai, anh đưa cho tôi một cái hộp nhỏ để đựng Bánh Thánh."

Nỗi vui của tôi thật tột cùng, đã hơn ba năm tôi không thể đến Bàn Thánh, và đôi khi tôi tưởng rằng không bao giờ còn có dịp rước lễ lại được nữa! Nhưng…

"Đây rồi, đông đã qua, / Mưa đã tạnh, mưa đã biến mất rồi, / Trên đất ta, hoa chớm nở" (Diễm ca 2,11-12).

Tôi không nhắm mắt được đêm hôm ấy, quá khích động bởi nỗi vui mừng to lớn này. Và tôi đã nghĩ đến một đêm Phục sinh tương tự, hơn 25 năm về trước, khi tôi dọn mình để được rửa tội. Phải chăng đây là một dấu hiệu báo rằng Phục sinh này là những ngày cuối cùng mà tôi phải trải qua trong ngục tù? Mọi điều này quay cuồng trong đầu tôi khiến tôi thức cả đêm đến sáng...".

"... Ít lâu sau tiếng cồng giới nghiêm, tôi đứng dậy, mặc áo quần sạch sẽ nhứt, vẫn ở trong mùng và rất lặng lẽ, để tránh tai mắt không những của người y tá phụ, mà còn của những người lính đi tuần, thường đảo mắt vào song cửa sổ lúc nào cũng bắt buộc để mở (trừ khi hơi mưa) để kiểm soát phòng tù nhân. Ngồi xếp bằng lại, với chiếc hộp đựng Mình Thánh Chúa để trên một thùng nhỏ (thùng đựng thuốc) trước mặt, tôi đọc thánh kinh và hát thật nhỏ vài khúc thánh vịnh bằng tiếng Pháp và tiếng La-tinh mà tôi nhớ lại từ thuở trẻ trung xa xôi, lúc tôi còn là học trò ở nhà các cha:

"Không cho chúng tôi, không cho chúng tôi,/ Mà cho Danh Người,/ Hãy đem vinh quang đến cho Công bằng và Tình yêu của Người" (Thánh vịnh 115,1).

Ít lâu sau, khoảng nửa đêm khi các loa phóng thanh của trại ngưng hét vang, tôi tự ôn lại những giai đoạn khác nhau của thánh lễ và sau cùng rước Mình Thánh Chúa. Một cảm giác yên bình khó tả xâm chiếm tôi, và tôi vững niềm tin là lần sau rước lễ, sẽ ở giữa gia đình tôi, bạn bè tôi, giữa giáo dân của họ đạo tôi ở Sàigòn!".

Lm. **Phan Phát Huồn** (5-10-1926 Thừa Thiên – 16-10-2015, California) thuộc Dòng Chúa Cứu Thế, trung tá Phó Giám đốc Nha Tuyên úy Công giáo QL/Việt Nam Cộng Hòa. Sau biến cố 30-4-1975, ông bị 13 năm "học tập cải tạo", năm 1992 sang Hoa Kỳ theo diện H.O., chủ bút nguyệt san *Đức Mẹ Hằng Cứu Giúp* xuất bản tại Long Beach, California. Ông đã xuất bản cuốn hồi ký *AK và Thập Giá, ai thắng ai?* (DCCT, 1994. 304 tr.) viết về cuộc sống của Cha và đồng tù suốt 13 năm trường trong 7 "trại cải tạo" từ Nam ra Bắc, tái bản lần thứ 5 bộ Việt Nam Giáo Sử gồm 3 tập với những bổ sung của 30 năm nghiên cứu - năm 2001, bản dịch tiếng Anh History of the Catholic Church in Vietnam cũng đã được xuất bản.

Tập hồi ký ghi lại những thống khổ vượt mức chịu đựng của con người; với người linh mục và là tuyên úy quân đội, khổ nạn càng nặng gánh hơn. Những cuộc đấu lý, sửa lưng cán bộ nói dóc, nói mà không biết nói gì, cho ai. Và trong hoàn cảnh tù tội, người tù sợ nhất là khi bị bệnh.

Cũng tuyên úy (đại tá, tổng giám đốc Nha Tuyên Úy Toàn Quốc) và cùng Dòng Chúa Cứu Thế với Lm. Phan Phát Huồn, Lm. Đinh Ngọc Quế tác giả hồi ký *Một Linh mục trong tù Cộng sản* (1998. 424 tr.) viết về 13 năm trong "trại học tập", 5 năm quản chế ngoài trại và 5 năm sinh sống tại Hoa Kỳ, những cảnh "lao động khổ sai vinh quang", "Thánh lễ chui giữa vườn hoa cải củ", tất cả "dù khi ăn, dù khi uống, dù khi...

ở tù cũng phải làm cho sáng danh Chúa". Sách được Trần Văn Điền dịch ra Anh-ngữ, Memoirs of a Priest Imprisoned in the Communist Re-education Camps 1975-1988 (2000). Lm. Quế sinh ngày 28-8-1926 tại Bùi Chu, Bắc Việt, sang Mỹ theo diện H.O. tháng 1-1993 và mất ngày 2-7-2021.

Lm. **Nguyễn Hữu Lễ** năm 2003 xuất bản hồi ký *Tôi Phải Sống* - linh mục thuộc một giáo xứ ở Tân-Tây-Lan nhưng xuất bản tại Hoa Kỳ và được tái bản nhiều lần sau đó. Cuốn hồi ký này được viết bằng chính mạng sống và kinh nghiệm khốn khổ của tác giả. Với tác phẩm này, tác giả đã kể lại con đường tìm ra lẽ sống của ông, một cựu tù nhân 13 năm "cải tạo".

Từ trong trại cải tạo đó, cha Lễ đã nhận ra *"vai trò của một linh mục thật vô cùng cần thiết để mang lại tình thương và niềm hy vọng trong khung cảnh mà hai thứ giá trị này rất hiếm, nếu không muốn nói là không có. Chính tình yêu và niềm hy vọng của chân lý Phúc âm đã cho tôi điểm tựa và tôi chia sẻ hồng ân này với các bạn tù mà tôi có dịp sống chung. Tôi nghĩ rằng, trong môi trường tù ngục đọa đầy đó, tôi đã sống sứ mệnh linh mục có nhiều kết quả hơn sáu năm trước ngày tôi vào tù... Hơn nữa, qua biến cố xảy ra tưởng như vô tình, nhưng sau này, tôi nhận ra đó chính là sự quan phòng của Thiên Chúa, và tôi luôn nghĩ rằng, trong hết mọi hoàn cảnh, luôn có bàn tay Thiên Chúa che chở cuộc đời tôi"* (tr. 595).

Lm. **Trần Cao Tường** trong một bài viết trên trang Dũng Lạc, đã khám phá ra trong tập bút ký *Tôi Phải Sống* thị kiến Phục sinh của tiên tri Ezekiel trong cảnh lưu đày thảm khốc vào thế kỷ thứ 6 trước Công nguyên. Tiên tri Ezekiel đã thành công trong việc khắc sâu niềm tin này vào tâm khảm những kẻ lưu đầy khi họ phải đương đầu với một tương lai mịt mù đen tối của dân tộc họ.

Tôi Phải Sống còn là một tác phẩm đặc biệt, rất "miệt vườn" nhất là ở phần ký ức tác giả viết về thời thơ ấu. Một số chương hoặc đoạn theo thiển ý là những trình bày rất văn chương về kỹ thuật kể chuyện cũng như chữ dùng.

Huỳnh Văn Lang sinh năm 1922 tại Trà Vinh. Thời hải ngoại và khi đã về hưu, ông - người từng chủ trương tạp chí Bách Khoa năm 1957, đã xuất bản một số hồi ký, chuyên đề như *Cờ Bạc* (1998), *Chuyện Đường Rừng* (1999), hoặc hồi ký chính trị như *Nhân Chứng một Chế Độ* (2000) gồm 3 tập khoảng 1500 trang, về thời Đệ Nhất và Đệ Nhị Cộng Hòa, và bộ hồi ký *Ký Ức* (2011-) gồm 3 tập về "82 năm của một đời người" qua các hoạt động và công trình đã làm được. Bên cạnh đó ông viết biên khảo lịch sử với *Công chúa Sứ giả* (2004) về những cô Công chúa như Công chúa Huyền Trân, Công chúa Ngọc Vạn, ... được gả đi cho các nước lân bang vì mục đích chính trị, *Việt Sử Khai Tâm* (2004) vì "có những sự kiện lịch sử cần phải xem lại" và *Đã Hơn 30 Năm Rồi!* (2006) là du ký và những điều suy nghĩ và mắt thấy tai nghe về đất nước, quê hương và tổ tiên của ông.

Văn học Công giáo hải ngoại còn có sự đóng góp của những hồi ký trong đó người đọc có thể nhìn thấy những kinh qua đức tin, sống đạo, như bộ hồi ký của Bùi Đức Hợp (*Hai lần Trỗi dậy, Sứ giả Tình thương, Cảm tạ Trời cảm tạ Người, và Lên đường ở Tuổi 72; 2001-2008*), v.v.

9- Truyện và tiểu thuyết lịch sử

Những thập niên sau này có hiện tượng truyện và tiểu thuyết lịch sử. Truyện dựng trên nền lịch sử hay ngoại sử, các tác giả gửi gắm tâm sự, "làm lại" lịch sử, phê bình các triều đại. Có thể họ viết về con người hôm nay hoặc là một cách đi tìm đạt cái Chân Thiện Mỹ, cái thẩm mỹ văn chương. Nhưng có những nguy hiểm đánh giá sai lạc nhân vật và sự kiện lịch sử, chủ quan đến quá đà hoặc Cái Tôi được đem ra so đo với người xưa! Xét cho cùng, tiểu thuyết lịch sử hay lịch sử, văn hay sử, rồi ra cũng là trò chơi của con người, của giải mã và nhất là thuyết phục! Và cùng với khuynh hướng tiểu thuyết lịch sử, nhiều nhà văn đã đến gần hiện thực với những chủ đề, nhân vật mang tính nhân văn, xã hội và lịch sử! Bên cạnh đó, chớm phát khuynh hướng thử nghiệm tâm linh, huyền thoại và ảo hóa lịch sử. Nói chung, truyện dựng trên nền lịch sử hay ngoại sử, các tác giả gửi gấm tâm sự, "làm lại" lịch sử, phê bình các triều đại. Thường các tác giả đưa ra cảm nhận về lịch sử của họ! Có thể họ viết về con người hôm nay hoặc là một cách đi tìm đạt cái Chân Thiện Mỹ, cái thẩm mỹ văn chương.

Nguyễn Ước (1947-, Quảng Bình) có bộ *Trăng Huyết* (Nhân Văn, 2004) dài hơn 1200 trang, trường thiên tiểu thuyết lịch sử, phóng tác từ cuốn *Saigon* (Boston: Little, Brown, 1982. 789 p.) của Anthony Grey. Tác giả đã cho nhân vật Joseph Sherman thực hiện một cuộc phiêu lưu kỳ lạ đầy bất ngờ dọc theo 50 năm của lịch sử Việt Nam. Anh ghé đất nước Việt Nam nhiều lần, mỗi lần là một cột mốc của đời anh, mà cũng là cột mốc của lịch sử. Tác giả muốn cực tả sự tàn bạo và phi nhân của chiến tranh nói chung và cuộc chiến nhiều mặt ở Việt Nam nói riêng. Nếu thế, thì sự bàng hoàng của người đọc khi gấp sách lại, và sự rờn rợn suốt thời gian đọc truyện, khi thấy những dòng chữ đầy máu đổ thịt rơi hóa ra lại là sự thành công của tác giả. Dân tộc ta quả nhiên đã mang những vết thương khủng khiếp trong một cuộc chiến quá dài, quá rộng và quá tàn nhẫn.

Hồ Minh Dũng sinh năm 1942 tại Thừa Thiên. Cộng tác với các tạp chí ở hải ngoại từ khi định cư tại Hoa Kỳ năm 1993 và từ 2001, ông chủ trương nguyệt san *Niềm Tin* tại Atlanta, Georgia. Đã xuất bản các tập truyện: *Hoa vạn hạt, Cuối mùa* (Đại Nam, 1996), *Câu Nam ai thất lạc* (Văn Mới, 1997), *Một mình em, Đến giữa đời* (Văn Mới, 1998), truyện dài *Cồn Mây* và tuyển tập thơ văn và phỏng vấn *Nương tựa giữa cõi đời* (Văn Mới, 2004).

Hồ Minh Dũng viết chuyện người và đời xưa có vẻ khác những nhà văn cùng thời với ông. Hình như ông không dùng ẩn dụ để nói lên một thông điệp chính trị, văn hóa, cùng trường hợp với Nguyễn Huy Thiệp. Ông cũng không dùng chuyện xưa như một thể loại sáng tác hoặc có tính cách ngụ ngôn, mà ông yêu cái tinh hoa vốn tiềm ẩn trong chuyện xưa tích cũ và muốn viết lại với cái nhìn và hiểu biết của mình. Ông lại tỏ ra sành sõi điển tích, khiến lời văn có được không khí cổ xưa và địa phương thích hợp. Dù vậy, các chuyện xưa của Hồ Minh Dũng cũng có dấu ấn của hôm nay, của thực tại, của tâm tình tác giả hoặc của những người sống đồng thời chung quanh ta. Chúng tôi nghĩ cuộc tang thương dâu bể nặng nề sau 1975 đã đưa ông đến với thể loại này! Hồ Minh Dũng đến nay thường viết về hai đề tài: chuyện cung cấm lạ đời ở Cố Đô Huế và chuyện vua chúa thăng trầm ở đất Thăng Long. Xuất sắc là những chuyện vua chúa rối rắm nhà Nguyễn, có thể vì tác giả có điều kiện hơn với tài quan sát và nghiên cứu kỹ lưỡng hơn ở một nơi chốn mà mình đã tận tình sống nhiều tháng năm dài. *Câu Nam ai thất lạc* gồm những truyện truyền kỳ của tác giả về người xưa và thâm cung triều Nguyễn. Chuyện lịch sử được viết lại với những nhân vật như đời thường Thị Lộ và Nguyễn Trãi của Hồ Minh Dũng (*Thị Lộ, Câu Nam ai thất lạc*) cũng đem đến cho người đọc những ấn tượng và cảm tưởng mới về các nhân vật lịch sử đó!

Chiến tranh vừa qua với Hồ Minh Dũng là một cuộc chiến khắc nghiệt, tàn nhẫn, với người dân thường cũng như những người cầm súng chiến đấu. Chiến tranh đã làm mai một biết bao niềm vui vốn đã quá ít ỏi của phận người Việt Nam. Và hậu quả của nó sinh ra vô số câu chuyện thương tâm: một người nữ đảng viên vì mưu cầu hạnh phúc riêng, đã nhẫn tâm chở mẹ ruột mình bỏ dưới chân tượng Đức Mẹ trong sân một nhà thờ quạnh quẽ ở Saigon, để bà phải chết trong đêm đẫm sương khi đôi mắt còn ngoái ra đường trông bóng con trở lại (*Một lần da đến thịt*).

Người thua trận bị "học tập", tù đày. Họ bị nhục, khổ và bị đày đọa, trả thù (!) đến chết. Do đó dù muốn dù không, họ đã phải sống và sống thực. Có thể trong tù có người thành công "trừu tượng hóa" thực tại, có người thành công tu nghiệm. Nhiều người lại lấy "sáng tác", mà thường là "sáng tác" trong tâm tưởng và trí nhớ. **Nguyễn Thạch Kiên** (12/8/1926-13/12/2008) có *Búp xuân đầu* (Phượng Hoàng, 2004), "hồi ức tình cảm xã hội" dưới hình thức tiểu thuyết, các nhân vật thuộc giới văn học và chính trị và trải dài từ thập niên 1940 ở Hà Nội đến thời gian ở hải ngoại. Từ khi bước vào làng văn năm 1947 cho đến sau này, văn ông đi từ không khí lãng mạn tiền chiến đến hiện thực của các thời đại sau.

Tiểu thuyết lịch sử *Dòng mực cũ* của Nguyễn Ngọc Ngạn với không khí tiểu thuyết lịch sử nhẹ nhàng và mang tính nghiên cứu hơn những tiểu thuyết cùng thể loại ở ngoài nước của Hoàng Khởi Phong, Nam Dao, Nguyễn Mộng Giác,... Cái khó là làm sống lại các nhân vật lịch sử nếu không thể thổi hồn vào lịch sử, qua phương tiện tiểu thuyết lịch sử!

Hồ Linh tên thật Vũ Ngọc Anh, sinh năm 1939 tại Phát Diệm, Ninh Bình, Luật gia, Nhà văn – từng viết truyện dài dã sử *"Cung miếu triều xưa"* đăng tạp chí *Giáo Dục Phổ Thông* thời 1960. Định cư tại San Jose, California, ông là tác giả "trường thiên dã sử tiểu thuyết" *Tao Loạn* (Cơ sở Đông Phương, 1989) sau được tiếp nối với *Kiếm Mạng* (Đại Nam, 1995) tức Tao Loạn 2, về thời loạn lạc Hồ Quí Ly. Ông còn viết truyện dài về các thánh Tử đạo Việt Nam, tựa *Những ngày đẫm máu* (San Jose CA: Đông Phương, 1988) và *Những bí mật thành Sodoma* (2 tập; Amazon, 2016) và sắp in *Mẹ Đê, Thánh Nữ Annê Lê Thị Thành những ngày tháng khuất lấp.* Chuyện Thánh Annê Lê Thị Thành từ những ngày thơ ấu ở giáo xứ tân lập Phúc Nhạc thuộc huyện Yên Khánh tỉnh Ninh Bình khoảng năm 1793. Bà lập gia đình sống hạnh phúc, sinh được 2 trai 4 gái. Gia đình bà dọn về sinh sống ở họ đạo Thôn Đồng, các con đều có gia đình. Các linh mục và Thừa sai gần xa kế tiếp nhau tử vì đạo. Bà Thành bị bắt và tử đạo dưới thời vua Thiệu Trị khi bà giúp cha Lý trốn quân triều đình.

10- Sinh hoạt Văn hóa, Văn học, Biên khảo

Về sinh hoạt trí thức, ở mỗi lãnh vực lập thuyết, nghị luận triết học, thần học và văn hóa cũng như nghiên cứu và biên khảo văn học, người Công giáo hải ngoại đều đã có những công trình đáng kể:

Lm. **Kim Định** (15-6-1914 – 25-3-1997) là triết gia và nhà tư tưởng được xem là người đã khởi nguồn học thuyết về ***Triết Việt***, trước năm 1975 đã xây dựng một hệ thống Việt Nho khoa học, trung thực, hấp dẫn và mang tính thuyết phục. Ảnh hưởng Việt Triết và Việt Nho của ông đã gây ý thức cho người Việt khắp nơi nhìn lại thực tại văn hóa và nguồn gốc của mình. Sau năm 1975 ở ngoài nước, các đồ đệ của linh mục đã đáp ứng nguyện vọng của Thầy để khai thác và phổ biến Việt Lý của Thầy qua tổ chức An Việt có nhiều nhóm được thành lập ở nhiều nơi. An Vi đã như một luồng gió dân tộc bùng lên khắp nơi có người Việt định cư. Các nhóm này coi Triết gia Kim Định như bậc Đại sư, mà họ tôn làm Tổ: ***Tổ sư An Vi, Tộc phụ An Việt.*** Các trang mạng hỗ trợ: dunglac.net, anviettoancau. net và vietnamvanhien.net. Ảnh hưởng của tư tưởng gia Kim Định lan rộng tới các học giả trong và ngoài nước cũng như các triết gia, học giả ngoại quốc.

Thời hải ngoại, trong tình cảnh nhớ nước thương nhà, dân tộc ly tán, Linh mục tiếp tục xiển dương triết lý Việt Nho và chứng minh thế đứng khả thể của Triết Việt trong nền văn hóa toàn cầu. Linh mục đã đi giảng dạy, hội thảo và thuyết trình về Việt Nho, về Minh Triết để được sống an nhiên giữa Trời và Đất. Linh mục cũng đã soạn và xuất bản thêm nhiều sách trong đó có bộ *Ngũ Kinh Khải Triết* gồm *Kinh Hùng Khải Triết* (San Jose CA: Thanh Niên Quốc Gia, 1983); *Sứ Điệp Trống Đồng* (San Jose CA: Thanh Niên Quốc Gia, 1984); *Văn Lang Vũ Bộ* (Sunnyvale CA: H.T. Kelton, 1984); *Hùng Việt Sử Ca* (San Jose CA: Thằng Mõ, 1984) và *Pho Tượng Đẹp Nhất Của Việt Tộc* (Houston: An Việt, 1986). Cũng như *Đạo Trường Chung Cho Đông Á* (Houston: An Việt, 1987); *Hoa Kỳ Và Thế Chiến Lược Toàn Cầu* (An Việt Úc Châu, 1986); *Phong Thái An Vi* (Houston: An Việt, 2000); *Cẩm Nang Triết Việt* (Houston: An Việt, 1987); *Gốc Rễ Triết Việt* (Houston: An Việt, 1988); *Việt Triết Nhập Môn* (Houston: An Việt, 1988); *Thái Bình Minh Triết* (Orange CA: Thời Điểm, 1997).

Vương Kỳ Sơn, một trong những đệ tử của Lm. Kim Định, hiệu đính tập *Cửa Khổng* (1997) phù hợp với tình thế mới, và xuất bản *Việt Nam: Những Cánh Chim Huyền Thoại* (Lĩnh Nam, 1995), chủ biên *Việt Nam Đệ Ngũ Thiên Kỷ* (New Orleans LA: Trung Tâm Văn Hóa Việt Nam, 1995),...

Gs. **Trần Văn Đoàn** sinh ngày 04-10-1948 tại Quy Hậu. Tiến Sĩ Triết học tại đại học Innsbruck, Áo với luận án về Friedrich Nietzsche's Nililismus. Ông thông thạo Triết Đông lẫn Triết Tây lại biết nhiều ngôn ngữ nên đã tham gia nhiều sinh hoạt quan trọng trong các hội nghị Văn học Quốc tế và đóng góp cho đời nhiều tác phẩm triết học giá trị, nhiều bài báo và khảo cứu các vấn đề Triết học, Thần học, Khoa học, Giáo dục bằng Đức Ngữ, Anh văn, Pháp văn, Ý ngữ, Hoa văn và Việt văn đăng trên 30 tạp chí khắp thế giới, trong số có các tạp chí: *Định Hướng, Triết*, v.v.

Tác phẩm có thể ghi nhận *Thông diễn học* (2007) và *Việt Triết luận* tập, gồm 8 tập; *Reason, rationality, and reasonableness*. (Washington, D.C. : Council for Research in Values and Philosophy, 2001) và đồng tác giả *Psychology, phenomenology, and Chinese philosophy* (Washington, D.C. : Council for Research in Values and Philosophy, c1994).

Về *Thông diễn học*, giáo sư Trần Văn Đoàn cho biết đó: *"là một môn học, một phương pháp và một nền triết học, tuy rất cổ xưa nhưng lại rất hiện đại. Môn học này xâm nhập vào trong mọi lãnh địa của nền khoa học xã hội và nhân văn, từ tâm lý học cho tới xã hội học, từ văn hóa học tới tôn giáo học, và có lẽ, vào ngay cả trong một lãnh vực mà ít ai ngờ tới, đó chính là cái lãnh địa "thiêng liêng bất khả xâm phạm" của nền khoa học tự nhiên"*.

Và *"Thông diễn học thời Hậu hiện đại không còn là một phương thế mang tính chất khoa học, nhưng trở thành một nền văn hóa đa nguyên (cultural pluralism) với những bản sắc như đa sắc, đa phương, đa diện, đa giá trị và hoàn toàn độc lập cũng như bình đẳng"* (Thông diễn học).

Lm. **Vũ Đình Trác** có các tập biên khảo *Triết lý Chấp sinh Nguyễn Công Trứ* (Garden Grove CA: Hội Hữu, 1988), *Triết lý Nhân bản Nguyễn Du* (Garden Grove CA: Hội Hữu, 1993) và *Công giáo Việt Nam trong truyền thống văn hóa Dân tộc* (Orange County CA: Thời Điểm Công giáo, 1996) gồm tiểu truyện các nhà văn hóa văn học và nghệ sĩ từ thời đầu chữ quốc ngữ đến cuối thế kỷ XX; và cuốn hồi ký *Rồng Xanh Ngục Đỏ* (1986. 379 tr.) trong đó linh mục đã kể nhiều chi tiết về nhiều trí thức, giáo sư và văn nghệ sĩ của miền Nam nhất là sau 1975 nơi ông sinh sống cho đến khi vượt biên tháng 5 năm 1980. Trong bài *"Giáo hội thích nghi văn hóa Việt Nam"*, linh mục cho rằng "người Việt Nam dễ thích nghi hơn" (qua ba lãnh vực): Hiếu Đạo đối với Ông Bà, tôn kính Khổng Tử và nghi lễ tế tự" và linh mục kết luận: *"Giáo hội là một thực tại đấu tranh âm thầm, để sống còn và sống mạnh. Giáo hội âm thầm đi vào quỹ đạo toàn cầu như đi vào rừng rậm thăm thẳm, để mở đường sống và lớn lên. Bây giờ nhân loại đã nhìn nhận Giáo hội là một* ***thực tại của đời người****. Thực tại đó mang những đặc điểm vượt thời gian và không gian " –* đó là năm đặc điểm: căn tính siêu nhiên, căn tính chứng nhân giữa thế gian, căn tính hòa nhập và thâu hội, căn tính biến đổi và căn tính thái hòa (Định Hướng, 17, Thu 1998, tr. 4, 16).

Lm. **Phan Đình Cho** giáo sư đại học và chủ trương tạp chí Triết Đạo ở Washington D.C. và cộng tác với các tạp chí *Định Hướng, Triết,* ... Đã xuất bản sách tiếng Anh ở Hoa Kỳ từ năm 1985.

Nguyễn Khắc Xuyên bút hiệu Hồng Nhuệ, ông sinh ngày 29-11-1923 tại Hà Đông. Học Chủng viện Hà Nội và Hoàng Nguyên, chịu chức linh mục ngày 31-5-1954, nhập Hội Dòng Xuân Bích và du học Pháp.

Năm 1960 về lại Sài Gòn, giáo sư Chủng viện Xuân Bích ở Thị Nghè và Đại chủng viện Kim Long, Huế. Ông sang Pháp tái tu nghiệp Dòng Xuân Bích, đến năm 1968 ông xin xuất tu và lập gia đình. Sau khi người bạn đời mất năm 1993, ông thường về Việt Nam sống ở Hà Nội và Nha Trang giúp công việc truyền giáo và nghiên cứu lịch sử giáo hội Việt Nam ở các địa phận này - như *"Lược sử địa phận Hà Nội 1626-1954"* (in lưu hành nội bộ, 1994). Ông mất ngày 1-2-2005 tại Nha Trang.

Ông đã tham gia Nhạc đoàn Lê Bảo Tịnh từ những ngày mới thành lập và cho tới sau này, đã sáng tác khoảng 30 bài Thánh ca. Trước 1975, Nguyễn Khắc Xuyên đã viết nhiều biên khảo cộng tác với các tạp chí và đã xuất bản công trình thư tịch học *Mục Lục Phân Tích Tạp chí Nam Phong 1917-1934* (SG: Trung tâm Học liệu Bộ Giáo dục, 1968. 460 tr.).

Sau 1975, với văn học Công giáo và Giáo hội Việt Nam cũng như tiếng Việt, ông đã tiếp tục đăng bài nghiên cứu trên một số tạp chí ngoài nước như *Văn Lang* ở California và trong nước như *Công giáo và Dân Tộc*, cũng như đã bỏ nhiều công lao nghiên cứu, hiệu đính và giới thiệu những công trình của các thừa sai và thời thành lập chữ quốc ngữ.

1- Về các tác phẩm của Alexandre de Rhodes: *Tường Trình về Đàng Trong 1645* ("Tường trình về những tiến triển đức tin ở vương quốc Đàng Trong thuộc miền Viễn Đông gửi tới cha Bề Trên cả Dòng Tên do cha Alexandre de Rhodes được phái tới những khu truyền giáo này", viết xong tại Macao ngày 16-10-1645 và ấn hành tại Paris năm 1652). Escon- dido CA: Ánh Sáng, 1994; *Lịch sử Vương quốc Đàng Ngoài* / Histoire du Royaume de Tunquin. Phần Pháp ngữ của Henri Aibi, bản dịch Việt ngữ, giới thiệu và chú thích của Hồng Nhuệ NKX. TpHCM: UB Đoàn Kết Công giáo TpHCM, 1994. 584 tr.; *Phép giảng Tám ngày*. TpHCM: UB Đoàn Kết Công giáo TpHCM, 1993; Hành Trình và Truyền Giáo. TpHCM: UB Đoàn Kết Công giáo TpHCM, 1994; *Từ điển Annam – Lusitan – Latinh* tức *Từ điển Việt – Bồ – La 1651*. NXB Khoa học Xã hội tái bản, 1991; *Giáo sĩ Đắc Lộ và tác phẩm quốc ngữ đầu tiên* ("Phép giảng tám ngày" của A.de Rhodes). Soạn chung với Phạm Đình Khiêm. Sài Gòn: Tinh Việt Văn đoàn, 1961. 312 tr.; *Ngữ pháp tiếng Việt của Đắc Lộ 1651*. NXB Thời Điềm, Hoa Kỳ, 1993. Nguyễn Khắc Xuyên trong phần *"Khái luận về tiếng Annam tiếng Đàng Ngoài"* sau khi đã hiệu đính đã kết luận rằng cuốn Từ Điển của giáo sĩ Đắc Lộ không ghi nhận nguyên âm ă của Đàng Ngoài, nhưng với d'Amaral từ năm 1632, Philiphê Bỉnh, Quỳnh Nhân và vài tác giả Vô danh thì nguyên âm ă đã được kể là nguyên âm thực thụ trong tiếng Đàng Ngoài. "Nhưng bản văn về đầy đủ các nguyên âm trong vần quốc ngữ chúng ta sử dụng ngày nay là bản văn của Taberd 1938...".

2- Tự vị của Gm. Pigneaux de Behaine: *Tự vị Annam Latinh. Dictionarium Anamitico Latinum 1772-1773 của Pigneaux de Behaine"* (Bá Đa Lộc Bỉ Nhu). NXB Trẻ, TP.HCM, 1999.

3- Các nghiên cứu khác của tác giả Nguyễn Khắc Xuyên: *Để Hiểu Lịch Sử Đạo Thiên Chúa Ở Việt Nam Đầu Thế Kỷ XVII:* những Tường trình của các thừa sai đầu tiên: Gaspar Luis, Giuliano Badinotti, Antonio F. Cardim, Gioan Maracci. Escondido CA: Ánh Sáng; Nhóm Hợp tuyển Thần-học, 1994. Trong lời giới thiệu, ông cho biết: *"Làm việc này, chúng tôi không mong muốn gì hơn là được hiểu biết về đạo Thiên Chúa gia nhập Việt nam kể từ trên 400 năm nay và cũng để hiểu biết thêm về Đất Nước và Con Người Việt Nam thế kỷ 17"* (tr. 2); *Tường trình về khu Truyền giáo Đàng Trong của Cristophori Borri*. NXB Thăng Long, Hoa Kỳ, 1989; *Những tác phẩm ca dao, tục ngữ được xuất bản trước đây một thế kỷ* (Câu hát góp và tục ngữ, cổ ngữ gia ngôn). Hà Nội: NXB Khoa học Xã hội, 1997.

Lm. **Nguyễn Phương** giáo sư đại học và sử gia, sinh ngày 05-01- 1921 tại Quảng Bình và mất ngày 27-1-1993 tại Carthage, Missouri, HK. Tháng 5-1975, ông làm thuyền nhân đến Singapore và sang Hoa Kỳ tị nạn. Năm 1976, ông đã soạn *"The Ancient History of Vietnam. A New Study"* và sau đó là *A Parade of American Puppets: A Story of South Viet- nam from 1954 to 1975* nhằm đề cao lòng ái quốc cùng vai trò lịch sử của tổng thống Ngô Đình Diệm.

Võ Long Tê (28-6-1927, Huế – 21-8-2017, Calgary, Canada). Tác phẩm đã xuất bản ở hải ngoại: *Dẫn Nhập Nghiên Cứu Tiếng Việt Và Chữ Quốc Ngữ* (Định Hướng, 1997) gồm 2 phần: 1- các bài giảng đã dành cho các lớp Đại học Hè Việt Nam Hải ngoại năm 1996 tại Thụy Sĩ qua 3 đề tài lịch sử tiếng Việt, lịch sử phát triển chữ quốc ngữ và đặc điểm của tiếng Việt; 2- Thư mục tham khảo chi tiết 298 tác phẩm về Tiếng Việt Và Chữ Việt bằng tiếng Việt, Anh, Pháp và Tàu.

Lê Hữu Mục nhà chuyên môn Hán và Nôm học với nhiều công trình dịch thuật, hiệu đính trước năm 1975. Khi ra hải ngoại, năm 1998, giáo sư cho ra mắt tuyển tập *Truyện Kiều Và Tuổi Trẻ* chung với giáo sư Phạm Thị Nhung và dược sĩ Đặng Quốc Cơ gây nhiều phản ứng, vì các soạn giả đã "hiện đại hóa" Thúy Kiều thành người đấu tranh nữ quyền mà mãi đến đầu thế kỷ XX mới xuất hiện ở Âu châu.

Truyện Kiều Và Tuổi Trẻ đã có những lý luận và suy diễn mới và khác khi cho rằng *Truyện Kiều* là một *Kinh Thi* mới và đồng thời là một *Kinh thánh* mới. Nếu *Truyện Kiều* là *Kinh Thi* hay *Kinh thánh*, liệu những tiền đề hay kết luận của Nguyễn Du mà giáo sư Mục tìm thấy trong truyện có thể giải quyết được những vấn nạn của hôm nay? Nếu

Nguyễn Du đã 'từng' đọc *Kinh thánh* của Công giáo và đem áp dụng vào tác phẩm của mình, không lẽ ông đạo đức giả đến độ sống buông thả và nhiều thê thiếp? Theo thiển ý, giá trị của *Đoạn Trường Tân Thanh* của Nguyễn Du chủ trì ở văn chương, ở ngôn ngữ sử dụng, ở kỹ thuật dựng truyện, ở cách tả tình, tả cảnh, tả người, v.v... Ngay tựa đề đã nói lên nỗi lòng của một sĩ phu thời loạn, xa với tựa nguyên tác gây hứng của Thanh Tâm Tài Nhân thế kỷ XVII. Vì là truyện dựa theo một tiểu thuyết của Thanh Tâm Tài Nhân đời nhà Thanh, giá trị nội dung do đó nếu có, cũng giới hạn và ít quan trọng hơn (dĩ nhiên quan trọng ở những khía cạnh Việt hóa câu chuyện và nhân vật, v.v.). Chính những sáng tạo văn chương và nhân sinh quan của Nguyễn Du đã khiến tác phẩm sống đời. Từ khi tác phẩm của Nguyễn Du xuất hiện đến nay trải qua nhiều triều đại và chế độ, đã có những nghiên cứu và diễn giải khác nhau. Do đó có thể nói diễn giải sao cũng được hết, miễn là diễn giải có tính thuyết phục! Cho rằng Kiều phóng khoáng, tranh đấu cho nữ quyền, tự do luyến ái hay cho rằng truyện Kiều thấm nhuần tư tưởng đạo Công giáo thì cũng chỉ là những cách diễn giải chủ quan và có tính chất thuần giả thuyết! Thiên Chúa của đạo Công giáo hữu ngã vì đã tạm thời xuống thế làm người (Jésus), mặc lấy da thịt con người để cứu chuộc loài người đắm chìm trong tội lỗi và mê tín dị đoan, giáo sư Mục đã 'phục sinh' Đạm Tiên làm 'thiên thần Ga-Biên (Gabriel)' đem sứ điệp Tin mừng đến trinh nữ Maria? Giáo sư Nghiêm Toản từng thán phục Hoạn Thư ghen tuông cao tay và ứng xử rất có văn hóa, một tay đàn chị tuyệt vời; bây giờ giáo sư Mục nhìn Hoạn Thư yêu thương người khác như Chúa Kitô từng dạy, cả hai cùng đúng hết sao? 'Dập dìu tài tử giai nhân' đối với giáo sư Mục - cũng là nhạc sĩ, là khiêu vũ quyện vào nhau nhịp nhàng, nhưng với đa số thì chỉ là đoàn người trẻ dạo chơi hay 'rửa mắt', tìm vợ tìm chồng; cắt nghĩa nào hay? Giáo sư Mục nhìn Truyện Kiều như một bản trường ca của tuổi trẻ nổi loạn, buông thả, nhân vật Thúy Kiều quá tốt lành, quá nhiều cái Tâm, ... nhưng xuyên qua các lý luận, người đọc cũng nhìn thấy một số phẫn nộ của nam giới về phụ nữ và nữ quyền! Giáo sư Mục và hai vị Nhung, Cơ đã có ý tốt đánh giá lại Truyện Kiều của Nguyễn Du, với những kiến thức của thời đại, từ Âu Mỹ, và ở một không gian mới, ở hải ngoại, theo các vị, là *"bản thông điệp của Nguyễn Du gởi cho thanh niên, yêu cầu họ tin tưởng vào tuổi trẻ của mình, sống thành thật với bản thân một cách tự do, và biết đấu tranh quyết liệt với mọi trở ngại, đầu tiên là với chính mình, để có thể sống một cách trong sạch"*; *phương tiện là can đảm tự tin, "tin vào thế giới bên kia, vào một lực lượng siêu nhiên nhất định ... người đi đạo Chúa thì trông cậy vào tình yêu của Chúa..."*. Thiển nghĩ, *Truyện Kiều Và Tuổi Trẻ* đáng ra phải đứng ở trình độ lý luận văn học thì tiếc thay, đã được xem như những quyết đoán về văn hóa, đáng ra phải ngừng (hay khởi) ở phương pháp, thì đã thành thông điệp chính thức của giới vốn có thẩm quyền trong lãnh vực! Giả thuyết của giáo sư Mục về Truyện Kiều đã gây tốn khá nhiều bút mực của báo chí cộng đồng và tiếng nói đài phát thanh ở hải ngoại!

Đến năm 2001, giáo sư Mục cùng bà Phạm Thị Nhung cho ra cuốn *Tiếng Nói Đoàn Thị Điểm Trong Chinh Phụ Ngâm Khúc* trong đó giáo sư Mục đã chuyển đổi cách đọc Nôm khác trước (của chính giáo sư năm 1972, tạp chí Văn Học Sài Gòn số 153-4, 1972), nay chứng minh văn bản cổ hơn, để chứng minh rằng bản Chinh phụ ngâm mà giáo sư Nguyễn Văn Xuân phát hiện được ở Huế năm 1972 là một bản do bà Đoàn Thị Điểm dịch. Bà Nhung chủ trì nữ quyền cộng với lý giải của Thầy Mục, chập thành "tiếng nói Đoàn Thị Điểm" và phủ bác thuyết của hai giáo sư Hoàng Xuân Hãn và Nguyễn Văn Xuân. Giả thuyết và cách giải mã chữ Nôm của giáo sư Mục đã được/bị ít nhất hai nhà nghiên cứu chữ Nôm tranh luận, Alexandre Lê ở Pháp và Nguyễn Tài Cẩn trong nước.

Chữ Nôm là một công trình lớn mà giáo sư Mục đã dành cả cuộc đời để nghiên cứu nhưng như thấy tâm sự với người viết từ nhiều năm sau này thì Thầy phải xong lập thuyết và quy luật về *Nôm Đạo* thì Thầy mới xem là hoàn thành tâm nguyện. Đặc san của *Gia đình Cựu Giáo chức Việt Nam* ở Québec trong số kỷ niệm Đệ thập chu niên ngày thành lập (2003), giáo sư có bài viết *"Đôi chút kinh nghiệm về sư phạm"* trong đó giáo sư truyền kinh nghiệm và kỷ niệm về "Học Nôm và Nôm học"; giáo sư cho biết ông đã và đang: *"tìm giải mã những chuẩn thằng Nôm học của Nguyễn Trãi qua Quốc Âm Thi Tập và Cả Trả Ơn Áng Ná Cực Nặng (tức Đại Báo Phụ Mẫu Ân Trọng Kính). Bản Quốc Âm Thi Tập do tôi phiên âm có hơn một nghìn câu khác với bản do Đào Duy Anh phiên âm. Tác phẩm của tôi dày 1500 trang đã viết xong từ 1974; vì tác phẩm này (mà Hà Nội biết), tôi đã phải thuyết trình nhiều lần cho các cán bộ Hán-Nôm cộng sản khi tôi còn kẹt lại Sài Gòn sau 1975. Họ còn giữ của tôi 2000 trang viết tay về chữ Nôm, và đã mang sang Nice (Pháp) để dùng làm tài liệu tranh luận với ông Paul Schneider về việc phiên âm cuốn Quốc Âm Thi Tập (...) Kết quả cuộc gặp gỡ giữa hai phái đoàn Việt-Pháp năm 1983 ở Nice là cuốn sách về Nguyễn Trãi được xuất bản năm 1987 nhưng tên tác giả chỉ có Paul Schneider. Sau đó tôi có dịp hỏi thì ông tự mãn nói những người Việt Nam đó "họ không xứng đáng", tự mãn thế nhưng Paul Schneider cũng đã không hiểu rõ những chuẩn thằng về chữ Nôm của Nguyễn Trãi..."*

Cũng trong bài viết này giáo sư đã cho biết ông muốn bác bỏ lập luận của Hoàng Xuân Hãn đã cho rằng bản dịch Nôm lưu hành là của Phan Huy Ích và giáo sư Mục muốn chứng minh ông Hãn đã không đọc được những từ Nôm cổ. Trong những lần thầy trò gặp nhau trong năm 2010 gần đây, Thầy Mục cho biết thêm có một ***chữ Nôm Đạo*** xuất phát từ những thế kỷ XV, XVI song hành với chữ Nôm lịch triều và Nho gia Việt Nam, mà vì không biết đến nên những Kiều Oánh Mậu, Trần Trọng Kim rồi Hoàng Xuân Hãn, Đào Duy Anh (và các cán bộ Hán-Nôm của Hà Nội) đã đọc (và đoán) sai chữ Nôm văn bản của Nguyễn Trãi cũng như Nguyễn Du và Đoàn Thị Điểm. Dòng chữ Nôm kia đã khởi từ Ngô Thì Nhậm đời Tây Sơn, tiếp nối sang đời nhà Nguyễn, Tự Đức, rồi ra Bắc Hà, trong khi dòng Nôm Đạo lưu hành khắp nước với những chuẩn thằng, quy ước gần với ngôn ngữ Việt Nam nôm na hơn. Nay chúng ta biết rằng có một mảng văn học chữ Nôm của giới Công giáo Việt Nam với những văn bản chép tay từ thế kỷ XVII.

Ngoài ra giáo sư Mục còn viết về văn hóa Việt Nam ("Văn hoá Việt Nam và những thách đố của nó đối với giới trẻ Việt Nam sống trên đất Mỹ"), chưa xuất bản nên người theo dõi chỉ biết được vài bài trên Internet, đặc biệt về hai lý thuyết và giả thuyết, một về nguồn gốc nước của văn hoá Việt Nam và thứ hai gọi là thuyết bất-vô cắt nghĩa làm sao để 'vận dụng nguồn nước ấy, nguồn tư tưởng sinh động để bảo đảm sự sinh hoá của con người Việt Nam'. Giả thuyết về nước đã có nhiều vị đưa ra như Lm. Kim Định, các ông Nguyễn Đổng Chi (cõi nước), Khiếu Đức Long, Phạm Thế Duyệt (Texas), v.v. Cùng chung lập thuyết với Khiếu Đức Long (Vietnamologica), Phạm Thế Duyệt (Houston) (Định Hướng), ... Giáo sư Mục căn cứ trên các dữ kiện lịch sử, địa lí, nhân chủng học, sinh thái học, ngôn ngữ học, và nhất là ngữ âm học lịch sử để chứng thực nguồn gốc nước của văn hoá Việt Nam và những hệ quả to lớn của nó trong việc hình thành nền văn hoá lâu đời của dân tộc. Thuyết bất-vô thì Thầy Mục cho khởi đi từ Đạo Huệ (?-1172), thiền sư nhà Lý. Ông chứng minh văn hoá Việt Nam xuất phát từ một gốc chung và có với nhau những liên hệ có tính bản chất, dùng học thuyết bất-vô của Đạo Huệ mà theo giáo sư đã dựng nên một hệ thống bền vững để giải thích sự liên hệ chặt chẽ giữa các hiện tượng văn hóa.

Giáo sư cùng ông Thái Công Tụng đã chủ biên tập *Việt Nam: Văn Hóa Và Môi Trường* do Viện Việt Học ở California, Hoa Kỳ xuất bản năm 2012, và đã cộng tác với các tạp chí hải ngoại như *Định Hướng, Làng Văn, Dòng Việt* ("*Thánh Kinh theo Bùi Xuân Bào*", Dòng Việt số 8, 2000, tr. 91-98).

Gs. **Đặng Tiến** sinh ngày 30-3-1940 tại Hòa Vang, Quảng Nam, viết phê-bình văn-học và điểm sách từ đầu thập niên 1960 trên *Tin Sách* rồi *Mai, Văn* và *Bách Khoa* và từ 1966 sống ở Pháp vẫn tiếp tục viết nhận định và phê-bình văn học Việt Nam. Thời hải ngoại, ông xuất bản *Vũ Trụ Thơ tập II "Thơ miền Nam trong thời chiến"* (Thư Ấn Quán,

2008) và năm 2009, nhà Phụ Nữ ở Hà Nội xuất bản tập *Thơ – Thi Pháp & Chân Dung* như tổng quan, nhận định lý thuyết và áp dụng về thi ca.

Trong *Vũ Trụ Thơ*, nhà văn Đặng Tiến đã viết về *Đức tin trong hồn thơ Hàn Mạc Tử* đã xem đức tin ở Hàn là một đề tài hệ trọng và bao quát đã chứng minh "toàn tập thi phẩm Hàn Mạc Tử là một tiếng vọng của Thánh Tự". Ông đã khai triển các nhận xét của Vũ Ngọc Phan, Hoài Thanh, để đi đến "chứng minh là kiến trúc toàn bộ của bài thơ Hàn Mạc Tử đều vang dội lời truyền giảng của Phúc âm". Theo Đặng Tiến, "nếu *Gái Quê* là thế giới đợi chờ Điềm lạ, đợi chờ Chúa ra đời thì *Đau Thương* là một tâm hồn mong mỏi Ngày Chúa trở lại (...) *Xuân như ý* còn nhiều hình ảnh dựa theo tín lý Thiên Chúa giáo,... là mùa xuân hồi sinh": toàn bộ tác phẩm Hàn Mạc Tử như một Thánh thể kết tinh triền miên vươn tới Ánh Sáng, vươn tới Ánh hào quang chan chói ngất lưu ly - Hãy trở về Ánh Sáng!

Ở Canada, **Đỗ Quang Vinh** (1933 -) xuất bản *Tiếng Việt Tuyệt Vời* (Làng Văn, 1994) tập hợp những bài viết đã đăng trên báo chí ở hải ngoại, cũng như đã xuất bản những tập sách khác giảng dạy học tiếng Việt cho con em sinh trưởng ở ngoài nước là thứ sinh ngữ thứ hai chứ không còn là tiếng mẹ đẻ như đối với các con em ở Việt Nam.

Lm. **Phạm Đán Bình** từng chủ biên tạp chí *Cahiers d'études vietna- miennes / Tập San Nghiên Cứu Việt Học* (thuộc Université Paris Diderot Paris 7, từ 1974), ông chuyên về ngôn ngữ và văn học Việt Nam.

Bùi Vĩnh Phúc sinh năm Quý Tỵ 1953, tại Hà Nội. Sống ở Mỹ từ tháng 4, 1978. Dạy học và làm việc trong ngành Tâm lý-Xã hội, dạy Anh văn và Ngôn ngữ & Văn hóa Việt Nam tại đại học Long Beach và Golden West, California, từ 1985. Viết văn và làm thơ từ 1968. Từ 1982, chuyên viết phê bình và lý luận văn học. Trong ban chủ biên và cộng tác với một số tạp chí văn học tại Mỹ và trên thế giới, trong đó có *Văn học Nghệ Thuật, Văn học, Hợp Lưu, Thế Kỷ 21*,... Về sáng tác, ông đã xuất bản *Những Cơn Mưa Trở Về* (tùy bút, 1981, 1987).

Ông được biết với tuyển tập nhận định *Lý Luận Và Phê Bình Hai Mươi Năm Văn Học Việt Ngoài Nước, 1975-1995:* lý luận và phê bình văn học (Westminster CA: Văn Nghệ, 1996). Phần 1 về một số các tác giả và tác phẩm. Phần 2 về thơ văn và một số vấn đề văn học, thi ca và ngôn ngữ văn chương. Phần 3 gồm 2 cuộc phỏng vấn BVP. Bài viết phần lớn đã đăng trên các tạp chí văn học. Một nỗ lực đáng trân trọng về hiểu biết văn chương và lịch sử văn học. Tiếp là tập *Trịnh Công Sơn / Ngôn ngữ Và Những Ám Ảnh Nghệ Thuật* (Văn Mới, 2005; NXB Trẻ tb trong nước 2012) sử dụng thẩm mỹ và phân tâm học để phân tích ngôn ngữ và nghệ thuật của nhạc sĩ họ Trịnh.

Trong *Lý Luận và Phê bình: hai mươi năm văn học Việt ngoài nước 1975-1995* (Westminster CA: Văn Nghệ, 1996), Bùi Vĩnh Phúc đã tổng kết và phân loại các khuynh hướng của văn chương Việt ngoài nước, trong đó có khuynh hướng hội nhập mà ông gọi là "văn chương thích nghi": *"Cùng với nỗi nhớ nhà, với tinh thần chiến đấu để mong tìm một ngày trở lại, con người Việt Nam trong bối cảnh đời sống mới—với những băn khoăn và suy nghĩ để tìm một thế sống mới, vừa có thể bảo tồn được văn hoá dân tộc, vừa có thể thích nghi để học hỏi, phát triển nhân cách, khả năng mình—đã đẩy ra một cửa ngõ cho một dòng văn chương phản ánh cái tâm trạng cũng như hoàn cảnh sống của mình. Tôi tạm gọi dòng này bằng tên gọi văn chương thích nghi.*

Thật sự, chữ nghĩa được tạm dùng để định tính các khuynh hướng trong bài này vẫn không nói được hết ý người viết. Gọi là "thích nghi", nhưng bao trùm từ gốc đến ngọn của cái lượng nước khá tràn đầy làm rõ cái dòng văn chương này là một tâm tình thiết tha gắn bó, ôm ấp lấy quê nhà. Phải lăn vào đời mà sống, phải bồi bổ cho mình những kiến thức mới, những cách suy nghĩ nhìn ngắm mới để tự phát triển, sống còn, phải dứt lìa khỏi thân thể cái đau thương quằn quại đã như một lớp áo dính sát vào cái mảnh đời sống đau buồn của quá khứ để, từ đó, làm lại, sống lại, nhìn nhận định mệnh của cuộc đời, con người Việt Nam ở đây, trong tận bản chất, vẫn là con người của đất cát, sông núi, xương thịt quê hương".

Cao Thế Dung nhà văn, nhà báo, còn ký Cao Vị Hoàng, Cao Đan Hồ, Hà Nhân Văn, (28-11-1933, Nam Định - 31-10-2017, Maryland) – sau 1975 ở hải ngoại, ông chủ trương hoặc cộng tác với các tờ báo *Hành Trình, Nhân Chứng, Hoài Hương,* ... Tác phẩm đã xuất bản ở ngoài nước, vài ghi nhận: *Công Giáo Trong Dòng Sinh Mệnh Dân Tộc* (Gretna LA: Cơ sở Dân Chúa, 1988); *Tự hào là người Việt Nam qua chứng liệu văn hóa lịch sử*. Orlando, Fla. : Hưng Dạo, 1989; *Chân dung phụ nữ Việt Nam trong văn hóa sử*. Phoenix, Ariz., USA: *Tiếng Mẹ*, 1990; *Cơn hồng thủy biển Đông / Exodus Vietnam: ba ngàn triệu mỹ kim với hãm hiếp, vàng máu*. Laguna Niguel, CA, USA : Đan Tâm, 1990; *Việt Nam ba mươi năm máu lửa: cuộc chiến tàn sát thương binh lần thứ nhất, 1945-1963*. Falls Church, VA. : Alpha, 1991; *Tuổi trẻ Việt Nam quê hương, tình yêu, hôn nhân, sự nghiệp*. Gretna, LA : Đồng Hương, 1993; *Việt Nam binh sử võ đạo*. Phoenix, Az. : *Tiếng Mẹ*, 1993- 1. Từ Văn Lang đến Lam Sơn khởi nghĩa; Việt Nam huyết lệ sử từ triều Nguyễn đến thực dân Pháp, Thiên Chúa giáo, Vatican, Phật giáo, Văn thân, Quốc gia, Cộng sản, Cao

Đài, Hòa Hảo, Mỹ, và Hoa kiều. New Orleans, LA : Đồng Hương, 1996; *Việt Nam Công giáo sử tân biên (1553-2000)*, 3 quyển (Gretna LA: Cơ sở Dân Chúa, 2003).

Đỗ Hữu Nghiêm bút hiệu Hòa Giang. Định cư tại Oakland, CA, ông cộng tác với tạp chí *Định Hướng*, ... Một số biên khảo đã đăng báo hoặc trangweb: "Alịchsơn Đắc Lộ - Alexandre De Rhodes: Một Nhận Định Tổng Hợp"; "Viện Đại Học Đà Lạt Giữa Lòng Dân Tộc Việt Nam 1957-1975"; "Mến Thánh Giá" (1670-2008) Hội Dòng Bình Dân Và Cổ Xưa Nhất Trong Giáo Hội Công Giáo Việt Nam"; TGM Ngô Đình Thục, Chưởng ấn kiêm Viện trưởng tiên khởi (1957-1960) Viện Đại Học Đà Lạt (1957-1975)"; Phương Pháp Nghiên Cứu Và Vấn Đề Chân Lý Lịch Sử", "Ngô Đình Nhu (1910-1963) một nhà chiến lược tầm cỡ"; v.v. nhưng hình như chưa có sách xuất bản ở ngoài. Một số sách in hạn chế ở trong nước: *Thiên Chúa và hoàng đế - Người Công giáo trong lịch sử của dân tộc Việt Nam, 1988; Đạo Tin Lành nơi các dân tộc ít người ở vùng Nam Trường Sơn Tây Nguyên Việt Nam, 1995; Cộng đồng Công giáo Việt Nam Hải ngoại, 2000; Hai mươi lăm năm những sự kiện công giáo Việt Nam, 1975-2000, 2000; Các Giáo hội Tin lành tại Việt Nam, 2001; Hội nhập văn hóa dân tộc Việt Nam hôm nay,* 2003.

Đỗ Mạnh Tri giáo sư, trong Ban biên tập *Tin Nhà, Diễn Đàn Giáo Dân*, và cộng tác với *Hợp Lưu*, v.v. Đã xuất bản: *Ngón Tay Và Mặt Trăng- Nói với 18 tác giả của Giao Điểm, 1996; Hiện Tượng Nguyệt Biều* (Tin Vui, 2001); *Công Giáo Việt Nam 2005-2015 Từ Tòa Khâm sứ – Thái Hà đến Mỹ Yên* (5-2015) và đã viết hẳn một cuốn sách nhận định về cuốn *Đêm Giữa Ban Ngày: Di Sản Mác-xít Tại Việt Nam: đọc Đêm Giữa Ban Ngày của Vũ Thư Hiên* (2002).

Trần Văn Cảnh giáo sư, thành viên đắc lực về văn hóa của Giáo xứ Việt Nam Paris. Ông cộng tác với tạp chí *Định Hướng*, ... và đã cộng tác soạn chung một số ấn phẩm cũng như xuất bản riêng: *Giáo xứ Việt Nam Paris 63 năm hành trình Đức Tin, 1947-2010; Công giáo Việt Nam tại Pháp 226 năm hành trình Đức Tin, 1784-2010; Giáo dục con cái: bộ sách Thánh kinh và Gia đình* (2016).

Liễu Trương giáo-sư đại-học, tên thật Trương Thị Liễu, sống ở Pháp từ năm 1963. Tiến sĩ Văn học đối chiếu (về "Võ Phiến, Văn hoá dân tộc và văn học Phương Tây" 9-10-2001, Đại học Paris 3, Sorbonne Nouvelle). Đã xuất bản: *Les canons tonnent la nuit* (dịch *Đêm nghe tiếng đại bác* của Nhã Ca; Paris: hilippe Picquier, 1997); *Một cuộc đi chơi ở đồng quê* (16 truyện dịch của Guy de Maupassant; NXB Đà Nẵng, 2007); *Tiếp cận Văn học Pháp* (Hà Nội: NXB Văn Học, 2007); *Phân tâm học và Phê bình Văn học* (Hà Nội: NXB Phụ Nữ, 2011); *Un* *été embrasé* (dịch bút ký *Mùa hè đỏ lửa* của Phan Nhật Nam; Paris: L'Harmattan, Pháp, 2018).

Với luận án, những biên khảo, dịch thuật đã xuất bản và các bài viết đề tài mới cũ trên trang https://lieutruongvietvadoc.wordpress.com/, bà muốn khôi phục một thời kỳ văn học bà cho là "bất hạnh" tại miền Nam từ 1954-1975. Nếu văn bản và nguồn tham khảo được rõ rệt hơn nữa, sẽ là những đóng góp tích cực và thiết yếu cho nền văn học "bất hạnh" ấy!

Đỗ Văn Gia (6-3-1946 - 25-4-1992) có *Việt Nam Văn học sử* (Westminster CA: Văn Gia, 1996. 762 tr.), một giáo trình đại học về văn học Sử Việt Nam.

Ls. **Lâm Lễ Trinh**, luật sư, cựu bộ trưởng Nội vụ Việt Nam Cộng Hòa. Thời hải ngoại, ông đăng bài và phỏng vấn trên các tạp chí *Việt-Nam Forum, Thời Luận, Hải Ngoại Nhân Văn, Nhân Quyền, Cánh Én, Liên Lạc Nhân Văn, Dân Chủ và Phát Triển,* ... Đã xuất bản *Về Nguồn; Thức tỉnh; Vietnam, a painful transition. Về Nguồn* Tìm về hồn dân tộc qua văn hóa, lịch sử. *Về nguồn,* thức tỉnh và vượt qua mọi thử thách chính trị, văn hóa,...

Lữ Giang Nguyễn Cần nhà báo tên thật là Nguyễn Cần, tên thánh Thomas, sinh ngày 13-2-1935 tại làng Đồng Mỹ, thành phố Đồng Hới, Quảng Bình, qua đời ngày 10-9-2019 tại Nam California. Ông đã xuất bản *Những Bí ẩn đàng sau các cuộc Thánh chiến tại Việt Nam* (Santa Ana, CA : TGXB, 1994. 515 tr.). Những bài viết về tôn giáo và chính trị của ông thường gây nhiều tranh cãi, nhưng luôn được nhiều người tìm đọc.

Nguyễn Gia Kiểng với *Tổ Quốc Ăn Năn* (2001) xuất bản sau nhiều vận động chính trị không kết quả ngắn và trung hạn nhưng ông đã gây ý thức chính trị và một số lập trường của nhóm Thông Luận về hoà hợp hoà giải dân tộc và dân chủ đa nguyên cuối cùng đã được người Việt hải ngoại và một số cựu dảng viên hay phản tỉnh trong và ngoài nước đón nhận. Với Tổ Quốc Ăn Năn, ông tìm hiểu và đưa ra trước dư luận (trí thức) một số cắt nghĩa về vấn đề Việt Nam.

Nguyễn Đức Cung cựu sinh viên khóa I Viện Hán Học Huế (1959- 1962), tốt nghiệp Đại Học Sư Phạm Ban Sử Địa (1965), Cao học Sử học (1974), Cựu Dân biểu, dạy học, tù 13 năm ngoài Bắc Việt. Định cư ở Hoa Kỳ và cộng tác với các tạp chí *Định Hướng, Liên Lạc Nhân Văn, v.v...* và *Kỷ Yếu Đại Học Sư Phạm Huế. 50 Năm Thành Lập Đại Học Sư Phạm Huế (1957-2007).* Tác phẩm của ông ở hải ngoại đều do NXB Nhật Lệ ở Kearny NJ xuất bản từ 1998-2006: *Lịch sử* *vùng cao qua Vũ Man Tạp Lục Thư* (1998), *Trong cõi vô thường* (thơ, 1999), *Diên Lộc Quận Công Nguyễn Thân* (2002), *Quảng Bình chín trăm năm nhìn lại*, 1075-1975 (tập 1, 2006).

Mặc Giao tên thật Phạm Hữu Giáo (1940-), nhà báo – cộng tác với *Diễn Đàn Giáo-Dân, Định Hướng, Chân Lý, ...* và từng là Chủ tịch Ủy ban Tự do tôn giáo cho Việt Nam ở Canada. Ông có công trình *Một Cách Nhìn Khác về Văn hóa Việt Nam* (Tin Vui, 2004, tb 2006).

Minh Võ tên thật Vũ Đức Minh, tên thánh Đa-Minh, sinh ngày 18-10-1927, tại xã Quần Liêu, huyện Nghĩa Hưng, tỉnh Nam Định. Năm 1956, ông làm tổng thư ký tạp chí Tinh Thần của Nha Tuyên Úy Công Giáo, sau đó phụ trách Đài Tiếng Nói Quân Đội. Năm 1960, ông được biệt phái về Nha Vô Tuyến Truyền Thanh làm trưởng phòng bình luận rồi chánh sự vụ Sở Chương Trình Nha Vô Tuyến Truyền Thanh VNCH. Định cư ở miền Nam California, ông truy tìm sự thật qua tài liệu, viết sách, cộng tác với các nguyệt san *Đường Sống*, nguyệt san *Diễn Đàn Giáo Dân, Đàn Chim Việt Online* và nhật báo *Người Việt.* Ông mất ngày 29-12-2020 tại Vista, California. Tác phẩm: *Cầu nguyện và Nước trời* hay *Tầng trời thứ chín,* là cuốn về tâm linh. Ông dùng kiến thức, kinh nghiệm của mình để nhận chân, hiệu đính một số vấn đề lịch sử và đã xuất bản: *Ngô Đình Diệm lời khen tiếng chê; Phản tỉnh, phản kháng, thực hay hư?*

Nguyễn Đăng Trúc giáo sư Thần học Công Giáo tại Đại học Strasbourg, Pháp, sinh năm 1947 tại Quảng Trị. Tiến sĩ triết học tại đại học Paul Verlaine, Metz, Pháp. Sau 1975, ông là Điều hợp viên Phong Trào Giáo Dân Việt Nam Hải Ngoại, phụ trách văn phòng tông đồ giáo dân của Office de Coordination de l'Apostolat de la Diaspora Vietnamienne (Rome), Hội trưởng Hội văn hóa Trung Tâm Nguyễn Trường Tộ (Association Convergence), Chủ nhiệm các tập san *Liên Lạc Nhân Văn, Định Hướng* và giám đốc Định Hướng tùng thư.

Các tác phẩm đã xuất bản, đều do nhà Định Hướng tùng thư ở Strasbourg, Pháp: *Nhớ Nguồn,* 1995; *Văn Hiến, Nền Tảng Của Minh Triết, 1996; Bài Giảng Trên Núi: con đường dấn thân của Kitô hữu,* 1996, tb 2003; *Kinh Lạy Cha,* 1997; *Tiếp Cận Tư Tưởng Việt Nam: Tư Tưởng Nguyễn Du Qua Đoạn Trường Tân Thanh,* 1999; *Tiếp Cận Tư Tưởng Việt Nam và vấn đề triết học,* 1999; *Ý Nghĩa Của Văn Hóa - Đạo Làm Người,* 2012; *Đạo Vào Đời*, 2012;

Sách tiếng Pháp: *Bouddha, un contemporain des Anciens Grecs. Paris*: Editions L'Harmattan, Paris, 2010; *Sens de l'humanité de l'homme dans le Prométhée enchaîné d'Eschyle*, Cahiers du Portique N°10, Stras- bourg, 2011; *Du sens de l'humanité - L'Œdipe-Roi de Sopho-*

cle, Essai de philosophie et de dialogue entre cultures. Paris: L'Harmattan, 2019; *La pensée tragique, Prométhée enchaîné d'Eschyle. Paris: L'Harmattan* 2019; *Heidegger et l'Œdipe-Roi de Sophocle - Une critique; Du sens de l'existence - La lutte d'exclusion entre deux Prométhée chez Eschyle.* Strasbourg: Edit. Dinh Huong, 2019; La pensée poétique-Héraclite, Par- ménide, Socrate.

Đi tìm "trực giác căn nguyên" của tư tưởng và sáng tác văn học, các sáng tác và khảo cứu của tác giả xoay quanh một thắc mắc duy nhất: ý nghĩa nhân tính và con đường dẫn đến việc hoàn thành nhân tính. Lối tiếp cận nầy giúp tác giả nhận ra những trực giác căn nguyên của tư tưởng nơi các nhà tiên phong đặt nền tảng cho các nền văn hóa lớn của nhân loại, đặc biệt các nhà tư tưởng Cổ Hy Lạp như Eschyle, Sophocle, Héraclite, Parménide, Socrate..., các thánh hiền của Ấn Độ, Trung Hoa như Phật, Khổng, Lão, các tác giả Thánh kinh. Tác giả cũng nhận ra trực giác này trong kho tàng văn hóa Việt Nam, đặc biệt qua cuốn một của tác phẩm *Lĩnh Nam Chích Quái* của Vũ Quỳnh và cuốn *Đoạn Trường Tân Thanh* của Nguyễn Du.

Nguyễn Nam Châu giáo sư tên thật là Nguyễn Văn Chiên, tên thánh Gioan Baotixita, sinh ngày 20-3-1929 tại Bình Lục, Hà Nam, Bắc Việt. Ông làm giáo sư đại học Huế những năm đầu khi Viện mới được thành lập. Năm 1959, ông được giáo quyền cho đi du học tại Bỉ (Louvain: Tiến sĩ triết học, 1969) và Pháp (đại học Strasbourg: Tiến sĩ Kinh Tế, 1963; đại học Sorbonne: Tiến sĩ Quốc gia văn chương và Nhân Văn, 1973). Ông chuyển hướng ơn gọi làm linh mục, xuất tu và lập gia đình, có hai con. Ông làm giáo sư đại học ở Bỉ (1964-1967), Zaire và Haute Volta ở Phi châu (1967-1986) cũng như làm giám đốc Trung tâm Nghiên cứu Chính trị Châu Phi và tạp chí Cahier Zairois Des Sciences Politiques Sociales, cố vấn cho UNESCO và thủ tướng Bỉ Léo Tindermans (1977- 1978). Với tên thật Nguyễn Văn Chiên, ông đã xuất bản bằng tiếng Pháp các tác phẩm sau: *Les problèmes actuels du Vietnam* (Bruxelles: Solvay, 1963) - *Famille et croyances religieuses au Vietnam* (Strasbourg, 1963) - *Confucianisme et Evolution en Asie du sud-est* (Bruxelles: Solvay, 1965) - *La philosophie de la personne et de l'amour* (Paris: Temps présent, 1969) - *Les politiques d'unité africaine* (Thèse - Université de Paris IV; Lille: Uni- versité de Lille III, 1974. 401 tr.; Paris: Presses universitaires de France, 1994) - *Le Sahara occidental* (Club du Tiers Monde, 1986) và Karl Marx (2001).

Ông từng là thành viên nhạc đoàn Lê Bảo Tịnh thời đầu ở Hà Nội và với danh hiệu Hoài Chiên, đã sáng tác và hợp soạn với Nguyễn Khắc Xuyên nhiều thánh ca được in trong các tập *Cung Thánh* của nhạc đoàn. Ông mất tại Bruxelles nước Bỉ ngày 28-9-2005. Không lâu trước đó, ông đã xuất bản một tập sách nhìn lại chủ nghĩa Marx: *Karl Marx, Con Đường Huyễn Hoặc* (Orange County CA: Hoàng Nguyên, 2003. 390 tr.). Ông đã chứng minh con đường "huyễn hoặc" của chủ nghĩa Karl Marx ngay từ lý thuyết ban đầu cho đến thực hành và thực hiện. Chủ nghĩa Marx đã khởi đi từ những chắp vá, lý thuyết nửa vời - Darwin, Lamarck, Fichte, cần đến Engels, trong khi Marx không kinh nghiệm xã hội và kinh tế. Marx phê phán tôn giáo làm tha hóa con người và cấu trúc xã hội. Ông đã dùng kiến thức và kinh nghiệm của mình để phê phán tư tưởng, lý thuyết của Marx và Engels, đưa ra ánh sáng những định đề và hứa hẹn dối trá; qua đó độc giả cũng có thể hiểu được tấm lòng của ông đối với quê hương, đất nước. Nếu vào cuối thập niên 1950, các bài viết, nhận định của ông đã ảnh hưởng đến nhiều thế hệ sinh viên, nhà văn, độc giả với những quan niệm và ngôn ngữ hiện đại, hiện sinh, ... thì đến cuối đời, chính chủ nghĩa Cộng sản đã làm ông trăn trở, lo toan cho đất nước và những thế hệ hiện nay và sau này ở Việt Nam.

Gs. **Trần Văn Toàn** tên thánh Antoine, sinh năm 1931 tại Phát Diệm, Ninh Bình, nguyên giáo sư triết học Đại học Huế, Sài Gòn, và Đà Lạt (1960-1965), Lovanium (Kinshasa, Congo, 1965-1973), và Đại học Công Giáo Lille (Pháp, 1963-1996). Chủ bút tạp chí *Đại Học* Huế, 1962-1964. Tác giả nhiều biên khảo về triết học Marx, xã hội học và tôn giáo bằng Việt và Pháp ngữ. Sau năm 1975 trong nước xuất bản *Đạo Trung Tùy Bút* (NXB Tôn Giáo, Hà Nội, 2008), *Tìm về Ý nghĩa của Lao động và Kỹ thuật* (NXB Tri Thức và Đại học Hoa Sen, 2011; cùng NXB đã tái bản *Hành trình vào Triết học*) phân tích và phê phán triết học về "ý nghĩa của lao động và kỹ thuật" và khái quát về triết lý đời sống xã hội. Ông từng cộng tác với các tạp chí như *Revue philisophique de Louvain, Mélanges de science religieuse, Định Hướng, Dòng Việt*, ... Ông mất tại Pháp ngày 13-9-2014.

Những bài viết của giáo sư Trần Văn Toàn thời hải ngoại có thể ghi nhận ở đây vì nội dung và kiến thức, thẩm quyền tinh thần đáng quý phục.

1- ***Về triết học:*** "Karl Marx phê bình tôn giáo" - ĐH 51; "Hành trình vô- thần của Karl Marx khi còn thanh niên qua những sách đọc tham khảo về Tôn giáo"; "Ludwig Feuerbach và Quan niệm vô thần lối mới"; "L'athéisme face aux religions" - LLNV tháng 2-2008;" Vị trí trào lưu hiện sinh trong lịch sử triết lý"- Dòng Việt 8, 2000.

2- ***Về khoa học:*** "Thuyết Biến hóa Tiến hóa và Vận mệnh Con người" - ĐH 56; "Liên quan Nhân quả trong Khoa học"-ĐH 55; "Mấy Nguyên tắc về Khoa học con người"- ĐH 53; "Từ môn psychologie đến khoa Tâm-lý-học/ Những chặng đường nghiên cứu con người" -ĐH 52;

3- ***Về đạo Chúa, văn hóa và tôn giáo:*** "Đó là Lời Chúa" -ĐH 48; "Ý niệm « sống lại » của các vị giáo-phụ đạo Chúa Thiên Chúa trong bốn thế kỷ đầu kỷ nguyên; Ý niệm « sống lại » trong *Kinh thánh Cựu ước* và trong tư tưởng Do Thái vào thời đầu Tây lịch kỷ nguyên; Ý niệm « sống lại » trong Tư tưởng Thánh Ambrôsiô"; "Văn hóa và Tôn giáo" - ĐH 58; "Tôn giáo hay là Tín ngưỡng"; "Tình yêu có liên quan gì đến Thiên Chúa? Câu trả lời của Feuerbach" - ĐH 62; "Liên quan giữa Cái Chết và vấn đề Thiên Chúa theo quan niệm của Feuerbach"; "Vấn đề tôn sùng Đức Bà Maria"; "Đối thoại giữa các Tôn giáo và Hòa bình trên thế giới" - ĐH 45; "Thần học sau Công đồng Vaticano II 1963-1965, Chuyển biến và tác động của nó trong đời sống Kitô hữu ở châu Âu" - ĐH 57; "Problèmes d'inculturation et de réception - À propos de la greffe du christianisme au Vietnam" - LLNV 7-2004;

4- *Những bài về Việt Nam, về lịch sử giáo hội, về tiếng Việt và các tác phẩm đạo:* "Tự vị Tabert và di sản Văn hóa Việt Nam: chữ Quốc ngữ và chữ Nôm" - ĐH 42; "Nhận xét về tầm quan trọng của chữ Nôm Công giáo" - ĐH 64; "Tu thân, Tu đạo, Tu dòng: mấy điều Tư lượng về dòng Mến Thánh Giá" - ĐH 49; "Minh triết Dân gian Việt Nam theo cái nhìn của cố Cả (Lm. Léopold Cadière)" - ĐH 63; "Giới thiệu cuốn sách viết tay: Tam giáo chư vọng 1752"; "Bàn về thuyết 'tam phụ' trong đạo Thiên Chúa - Một bước đi vào Văn hóa Việt Nam"; "Hội nhập và tiếp thu Văn hóa: bàn về việc đạo Thiên Chúa ăn rễ vào đất Việt Nam" - ĐH 40; "Effets collatéraux au Vietnam de l'interdiction des rites chinois-Une autre lecture" - LLNV Giáng Sinh 2009; "L'unité des trois religions au Vietnam-Mythe et réalité" - LLNV 2-3/2005; v.v.

Gs. Trần Văn Toàn đặc biệt chú trọng đến thời đạo Thiên Chúa đến Việt Nam, những giao thoa và ảnh hưởng đến văn hóa, xã hội Việt Nam thời bấy giờ. Ông đã giới thiệu cuốn *Tam giáo chư vọng* viết tay khoảng năm 1752 trong khung cảnh hội nhập vào xã hội Việt Nam, cũng như đã viết về Vai trò của chữ Nôm trong lịch sử đạo Công giáo tại Việt Nam, trong bài "Nhận xét về tầm quan trọng của chữ Nôm Công giáo". Ông cũng nghiên cứu về thuyết ''tam phụ" trong đạo Thiên Chúa.

Nguyễn Văn Trung giáo sư triết và văn học sinh ngày 26-9-1930 tại tỉnh Hà Nam, và là một nhà phê bình văn học hiện đại thế hệ mới sau 1954, với các bút hiệu khác: Hoàng Thái Linh, Phan Mai. Du học từ năm 1950 đến 1955 ngành triết học, ở Toulouse (Pháp) và Louvain (Bỉ). Từ khi về nước đến năm 1975, dạy đại học tại Huế, Sài Gòn, chủ trương các tạp chí tại Huế (*Đại Học*) và Sài Gòn (*Đất Nước, Hành Trình*) và cộng tác với nhiều tạp chí văn học nghệ thuật thời bấy giờ và chủ trương tủ sách Nghiên cứu xã hội (thuộc NXB Nam Sơn),... Ông đã là người năng nổ nhất trong việc hướng dẫn, vận động cho một nền văn nghệ mới và hiện đại hơn. Với tư cách một trí thức nhập cuộc, ông đặt lại hoặc nêu vấn đề, phê bình với luận cứ, nhưng ông cũng bị nhiều hiểu lầm vô tình hoặc cố ý.

Giáo sư Nguyễn Văn Trung là tác giả của nhiều công trình biên khảo, nhận định và giáo khoa tất cả đều do nhà xuất bản Nam Sơn ở Sài Gòn ấn hành và tái bản. Sau ngày 30-4-1975, ông chuyển sang nghiên cứu về hai mảng văn học Nam kỳ thời đầu và văn học Hán Nôm Đạo (Thiên Chúa) cũng như nhìn lại những phê phán của ông thời trước đó, như về văn chương bình dân, về Trương Vĩnh Ký, ... Ông đã nghiên cứu ngôn ngữ văn học với các Lm. Nguyễn Hưng, Thanh Lãng, các giáo sư Vũ Văn Kính, Võ Long Tê, nhà văn Thế Uyên, ... và đã xuất bản trong nước sau 1975: Câu Đố Việt Nam (NXB Tp HCM, 1986; tái bản 1991), Trương Vĩnh Ký, nhà văn hóa (NXB Hội Nhà Văn, 1993), *Truyện Thầy Lazarô Phiền của Nguyễn Trọng Quản, truyện ngắn sớm hơn cả viết theo lối Tây phương?* (tài liệu học tập, Đại học Sư phạm TP Hồ Chí Minh, 1987; NXB Hội Nhà Văn tái bản), *Hồ sơ về Lục Châu học tìm hiểu con người ở vùng đất mới dựa vào tài liệu văn, sử ở Miền Nam từ 1865 đến 1930* (NXB Trẻ, 2014).

Sau khi đoàn tụ gia đình ở Montréal từ năm 1994, ông tiếp tục một số công trình nghiên cứu và lý luận văn học tham gia, đóng góp cho văn học hải ngoại, qua các bài tham luận, biên khảo trên các tạp chí Văn học, Triết, Tin Nhà, Đi Tới, v.v. Ông cũng viết hồi ký nhìn lại những chặng đường đã qua và đã có một số tác phẩm mới được nhà Nam Sơn (Trịnh Viết Đức, Montreal, Canada) in lại phổ biến hạn chế, có thể kể: *Nhận Định tập VII* ("Cách mạng và hư vô, 1988-1993"; 1996), *VIII* ("Công giáo miền Nam trong lòng chế độ) , *IX* ("triết học, văn học, sử học 1975-1993"; 1999), *X* ("Trong Nước, Ngoài Nước 1994-1998"; 1999), *Đọc Sấm Truyền Ca của Lữ Y Đoan* (1999), Đạo Chúa Ở Việt Nam (2000), *Hồ Sơ Về Tạp chí Hành Trình Sài Gòn 1964-1965* (2000), Dịch Thuật Và Lý Luận Dịch Thuật (2002),... Bộ hồi ký *"Nhìn Lại Những Chặng Đường Đã Qua"* (2000) cũng như một số biên khảo, nhận định văn học, tôn giáo và chính trị hoàn thành sau 1975 đến 1994 cũng được in hạn chế hoặc xuất hiện trên các trang mạng Internet. *Hồ Sơ về Lục Châu Học* - "dựa vào tài liệu văn, sử bằng quốc ngữ xuất bản ở miền Nam (1865-1930), Tìm hiểu Con người ở Vùng đất mới" xong từ thập niên 1980, cuối cùng được xuất bản ở trong nước (2014).

Trong tập tài liệu *"Vấn Đề Công Giáo Đặt Cho Dân Tộc"* (1988), ông đã hết lòng chứng minh chống lại cái "thiên kiến hầu như đã trở thành chân lý là người Công giáo Việt Nam liên hệ với thực dân đế quốc và lai căng về văn hóa", thành kiến mà chính một số người Công giáo (trong đó có giáo sư thời trước 1975) đã nhìn nhận và từ đó tìm trở về dân tộc (như nhóm Đối Diện, Lý Chánh Trung, Nguyễn Ngọc Lan, v.v.). Trong chiều hướng thời thượng đó, trong *Chữ Văn Quốc Ngữ Thời Kỳ Đầu Pháp Thuộc (1974)*, giáo sư Trung đã đưa ra luận điểm bôi đen thành quả đóng góp với dân tộc, cho rằng việc "sáng lập và sử dụng chữ quốc ngữ nhằm mục đích cô lập người Công giáo Việt Nam với cộng đồng dân tộc bằng cách xóa bỏ chữ Nho, chữ Nôm, ...". Ông tiếc việc có những người ngoài Công giáo đã trích dẫn những lập luận của ông thời đó. Ông lập lại và chứng minh thêm qua hai biên khảo khác là Đạo Chúa Ở Việt Nam (2000) và *Dịch Thuật Và Lý Luận Dịch Thuật* (2002) cũng như trong "Tài liệu tham khảo" Về Sách Báo Của Tác Giả Công Giáo (Thế Kỷ XVII-XIX) (Tp HCM: Trường Đại học tổng hợp Tp HCM, Khoa Ngữ Văn, 1993).

Trong *Trương Vĩnh Ký, Nhà Văn Hóa* (Hà Nội: NXB Hội Nhà Văn, 1993), giáo sư Nguyễn Văn Trung cũng đã thú nhận đã hiểu sai việc dựng tượng nên đã mạnh tay với Trương Vĩnh Ký trước 1975. Sau 1975, ông hay nói đến phương pháp theo lý luận của Gramsci, tổng bí thư Đảng Cộng sản Ý, về luận điểm phải nhìn nhận tính cách gắn bó với dân tộc của những người theo một tôn giáo (như Thiên Chúa giáo) đã tạo ra được một nền văn học dân gian như trường hợp Công giáo bình dân Ý. Tập *"Nhận Định IX"* chủ yếu là những nhận định phương pháp luận về nghiên cứu văn hóa Việt Nam.

Nguyễn Văn Lục là một nhà báo khởi viết từ năm 2000 trên Đi Tới rồi chủ bút *Sài Gòn Nhỏ* tại địa phương Montréal và Tân Văn, và thường trực trên trang mạng *danchimviet*, chuyên về tổng kết thông tin và đặt lại vấn đề hoặc sử liệu. Đã in: *Lịch sử còn đó* (Sài Gòn Nhỏ, 2007); *Hai Mươi Năm Miền Nam 1955-1975* (Tiếng Quê hương, 2010); *Một Thời Để Nhớ:* những sự thật về Cố Tổng Thống Ngô Đình Diệm và nền Đệ Nhất Cộng Hòa (Diễn Đàn Giáo Dân, 2011); *Sử Việt Nhìn Lại* (2018); *Tản Mạn văn học* (2018).

Nguyễn Vy Khanh sinh ngày 05-03-1951 tại Vĩnh Phước, Quảng Trạch, Quảng Bình. Tái định cư ở Montreal, Canada từ ngày 14-5-1975. Sau khi tị nạn chính trị tại Canada, tốt nghiệp Cao học Quản trị Thư viện và Khoa học Thông tin (MLS, đại học Montréal, 1978). Hai nghề chính thức, giáo chức trước 1975, và chuyên viên thư viện (librarian) từ 1978 ở Montréal và Quebec City. Nghề tay trái là nghiên cứu lịch sử và nhân văn liên hệ đến Việt Nam, với quan niệm: *"Kiến thức cũng như nghề nghiệp chính thức và nghiệp dư, sau nhiều thập niên hoạt động, cho chúng tôi tâm niệm và ý chí, trong khả năng khiêm tốn và khả thể, đi tìm sự thực và ghi lại cho các thế hệ sau, với hy vọng* *rằng chỉ có thống nhất nhân tâm và địa lý khi nào những khúc mắc và vấn nạn lịch sử đã được nhìn nhận và giải tỏa"*. Khởi nghiệp nghiên cứu ở Canada, viết tham luận, biên khảo từ năm 1977; từ năm 1995 chuyên viết về văn học. Thành viên sáng lập và tổng thư ký Trung tâm Việt Nam học và tạp chí *Vietnamologica* (Montréal, 1994-97) và thuộc ban biên tập các tạp chí *Định Hướng* (France), tạp chí web Nhân Văn (San Jose CA), bán nguyệt san *Ngày Nay Newspaper* (Houston, TX), tạp chí *Người Việt* Montréal-Canada từ 4-2009, tạp chí *Văn Học Mới* (Westminster CA), từ tháng 11-2018 và *Ngôn ngữ* (San Jose CA) từ tháng 5-2019.

Tác phẩm đã xuất bản ở ngoài nước: *Ngô Đình Diệm Và Nỗ Lực Hoà Bình Dang Dở* (dịch thuật, "Ngo Dinh Diem En 1963" của Nguyễn Văn Châu; Los Alamitos CA: Xuân Thu, 1989); *Lỗ Tấn Và Truyện Xưa Viết Lại* (biên khảo và dịch thuật; Los Alamitos CA: Xuân Thu, 1997); *Bốn Mươi Năm văn học Chiến Tranh 1957-1997* (Glendale CA: Đại Nam, 1997); *Văn học và Thời gian* (Westminster CA: Văn Nghệ, 2000); *Văn học Việt Nam Thế Kỷ XX: Một số Hiện tượng và Thể loại* (Glendale CA: Đại Nam, 2004); *33 Nhà Văn Nhà Thơ Hải ngoại:* tuyển tập nhận định văn học (ebook; Montréal: TGXB, 2008; tái bản Toronto: Nguyễn Publishing, 2016); *Văn học Miền Nam 1954-1975: nhận định, biên khảo và thư tịch; 2 tập* (Toronto: Nguyễn Publishing, 2016; tb, Nguyễn Publishings, 2018; tb, San Jose CA: Nhân Ảnh, 2019).; Trương Vĩnh Ký: Tinh-Hoa Nước Việt (Toronto: Nguyễn Publishing, 2018); *44 Năm văn học Việt Nam hải ngoại* (7 tập, thực hiện chung với Khánh Trường và Luân Hoán; San Jose CA: *Mở Nguồn,* 2019); *Nhà văn Việt Nam Hải ngoại:* tuyển tập nhận-định văn học (San Jose CA: Nhân Ảnh, 2019); *Văn học Quốc ngữ Thời Đầu và Miền Nam Lục Tỉnh qua vài Nhận Định, Biên Khảo* (San Jose CA: Nhân Ảnh, 2021); *Sống và Viết ở ngoài nước* (Toronto: Nguyễn Publishing, 2021).

*

Ở hải ngoại, vì các biến cố lịch sử như sự du nhập đạo Thiên Chúa vào Việt Nam, chuộc chiến huynh đệ Quốc-Cộng 1957-1975, đảo chánh 1-11-1963, v.v., nay phải sống đời lưu vong, xa đất nước, mất nhà mất người thân, v.v. đã khiến xảy ra một số xung đột tôn giáo, đặc biệt giữa một số người Phật giáo và đạo Thiên Chúa. Tuy nhiên và may mắn thay, những xung đột này ngày càng được giải tỏa do thời gian, do các sự thật lịch sử được phơi bày rõ và tài liệu dồi dào hơn, và lời qua tiếng lại chỉ ở một thiểu số trí thức thật và giả và những kẻ "tranh đấu cuối mùa" đã cố tình chia rẽ cộng đồng đã bị chính trị hóa.

Chuyện vĩnh cửu nhưng lại gây tranh luận giữa con người hữu hạn. Tranh luận Thiên Chúa và Phật giáo trong nhiều năm được hâm nóng thêm với cuốn *Phê Bình Về Những Bài Phê Bình Cuốn Đối Thoại Với Giáo Hoàng*, tập 1 về ông Dương Ngọc Dũng. *Bước Qua Ngưỡng Cửa Của Hy Vọng* của Đức giáo hoàng Gioan-Phaolô đệ nhị đã gây phản ứng trong giới Phật giáo qua nhóm Giao Điểm. Nhóm này "đối thoại" nặng lời - đúng ra là vu khống và "tin giả", do đó gây phản ứng trước hết với ông Đỗ Mạnh Tri chủ trương nhóm *Tin Nhà* (Paris) (*Ngón Tay và Mặt Trăng: "nói với 18 tác giả Giao điểm"*); người thứ hai là ông Dương Ngọc Dũng - người được Việt Nam cử đi tu nghiệp ở Boston, đổi ngành viết luận án về Phật giáo. Người ngoài Công giáo, ông Dũng đã phê bình nặng nề nhóm Giao Điểm trên quan điểm nghiên cứu khoa học và kiến thức về Phật học trong *Nhận Định Về Các Trí Thức Phật Giáo Trong Nhóm Giao Điểm Hoa Kỳ* xuất phát từ đại học Cambridge https://namquoc.com/amigalink/ nhandinhtrithuc/index.php đã được trong nước in lại. Tập Phê Bình... tập 1 của Giao Điểm tỏ ra không là một trả lời nghiêm túc, hơi ngoài thực chất vấn đề, do đó đã là đối tượng một phản ứng khác của ông Dũng nhưng xuất bản trong nước: *Phê Bình Những Luận Điểm Phản Trí Thức của Nhóm Giao Điểm,* 1997- có thể tham khảo tại https://namquoc.com/ amigalink/phebinh/ nhungluandiem.php

Trương Tiến Đạt, một cựu nghị sĩ miền Nam, đã có những ấn phẩm dị giáo khác thường, gióng tiếng cảnh cáo nhưng dễ gây hiểu lầm với nhiều tựa như *Con rồng đỏ,* 1983; *Trước cơn giông tố,* 1995; *Sấm Kinh Thánh Mật Văn*, 1997; *Quỷ Vương đã ra đời:* sấm kinh thánh về quỷ vương và thời tận thế, 2001.

*

Ngoài ra, một số tác giả trong nước hoặc sinh sống không lâu ở hải ngoại, tuy nhiên cũng đã ***xuất bản ở ngoài nước***. Xin ghi nhận ở đây: Hoàng Xuân Việt tác giả trên cả trăm đầu sách, đã xuất bản ở hải ngoại cuốn *Bạch thư chữ Quốc ngữ* (San Jose CA: Hội Văn Hóa Việt & Hương Quê, 2006) "lịch sử sáng chế – sức bật bùng nổ – tác dụng vô biên – Gần 5 thế kỷ: 1615-2006". Theo lời Phi Lộ, công trình này là một "đặc khảo về Lịch sử Chữ Quốc ngữ, được chứng minh qua Tiếng Nói, qua Chữ Viết gồm Chữ Nôm và Chữ Quốc ngữ của người Sài Gòn. Nhiều tài liệu sau đây liên quan đến lai lịch Chữ Quốc ngữ chưa từng được công bố..." (tr.17). Cá tính lưỡng diện văn hóa và tinh thần của miền Nam, những biểu lộ qua ngôn ngữ, văn học, v.v. được luận bàn rất chi tiết và mang tính thuyết phục.

11- Hiện đại, liên mạng, các trang mạng Internet

Vào cuối năm 1989, bức tường Bá Linh bị phá đổ cùng các chế

độ cộng sản ở Đông Âu và Liên Xô thay nhau lui dần vào quá khứ, đã có những hy vọng loé lên trong văn chương nhưng cái u hoài vẫn còn đó. Rồi từ thập niên 1990 đến nay, một số nhà văn 'tị nạn chính trị, lưu vong' đã hồi hương và đã tiếp xúc với thực tại mới trong nước; một số liên hệ văn học (văn và người) đã khó khăn dần dà thành hình. Nhiều nhà văn đã thành công vượt thoát những cái nhãn hiệu hoặc kìm hãm các giai đoạn trước đó nhưng nói chung, ở hải ngoại, văn chương vẫn lưu đày, hoài niệm, và lúc nào cũng tự do, chân thật hơn!

Đến đầu thiên niên kỷ và thế kỷ mới, văn học hải ngoại chuyển động theo lẽ tự nhiên lão hóa và bất ngờ – thêm nhân tố từ trong nước ra nhập cộng đồng hải ngoại từ nay đa dạng nhưng đa số vẫn là tập thể tị nạn cùng con cháu họ và nói chung mang cùng tâm thức. Từ những năm đầu thế kỷ XXI, sinh hoạt văn chương hải ngoại như đã theo dòng sinh hoại mà trở nên trầm lắng, rất ít biến cố và tác phẩm đáng kể. Các nhà văn thơ đã nổi tiếng từ trước 1975 lần lượt ngưng viết, bệnh tật và qua đời. Những nhà văn lớp tiếp theo cũng thay nhau buông bút nhưng cũng có nhiều người tiếp tục sáng tác dù không gây tiếng vang quan trọng. Điểm đặc biệt đáng ghi nhận là từ vài năm ngay trước và nhất là từ giai đoạn này, nội dung của từ "lưu vong" có thể bớt được dùng, làm như bớt bi thảm - nghĩa là có hy vọng theo 2 nghĩa: trong nước nới lỏng kiểm soát di chuyển, thăm viếng và du lịch đối với người Việt hải ngoại về, và nhà văn thơ hải ngoại có thể nói đến quê nhà nhiều hơn, theo nghĩa, gặp lại hơn chỉ là nhớ lại!

Thời mới đất mới còn là ***thời tuổi trẻ hôm nay***. Những cây bút mới với ý muốn dứt khoát với quá khứ, vượt ràng buộc tập thể, đi tìm cho thế hệ trẻ ở đất tạm dung một nhân sinh quan mới trong một nghệ thuật quan mới, năng động và nhiều màu sắc khác hơn những gì quen thấy từ trước nay. Trong gần 50 năm đã ghi nhận sự xuất hiện và tham gia của những cây viết trẻ ở ngoài nước. Có người khởi đi có thể từ dĩ vãng, nhưng nói chung, họ có vẻ ít bị dĩ vãng đè nặng trong suy nghĩ; chiến tranh cũng bắt đầu xa, loãng. . Hệ thống tin học không biên giới địa lý và thời gian tiếp tục đến với người đọc liên mạng, song hành với những người đọc của sản phẩm in ấn. Kỹ thuật này cũng giúp phát triển những tạp chí thuần tuý liên mạng, giúp tác giả đến với người đọc không qua trung gian một chủ báo, tạo cơ hội tương tác hay đối thoại giữa người đọc và người viết.

Phạm Chi Lan ở Garland, Texas, chủ trương diễn đàn Ô Thước và Văn học Nghệ thuật *E-Magazine,* tạp chí điện tử liên mạng đầu tiên của người Việt trên khắp thế giới và đồng thời - số đầu ra ngày 17-7-1995 và số cuối 562 ra ngày 5-5-2004 (cô làm chủ bút 7/1995

– 4/2001), kéo dài được 10 năm – thời điểm 2004 bấy giờ là lúc đã có khá nhiều trang văn học nghệ thuật liên-mạng từ trong và ngoài nước. Văn học Nghệ thuật E- Magazine do Phạm Chi Lan chủ biên cùng một số bạn trẻ Phụ tá biên tập và từ năm 1995 – hơn một năm trước khi email miễn phí xuất hiện, Ban biên tập còn có thêm các bạn trẻ và nhà văn ở Hoa Kỳ, Canada, Âu và Úc châu. Internet thời đó còn được gọi là siêu-không gian (cyberspace), liên mạng, mạng nhện toàn cầu (www=World Wide Web), siêu-xa-lộ-thông- tin (information super-highway), với những diễn đàn (forum), gia trang (homepage) và đã có những nhóm thảo luận (forum) của người Việt.

Nhóm cũng đã xuất bản *Tuyển Tập Văn học Nghệ thuật Liên mạng* (V@(n Học Nghệ Thu@^.t Liên M@.ng), là nơi quần hùng văn nghệ của những cây viết trẻ hoặc chuyên viên yêu mến văn nghệ, với phương tiện kỹ thuật tin học. Thơ, truyện và ý thức văn nghệ; một trường hợp rất đặc biệt, đánh dấu sự nhập dòng của một thế hệ làm văn học nghệ thuật ở hải ngoại, do Phạm Chi Lan chủ biên, số 1 ra tháng 7 năm 1996, ra tiếp số 2 năm 1997 rồi ngưng. Nội dung có đủ bộ môn, từ biên khảo, nghị luận đến thơ văn, dịch thuật và phỏng vấn. Chủ biên Phạm Chi Lan cho biết "chiều hướng cá biệt (của diễn đàn và Tuyển tập) (với) người viết và tác phẩm được chọn vì sự bộc lộ tương quan của họ với đời sống, với hiện thực, với văn hóa và lịch sử, với đời sống và môi trường chung quanh họ, vì những tình cảm chân chất và cảm nhận rất con người cùng sự quan tâm và yêu mến đối với cái đẹp của nghệ thuật ngôn ngữ", một "thế giới văn học vị nghệ thuật"!

Văn học hải ngoại phải ghi công chủ biên Phạm Chi Lan là chuyên viên điện toán, thể chất không bình thường nhưng nhiều tài năng như là một nhà văn thế hệ trẻ ở hải ngoại và đã đóng góp hết mình cho văn học nghệ thuật. Đinh Yên Thảo, một thành viên của nhóm, cho biết: "đến Hoa Kỳ năm 1975 lúc 13 tuổi, với đôi chân tật nguyền vì bạo bịnh từ nhỏ, vượt lên trên số phận, Phạm Chi Lan không chỉ sống với một nghị lực mạnh mẽ, khi trở thành một chuyên viên điện toán trong hơn 20 năm qua, mà còn trở thành một văn tài giàu suy tưởng cũng như đã tạo nên một nhịp cầu cho một số cây bút cùng thế hệ gặp gỡ. Và cũng là một trong những người tiên phong trong lãnh vực truyền thông điện tử tiếng Việt đa dạng như hiện nay. Hoạt động liên tục trong 6 năm trời, *Tuyển Tập Văn học Nghệ thuật Liên mạng* đã thu hút hàng chục ngàn độc giả đã nhận báo phát hành qua hệ thống điện thư mỗi ngày . Một số tác phẩm của các thành viên trong nhóm hay thân hữu cũng đã được Văn học Nghệ thuật in ấn và phát hành" (https://damau.org/9009/rfi-phong-van-pham-chi-lan- chu-bien-tap-chi-van-hoc-nghe-thuat-lien-mang). Cô qua đời ngày 21-9- 2009 lúc mới 47 tuổi đời, tên thánh Têrêsa. Tác phẩm riêng duy nhất đã xuất bản là tập truyện ngắn *Miền Lặng* (Văn học Nghệ thuật Liên mạng, Garland TX, 2002).

Mạng Lưới Dũng Lạc do Lm. Trần Cao Tường sáng lập năm 2005, chủ trương góp tài liệu và gầy dựng Tủ Sách Dũng Lạc xây nhà văn hóa và văn học Công giáo, với sự góp mặt của các tác giả và trí thức Công giáo khắp nơi.

12- Trẻ, cách tân

Các nhà văn thơ trẻ ở ngoài nước không nhiều. Ngoài nhóm xoay quanh tạp chí điện tử liên mạng Văn học Nghệ thuật E-Magazine trình bày ở trên và vài trang Internet khác, một số tên tuổi đã xuất hiện, xin ghi nhận ở đây:

Khải Minh tên thật Nguyễn Khải Minh (1959 -), cựu chủng sinh Đa- Minh, sinh sống tại Montreal, Canada, một tay sáng tác thơ trong khi tay kia lý luận tìm cách đổi mới những con chữ bằng kỹ thuật và đưa nội dung lắng đọng vào thơ, có lúc gọi là «thơ cấu». Hãy trích một đoạn trong bài "Mẹ ~ Quê Hương":

"... Rồi con xa mẹ, một năm về hai lần
Về đi bên mẹ cõi xa chiều xa vắng
Đường đời, Mẹ vẫn đi một mình ~~ nhớ con
Rồi một năm, hai năm, mười năm con mới về thăm mẹ
Về đi bên mẹ ~~ đường chiều ~~ tiếng chuông ngân
Lời mẹ khuyên ~~ bước trần gian dịu lại
Con kể chuyện xa ~~ tiếng chiều xa ~~ chiều ngần ngại...
(...) Đường quê không còn có mẹ
Con đi một mình như khách lạ kẻ xa
Mưa xưa, cỏ cây mưa hiện hồn thương tiếc
Đọng chiều buông kể chuyện về một người (...)
Tiếng chuông đưa ~~ chiều đọng lại
Mẹ ơi ~~ mẹ mỉm cười
Con nhớ mẹ".

Từ 2009, nhà thơ đi xa hơn, đề nghị "Thơ Đa Đề" - được anh định nghĩa như sau: *"Thơ Đa Đề tương tác giữa chúng ta (người viết và người đọc) với thời thế đa dạng, với kỹ thuật truyền thông hiện đại để nghệ thuật thơ tác động vào đời sống tích cực hơn"* vì theo anh, *"Ai cũng muốn đổi mới thơ. Từ phương tiện truyền miệng đến multimedia hiện nay, thơ đã đi từ ngôn đến chữ, đến chia khổ, đến ngắt dòng... Hôm nay chúng ta thử dạng Đa Đề này để cập nhật thơ với những phương tiện truyền thông hiện đại. Các ký hiệu diễn tả hành động ( ), suy tưởng (- – –) và tư tưởng (~) cùng các cấu trúc phụ bản sẽ là những yếu tố mới cho chúng ta sáng tác và khai triển thơ. Với dạng này, thơ sẽ có lại vị trí riêng biệt (không còn lẫn với các dạng nghệ thuật khác) để người sáng tác nắm rõ và lại có hứng tiếp"* (http://www.talawas.org/?p=13246).

Anh khuyên người làm thơ *"hãy chuyển cách sáng tác từ đầu đề có một vế (Đơn Đề) sang đầu đề có nhiều vế (Đa Đề). Các vế đa đề và tác giả tương tác lẫn nhau tạo CẢNH GIỚI đa đề nào đó để khởi nguồn sáng tạo…". Anh đã so sánh Đơn đề với Đa Đề như sau: "Những cách lập ngôn dựa trên các qui ước, các hệ qui chiếu, các trường phái, các thể loại, các ẩn dụ... làm chúng ta có cảm tưởng như Đa Đề là dạng rườm rà của đơn đề. Hoặc Đa Đề không cần thiết vì nội dung của bài sẽ diễn tả ẩn ý của đơn đề. Thí dụ như bài "Vịnh Cái Quạt" của Hồ Xuân Hương có thể viết rườm rà thành Đa Đề như "Cái Quạt - Sex". v.v.. Nhưng đây là cách sáng tác theo xếp đặt của tác giả và theo thỏa thuận của người đọc. Trong khi đó, Đa Đề có ký hiệu "-_-" là tín hiệu của trực diễn, của trực cảm tâm linh, của giác quan thơ, của tương tạo chữ nghĩa, là cảnh giới nghệ thuật. Tính chủ quan nơi tác giả sẽ đồng dạng với tính khách quan trong cảnh giới tổng thể tương tạo. Tác giả chọn Đa Đề phải hóa thân hiện thể vào ký hiệu cảnh giới để sáng tác"* (Trích "Đa Đề -_| Thơ Việt Nam", 2019).

Trangđài Glassey-Trầnguyễn tên thật Trang Đài Glassey-Trầnguyễn, sinh năm 1975 tại Gò Công. Năm 1994, định cư tại Quận Cam, California, Hoa Kỳ. Dạy học, diễn giả, làm báo (Diễn Đàn Giáo Dân) và viết văn làm thơ.

Đã xuất bản 5 tập thơ: - *"nếu Mẹ thích – if you like, Mom"* (2002) nói với Mẹ của tác giả và về tình mẫu tử và những người Mẹ Việt Nam; *Thuyền Nhân Khúc cho Ba – Songs for a Boat Father*, thơ song ngữ; Cút bắt, thơ cảm nghiệm (2003); *những điều trông thấy – of things i've seen;* tuyển tập thơ song ngữ (2004): viết khi tác giả về thăm lại quê nhà; *Mùa Yêu Con Thứ Nhất*, (2012) là những bài thơ của bà mẹ trẻ dành cho con.

Trangweb: http://www.trangdai.net/home/

Bài "Mừng Tuổi Con", trích từ tập Mùa Yêu Con Thứ Nhất:

"mừng Con chưa đầy tuổi / phúc, lộc, thọ, khang, ninh
má hồng xinh hơn mai / môi tươi hơn đào thắm
Con về ươm Xuân lạ / én xếp nhạc cành xa
tình bao kiếp giao hòa / mùa đông thôi ở giá
mùa Xuân còn ngái ngủ / nằm lún vào má Con

cái đồng tiền thật tròn / mỗi lần còn nhóp nhép
lún luôn vào tim Mẹ / tròn giếng sữa cho con
sữa chảy từ trái tim / tỏa ra hai bầu ngực
sân trời mai vàng rực / Mẹ kín một lộc non
mùa Xuân mới cho Con / Mẹ chảy vào trời đất"

Ngôn ngữ, tu từ và hình thức diễn đạt trong sáng tác của Trangđài Glassey-Trầnguyễn là thơ văn của người trẻ đã dứt khoát từ bỏ lối làm văn chương bảo thủ, cổ điển khi nhập cuộc cộng đồng văn chương Việt Nam. Những người trẻ này đã sống và sinh hoạt cộng đồng và xã hội với tâm thức và văn hóa Việt Nam truyền thừa từ gia đình và đất nước cội nguồn nhưng với con chữ và nội dung khá hậu hiện đại.

Nguyễn Thụy Đan tên tự Việt Thạch, sinh năm 1994 tại Sacramento CA. Đang dọn tiến sĩ về sự hình thành và phát triển của tư tưởng Việt Nam thời trung đại và cận đại tại khoa Ngôn ngữ và Văn hóa Đông Á ở Đại học Columbia NY. Thông thạo chữ Hán và Nôm, ngoài tiếng Việt và Anh. Ngoài các khảo luận, dịch thuật, giảng giải cổ văn, anh sáng tác thơ, hát nói và đã công bố tác phẩm *Chướng Vân Tập* năm 2021, gồm 30 bài "từ". Thư Quán Bản Thảo đã ra số đặc biệt giới thiệu Nguyễn Thụy Đan – số 91, tháng 1-2021. Nguyễn Thụy Đan sở trường về sáng tác Hát Nói.

13- Sinh hoạt Báo chí

Sau biến cố 30-4-1975, báo chí Việt Nam Cộng Hòa đã theo người tị nạn ra hải ngoại, và một sinh hoạt báo chí cùng một nền văn học không cộng sản tiếp nối nền văn học khai phóng, dân chủ tự do cùng với các sinh hoạt chính trị, xã hội của con người miền Nam.

Với văn học chữ quốc ngữ thì ngay từ thời bình minh của nền văn học, báo chí đã là đất nẩy mầm và song hành với sinh hoạt văn học nghệ thuật. Ra đến hải ngoại, báo chí của người Việt ban đầu tiếp tục "sứ mạng" đó nhưng dần về sau này thì tách rời hẳn sinh hoạt văn học đúng nghĩa (còn lại dịch vụ in và đại lý bán sách)! Nói đến báo chí hải ngoại là trước hết đề cập đến ở Hoa Kỳ, Canada, sau đến các nơi khác như Pháp, Đức, Úc,... nhưng báo chí nói chung phát hành khắp nơi có đông người Việt, có mặt ở các hiệu sách nhưng thường gởi đến gởi tận nhà độc giả mua dài hạn – nhất là từ thời toàn cầu hóa về xuất bản và phát hành sách báo qua Internet và on-line.

Cho đến khoảng năm 1981, trên các báo hải ngoại, tiếng Việt được đánh dấu tay. Năm 1982 đánh dấu tiến bộ về kỹ thuật xuất bản và in ấn: kỹ thuật máy điện tử photo-typesetter dùng quang-ảnh laser -

Trắng Đen, Người Việt và Nhân Văn là những tờ báo đầu tiên sử dụng dĩa chữ Việt áp dụng kỹ thuật mới này; sau đó với những thảo chương điện toán VPS, VNI, v.v. và cuối cùng với Unicode, tất cả dùng với các máy vi tính bàn rồi laptop, MacBook, iPad, iPhone xách tay đã khiến việc đọc, viết và in tiếng Việt ngày càng dễ dàng và phổ cập tới mọi người. Người "làm báo" ở hải ngoại từ đầu, đã phải tùy cơ ứng biến với nhiều phương cách "hội nhập" cũng như khác người. Từ việc đánh máy, trình bày, phân phối báo, cũng như các phương tiện fax, email để liên lạc, nhận bài, v.v.

Chúng tôi giới thiệu một số báo chí Công giáo tiêu biểu phần lớn **xuất bản ở Hoa Kỳ.**

Dân Chúa tòa soạn ở New Orleans LA Hoa Kỳ, từ 1977 . Lm. Việt Châu (dòng Thánh Thể, cựu Chủ Tịch Liên Đoàn Công Giáo Việt Nam tại Hoa Kỳ) chủ-nhiệm, Lm. Phạm Văn Tuệ chủ-bút, Đỗ La Lam tổng-thư-ký, Lm. Trần Cao Tường quản trị. Nguyệt san phát hành số đầu tiên ngày 15-2-1977 với 8000 bản. Dân Chúa sau phát triển thêm 2 ấn bản ở Âu và Úc châu:

Dân Chúa Âu châu, nguyệt san Công giáo "Góp phần vào việc phục vụ tập thể Kitô Việt Nam và đồng bào hải ngoại để cùng thăng tiến toàn diện. Trung thành với Tin mừng và tuân phục quyền giáo huấn của Giáo hội Công giáo Rôma". Chủ nhiệm: Lm. Nguyễn Văn Hiệu, Chủ bút: Lm. Trần Văn Bằng, Thư ký : Lm. Bùi Thượng Lưu và Quản trị: Lm. Huỳnh Văn Lộ. Tòa soạn đặt tại Karlsruhe, Germany. Phát hành số 1 tháng 01-02 năm 1982;

Dân Chúa Úc châu / Catholic Magazin, số 1 ra tháng 1-1984 tại Flimington, Victoria với Chủ nhiệm Lm. Nguyễn Hữu Quảng và Chủ bút Lm. Đinh Thanh Bình.

Trái Tim Đức Mẹ "Cơ quan truyền bá mệnh lệnh Đức Mẹ Fatima" của chi dòng Đồng Công tục bản ở Missouri Hoa Kỳ từ đầu năm 1978. Chủ nhiệm: Lm. Lê An Đại, chủ bút: Lm. Huy Chương. Tòa soạn ở Missouri, nguyệt san, bộ mới tái bản số 1 ra ngày 01-01-1978 và tiếp tục cho đến nay.

Đức Mẹ Hằng Cứu Giúp do các linh mục Dòng Chúa Cứu Thế hải ngoại tục bản bộ mới số 1 tháng 12-1985. Chú-nhiệm Lm. Châu Xuân Báu, phụ tá Lm. Hồng Phúc, Vũ Minh Nghiễm điều hành. Địa chỉ ở Altadena, California.

Chính Nghĩa, "dây liên lạc của chiến hữu Tinh thần Ngô Đình Diệm" (nhóm đã thành hình và sinh hoạt từ năm 1976), xuất bản tại

New Orleans, Louisana, Hoa Kỳ; O.L.M. Đỗ La Lam đại diện nhóm chủ trương, số 1 ra ngày 3-1-1983.

Đường Sống do một số nhà văn nhà báo Công giáo chủ trương mà mục đích là: *"gạch nối giữa những người yêu mến Quê Hương"* với mục đích làm quà tặng cho đồng bào tỵ nạn tại Đông Nam Á do Chiến Dịch Tặng Sách báo Đồng bào vượt biển với sự hợp tác của nhiều hội đoàn và cá nhân thiện chí. Chủ bút Trần Phong Vũ, tổng thư ký Cao Vĩnh Linh. Thư ký tòa soạn Quyên Di, kỹ thuật với Nguyễn Văn Liêm, Trần Gia Phong, Phạm Thanh Sơn, Nguyễn Bá Khanh, Vũ An. Số đầu ra vào dịp Giáng Sinh 1982 và số cuối cùng tháng 7–1992. 10 năm Đường Sống có mặt chia sẻ cuộc sống khó khăn của đồng bào tỵ nạn trong các trại. Các cộng tác viên: Bùi Văn Phú, Cao Vĩnh Linh, Nguyễn Cần, Tú Gàn, Lê Tinh Thông, Nguyễn Tiến Ích, Nguyễn Quốc Lân, Trần Trung Tá, Phạm Thị Huê, Phạm Văn Cương, Trọng Lê, Nguyễn Hồng Dũng, Nguyễn Duy Chính, Nguyễn Trọng Kỳ, Mường Thanh, Hà Thúc Sinh, Phạm Bá Cát, Trần Minh Cung, Trần Văn Cửu, Phạm Đức Hạnh, Trần Hiến, Vũ Đình Kỷ, Nguyễn Xuân Long, Vũ An Phong, Đức ông Nguyễn Đức Tuyến, Trần Quang Tuyến, Nguyễn Đức Lập, Nguyễn Ngọc Bích, Lưu Trung Khảo, Nhật Tiến, Nguyễn Đức Tuyên, Tưởng Năng Tiến, Lm. Vũ Đình Trác, Phạm Kim Vinh, Trần Diệu Hằng, Trần Ngọc Báu, Đinh Xuân An, Nguyễn Chí Thiện, Đỗ Văn Tám, v.v.

Cộng đồng Tu sĩ là tờ báo tin khi thành lập Cộng đồng Tu sĩ Việt Nam tại Hoa Kỳ (1971). Bên cạnh có tờ Liên Lạc, "tiếng nói của những người không có tiếng nói" từ 1970, của Cộng đồng giáo sĩ và tu sĩ Việt Nam Miền Tây Hoa Kỳ, rồi Liên đoàn Công giáo Việt Nam tại Hoa Kỳ được thành lập vào năm 1980 tại San Jose, tờ Liên Lạc do linh mục Nguyễn Văn Tịnh - Chủ tịch Liên nhiệm kỳ đầu tiên (1980-1984) làm chủ bút nhưng phát hành hạn chế ở khu vực bắc California và đình bản năm 1983. Tiếp đến Liên đoàn ra tờ Đồng Vọng và khi khi có tiến trình Phong thánh Tử Đạo Việt Nam vào năm 1988 thì trước đó một năm Liên đoàn Công giáo Việt Nam tại Hoa Kỳ có cho phát hành nguyệt san Chứng nhân Công giáo với lượng phát hành là 10.000 số báo mỗi tháng và được phân phối rộng rãi khắp các cộng đoàn Công giáo tại Hoa Kỳ. Chủ nhiệm Lm. Đỗ Thanh Hà, chủ bút Lm. Trần Công Nghị; tổng thư ký: Quyên Di. Tòa soạn tại Garden Grove, California.

Người Tín Hữu nguyệt san, "Tiếng nói của người tín hữu thời đại mới" với chủ nhiệm kiêm Chủ bút Lm. Dao Kim, tổng thư ký Trần Văn Nhật. Tòa soạn đặt tại Houston, Texas, phát hành số 1 & 2 năm 1997.

Thời điểm Công giáo Việt Nam "tập san khảo cứu, bình luận, thần học, tu đức, mục vụ công giáo" do Lm. Trần Công Nghị và một nhóm trí thức và văn nghệ sĩ chủ trương và cộng tác. Điều hành tòa soạn: Quyên Di, phụ tá : Nguyễn Thanh Vang. Số 1 phát hành tháng 04-1991 tại Garden Grove, California.

Diễn đàn Giáo dân nguyệt san xuất bản ở Quận Cam CA và do một nhóm giáo dân Công giáo phụ trách, Chủ bút Phạm Đình Đài và Tổng thư ký Phạm Tất Hanh. Số 1 ra tháng 4-2001: "Vai trò và sứ mệnh giáo dân trong Giáo hội và ngoài xã hội" và đã ra đến số 241 tháng 12-2021. Hiện nay chủ-nhiệm là Nguyễn Văn Liêm, chủ bút Mặc Giao và tổng thư ký Charlie Nguyễn Mạnh Chi. Nhóm Chủ trương và Ban Biên tập trong số có Trần Phong Vũ, Nguyễn Đức Tuyên, Phạm Hồng Lam, Minh Võ, Đỗ Mạnh Tri, Đinh Thái Sơn, Nguyễn Tiến Ích, Nguyễn Chính Kết, Trang Đài Glassey-Trầnguyễn, Tưởng Năng Tiến, ... *Diễn Đàn Giáo Dân* tổ chức những buổi ra mắt sách cũng như "Hội ngộ dân Chúa hải ngoại" quy tụ những nhà trí thức và giáo dân bàn luận về những vấn đề của giáo hội Công giáo, các Thông điệp của các Đức Giáo hoàng, v.v. . Diễn Đàn Giáo Dân cũng là nhà xuất bản, đã cho ra mắt: *Học Thuyết Xã Hội Công giáo "sưu tập những bản văn huấn quyền"*, 2004; *Vai Trò Người Tín Hữu Công Giáo Đối Với Giáo hội và Xã Hội "tuyển tập văn kiện Giáo hội"*, 2004; *Mười Năm Thái Hà-Tòa Khâm* Sứ do Lm. Nguyễn Ngọc Nam Phong biên soạn (5-2019).

Tuyển tập Giáo dân do 4 nhóm Tiếng nói Giáo dân, Dấn thân, Diễn đàn Giáo dân và Lương tâm Công giáo đồng chủ trương. Chủ nhiệm Trần Công Huấn, chủ bút Linh Giao. Chủ đề số ra mắt năm 2000: "Giáo hội Công giáo sứ mệnh Đổi mới", phát hành từ Garden Grove CA.

Dấn Thân ra mỗi 2 tháng từ tháng 6-1990, tạp chí nghiên cứu, học tập và thông tin của Phong trào Giáo dân Houston – hoạt động từ năm 1990. Chủ nhiệm: Quách Huỳnh Hà, Chủ bút: Nguyễn Trí Sử. Hiện chủ nhiệm là Phan Thành Đức, chủ bút Michael Thái Bình. Tòa soạn ở Katy, Texas Hoa Kỳ.

Triết Đạo, tập san nghiên cứu Triết học và Đạo giáo do Nhà xuất bản Vietnam University Press ấn hành vào tháng Tư và tháng Mười. Chủ biên Lm. Peter Phan Đình Cho, phụ biên: Trần Văn Đoàn, điều hành: Bùi Hữu Thư. Ban biên tập gồm Nguyễn Tự Cường (USA), Nguyễn Thái Hợp (Italy), Võ Tá Đề (USA), Vũ Kim Chính (Taiwan). Tòa soạn tại Vienna, Virginia. Số 1 ra vào mùa Xuân 2001.

Đất Mẹ của Phong trào yểm trợ Giáo hội Công giáo Việt Nam với chủ trương "Đoàn kết tôn giáo, kêu gọi lòng ái quốc của tuổi trẻ tại hải ngoại, góp phần quang phục và xây dựng quê hương - Bảo tồn văn hóa Việt Nam". Chủ nhiệm Nguyễn Phi Thọ, tổng thơ ký: Hoàng Văn Minh. Nguyệt san tòa soạn ở Houston TX phát hành từ năm 1991.

Hội Hữu "Việt Học Hàn Lâm" do Lm. Vũ Đình Trác chủ trương. Phát hành tại Fullerton, California số 1 ngày 01-06-1985.

Tuổi Hoa nguyệt san được tái bản ở hải ngoại: số 1 Xuân Bính Dần (1-2-1986) ngưng sau số 15 (10-1989) rồi được tục bản bộ mới số 1 (5- 1994) và đình bản luôn sau số 20 Xuân Canh Thìn (2-2000)

Ngoài ra, còn có một số đặc san khác, như: ***Sứ Điệp, Đồng Hành*** - tờ liên lạc của phong trào Linh Thao ra mắt từ tháng 1-1979; ***Về Đất Hứa,*** "Cơ quan thông tin huấn luyện Phong trào Thiếu nhi Thánh Thể Việt Nam tại Hoa Kỳ". Chủ nhiệm: Lm. Phạm Văn Phương. Phát hành từ năm 1994 tại Forest Park, Georgia.

Các cộng đồng Công giáo ở nhiều địa phương cũng xuất bản báo chí hoặc nội san như Đồng Tâm ở Portland OR, nguyệt san Hiệp Nhất ra đời từ tháng 12-1992 của Cộng đồng Công giáo Việt Nam giáo phận Orange với chủ nhiệm Nguyễn Xuân Hân, chủ-bút Chính Thanh; ...

- Canada:

Truyền Thông/Communications của BS Phạm Hữu Trác số ra mắt tháng 11-2001, với chủ trương *"nhận định, trình bày những vấn đề hiện đại trên mọi lãnh vực văn hóa cũng như xã hội trong trào lưu tiến hoá hoàn cầu. Tạo lập một diễn đàn mới cho người Việt, đặc biệt là giới trẻ đang sống khắp nơi trên thế giới", "xuất bản một năm bốn kỳ. Bài vở trong mỗi số do một chủ biên chọn lọc. Bài viết hoặc bằng tiếng Việt hoặc bằng Anh ngữ hoặc Pháp ngữ".* Đề tài thời sự, lịch sử hoặc liên quan đến cộng đồng người Việt cần minh định, trao đổi để định hướng, mở ra hướng đi mới, bên cạnh những cái nhìn mới về văn chương học thuật. Từ hình thức ấn phẩm đơn sơ lúc đầu, tạp chí ngày càng dày thêm nội dung và trình bày mỹ thuật. Đình bản sau số 41-42 (Thu-Đông 2011) chủ đề "Nhìn qua cửa sổ" và bắt đầu chuyển sang hình thức xuất bản tác phẩm (Vài Câu Chuyện Lịch Sử 2012, *Công Trạng văn học Trong Các Xứ Đạo* Đông- Xuân 2017, ...).

Niềm Tin song ngữ Pháp-Việt, "tiếng nói cộng đồng Công giáo Việt Nam Montréal" số 1 khổ tabloid 8 trang ra ngày 15-8-1979, giá 1 dollar, từ số 12 (9-1980) đổi sang khổ 8x11. Có sự góp mặt của Phạm Xuân Thu, Nguyễn Khắc Ngữ, Đỗ Quí Toàn,... Cộng đoàn Công giáo Việt Nam tại Québec thì có tờ ***Hiệp Nhất***.

Chân Lý tập san do Phụ tỉnh Đa Minh Việt Nam hải ngoại ở Calgary, Alberta xuất bản, từ 1998, với mục đích Thần học, Tu đức, Giáo dục, Bình luận, Lịch sử, Văn chương Nghệ thuật, Thời sự, Thông tin và Liên lạc.

*** Ở Pháp:**

Giáo xứ Việt Nam tại Paris được thành lập ngày 01-10-1947. Từ 1975 cha Giám Đốc Nguyễn Quang Toán cho ấn hành tờ báo Vào Đời, sau đó, đổi tên thành tờ ***Xuyên Việt***. Trung Tâm Mục Vụ Việt Nam tại Pháp có tờ Tin, số 1 ngày 25-12-1976 và số cuối cùng 10 & 11 tháng 7-1977. Tháng 10-1977, phát hành bán Nguyệt san ***Hiện Diện***, nội san Công Giáo Việt Nam tại Pháp / Bulletin d'information des Catholiques Vietnamiens en France.

Bản tin ***Giáo Xứ Việt Nam*** "bulletin mensuel d'information et de li- aison de la Mission Catholique Vietnamienne à Paris ra số đầu tiên tháng 11 năm 1968 với Lm. Nguyễn Hưng chủ-nhiệm. Tháng 1-1973 chủ nhiệm Lm. Nguyễn Quang Toán, *Giáo Xứ Việt Nam* thành "Cơ quan Thông tin và Liên lạc của Giáo xứ Việt Nam tại Pháp" cho đến số 282 tháng 6-1977 thì trở nên Bản tin hàng tuần số 1 ra ngày 30-1-1977, và cuối cùng trở lại hình thức nguyệt san số 1 Xuân Giáp Tý ra đầu tháng 1-1984.

Công Giáo Việt Nam Hải ngoại do Hoàng Hải điều hành, từ năm 1977.

Định Hướng, "tập san nghiên cứu và nghị luận" ra tam cá nguyệt, số 1 ra năm 1993 tại Reichstett (Pháp), ban đầu là cơ quan của Công giáo Việt Nam Hải ngoại sau trở thành cơ quan của Trung tâm Văn hóa Nguyễn Trường Tộ, do đức ông Trần Văn Hoài chủ trương và Nguyễn Đăng Trúc phụ trách chủ bút và trị sự, Nguyễn Bá Tùng Hoa Kỳ ấn loát. Ban biên tập từ nhiều nước, ngoài đức ông Trần Văn Hoài và Nguyễn Đằng Trúc còn có TGM Nguyễn Văn Thuận, các Lm. Vũ Đình Trác, Nguyễn Thái Hợp, Phan Đình Cho, Trần Ngọc Thụ,... và các giáo sư, bác-sĩ, nhà văn Nguyễn Bá Tùng, Đoàn Xuân Kiên, Trần Văn Toàn, Lê Hữu Mục, Nguyễn Vy Khanh, Võ Long Tê, Trần Văn Đoàn, Vũ Quốc Thúc, Nguyễn Lý Tưởng, Trần Văn Cảnh, Trần Duy Nhiên, Trần Văn Tích, Trần Quang Hải, Đỗ Như Điện, Đỗ Quang Vinh, Nguyễn Văn Thành, Nguyễn Hữu Thống, Lâm Lễ Trinh, Trần Minh Tùng, Nguyễn Đức Cung, Nguyễn Đức Tuyên, Lê Mộng Nguyên, Trần Gia Phụng, Nguyên Hương Nguyễn Cúc, Lê Đình Cai, Nguyễn Hữu Thống, Đỗ Hữu Nghiêm, Đỗ Bình, Roland Jacques, Phạm Thế Duyệt, Lâm Văn Bé, Thái Công Tụng, Nguyễn Văn Lục, Khang Lang, v.v. Đình bản sau số mùa Xuân 2012, sau 19 năm hiện diện.

Trung tâm Văn hóa Nguyễn Trường Tộ còn phát hành "diễn đàn văn hóa" ***Liên lạc Nhân Văn*** (số 1, tháng 12-2000 đến tháng 6-2009) và tổ chức Đại học Hè ở nhiều nước Âu châu (Pháp, Bỉ, Thụy Sĩ), cho sinh viên học hỏi về văn hóa Việt Nam.

Tin Nhà (Nouvelles du pays/News from Home, Paris): số 1 phát hành mùa Thu 1990. Lúc đầu báo ba tháng ra 1 số, song ngữ Pháp-Việt, sau dần chỉ có tiếng Việt, Ban biên tập gồm Đỗ Mạnh Tri, Lê Thị Bạch Nhựt, Hồ Đỉnh, Nguyễn Hữu Tấn Đức, Phạm Đán Bình và Nguyễn Văn Tánh. Lúc mới ra cốt hỗ trợ cựu Lm. Nguyễn Ngọc Lan và Lm. Chân Tín đang bị quản thúc, phổ biến thông tin tin tức trong nước rất cập nhật nhất là về tôn giáo (Công giáo và Phật Giáo) cũng như về chính trị, kèm những bài bình luận, phỏng vấn và đăng bài các nhân vật, cũng như làm sáng tỏ những khúc mắc Nguyễn Văn Trung, Phật giáo-Công giáo.

Hợp Tuyển Thần Học chủ biên Lm. Nguyễn Thế Minh, phụ biên Lm. F. Gomez Ngô Minh; số 1 ra mắt tại Paris năm 1991.

Vào Đời *"Dân tộc và Niềm tin"*, Tiếng nói Đoàn Thanh niên Sinh viên Việt Nam Công giáo tại Paris. Phụ trách: Võ Quang Tuyến. Số 1 phát hành ngày 16-12-1977.

Nhân Quyền của Lm. Trần Thanh Giản ra mỗi 2 tháng, đại diện ở Bắc Mỹ là Từ Uyên rồi Nguyễn Vy Khanh và Lâm Lễ Trinh.

Các cộng đoàn Công giáo ở các tỉnh, vùng nước Pháp cũng như Đức phần lớn đều có các Bản tin hoặc Nội san.

Ở **Ý**, Văn Phòng Phối kết Tông đồ Mục vụ Việt Nam Hải Ngoại xuất bản tờ ***Hiệp Thông*** đồng phát hành tại Roma, Hoa Kỳ và Úc Châu với sự cộng tác của Lm. Nguyễn Việt Hưng (Hoa Kỳ) và Lm. Nguyễn Hữu Quảng (Úc Châu). Đức ông Giuse Đinh Đức Đạo làm giám đốc.

Ở **Úc** (NSW) khoảng năm 2001, Công giáo có tờ ***Thư Nhà*** chủ nhiệm là Lm. Chân Tín (trong nước) với biên tập ở Úc và Hoa Kỳ (Trần Phong Vũ) ra mỗi 2 tháng, bài vở nhiều khi trùng hợp với tờ Tin Nhà.

ĐOẠN KẾT

Ở hải ngoại, người Việt sống trong một ngôn ngữ khi không còn lãnh thổ và đã có những trăn trở về thể hiện qua con chữ và kỹ thuật. Con người hôm nay, con vật tư duy, vẫn kiếm tìm chân lý và định nghĩa con người. Bản thể làm người nói chung, không biên giới, cái gạch nối giữa trời và đất. Con người sống cái thời của nó, sống hết bản ngã mình. Và tình yêu, bi quan hay hy vọng, nhưng thường không thiếu tình dục. Nói tính văn chương không thể bỏ qua khía cạnh mục đích, ý hướng (viết cho ai, để làm gì?) và bên cạnh đó là ngôn ngữ sử dụng và bút pháp, làm văn chương thì chiến tranh, quá khứ sẽ như là hư cấu,... Ngôn ngữ tinh luyện, chữ dùng mới, văn cảnh xứ người, ảnh hưởng văn học xứ tạm dung hay quê hương thứ hai, v.v. đã nhập vào sáng tác của người làm văn học hải ngoại.

Các nhà văn thơ Công giáo có mặt và sinh hoạt ngay từ giai đoạn đầu cho đến ngày nay.

Về thể loại, nguồn Đạo tỏ rõ hơn qua thi ca vì kỹ thuật thơ giúp thể hiện, trình biểu một cách sâu xa. Thơ do đó là bộ môn văn chương nghệ thuật nhất, nhất là mảng văn học Công giáo Việt Nam, đã khơi mầm từ thời khởi đầu. Về văn xuôi, tính chất đạo nhẹ nhàng hơn về tính nghệ thuật, văn chương, nhưng biểu tỏ hoặc qua nội dung hoặc qua thành quả đóng góp cho văn học, học thuật.

Thánh kinh từ nhiều thế kỷ đã là nguồn mạch văn hóa và văn chương của nhân loại. Các tác giả Việt Nam về mặt này cũng không ra ngoài nguồn mạch vô tận đó. Đức Kitô, những sứ điệp, Tin mừng, mầu nhiệm, các nhân vật Cựu ước, Tân ước .., đã là những tứ thơ văn và đề tài quen thuộc.

Nói chung, các thể loại đều được các tác giả Công giáo sử dụng, và đã có những tác phẩm sáng giá, để đời, nhưng ngược lại, đối với một số thì các hình thức văn chương được sử dụng như phương tiện sống đạo và giảng đạo. Các truyện ngắn, tùy bút và thơ của linh mục Nguyễn Tầm Thường, Nguyễn Trung Tây, v.v. là những thể hiện khác của những bài giảng hay suy niệm, tĩnh tâm.

Các tác giả văn học Công giáo Việt Nam ít nhiều đã đụng đến ý nghĩa cuối cùng của đời người trần thế, và đa số họ nói đến đời sống hôm nay của người Công giáo như là một người Việt Nam, một thành phần của dân tộc. Tư tưởng đạo Thiên Chúa, tư duy đạo, đã thật sự thấm nhuần vào văn hóa và văn học nghệ thuật nước ta. Và đã sinh ra một truyền thống văn học có nền nếp và hiển nhiên trong thực tế lịch sử và đất nước.

Văn xuôi đã có những cách tân vào giai đoạn cao điểm rồi trở về xuôi chảy bình dị của văn viết.

Thơ phong phú về lượng ở thế hệ người Việt hải ngoại thứ nhất, rồi dần yếu đi - phải chăng đã đủ chứng tích, hay ý chí sáng tạo thơ muôn đời đã bớt hoặc hết còn thôi thúc?

Hiện nay các tác phẩm của các nhà văn Công giáo thường có tính xã hội, tôn giáo và tâm linh hơn là văn chương!

Với nhà văn Công giáo ở hải ngoại, cảm hứng nảy sinh từ việc đào sâu những vấn đề, khía cạnh của cuộc sống ở xứ người, như nơi tạm dung hay một quê hương mới, sống bên lề hay nhập dòng chính, sống thân phận di trú, thiểu số trong một ghetto hay như một công dân toàn diện. Những suy nghĩ về quê hương mới, về không gian mới mở ra, cái không gian đó rộng hẹp ra sao, có gì đặc sắc, làm phong phú thêm hay gây vấn đề cho người Việt Nam, cụ thể ở Boston đây hay Paris, Little Saigon, Sydney, Montréal, Rome, v.v.; hay rộng lớn hơn của thế giới Việt Nam hải ngoại. Nhân vật dĩ nhiên sẽ đa dạng hơn, có người Việt thuần và có người vẫn da vàng nhưng đã hội nhập từ thân xác đến tư tưởng, nếp sống; có người Việt bảo thủ và người Việt khai phóng; và có những nhân vật người bản xứ, với họ và qua họ mà tác giả có thể cụ thể hóa thành con chữ những gì muốn nói và trình bày, cho tha nhân người Việt và người bản xứ nếu tác phẩm viết bằng ngôn ngữ bản xứ (Anh, Pháp). Đây là hiện đại và hoàn cầu hóa về ngôn ngữ sử dụng, một khía cạnh khác của văn hóa Việt Nam hôm nay!

Như vậy, về đề tài, các văn nghệ sĩ không sợ lập lại, mà chỉ sợ không đủ khả năng sáng tạo, diễn tả cần thiết và đến được với người thưởng ngoạn, qua một văn bản, kịch bản hay bức tranh và nhạc bản! *[3]

Văn nghệ Công giáo dĩ nhiên có những đặc tính riêng trong lòng và bên cạnh văn chương nghệ thuật Việt Nam nói chung. Các tác giả xuất thân hoặc được giáo dục từ những môi trường Công giáo, nhưng đây không phải là điều kiện thiết yếu. Vấn đề là các văn nghệ sĩ sáng tác thế nào để còn khiến người đọc sử dụng cảm tính và phán đoán của người có Đạo, làm giàu tâm thức người thưởng thức. Thứ nữa, làm sao để tác phẩm mang tính tôn giáo và nghệ thuật cho đạo Chúa. Có thể nói tập thể và từng cá nhân văn nghệ sĩ Công giáo sáng tác dưới cái nhìn của Thiên Chúa.

Văn nghệ Công giáo hiện đại cần đến **luân lý và ý thức** (lương tâm). Mọi canh tân đều cần đến luân lý làm người và là người có tâm thức, có linh hồn, trong khi càng ngày con người càng rời xa nhân bản, có thể vì theo thời, ham vui, hoặc thiếu đức tin làm nền tảng. Con chữ và nghệ thuật đã bị lạm dụng!

Phía văn nghệ Công giáo cũng có những va chạm giữa mới và cũ. Chúng ta biết thẩm mỹ văn chương và đức tin đều thuộc về giá trị tinh thần. Nhưng lịch sử cũng ghi nhận rằng mối liên hệ giữa giáo quyền Công giáo và văn nghệ sĩ đã hơn một lần căng thẳng về khuôn khổ "luân lý Công giáo" (ethic). Như vậy là phủ nhận tự do sáng tạo

[3] Sđd, tr. 462-463

và tự do cá nhân. Từ khủng hoảng đó, người ta nhận ra vấn nạn là ở chỗ nhà văn và người tín đồ Công giáo vẫn là một. Xét cho cùng thì Nghệ thuật và Luân lý như hai thành phần có thể tự tại riêng nhưng lại cùng xuất phát từ Chân Thiện Mỹ. Trình bày như thế để thấy rằng ngày nay người ta dễ chấp nhận rằng văn nghệ sĩ có một nền tảng thẩm mỹ riêng, cá biệt, với mục đính và phương cách thực hiện riêng. Không thể có con người mà không có văn hóa và nghệ thuật. "Nhờ nghệ thuật, con người thay hình đổi dạng cho những điều kiện sống của mình. Con người đem lại cho vẻ đẹp một hình hài và tự giải thoát mình khỏi những lo sợ. Qua nghệ thuật, con người còn chu toàn sứ mệnh khuất phục tạo dựng nữa, nhưng ở đây con người tiến hành sứ mệnh ấy trong tình yêu và sự tế nhị chứ không phải bằng bạo lực.[4] Như vậy, về Chân Thiện Mỹ thì trong nghệ thuật, cái Đẹp là chính, còn cái Chân Thật và cái Tốt Lành không hẳn là thiết yếu - tùy bộ môn nghệ thuật. Điều này phù hợp với cái nhìn Công giáo mới về nghệ thuật: "Vẻ Đẹp đánh thức tính nội tâm, mầu nhiệm, sự hài hòa đồng hành với việc trở về với Tạo Hóa của mọi tạo vật", và nghệ nhân "để trở thành tự do, mỗi người phải 'tự xây lấy mình'... con người là nghệ nhân của chính mình, là chính sự quan phòng của mình" vì nếu nghệ nhân tập luyện để trở thành nghệ sĩ, "lúc bấy giờ nghệ thuật trở thành một đức tính trí tuệ, một đức tính trí thức, điều đưa đẩy Jacques Maritain nói rằng "nghệ sĩ là người trí thức đang hành động"

Nếu căn bản đạo đức (Ethic) của văn chương là nhắm đưa đến cứu rỗi; thì tôn giáo cũng đưa đến cứu rỗi; nhưng mỗi bên có những khác biệt đặc thù và đã có cái mối liên hệ thiết yếu cần có giữa cái Đẹp mỹ thuật, âm nhạc, văn chương v.v. với tìm kiếm tâm linh. Đức tin và không gì khác sẽ cứu con người. Nghệ thuật và sáng tạo là cách gặp gỡ Thượng Đế, Thiên Chúa, như vậy phải sống và tin trước khi làm một cái gì, như sáng tạo văn thơ, để cho tha nhân đọc được, thấy được, hiểu được, cái "Đẹp bên trong" nơi nhà văn thơ, khiến cây bút đó trở thành chứng nhân sống động. Một nhà văn người Nga khác, Alexandre Soljenitsyne, nạn nhân chế độ toàn trị, giải Nobel Văn chương năm 1970, một tiếng nói lương tâm sáng giá của thời hiện đại, qua đời năm 2008, đã phải rời bỏ quê hương để sống lưu vong và để được tự do sáng tác, đã nhiều lần lên tiếng chống lại nghệ thuật trừu tượng, vì theo ông, nghệ thuật phải là một đảm bảo hoàn toàn thật sự khả tín về sự thật và cho phép lương tâm chúng ta tỉnh thức một cách cụ thể và khách quan trước những gian dối có hệ thống của nền văn hóa vật chất và lợi nhuận. Nếu không có cuộc sống tâm thức này, cái hèn hạ sẽ tiếp tục con đường của nó trong ý thức chúng ta.

Mặt khác, muốn có tự do, kể cả tự do sáng tạo, là phải phân biệt rõ

[4] Trích Jean-Louis Bruguès, Từ điển Luân lý Công giáo (sd, sn; tr. 461-2

Thiện và ác, và được hay thua đều ảnh hưởng đến vận mạng con người và tự do. Sáng tác nghệ thuật là diễn tả một cái gì, một sự việc hay tâm tư một người, là kể lại một chuyện gì,... nhưng hành vi sáng tạo đó phải được chủ định, hướng dẫn bởi Chân Thiện Mỹ. Nếu sáng tạo để cổ võ hay duy trì cái ác, cái xấu, gian dối, ngu si, v.v. thì con người sẽ đánh mất giá trị sáng tạo và nhân bản. Đức cố giáo hoàng Gioan-Phaolô đệ nhị từng nói *"Thế giới chúng ta đang sống lúc nào cũng cần đến mỹ thuật, cái Đẹp, để không phải chìm đắm trong tuyệt vọng"*.

*

Để **kết luận**, chúng tôi muốn kể chuyện triết gia Martin Heidegger không lâu trước khi qua đời đã tuyên bố với nhà báo nước Đức, tờ Spiegel (1976) rằng 'chỉ có Thượng Đế là còn có thể cứu rỗi con người ' ("Seul un dieu pourrait encore nous sauver "). Một triết gia hiện tượng luận vô thần đã phải đi đến kết luận đó về Hữu Thể (Être), đáng để cho chúng ta suy nghĩ. Cuộc hiện sinh của con người chúng ta đã là món quà của Thiên Chúa, vậy sáng tạo và tích lũy sáng tạo văn chương, nghệ thuật có đáng giá gì nữa không? Ân sủng, khát vọng ân sủng, phải chăng đó là hạnh phúc của cuộc sống nhân sinh, trong đó có những người nghệ sĩ?

Các tác giả văn học Công giáo Việt Nam ít nhiều đã đụng đến ý nghĩa cuối cùng của đời người trần thế, và đa số họ nói đến đời sống hôm nay của người Công giáo như là một người Việt Nam, một thành phần của dân tộc dù có phải sống xa đất nước. Tư tưởng đạo Thiên Chúa, tư duy đạo, đã thật sự thấm nhuần vào văn hóa và văn học nghệ thuật nước ta. Và đã sinh ra một truyền thống văn học có nền nếp và hiển nhiên, trong thực tế lịch sử và dân tộc. Một hội nhập đức tin và văn hóa cội nguồn Việt Nam phát sinh hoa trái nghệ thuật và văn học nghệ thuật là con đường hữu hiệu nhất để đến với người khác, trong cũng như ngoài Công giáo.

Kỹ thuật là bận tâm của người viết / người nghệ sĩ, vì người đọc (và người thưởng ngoạn nghệ thuật) chỉ muốn thưởng thức cái được sáng tạo ra hoặc được viết ra! Như vậy, mỹ thuật và kỹ thuật văn chương trở nên quan trọng, là cái riêng của mỗi tác giả, trong cách vẽ, dựng tượng, trong cách kể, cách viết, trong không khí mà tác phẩm tạo nên được! Sức mạnh của bài thơ, bài văn hay tác phẩm nghệ thuật là ở ý tưởng, mục đích, ở hình ảnh và ở nội dung, sứ điệp được chuyên chở hay nhắm tới. Một tác phẩm thành công theo thiển ý là khi có thể giúp người đọc / người thưởng ngoạn hiểu biết, yêu mến và thực thi được những lý tưởng Chân Thiện Mỹ trong cuộc đời. Nhưng trước khi viết hay sáng tác, văn nghệ sĩ nên biết mình là ai, việc đó tùy thuộc vào việc nhận diện thực thể, nội dung nền tảng là cái luôn hiện đại hóa, cập nhật hóa. Cơ cấu xã hội, văn hóa luôn sinh hóa, tiến tới phía trước để sống còn, trường tồn, vượt qua được những bế tắc và vấn đề trực diện. Nhà làm văn nghệ cũng không thoát ra được vòng vây hiện đại đó, nói như nhà lý luận văn học Roland Barthes : "văn học là chính cái tự dạy, tự nhận chân" ("la littérature, c'est ce qui s'enseigne"). Viết và làm nghệ thuật, là sống cuộc sống hiện thực, dù ở hải ngoại hay trong nước. Viết là một biểu hiện cụ thể cái sống sinh động, biểu hiện của cuộc đi tìm ý nghĩa cho cuộc sống con người, cũng là cuộc tìm kiếm Chân Thiện Mỹ - như một sứ mạng. Sống như một người Việt hiện đại, hôm nay và như một người Công giáo hay cốt lõi Công giáo! Sống và truyền đạt lại cho đời những rung động, tình cảm, tư tưởng xuôi cùng chiều với chân lý của đời sống: có thể kết luận đó chính là sứ mệnh của văn nghệ sĩ Công giáo hiện nay!

Toronto, 1-2022

PHẠM VIỆT TUYỀN, NGƯỜI CHỌN "VẮNG MẶT"

Du Tử Lê

Gs Phạm Việt Tuyền

Trong sinh hoạt 20 năm văn học, nghệ thuật miền Nam Việt Nam, nếu có một người từng giữ nhiều vai trò quan trọng, nhưng không bao giờ muốn bước ra "tiền trường;" thì đó là giáo sư, nhà văn, nhà báo Phạm Việt Tuyền. (1)

Chúng ta được biết, ông là một nhà văn, nhà thơ, nhà phê bình văn học với nhiều tác phẩm đã được xuất bản. Điển hình như những cuốn *"Trên Đường Phụng Sự"* (Kịch, Xb năm 1947;) *"Nghệ Thuật Viết*

Nhà thơ Du Tử Lê

* Sinh: 1942 tại Hà Nam. Mất: 2019. Sau 1975, ông định cư ở miền Nam California.
* Tính đến thời điểm 2014, Du Tử Lê đã xuất bản 58 tác phẩm đủ thể loại, trong đó có thể kể đến, tiêu biểu là: Thơ Du Tử Lê (1964), Ngửa Mặt (tiểu thuyết, 1969), Trên ngọn tình sầu (tập tùy bút, 2011).

Văn" (Biên khảo, Xb năm 1952;) *"Phá Lao Lung"* (Thơ, Xb năm 1956;) *"Quan Điểm Về mấy Vấn Đề Văn Hóa"* (Biên khảo, Xb năm 1953;) hay *"Phương Pháp Nghị Luận, Phân Tích và Phê Bình Văn Chương"* (Biên khảo, Xb năm 1969) vân vân...

Chúng ta cũng được biết ông là giáo sư dạy chứng chỉ dự bị ban Việt Hán, ở Đại Học Văn Khoa, Sài Gòn; hay chứng chỉ Văn Chương Việt Nam, cho năm thứ nhất ở Đại Học Văn Khoa, Huế.

Về con người dạy học của họ Phạm, nhà báo Nguyễn Chí Khả, người từng học ông ở Đại Học Văn khoa Huế, kể rằng, ông là giảng viên thỉnh giảng dạy về phương pháp phê bình văn chương cho chứng chỉ dự bị Văn Khoa 1963-1964. Cứ khoảng mỗi 2 tháng, ông lại ra Huế một lần. Ông dạy liên tục trong ít ngày, rồi về lại Sài Gòn. Vẫn theo nhà báo Nguyễn Chí Khả thì Phạm Việt Tuyền là người rất thương vợ. Mỗi lần ra Huế dạy học, dù chỉ ít ngày, ông thường đến bưu điện Huế để đánh điện tín về cho vợ, bà Đặng Thị Phương Anh.

Nói về con người làm báo của Phạm Việt Tuyền, những người theo dõi sinh hoạt báo chí miền Nam Việt Nam hẳn chưa quên, nhật báo *Tự Do* là một trong vài nhật báo uy tín, có số lượng phát hành rất cao thời Đệ Nhất Cộng Hòa. Khởi đầu tờ báo này ngoài Phạm Việt Tuyền, còn có hai nhân vật quan trọng khác là Mặc Thu và Như Phong.

Với bút hiệu Lý Thắng, Như Phong nổi tiếng với trường thiên tiểu thuyết *"Khói Sóng"* đăng tải hằng ngày; song song với tiểu thuyết trường thiên *"Tỵ Bái"* của Nguyễn Hoạt, tức Hiếu Chân (người phụ trách mục *"Nói hay Đừng"*).

Nhật báo *Tự Do* cũng là nơi cho thấy mặt khác của tài hoa Đinh Hùng qua truyện dài dã sử *"Kỳ Nữ Gò Ôn Khâu"* (ký bút hiệu Hoài Điệp Thứ Lang). Thơ trào phúng của Thiết Bản Đạo Nhân (Trần Việt Hoài); Hà Thượng Nhân (Phạm Xuân Ninh). Nhật báo *Tự Do* còn là cơ quan truyền thông đầu tiên, giới thiệu bút hiệu Toàn Phong của khoa học gia Nguyễn Xuân Vinh, qua những lá thư gửi cho nhân vật tên Phượng; sau này được in thành sách, nhan đề *"Đời phi công"*. Tuyệt nhiên, độc giả không gặp bất cứ một tác phẩm nào, mang tên Phạm Việt Tuyền, xuất hiện trên tờ báo.

Bên cạnh đó, cơ sở xuất bản Tự Do cũng giới thiệu tới độc giả miền Nam, những tác phẩm đầu tay của nhiều tài năng văn chương, nổi tiếng sau này. Thí dụ Nguyễn Đình Toàn, với *"Chị Em Hải"*.

Cơ sở này cũng là cơ sở đầu tiên tổ chức một thứ giống như "chợ sách" ở miền Nam vào giữa thập niên 1960; một sinh hoạt tương đối mới mẻ với Việt Nam, thời đó.

Nhưng nói tới Phạm Việt Tuyền mà không kể tới những năm tháng ông giữ vai trò tổng thư ký Trung Tâm Văn Bút Việt Nam (TTVB-VN), tôi cho là một thiếu sót không thể chấp nhận được.

Nhà báo kiêm nhà văn Lê Phương Chi, có lần nói với tôi rằng, nếu không có sự tận tụy, kiên nhẫn, quên mình của Phạm Việt Tuyền, thì, sinh hoạt của TTVBVN thời đó, sẽ không có gì đáng nói. Ông cho biết, ngoài việc lo nhật tu sổ sách, giấy tờ, phát triển hội viên và, tổ chức những sinh hoạt có tính cách văn học cho hội, hàng tháng, họ Phạm còn phải trách nhiệm sự sống còn của nguyệt san *Tin Sách* nữa.

Vẫn theo ông Lê Phương Chi, thư ký tòa soạn lâu đời và, cuối cùng của nguyệt san *Tin Sách* thì, trên nguyên tắc, chủ nhiệm *Tin Sách* là chủ tịch đương nhiệm; và chủ bút là tổng thư ký của hội. Nói cách khác, nhà văn Phạm Việt Tuyền là "sếp" trực tiếp của ông. Nhưng:

"Trong suốt bao nhiêu năm tôi làm thư ký tòa soạn, chủ bút Phạm Việt Tuyền tin cậy tôi hoàn toàn. Ông không đòi hỏi hay đề nghị tôi nên giới thiệu tác phẩm này, hoặc tác giả kia. Ông cũng cho tôi toàn quyền mời người điểm những cuốn sách mà tôi dự định giới thiệu..."

Tác giả truyện dã sử *"Đào mả Tần Thủy Hoàng"* cũng không quên nói thêm: "Mặc dù cá nhân ông Phạm Việt Tuyền thỉnh thoảng cũng có tác phẩm xuất bản, nhưng mỗi khi tôi đề cập tới việc giới thiệu trên *Tin Sách*, ông đều gạt đi. Ông bảo, ông không nên. Sợ mang tiếng!"

Về đức tính khiêm tốn, luôn chọn cho mình vị trí đằng sau sân khấu, bên trong cánh gà của tổng thư ký TTVBVN, tôi nhớ, giữa thập niên 1960, để tạo sinh hoạt đều đặn cho hội, họ Phạm đưa ra sáng kiến, mỗi tháng, mời một hội viên thuyết trình về một đề tài văn học hay nghệ thuật, do hội viên đó, tự chọn. Nơi chốn (luôn luôn là thính đường trường Quốc Gia Âm Nhạc, ở đường Nguyễn Du), cùng những nhu cầu khác như người phụ diễn, trợ huấn cụ, quảng bá tin tức, mời khách tham dự... đều do ông đích thân liên lạc, cung ứng. Diễn giả chỉ cần cho biết đề tài bài nói chuyện mà, không phải đưa ông duyệt trước...

Tháng Mười, năm 1965, cá nhân tôi được mời. (2) Trước khi nhận lời, tôi hỏi ông, tại sao, một người tên tuổi, uy tín như ông lại không phải là một trong những người đầu tiên thực hiện kế hoạch? Ông đáp: "Thì các anh, các chị cứ chịu khó nói trước đi. Khi không còn ai khác, lúc đó, tới phiên tôi cũng đâu có muộn màng gì..."

Tôi hiểu, ông trung thành với chủ trương "tránh mang tiếng!"

Nói tới sự mang tiếng, tôi nghĩ, một số người có thể vẫn còn nhớ, nhật báo *Tự Do*, trong số Xuân Canh Tý, 1960, in bức tranh vẽ 5 con chuột, đục khoét một quả dưa hấu của họa sĩ Phạm Tăng. Bức tranh được những người chống đối chế độ của Tổng thống Ngô Đình Diệm cắt, treo trong nhà. Họ cho rằng tác giả bức tranh ám chỉ 5 nhân vật trong gia đình họ Ngô. Khi sự việc đến tai những nhân vật hữu trách, họa sĩ Phạm Tăng cũng như nhà văn Phạm Việt Tuyền bị gọi, hỏi. Không một ai bị bắt. Nhưng, vốn là người quan tâm tới đời sống của các cộng tác viên, với tư cách chủ nhiệm nhật báo *Tự Do*, Phạm Việt Tuyền đã đứng ra, xin Bác Sĩ Trần Kim Tuyến cho họa sĩ Phạm Tăng xuất ngoại... (3)

Tôi vẫn nghĩ: Bất cứ một tổ chức, một cơ quan uy tín nào, cũng thường có một, vài người ở vai trò trách nhiệm; nhưng lại chọn cho mình cái vị trí hậu trường. Chỗ đứng phía sau sân khấu. Họ nhường tiền trường với hào quang, tiếng vỗ tay, cùng những vòng nguyệt quế... cho kẻ khác...

Mặc dù, nếu không có họ, thì cũng sẽ không có tiền trường. Không có hào quang. Không tiếng vỗ tay và, luôn cả những vòng nguyệt quế (dù khiêm tốn).

Với tôi, nhà văn, giáo sư, người tổng thư ký TTVBVN thuộc 20 năm văn học miền Nam, Phạm Việt Tuyền, chính là một trong những người, một đời, duy trì cho mình, cái vị trí "vắng mặt", cao quý đó.

(16 Tháng Chín, 2009)

Chú thích:

(1) Theo tài liệu của một số trang web thì, nhà văn Phạm Việt Tuyền, bút hiệu Thanh Tuyền, sinh ngày 15 Tháng Bảy, năm Bính Dần (giấy tờ ghi ngày 15 Tháng Tám, năm 1926.) Đầu thập niên 1980, ông chọn định cư tại thành phố Strasbourg, Pháp. Ông mất ngày 16 Tháng Hai, năm 2009.

(2) Cần chi tiết, xin đọc *Tin Sách*, số đề Tháng 12, năm 1965, Saigòn. Tr. 2.

(3) Theo ông Phạm Hải Nam (hiện cư ngụ tại miền Nam Cali,) thân nhân của họa sĩ Phạm Tăng thì ngay trong năm 1960, họa sĩ Phạm Tăng được 1 học bổng về hội họa ở Ý. Ông từng được trao nhiều giải thưởng hội họa rất cao quý. Trong số đó, có một giải của Toà Thánh La Mã. Các phiên bản tranh Phạm Tăng hiện nay, cũng được bán với giá rất cao, ở Âu Châu.

Nguồn:
https://hoaxuongrong.org/tac-gia/pham-viet-tuyen/pham-viet-tuyen-nguoi-chon-vang-mat_a178

NGUYỄN VĂN TRUNG VÀ THÁI ĐỘ TRÍ THỨC

Đỗ Lai Thúy

Người trí thức không phải là người có kiến thức đại học hoặc sau đại học, mà là người có kiến thức chuyên sâu nhờ đọc sách và kinh nghiệm tiếp xúc. Thực ra, điều cốt yếu đáng nói không phải là vốn kiến thức, mà là thái độ trí thức đối với các vốn ấy và, nhất là, đối với những vấn đề cuộc sống trước mặt đặt ra.

NGUYỄN VĂN TRUNG

Trong các nhà phê bình văn học miền Nam 1955-1975, ở Sài Gòn, Nguyễn Văn Trung(*) là một khuôn mặt đặc biệt, đa dạng và đa diện. Ông, trước hết, là một nhà triết học. Tốt nghiệp tiến sĩ triết ở Bỉ, người Công giáo ấy, với một luận án về Phật học. Như các linh mục khác, Lê Tôn Nghiêm và Trần Thái Đỉnh. Có thể, Phật giáo bấy giờ là cái nhìn phương Đông và dân tộc sang phương Tây và Kitô giáo. Cũng có thể triết học Phật giáo có những điểm tương đồng với triết học hiện sinh, trào lưu đang nổi lên mạnh mẽ ở châu Âu và, phần nào, trên thế giới. Mà các ông chịu ảnh hưởng. Riêng Nguyễn Văn Trung, chủ yếu từ Jean-Paul Sartre. Nhất là thái độ dấn thân.

Bởi thế, sau khi khước từ lời mời sang Mỹ làm việc, Nguyễn Văn Trung về Việt Nam dạy Đại học Huế, rồi Đại học Văn khoa Sài Gòn. Nhưng không đi theo con đường truyền thống của một giáo sư đại học, làm công tác nghiên cứu, biên khảo, giới thiệu triết học phương Tây nói chung và triết học hiện sinh nói riêng, mà vượt khuôn viên nhà trường để đi vào đời sống xã hội. Triết học với ông lúc này không còn là một đối tượng nghiên cứu nữa, mà là một triết lý sống. Hay, nói khác, triết học xuống đường (chứ không/chưa phải đứng đường!).

PGS. TS. Đỗ Lai Thúy

** Sinh: 1948 tại Quốc Oai, Hà Tây.*
** Ông là nhà nghiên cứu phê bình theo khuynh hướng phân tâm học. Ông giới thiệu các lý thuyết văn học, văn hóa của thế giới.*
Tác phẩm chính:
** Mắt thơ (Phê bình phong cách Thơ mới).*
** Sự đỏng đảnh của phương pháp.*
** Bút pháp của ham muốn.*

Nguyễn Văn Trung là cây bút chủ lực của nhiều tờ tạp chí quan trọng như Đại học hồi ở Huế, giới thiệu triết học, văn học, giáo dục phương Tây, sau đó là Sáng tạo, Đất nước, Hành trình ở Sài Gòn, đụng nhiều đến các vấn đề văn hóa, chính trị, xã hội của thời cuộc. Các bài viết của ông sau tập hợp lại theo từng vấn đề và xuất bản với nhan đề là Nhận định (6 tập). Ngoài ra ông còn viết những cuốn sách mang tính luận chiến về chủ đề văn hóa và chính trị như *Chủ nghĩa thực dân Pháp ở Việt Nam: thực chất và huyền thoại* (Nam Sơn, 1963), *Chủ đích Nam Phong, phê bình một quan điểm phê bình* (1972), *Trường hợp Phạm Quỳnh* (Nam Sơn, 1975); về Phật giáo như *Biện chứng giải thoát trong Phật giáo* (Đại học, 1958), *La Conception boudhique du devenir* (Nam Sơn, 1963); về một chủ đề của triết học hiện sinh như *Ca tụng thân xác* (Nam Sơn, 1967), *Ngôn ngữ và thân xác* (Trình bày, 1967)... Và, có lẽ, quan trọng hơn cả là những công trình viết về văn học như *Lược khảo văn học I - Những vấn đề tổng quát* (Nam Sơn, 1963), *Xây dựng tác phẩm tiểu thuyết* (Nam Sơn, 1965), *Nhà văn, người là ai? Với ai?* (Nam Sơn, 1965), *Lược khảo văn học II - Ngôn ngữ văn chương và kịch* (Nam Sơn, 1966), *Lược khảo văn học III - Nghiên cứu và phê bình văn học* (Nam Sơn, 1968)...

Viết về một vấn đề gì, dù lớn hay nhỏ, dù xưa hay nay, Nguyễn Văn Trung đều muốn đưa nó về tận gốc, tức thực/bản chất của nó, để suy xét, phê phán. Trong *Lược khảo văn học I,* những vấn đề tổng quát của văn chương được ông đặt ra dưới dạng câu hỏi: Viết là gì? Viết cái gì? Tại sao viết? Viết thế nào? Viết cho ai? Tuy chịu ảnh hưởng mô hình kiến tạo của Jean-Paul Sartre trong cuốn *Văn chương là gì?* (Nguyễn Văn Tạo dịch, Chi Lăng xuất bản, 1968), nhưng Nguyễn Văn Trung vẫn có cách trả lời mới cho những câu hỏi truy nguyên và vĩnh cửu này. Một nửa câu trả lời là ở lý thuyết văn học thế giới đương đại, chủ yếu từ cuốn sách của Sartre, còn nửa kia là ở những dữ kiện, nhận xét, phê phán hiện trạng nghiên cứu văn học của Việt Nam dưới cái nhìn mới. Câu đáp của Nguyễn Văn Trung, vì thế, lại đẻ ra những câu hỏi khác về văn học Việt Nam, rồi mỗi câu hỏi thứ sinh này lại có những câu đáp khác nhau ở bạn… Sách của Nguyễn Văn Trung mang tính đối thoại là vì vậy.

Thực ra, hồi đầu kháng chiến chống Pháp cũng đã từng có những câu hỏi như Viết cho ai? Viết cái gì? Viết như thế nào? đặt ra cho giới cầm bút. Và câu trả lời cũng được đưa ra cùng lúc với câu hỏi: viết cho công-nông-binh; viết để phản ánh cuộc kháng chiến, để động viên các đối tượng trên hăng hái tham gia giết giặc lập công, thi đua sản xuất; viết dễ hiểu, phổ cập. Hỏi đáp này mang tính độc thoại, là tuyên truyền chứ không phải nghệ thuật.

Lược khảo văn học II đặc sắc nhất là phân biệt giữa ngôn ngữ đời sống và ngôn ngữ văn chương, và ở ngôn ngữ văn chương thì giữa ngôn ngữ thơ và ngôn ngữ văn xuôi. Trong cuộc sống hàng ngày thì cả người nói lẫn người nghe thường chỉ chú ý thông tin, nói/nghe cái gì, nên ngôn ngữ chỉ là một công cụ thuần túy. Còn trong văn chương thì ngôn ngữ vừa là phương tiện vừa là mục đích, thông tin giao tiếp và thông tin thẩm mỹ chồng lên nhau. Điều này thể hiện rõ nhất trong văn xuôi. Riêng với thơ thì thông tin thẩm mỹ được đặt lên hàng đầu, đôi khi là duy nhất, còn thông tin giao tiếp chỉ còn nhiệm vụ môi giới. Bởi thế, Mallarmé mới nói: Người ta làm thơ không phải với ý tưởng, mà với chữ,còn Valéry thì hình ảnh hơn khi so sánh văn xuôi là đi, còn thơ là múa. Đi thì bao giờ cũng phải đến đâu, tức có mục đích, múa thì không đến đâu cả, tức có mục đích tự thân. Và, cũng vì thế mà nhà lý luận thơ Jakobson nói một cách lý luận: Thơ là ngôn ngữ tự lấy mình làm cứu cánh.

Có thể, những tri thức nói trên nay đã trở thành những tri thức học đường. Hiển nhiên như trái đất quay xung quanh mặt trời. Nhưng, ở ta, ngay cả những hiển nhiên ấy cũng còn chưa được bạn đọc số đông chấp nhận, kể cả một số bạn đọc chuyên ngành, cùng ngành biết đến, hoặc biết mà chưa đến. Vì thế mà giữa những người có chuyên môn chung chưa có ngôn ngữ chung. Và, cũng vì thế mà giữa họ không có tranh luận học thuật, chỉ có sự làm ồn hoặc độc diễn.

Lược khảo văn học III bàn nhiều đến phê bình văn học. Trước hết, Nguyễn Văn Trung tóm tắt và nhận xét về những phê bình cũ như (1) Ấn tượng, chủ quan, giáo điều, (2) Giáo khoa (theo Lanson), (3) Luân lý, (4) Tâm lý (theo tính tình học và phân tâm học) và (5) Xã hội (theo Taine, mác xít). Ông cho rằng những phê bình này đứng ngoài văn học để giải thích văn học nên dễ vấp phải những "lệch lạc", "lạm dụng" và "tính chất cá nhân chủ nghĩa" do tình trạng khó khăn về sử liệu và, đặc biệt, "ảo tưởng về chân lý lịch sử". Sau đó, những quan niệm phê bình hiện đại, chưa được áp dụng vào trong văn học Việt Nam như (1) Phân tâm phê bình của Charles Mauron, (2) Phân tâm hiện sinh của Jean-Paul Sartre, (3) Phân tâm vật chất của G. Bachelard, (4) Phê bình chủ đề của J.-P. Richard, Jean-Paul Weber, G. Poulet, (5) Phê bình cơ cấu của L. Goldmann, R. Barthes. Các phê bình mới này đều lấy tác phẩm làm trung tâm, mang tính nội quan.

Phải nói rằng, tính đến thời điểm ấy (1968), đây là một giới thiệu, tuy còn sơ lược, nhưng hết sức mới mẻ và mang tính hệ thống. Đặc biệt thể hiện sự mong muốn mang đến cho phê bình văn học miền Nam một sinh khí mới. Tuy nhiên, do việc tác giả cho rằng nếu vận dụng các phê bình mới thì sẽ khắc phục được hạn chế về sử liệu văn học, nên chưa làm nổi bật được những ưu việt tự thân của phương pháp mới. Hơn nữa, chưa thấy được sự chuyển từ phê bình cũ sang phê bình mới là sự vận động nội tại của tư tưởng phê bình văn học: từ tiền hiện đại sang hiện đại.

Có thể, với sự xói mòn của thời gian, nhiều luận điểm, ý tưởng chói sáng đương thời của Nguyễn Văn Trung nay đã ít nhiều xỉn màu. Nhưng có một điều hẳn sẽ còn tồn tại lâu dài, như một bài học kinh nghiệm, cho các thế hệ sau: đó là thái độ dấn thân khoa học của học giả Nguyễn Văn Trung. Vì thế, trong nghiên cứu, ông đã chọn phương pháp hiện tượng luận, hiện tượng luận hiện sinh, tìm về những bản chất. Và, cũng chính vì thế, ông có một thái độ trí thức đối với học vấn và, quan trọng hơn, với những vấn đề cuộc sống đặt ra.

Từ đó, Nguyễn Văn Trung chọn cho mình một diễn ngôn thích hợp là trình bày vấn đề làm sao cho tới gần được với bản chất sự việc theo lối mô tả hiện tượng học, mà không cần chú ý đến những ý kiến khác nhau của những nhóm người khác nhau đã có về vấn đề đó. Loại diễn ngôn này như một lời kêu gọi gián tiếp độc giả xóa bỏ lối nhìn thiên kiến hạn hẹp của nhóm mình để tiếp xúc với chân lý sự vật. Một ý hướng viết như vậy tất nhiên đưa đến nhiều ngộ nhận, phê phán.

Cuộc đời là một thực tại vô cùng phong phú và sống động, nhưng con người lại chỉ có thể nhìn nó từ một vị trí nhất định và vào một thời điểm nhất định, nên ý hướng nhận thức của anh ta về cuộc đời bao giờ cũng bị giới hạn ở một cạnh khía nào đó của nó. Vì thế, không thể coi một chân lý tuyệt đối, mà có nhiều chân lý. Đây chính là cơ sở của tính đối thoại. Và các tác phẩm của Nguyễn Văn Trung luôn mở ra cho đối thoại. Ông là người đứng về phía trao đổi.

(*) Nguyễn Văn Trung (1930-) quê Hà Nam. Du học ở châu Âu, về miền Nam sau hiệp định Genève. Giáo sư Đại học Huế, Đại học Văn khoa Sài Gòn, đồng chủ trương các tạp chí Đại học, Đất nước, Hành trình. Tác phẩm chính: Biện chứng giải thoát trong Phật giáo (1957), Xây dựng tác phẩm tiểu thuyết (1962), Lược khảo văn học (3 tập, 1963-1968), Chủ nghĩa thực dân Pháp ở Việt Nam: thực chất và huyền thoại (1963), Ca tụng thân xác (1967), Ngôn ngữ và thân xác (1968), Hành trình trí thức của Karl Marx (1966)...

Nguồn:

http://www.vanhoanghean.com.vn/van-hoa-va-doi-song/k2-extra-field-groups/cuoc-song-quanh-ta/2505-nguyen-van-trung-va-thai-do-tri-thuc

TỪ CÁNH ĐỒNG VUI[1] LM TRIẾT GIA KIM ĐỊNH

Pgs.-Ts.. Đỗ Lai Thúy *[2]

Linh Mục Triết Gia Đôminicô Lương Kim Định (15/06/1915 - 25/03/1997), tốt nghiệp Triết Học tại Institut Catholique de Paris, và tốt nghiệp Nho học tại Institut des Hautes Etudes Chinoises, Paris. Giảng dạy Đại Học Văn Khoa Saigon 16 năm và nhiều trường Đại học khác. Sáng lập ra chủ thuyết AN VI và VIỆT NHO. Hoàn thành trọn bộ Việt Nho và Việt Triết gồm 20 cuốn.

Theo triết gia Lương Kim Định người Tàu đã biến đổi Việt nho thành Hán nho, phản bội ý nghĩa bản thể của chữ nho/nhu, thay thế phép ứng xử mềm mại, thuần nhất thành lối ứng xử cương cứng, hai mặt "trong pháp ngoài nho".

TỪ VIỆT NHO ĐẾN HÁN NHO

Mặc dù sinh ra trong một gia đình nhà nho, nhưng không hiểu sao, hoặc chính vì thế, mà tôi có ác cảm với Nho giáo. Ở Việt Nam, Nho giáo và tính tiểu nông là căn nguyên nhị trùng kìm hãm sự phát triển của đất nước. Và, cũng vì thế, mà tôi lảng đọc Kim Định, nghĩ rằng ông là toàn-nho.

Gần đây, do tìm hiểu văn hóa Việt Nam, tôi mới buộc phải đọc ông. Hóa ra, thứ nho mà tôi ghét bấy lâu nay là Hán nho, một thứ nho đã bị tha hóa, xa vời nguồn gốc hoặc bị người ta cố tình bẻ quẹo, còn

---

[1] Lấy chữ của Chế Lan Viên "*Từ thung lũng đau thương đến cánh đồng vui*", nhưng ở đây hiểu cánh đồng chỉ văn hóa nông nghiệp, còn vui chỉ sự an lạc của thời thái cổ.

*[2] Về tác giả, xem trang 93

Nho Kim Định tán dương là nguyên Nho, được ông gọi là Việt Nho, tức nho của người nguyên Việt.

Đây là chỗ gây phản ứng tức thì ở người đọc. Nhiều người phê phán ông cực đoan, phi lý hoặc yêu dân tộc đến mức rơi vào "chủ nghĩa vơ vào": *cái gì hay của mi là của tao, cái gì dở của tao là của mi* (ý thơ Việt Phương). Còn ai muốn "thoát Trung" một cách triệt để thì thắc mắc tại sao Kim Định lại ghép Nho vào Việt, mà không thay thế bằng những thuật ngữ khác, thuận tai hơn, như minh triết Việt hay văn hóa Việt.

Triết gia Lương Kim Định.

Thực ra, nếu gỡ bỏ những định kiến tri thức, hay nói như Krishnamurti: "Giải trừ tri kiến," thì dễ chấp nhận Kim Định hơn. Nho tức *nhu*, nhu thuận, hài hòa với xung quanh, là một *thế ứng xử* đặc trưng của nền văn hóa nông nghiệp phát sinh từ cuộc cách mạng Đá mới. Thuở ấy còn chưa có chữ viết, nên kết tinh văn hóa của họ là những hình tượng - ký hiệu như Phục Hy, Nữ Oa, Thần Nông, hoặc những ông "vua" truyền hiền như Nghiêu,Thuấn, Vũ.

Bởi vậy, không nên hiểu họ là những nhân vật có thật, của lịch sử, mà chỉ là những *anh hùng văn hóa* thuở sơ khai. Đến đời Hạ, một triều đại ít nhất vẫn còn một chân (hoặc đuôi) dầm trong huyền thoại, có một bộ tộc ở gần Hoa Sơn, gọi là Tào Đường[3], tiếp thu một số yếu

[3] Tàu *chỉ người Trung Quốc ngày nay hẳn do chữ* tào *này mà ra. Hơn nữa,* tàu *gắn với ngựa (một con ngựa đau, cả tàu bỏ cỏ) biểu tượng của văn hóa Trung Hoa phương Bắc, du mục, đối lập với thuyền của văn hóa Việt Nam, phương Nam, nông nghiệp.*

tố của văn hóa du mục trở nên lớn mạnh, lấn lướt các bộ tộc thuần nông nghiệp khác ở xung quanh. Từ văn hóa họ tiến đến văn minh, có nhà nước, có quân đội chuyên nghiệp, có hình luật, có chữ viết (*thằng văn*/chữ kiểu kết nút dây thừng hay *khoa đẩu*/chữ như con nòng nọc).

Đến đời Thương, Chu, người Tàu dần dần chinh phục các dân nông nghiệp khác và tự coi mình là người Hoa Hạ, kiểu người trung tâm cả ở phương diện địa lý (Thiểm Tây, Hà Nam) lẫn phương diện kết tinh văn hóa. Các tộc người ngoại vi khác bị gọi là *tứ di* (Nam Man, Bắc Địch, Tây Nhung, Đông Di), hoặc *tứ hải*, hoặc *Bách Việt*.

Từ đó, người Tàu biến đổi Việt Nho thành Hán Nho, phản bội ý nghĩa bản thể của chữ nho/nhu, thay thế phép ứng xử mềm mại, thuần nhất thành lối ứng xử cương cứng, hai mặt "trong pháp ngoài nho".

Sử ngang và sử dọc

Những điều trên không/chưa thuộc về thời đại lịch sử, mà thuộc về thời đại tiền/nguyên/khuyết sử. Và muốn nghiên cứu thời đại ấy thì không thể dùng các phương pháp thực chứng, duy kiện của sử học, mà phải dùng những phương pháp *khác*. Do không/chưa hiểu các phương pháp phản - phương pháp này mà nhiều nhà nghiên cứu cho rằng các công trình của Kim Định chẳng có phương pháp.

Thực ra, Kim Định chỉ không có phương pháp lịch sử như/của họ. Bởi vì trong thời gian du học tại châu Âu, Kim Định đã kịp tiếp thu được những lý thuyết và phương pháp vừa mới ra lò của khoa học nhân văn mới, nhất là phân tâm học Jung và cấu trúc luận Lévi-Strauss, để xây dựng một cách thám mã của riêng mình. Ông gọi đó là *phương pháp huyền sử*.

Như vậy, Kim Định không đối lập lịch sử với tiền/nguyên/khuyết sử, bởi, xét cho cùng, đó cũng chỉ là một thứ lịch sử kéo dài, mà đối lập với huyền sử, một thứ sử khác với lịch sử về *hệ hình*. Nếu lịch sử là *sử ngang*, một thứ sử kế tiếp nhau theo thời gian, duy kiện và duy vãng, thì ngược lại, huyền sử là *sử dọc*, sử đồng đại, chú trọng đến hiện tại, nhưng không duy hiện tại, mà đào sâu hiện tại, làm một cuộc "khảo cổ học tri thức" (Foucault), để tìm đến cái cấu trúc uyên nguyên là vô thức tập thể hay vô thức cộng thông, của nhân loại.

Trước đây, do chưa đọc Kim Định, hoặc đọc mà chưa thủng, tôi cứ nghĩ rằng Việt Nam không có huyền thoại, hoặc có thì cũng bị sự cai trị của Tàu, từ khi nước Nam Việt của Triệu Đà sụp đổ, đánh vỡ nó, nên chỉ còn những mảnh vụn găm vào các truyện cổ tích, truyền thuyết, truyền kỳ. Nay nhờ có Kim Định nối cái đầu (óc) nguyên Nho vào thân thể Việt (Nam), một hậu duệ cuối cùng có đủ tư cách pháp nhân để thừa kế di sản Việt Nho, nên Việt Nam chẳng những có hệ thống huyền thoại, mà thậm chí còn sâu rộng hơn là huyền sử. Bởi, huyền sử chính là sự hiện hữu của các lớp vô thức tầng sâu dưới dạng các cấu trúc sơ thủy như cổ mẫu, huyền số, các anh hùng văn hóa, các vị vua huyền thoại...

Kim Định đã mô hình hóa sự diễn tiến của các tham số này bằng sơ đồ: cơ → số → *tượng*. *Cơ* là cơ cấu, tức cấu trúc, mà đã là cấu trúc thì yếu tố không quan trọng bằng *quan hệ* giữa các yếu tố. Cơ, vì thế, có mặt trong tất cả các tham số còn lại, vừa là động lực phát triển vừa là sự liên kết giữa chúng. Cơ mô tả nhịp sống, cái nhịp của sự sống như cách nói của Tạ Hách là "khí vận sinh động". Các *số* 1, 2, 3, 5, 9 đều là những con số thiêng, mật số. Số là căn nguyên của *tượng*, số mở ra thì thành tượng, tượng thu về thì thành số.

Như số 1 là bản thể, là thái nhất, thái hư, là số sinh của mọi số sinh khác. Số 2 là tượng của những cặp đôi ban sơ như đực cái, ngày đêm, sông núi, trời đất, vừa đối lập nhau vừa nương tựa nhau như hình tượng Phục Hy và Nữ Oa quấn đuôi vào nhau, là Lạc Long Quân và Âu Cơ. Số 2 còn là cơ sở của Kinh Dịch với một vạch liền và một vạch đứt. Số 3 là tam tài Thiên, Địa, Nhân, là Tam Hoàng: Nghiêu, Thuấn, Vũ.

Số 5 là ngũ hành tức quan hệ tương sinh tương khắc, trung tâm ngoại vi giữa các yếu tố Kim, Mộc, Thủy, Hỏa, Thổ, là Ngũ Đế: Đế Nghiêu, Đế Thuấn, Đế Vũ, Đế Chuyên Húc, Đế Cốc. Số 9 là Cửu Thiên Huyền Nữ. 18 đời vua Hùng Vương là gấp đôi của số 9. *Tượng* là tham số cuối cùng của Việt Nho, là giai điệu của vũ trụ bí ẩn, trong mù mờ tiền ý thức, còn sang đến *Hình* tức một hoặc nhiều những thể hiện của giai điệu ấy dưới ánh sáng của lý trí thì đã của Hán nho rồi.

Một mô hình phát triển

Kim Định có một mô hình về sự phát triển của văn hóa và, sau đó, văn minh của nhân loại thành 3 đợt: bái vật, ý hệ và tâm linh. Còn người ở đợi (1) *bái vật* còn lệ thuộc vào các thần nên gọi là thần chủ; ở đợt (2) *ý hệ* thì lệ thuộc vào lý trí, thậm chí duy ý chí; ở đợt (3) *tâm linh* thì con người tự làm chủ mình, nên gọi là nhân chủ. Ở mỗi đợt hành động của con người mỗi khác: (1) *cưỡng hành*, (2) *lợi hành*, và (3) *an hành*.

Người nguyên Việt ngay từ thời huyền sử đã trải qua được cả ba giai đoạn bái vật/cưỡng hành, ý hệ/lợi hành để tiến tới giai đoạn chót tâm linh/an hành, thực hiện được *nhân bản tâm linh* với một nền minh triết rực rỡ gọi là *triết lý an vi*. Lúc này xã hội vận hành theo cơ chế *tự trị* và *tự quản* rất cao. Tài sản xã hội, nhất là ruộng đất, được phân theo nguyên tắc *bình sản* nên không có người giàu người nghèo.

Con người được làm chủ bản thân mình, *nhân chủ*, nên sống *an hành*/lành với tự nhiên, với người bên cạnh và với chính mình. Đây chính là cái xã hội Nghiêu Thuấn "ban đêm không phải đóng cổng, ngoài đường của rơi không ai nhặt" mà ai cũng muốn sống. Và khi mất đi thì ai cũng muốn quay về dù chỉ bằng các giấc mộng đào nguyên.

Hoặc như khi Hồ Quý Ly đặt quốc hiệu Đại Ngu (*ngu* có nghĩa là an vui, thanh bình) là lấy lại cái tên chỉ thời Nghiêu Thuấn. Trong khi đó, ở phương Tây, con người bị mắc cạn ở vùng ý hệ, bị duy khoa học và duy lý giam hãm không tiến sang được giai đoạn tâm linh. Các tệ nạn xã hội, sự suy thoái của môi trường sống, sự sụt giảm nhân cách đã trở thành những vấn nạn không thể giải quyết được. Nhiều thử nghiệm xã hội, đặc biệt là các mẫu hình chủ nghĩa xã hội thế kỷ XVIII, XIX, đều bị thất bại, trở thành không tưởng cả trong lý thuyết lẫn thực hành.

ĐỀ ÁN CHO VĂN HÓA NHÂN LOẠI

Trước tình hình đó, Kim Định muốn đưa Việt Nho, tức minh triết (nguyên) Việt như một đề án cứu rỗi nhân loại. Trước đây, tôi cứ thắc mắc làm sao minh triết lại có thể cao hơn triết học, làm sao minh triết lại có thể "soi đường chỉ lối" cho mai sau. Ấy là do tôi cũng như bao người khác, kể cả những người ở Trung tâm Minh triết Việt, coi minh triết là triết lý dân gian đúc kết từ kinh nghiệm sống trực tiếp, hay những mảnh vụn rơi ra từ hệ thống Tam giáo sinh ra trong thời lịch sử. Kim Định đã đưa minh triết ngược về thời huyền sử, buổi bình minh của nhân loại.

Trong đời một con người thời thơ ấu đã lập trình trước toàn bộ đường đời của anh ta. Minh triết, thời thơ ấu của nhân loại, cũng vậy, tuy chỉ trên những nét lớn, nhưng toàn vẹn, sâu sắc và có tính dẫn đường. Ý tưởng này của Kim Định còn được cổ vũ bởi Hội nghị Triết học Quốc tế Honolulu năm 1949 đề xuất Khổng Tử, một nhân vật nửa Việt nho nửa Hán nho, làm thủ lĩnh tinh thần. Rồi Hội nghị Quốc tế về "Khổng học với Thế giới Ngày nay" ở Đài Bắc năm 1988 khiến Kim Định tiến thêm một bước nữa là đề nghị thành lập Đạo trường chung cho Đông Á (như một sự đối lập với thị trường chung Tây Âu), nhằm phổ biến nền minh triết Việt Nho

Không/chưa bàn đến cái dự án vĩ mô trên của Kim Định, thiết thực hơn tôi nghĩ về di sản Việt Nho trong xã hội Việt Nam trước đây. Minh triết Việt như là sản phẩm của nền văn hóa tam nông: nông thôn, nông nghiệp, nông dân đã đạt được thành tựu cao. Đó là *hòa*, thậm chí thái hòa: hài hòa giữa con người và trời đất (tam tài), hòa mục giữa con người và con người (*nhân chủ*). Xã hội sống theo nguyên tắc bình đẳng, bình quyền, nhất là *bình sản*. Đến đầu thế kỷ XX ruộng đất công vẫn chiếm đến 50% được chia theo kỳ hạn cho mỗi xuất đinh.

Bởi thế không ai quá giàu cũng như quá nghèo, *không ai giàu ba họ, không ai khó ba đời*. Làng xóm theo chế độ *tự trị* và tự quản. Tuy nhiên, sự thống trị nghìn năm của phương Bắc đã mang vào xã hội thuần nông này những yếu tố của văn hóa du mục dần dần làm thay đổi cấu trúc của nó. Văn hóa trở thành văn minh, Việt nho trở thành Hán nho. Sự ra đời của nhà nước, của giai cấp thống trị, của quân đội chuyên nghiệp và chiến tranh thôn tính.

Với châu Âu, nơi thuần du mục, hoặc nhiều yếu tố du mục hơn, thì văn hóa nhanh chóng trở thành văn minh, phát triển thương mại và khoa học kỹ thuật, logos (nguyên ngôn) trở thành logique (đa ngôn), minh triết (tiền - Socrates) trở thành triết học lý niệm. Con đường phát triển của phương Tây nay đã trở thành nguyên mẫu của cả thế giới hiện đại, trong đó có các nước Đông Á và Việt Nam. Trong lúc Việt Nam còn đang công nghiệp hóa và hiện đại hóa, còn cùng lúc tồn tại cả ba hình thái tiền - hiện đại, hiện đại và hậu - hiện đại, "đề án của Kim Định" hiện có điểm gì khả thi, và nếu có thì thực hiện như thế nào? Nhân ngày đầu năm, bên chén rượu xuân, bạn đọc cùng suy nghĩ.

https://vanhocsaigon.com/tu-canh-dong-vui-kim-dinh/

Thứ ba, 25/02/2020

LINH MỤC HÁN CHƯƠNG VŨ ĐÌNH TRÁC MỘT CHÂN DUNG VĂN HỌC CÔNG GIÁO

Viên Linh

25/9/2013. Khoảng 20 năm trở lại đây, một trong những nhân vật tôn giáo mà tôi được tiếp xúc khi đề cập tới Văn học Việt Nam, là Linh mục Vũ Đình Trác (1927-2003), bút hiệu Hán Chương, tác giả cuốn *Triết Lý Chấp Sinh Nguyễn Công Trứ,* luận án Thạc sĩ Triết học tại Đại học Fujen, Đài Bắc, 1971.

Năm 1996, ông gửi cho tôi một bài về *Huyền Thoại Việt Nam*, để đăng trên số báo sắp ra, với một lá thư nửa trang tán thành chủ trương của tờ báo, và ghi chú: "Đây là đề tài thuyết trình cho đại học Hè của sinh viên 17 nước Âu Châu tổ chức tại Orsonnens Thụy Sĩ kỳ Hè vừa qua, 1996." Bài đã đăng trên số 2 của tạp chí *Khởi Hành* cuối năm đó. Chỉ còn vài ngày nữa, vào 30 tháng 9, là ngày cách đây đúng 10 năm, ông qua đời, trong khi tham gia vài công trình lớn, một bộ *Đại Tự Vị Thần Học* soạn chung với nhiều học giả Thiên Chúa Giáo, nhất là nhóm Giáo sư Trần Văn Đoàn ở Đài Loan, và cuốn sách "700 trang" nhan đề *"Công Giáo Việt Nam Trong Truyền Thống Văn Hóa Dân Tộc."*

Lm. Vũ Đình Trác sinh năm 1927 tại làng Trung Lao, huyện Trực Ninh, Nam Định. Bản tiểu sử chính thức viết: "Vì là con mồ côi, Trác đi tu rất sớm lúc mới 8 tuổi. Vào tiểu chủng viện năm 1938 và đại chủng viện năm 1945. Năm 1948, vì thời cuộc biến động, phải gia nhập Tỉnh bộ Tự Vệ Bùi Chu với cấp bậc trung úy Phòng Quân Báo, nhưng chỉ hai năm sau giải ngũ, trở lại chủng viện ở Quần Phương, tiếp tục đèn sách và tu luyện." Đúng tháng 7/1954 ông vào Sài Gòn với đại chủng viện Trịnh Hoài Đức, và hoạt động trong chương trình định cư đồng bào tị nạn cho đến khi thụ phong linh mục, ngày 3 tháng 12/1954.

Linh Mục Hán Chương Vũ Đình Trác (1927-2003) (phải) tham dự một buổi sinh hoạt văn hóa tại trụ sở Văn Bút VNHN trên đường Bolsa, 1994, bên cạnh có nhà văn Nguyễn Sỹ Tế, nhà thơ Cao Tiêu, và nhà thơ bác sĩ Phạm Văn Hải. (Hình: Viên Linh cung cấp)

Ngay những ngày đầu của cuộc chia cắt đất nước, ông được Đức Giám mục Phạm Ngọc Chi trao trách nhiệm tổ chức tờ báo di cư loạt đầu tiên trên miền đất mới miền Nam, đó là tuần báo *Đường Sống*. Trên báo này, và trong khuôn khổ xuất bản *Đường Sống* những năm sau, ông đã viết hồi ký *"Bên Kia Bức Màn Tre"*, 1959, tiểu thuyết *Lý Tưởng Đời Anh*, 1959. Liên tiếp mấy năm sau ông cho xuất bản các sách luận văn trung học như *Việt Văn Bình Giảng* đệ tam, 1960, đệ nhị, 1960; *Văn Học Sử* (đệ tam, 61), đệ nhị (1961), *Triết Học Đông Phương* (đệ nhất, 1962). Đó là công việc văn học lúc đầu của ông. Sau này, ông soạn "*Văn học Công giáo*" và những đề tài có tính triết lý, nhất là luận án tiến sĩ về *Triết học Việt Nam* mãi tới tháng 5/1984 mới được lãnh bằng (luận án viết từ khoảng 10 năm trước) tại Đại Học Sophia ở Tokyo: *"Betonamu Jusha: Nguyễn Du no Jimbun Shugi"* (tiếng Anh là *The Vietnamese Humanism According to Nguyễn Du")*.

Trong số các sách viết về ngôn ngữ văn học Việt Nam, ngược về lịch sử khoảng hơn nửa thế kỷ qua, chúng ta có thể thấy vài chục cuốn được coi là cắm mốc cho cuộc hành trình gian lao đi tìm nguồn gốc. Mục đích khoa học của việc biên soạn là tiếng nói văn tự Việt Nam, còn mục đích tối hậu là phát kiến và thăng hoa tâm hồn dòng giống Việt tộc qua lịch sử truyền khẩu hay thành văn, từ chữ Nôm tới Việt Hán, và quốc ngữ, Việt ngữ. Chúng tôi thấy một số ít oi như:

- *Chữ và Vần Việt khoa học*, Nguyễn Bạt Tụy, Sài Gòn, 1949, 118 trang.

- *Ngôn Ngữ Học Việt Nam*, (tên mới của cuốn trên sau khi bổ sung), Sài Gòn, 1959, 220 trang.

Nhà thơ Viên Linh

* *Quê ở Hà Nam.*
* *Từ 1964 tới 1975, cho xuất bản gần 20 tác phẩm. Cuốn Gió Thấp, được trao Giải Nhất Giải Văn Học Nghệ Thuật Toàn Quốc 1974.*
* *Ông viết nhiều bài khảo luận, hồi ký văn học, nhận định, phỏng vấn văn học.*

- *Sơ Thảo Ngữ Pháp Việt Nam*, Tiến sĩ Lm. Lê Văn Lý, Sài Gòn, 1968.

- *Chánh tả Việt ngữ* (I và II), Lê Ngọc Trụ, Sài Gòn, 1951. Bổ sung hoàn chỉnh, trở thành *Việt Ngữ Chánh Tả Tự Vị,* 1960, 1971, Giải biên khảo Văn học Nghệ Thuật Toàn Quốc, 1971.* [* Tác giả được phong giáo sư thực thụ Đại Học Văn Khoa Sài Gòn, 1973, mặc dù ông không có bằng cấp gì.]

- *Văn học Việt Nam* (cho các lớp trung học), Bùi Đức Thịnh, Sài Gòn, 1956.

- *Ngôn ngữ học và Văn học,* Bùi Đức Tịnh, Sài Gòn, 2 cuốn, trước 1975. [Bổ sung những bài giảng tại Đại Học Văn Khoa.]

- *Cơ Cấu Việt Ngữ,* Trần Ngọc Ninh, Sài gòn, 1972.

- *Ngôn Ngữ Việt Nam,* Duyên Hạc Lê Thái Ất, Calif., 1995.

- *100 Năm Phát Triển Tiếng Việt,* Phụng Nghi, Sài Gòn, 1993, Calif., 1999.

Song song với các sách trên, không nên quên những cuốn sách dạy Việt ngữ hay cổ động phụ huynh về việc trau dồi Việt ngữ cho lớp con cháu, của các tác giả vốn là các nhà giáo bậc trung học, tiểu học, nhất là những vị tình nguyện giáo huấn thiếu nhi trong các trung tâm Việt ngữ, trong số đó có thể kể sách của Bảo Vân Bùi Văn Bảo, Nguyễn Hữu Bào, Đoàn Phật Tử Sakyamuni; ngay cả những người dịch *Thánh kinh* Công giáo hay Tin Lành sang Việt ngữ, cho dù mục đích không trực tiếp, song họ đã làm giàu cho Việt ngữ, như học giả Phan Khôi (1923), Lm. Nguyễn Thế Thuấn dòng Chúa Cứu Thế (1976), hay Mục sư Lê Hoàng Phu. Bộ *Thánh kinh* do Lm. Thuấn dịch, với chú thích cặn kẽ, nhiều bản đồ, phần *Cựu ước* dày 2318 trang, phần *Tân ước* dày 628 trang, là một công trình dịch thuật vĩ đại, làm phong phú cho Việt ngữ tới mức đáng khâm phục. Cũng không vì những lý do tương tự mà chúng ta quên việc khai sáng quốc ngữ qua các *Từ điển An Nam-Bồ Đào Nha* của những linh mục Bồ Đào Nha như Gaspar d'Amaral (1633), Barbosa (...-1647), De Pina, Borri, hay Alexandre de Rhodes thế kỷ XVII. Sang thế kỷ XVIII có *Từ điển Annam-Latinh* của Giám Mục Pigneau de Béhaine (Bá Đa Lộc). Cũng đừng quên những người mà sử sách không nói đến, là những người Việt phụ tá cho các ông linh mục kể trên. Không có những người bản xứ phụ tá, làm sao mấy người Âu châu đó hiểu được tiếng Việt?

Trở về Hà Nội thời đầu thế kỷ XX, các giáo sư Dương Quảng Hàm, Hoàng Xuân Hãn, Trần Trọng Kim, khi giữ trọng trách giáo dục giữa thập niên '30, tới giữa thập niên '40, và quí vị được Nha Học Chính Đông Pháp trao cho việc nghiên cứu biên soạn bộ *Quốc Văn Giáo Khoa Thư* (4 cuốn) là các ông Trần Trọng Kim, Nguyễn Văn Ngọc, Đặng Đình Phúc và Đỗ Thận, đã có công thật bao la khi hoàn tất bộ sách đơn sơ mà thần kỳ dạy mẫu tự ABC và cách đánh vần Việt ngữ.

Học quốc ngữ qua các cuốn ấy, từ lúc 5, 6 tuổi mà có người trên 70 tuổi còn nhớ, còn đọc thuộc lòng được những bài văn ngắn gọn ấy, hỏi không thần kỳ sao được?

Trở về với Linh Mục Hán Chương Vũ Đình Trác, người đã khiến tôi vì nhớ đến ông, nhớ những lần ông tới trụ sở Trung Tâm Văn Bút Việt Nam Hải Ngoại trên đường Bolsa để dự sinh hoạt văn hóa với chúng tôi, khoảng 1993, 1994, khiến hôm nay tôi có thể viết bài này. Còn nhớ tập san tâm huyết ông thực hiện, lúc đang là chủ tịch Liên Đoàn Công giáo Việt Nam tại Hoa Kỳ (chức vụ ông được bầu tại Đại Hội Các Liên Đoàn Công giáo tổ chức ở New Orleans năm 1984): *"Việt Nam Trong Quỹ Đạo Thế Giới"*. Tâm huyết của ông đổ vào đó. Ông muốn dương danh Việt tộc, và con người Việt Nam.

Nhưng Hán Chương là một nhà khoa bảng, ngòi bút ông không tới thẳng tuyệt đích trong việc tranh đấu qua tập san *Hội Hữu*, nhất là trong môi trường lưu vong ly tán, phức tạp, chỉ mới chín năm sau cuộc thất thủ đau thương tháng 4, 1975. Đã xảy ra những phản ứng không thuận lợi. Dù sao, có những điều đáng nhớ linh mục đã viết trong *"Việt Nam trong quỹ đạo thế giới"*: "Dân tộc này [Việt Nam] có những cá tính đặc trưng: 'văn chương nết đất, thông minh tính trời.'" Tiếc thay con người văn hóa ấy đã gặp quá nhiều trở ngại, phải bỏ dở nửa chừng. Ông mất năm 76 tuổi.

Nên xem thêm:

NN., *Tiểu sử linh mục Phêrô Vũ Đình Trác,* http://www.erct.com/1-TinTuc/2-TinBuon/Tieu_Su-LM-Vu_Dinh_Trac.htm

THƠ TRẦN MỘNG TÚ

Bùi Công Thuấn

Nhà thơ Trần Mộng Tú

Tôi đã đọc 200 bài thơ của Trần Mộng Tú làm từ 1968 đến năm 2020. Thơ Trần Mộng Tú để lại trong tôi những ấn tượng đẹp về một nhà thơ có cốt cách riêng trong thơ Việt đương đại. Trong hơn 200 bài, có 62 bài thơ tình, 55 bài thơ thể hiện Cái Tôi, 34 bài thơ thế sự, 13 bài thơ tôn giáo, còn lại là những đề tài khác (thiên nhiên, gia đình, tình bạn...). Nhìn vào số lượng bài thơ của mỗi đề tài, người đọc có thể nhận ra hồn thơ Trần Mộng Tú nghiêng về những vùng trời tâm tưởng nào. Thơ Trần Mộng Tú là thơ *tự tình –suy tư* (thường là những nghĩ suy) có giọng thơ nhẹ nhàng, đẹp thanh cao và có sức hút. Chất liệu thi

* Sinh: 24-02-1949, quê Thái Bình.
* Tốt nghiệp Cao học, chuyên ngành Lý luận văn học, 1988.
* Hội viên Hội Nhà văn Việt Nam, 2015.
* Tác phẩm chính: Văn chương Việt Nam, những gì còn với mai sau. Những mùa vàng văn học Công giáo.
* Email: <buicongthuangm@gmail.com>

ca, bút pháp, cảm xúc, nhận thức hiện thực và thái độ diễn ngôn trong thơ Trần Mộng Tú thuộc về thi pháp thơ đương đại.

ĐÔI DÒNG TIỂU SỬ

Các trang web Wiki, damau.org, thivien.net và một số trang mạng xã hội ghi nhận:

Trần Mộng Tú sinh năm 1943 tại tỉnh Hà Đông. Di cư vào Nam năm 1954. Là thư ký cho hãng Thông Tấn Associated Press ở Sài Gòn giai đoạn 1968-1975. Bà sang Mỹ tháng 4 năm 1975. Ở Mỹ, bà viết truyện nhi đồng cho báo Los Angeles Times từ năm 2000 và làm thơ Anh Ngữ trong sách giáo khoa Mỹ cho chương trình trung học (American Literature- Glencoe-1999)[1]. Bà đoạt giải về bình luận (Commentary) của The New California Media (NCM) *"Ethnic Pulitzers"* năm 2003. Bà cũng là chủ Bút cho Nguyệt San *Phụ Nữ Gia đình Người Việt* ở California (tháng 10 năm 2002 đến tháng 10 năm 2005).

Hiện sống ở Seattle, Washington với gia đình.

Đã xuất bản:

Thơ Trần Mộng Tú (Tập Thơ-1990) NXB-Người-Việt.

Câu Chuyện Của Lá Phong (Tập Truyện Ngắn-1994) NXB Người Việt

Để Em Làm Gió (Tập Thơ-1996) NXB-Thế-Kỷ

Cô Rơm và Những Truyện Ngắn Khác (Tập Truyện Ngắn-1999) NXB-Văn Nghệ

Ngọn Nến Muộn Màng (Tập Thơ-2005)NXB-Thư-Hương Mưa Sài Gòn Mưa Seattle (Tạp Văn-2006) NXB-Văn Mới

Những sáng tác của Trần Mộng Tú, xuất bản kể từ 1990 về trước, gồm:

Tuyển Tập Thi Ca, in chung cùng nhiều người, thơ viết trong khoảng thời gian 1975-1977, do Bố Cái tại Hoa Kỳ xuất bản.

Thơ Việt Nam, Chiến Tranh, Lưu Đày, in chung cùng nhiều người, do Gìn Vàng Giữ Ngọc, Hoa Kỳ xuất bản năm 1976.

Trăng Đất Khách, tuyển tập truyện ngắn của các cây bút nữ tại hải ngoại, do Làng Văn tại Canada xuất bản năm 1987.

Bà kể: "Tôi rời Việt Nam vào ngày 2 tháng Tư năm 1975 do hãng thông tấn AP nơi tôi làm việc tại Việt Nam đưa tôi và gia đình ra đi. Lúc đó tôi còn độc thân họ thu xếp cho tôi và bố mẹ đi với nhau.

Sang Mỹ năm 1975 coi như tôi làm tờ báo đầu tiên là *Quê Hương* xuất bản. Mấy người tham gia đầu tiên gồm có Du Tử Lê, Trần Mộng Tú, Hoàng Khởi Phong, Hoàng Chính Nghĩa và một vài người nữa làm tờ báo đó chung với nhau.

Tôi bắt đầu đem những bài thơ của mình ra đăng từ năm 1975, mặc dù trước đó tôi cũng có làm thơ nhưng chưa bao giờ đăng báo vì tôi thấy không có nhu cầu cần đăng báo. Sang tới Mỹ thấy tiếng Việt ngày càng hiếm hoi, thấy anh em gia nhập vào báo chí tôi tham gia theo và từ đó tôi làm rất nhiều thơ về quê hương."

(https://giadinhhoangtrong.wordpress.com/2013/08/29/tran-mong-tu-va-tuyen-tap-tho-tuyen-bon-muoi-nam1969-2009/)

Trong bài *Bình Thủy 1969*, bà kể về cuộc tình của mình: "Buổi tối của một ngày đầu tháng 8 năm 1969...hai người bước vào buồng khách, cả hai nhìn tôi, rồi cả hai nhìn nhau, không ai muốn là mình nói trước. Tôi linh tính có điều không tốt, nhưng không hiểu chuyện gì. Cuối cùng Carl nói: «*Sở nhận được điện thoại từ Rạch Giá gọi về chiều nay, nói là Cung, chồng của cô đã tử trận.*» Tôi đứng ngẩn người, nhìn lại cả hai, không nói được tiếng nào...

Chúng tôi mới cưới nhau sau lễ Phục Sinh vào tháng Tư, Cung tử trận 30 tháng 7, năm 1969. Cung không phải là quân nhân chính gốc, anh tốt nghiệp Đại Học Sư Phạm, ban Pháp Văn và đã đi dạy được 1 năm, anh bị gọi trong chương trình Tổng Động Viên. Khi nhận giấy báo phải nhập ngũ, anh đến xin cha mẹ tôi cho làm hôn thú, vì sợ sau này sẽ khó khăn khi ở quân đội. Trên giấy tờ, tôi có chồng từ tháng 6-1968... »

Trong bài *Người* "Đàn Bà Thi Sĩ Việt Nam" bà kể tiếp:

...
Tôi người đàn bà thi sĩ Việt Nam
Bỏ lại trên quê hương
Một mối tình
Một mối tình được gắn huy chương
Huy chương anh dũng bội tinh...

...
Tôi người đàn bà thi sĩ Việt Nam
Đang sống trên đất Mỹ
Chồng tôi người bản xứ
Chúng tôi có ba con chưa đến tuổi thành niên
Đời sống êm đềm
Trong một thành phố nhỏ...

Sự mất mát của cuộc tình đầu đời cùng với cuộc sống ly hương quấn chặt lấy trái tim và nghĩ suy của Trần Mộng Tú, tạo nên một tiếng thơ có sức lay động lòng người. Tiếng thơ ấy cũng mang những sắc thái tiêu biểu của thơ Việt hải ngoại.

THƠ TÌNH CỦA TRẦN MỘNG TÚ

Hình ảnh người chồng chết trận cùng với sự mất mát cả một đời hạnh phúc của Trần Mộng Tú đã tạo nên những tứ thơ bi thiết ám ảnh, làm xúc động lòng người. Người đọc hôm nay không thể hình dung nổi nỗi đau lớn lao và sự vô vọng của người góa phụ trong chiến tranh là thế nào khi tuổi xuân vừa mới nở những "*Bông hoa đỏ*". Chiến tranh đã cướp đi tất cả *(Quà tặng trong chiến tranh*). Cho nên trong thơ Trần Mộng Tú mới có những bài oán ghét chiến tranh, mới lật tẩy "*Cái bẫy hòa bình*". Xin đọc: *Gọi anh mùa xuân, Hoa tai, Sông vẫn nồng nàn, Đường cũ, Giấc mơ hòa bình (1969)...*

Mùa mưa đang về giữa Sài Gòn
Con đường Tự Do vỡ oà bong bóng
Em đi dưới trời mưa
Em nhớ anh
Em khóc

Những chiếc taxi nằm im
Sài Gòn trong mưa
Sài Gòn buổi trưa
Sài Gòn như nỗi chết

Sao anh còn trẻ thế
Sao em còn trẻ thế
Sao tình yêu hai ta còn trẻ thế
Lại lăn vào
Một cuộc chiến già nua

Bây giờ một người lính mới
Cầm cây súng cũ xì

Ở tận chi khu Trà Bồng
Một địa danh nghe mà ngơ ngác
Bây giờ một người con gái
Cầm trái tim mình bằng cả hai tay
Đi dưới cơn mưa
Đầy bong bóng nước

Ôi Sài Gòn buổi trưa!

("Buổi trưa Sài Gòn". 1968)

Em tặng anh tuổi ngọc
Của những ngày yêu nhau
Đã chết ngay từ lúc
Em nhận được tin sầu

Anh tặng em mùi máu
Trên áo trận sa trường
Máu anh và máu địch
Xin em cùng xót thương

("Quà tặng chiến tranh")

Những tháng ngày còn lại của người góa phụ trẻ là những tháng ngày đẫm nước mắt. Nàng đơn độc, nhớ mong, kiếm tìm, tình buồn, tình xa, dằn vặt thê thiết, hoang vắng, quay quắt (*Cối xay trong tim em*) trong những nghĩ suy về tình yêu. Em luôn tra hỏi trái tim mình và nhìn vào cõi xa xăm, anh ở đâu? Anh nơi phương nào? Người thơ như đang sống với người yêu trong tâm tưởng, chuyện trò với chàng, độc thoại với mình, vui buồn, hạnh phúc, đau khổ như trong đời thật. Cả không gian thời gian chỉ cò hai người. Bao nhiêu năm tháng vẫn không vơi nồng nàn và ngậm ngùi. Một trời khao khát yêu thương.

Xin đọc: *Cối xay trong tim em, Cả một dòng sông đứng lại chờ, Người câu ở sông nào, Lòng nào như suối cạn, Phía bên kia biển, Nhưng anh đâu rồi, Gọi anh mùa xuân, Đố anh, Ly nước và biển mặn, Thanh xuân, Một thời để yêu, Thời gian và tình yêu, Tháng năm và hoa Diên Vỹ, Hoa lửa, Rót xuống hoàng hôn, Bóng trăng và hoa kim ngân, Một nửa vầng trăng, Vì sao trên cao, Ngôi sao và hạt bụi, Hạt bụi, Chùm nho tình yêu, Ngày hạ chí, Đông trắng, Áo My Châu, Áo tuyết, Giấu, Mở, Mưa Seattle, Trái tim hồng, Cả hồn em chớm đỏ, Trong suốt, Khi về, Viên sỏi* (1)...

Trán ngây thơ tương tư mùi khói thuốc
Người không về mắt cũng nhạt màu nâu

Môi bớt đỏ và răng cười bớt trắng
Em nhớ người, em khóc suốt đêm thâu

("Trái tim hồng")

Tóc bạc anh em giấu vào trong gối
để đêm đêm em không ngủ một mình
trái tim anh em giấu vào trong ngực
để cùng em thức dậy trước bình minh

đôi mắt anh em giấu vào trong mắt
lệ riêng em trong suốt mắt hai ta
môi của anh em giấu vào trong miệng
ngậm hương thơm của một mối tình xa
bàn tay anh em giấu vào trong áo
ngực rất hiền nở vội một đóa hoa

bàn chân anh em giấu vào giày nhỏ
anh sẽ đi cùng em đi thật là xa
khi trở về dấu tuổi gầy sương tuyết
bốn bàn chân sẽ làm ấm nền nhà

hơi thở anh em giấu vào hơi thở
đời sống chia nhau từng sợi mong manh
mình hà cho nhau một linh hồn mới
Chúa sẽ kêu lên . . . thôi thế cũng đành

("Giấu")

Em đứng thẳng cho anh nhìn vào mắt
Anh vớt hộ em những giọt long lanh
Con sông chảy cả một thuyền quá khứ
Trong mắt em ngơ ngác đám lục bình

Em đứng nghiêng cho anh nhìn sóng lượn
Đêm màu xanh hay biển tóc em xanh
Gió thổi ngược tóc bay về dĩ vãng
Có sợi nào còn vướng ngực áo anh

Em cúi xuống cho anh hôn lên gáy
Kỷ niệm gầy như những chiếc xương vai
Hương phấn đó em mang từ tiền kiếp
Cho anh ôm tình cũ một vòng tay

Co chân lên cho anh nâng gót nhỏ
Gót chân son nôn nả nhịp xe đời
Nói cho anh chuyến tàu nào em lỡ
Sân ga nào còn giữ lệ em rơi

Em ngồi xuống đêm không còn trẻ nữa
Cánh chim bay tha hết cọng thời gian
Trên vai anh em gởi đời cát lở
Tình thắp cho em ngọn nến muộn màng

("Ngọn Nến Muộn Màng", *Tập thơ 2005*, NXB Thư Hương)

Rồi thời gian phôi pha, cuộc sống đổi thay, và khi nhà thơ tóc đã pha sương tuyết, thì những nỗi day dứt, có nhẹ nhàng hơn, bởi người thơ đã biết rằng rồi tất cả sẽ qua đi (*Tình buồn, Đông trắng, Bóng trăng và hoa kim ngân, Vì sao trên cao, Tạ tình…)*

Em luôn luôn nghĩ anh là một Vì Sao
Cho nên mặc dù không nhìn thấy anh
Em cũng biết là lúc nào anh cũng vẫn ở đấy
Ở một nơi thật cao thật xa
…
Mà chúng ta đi song song với nhau
Năm này sang tháng khác

("Vì sao trên cao")

Hãy tha thứ cho em
Núi sông ngàn cách trở
Tình đã phụ tình rồi
Xin đừng mong ngóng nữa

("Tạ tình")

Anh ơi hoa đã héo
Vết thương xưa đã lành
Vuông lụa chồng em giữ
Không còn gì cho anh

("Bông hoa đỏ")

Trong mảng thơ này, có nhiều bài tuyệt hay và mới lạ: *Quà tặng trong chiến tranh, Giấu, Ngọn nến muộn màng, Mưa Seatle, Trái tim hồng,…*

TIẾNG NÓI CỦA "CÁI TÔI"

Những bài thơ mà nhân vật Tôi phát ngôn trực tiếp suy nghĩ, cảm xúc, quan điểm của mình, đó là tiếng nói của "Cái Tôi" tác giả.

Trong thơ Trần Mộng Tú, Tôi nhìn vào hồn mình, nhìn xung quanh mình, truy tìm hiện sinh, truy tìm bản thể và nhận ra nỗi cô đơn hiện sinh (*Cô đơn như thượng đế*), nhận ra sự vong thân (*Thật giả; Tìm mình)* và hành trình hư vô.

Sáng nay tôi dậy lúc 3 giờ
Tôi xuống bếp
Cầm chiếc ly lên
Bỏ chiếc ly xuống
Hình như tôi uống nước
Hình như tôi không
Tôi loanh quanh trong bếp
Có tiếng chạm vào nhau
Của những cái nồi cái ấm
Hình như tôi đun một ấm nước
Hình như tôi không làm gì cả
…
Có ai đứng gần đó không
Cho tôi mượn đôi mắt
Một đôi mắt
Có thể tìm được dưới đáy biển
Tìm thấy trên bầu trời
Những giọt lệ của mình.

("Cho tôi mượn đôi mắt")

tôi cúi xuống hồn tôi
nhặt mảnh trăng vừa vỡ
mảnh trăng nhoè trên tay
hạt lệ vàng nức nở.

("Tôi cúi xuống hồn tôi")

Tôi đi từ chiến tranh
Tôi bước vào Hòa Bình
Người ta nói tôi đặt chân qua hai thế kỷ
Tôi loanh quanh đi tìm mình
…
Hết ba phần tư thế kỷ
Tôi vẫn chưa tìm thấy tôi.

("Ngày qua ngày qua")

Cúi xuống nhìn thân thể
Mảnh hình hài như có như không
Tôi đi đâu
Tôi về đâu

("Hunting house")

Một mai tôi chết rồi sao nữa
Mây vẫn bay và nước vẫn xuôi

("Giải mây trôi")

Nhà thơ trăn trở, tôi là người Việt hay người Mỹ và khôn nguôi tâm trạng ly hương, một nỗi nhớ quê nao lòng (*Tôi là ai, Người đàn bà thi sĩ Việt Nam, Trăng đất khách, Khi về, Đêm tháng Tư, Tháng Tư quê hương tôi, Mùa xuân và tôi, Khúc xuân hoài, Muối tuyết, Nấu bữa chiều ở Issaquah*,

nắm rơm giấu bốn mươi năm cũ
vừa nhai vừa khóc nhớ quê xưa

("Bốn mươi năm đợi")

Nhưng suốt đời tôi làm thế nào tôi quên được
Những cây cầu trên đất nước Việt Nam
Những cây cầu bắc qua dòng tan tác
Dòng máu, mồ hôi, và nước mắt da vàng

("Cây cầu và dòng sông")

Trần Mộng Tú dành cho gia đình, người thân, bạn bè những tình cảm chân thành, hết sức quý mến thương yêu. Xin đọc: *Cha già, Xuân không bố, Mẹ, con và hoa cúc, Bài thơ cho cháu ngoại, Yến ơi! Yến ơi* (Đỗ Ngọc Yến), *Tiếng chim ca, Câu hỏi, Chia tay* (Thái Hà Chung), *Bây giờ* (Nhật Tuấn), *Bên kia đường* (Du Tử Lê), *Như tiếng sách rơi* (Nguyễn Mộng Giác), *Tiễn bạn Kim Nhung, Chiếc áo của ai* (100 ngày của Chi), *Gió mùa đông bắc* (*Gửi anh Sơn, em Cường và anh Ngọc*), *Mơ thấy bạn về,…*

Trong sự tra vấn về hiện sinh, Trần Mộng Tú tin vào sự vĩnh cửu của thi ca.

Chỉ có THƠ là ống kính vạn hoa
ta lắc soi từ thời thơ dại
cho đến tuổi già
vẫn vạn hoa còn đó
trong cái không màu chứa cả muôn màu
trong vô ngôn vẽ ra ngàn cảnh giới.

("Nỗi không")

Thi sĩ là người duy nhất trên đời
khi chết đi
không mang theo gì cả
nhưng vẫn vĩnh viễn làm chủ sản nghiệp
của mình
Những bài thơ.

("Khi thi sĩ chết")

Và vì thế, nhà thơ mơ thấy kiếp sau, dù nghèo, đông con (8 đứa con), vẫn lấy chồng thi sĩ, và cả nhà làm thơ (*Kiếp sau*).

DIỄN NGÔN THẾ SỰ

Với hai góc nhìn, là một người dân miền Nam trước 1975, dân Sài gòn; và là một Việt kiều sống ở Mỹ, cái nhìn, thái độ nhận thức và diễn ngôn của Trần Mộng Tú sẽ rất khác với người dân trong nước. Đơn giản là, Trần Mộng Tú sống trong một môi trường văn hóa, chính trị, kinh tế khác với môi trường sống ở Việt Nam. Cho nên Trần Mộng Tú có nhiều bài thơ đáp ứng được đòi hỏi chính trị của độc giả Việt ở Mỹ, song những bài ấy không dễ được tiếp nhận ở trong nước, điều ấy có thể hiểu được. Xin đọc: *Tiếc thương, Xin lỗi, Văn tế cho những oan hồn cả hai miền nam bắc, Tháng Tư quê hương tôi, Tháng Tư sừng sững đứng, Đêm tháng Tư, Bài thơ sau tháng Tư, Tôi xin tạ lỗi, Trở về biển, Bài hát da vàng, Những lưỡi dao sản xuất từ Việt Nam, Biển đảo hận ca*, …

Ngư dân để tang cho biển
Tiều phu để tang cho rừng
Trên những cánh đồng nứt nẻ
Nhà nông mắt lệ khô tròng
Tôi đứng bên ngoài đất nước
Nhìn đâu cũng thấy bóng em
Một em hình thù rất lạ
Như con cá chết nằm nghiêng.

("Gửi người em Vũng Áng")

Tôi cúi đầu thật thấp
nhân danh là người Việt Nam
tôi xin thả xuống dòng nước này
những lời tạ lỗi
Lời tạ lỗi với những đồng bào tôi
những người còn đang sống trên đất nước Việt Nam
một đất nước đang rêu rao
Tự Do Hạnh Phúc Hòa Bình Thịnh Vượng Văn Minh…

...

Tôi xin tạ lỗi
Vì tôi là người Việt Nam
tôi không làm được điều gì cho chính đất nước mình...

("Tôi xin tạ lỗi-2019")

Trần Mộng Tú có nhiều bài bộc lộ một tình yêu thương sâu sắc với các nạn nhân chiến tranh ở Trung Đông, nạn khủng bố 11/9 ở Mỹ (*Trả lại tôi*), nội chiến ở Syria (*Vết thương nội chiến*), kỳ thị chủng tộc ở Mỹ (*Tôi không thở được*), 39 người chết trong chuyến đi tìm sự sống ở Anh Quốc 23-10-2019 (*Xin lỗi*), *Lưu Hiểu Ba*, thuyền nhân (*Trở về biển, Văn tế tập thể*), nạn nhân trên "*cánh đồng hoa hướng dương ở làng rozsypne",* người lính chết trận ở hai miền Nam, Bắc Việt Nam *(Tiếc thương),* Karim Wasfi fights ISIS with music (*Âm thanh của hồ cầm*), tưởng niệm nạn nhân ngày 2/12/2015 San Bernadino (*Bạo lực vào thành phố*), những em bé Mã Lai (*Gửi em trong mộ tập thể*), người dân Vũng Áng *(Gửi em Vũng Áng*), người dân A-Phú-Hãn khi tượng Phật bị đập phá (*Thơ về A-Phú-Hãn*), nạn nhân Covid (*Hoa nở mùa Covid, Không còn khoảng cách.* 2020*)*...

Những bài thơ này bộc lộ một tầm nhìn rộng, một tình yêu thương vượt xa trong cộng đồng nhân loại. Tấm lòng ấy có phẩm chất từ bi của Phật và Lòng Thương xót của Chúa.

Chúa Phật đều từ tâm
Tình yêu như tín ngưỡng
Hãy rót vào đời nhau
Nước sông hằng vô lượng.

("Vẽ hộ em nét mày")

Ta kéo hồi chuông kinh sớm
Ta thắp nén nhang buổi chiều
Chúa Phật cùng về một lúc
Dắt hồn qua bãi hoang liêu

("Văn tế cho những oan hồn ở cả hai miền nam bắc")

THƠ TÔN GIÁO

Trần Mộng Tú có nhiều bài thơ về đề tài tôn giáo, hoặc đem tôn giáo vào bài thơ tự tình hoặc thơ luận giải thế sự. Đức tin đem đến sự bình yên. Chính Chúa là cội nguồn thơ. Chúa là Đấng đã đổ máu để cứu rỗi mọi nỗi thống khổ. Nhà thơ khát khao được chia sẻ cuộc khổ nạn của Chúa.

Em về qua cửa giáo đường
Mở trang Cựu ước nỗi buồn bỗng vui
Chúa trên cao cũng mỉm cười
Bấc chưa thắp, nến đã ngời lửa thiêng
Tâm em nở đoá bình yên…

("Kinh thơ")

Sáng nay trời bắt đầu vào đông
con đường ướt đưa tôi đến nhà thờ
trên thánh giá Chúa không có áo
hai vai Người đọng những hạt thơ
…
Ngày mai tôi sẽ mang áo đến cho Chúa
và nhặt những câu thơ trên vai Người…

("Mùa đông và Chúa")

Sáng nay chủ nhật, tôi tới nhà thờ
nhìn lên ảnh Chúa
trên thánh giá hai bàn tay Người rỉ máu
tôi hình dung ra những vệt máu trong thành chiếc quan tài
Chiếc quan tài bọc thép
chở 39 hồn điêu linh
chở 39 xác đông lạnh
đông lạnh những lời Kinh…

("Xin lỗi")

Lên đồi Tôn Giáo tìm an ủi
tìm Phật Bà, tìm Đức Mẹ một thời che chở thuyền nhân
cả hai cùng bị chém cụt đầu
thân vẫn hướng ra khơi
Chúa đã vụn tan chỉ còn trơ thập giá
tôi giang hai tay chờ đóng đinh thế Người…

("Trở về biển")

Em sẽ chết với mảnh hồn trống đó
Chúa đứng đón em ở cổng Thiên Đàng

("Trái tim hồng")

Bài thơ đặc sắc về tôn giáo của Trần Mộng Tú là bài *Chặt đầu Giêsu*

Ô, hôm nay con đã chặt đầu Cha xuống
Chiếc đầu lăn lóc trên mặt đất

Có ai đó vừa nhặt lên
Gắn lại cho Cha
Nhưng con ơi nếu thấy cần phải đập đi
Khối vữa vôi đó sẽ sẵn sàng tan vỡ
Cha còn cả hai cánh tay
Cha còn cả hai ống chân
Cha còn cả thân mình
Nếu thấy thích con cứ tự nhiên đập bỏ
Vì từ hơn hai ngàn năm trước
Loài người đã đập vỡ thịt xương Cha
Này đây cánh tay với bàn tay
Con cứ đem về
Cánh tay Cha cho con ngả đầu vào
Những khi con nhọc nhằn sau hoan hô đả đảo
Sau gào thét đập phá
Hãy đặt cuộc đời trên vai Cha
Bàn tay Cha đây con hãy nắm lấy
Vứt đi chiếc gậy chiếc búa con đang cầm
Hãy đan những ngón tay con vào ngón tay Cha
Con sẽ nguôi ngoai cơn tức giận
Rồi con sẽ hiểu thế nào là truyền cho nhau cảm xúc
Bàn chân Cha bước thấp bước cao
Cha sẽ cùng con đi tới bất cứ nơi nào
Thân mình Cha có thể cõng được con
Trèo qua những cao ốc nhẩy qua tường
Nhưng nếu con muốn ta sẽ đi thong dong qua suối qua rừng cùng nhau ra biển
Cha và con sẽ ngồi xuống
Cha sẽ giao cho con việc lấy đất lấy cát trộn vào nhau
Làm thành một con người
Con có thể muốn sơn bất cứ màu gì vào con người đó
Trắng Đen Vàng và ngay cả một kẻ không màu
Con sẽ đặt tên, mặc áo quần cho pho tượng theo ý của con
Rồi Cha sẽ phà cho pho tượng một linh hồn
Vì việc linh hồn của tượng con không bao giờ làm được
Cũng như con chỉ có thể cắt đầu hay đập nát một pho tượng
Vì đó chỉ là vôi cát vô tri
Linh hồn của pho tượng con không bao giờ đập nát được
Vì nơi đó là nơi con tìm đến để được Thương Yêu.

(Tháng 7/20/2020)

Chú thích: Đó là bức tượng Chúa Giêsu Chăn Chiên ở nhà Thờ The Good Shepherd Church, Miami Florida.. Họ đập gẫy đầu tượng vứt xuống đất vào ban đêm ngày 7/15/2020.

Bài thơ là lời của tượng Chúa (cũng là tác giả nhập thân vào Chúa) để nói lời thứ tha, lời yêu thương; đồng thời chỉ ra chân lý về quyền năng vô biên của Chúa với một lòng xác tín thật hân hoan. Hiếm lắm tôi mới gặp được một bài thơ tôn giáo mà tư tưởng, tình cảm và đức tin mạnh mẽ đến vậy. Tin mừng được diễn giải thật tinh tế, đẹp đẽ: *"hãy yêu kẻ thù và cầu nguyện cho những kẻ ngược đãi anh em." (Mt. 5,38-48)* bằng một nghệ thuật ngôn ngữ đầy sức thuyết phục.

Thực ra, nhiều bài thơ của Trần Mộng Tú đã thấm rất sâu tinh thần của Tin mừng. Đó là lòng yêu thương con người, sự sẻ chia mọi niềm vui nỗi buồn với mọi thân phận bất hạnh, ở cái tâm bình an, và sự vượt qua những bế tắc tư tưởng và những vấn đề của hiện sinh.

Em về qua cửa giáo đường
Mở trang Cựu ước nỗi buồn bỗng vui
Chúa trên cao cũng mỉm cười...

(Kinh thơ)

Có phải đau đớn tôi
Người xuống chia lệ nhỏ
Có phải lưu đày tôi
Người ghé vai gánh hộ
Ôi đêm vô tận này
Cầu xin người ở lại
Trên thánh giá tinh khôi

("Đêm vô tận")

MỘT CỐT CÁCH THƠ HIỆN ĐẠI

Tôi không dùng chữ "hiện đại" với nghĩa của thuật ngữ "Hiện đại chủ nghĩa" để phân biệt với trào lưu "Hậu hiện đại"; mà dùng với nghĩa "hiện đại" tương phản với "cổ điển", tức là thơ của hôm nay, phân biệt với các thời kỳ thơ trước (thí dụ thơ trước 1945, thơ kháng chiến 1945-1975).

Trần Mộng Tú có những bài viết bằng thể thơ, cảm xúc thơ của thơ Lãng mạn 1930-1945) song tình yêu trong những bài thơ này là tình yêu của con người ở miền Nam trong cuộc chiến 1955-1975 (*Buổi trưa ở Sài Gòn, Quà tặng trong chiến tranh*...)

Trần Mộng Tú cũng có những bài Tứ tuyệt ánh lên cái đẹp của thơ Lãng mạn, không thuộc về thi pháp của Tứ tuyệt Đường luật *(Sáng nay thu về phố cũ, Trăng xanh, Tuyết tan, Sợi tóc, Đông trắng, Áo Mỵ Châu, Tuyết Trọng Thủy...)*

Thơ lục bát của Trần Mộng Tú vừa đẹp, vừa sang trọng, song lại rất ít chất ca dao *(Tình gọi, Mưa Seatle,...)*

Những bài Văn tế của Trần Mộng Tú không theo khuôn phép của văn tế cổ điển (*Văn tế thập loại chúng sinh* của Nguyễn Du, hay *Văn tế nghĩa sĩ Cần Giuộc* của Nguyễn Đình Chiểu). Đó là những bài thơ được đặt tên Văn tế.

Đa phần thơ Trần Mộng Tú là thơ tự do, *thơ kể chuyện tự tình*. Phần đầu tác giả kể chuyện (nhiều khi là chuyện đời thường xung quanh mình), như một câu chuyện văn xuôi không thơ. Khổ cuối thường vỡ làm cho câu chuyện kể bằng văn xuôi trở thành thơ. Chất thơ nằm trong tư tưởng và tình cảm, không nằm trong chất liệu ngôn ngữ hay tứ thơ (Xin đọc: *Kiếp sau, Cuối năm giấu tuổi trong rau, Hoa cỏ, Trở về biển, Đuốc tình, Hình như là thu phân, Ai điếu Trần Viết Minh Thanh, Đường cũ, Hỏi chàng, Thơ sinh nhật, Âm thanh của Hồ cầm, Xóm tôi, Hunting house,*...

Tôi mơ hồ cảm nhận vẻ đẹp chuẩn mực thơ Bà Huyện Thanh Quan trong thơ Trần Mộng Tú, cũng nhận ra cái đẹp tinh khôi mới lạ mà hồn thơ Trần Mộng Tú trong thơ Lãng mạn, và đặc biệt là sự khám phá những tứ thơ trong những sự vật, sự việc đời thường được Trần Mộng Tú tạo nên những hình ảnh ấn tượng. Tôi cho đó là tài năng và là phẩm chất thi sĩ ở Trần Mộng Tú. Giữa những xô bồ của việc cách tân thơ, của sex và phong trào nữ quyền, của *Hậu hiện đại* lật đổ những "*đại tự sự*" về thơ, Trần Mộng Tú vẫn khẳng định được giá trị của thơ truyền thống và đóng góp thêm những giá trị thật quý báu.

Tháng 8/2021

[1] Bài thơ được dịch ra tiếng Anh và đưa vào sách giáo khoa dậy văn chương "Glencoe Literature" do nhà xuất bản McGraw Hill ấn hành, là bài *The Gift in Wartime*, "Quà Tặng Trong Chiến Tranh."

Nguồn:

http://buicongthuan.vn102.space/2021/08/31/th_tr_n_m_ng_tu

Nên xem thêm:

- Du Tử Lê, *Trần Mộng Tú, Thơ và niềm hãnh diện thi ca Việt.* ttp://tranmongtu.blogspot.com/p/cam-nghi.html

LINH MỤC NGUYỄN TẦM THƯỜNG TIN MỪNG QUA CÁC THỂ LOẠI VĂN CHƯƠNG

Nguyễn Vy Khanh *1

Linh mục Giuse Nguyễn Tầm Thường

Trong văn học Công giáo Việt Nam, chúng ta đã quen biết những bài Văn, Kinh Sách, Truyện và Tuồng là những thể loại đã xuất hiện từ thời mới có chữ Quốc ngữ từ những thế kỷ XVIII, XIX. Thời trước 1975, các linh mục Đỗ Bá Ái, Hồng Phúc, Vũ Minh Nghiễm, v.v. đã để lại nhiều bài viết và sách rao giảng Tin mừng và truyện các Thánh; rồi sau 1975, các hồng y Nguyễn Văn Thuận, giám mục Bùi Tuần, v.v. đã

*1 Về tác giả, xem trang 13

có những tác phẩm suy niệm, chia sẻ về đức tin, giảng về Tin mừng, về sống đạo, linh mục Chu Quang Minh với bộ sách tâm lý về hôn nhân và gia đình, Lm. Trần Cao Tường với nhiều bộ sách về nguồn đạo và Tin mừng, v.v.

Lm. Nguyễn Tầm Thường xuất hiện cùng thời hoặc sau các vị vừa kể, nhưng đã đem lại một phấn khởi mới về học hỏi Tin mừng, đã sử dụng những hình thức hiện đại hơn: truyện ngắn, thơ, bút ký, nhật ký, suy niệm, và bài giảng trên mặt nhựa CD. Thi ca mảnh đất của tâm hồn, với hai tuyển tập *Tình Thơ Thập Giá, Mùa Hoa Trên Thánh Giá Gỗ*. Truyện ngắn với bố cục tinh tế để lý trí giải bày có hai tập *Đường Về Thượng Trí* 1995 và *Tiếng Gọi Phía Bên Trong* 1999. Suy niệm và cầu nguyện để tâm linh siêu thoát: hình thức đề tài có *Nước Mắt Và Hạnh Phúc* 1989, *Con Biết Con Cần Chúa* 1994; hình thức đoản khúc gồm 100 đề tài suy niệm và cầu nguyện: *Viết Trong Tâm Hồn* 1996, *Mùa Chay Và Con Sâu Bướm* 1997, *Cô Đơn Và Sự Tự Do* 2001, *Đường Đi Một Mình* 2005. Thể bút ký đã xuất bản *Những Trang Nhật Ký Của Một Linh Mục* 2002. CD có các bộ *Tỉnh Thức, Thánh Thể, Bí Tích Hòa Giải, Tôi Là Ai; Đường Vào Tâm Linh* với 15 đề tài suy niệm và cầu nguyện, v.v.

Thể loại văn chương và tâm hồn nhạy cảm

Thi ca

Những tác phẩm đầu tay của Lm. Nguyễn Tầm Thường là những bài thơ, về tình yêu và những rung động tuổi thanh niên, và về tình yêu Thiên Chúa, thiên nhiên - có bài đã đăng trên các tạp chí ở Sài Gòn trước năm 1975. Thơ để con tim lên tiếng, phần lớn sáng tác thời đầu:

"... Một sáng hừng xuân
Tung tăng hạnh phúc tôi đã lâng lâng vào đời
Tình yêu mở hội đón mời
Có tay trinh nữ / Có trời bao la
Chiều sâu thập giá / Có tà áo thiên
Tên nào miên viễn mà Chúa muốn chọn gọi tôi đi vào?
... Tóc hương thơm gọi tới / Hồn tôi nghĩ ngợi xót xa
Giêsu man mác bao la / Bờ vai tha thiết thật thà.
... Chúa ơi, / Tên con Thập Giá hay tà Áo Xanh
Tên con Tình yêu hay là Yếu Đuối" ("Chúa ơi! Tên con là gì?").

"... Những con sâu tâm hồn / Là loài sâu rất khôn
Nằm ẩn kín trong tim / Bao lần tôi tìm thấy
Không dám giơ tay chém

Những con sâu lầm lỗi / Đem đời mưa gió về
Một lần lỗi lời thề / Để sâu độc xây tổ
Bụi hồng héo rũ bã / Hạnh phúc mù sương sa" ("Vết Sâu Cắn")

Trong những bài thơ mới hơn, ngoài những đề tài Thiên Chúa, Mẹ Maria, tình yêu, chuyện lòng,... người đọc còn bắt gặp những hình ảnh thập giá, thánh giá, lầu chuông, quán trọ, con sâu tằm, biển cả, hoa nghĩa trang, v.v.

"... Cali ơi Cali / Chiều nay trời gió lộng
Lối nào cũng mênh mông / Nhìn thánh giá trên đồi
Tôi gọi thầm tên tôi / Ai là người đơn côi?
Thập giá hay là tôi?" ("Thánh giá trên đồi Cali").

Truyện ngắn

Với hai tập truyện ngắn *Đường Về Thượng Trí* và *Tiếng Gọi Phiá Bên Trong*, Lm. Nguyễn Tầm Thường đã cho thấy khả năng văn chương dùng sáng tác để dẫn đường vào tâm linh, thuộc vào văn-chương-vị-tâm-linh. Hình thức có thể cổ điển như sáng tác của các nhà văn cùng thời, nhưng thêm đặc tính của Lm. Nguyễn Tầm Thường là cách trình bày triết lý hoặc tâm lý để đưa vào tâm linh. Những câu chuyện ở các xứ đạo ở Việt Nam hoặc ở ngoại quốc, nhân vật có thể là bất cứ ai, nhưng họ có những niềm riêng, những khủng hoảng tâm linh, những hạnh phúc tìm thấy. Những cánh hồng trên tuyết hay cây hoa lan ở một xứ đạo thâm cùng ở Việt Nam đều là những cái đẹp của thử thách. Có thể nói toàn tập *Đường Về Thượng Trí* là một bản trường ca của kẻ tầm Đạo, kẻ đi tìm đường về cõi vĩnh hằng. 'Kẻ được chọn sẽ là người mang thương tích của thập giá, chứ không phải là kẻ chỉ ca ngợi thập giá'.

Truyện *Đường Lên Núi Cao* được trình bày dưới hình thức những đoản khúc như những mảnh tâm tình của một chàng trai đi tìm con suối đẹp giữa khung trời thần tiên đã có lần mơ thấy. Lần hồi trưởng thành làm kẻ đi tìm *Đường Về Thượng Trí*, nơi có mây trời và gió nắng cứu chuộc. "Đường về thượng trí là một tiến tới liên lỉ, không đứt đoạn. Thánh thiện phải chắp nối từng điểm nhỏ, và những điểm nhỏ ấy làm nên sợi dây dài".

Truyện *Giọt Lệ* viết về một cuộc đời mà cuối cùng giọt lệ hiếm hoi đối với 'tên tù' đã là niềm vui, lúc cuối đời mới hiểu 'tại sao chỉ có nước mắt mới làm đầy cái lọ, chỉ có lòng sám hối và cầu cứu sự xót thương của Chúa'. Chỉ có nước mắt mới có sức mạnh hóa giải, như câu chuyện người con hoang đường trở về trong *Kinh thánh*!

Sa mạc cũng là một hình ảnh được sử dụng hơn một lần. Trong truyện *Người Khách Và Con Tàu*, kẻ đi tìm được dặn dò: "Hãy vào sa mạc, ở đấy Ta sẽ nói cho ngươi phải làm gì. Trong thinh lặng và tin tưởng ngươi sẽ tìm được sức mạnh cho tâm hồn". Sa mạc là đường đi một mình, một mình với những giằng co sợ hãi trước cõi vô hình và trước cái chết!

*

Tiếng Gọi Phía Bên Trong gồm những truyện ngắn về tâm linh nhưng khởi từ những mảnh vụn của đời thường, từ những khía cạnh hay vấn đề tâm lý, xã hội và cả tín ngưỡng. Những truyện *Con Muỗi, Miền Cô Đơn,* dùng tình yêu đôi lứa làm nền câu chuyện, kết cục đều bi đát nhưng chất chứa hy vọng, hiểu biết. *Tiếng Đàn Không Người Đánh* là một bản tình ca thật đẹp: tiếng phong cầm nghe trong tâm hồn, "khi mình hạnh phúc thì ở đâu cũng nghe như có âm nhạc, và tiếng ngọt ngào êm ái sẽ tỏa khắp không gian (...) Tiếng đàn đó là rung động của tình yêu". Chiến tranh đã đem người nữ đó vĩnh biệt trần gian, nhưng dư âm hãy còn vang vang và người nam trong truyện nay đi đâu, gặp ai cũng giống gặp lại nàng và "sẽ để lại trong hồn nhau những tiếng đàn dặt dìu huyền nhiệm... gọi về thênh thang của tình trời".

Bàn Tay dựng lại hình ảnh những con người từ tro tàn lịch sử và biến động xã hội, chính trị một thời. Nhân quả nhãn tiền vì cuộc đời từ cách mạng mùa thu với 30 năm nội chiến, đã khiến kẻ gieo nhân tàn độc sẽ phải gặt lấy quả đọa đày ngay trong kiếp này; từ bá hộ giàu nứt vách, của ăn không hết, mà ở ác, trở thành kẻ tật nguyền đi xin ăn; định mệnh trớ trêu xui gặp lại người khốn khổ ngày xưa đào cắp khoai chỉ tìm sống vì con đói mà bị ông sai tá điền chặt hai ngón tay. Bàn tay thiếu hai ngón đó nay bốc gạo cho người ăn xin mà gạo cứ rơi ra: "Nếu bàn tay kia lành lặn thì cái phúc bàn tay ấy làm cho ông hôm nay sẽ nhiều hơn. Hình ảnh đó siêu bạo quá. Cái phúc hay cái bất phúc là do mình tạo nên... Vắng yêu thương thì chính đạo cũng thành tà đạo"!

Truyện *Tiếng Chuông* nói về một họ đạo khác và đời linh mục thánh thiện của một cha xứ. Cha bị mang tiếng là keo kiệt. Khi cha được về hưu cũng là lúc họ đạo xây nhà thờ, cha đã bỏ công sức và cả ra tay xây dựng đến phải té bị thương. Giáo xứ có được nhà thờ do tiền của một vị ẩn anh, sau mọi người mới biết tiền đó là số tiền cha đã giữ lại tiền giáo dân đã xin lễ với ngài, nay ngài giao trả lại - vì ngài xem như 20 năm qua đã giữ giùm, rồi đơn độc đi về nhà hưu dưỡng với chiếc va-li bạc màu. Tác giả khi được mặc áo dòng về quê, đã đến thăm cha xứ già, đã cảm kích và cảm thấy được hạnh phúc vì bóng hình ngài can trường trong thánh thiện sẽ là sức mạnh nâng đỡ tác giả bước tới.

Các truyện ngắn trong tập này thành công gây suy nghĩ đồng thời là những áng văn chương thành công về kỹ thuật cũng như ngôn ngữ và hình ảnh sử dụng. Ngoài ra, một số bài suy niệm cũng mang tính văn chương cao của truyện ngắn, như *Mùa Xuân Im Lặng Trong Đôi Guốc* (đk 51), *Lối Đi Của Con Kiến* (đk 71), *Trang Hồi Ký Của Tòa Giải Tội* (đk 53), *Tiếng Gọi Bên Rừng Thu* (đk 49, "*Tiếng Thu* chỉ nói với con tim hành khất đi tìm lý tưởng, muốn nghe tiếng thu, cần con tim hành khất của kẻ chấp nhận làm hành khất như Đức Kitô"). Lm. Nguyễn Tầm Thường hứa hẹn sẽ ra tiếp tập truyện khác, *Ngoài Cửa Nhà Thờ,* gồm những truyện 'gọi đường vào tâm linh'

Bút ký

Tập *Những Trang Nhật Ký Của Một Linh Mục,* với tiểu tựa 'suy niệm viết trên đường đi', là bút ký của một năm (2001) hành hương ở nhiều nước thuộc châu Á, bắt đầu ở Ấn Độ trùng với 'năm thánh' của đạo Hindu, năm mà chừng bảy mươi triệu người sẽ đổ về sông Hằng Ganga để tắm gội tội lỗi trong vòng sáu tuần lễ.

Hành hương tức là đi cùng suy niệm, đi để nhìn, để học hỏi. Từ cuộc hành hương tìm Chúa, qua con người, ở những địa danh không hẳn phải là đất của đạo Công giáo, Lm. Nguyễn Tầm Thường đã tìm lại mình, đã nghe được mình, đã thêm dấu chứng về ơn sủng, về đức tin, về Chúa.

Hành hương đến đất Ấn, giai đoạn đầu học Thiền (zen) và suy niệm (meditation) trong 10 ngày. Học phương pháp thiền niệm 'thấu đáo sự vật' (vipassana) cho tâm trí sáng suốt., suy niệm về cái Không. Lm. Nguyễn Tầm Thường từ tập niệm, nhận ra phương pháp không xa lạ với linh đạo thánh Inhaxiô trong tiến trình linh thao: 'sống bình tâm trọn ý Chúa'. Công giáo có suy niệm nhưng thiếu huấn luyện về phương pháp, "người Công giáo rất sợ tĩnh tâm thinh lặng" (bản 2005, tr. 171). Sau đó là thiền viện Công giáo Bodhi Zendo và hành hương qua những miền quê hoang dã cũng như nơi đô hội, những bidonvilles với những slums, những phân biệt giai cấp, và những nơi thanh tịnh, những 'thiên đàng đã mất', v.v. Trong ba mức độ của tội lỗi, tâm, lời và hành động, giáo lý (ảnh hưởng triết Tây) thường xem hành động là nặng nhất, nhưng câu chuyện về hai đệ tử Visto và Raja (Trí sạch - tâm an) cho thấy tội lỗi là từ Tâm. "Bài học đầu tiên cho các con... là Trí sạch, tâm an các con sẽ hạnh phúc. Bánh xe hành động theo sau trí sạch, tâm an là bánh xe về thiên đàng với kẻ theo Chúa, về Niết Bàn với kẻ theo Phật. Chúa và Phật đều trí sạch, tâm an". Với người nhập tu học một đạo, đó là "ít kinh kệ, giàu tấm lòng. Tâm an, trí sáng"(tr. 106).

Đất Ấn, nơi dòng sông Hằng huyền bí, Lm. Nguyễn Tầm Thường tìm lại quá khứ, hạnh phúc bất ngờ được ngồi trên con đò như trong *Câu Chuyện Của Dòng Sông* (Siddhartha của Herman Hesse) mà linh mục đã đọc thời trẻ, sống cái hiện tại với kỷ niệm đã qua. "Ngày mai tôi sẽ xuống bến đò, nhờ ông lái đò đưa tôi ra giữa dòng sông. Dòng sông mơ hồ cuốn hút tuổi thơ của tôi trên ba mươi năm qua" (tr. 157). Nơi "dòng sông huyền bí của biết bao nhiệm mầu", nơi mà đáy lòng sông chứa biết bao sọ người trước có thể của những nhà thông thái, cách mạng, nghèo, giàu,... nhưng nay cùng giống nhau ở chỗ cùng rỗng tuếch. Nơi để hiểu những bí ẩn của cuộc đời, của định mệnh. Và của ngày sau: "Con sẽ chết như bao tín đồ Bà La Môn ở đây. Xin Chúa là dòng sông định mệnh cho con về. Ôi! Tâm trí con sẽ suy nghĩ gì, trái tim con sẽ sống thế nào để Chúa chờ đón con vào dòng sông vĩnh hằng linh thiêng là chính Chúa." (tr. 166).

Kẻ Đi Tìm là tập bút ký về cuộc hành hương nơi Đất Thánh. Lm. Nguyễn Tầm Thường chứng tỏ thêm một lần ngài tinh thông lịch sử, thần học cũng như sự chân thành học hỏi, suy niệm. Linh mục đưa người đọc đến Đất Thánh, sống lại những cảnh hai nghìn năm xưa và đi lại những con đường Chúa Giêsu đã đi qua: đi bộ trong sa mạc để cảm được thế nào là đường Jerico, dự cuộc rước Lá trong đền thờ Golgotha, sống ý nghĩa về người mù Batimê, hồi tưởng cuộc kiếm tìm của Dakêu và chuyến đi sau cùng của Chúa Giêsu từ Jerico về Jerusalem, đền thờ mang tên Flagellation, nghĩa là Đền thờ Chúa bị đội mạo gai và đánh đòn, đền thờ Gallicantu, nơi thánh Phêrô đã chối Chúa ba lần, v.v. Đền thờ Gietsimani ở nơi trước là Vườn, nơi Chúa Giêsu bị bắt và các môn đệ bỏ trốn hết. Lm. Nguyễn Tầm Thường cho biết: "Tôi không thể tìm vết chân chạy trốn nơi đây. Sự chạy trốn có hay không là ở trong lòng những kẻ hành hương mà thôi. Tôi không thể tìm phiến đá nào Chúa đã quỳ. Phiến đá nào mang dấu ấn lịch sử kia là trái tim mình mà thôi. Tôi không thể hỏi gốc ôliu nào chứng kiến sự kiện". Nhắc lại chuyện Giuđa năm xưa dùng cái hôn để nộp Con Người, Lm. Nguyễn Tầm Thường nêu tra vấn: "Câu chuyện hai nghìn năm trước cũng là câu chuyện hôm nay thôi. Trong đời sống hôn nhân người ta đã chẳng từng than thở: 'Chúng ta dùng cái hôn mà phản bội nhau sao?'. Trong đời sống tu hành, người ta đã chẳng dùng giáo đường là bóng mát lừa dối sao? Không cần tìm nhân chứng xa xôi, chúng tôi tin là nhân chứng đó trong cõi lòng của chính con người". V.v. và v.v.

*

Lm. Nguyễn Tầm Thường hành hương, đi 'thực địa', và sống thực, hòa mình trong mọi hoàn cảnh và không gian, vừa đi vừa nói chuyện, tả cảnh, kể chuyện, suy niệm và tâm sự (viết bút ký hay nhật ký trước hết là tự nói với mình); gấp tập Nhật Ký..., nhờ Lm. Nguyễn Tầm Thường, người đọc cảm thấy gần gũi các tu sĩ hơn, linh mục không là một đỉnh cao khi được thụ phong chức thánh, mà là một "tập thành", một "trở nên", ngày một thánh thiện, hoàn hảo hơn. Và con đường đó các ngài đã và còn phải đi một mình, mỗi người, mỗi hoàn cảnh! Ngoài ra, trong tác phẩm của Lm. Nguyễn Tầm Thường, vai trò của ký ức được đặt nặng - ký ức ở đây là từng sống, từng nghĩ, trong một hiện tại, hôm nay, cùng lúc dàn dựng, dự phóng tương lai, một tương lai có ý nghĩa vì đang khởi từ mầm mống hôm nay.

Dù ít nhiều chủ đề hay luận đề tôn giáo, các thể loại thơ và truyện ngắn cũng như bút ký đã được Lm. Nguyễn Tầm Thường tài tình sử dụng. Tính chất nghệ thuật đích thực đó có thể là lý do các tác phẩm được tìm đọc và tái bản nhiều lần. Người đọc có cảm thưởng linh mục Nguyễn Tầm Thường muốn đạt đến tình trạng tâm hồn siêu thoát, viết và giảng bằng văn chương và cả bằng cuộc sống niềm tin, như đã có lần diễn bày trong truyện *Đường Lên Núi Cao.*

Nội dung Tin mừng

Các hình ảnh thường gặp trong tác phẩm của Lm. Nguyễn Tầm Thường: những sân ga, con tàu, dòng sông, con thuyền, bến đò, cây nho, người làm vườn, chiếc áo, mũi tên, tiếng hót con sơn ca, những con sâu đo, sâu tằm, những dấu chân xưa, đôi guốc, v.v. Đấy cũng có thể là những hình ảnh được các cây bút khác sử dụng hoặc được dùng để dẫn nhập vào các tín ngưỡng, tâm linh khác. Nhưng ở Lm. Nguyễn Tầm Thường, nội dung Tin mừng mới là trọng điểm. Toàn bộ tác phẩm của Lm. Nguyễn Tầm Thường trình bày những suy niệm linh thao theo truyền thống của thánh Inhaxiô. Điểm chính, hay đích phải tới, và thường trực, đó là đường phải đi một mình, vì "nhân đức là bình dầu không vay mượn được", "không phải để người khác lên trời thay mình hay thuê người khác xuống ngục tối thay ta" - "Vì thế *Kinh thánh* không thể chỉ cho ta cách vay mượn mà chỉ có thể dạy ta 'hãy tỉnh thức'", cho nên phải tránh rơi vào cảnh khi chết có đèn mà không có dầu (đk 78, *Đêm Tìm Dầu*)! Hành trình tu đức như thánh Phêrô: "*Đường đi một mình* là đường riêng của mỗi người phải đi trong mầu nhiệm của sự chết và sự sống" (đk 63). Phải lên đường, và một mình, vì tình yêu, đau khổ, nô lệ,... là những hệ lụy cá nhân vì nói như Lm. Nguyễn Tầm Thường, có ta hay không và ta có sao thì cuộc đời vẫn như thường: "Tôi chối từ Thiên Chúa,

Thiên Chúa vẫn hiện diện. Vì Ngài là Thiên Chúa.
Thiên Chúa không cần tôi chứng minh có Thiên Chúa.

Thiên Chúa cũng không cần kẻ khác chứng minh cho tôi biết về Thiên Chúa. Vì Thiên Chúa thì không cần chứng minh.

Như mặt trời không cần ai chứng minh về ánh sáng cho người mù. Như người dưới căn hầm, mặt trời không hiện diện với đôi mắt ấy mà thôi, mặt trời vẫn hiện diện với vũ trụ.

Từ đó,

Lạy Thượng đế, xin cho con biết kêu lên: Con biết con cần Ngài" (đk 77, *Con Cần Chúa*).

Như vậy người giữ Đạo phải làm thế nào? Phải lên đường, một mình, cá nhân tự cứu, tự tu, chứ không phải để vinh danh cái Tôi. Phải biết ngồi bên bờ xét lại, phải biết lắng nghe tiếng của hồn mình, tiếng hồn gọi xác. Và xác tín rằng Con cần Chúa:

"- Lạy Thượng Đế, lạy Trời Phật, con biết con cần Ngài.
Bởi, đó là con đường đi rất đẹp của một phàm nhân".

Lm. Nguyễn Tầm Thường mở thêm "Thượng Đế, Trời Phật" cho người tín ngưỡng khác. Tập *Con Biết Con Cần Chúa* đặc biệt về đạo, có đạo, ngoại đạo, vào đạo, bên cạnh kinh nghiệm của Gioan Tẩy giả, trong đk Sa mạc.

Hình ảnh, ẩn dụ giàu nghèo, như chuyện người anh sống bên gia nghiệp lớn mà cứ nghèo, ao ước một con dê con mà chẳng được, và "cái bất hạnh của người con trưởng là không nhận ra tình thương của cha. Trong tình yêu, khi không nhận ra thì cũng không nhận được" (đk 79, *Anh Cả*). Và người cha LÀ chính tình yêu. Có tình yêu khi mình chấp nhận nhìn hạnh phúc của người kia chứ không phải khi nhìn người đó mà mình hạnh phúc, chứ không phải xây ngục thất để giữ người mình yêu (đk 2, *Tình yêu*). Thành công vật chất có thể dễ nhưng thành công thật là thành công của Tin mừng mà ta phải tinh tế lắng nghe (đk 5 *Thành Công*). Và tình yêu cao cả là tình yêu liên hệ, liên hệ Chúa-mỗi người, một liên hệ trung thành (đk 62, *Thiên Chúa Ba Ngôi*).

Ẩn dụ *Những Làn Khói* (đk 88) được đề cập đúng tình cảnh của người Việt ở hải ngoại hiện nay. Làn khói trắng lịch sử ở công trường Rôma báo Tin mừng bầu Đức giáo hoàng mới, nhưng con người hôm nay bị quá nhiều làn khói trắng đen không phân minh và thường xuyên khói ở cuối nhà thờ thì nhiều, nhất là những nơi người ta ăn nên làm ra: những raising fund và quyên tiền giúp người nghèo này kia xuất hiện với đủ kiểu đủ lý do, giáo dân tổ chức cũng có mà các tu sĩ cũng có. Những làn khói làm cay mắt mọi người, vì khi linh mục chạy theo fund, sẽ đánh mất vai trò làm sứ ngôn, sẽ không còn nói cho giáo dân về Chúa và do đó giáo dân đến nhà thờ sẽ ít được học về Chúa. Vì làn khói cay mắt đó, giáo dân sẽ bỏ nhà thờ đi. Raising fund tốt khi thực sự tốt, chính đáng, kiểm chứng được, nhưng rốt cùng đều sẽ đưa đến tranh giành, chia rẽ, về hùa power: giáo dân thì rơi vào tình cảnh hoang mang khói trắng khói đen, còn người chủ trương hay linh mục thì mất lương tâm trong sáng, bao dung,... Mẹ Têrêsa Calcutta được tôn vinh là đồ đệ đích thực của Chúa Giêsu, còn những vị này?

Ẩn dụ *Chiếc Dây Thừng* (đk 80): "Đừng biến nhà Cha Ta thành nơi buôn bán". Dây thừng ở trong tay Chúa để trừng phạt và tự trừng phạt những kẻ "lấy của lễ lừa dối nhau và lầm lẫn về của dâng cúng" của những "tay lưu manh đứng rình mò trong đền thờ... bầy thú tranh nhau ăn, cắn nhau đến đổ máu dính lên người tôi (dây thừng)... Chúng là tiếng sủa thương đau của nhiều loài thú khác nhau. Những vết máu dính trên người tôi cũng chẳng khác gì những vết thương mà con người mang trong hồn do chính họ tạo nên bởi đam mê tội lụy". "Khi thầy tư tế bán của lễ thì thiên thần đứng khóc. Khi tín đồ mua lầm của thì quỷ dữ đứng cười. (...) Khi của lễ là đơn vị kinh tế thì lòng thật thà thành rình mò". Ba bộ mặt kinh tế, chính trị, tôn giáo mà mưu mẹo đem vào đền thờ thì sẽ hại đến đời sống tâm linh, của lễ thành thờ cúng ngẫu tượng, thành nhỏ nhoi, hết bình an, khiến hương khói trở nên u uất của những làn khói đen (đk 67, *Áng Hương Lòng*). Rồi những tệ nạn cạnh tranh trong việc thờ phượng Chúa; nhà Chúa phải hiểm nguy, phải chịu hậu quả trở nên hoang tàn (đk *Nhà Thờ, Nước mắt và hạnh phúc*).

Tập *Những Trang Nhật Ký Của Một Linh Mục* đã ghi lại một số hình ảnh và ngụ ngôn tiêu biểu cho suy niệm, như chuyện đạo sĩ Sadhu khổ tu sống đơn giản, không mảnh vải che thân, sắp thành đạt thánh nhân nhưng đã bị của cải, vật chất lấy mất tự do, đánh mất lý tưởng. Nhà văn Hồ Hữu Tường cũng từng kể chuyện phút chót không đạt đạo trong truyện *Con Thằn Lằn Chọn Nghiệp*. Thế mới biết không dễ hạnh tu, vì 'hãy tỉnh thức và cầu nguyện' dễ mà khó!

Lm. Nguyễn Tầm Thường có những trang viết thật hay và có tính thuyết phục về nhân quả, tội và bí tích giải tội: tội và luyện tội, như nhân quả, nên được giải tội, tội được tha, nhưng vẫn còn hậu quả, có khi suốt đời. Tình cảnh của những con sâu bướm (đk 50): sâu vì bị ghét, nên khôn ngoan kín đáo phá phách, như "linh hồn và những ẩn kín của một lương tâm gian dối"; do đó cần sám hối, để trở nên như những cánh bướm đã từng làm sâu cắn nát hoa lá, bị ghét - cánh bướm là hình ảnh mơ ước cho tâm hồn. Hệ lụy đớn đau của phạm tội, nhưng khi nhận thức được, đời sẽ hạnh phúc hơn: "Khi mình chữa vết thương của người khác thì nó lại lành chính vết thương của mình". Satan và những đại diện chúng là bóng tối, là nguy cơ, có khi thật tinh vi. Kẻ có tội không hợp với Thiên đàng, sẽ tự ra khỏi và vô chốn luyện tội, vì Thiên đàng bản chất là Tình Thương. "Luyện tội là nơi lòng thương xót Chúa tạo cơ hội cho tôi bẻ gẫy cây cung (bắn người), rửa thuốc độc trên tay, thanh tẩy đôi mắt, học ngôn ngữ Thiên đàng,..." (đk 54, *Luyện Tội*). Nhưng trước đó, ngay bây giờ, theo Lm. Nguyễn Tầm Thường, phải thật lòng hòa giải, vì hòa giải là bí tích của gia đình chứ không chỉ cá nhân như nhiều người vẫn nghĩ và không phải xưng là đã yên ổn lương tâm và thành tích! 'Tên trộm lành' có tâm đức và biết kính sợ Thiên Chúa, tức đã phải trải qua một hành trình thiêng liêng mới có được những lời thốt tốt lành trên thập giá! (đk 87, *Nhân quả,* và bài *"Kinh Tin kính của tên trộm"* trên vietcatholic.net).

Như vậy, Lm. Nguyễn Tầm Thường đã tác động, lay tỉnh những quán tính, những thói quen do ỷ lại hoặc lười biếng, quá tự tin: xin lễ trọn đời, nhờ người khác đọc kinh cầu nguyện giùm, giữ đạo hình thức, xưng giải tội mà không đền tội,... Sự (tưởng là) hoàn thiện trở nên đổ nát, khiếm khuyết, xa lạ! Những lời chúc mừng (đk 34, 94) theo thói quen đến mất cả nội dung, ý nghĩa - mà thật ra mỗi lời chúc đều phải nói với mình về một ý nghĩa, nói với mình về chính mình và nhất là đều nói với mình liên hệ giữa con với Chúa. Và có những điều người đời thường tránh thì Lm. Nguyễn Tầm Thường nhắc nhở nên có, để được thanh tẩy, như những món nợ mà thánh Phaolô từng căn dặn các giáo hữu: "Các con hãy nợ nhau tình thương mến".

Đối tượng của những suy niệm và học hỏi qua toàn bộ tác phẩm của Lm. Nguyễn Tầm Thường không chỉ là những giáo dân, mà cả giới tu sĩ. Đề cao việc phục vụ tha nhân tức không tìm kiếm lợi nhuận vật chất, mà những đóa hoa nở theo bước đi tới trước. Lm. Nguyễn Tầm Thường đã tâm niệm "Tôi muốn làm nở hoa bất cứ con đường nào tôi đi tới"! Thời nay Giáo hội đã và đang có những vấn đề lớn nhỏ đưa đến khủng hoảng đức tin. Có những giáo dân, cộng đoàn và linh mục chỉ biết dựng cơ nghiệp vật chất mà bỏ quên cơ nghiệp thiêng liêng, hay "chỉ theo 'kẻ giảng về Chúa' chứ không chắc là theo Chúa nên khi thần tượng sụp đổ thì Thiên Chúa của niềm tin chao đảo". Lm. Nguyễn Tầm Thường kêu gọi nhìn lại hình ảnh Yoan Tẩy giả là tông đồ đã nhìn thấy Đức Kitô là Chiên Thiên Chúa khi ngài đi ngang qua trong sa mạc (Lm. Nguyễn Tầm Thường cắt nghĩa là 'dán mắt' vào Đức Kitô chứ không phải 'thấy' bình thường - đk 7, *Kẻ Theo Ngài*).

Con người không là gì hết trước thời gian và Thiên Chúa, sự hiện hữu và quá khứ của một cá nhân cũng không là gì nhưng có thể lại là tất cả nếu có ý thức, vì lịch sử thì liên tục, cho nên đời sống tâm linh của con người được giàu thêm là nhờ quá khứ, khi dùng quá khứ mà suy niệm, để hiểu Tin mừng và tìm Chúa.

Ở Lm. Nguyễn Tầm Thường, các hình thức diễn tả là ngoại hiện của Tin mừng nhưng có căn gốc nhân bản của Tin mừng. Các hình thức này đa dạng là nhờ kinh nghiệm sống, nhờ bề dầy suy niệm của người viết. Nhờ đó, mà các bài viết của Lm. Nguyễn Tầm Thường mang tính tự nhiên và phổ quát nhưng đồng thời đặc thù vì chúng mang cấu trúc cơ bản và thi pháp của con chữ, nghĩa là một ngôn ngữ mang cơ cấu tâm linh. Với Lm. Nguyễn Tầm Thường, hành trình đi giữa thế giới cụ thể với những vẻ đẹp huy hoàng (Taj Mahal,...) cũng như ổ bùn đầy nước đọng (Calcutta, Vailankanni,...), với cảnh thiên nhiên hoang dã, nguyên sơ (Bodhi Zendo,...) cũng như những nơi đầy vết tích lịch sử (đất thánh Jerusalem, Madras, Old Goa,..), là để suy niệm lời Chúa, để sống Tin mừng, là một cuộc đi vào bên trong.

Lm. Nguyễn Tầm Thường sử dụng kỹ thuật ẩn dụ, hình ảnh, bút pháp của *Kinh Thánh*, nhưng Việt hóa một cách nghệ thuật, và rất hiện đại. Trong các đoản khúc về những đề tài suy niệm và cầu nguyện, nhiều hình thức nối tiếp hay hóa trộn trong mỗi đề tài: phần lớn lời nguyện tiếp nối hoặc xen kẽ suy niệm, hoặc suy niệm với chất liệu hoài niệm quá khứ ngày rời khỏi nước ra đi tìm tự do và ngày trở về thực tại đã phải đổi thay nhưng trong bi đát, đi xuống, để chuyển qua lời nguyện Lạy Chúa (ĐĐMM, tr 108-9),... Có khi là các nhân vật được dùng để dẫn vào đề tài suy niệm,... Các truyện ngắn trong 2 tập đã xuất bản có truyện kết thúc bằng suy niệm hoặc lời nguyện. Điệp khúc 64, *Lời Nguyện Của Cây Đèn Chầu*, được trình bày dưới hình thức thơ xuôi, nhắc nhở hình thức Vãn và Tuồng thời xưa. Lời vào tập *Đường Đi Một Mình* có thể xem là tiêu biểu cho hình thức đa dạng này: hình thức bài giảng nhưng như thơ văn xuôi hoặc tư tưởng trầm tư. Dù hiện đại nhưng hình thức suy niệm khiến một số bài viết của Lm. Nguyễn Tầm Thường có nhạc tính và nhịp nhàng vần điệu, kỹ thuật của Vãn và kinh sách thời trước hoặc dùng thể lục bát, hoặc văn xuôi mà dùng vần điệu, dễ thấm, dễ nhớ.

Toàn bộ tác phẩm của Lm. Nguyễn Tầm Thường như vậy có thể nói trước hết có tính luận đề, thứ nữa, có đặc tính liên-văn-bản (inter-textuality) và với bút pháp và kỹ thuật đặc thù của tác giả, chúng mang thêm tính xuyên-văn-bản (transtextuality) và tính đa-văn-bản (hyper-textuality, còn được dịch là đại-văn-bản; mặt khác, có thể xem toàn bộ Tin mừng như một đại-văn-bản, nguồn cho mọi tham chiếu). Ý nghĩa, tư tưởng của một văn bản không hẳn đã đầy đủ hoặc trọn vẹn tự tại mà tồn tại trong mối liên hệ với các văn bản khác, nghĩa là, giữa các văn bản khác nhau của cùng tác giả. Đặc tính liên-văn-bản thấy rõ trong một số đề tài như *Cái Chết*. Cái chết được đề cập đến lần đầu, Cái Chết để được sống, trong tập *Nước Mắt Và Hạnh Phúc*. Sau khi chết một năm, trong *Cô Đơn Và Sự Tự Do* (đk 59), 25 năm sau trong *Ngày Lễ Bạc* (đk 82) để nói rằng sau khi chết, "chỉ những gì tinh thần mà thuộc về Đức Kitô mới tồn tại". *Ngày Lễ Vàng* (đk 83) suy niệm về con người và thời gian, nay về đâu là do gieo rắc khi còn sống, và dù "về đâu thì bây giờ tôi cũng phải nói lời vĩnh biệt", vì "98 phần trăm những gì tôi nhìn, tôi chiếm hữu đều không đem đi được. Chỉ có hai phần trăm là tình yêu Chúa và trái tim bao dung với anh em,... là đem theo được mà thôi".

Hoặc về *Ơn gọi,* Lm. Nguyễn Tầm Thường liên tục qua nhiều văn bản: và qua nhiều hình ảnh, ẩn dụ: dòng sông, ra khơi một mình, con đường: làm linh mục như chọn niềm vui mà sống (đk 84, *Chọn Một Con Đường*). Về *Tấm Bánh Nhỏ* (đk 92): suy niệm thơ, rồi suy niệm văn, như một tiếp nối chuỗi tư duy về Ơn Kêu Gọi, khởi đi từ bài *Tìm Ý Chúa* trong tập *Mùa Chay Và Con Sâu Bướm, Tiếng Gọi Bên Rừng Thu* (đk 49) trong cùng tập, hình thức thơ, rồi Ơn Gọi (đk 76) và mới nhất là bài suy niệm *Tấm Bánh Nhỏ* này. Nhưng về thứ tự thời gian thì bài sau cùng là suy niệm đã diễn ra từ 1979. Để trả lời cho câu hỏi "Làm sao nghe được tiếng Chúa?", mỗi suy niệm hay dịp tra vấn mang một ý nghĩa riêng: là cách học hỏi tu đức, là tự hỏi riêng tư, là cảm nghiệm qua thinh lặng tức lắng nghe để trở nên chính mình và biết đường mình đi, lúc nào cũng một mình như tựa tập suy niệm mới nhất, *Đường Đi Một Mình*.

Về đề tài *Thánh Thể,* cũng như về Tội và bí tích hòa giải, qua *Luyện Tội* (đk 54), *Nhân quả* (đk 87) và qua CD giảng thuyết... *Đôi mắt - cái nhìn, Đôi chân, rửa chân* để nói về hòa giải, tình yêu chân chính. Một số đề tài suy niệm được nhiều lần nói đến, mỗi lần một khác, dưới những góc cạnh khác nhau của tâm linh hoặc của ánh sáng chói lên từ suy niệm. Tình yêu, nhặt cá, những bước chân đi, những lối đi, nước mắt và hạnh phúc (một thứ suy niệm thường trực, là một thứ nguồn cảm nguyện cầu của niềm tin,...).

Thể loại sử dụng khác nhau, nhưng cái lõi xuyên suốt có thể nhận ra ở Lm. Nguyễn Tầm Thường là đạo, là chân lý, cái phải làm và những cái mà con người thời nay đang gặp gian nan, bị thử thách, phải đối đầu. Tác phẩm của Lm. Nguyễn Tầm Thường đã đáp ứng được nhu cầu tâm linh của con người hôm nay, nhất là ở hải ngoại con người bị vây tỏa bởi tự do choáng ngợp, bởi giải phóng không mục đích, bởi một thế giới không chủ thể và con người là con số không to tướng. Thú vị khi đọc Lm. Nguyễn Tầm Thường là các nhân vật có thật đã xuất hiện hơn một lần ở các tác phẩm khác nhau, như ông già dẫn đường ở đảo Thượng Xuyên (nơi an táng thánh Phanxicô Xaviê), Paul Chen, Mẹ Têrêsa, cha Pierre Ceyrac,...

Đọc Lm. Nguyễn Tầm Thường để sống lại, sống đức tin, như một người Việt Nam, đi tìm Chúa và tìm lại mình. Thế giới tâm linh muôn mặt của người Việt Nam, Công giáo có, không Công giáo có, miền Nam có, miền Bắc có, trong cũng như ngoài nước. Lm. Nguyễn Tầm Thường đa dạng đề tài và tình huống, người đọc cũng tùy hoàn cảnh mà đón nhận khác nhau. Mỗi người là một thế giới, có khi là những ốc đảo mà nếu đến gần hay thông cảm thì sẽ như một bầu trời mới. Mà những kinh qua trong đời đã đưa họ đến với đức tin. "Mỗi người đều có một con đường, một lối đi, một chổ ẩn náu".

Đọc Lm. Nguyễn Tầm Thường và thực hành những đề nghị, khuyến dạy – nhìn vào chính mình, xét chính bản ngã của mình, người ta dễ tìm ra mình, và từ đó, người đọc có thể tìm thấy nguồn giải phóng, tìm ra đường đi (một mình) và làm chủ cuộc đời mình. Muốn được vậy phải mở lòng ra chấp nhận cuộc đời, người khác, đạo khác, và từ mọi hoàn cảnh mà nở hoa, hoa của con tim, của tâm lành, trí sạch, việc ngay. Thiên Chúa là tình yêu, là bình an; và Thiên đàng là nơi yêu thương, khởi từ hạnh phúc, từ cuộc sống hôm nay, phải ca tụng và biết trân quí ngay liền. Đức tin là tặng phẩm quí giá nhất, là dấu chỉ của tình yêu, để ở TRONG Chúa hơn là ở VỚI Chúa như thánh Phêrô khi trưởng thành (đk 72; 73 *Cô Đơn Và Sự Tự Do*). Thiên đàng là trạng thái, là sống nối tiếp hạnh phúc ở trần gian, và "hỏa ngục là xây tiếp những nô lệ nội tâm chúng ta đang xây dở dang lúc chết" (đk 46, *Để Tự Do Và Hạnh Phúc Hơn*).

Nguồn:
http://ttntt.free.fr/archive/VyKhanhNguyen2.html

ĐẶNG TIẾN VÀ NHỮNG VŨ TRỤ THƠ

Đỗ Lai Thúy *1

Đặng Tiến (sinh 1940-), bút danh đôi khi dùng Nam Chi, quê An Trạch, Hòa Vang, nay thuộc Đà Nẵng. Tốt nghiệp Đại học Văn khoa Sài Gòn năm 1963. Bắt đầu viết phê bình văn học từ 1960. Năm 1968 định cư tại Pháp, dạy tiếng Việt và văn chương Việt Nam tại Đại học Paris VII. Tham gia viết cho nhiều báo, tạp chí như Mai, Văn, Bách khoa (trước 1975) và Hợp lưu, Văn học, Đoàn kết, Thế kỷ 21... (sau 1975). Tác phẩm đã in: Vũ trụ thơ (Giao điểm, 1972), Vũ trụ thơ II (Thư Ấn Quán, Hoa Kỳ, 2008), Thơ: thi pháp và chân dung (NXB Phụ nữ, 2009). Toàn bộ các trích dẫn ở bài viết này đều lấy từ Thơ: thi pháp và chân dung.

Tôi vốn là người mê văn phê bình của Đặng Tiến. Và, có lẽ, vì quá mê văn nên nhiều lúc đâm ra ngại gặp người. Và cũng có lẽ, vì quá mê, nên khó nói được điều gì đó về văn anh cho có đầu có đuôi. Hơn nữa, chữ nghĩa mỗi bài viết của anh kết lại như một tòa thành mà tôi lại không tìm ra cửa hoặc người đẹp giữ của. Tôi đã nhiều lần đi quanh ngôi cổ thành ấy để một hôm vỡ ra rằng lối đi vào tòa chữ ấy chỉ bằng cách đánh chiếm nó như một tổng thể, tức tìm hiểu chính *cái cách* anh đi đến với mỗi nhà thơ bằng khái niệm *vũ trụ thơ, thi giới,* mà bây giờ người ta thường gọi là *thế giới nghệ thuật.*

Trong văn cảnh lý thuyết hậu cấu trúc và giải kiến tạo hiện nay, thuật ngữ thế giới nghệ thuật lại càng được lưu ý. Thế giới nghệ thuật coi toàn bộ tác phẩm (đã in, chưa in, các dị bản bản thảo của một tác phẩm...) của một nhà văn, thậm chí cả cuộc đời anh ta nữa,

*1 Về tác giả, xem trang 93

là một chỉnh thể, một toàn vẹn. Như vậy, sáng tác của nhà văn là một siêu hệ thống, hay hệ thống vĩ mô, bao gồm các tiểu hệ thống, hay hệ thống vi mô, phù hợp với lý thuyết *hệ thống mở* của Prigogin[2]. Từ đó, khái niệm này cũng rất phù hợp cho cách tiếp cận tổng thể theo "hệ thống văn học" qua quá trình sinh thành *(tác giả - tác phẩm)* và hoạt động *(tác phẩm - người đọc)* của tác phẩm.

Quan niệm trên về thế giới nghệ thuật được di chuyển vào thơ một lãnh địa đặc biệt, nhiều tính tự trị, thì sẽ có nhiều khác biệt. Hẳn vì thế mà Đặng Tiến đã gọi là *vũ trụ thơ* hoặc *thi giới.* "Một trang sách vật lý được xem như điển hình của văn xuôi khi tả ngoại giới. Một trang sách tâm lý được xem như điển hình của văn xuôi khi tả ngoại giới. Trong khi đó, thơ chỉ mượn ngoại giới, hay tâm giới những yếu tố để nhào nặn thành một thế giới mới tạm gọi là thi giới, có lúc tôi gọi là vũ trụ thơ. Nói khác đi, thơ thừa nhận sự vật sẵn có, mà không thừa nhận quan hệ sẵn có giữa sự vật; thơ chỉ gọi tên của sự vật ngoại giới để tạo nên một vũ trụ mới, bằng cách cấu trúc quan hệ mới giữa sự vật đã cũ" (tr.60-61).

Đi vào *Thi giới Đinh Hùng*, Đặng Tiến đã đặt thơ ông vào dòng Thơ Mới để khẳng định sự khác biệt, độc đáo của nó. Nếu thế giới thơ lãng mạn, kể cả hoặc nhất là Xuân Diệu, Huy Cận, là một thế giới thơ mộng, vừa phản ánh vừa tô điểm cho thực tại, thì thế giới thơ Đinh Hùng là một sản phẩm thuần túy tưởng tượng, tồn tại song song, nhưng ở một không - thời gian khác, với thực tại. "Thế giới đó là một hư cấu, hoàn toàn độc lập với thực tại, nếu có tương quan thì tương quan đó chỉ là tác giả và người đọc, những nhân sự khởi đi từ Trần lụy để tìm đến một vũ trụ khác" (tr.381). Có lẽ, do tính hư cấu hoặc tưởng tượng thuần túy này, một dấu mốc của sự trưởng thành của tư duy nghệ thuật, mà ở thời Thơ Mới Đinh Hùng không vừa mắt Hoài Thanh để lọt vào tượng đài *Thi nhân Việt Nam,* còn từ sau 1954 ông vẫn là một hành tinh lẻ loi, bên lề sinh hoạt văn nghệ miền Nam.

Thế giới thơ Đinh Hùng, theo Đặng Tiến phân tích là nơi "mọi thành tố đều được hòa giải; khí hậu tình tự giải tỏa những mâu thuẫn biện chứng, không còn sự khác biệt giữa người-nhìn-vũ-trụ và vũ-trụ-được-nhìn, giữa tâm giới và ngoại giới, giữa bản ngã và vô ngã, giữa thực thể và vô thể, giữa tôi và thi nhân, giữa tình yêu và tình nhân; trong thế giới đó, tôi là rừng núi, rừng núi là tình yêu, tình yêu là Em, Em là mùa thu, mùa thu là cơn mưa, cơn mưa là một dòng chữ, dòng chữ là tôi. Chữ tôi đã bao hàm cái không phải là tôi, nhưng chủ thể không mâu thuẫn với khách thể vì tất cả chưa đạt tới những hình thể đủ cứng rắn để

[2] Prigogin (1917-), triết gia khoa học luận, giải thưởng Nobel năm 1977 về nhiệt động học, người xây dựng nên lý thuyết hệ thống mở từ chuyên ngành riêng của ông là nhiệt động học.

va chạm. Trong hư cấu của Đinh Hùng sự vật là những nhu hình tương giao, thu hút vào trong từ trường ngôn ngữ. Một hư cấu nằm ngoài vận chuyển biện chứng" (tr. 382).

Với Tản Đà, Đặng Tiến đã chỉ cho người đọc một lối đi vào thi giới của ông: *thi sĩ của phôi pha*. Đặc tính này của thơ Tản Đà có thể bắt nguồn từ *huyền thoại cá nhân* của thi sĩ. "*Ý thức hương nhạt màu phai* do đâu mà có? Vì giấc mộng công danh sớm hão huyền. Vì gia đình ly tán, vì sự nghiệp văn chương ba chìm bảy nổi? Hay vì mối tình đầu với người đẹp Hàng Bồ?" (tr. 135). Rồi huyền thoại cá nhân này lại được/bị cộng hưởng bởi một nền văn hóa đang phôi pha, một thế hệ trí thức cũ đang lụi tàn. Hay rộng ra nữa là "cái nhìn yếm thế tự nhiên của kẻ sống giữa những đổi thay lớn lao của thế cuộc? (tr. 135). Cái giả thiết này được Đặng Tiến nêu ra và được chứng thực qua sự phân tích ngôn ngữ thơ Tản Đà. Bởi lẽ, với thơ, ngôn ngữ không chỉ là ký hiệu mà còn là thực tại, từ và vật là một.

Có lần, Lê Đạt nói với tôi, văn chương, và cả cuộc đời cũng vậy, xét cho cùng chỉ là quan hệ giữa chữ và nghĩa, tức giữa *chữ* và *bóng chữ*. Hẳn thế mà suốt cả cuộc đời ông nguyện làm *phu* tra vấn, đục, đẽo, cấy, ghép *chữ* để phát nhiều nghĩa, và là nghĩa mới. Bởi thế, nhiều người cho thơ Lê Đạt chỉ là kỹ thuật, không có tư tưởng như chiếc bánh bóc hết lớp này chỉ thấy lớp khác không thấy nhân đâu. Đặng Tiến là một trong số ít người không hoàn toàn nghĩ như vậy. Bởi, kỹ thuật thuần túy không bao giờ tạo ra được sự ám ảnh và sức nặng của trải nghiệm. Theo nhà phê bình, ở Lê Đạt đằng sau các thủ pháp là cuộc đời: "*Bóng chữ* của Lê Đạt ghi lại lịch sử một đời người, qua buồn vui một cá nhân, giữa thăng trầm của dân tộc và trăn trở của một nghệ sĩ thường xuyên tra vấn ngôn ngữ. Ba yếu tố ấy quyện vào nhau làm nền cho tập thơ, nhưng thành phần thứ ba, những thí nghiệm ngôn ngữ có phần khúc mắc, che lấp tình, ý của tác giả, dễ làm người đọc lạc hướng và lạc lõng (tr.288). Có thể, như Đặng Tiến viết, Lê Đạt chỉ tạo rung cảm bằng một vài thủ pháp, chỉ khai thác kinh nghiệm những người đi trước, không có gì mới với thế giới, nhưng, tôi nghĩ, nhà thơ đã phần nào vượt qua *trò chơi chữ* truyền thống để đến với *trò chơi ngôn ngữ* nhằm tạo ra một thực tại ảo làm nên vũ trụ thơ Lê Đạt.

Như vậy, qua tìm hiểu, như là ví dụ, những vũ trụ thơ Tản Đà, Đinh Hùng, Lê Đạt của Đặng Tiến, tôi, một lần nữa, càng thấm thía một điều là thi giới là một thực tại khách quan của văn bản do nhà thơ tạo dựng nên. Và "kích thước của một nhà thơ là kích thước thi giới do người ấy sáng tác" (tr.401). Tuy nhiên, thực tại ấy chỉ tồn tại dưới dạng khả năng, tiền/tiềm sinh. Để vô thể ấy thành hữu thể nhất thiết phải có sự tham dự của nhà phê bình. Bằng những mơ mộng nghệ thuật và phân tích khoa học, siêu người đọc ấy đã hiện thực hóa nó, trao cho nó một cuộc sống. Vì vậy, phê bình không chỉ là một hành động *phát hiện* mà, phần nào, còn là hành động *phát minh*. "Nhận diện được thi giới đó, là hội ý với thơ mà không nhất thiết phải đồng ý với thi nhân" (tr. 61).

Sự "hội ý với thơ" đó, nói theo thuật ngữ thông diễn học của Gadamer[3], gần như là "vòng tròn diễn giải". Đặng Tiến là người đọc rộng, có trình độ văn hóa chung và văn hóa thơ cao nên sự diễn giải thơ, từ cấp độ vĩ mô toàn bộ sáng tác đến cấp độ vi mô một câu một chữ, của anh là chính xác và tinh tế. Bởi vậy, chân dung các nhà thơ được anh dựng đều có một cái gì đó "rất Đặng Tiến". Có một Nguyễn Du, một Bà Huyện Thanh Quan, một Nguyễn Trãi, một Hàn Mạc Tử... của Đặng Tiến. Các chân dung ấy được tạo thành bởi cách diễn giải tài hoa của chính anh. Xin hãy đọc một trích đoạn, (dù có dài như một lạm dụng), Đặng Tiến phân tích hai câu thơ Nguyễn Trãi: *Hé cửa đêm chờ hương quế lọt/ Quét hiên ngày lệ bóng hoa tan.* Lệ chữ cổ nghĩa là e ngại, lo sợ. Nội dung câu thơ nói lên tình cảm tế nhị, sâu lắng của Nguyễn Trãi với thiên nhiên, với cuộc sống. Những hình ảnh trong câu thơ giao thoa với nhau tạo một nguồn sáng kỳ diệu. Hương quế, bóng hoa là những thực thể hữu hình đang biến vào cõi vô hình, đang tan ra thành một mùi hương, nhòe thành một cái bóng. [...] *Bóng hoa, hương quế* là môi giới giữa cõi thực và cõi mộng, và cũng là môi giới giữa không gian và thời gian. Cũng như cửa và hiên là không gian môi giới giữa cái trong và cái ngoài, giữa cái riêng và cái chung, giữa con người và vũ trụ, cũng như chữ *thềm*, chữ ngõ mà thi nhân thời xưa thường chuộng. Hai câu thất ngôn rất cân đối nhờ vị trí của các động từ *hé, chờ, lọt, quét, lệ, tan* ở đầu, giữa và cuối câu. Hai động từ *chờ* và *lệ* gợi ra được những rung động mỏng manh trong thời gian. Chủ từ ẩn là ta: ta *chờ*, ta lệ, theo nghĩa câu thơ; nhưng cấu trúc văn phạm tạo cảm giác chủ từ là đêm, ngày: đêm *chơ*, ngày *lệ*. Nguyễn Trãi, một cách tinh vi đã lồng tình cảm vào thời gian, và vào cả bóng hoa, hương quế. Về âm thanh, một số nguyên âm và phụ âm láy lại tạo thành một nhạc tính ý vị cho câu thơ. Ta khó có thể tưởng tượng là ở lúc tranh tối tranh sáng của thời hừng đông của thi ca Việt Nam mà Nguyễn Trãi đã làm được một câu thơ tân kỳ, nhuần nhuyễn như thế" (tr. 115).

Tuy nhiên, mặt trái của sự biết nhiều hiểu rộng đôi khi đã lôi kéo Đặng Tiến đi khá xa, sự diễn giải lúc này đã trở thành suy diễn, nhất là trong trường hợp diễn giải thơ Lê Đạt. Ví như câu: *"Một đàn ngày trắng phau phau/ Bì bạch bờ xoan nước mát/ Mộng hoa dâu lum túm*

[3] Gadamer H.G. (1900-2002), nhà triết học Đức, sáng lập ra thông diễn học triết học, tác phẩm nổi tiếng Chân lý và phương pháp (1960).

má sông đào" (Thủy Lợi) được Đặng Tiến luận: *"Một đàn ngày trắng"* là một hình ảnh táo bạo nhắc đến đàn "cò trắng tung bay" trong dân ca. Hai chữ phau phau nhắc đến bài *Dệt cửi* của Hồ Xuân Hương: *"Thắp ngọn đèn lầu thấy trắng phau",* từ đó mới nảy chữ bì bạch tả những bàn chân lội nước, nhưng lại gợi ý *"da trắng vỗ bì bạch"* trong giai thoại về văn chương nữ giới. Câu cuối, nhất là chữ *"dâu"* bất ngờ và bất thường nhắc đến thơ Hàn Mạc Tử: *"Mát tê đi như da thịt nàng dâu",* và cả một đoạn thơ dài *"vô tình để gió hôn lên má"*, có lẽ Hàn Mạc Tử đã dựa vào câu thơ của Tản Đà, mà nhiều người xem như là ca dao: *"Đêm khuya gió lọt song đào/ Chồng ta đi vắng gió vào làm chi"*. Thực ra, mấy câu thơ trên của Lê Đạt dựa vào câu đố: *"Một đàn cò trắng phau phau/ Ăn no tắm mắt rủ nhau đi nằm"* (Chồng bát vừa rửa xong) và hoa dâu ở đây là bèo hoa dâu. Còn câu: *"Con mái vào ra một mình/ Ấp lạnh bóng trăng rồi chết"* (xem thêm sự diễn giải của Đặng Tiến, tr.301) chỉ là đảo tự của chữ ấp bóng, gà ấp bóng (ấp mà không có trứng). Tuy nhiên, một đôi chỗ quá đà như vậy không tổn hại gì, ngược lại còn tôn lên bút pháp đặc sắc, rất Đặng Tiến, của Đặng Tiến.

Cuối cùng, không phải nhà thơ nào cũng có vũ trụ thơ riêng của mình và cũng không phải nhà phê bình nào cũng có khả năng phát hiện ra vũ trụ ấy. Sự gặp gỡ của một nhà thơ đạt tới thi giới và một nhà phê bình trình hiện được thi giới đó tôi gọi là *hạnh ngộ*. Ở *Vũ trụ thơ* (I) tôi bắt gặp sự hạnh ngộ giữa nhà phê bình Đặng Tiến với Nguyễn Du, Bà Huyện Thanh Quan, Tản Đà, Hàn Mạc Tử, Đinh Hùng. Còn ở *Vũ trụ thơ II*, tôi chỉ thấy những hạnh ngộ đó ít nhiều ở Trịnh Công Sơn, Bùi Giáng, Thanh Tâm Tuyền, Quang Dũng, Lê Đạt, còn lại chỉ là sự gặp gỡ thân mật, ân tình với Vũ Hữu Định, Nguyễn Nho Sa Mạc, Nguyễn Bắc Sơn, Từ Thế Mộng, Thái Tuấn, Nguyễn Xuân Thiêm, Vũ Hoàng Chương. Đây cũng là điều dễ hiểu với Đặng Tiến. Anh là một nhà phê bình tài tử, theo nghĩa phê bình vị phê bình, phê bình vì yêu văn chương nghệ thuật chứ không vì một cái gì khác ngoài văn chương, kể cả cái danh vọng, nếu có, của một nhà phê bình. Và, biết đâu chẳng vì thế mà Đặng Tiến thành tựu nhiều trong văn chương. Và không chỉ trong văn chương.

Đỗ Lai Thúy

(263/01-11)

MẬT KHẨU ĐỂ ĐỌC THƠ NGUYÊN SA

Trăng Thập Tự

Nhà thơ Nguyên Sa

Đang khi rảo tìm những bài viết liên quan đến văn học Công giáo Việt Nam, tôi xúc động nhiều khi đọc đoạn văn ngắn về lễ rửa tội của nhà thơ Nguyên Sa, biết được bài thơ *Mật khẩu* của ông và càng đọc càng thấy lạ. Có lẽ đã có nhiều bài viết về bài thơ này nhưng tôi chỉ

Linh mục Trăng Thập Tự

** Tên thật: Gioan Phêrô Võ Tá Khánh, sinh năm 1947, Hà Tĩnh.*
** Linh mục: 20-11-1975, thuộc giáo phận Qui Nhơn.*
** Tác phẩm: Có ai về Cát Minh (thơ), Kinh nguyện và Gia lễ Công giáo, Niềm vui làm con Chúa, Đường tình Chúa đưa ta đi, Phân định để sống đẹp ý Chúa.*
** Chủ biên bộ sưu tập "Có một vườn thơ đạo". Tổ chức Giải truyện ngắn "Viết văn đường trường".*
** Email: <tinmunggiesu@gmail.com>*

may mắn gặp được hai bài, một của Nguyễn Đức Tuyển[1] và một của tác giả Tuy Hòa[2]. Tôi đọc cả hai bài nhưng chưa được thuyết phục. Rồi bỗng chốc tôi có một trực giác. Xin được ghi lại trực giác ban đầu này để những vị quan tâm và có điều kiện sẽ giúp đào sâu thêm.

Vài nét tiểu sử nhà thơ

Nguyên Sa tên thật là Trần Bích Lan, sinh ngày 1 tháng 3 năm 1932 tại Hà Nội, còn có bút danh Hư Trúc. Ông là một nhà thơ lãng mạn Việt Nam nổi tiếng từ thập niên 1950. Năm 1949, ông du học Pháp. Năm 1953, ông đậu tú tài, lên Paris ghi danh học triết tại Đại học Sorbonne. Nhiều bài thơ nổi tiếng của ông được sáng tác trong thời gian này.

Năm 1955, ông lập gia đình với bà Trịnh Thúy Nga ở Paris. Đầu năm 1956, hai ông bà về nước, dạy học tại Sài Gòn, chủ trương Tạp Chí *Hiện Đại*. Tạp chí này được xem là một trong ba tạp chí sáng tác hàng đầu của Việt Nam, cùng với *Sáng Tạo* và *Thế Kỷ 20*.

Năm 1975, ông di tản đi Pháp. Ba năm sau, ông và gia đình qua Hoa Kỳ và ở California.

Ông làm thơ, viết truyện dài, truyện ngắn và biên khảo.

Ông tin theo Kitô giáo và lãnh bí tích Thánh tẩy trên giường bệnh tháng 4 năm 1998 và qua đời ngày 18 tháng 4 năm 1998.[3]

Ơn đức tin

"Trong lễ an táng nhà thơ Nguyên Sa tại thánh đường Polycarp,

---

[1] Nguyễn Đức Tuyển, *Nhà thơ Nguyên Sa và hành trình tâm linh,* trong *Diễn Đàn Giáo Dân,* số 133, tháng 12, 2012, trang 43; 46-49 ; 72.

[2] Tuy Hòa, *Những bài thơ cuối cùng của Nguyên Sa,* https://vnexpress.net/nhung-bai-tho-cuoi-cung-cua-nguyen-sa-1972706.html.

[3] Lược trích theo *Nguyên Sa,* Bách khoa toàn thư mở Wikipedia, https://vi.wikipedia.org/wiki/Nguy%C3%AAn_Sa.

Orange, California, linh mục Phạm Ngọc Hùng có kể lại đêm ban phép Thánh tẩy cho giáo sư Trần Bích Lan, đại để như sau: Vào một buổi tối đã khuya, một thanh niên đến gõ cửa xin linh mục đi làm phép Thánh tẩy cho một bệnh nhân muốn tin nhận đạo Công giáo. Linh mục lật đật lên xe đi theo người thanh niên, là con trai của Nguyên Sa, cũng là một bác sĩ. Trên đường đi, qua câu truyện trao đổi, linh mục mới được biết bệnh nhân đó là nhà thơ Nguyên Sa. Thật xúc động vì không ngờ được làm phép Thánh tẩy cho một nhà thơ, một giáo sư triết học nổi tiếng lẫy lừng mà linh mục hằng ngưỡng mộ, nhưng chưa một lần gặp mặt. Gặp nhà thơ Nguyên Sa trong một căn phòng của bệnh viện, với sự hiện diện của một số thân hữu của nhà thơ cùng với một số anh chị em thiện chí Công giáo – những người luôn sẵn sàng giúp đỡ những người muốn tìm hiểu Đạo Công giáo - linh mục Phạm Ngọc Hùng nói, "Thưa bác, bác còn đang đau yếu, xin bác cứ ngồi trên ghế để con cử hành nghi thức Thánh tẩy cho bác." Nhà thơ trả lời, "để tỏ sự kính trọng đối với một bí tích, xin cha cứ để con quỳ xuống, không sao." Một cử chỉ thật đẹp, thật khiêm nhường của nhà thơ Nguyên Sa. Tin theo Đạo Chúa, ông nhận thánh bổn mạng – tên thánh, theo ngôn ngữ Công giáo – là Giuse. Giuse Trần Bích Lan. Người ta cũng đọc thấy phần ghi chú đơn sơ nhưng súc tích dưới tấm ảnh Nguyên Sa đôi mũ casket quen thuộc trong cuốn *Thơ Nguyên Sa* như sau: "Thi sĩ Nguyên Sa Giuse Trần Bích Lan Sinh ngày 1 tháng 3 năm 1932 tại Hà Nội. Chúa gọi về ngày Thứ Bảy 18 tháng 4, 1998 tại California, Hoa Kỳ."[4]

Bài thơ "Mật khẩu"

Bài viết về Nguyên Sa của Nguyễn Đức Tuyển xoay quanh bài thơ "Mật khẩu":

Ngày nào Thượng Đế cũng tới,
Giờ khắc bất định,
Nhưng ngày nào ông cũng tới ít nhất một lần,
Ngày nào ông cũng mở banh lồng ngực tôi ra,
Thản nhiên bước vào trong,
...
Mỗi lần Thượng Đế mở toang lồng ngực và bước vào,
Tôi sợ đến nín thở
Tôi sợ ông gọi cửa không được
Tôi sợ ông quên mật khẩu
Tôi sợ ông quay ra hỏi
Tôi sẽ không biết trả lời sao
Vì tôi cũng không nhớ.

---

[4] Nguyễn Đức Tuyển, *bài đã dẫn.*

Mật khẩu là dấu hiệu để nhận ra nhau là bạn. Trong phim *Quo vadis? (Thầy đi đâu thế?)*, dấu hiệu để các Kitô hữu nhận ra nhau là con cá[5]. Giữa cuộc sống xô bồ, dấu hiệu của người Kitô hữu là yêu thương: *"34Thầy ban cho anh em một điều răn mới là anh em hãy yêu thương nhau; anh em hãy yêu thương nhau như Thầy đã yêu thương anh em. 35Mọi người sẽ nhận biết anh em là môn đệ của Thầy ở điểm này: là anh em có lòng yêu thương nhau."* (Ga 13,34-35). Mật khẩu này vẫn thường được nhắc lại trong các thư của Thánh Phaolô (x. Rm 13,8; 1Cr 12,31-13,13) và của Thánh Gioan (x. 1Ga 2,7-8; 2Ga 1,4). Mật khẩu được nhắc lại mỗi ngày khi cử hành bữa tiệc của Chúa (x. 1Cr 11,17-34).

Câu chuyện cuộc phán xét chung tại Mt 25,31-36 cho thấy lúc ấy mọi người đều đã quên mật khẩu. Tuy nhiên, sẽ xảy ra hai trường hợp (x. Mt 25,31-33) đưa lại kết quả trái nghịch (x. Mt 25,46): Có những người quên hẳn, chẳng còn dấu vết gì (x. Mt 25,41-45), có những người quên mật khẩu nhưng vẫn luôn sống đúng với mật khẩu (x. Mt 25,34-40).

Ta cần để ý rằng trong bài thơ của Nguyên Sa, Thượng Đế đến mỗi ngày. Ngài không bao giờ quên mật khẩu và cũng chưa bao giờ hỏi mật khẩu. Còn nhà thơ, ông đã quên các ký tự của mật khẩu cho nên ông nín thở, sợ bị tra vấn sẽ không nhớ ra. Sở dĩ ông quên là vì những ký tự ấy đã tan thành một thực tế thấm đậm vào con người, tâm hồn và cuộc sống của ông.

Chùm thơ nhập đề cho lịch sử ơn cứu rỗi

Tôi lục lọi tìm nguyên bản mặt mũi của bài thơ. Nó nằm trong một chùm 22 bài thơ, chùm thơ cuối đời, viết đầu năm 1998, ở cuối quyển *"Thơ Nguyên Sa toàn tập"*[6]. Đọc qua, tôi có trực giác chùm thơ được cảm hứng từ quyển đầu tiên trong bộ *Cựu ước*.

Trong bài chia sẻ *"Kỷ niệm thơ Xuân"* tháng 1/1998[7] thi sĩ Nguyên Sa cho biết bài đầu của chùm thơ, *"Tết ở Wichita Falls"*, là của tháng Mười năm trước, được viết sẵn để đăng báo Xuân. Như vậy, nó không thực sự nằm trong chùm thơ cuối đời. 21 bài còn lại, bắt đầu với bài *Thủy Chung*, hầu như bài nào cũng có phần tương ứng với một đoạn hay một câu nào đó của 11 chương đầu sách *Sáng Thế Ký*[8]. Nhà thơ

---

[5] Lm. Daminh Nguyễn Ngọc Long, *Hình ảnh con cá trong Kitô giáo*, http://giaophanthanhhoa.net/duc-tin/hinh-anh-con-ca-trong-kito-giao-14761.html.

[6] Nguyên Sa, *Thơ Nguyên Sa toàn tập*, https://online.fliphtml5.com/oimsx/niew/#p=18

[7] Nguyên Sa, *Thơ Nguyên Sa toàn tập*, trang 540, nơi đã dẫn.

[8] Mời xem bản văn *Kinh thánh Cựu ước* tại https://augustino.net/kinh-thanh-cuu-uoc/sach-sang-the/, cũng có thể xem bản văn lục bát *Sấm Truyền Ca (1670)* của Lm. Lữ Y Đoan, tại https://www.hdgmvietnam.com/chi-tiet/ky-niem-350-nam-sam-truyen-

đã dùng ngôn ngữ thơ biểu tượng để nói lên những suy tư triết học (là đường dẫn tiến vào thần học) lồng chuyện đời của cặp đôi Nguyên Sa - Thúy Nga vào chuyện tình cặp đôi Ađam - Evà với cặp đôi Thiên Chúa - nhân loại. Xin thử điểm lại từng bài:

- *Thủy Chung* đưa hai người về lại thuở ban đầu, tắm hồn nhiên nơi dòng sông tuổi nhỏ, như dòng sông nguyên thủy ở Êđen (x. St 2,9-14), thấm thoắt, nay đã tới hồi chung cuộc, tình vẫn đẹp như xưa (x. Mt 19,5-6). Bài thơ này mở ra chuỗi kỷ niệm ban đầu của lịch sử.

- *Kỷ Nguyên Thứ Nhất* khởi đi từ hồng hoang. Thiên Chúa cất tiếng gọi và ánh sáng đã xuất hiện (x. St 1,1-5). Ađam lên tiếng gọi khi mở mắt thấy Evà đứng sẵn trước mặt chàng (x. St 2,23-25).

- *Mong Manh,* trở lại với ngày thứ nhất (x. St 1,1-5) với biến dịch và tiến hóa (x. St 1,6-2,4a).

- *Ký Ức,* gợi lại hạnh phúc trong sáng thuở ban đầu (x. St 2,4b-25).

- *Mùa Xuân,* tiếc thay chỉ là một mùa xuân ảo (x. St 3,1-8).

- *Mặt Nạ* vạch trần sự thật não lòng do chối từ chương trình của Thượng Đế (x. St 3,9-24).

- *Văn Tự,* giao ước và lời hứa (x. St 3,15) giúp xây dựng lại tương quan với Đấng Sáng Tạo *(Mật Khẩu)* và người bạn đời *(Kết Hợp).*

- *Mật Khẩu,* chương trình của Thiên Chúa trên Ađam được lặp lại trên mỗi chúng ta với những trách nhiệm mỗi ngày và những giới hạn không được vượt qua (St 2,15-17).

- *Kết Hợp* (x. St 2,23-24).

- *Con Sông,* thực và mộng, chương trình của Thiên Chúa và ảo vọng của con người (x. Gr 2,13).

- *Chiếc Áo,* tình thương bao dung của Thiên Chúa (x. St 3,21; Ed 16,8).

- *Tiễn Bạn* (x. St 3,19-24).

- *Kỷ Niệm* (Tiếp nối *Kết Hợp).*

- *World Trade Center Building,* Lúc ấy là 1998, chưa hề ai nghĩ tới chuyện 11-9 sau này, tại sao Nguyên Sa nằm trên giường bệnh lại viết về tòa tháp đôi, chạy đua với trí tưởng tượng để khám phá ra rằng cười hay lây và chết cũng hay lây? Có phải ông định nói tới tòa tháp đôi của chính ông và của mỗi chúng ta? (x. St 11,1-9, tháp Babel, một công trình chọc trời đầy thách đố, được linh mục Lữ Y Đoan thế kỷ XVI dịch là Hỗn Lầu, hay tháp Bá Biện, trăm người trăm ý [9]).

---

ca--41288

[9] Lê Phụng, *Đọc Tạo Đoan Kinh,* http://www.ninh-hoa.com/Ninh-HoaDOTcom-GSLePhung-DocTAODOANKINH-01.htm

- *Hóa Học Trị Liệu:* Sự hỗ trợ của kinh nghiệm nhân loại.

- *Thơ Phổ Nhạc:* Nhìn từ kinh nghiệm sáng tác, ơn cứu rỗi được thực hiện khi tự do của con người hòa nhập vào tự do của Thiên Chúa như ca từ hòa chung với ý nhạc (x. Hr 10,7).

- *Mưa:* x. St 3,15 - Is 45,8: "Trời cao hỡi, nào hãy gieo sương, mây hãy đổ mưa, mưa đức công chính; đất mở ra đi cho nẩy mầm ơn cứu độ, đồng thời chính trực sẽ vươn lên."

- *Pho Tượng:* Những hy vọng và thỏa mãn nhỏ bé cũng góp phần cho cuộc sống nhưng chỉ là những pho tượng, đừng để biến thành ngẫu tượng (x. Is 45,16; 48,5).

- *Bay Đi, Chim Bay Đi:* (x. St 8,12) Ơn cứu độ đến từ Đấng chịu đóng đinh trên thập giá - Cả chiếc tàu của ông Nôê cũng là phương tiện tạm gửi. Nó không thay thế được tình yêu thương (x. Mt 9,13). Khi hồng thủy chấm dứt, chim câu ơi, hãy bay vào khung trời của ngươi (x. Gl 5,13-26). Khi xã hội băng hoại, suy đồi thành Babylone tức Babel, chim ơi, hãy bay đi (x. Kh 18,4).

Qua nẻo hôn nhân

Chuyện đời của cặp đôi Nguyên Sa - Thúy Nga hòa vào chuyện tình của cặp đôi Trời và người trong *Tân ước*: "Khi em cất vào ví những con búp bê, em rất trẻ thơ, khi chúc mừng năm mới em là cô thiếu nữ dậy thì, em chèo thuyền là người thiếu phụ trầm lặng và uy nghi. Anh vẫn nhận ra em, em khác biệt mà vẫn đồng nhất, giấc mơ gián đoạn bao nhiêu em vẫn trở lại, giấc mơ phi lý, em khắng khít bằng những liên tục vuốt ve, liên tục hiền dịu, liên tục chăm sóc. Em liên tục không gian, liên tục thời gian, liên tục luận lý em. *Tân ước* nói có thế giới ở ngoài thế giới, khác biệt và bao trùm thế giới. Em có phải là giấc mơ ở trong giấc mơ và phủ kính giấc mơ?"[10]. Anh Nguyên Sa ơi, chúng tôi xin phép đỡ lời chị để thưa anh rằng đúng thế, vì anh đã thực hiện nơi cuộc hôn nhân của mình điều Thánh Phaolô quả quyết: "Mầu nhiệm này thật là cao cả. Tôi muốn nói về Đức Kitô và Hội thánh" (Ep 5,32).

Nếu trực giác của tôi là đúng, nếu chùm thơ cuối đời thực sự cảm hứng từ những suy niệm của Nguyên Sa về tình thương sáng tạo và ơn cứu rỗi của Thiên Chúa, có thể nói đây là điểm đến cho toàn bột tập thơ. Ta sẽ cần đọc lại hành trình thơ hơn 40 năm của ông dưới ánh sáng của điểm đến. Nhờ đó, đàng sau những bài thơ tình, những tựa đề mang theo nhiều gợi ý suy tư, tìm kiếm ý nghĩa từ mọi thụ sinh bé nhỏ quanh mình, những rung cảm với lịch sử dân tộc, với những khát vọng, âu lo, trăn trở và đau thương của phận người sẽ lộ dần ra một mật khẩu.

[10] Nguyên Sa, *Thơ Nguyên Sa toàn tập,* trang 500, nơi đã dẫn.

Tôi mở lại từ đầu từng trang của tập thơ. Song song với những bài thơ là những hình ảnh gợi lại lịch sử một gia đình hạnh phúc, một cuộc hôn nhân thành đạt. Ngoài những ảnh rời của một trong hai người và những ảnh chụp chung với con cháu, có ít là 9 tấm ảnh chụp chung cả hai người từ đầu đến cuối cuộc hôn nhân[11]. Ca từ và ý nhạc xoắn xuýt hòa điệu, dệt nên bản tình ca không dứt. Thượng Đế không quên mật khẩu tương quan giữa Ngài với nhà thơ. Nhà thơ và vợ ông cũng không quên mật khẩu của hạnh phúc.

Mật khẩu ấy là một cái gì rất thật, nó kết từ hai nửa. *Nửa đầu là tình yêu, vốn lớn hơn biển cả*[12]. Nửa sau được giấu trong bút danh của Nguyên Sa, khi ông trả lời Phan Kim Thịnh: *"Thành thực mà nói, lúc nào tôi cũng cho tôi là một số không. Tôi không lớn nên tôi tự cho mình vốn dĩ chỉ là hạt cát"*[13]. Nguyên Sa đã may mắn tìm ra được "bí mật" mà Đức Giêsu cho biết là chính Chúa Cha đã giấu kín: *"[25]Vào lúc ấy, Đức Giêsu cất tiếng nói: "Lạy Cha là Chúa Tể trời đất, con xin ngợi khen Cha, vì Cha đã giấu không cho bậc khôn ngoan thông thái biết những điều này, nhưng lại mặc khải cho những người bé mọn. [26]Vâng, lạy Cha, vì đó là điều đẹp ý Cha." (Mt 11,25-26). "*Đức Giêsu liền gọi một em nhỏ đến, đặt vào giữa các ông *và bảo: "Thầy bảo thật anh em: nếu anh em không trở lại mà nên như trẻ nhỏ, thì sẽ chẳng được vào Nước Trời" (Mt 18,2-3).* Nguyên Sa biết được bí mật không phải nhờ ông là nhà thơ hoặc nhà giáo dạy triết nhưng nhờ ông đã nhận ra mình bé nhỏ như hạt cát. Hạt cát hết sức vô nghĩa bên biển cả nhưng lại chứa đựng được điều lớn lao hơn biển, là chính tình yêu. Bí mật của cả Nước Trời lẫn tổ ấm: là biết xóa mình cho hòa hợp và hạnh phúc.

Mật khẩu ấy nhiều người trong chúng ta đã say mê khi làm quen với con đường thơ ấu của chị Thánh Têrêxa Hài đồng Giêsu, mà gần đây cha Conrad de Meester trình bày thật rõ trong tác phẩm "Hai bàn tay trắng"[14].

Phút hồi tâm sống theo Lời Chúa

Tác giả Tuy Hòa đã đọc *"Những bài thơ cuối cùng của Nguyên*

---

[11] Nguyên Sa, *Thơ Nguyên Sa toàn tập,* trang 540, các trang 18, 154, 155, 156, 174, 333, 338, 450, 451, 583. sđd.

[12] Trong *Thơ Nguyên Sa toàn tập*, cuối tập một, có giới thiệu một trích đoạn của truyện dài *"Vài ngày làm việc ở chung sự vụ"*. Vợ chồng Hải muốn đặt tên thế nào để con của biển phải lớn hơn biển. Cuối cùng, tên cháu là Đoàn Tình Yêu, chỉ có tình yêu mới lớn hơn biển. Sđd, tr. 158-167.

[13] Nguyên Sa, *Thơ Nguyên Sa toàn tập,* trang 135, sđd.

[14] Conrad de Meester, *Hai bàn tay trắng,* Nhà sách Đức Bà Hòa Bình ấn hành, Nxb Đồng Nai, 2020.

Sa" và nói đến "mật khẩu" như một trong những "chột dạ" của nhà thơ trong những ngày tháng cuối đời. Thế nhưng, hai nửa mật khẩu trên đây nằm cuối tập một của Thơ Nguyên Sa, bản in lần thứ sáu tại Sài Gòn năm 1971. Mà chắc hẳn còn sớm hơn nhiều. Bởi, vị thầy dạy Việt văn cho tôi niên khóa 1962-63 (lớp đệ ngũ/lớp 8) là linh mục Giuse Phạm Thanh, năm nay 84 tuổi, đã từng học Việt văn với Thầy Trần Bích Lan niên khóa 1956-1957 (lớp đệ nhị/lớp 11) tại trường Nguyễn Bá Tòng, Sài Gòn. Vị thầy và là nhà thơ tỏ ra rất thông thạo *Kinh thánh* và giáo lý Công giáo. Học sinh hỏi sao Thầy chưa theo đạo Chúa? Ông trả lời: Phải có ơn Chúa mới được.

Như thế, chẳng phải mãi cuối đời Nguyên Sa mới băn khoăn về mật khẩu nhưng ông đã ý thức điều ấy ngay từ bước đầu hành trình tìm kiếm, mỗi ngày.

Ngày nào Thượng Đế cũng tới,
Giờ khắc bất định,
Nhưng ngày nào ông cũng tới ít nhất một lần,
Ngày nào ông cũng mở banh lồng ngực tôi ra,
Thản nhiên bước vào trong,

Có đọc cả phần giữa của bài thơ mới hiểu rằng cả một đời, ngày nào nhà thơ cũng có ít là một lần sống phút hồi tâm, để cho Lời Chúa soi thấu mọi ngõ ngách tâm hồn, như *Kinh thánh* đã nói: "[12]Lời Thiên Chúa là lời sống động, hữu hiệu và sắc bén hơn cả gươm hai lưỡi: xuyên thấu chỗ phân cách tâm với linh, cốt với tuỷ; lời đó phê phán tâm tình cũng như tư tưởng của lòng người. [13]Vì không có loài thọ tạo nào mà không hiện rõ trước Lời Chúa, nhưng tất cả đều trần trụi và phơi bày trước mặt Đấng có quyền đòi chúng ta trả lẽ" (Hr 4,12-13).

Ngày nào ông cũng mở banh lồng ngực tôi ra, Thản nhiên bước vào trong, Tôi không biết ông đi vào tim, Hay ông đi vào phổi, Hay cả hai? Tôi không biết khi ông đi vào tim, ông dừng lại ở đại động mạch, Hay ông đi tới khu cổ ngữ của tâm thất trái, Hay ông đi tới khu sấm ký của tâm thất phải? Tôi không biết khi ông đi vào phổi, ông dừng lại ở cuống phổi, Hay ông đi tới từng phế nang, Phế nang có từng chùm, mỗi chum có cửa đưa vào một nội tâm, mỗi chùm hội tụ theo mật khẩu, Có những chùm phế nang mật khẩu tên người, Có những chùm phế nang mật khẩu mang tên sông, Có những chùm phế nang mật khẩu là tên phố, tên làng, tên hoa, tên cỏ… (Nguyên Sa, *Mật khẩu).*

Rõ ràng là "sắc bén hơn cả gươm hai lưỡi: xuyên thấu chỗ phân cách tâm với linh, cốt với tuỷ" (Hr 4,12).

Mãi cuối đời, nhà thơ mới lãnh bí tích Thánh tẩy nhưng nhờ kinh nghiệm sống phút hồi tâm[15], một kinh nghiệm giản đơn mà hữu hiệu

[15] Có thể xem quyển chỉ dẫn thực hành của Timothy Gallagher, *Phút Hồi Tâm*, Giang

trên đường tâm linh Kitô giáo, ông đã giữ vững cho mình một lương tâm ngay thẳng và một tấm lòng trong sạch là điều kiện tuyệt vời để đón nhận được mạc khải về tình yêu Thiên Chúa.

Kết thúc câu chuyện về ơn đức tin của Nguyên Sa, tác giả Nguyễn Đức Tuyển viết: "Trong ngày tang lễ tiễn đưa ông, từ nhà thờ St. Polycarp ra nghĩa trang Peek Family trong một ngày nắng chói chang, đàng sau tang quyến là rất nhiều thân bằng, quyến thuộc. Họ là những giáo chức, nhà thơ, nhà văn, nhà báo và đông đảo cựu học sinh của ông; chắc hẳn nhiều người đã nhân dịp này suy nghĩ về cuộc đời và sự chọn lựa cuối đời của ông. Theo tôi biết thì phu nhân của thi sĩ Nguyên Sa, Gs. Trịnh Thúy Nga, cũng đã tìm về Đạo Chúa cách đây mấy năm trong âm thầm, lặng lẽ, khiêm cung nhưng đầy xác tín."

Hai vị Trần Bích Lan và Trịnh Thúy Nga đã dìu nhau suốt cuộc sống như đôi bạn đời và đã cùng đến nơi như những người bạn đạo. Xin chúc mừng và cám ơn hai vị đã tiết lộ mật khẩu cho nhiều người và nhiều gia đình, mật khẩu đã giúp cho những mảng rời trong *Thơ Nguyên Sa toàn tập* thành biển và không gian tâm linh lớn hơn biển: yêu thương và hạnh phúc.

Trung Kiên chuyển ngữ, Nhà sách Đức Bà Hòa Bình ấn hành, Nxb Đồng Nai, 2020.

TRUYỆN NGẮN NGUYỄN TRUNG TÂY
truyền thống và hiện đại

Bùi Công Thuấn *[1]

Nhà văn-Lm Nguyễn Trung Tây là người nhận giải Chung Kết Viết Về Nước Mỹ 2010 với bài viết "Mẹ, Mẹ tôi". Tác giả tự sơ lược về mình "Sinh tại Saigon, trưởng thành tại Sàigòn và San Jose, CA. Hiện đang làm việc tại Melbourne, Úc Châu."

Thông tấn xã Công giáo VietCatholics cho biết: "Nhà văn Linh mục Nguyễn Trung Tây thuộc dòng Truyền Giáo Ngôi Lời, tỉnh dòng Chicago." Hiện làm Giáo sư Kinh thánh tại Đại Học Thần Học Yarra Theological Union, Melbourne, Úc Châu."

Đó là những dòng giới thiệu tác giả của Việt báo đăng trên đầu mỗi truyện ngắn của Lm. Nguyễn Trung Tây.[2]

TỰ TRUYỆN NGUYỄN TRUNG TÂY

Đọc một tác phẩm văn học, người đọc thường muốn biết về tác giả. Bởi tác phẩm là đứa con tinh thần của nhà văn. Tác phẩm chứa đựng những trải nghiệm, những suy tư, những đặc điểm riêng về cá tính sáng tạo của nhà văn. Bối cảnh lịch sử xã hội và hoàn cảnh sống của nhà văn cũng chi phối quá trình sáng tác (việc chọn đề tài, nội dung, nhân vật, chủ đề, bút pháp, kiểu ngôn ngữ...). Một nhà văn linh mục sẽ viết khác với nhà văn thế tục, bởi linh mục viết dưới ánh sáng tư tưởng thần học và mỹ học Kitô giáo. Tác phẩm của nhà văn linh mục là diễn ngôn loan báo Tin mừng. Và một nhà văn hải ngoại sống tại Mỹ

---

*1 Về tác giả, xem trang 108

2 https://vvnm.vietbao.com/a164764/goc-phi-chau

sẽ viết khác với một nhà văn trong nước, bởi sự khác biệt môi trường văn hóa, khác về những vấn đề xã hội được quan tâm, và đặc biệt là khác về độc giả. Nhà văn khi viết tác phẩm luôn hình dung ra đối tượng độc giả của mình. Độc giả Việt Nam ở Mỹ, sống trong môi trường văn hóa thực dụng Mỹ, có những mối quan tâm khác với người đọc Việt Nam trong nước. Cho nên phương pháp tiểu sử (Sainte Beuve, 1804-1869) được dùng trong phê bình văn học sẽ giúp soi sáng nhiều điều.

Truyện ngắn của Lm. Nguyễn Trung Tây ghi lại khá rõ cuộc sống của nhà văn. Nhiều truyện ngắn gần như là "tự truyện". Hãy nghe nhà văn kể về cuộc đời mình:

"Tôi, Công giáo, ngôn ngữ bình dân gọi đạo gốc. Chào đời được mấy ngày, tôi được mang tới nhà thờ Châu Nam đổ nước trên trán, nhận phép thánh tẩy. Sinh ra tại bệnh viện Hùng Vương, rửa tội tại Hốc Môn, trưởng thành tại chợ Ông Tạ,..." (Truyện: 911 và sự thật).

"...tôi sinh ra tại bệnh viện Hùng Vương, Chợ Quán. Những tháng ngày cuối của chín tháng mười ngày, Bố tôi ở trên Đà Lạt về không kịp. Mấy ngày liền, những cô y tá thấy chỉ có Mẹ và tôi (bơ vơ?) trong bảo sanh viện. Có lẽ mấy cô tiên áo trắng gọi, họp, bàn, và đoán: chắc cái cô (Bắc kỳ) này một lần (lầm) lỡ... "Hội đồng" họp, hội đồng quyết nghị! Cuối cùng một cô áo trắng, đại diện hội đồng, cầm tờ giấy Khai sinh của tôi trịnh trọng mang vào phòng tặng Mẹ và tôi... Trên tờ khai sinh trắng tinh có con mộc đỏ chói, tên Bố để trống (đương nhiên). Tên Mẹ ghi rõ họ và tên: Hà... Tôi sinh ra tại bệnh viện Hùng Vương. Tên đầy đủ trên giấy Khai sinh viết rõ: Hà Hùng Vương."; "Bố tôi cũng đã từng bơ vơ nơi đất khách quê người sau một lần bỏ làng Sài Thị, Hưng Yên xuôi Nam bởi biến cố 54".(Truyện: Bố).

Tháng 5 năm 1985 Bố tôi mất!...xương cốt, và hiện giờ là bụi tro trong hũ sành đặt tại nguyện đường Phục sinh của giáo xứ Lộc Hưng, Sài Gòn.

"Tôi, tuổi mười ba, đã lạc khi nhìn thấy xe tăng T-54 lăn bánh trên đường Lê Văn Duyệt, một trong những đại lộ thủ đô Sài Gòn dẫn về tổng hành dinh của Nam Việt Nam, chính quyền hai đời Tổng thống (nhân vật giờ thứ 25, không tính) mới vừa tuyên bố trên đài phát thanh, chúng tôi đầu hàng. Sài Gòn, 30 tháng 4, bầu trời xanh lơ trưa mùa xuân bỗng dưng mây đen kéo tới, xám đen âm u cả một góc trời thủ đô (đừng hỏi tại sao, tôi không dị đoan mê tín, tôi chỉ diễn tả những chi mình đã nhìn thấy vào giây phút ấy). Thành phố hỗn loạn trong cơn tháo chạy! Những cột khói bốc cao! Những khuôn mặt hốt hoảng! Những giọt lệ buồn tủi! Những tiếng kêu tuyệt vọng! Những tiếng hét kinh hoàng! Những tiếng đạn nổ tung xé rách toang thịt da! Tiếng đạn súng lục xuyên thẳng đầu người nghĩa khí chết theo thành! Những hàng người nối dài cho một chỗ ngồi trên chiếc trực thăng đậu cao trên nóc tòa nhà Đại Sứ Mỹ. Tựa như những chú ruồi nhằng bay rối loạn tung tóe trên một thân xác bắt đầu lạnh, bầu trời Sài Gòn bỗng dưng ngập tràn trực thăng di tản người thân ruột thịt!..." (Truyện: 40 năm hồn đi lạc).

Ngày 30 tháng Tư năm 75, anh tôi, lính Thủy Quân Lục Chiến bước chân lên tàu tỵ nạn tại bến cảng Vũng Tàu ngay giờ phút Sài Gòn hấp hối (Truyện: 30 tháng Tư chữ trầm chữ thăng.). "...cuối thập niên 70, khi đó tôi vào tù ra khám như cơm bữa bởi tội vượt biên. Tệ hại nhất là lần bị bắt giam tại trại tù Tiền Giang năm 1978. Khi tôi được thả, trên người thiếu niên mới lớn chỉ còn trơ trọi bộ quần áo tù và một tờ giấy Lệnh Tạm Tha. Không có một đồng lận trong người để mua vé xe về lại Sài Gòn, tôi không còn chọn lựa nào khác, đành phải chìa tay... ăn mày..."(Truyện: Đám tang tử tế)

Trong truyện Dấu chấm hỏi, tác giả nói rõ hơn: "... Nó sinh ra trong Nam, thế là lãnh đủ, dính trấu, dính nợ, dính nguyên con đuôi sao chổi bay qua quẹt ngang mặt, nát đời thanh niên! Từ những năm 1978 cho tới năm 1982, nó vào tù ra khám vì tội vượt biên như cơm bữa. Tù Gò Công, tù Tiền Giang, tù Hàm Tân. Bột mì trại giam nó ăn trắng con mắt. Hồi đó, bước chân ra khỏi nhà tù Tiền Giang, nó thanh niên trắng cả hai tay. Gia sản duy nhất dính trên người chỉ còn cái quần jean bạc thếch, áo thun lủng lỗ, và tờ giấy Lệnh Tạm Tha cầm chặt.

Ơi bần cố nông đời tù!

Bước chân ra khỏi nhà tù, nó không có tiền để mua vé về lại Sài Gòn. Niềm vui được thả giờ biến mất. Trời xanh, mặt nó cũng xanh, xanh xao vì thời gian tù, xanh xao vì đói, xanh xao vì không có tiền mua vé xe đò.

Và nó mặt dầy mặt dạn lần bước ra chợ Mỹ Tho chìa tay ăn mày!

Ơi quê! Ơi độn thổ! Nhưng biết sao bây giờ! Cứ giữ sĩ diện thì cầm chắc cái vé đi bộ một lèo từ Mỹ Tho về lại Sài Gòn".

"...Rồi năm 1979 phương Bắc, Đặng Tiểu Bình thực hiện câu đe dọa dạy cho Việt Nam bài học. Phương Nam, Pôn Pốt dàn quân chặt đầu Thanh Niên Xung Phong. Hai mặt trận cùng đánh, trên chọc xuống, dưới đâm ngang. Bạn thân cùng thời, mấy tên phủi chân nhảy lên bàn thờ biến thành ma không đầu hưởng nhang khói và chuối sứ. Nó, 18 tuổi, bị tổng động viên. Nhưng bởi nhát, sợ chết, nó trốn quân dịch. Lại một thời vất vả lao đao, chốn chui chốn nhủi như những con chuột sống dưới ống cống hầm cầu!".

Tác giả nói về tuổi 20 của mình: "Tôi cũng đã từng ở tuổi 20. Nhưng (tiếc quá!) tuổi 20 của một thời bể dâu; tuổi 20 mất niềm tin vào mình và vào người; tuổi 20 sợ hãi học đường và xã hội; tuổi 20 cương quyết bỏ đi, để lại sau lưng một quá khứ và hiện tại xám buồn trộn lẫn với một viễn ảnh tương lai bấp bênh. Sau mỗi lần vượt biên thất bại, thuyền gỗ lênh đênh trôi dạt về lại đất Mẹ, tuổi 20 chân đất bước xuống thuyền, hai tay bị còng, công an áp giải dẫn thẳng vào nhà tù Gò Công, Tiền Giang, và Hàm Tân; tuổi 20 làm bạn với muỗi, rệp, dán, chuột của xà lim và nhà tù ẩm thấp chật nghẹt tù nhân. "(truyện: Duyên trời)

Năm 1982 tác giả vượt biên:

"Bữa hôm đó, tôi vượt biên...chuyến tàu Rạch Sỏi ngày 12/10/1982 (Truyện: Mẹ. Mẹ tôi). "...Khi đó thuyền gỗ không số nhỏ neo tại Rạch Sỏi. Sau bốn ngày lênh đênh trên sóng biển xanh đậm đặc Vịnh Thái, thuyền viễn xứ đặt chân tới bến cảng Marang. Sau cùng, thuyền tỵ nạn đặt chân tới đảo Bidong, khoác lên người mã số PB 706 (Truyện: 30 tháng Tư chữ trầm chữ thăng). "Nó sống trong trại tỵ nạn Pulau Bidong, Sungai Besi của Mã Lai, rồi bay sang Bataan của Phi Luật Tân,..";"Tháng 4 năm 1984, tôi đặt chân tới Thung Lũng Hoa Vàng, San Jose"(truyện: Dấu chấm hỏi).

Trong truyện Gốc Phi châu, tác giả kể lại công việc đi dạy thiện nguyện trong thời gian học ở Mỹ. Đó là một ngôi trường mà 98% là gốc Phi châu: "...cuối tuần thứ Sáu, em đón xe bus đi vào ghetto Nam Chicago, hướng dẫn Computer cho lớp Năm trường St. Elizabeth. Năm sau, em thiên di về phía đông nam, lái xe ba tiếng từ Phố Gió Chicago tiểu bang Illinois sang thẳng tới thủ phủ Indianapolis tiểu bang Indiana tham dự chương trình Internship. Lần này cũng dạy học, từ Mẫu Giáo cho tới lớp Tám tại trường St. Rita, tọa lạc trên đường Dr. Andrew Brown".Tại đây tác giả gặp khó đủ điều. Nhiều học sinh "cá biệt", tưởng phải bó tay, nhưng rồi cũng tìm ra "sách lược" cảm hóa bọn trẻ. Phụ huynh học sinh cũng "cá biệt" không kém, họ kiện lên Hiệu trưởng, và Hiệu trưởng "nói nhỏ" thầy, nhường nhịn phụ huynh.

Trả lời phỏng vấn của Lan Vi ngày 05.01.2013 trên Vietcatholics, tác giả cho biết: "năm 1991 rời bỏ tất cả lên đường theo tiếng gọi của Thiên đàng"..."Tôi Bước lên bàn thánh 2002 tại Chicago, được biệt phái dạy học cho các thầy Ngôi Lời..."

Đã có lần tác giả trở lại quê nhà. "...năm 2005 nó quay về... Bạn bè, nghe tin, rủ nhau hội ngộ ở công viên Lê Thị Riêng, Sài Gòn. Hai mươi năm không gặp. Thời xưa. Trong lớp 10C3, khoảng bốn mươi mấy tên, nó học dốt nhất. Môn nào cũng đội sổ! Cuối lớp! Hạng bét! Dốt dột! Dốt đặc! Trong giờ thi, thi lớn thi nhỏ, thi giữa khóa, thi cuối năm, thi tú tài, thi vô đại học, nó chuyên viên chìa tay năn nỉ bạn trai cũng như bạn gái 10C3 cho cọp dê bài! Ôi thôi, thật là xấu hổ! Thế đấy! Nhưng, tình thiệt mà nói, những người bạn 10C3, nếu có cơ hội tới Mỹ như nó, giờ này, nói theo ngôn từ mắng mỏ mẹ nó hay mắng, "Mày chỉ có nước mà đi xách dép cho người ta!"(Truyện: Dấu chấm hỏi).

Sau đó quay lại Mỹ, Lm. Nguyễn Trung Tây đi phục vụ. "...hiện giờ tôi đang làm việc tại Úc Châu, từ những ngày của năm 2006. Và bây giờ 2016... Làm việc ở phố Melbourne được ba năm. Và bởi ngạt thở với đời sống chật chội phố phường, nhưng lại ước mơ được hít thở bầu trời mới, giữa tháng 12 năm 2009, tôi dọn nhà về Central Australia, sa mạc bao la, đất của người thổ dân Arrernte. Tôi đã dần dần biến thành thổ dân sa mạc: trời nóng, bật quạt và mặc quần đùi; trời lạnh, mặc vào áo khoác dầy cộm và đội mũ len lên đầu..."(Truyện: Tôi từ thiên đàng tới).

Trả lời phỏng vấn của Lan Vi tác giả nói cụ thể hơn (đd): "Cuối 2009, tôi đã hoàn thành công tác mục vụ tại Melbourg. Sau đó tôi xin chuyển về vùng sa mạc trung tâm Úc Châu, thành phố Alice Springs. Bắt đầu từ đó đến ngày hôm nay hơn 3 năm rồi, tôi làm việc với thổ dân.Tôi hiện sống với cộng đồng Ngôi Lời nhà thờ Trái tim Đức Mẹ của phố Alice Springs. Tôi là phó xứ. Có một linh mục Ngôi Lời chánh xứ gốc Ba Lan và một cha Tuyên úy gốc người Nam Dương, coi sóc 2 giáo xứ: Trái tim Đức Mẹ và thánh Têrêsa. 3 năm truyền giáo, Chúa thương vẫn mạnh khỏe và ngọn lửa truyền giáo vẫn đang bùng bùng cháy trong hồn. Ở đây có 10 gia đình VN, có 3 gia đình Công giáo. Tôi đã sống San Jose (mũi phía Nam của Vịnh San Francisco), San Diego (nam Cali), Chicago (đông bắc bộ tiểu bang Illinois)".

Sau đó tác giả đến Philippines: Sau nhiều năm phục vụ tại vùng sa mạc đất đỏ Úc Châu, nhiệm sở truyền giáo mới của linh mục là Tagaytay, Philippinnes...(lời giới thiệu truyện: 30 tháng 4 chữ trầm chữ thăng).

"Có thời nó phụ trách môn Kinh thánh tại Đại Chủng Viện Ngôi Lời, Iowa. Trường cũng có nhiều sinh viên gốc Việt Nam. Có mấy cậu hay đi theo chọc, "Cha mà ở Việt Nam, giờ dám làm giám mục".

- "Có mà! Giờ còn ở Việt Nam, dám chỉ cũng trà đá mía ghim!"

"Ông Trời mà không mang mi đặt chân tới Mỹ, nặng lắm thì giờ này cũng đã nhảy lên bàn thờ ăn xôi nghe kèn, nhẹ lắm thì cũng trà đá mía ghim". (Truyện: Dấu chấm hỏi)

Và nhà văn tự nhận xét về mình: "Tôi giờ tu sĩ bình bát, lang thang đó đây sống giữa và sống với những đời sống bên lề xã hội. Chín người con, trong đó, tôi thứ tám" (truyện: Bố)

Phần "tự truyện" của tác giả kể trên vừa là câu truyện sinh mệnh của một người Việt di dân cuối thế kỷ XX, vừa giúp lý giải những giá trị của truyện ngắn Nguyễn Trung Tây.

NHÀ VĂN CỦA NHỮNG VẤN ĐỀ DI DÂN

Tường thuật của tác giả về cuộc đời mình trong các truyện ngắn (trích dẫn ở trên) đã khắc họa một nhân vật "di dân" tiêu biểu của lịch sử Việt Nam những năm cuối thế kỷ XX. Tác giả trở thành nhân vật của chính mình, nhưng nhân vật lại mang những đặc điểm, phẩm chất con người của một thời, cả những điều bi đát và những thăng hoa thành đạt ở xứ người. Nhân vật "di dân" ấy cũng đau đáu những vấn đề tư tưởng, văn hóa và thân phận (xin đọc: Tôi hét lên, Dấu chấm hỏi, 911 và sự thật, Chuyện 40 năm: Hồn đi lạc, 30 tháng Tư chữ trầm chữ thăng, Tôi từ thiên đàng tới, Hành trình Văn Lang, Cơn mơ và giấc mộng...)

Vì sao tác giả ra đi để nhiều lần chịu cảnh tù đày trong các trại giam và nhiều lần kề cận tử sinh khi lênh đênh trên biển. Ra đi, bỏ lại tổ quốc, bỏ lại nơi chôn nhau cắt rốn, chấp nhận đánh đổi cả sinh mệnh với rủi ro, quyết định ấy thật không dễ dàng. Phải có một động lực ghê gớm thúc đẩy. Tác giả lý giải: "Ông Trời mà không mang mi đặt chân tới Mỹ, nặng lắm thì giờ này cũng đã nhảy lên bàn thờ ăn xôi nghe kèn, nhẹ lắm thì cũng trà đá mía ghim"(Truyện: Dấu chấm hỏi).

Người Việt bỏ nước ra đi cuối thế kỷ XX có nhiều đối tượng. Nhưng tựu trung, ra đi là để tìm một con đường sống mà ở trong nước họ không có lối thoát. Những năm sau 1975, Nhà nước thực hiện nhiều chính sách "cải tạo xã hội chủ nghĩa" đối với miền Nam. Trước hết là tập trung "đánh tư sản", rồi đưa dân đi Kinh tế mới, đổi tiền. Chính sách cải tạo đối với những người lính Cộng hòa hoặc làm việc cho chính quyền Cộng hòa. Con cái của hàng triệu gia đình ấy bị phân biệt đối xử...Thời gian ấy, tình hình chính trị có những biến động nghiêm trọng: chiến tranh biên giới 1979; Khối Đông Âu và Liên xô sụp đổ đã đưa Việt Nam đến bờ vực khủng hoảng trầm trọng. Hậu quả của những chính sách "cải tạo" miền nam đã làm cho nền kinh tế Việt Nam suy sụp, đẩy hàng triệu người ra đi bằng những con thuyền nhỏ vượt biển. Hàng vạn người đã chết trên biển, cũng hàng vạn người bị hải tặc Thái Lan làm nhục và sát hại. Thảm cảnh "thuyền nhân Việt Nam" trở thành một vấn đề mà thế giới phải quan tâm. Sau đó mới có chương trình "ra đi trong trật tự"(ODP) tiến hành từ năm 1979 dưới sự hỗ trợ của Cao ủy Liên Hợp Quốc về người tị nạn.

Khác với nhà văn thế tục, Nhà văn-Lm Nguyễn Trung Tây nhìn những dâu bể của cuộc sống dưới "lăng kính tôn giáo" (truyện 911 và sự thật), nhìn bằng con mắt đức tin, không xuất phát từ thái độ chính trị của "bên thua cuộc".

Đây là cảnh "thuyền nhân" gặp nạn được kể lại trong truyện Đường tử tức:

"...chuyến tàu hôm đó, con gái đụng hải tặc bị bắt hết, con trai bị chém bay đầu, chỉ còn sót lại những người già da mồi tóc bạc. Máy tàu bị gỡ, thuyền lênh đênh trên biển, không lương thực, không nước uống, người ta ăn thịt người tỉnh bơ như ăn sáng một ổ bánh mì kẹp chả lụa. Tôi nhớ bà cụ khoảng sáu mươi tuổi, đầu vấn khăn nhung gọn gàng, ngồi yên, đưa vào miệng miếng thịt nhai sần sật. Nhai hết miếng thịt, bà cụ cúi xuống, lấy gấu quần lau miệng như một thói quen thường lệ. Thấy tôi nằm mê mệt trên khoang thuyền, nhiều cặp mắt trầm tĩnh đợi chờ giây phút sẽ tới. Nhưng không, như một phép lạ, tôi đặt chân lên bờ biển Trengganu của Mã Lai với đôi mắt vàng sền sệt mầu nghệ, người ta nói bởi vì những miếng thịt người! Cao Ủy Tỵ Nạn đưa thẳng tôi vào phòng Cấp Cứu bệnh viện Sick Bay trên đảo Pulau Bidong...".

Và đây là thảm cảnh cá nhân: "trong khi hải tặc bò lổm ngổm như cua càng trên khoang thuyền, con gái bị bắt, từng người đang bị xô đẩy lôi kéo sang tàu Thái, con trai đã bị chém đứt cần cổ mấy tên rồi. Tới phiên tôi, tên hải tặc giơ cao mã tấu xuống, tôi nhìn lên bầu trời, chỉ kịp lẩm nhẩm mấy lời thật nhanh xin lỗi bố mẹ cho những lầm lỗi. Nhưng nàng đã nhào tới, cản ngang lại đường mã tấu. Lưng người tình trung học của tôi hứng trọn đường dao. Máu đỏ vọt ra có vòi từ bờ vai thanh xuân con gái mười chín. Người đẹp tranh vẽ nhìn tôi, nàng không nhăn một vết nhăn trên trán bởi đường chém, nhưng mỉm cười, mắt từ từ nhắm lại, thân hình đổ xuống che cản lại thân xác tôi. Tôi hét lên, ngã xuống, bất tỉnh!".

"Ngày này nối tiếp ngày kia, hết đêm dài lại tới đêm thâu, bao nhiêu con tàu quốc tế đi ngang qua nhắm mắt làm ngơ..."

Những hình ảnh thương tâm ấy sẽ làm cho trái tim "thuyền nhân" đau đớn suốt đời. Nhân vật Tôi nói với chị: "- Chị ơi, vợ em hồi đó đã có thai, hai tháng rồi...Chị tôi ôm tôi vào lòng, hai chị em cùng khóc". Nghĩa là cả vợ lẫn đứa con hai tháng tuổi của nhân vật tôi bị hải tặc Thái Lan giết dã man.

Vấn đề tư tưởng thứ hai của người Việt tị nạn là thân phận của mình: -"Ông bạn từ đâu tới vậy?". Người Việt di dân tự hỏi: Tôi là người Việt hay tôi là người Mỹ?-Không có câu trả lời rành mạch. Văn hóa Việt vẫn còn trong huyết quản, trong não trạng, trong hơi thở. Kỷ niệm với quê hương, với người thân vẫn sống động trong ký ức. Mồ mả cha ông, tổ tiên vẫn chôn vùi trên đất Việt. Nhưng nơi ấy giờ đã thành quá khứ. Trước mặt là nước Mỹ, xung quanh là lối sống Mỹ, văn hóa Mỹ mà người Việt phải hội nhập. Đứng ở hai bờ văn hóa, những người Việt thế hệ 1 không sao tìm được sự an tâm. Họ chông chênh trong thân phận lưu vong, không có quê hương.

Truyện "Tôi tới từ thiên đàng" là nỗi trăn trở khôn nguôi về quê hương, về ngôi nhà của mình. Không sao tìm được câu trả lời cho câu hỏi: -"Ông bạn từ đâu tới vậy?". Bế tắc trong đời thực, tác giả hướng lên trời tìm câu trả lời bằng con mắt đức tin.

- Ông bạn từ đâu tới vậy?

Một câu hỏi đơn giản như thế thông thường được trả lời với một câu bắt đầu với chủ từ "Tôi", theo sau là động từ "là" (trong trường hợp này động từ "là" nằm ở thì hiện tại, ngôi thứ nhất, số ít, đọc là "từ"), cuối câu là túc từ (tên của một quốc gia nào đó). Dựa vào những nét Đông phương trên khuôn mặt, thiên hạ thông thường vẫn chờ đợi tôi sẽ điền vào chỗ trống của túc từ với một danh từ, hoặc "Thái Lan" hoặc "Campuchia" hoặc "Trung Hoa". Nhưng nếu tôi thành thật và ngây thơ nói,- "Hiệp Chủng Quốc…", thiên hạ đã rất nhiều lần phản ứng ngay với giọng điệu mỉa mai,

- Ông thần? Ông đâu phải là Mỹ!...

"Câu chuyện "Bạn từ đâu tới?" không chấm dứt ở đây… Bởi đã có những lần quay về Việt Nam công tác, tôi đã từng được/bị (người Việt) nhìn hoặc đối xử hoặc coi như một người ngoại quốc ngay trên vùng đất chôn nhau cắt rốn…"

"…Vâng! 20 năm hít thở không khí Việt Nam! 2 năm làm người vô tổ quốc lang thang trại cấm Mã Lai và trại tỵ nạn Phi! 21 năm lang thang ở Mỹ! 10 năm làm việc tại Úc Châu! Và bây giờ bạn hỏi tôi, "Anh từ đâu tới?". Và bạn chờ đợi một câu trả lời đơn giản. Nghiêm chỉnh đi ông bạn! Đừng nói chuyện bỡn!..."

"Tôi chỉ ngón tay lên trời, bầu trời xanh xanh màu ngọc bích, khẳng đinh, "Tôi từ thiên đàng mà tới".

Nói vậy chỉ là một cách nói cho nhẹ lòng một chút. Bởi vì, người Việt là dân định cư định canh, không phải dân du mục, nên tình quê hương là một trong những giá trị thiêng liêng. Mảnh đất cha ông để lại là tài sản vô giá con cháu phải giữ gìn. Ngày tết, con cháu đi đâu xa mấy cũng phải về quê thắp nhang đón ông bà về cùng con cháu. Vì thế thân phận "lưu vong" là một thân phận bi đát. Nó trở thành một chủ đề lớn trong dòng văn học của người Việt ở hải ngoại.

Ở Mỹ, nhà văn buộc phải thay đổi, phải thích ứng với văn hóa Mỹ.

Nhưng chính sự thay đổi này lại nảy sinh nhiều bi kịch.

"Từ những năm 1984 cho tới 2006 trước khi bỏ đi xa, nó liên tục hít thở và trưởng thành trong bầu không khí Mỹ. Nó học hỏi tư tưởng thực dụng của văn hóa Mỹ. Nó học hỏi lòng tự trọng, kính trọng chính mình và kính trọng người khác, dù có là khác mầu da và tôn giáo. Nó học được tinh thần tự tin, tin vào khả năng do Ông Trời ban cho chính mình. Nó chấp nhận có những điều không thay đổi được; riêng những điều được trao tặng, nó trân trọng giữ gìn. Nếu phải ngồi làm những bài tính cho công bằng, nó nhận thấy, bà mẹ Mỹ đã cho riêng nó nhiều điều, óc thực dụng, lòng tự trọng, tính tự tin, biết chấp nhận, và tâm tri ân" (Truyện: Dấu chấm hỏi).

Và nhờ tinh thần nhập cuộc, người Việt tị nạn ở Mỹ đã thành công trong nhiều lĩnh vực: "Bởi quyết tâm và say mê xây dựng lại một đời sống mới tinh trên vùng đất mới, gia đình Việt Nam, cả bố cả mẹ lên đường nhập cuộc. Trời thu cũng như trời đông, bố mẹ tị nạn chở con tị nạn tới trường; khi con biến mất sau khung cửa, bố mẹ quay ra nhập vào dòng xe cộ ngược xuôi hướng thẳng tới công xưởng làm Technician, Assembler, bưng tô phở, nửa đêm về sáng quét dọn quán rượu Mễ, và đủ các nghề để kiếm tiền nuôi con Việt. Ngày thứ Bẩy, Chúa Nhật, bố mẹ chở con tới trường Việt Ngữ học tiếng Việt. Bởi quyết tâm và say mê xây dựng một tương lai vững chắc cho mình và cho con cái, bố mẹ Việt Nam hy sinh tất cả. Bởi thế, tị nạn Việt Nam thuở xưa biến hình. Hành trình Việt Nam hải ngoại, 40 năm viễn xứ, hành trình thành công...

Tác giả vẫn nhìn mọi việc dưới con mắt đức tin:

"Những con thuyền tị nạn đã cương quyết lên đường mặc dù biết trước hành trình tị nạn nhiều nỗi gian nan, tù tội, sóng biển, ngư phủ Thái, và xua đuổi từ phía chính quyền của những nước lân bang. Mà thật sự là như vậy, nhiều con thuyền gỗ xuất phát từ cửa biển Việt Nam đã không bao giờ cặp bến. Biển xanh đã biến thành mộ phần cho nhiều mảng thuyền tị nạn và thân xác Việt Nam, những máu đỏ da vàng quyết tâm lên đường bởi mê say hít thở không khí tự do. Những con thuyền còn lại cặp bến (dù có là rách nát!) hoàn toàn nhờ vào Ơn Trời. Không có Ơn Trời, thuyền tỵ nạn và thuyền nhân sẽ không bao giờ có cơ hội đặt chân lên bờ, bước đi những bước chân tự do" (truyện: Duyên Trời).

Tuy nhiên, người Việt sống tình nghĩa thủy chung. "Óc thực dụng" là điều trái với văn hóa và đạo đức Việt. Nhiều bi kịch xảy ra với người Việt tị nạn khi đối mặt với xã hội thực dụng Mỹ.

Trong truyện *Bố Việt Nam* và những đức tính bố, tác giả trình bày thực trạng một gia đình Việt Nam. Trong gia đình ấy, bà vợ hai tay hai máy ở sòng bài. "...bây giờ gặp bà vợ cầm guốc gỗ đập chan chát vào đầu ông chồng giữa nơi thanh thiên bạch nhật, thiên hạ vẫn thản nhiên tỉnh bơ bỏ đi một nước". "thằng con hỗn như gấu mấy roi cũng phải cần thận, bởi coi chừng nó nhấc phôn gọi cảnh sát. Tù mọt gông!

Rồi tác giả khuyên những ông bố:

"Ngoài kiên nhẫn, tôi nghĩ bố Việt Nam ở hải ngoại cũng không nên bắt chước thói trăng hoa của ông cựu Tổng Thống Bill Clinton... Cho nên, bố Việt Nam, làm ơn, cũng nên cẩn thận. Về Việt Nam tìm cô Tấm, kiếm hoa thơm, ngoài bệnh Aids, Sida, mồng gà trái khế, cũng hãy coi chừng có ngày dẫm lên vết xe đổ của ông nhà giàu vô danh!"

Tác giả còn khuyên những ông bố cần phải hiểu biết:

"Ông thần nước mặn ơi! Bố Việt Nam ở hải ngoại ngoài kiên nhẫn và thủy chung là những đức tính cần phải có, ông ta cũng nên hiểu biết một chút. Bây giờ đang sống ở Mỹ, mà ông cứ nằm dài ở trong nhà, đi ra đi vào sai vợ sai con như sai người ở con sen của cái thời trước năm 75. Lời thật thì ưa mích lòng, nhưng nói thì vẫn phải nói...Ông thì khó tính như quỷ, mà con trai của ông nó chỉ mới trốn biệt ở trong phòng chát chát với bạn bè; còn con gái của ông thì nó chỉ mới son phấn sức nước hoa CK bỏ đi chơi với bạn bè của nó... quanh năm suốt tháng lúc nào cái mặt của ông cũng hầm hầm giống như thù cha chưa trả, như mắc bệnh táo bón kinh niên! Hèn chi con cái nó né gặp mặt ông tối đa. Chẳng trách chi, đi làm vừa mới về, vợ ông không bỏ đi tếch thẳng một nước tới sòng bài cũng uổng!".

Và đây là những bi kịch.

Truyện *Cây thánh giá gỗ mùa giáng sinh* kể rằng, bà Tân qua Mỹ diện con lai. Bà ở với chồng và 5 đứa con. Bà nghiêm nhặt trong giáo dục con cái và siêng năng việc nhà thờ... Đùng một cái, chồng và thằng con lai chết cùng một lúc. Một người hàng xóm qua Mỹ sau bà, biết rõ bà là "me Mỹ". Họ "tám" chuyện: Ông Tân là chồng thứ nhất. "Hai thằng Mỹ trước đâu có đám cưới đám hỏi gì mà chồng với vợ. Hồi đó con mụ đi làm sở Mỹ, rồi vác cái bụng bầu. Ông bố cấm cửa không cho quay về nhà. Sau khi sanh ra con Hương, con mẹ thuê nhà trên Sài Gòn, mướn người vú em trông con. Mấy năm sau, trước 75 mấy tháng, con mụ lại vác cái ba lô ngược. Lần này sinh ra thằng Dương. Con Hương với thằng Dương là hai chị em cùng mẹ khác cha. Ba đứa còn lại là con của ông Tân. -Bà Tân gặp ông Tân lúc nào vậy? - Hồi đó thằng cha đi bán xổ số, con mẹ bán cà-phê. Rổ rá cạp lại sinh ra ba đứa con. Rồi được đi Mỹ theo diện con lai." Trước miệng đời ác độc, bà Tân chỉ im lặng và khóc.

Trong truyện *Xuân bất tái lai*, bi kịch là của một người đàn ông bị vợ bỏ vì "tình dục đã hết":

"Ba mặt con, bon chen kèn cựa tới lui, Thái vẫn không vượt quá khỏi bàn giấy văn phòng. Quay đi quẩn lại cũng vẫn chỉ loay hoay với dân thất nghiệp, dân chửa hoang, dân tái định cư của Sở An Sinh Xã Hội. Tình yêu biến mất. Nàng bỏ đi không lời giã từ. Một năm sau, nàng ghé nhà nói hai đứa lên tòa ký giấy. Thái nói: Không!

Tối hôm đó Thái trằn trọc trên giường. Hồi xưa cứ tưởng tình yêu bền vững đời đời...Lấy nhau, ở với nhau, biết tẩy nhau, bỏ nhau. Tình nghĩa vợ chồng nên giải thích theo một cách khác. Tình đây không phải tình yêu mà tình dục...Thái biết tình dục đã hết, tình nghĩa bốc hơi. Thì thôi! Giữ lại gót sen làm chi? Thái quyết định giữ ba đứa con..."; "Gần năm năm trôi qua, vợ Thái đã lên xe hoa với người khác".

Đây là bi kịch của một người trẻ tuổi: Trong truyện *Quán rượu nửa đêm*, nhân vật Đình đã kể cho người Bartender nghe "câu chuyện của một người có bố có mẹ, nhưng trở thành mồ côi. Sau cùng nó gặp lại mẹ, nhưng vẫn cảm thấy lạc loài không có bố". Đình hay tới quán uống rượu. Cậu ta đang học Cử nhân ngành tâm lý. Đình kể:

"...Bố tôi vượt biển, bỏ lại mẹ tôi và tôi khi đó đang còn là một bào thai. Ông ta tới trại tỵ nạn, sau đó định cư ở Hoa Kỳ. Trong gần 10 năm trời ông không viết thư về cho gia đình ngoại trừ lá thư báo tin đã tới đảo Pulao Bidong. Sau khi sinh ra tôi, mẹ tôi xoay sở làm đủ nghề. Nhưng bà ấy hiền quá, bị hết người này tới người kia gạt gẫm. Cuối cùng gia tài và sản nghiệp nhỏ nhoi của một cặp vợ chồng mới cưới tan theo mây khói. Túng quẫn, mẹ tôi đi ở đợ, làm mướn, sau cùng bế tôi đi...đi...đi ăn xin. Một thời gian đủ dài tôi được nuôi sống bởi những hạt cơm bố thí của thiên hạ. Bà ngoại tôi, một góa phụ từ hồi còn trẻ, một tay nuôi hai cô con gái nên người, không đồng ý cho mẹ tôi lấy người đó. Nhưng mẹ tôi cãi lại lời bà ngoại. Ngày hai người làm đám cưới, bà ngoại nằm ở trong nhà, quyết định không nhận mặt con rể. Sau khi cưới, bố mẹ tôi dọn nhà lên thành phố. Nghe bà con lối xóm kể chuyện gặp con gái bế thằng cháu ngoại đi ăn xin, bà ngoại đón xe lên thành phố ngồi đợi ở chợ nơi mẹ tôi ngày ngày ngửa tay xin tiền của thiên hạ. Mẹ tôi không chịu về làng nhưng chấp nhận để bà ngoại mang thằng cháu đi. Theo lời Dì Hoa, em gái duy nhất của mẹ tôi kể lại, khi đó tôi được 2 tuổi, sài đụi, ghẻ lở, xanh lét như những lá trầu không bà tôi hằng ngày mang ra chợ bán. Bồng tôi về, bà ngoại nấu nước tắm với sả và phèn chua chữa bệnh ghẻ cho tôi. Bà nấu cháo pha đường, mua sữa hộp nuôi thằng cháu. Dì Hoa ngày ngày chạy qua cho tôi bú thép. Tôi lớn lên bên vườn trầu không xanh tươi sau nhà. Nhưng, hai năm sau khi tôi được 4 tuổi, bà ngoại qua đời. Dì Hoa mang tôi về nhà nuôi với ba đứa con. Ở với dì được khoảng 2 năm, cả nhà dì tôi được đi sang Mỹ theo diện H.O. của chú tôi, dượng Ba. Một người bạn thân của mẹ tôi, bà ta có hai người con đang ở ngoại quốc, mang tôi về nhà. Một năm sau, bà ta bay sang Pháp đoàn tụ với con gái của mình. Cuối cùng người ta bỏ tôi vào Viện Cô Nhi Tình Thương do mấy Sơ Áo Trắng Dòng Thánh Phaolô phụ trách.

Ngày mẹ tôi nhận được giấy bảo lãnh, bà đến Viện Cô Nhi xin lại con mình. Khi đó tôi đã được 12 tuổi. Nhìn người đàn bà xa lạ, tôi không chịu đi theo..."

Đình kể tiếp: Năm 13 tuổi, anh sang Mỹ. Nhưng mãi đến khi anh 17 tuổi anh mới nhận mẹ: "tôi giơ tay ra nắm bàn tay của người đàn bà đã sinh ra tôi, bế tôi đi ăn xin 2 năm trời, và tôi mở miệng gọi "Mẹ ơi" ".

Còn người bố, Đình kể tiếp: "Bố tôi? Người đã bỏ mẹ tôi và tôi gần 10 năm, không một lần liên lạc ngoại trừ lá thư khi mới tới đảo và giấy tờ bảo lãnh; hồi xưa, tôi tưởng bởi vì ông ta cực nhọc vất vả với đời sống mới. Về sau tôi mới biết có một thời ông ta ở với một người đàn bà, một người tình nhân cũ. Hai người chung vốn mở tiệm Phở. Tiệm ăn đông khách lắm. Nhưng cuối cùng người đàn bà gạt ông ta qua một bên, chiếm lấy tiệm Phở. Thế là ông ta trắng tay. Sau biến cố đó, ông làm giấy tờ bảo lãnh mẹ con tôi qua Mỹ".

Đình đã sống trong dằn vặt khôn nguôi của nỗi bất hạnh. Mãi đến năm thứ ba Đại học, khi học lớp Triết, Đình được Linh mục dạy triết tên là Tiến khai ngộ: "Nếu con nhắm mắt lại, đời con tràn đầy bóng tối, con hóa thành bóng tối, con là hiện thân của bóng tối. Nhưng nếu con mở mắt ra, đời con tràn đầy ánh sáng, con hóa thành ánh sáng, con là hiện thân của ánh sáng, con thành ánh sáng cho nhiều người".

Nhà văn Lm. Nguyễn Trung Tây đã nhìn những số phận bất hạnh vì dâu bể dưới ánh sáng của Tin mừng, nhờ đó những bi kịch mà ông kể lại đã mở ra về phía ánh sáng (chẳng hạn cuộc đới tiếp theo của Đình).

Độc giả cũng nên dõi theo các nhân vật Linh mục trong truyện của Nguyễn Trung Tây để thấy vẻ đẹp của tư tưởng Thần học và Mỹ học Kitô giáo thể hiện trong các nhân vật này.

Đó là Lm. Tiến, người dạy Triết cho Đình năm thứ ba Đại học, ngài đã khai mở bóng đêm bất hạnh để Đình nhìn về phia ánh sáng (truyện: Quán rượu nửa đêm), đó là cha Quang nhà thờ Chula Vista một ngày 4 lần xúc tuyết, người đã làm cho "Tiếng chuông sinh nhật của hân hoan và mừng vui tiếp tục vang xa xé rách toang màn đêm của sầu tủi và nước mắt. (truyện: *Thị trấn Chula Vista*). Cố Hân với chuỗi Mân Công cùng giáo dân đọc kinh Kính mừng, dẹp yên bọn thủy quái (những thế lực bóng tối) hiển hiện trong cây Thuồng luồng và cây Con gái trên sông Cái (truyện: *Giấy bạc con công*). Cha "Tâm lác" cho sinh viên làm bài kiểm tra đột xuất, ngài nghĩ đến chữ ác. Vì thế khi một người sinh viên làm bài bị điểm thấp đến xin, cha cho về nhà học bài lại (truyện: *Chữ Lác vần ác*). Cha sở nhà thờ ABồ ở Alice Springs chịu hàm oan bao nhiêu năm. Ngài đã giải quyết được 2 việc quá khó là nạn cờ bạc và gái điếm, trong đó có cả giáo dân (truyện *Phố ABồ*). Ông "cố đạo Bắc Mỹ" và linh mục giáo sư lớp Triết đã gợi mở những suy tư về tính hợp nhất của dân tộc Việt: "…mọi người Việt Nam từ Ải Nam Quan cho tới Mũi Cà Mâu đều tỉnh giấc cùng một lúc và nhận ra chân lý, một sự thật đã từ lâu bị nhện thực dân, nhện đế quốc, và nhện chủ nghĩa cùng xúm lại giăng tơ, phủ mờ. Từ trong bụng Mẹ Âu Cơ, chúng mình vẫn là con của Bố Lạc Long Quân; là anh chị em ruột thịt với tóc đen nhánh, mắt nâu đậm của Văn Lang, của chim Lạc Việt, và của Mười Tám Đời Vua Hùng Vương"(tạp ghi: Hành trình Văn Lang)…

Qua các nhân vật Linh mục, tinh thần loan báo Tin mừng trong văn chương Nguyễn Trung Tây thể hiện ở tư tưởng nhập thế, như chính Lm Nguyễn Trung Tây tỏ lộ: "Tôi giờ tu sĩ bình bát, lang thang đó đây sống giữa và sống với những đời sống bên lề xã hội." (truyện *Bố*).

NHỮNG ĐẶC SẮC NGHỆ THUẬT

1. Nguyễn Trung Tây có những "truyện tư tưởng".

Truyện không chỉ phản ánh hiện thực đời sống người người Việt tị nạn ở Mỹ sau 1975. Ở những truyện tư tưởng, chủ đề khá sâu kín. Ngôn ngữ văn chương mang tính ẩn dụ, những vấn đề nhà văn gửi gắm được gói rất chặt trong nhiều lớp kết cấu của tác phẩm. Có những hình tượng mới mẻ. Xin đọc: *Cây thánh giá gỗ mùa giáng sinh, Giấy bạc con công, Thần cây đa, Hành trình Văn Lang* (tạp ghi), *Cơn mơ và giấc mộng. Sâu, Nhộng, Bướm, Thanh hỏa trà, Quán rượu nửa đêm, Tôi hét lên, 911 và sự thật.*

Truyện *Cây thánh giá gỗ mùa giáng sinh* kể: gần ngày Lễ Giáng Sinh, cây thánh giá gỗ trên cung thánh trong nhà thờ bỗng dưng rơi xuống. Tượng Chúa chịu đóng đinh úp mặt xuống nền gạch. "Cha Nghi (cha xứ) lấy hết sức lực của tuổi 30 tập tạ hằng ngày nhấc cây thánh giá lên. Nhưng lần này cây thánh giá không hề di chuyển dù chỉ là một phân!". Gần 3 ngày, người ta tấp nập đến xem sự lạ, nhưng không ai có thể lay chuyển được cây Thánh giá. Bà Tân, một giáo dân thầm lặng, nhiệt thành. Bị người đời đàm tiếu "me Mỹ", bà chỉ im lặng; Một người "tội lỗi" như bà lại có thể nâng Thánh giá lên được. "Sáng nay trên đường đi làm, bà ta ghé vào nhà thờ. Khi bà nâng cây thánh giá gỗ lên, cây thánh giá 60 pound nhẹ nhàng chuyển mình dưới đôi tay của bà ta". Phải chăng tác giả muốn gửi đến người đọc thông điệp của Kinh thánh. Chúa nói với người Pha-ri-sêu về người phụ nữ xức dầu thơm lên chân Chúa: "tội của chị rất nhiều, nhưng đã được tha, bằng cớ là chị đã yêu mến nhiều. Còn ai được tha ít thì yêu mến ít"." (Lc 7,36-50).

Truyện *Cơn mơ và giấc mộng* có chủ đề tương đồng với *Giấc Nam Kha* khá quen trong văn chương cổ điển. Truyện lấy bối cảnh chùa chiền để thể hiện tư tưởng Thiền: đời hư huyễn.

Truyện *911 và sự thật* đặt vấn đề về Ơn Cứu Rỗi đối với những người chưa biết Chúa: "Càng học càng đọc, tôi mới lại càng hiểu thêm là niềm tin Công giáo, theo tài liệu lịch sử, chỉ mới đặt chân tới lãnh thổ Việt Nam vào năm 1533. Hóa ra trước đó, người Việt Nam, có ai tin theo Chúa và được đổ nước trên đầu rửa tội đâu. Nếu vậy Trần Hưng Đạo, Trần Nhân Tôn, Lê Thánh Tôn, Quang Trung Đại Đế, không tin vào Chúa, không được rửa tội, vậy họ không nhận được ơn cứu rỗi hay sao?"

Truyện *Giấy bạc con công* được mã hóa bằng nhiều ẩn dụ, mà nếu giải mã, rất dễ gây ra những tranh cãi về lịch sử, về tôn giáo, về Việt Minh...

Truyện *Thanh Hỏa Trà* thuật lại việc vua Quang Trung đến thăm và hỏi ý kiến Nguyễn Thiếp. Những điều như thế sử sách đều nói đến, duy cái chết của Quang Trung còn là một nghi vấn: "Có người suy đoán nói hoàng đế Quang Trung do làm việc nhiều, suy nghĩ nhiều, bị cao huyết áp, đứt mạch máu não mà chết. Có người nghi vấn đặt vấn đề có thể hoàng đế bị đầu độc hoặc đã từng bị đầu độc trong quá khứ. Nếu đúng là như vậy, ai là người có khả năng đến gần long thể để đầu độc được hoàng đế nước Nam? Đọc truyện, người đọc hiểu chính Nguyễn Thiếp là người đầu độc Quang Trung bằng Thanh hỏa trà và khói trầm lúc tiếp kiến Quang Trung. Cách lý giải này của Nguyễn Trung Tây có thể gây ra những nghi ngại!..

Như vậy có thể nhận thấy nhà văn Lm. Nguyễn Trung Tây đặt ra khá nhiều vấn đề tư tưởng, cả về lịch sử, văn hóa và đức tin. Nhà văn tỏ ra có cái nhìn "thoáng" và gợi mở. "Biến cố 9/11 đã dạy tôi bài học bớt quá khích về tôn giáo, bởi có ai trên cõi nhân sinh biết sự thật nằm ở đâu; Hãy tôn trọng cái cá nhân và sự khác nhau" (truyện: *911 và sự thật*)

2. Một "văn phong" vừa dân tộc vừa hiện đại.

Đó là cách kể truyện có duyên. Truyện thường có những đoạn tả thiên nhiên rất đẹp. Thiên nhiên vừa là bối cảnh, vừa tạo nên chất văn chương, từ đó câu chuyện diễn ra. Nhà văn liên tưởng một cách tự nhiên từ chuyện này sang chuyện khác, từ hiện tại tới quá khứ, từ giấc mơ tới hiện thực, từ thực tiễn tới nhận thức, từ chuyện dưới đất đến chuyện trên trời. Truyện trôi chảy cuốn người đọc vào thế giới nghệ thuật của Nguyễn Trung Tây. Mỗi truyện thường khởi đầu bằng một "tứ" truyện . "Tứ" truyện này được nhắc lại ở cuối truyện tạo nên một cấu trúc truyện chặt chẽ, bám sát chủ đề (Thí dụ: *Phố ABồ, Giấy bạc con công, Đường tử tức*). Nét "duyên tía lia" của ngòi bút Nguyễn Trung Tây còn thể hiện ở chất "hài" trong sử dụng ngôn ngữ và diễn đạt hàm ý, cách nói "tưng tửng" nửa thật nửa đùa. Đây là cái "khôi hài", cười vui tế nhị, không phải cái cười phê phán (*Chuyện bố chuyện con, Ngũ đổ tường, Bố Việt Nam và đức tính bố, Đường tử tức*...).

Câu văn Nguyễn Trung Tây là câu ngắn, mạch văn nhanh. Giọng văn là giọng của ngôn ngữ nói, với nhiều khẩu ngữ, thành ngữ dân gian (thí dụ, trong *Chuyện Bố chuyện con* có những câu: đụng nhau xẹt lửa, ngỡ ngàng như gái ngồi phải cọc, Thằng bố gãi gãi như bị nguyên quân đoàn chí rận đóng lô cốt trên đầu; mừng seeing momma! (Seeing: thấy, momma: mẹ), đến là vãi tội! Vãi; dấm dẳng tựa chó cắn ma,...). Nhiều truyện mang đặc điểm ngôn ngữ Nam bộ (truyện: *Đừng đánh con đau, Chuyện ông Tư dì Tư, Chữ tài chữ tâm*) hoặc Bắc bộ (truyện: *Bố Việt Nam và đức tính bố, Cơn mơ và giấc mộng*) rất sống động. Do đặc điểm này, truyện *Thần cây đa* viết chung với Trần Nguyên Đán có giọng văn khác hẳn. Có lẽ phần viết của Trần Nguyên Đán là chính.

Phải là người sống rất sâu đời sống các vùng miền Việt Nam mới viết được những truyện ghi tạc sống động tính cách con người, ngôn ngữ, văn hóa từng vùng miền Việt Nam như vậy. Những truyện này góp phần gìn giữ văn hóa Việt, vừa có thể đem văn chương Việt Nam quảng bá với thế giới. Và nếu đem dạy trong môn tiếng Việt cho học sinh người Việt ở nước ngoài thì thật thú vị.

Nhà văn có một vốn sống, vốn tri thức văn hóa và trải nghiệm rất dày thể hiện trong truyện ngắn. Có những truyện đòi hỏi người đọc phải có tri thức về văn hóa, tư tưởng triết học mới có thể đọc được (*Thần cây đa, Giấy bạc con công, Thanh hỏa trà, Hành trình Văn Lang*...). Trái lại, trong nhiều truyện tác giả thâm nhập rất sâu vào cộng đồng, nói tiếng nói của công chúng (*Thị trấn Chula Vista, Phố ABồ, Chợ trời Dandenong, Ngũ đổ tường*...). Truyện nào cũng có nhân vật cộng đồng, cả nhân vật phiếm chỉ tham gia vào truyện. Đây là một đặc điểm phong cách.

Tính dân chủ là một đặc điểm của văn chương hiện đại thể hiện ở sự chấp nhận và tôn trọng sự khác biệt, tôn trọng cái khác (The Others). Cho nên, là một nhà văn Công giáo, Lm. Nguyễn Trung Tây viết nhiều truyện có tư tưởng Phật giáo (*Thức tỉnh, Cơn mơ và giấc mộng*) và cùng với tác giả Trần Nguyên Đán, một Mục sư viết chung truyện *Thần Cây Đa* (đăng trên Hợp Lưu). Tính dân chủ của truyện ngắn Nguyễn Trung Tây cũng thể hiện ở sự chấp nhận bình đẳng tư tưởng thực dụng Mỹ với những truyền thống nhân-nghĩa Việt. Tác giả vừa hết sức giữ gìn truyền thống Việt, vừa cổ vũ cho sự hội nhập văn hóa Mỹ, và triệt để chống sự kỳ thị. Ngòi bút dân chủ của Nguyễn Trung Tây mạnh dạn khai phá nhiều đề tài ở nhiều hoàn cảnh khác nhau mà không can dự chủ quan để gán ghép tư tưởng của cá nhân áp đặt lên người đọc. Cho nên, trong truyện rất ít có những lời bình ngoại đề.

Nguyễn Trung Tây kết hợp nhiều bút pháp trên nền của chủ nghĩa hiện thực. Hầu hết truyện của Nguyễn Trung Tây là truyện chắt lọc từ đời sống hiện thực nơi tác giả đã sống, đã trải qua, đã suy nghiệm, đã gặp gỡ ngững con người, những cảnh sắc. Nhưng có truyện hiện thực kết hợp với huyền thoại, với giấc mơ, với những sự kỳ lạ (T*hần cây đa, Cơn mơ và giấc mộng, Cây Thánh giá gỗ mùa Giáng Sinh*). Có truyện viết bằng ngôn ngữ mộc của đời sống cộng đồng nhưng có truyện lại viết bằng ngôn ngữ ẩn dụ rất uyên thâm, khiến cho thông điệp chuyển tải trở nên sâu kín. Những truyện này tạo thành một mảng văn chương đặc sắc của Nguyễn Trung Tây (*Quán rượu nửa đêm, Giấy bạc con công, Thần cây đa, Hành trình Văn lang, Người máu lạnh, Thanh hỏa trà, Tôi hét lên*). Cũng có truyện pha trộn hiện tại với lịch sử, với tư tưởng triết học, với suy tư để chủ đề thăng hoa khỏi những bế tắc bi kịch của thực tại (*Tôi từ thiên đàng tới, Hành trình Văn Lang, Giấy bạc con công…*)

Diễn ngôn về Tin mừng được trình bày như không trình bày. Người đọc có cái thú vị khi thưởng thức những truyện hay của Nguyễn Trung Tây mà không bị ám ảnh rằng đang bị ông Linh mục truyền đạo hay áp đặt tư tưởng tôn giáo. Hình tượng các Linh mục trong truyện được khắc họa là một người bình thường như mọi người, thậm chí giao tiếp với cả bọn cờ bạc và gái điếm (truyện *Phố ABồ*). Nhưng các ngài khai sáng về tư tưởng, khai sáng bằng đời sống, bằng sự chia sẻ, bằng sự nhận lấy những khốn khó của tha nhân và bằng một lòng tin vững vàng, kiên định (*Thị trấn Chula Vista, Phố ABồ*). Nằm sâu bên dưới câu chuyện là tư tưởng Thần học và Mỹ học Kitô giáo, cùng với chủ nghĩa Nhân văn đặt trên nền tảng Kinh thánh. Đó là cái nhìn về Con người: Con người là một tuyệt tác của Thiên Chúa (*Sáng thế ký*), đó là lòng thương yêu vô hạn mọi cảnh đời của Lòng Chúa Thương Xót, là sự nâng đỡ con người vượt qua bể dâu (*Đám tang hồn ma, Quán rượu nửa đêm, Cây Thánh giá gỗ mùa Giáng Sinh, Gốc Phi châu, Phố ABồ, Trên một khoang thuyền, Vợ bỏ, Thứ Ba Béo, Thằng Linh thằng Lượm, Đừng đánh con đau…*).

Tính dân chủ của văn chương cùng với các kể rất "thoáng" của Lm Nguyễn Trung Tây có thể gây "dị ứng" với bạn đọc trong nước (vì tác giả là Linh mục). Dù vậy, với tư cách nhà văn Công giáo, tác giả có thể kể mọi chuyện về mọi cảnh ngộ, như Đức Giêsu ngày xưa, đi khắp nơi, gặp gỡ, nói chuyện với mọi phận người và ban ơn Cứu độ cho họ. Nhà văn Công giáo cần tiếp bước Đức Giêsu, kể tiếp những câu chuyện Chúa đã kể để đem đến ánh sáng cho cuộc sống hôm nay.

THAY LỜI KẾT

Gọi là "thay lời kết" bởi vì tác giả còn đang sáng tác. Hành trình sáng tạo còn dài phía trước, những khám phá tư tưởng và nghệ thuật còn đang mở ra rất rộng. Cho nên bài viết này chưa thể nói đến một đời văn, một văn nghiệp, một cốt cách văn chương Nguyễn Trung Tây.

Nhưng điều có thể khẳng định nhà văn Lm. Nguyễn Trung Tây là một "nhà văn Công giáo" đặc sắc đương đại, có nhiều đóng góp cho văn học Công giáo hôm nay. Truyện Nguyễn Trung Tây phản ánh một mảng hiện thực rộng của người Việt hải ngoại, đặt được những vấn đề xã hội, vấn đề văn hóa, tư tưởng liên quan mật thiết với đời sống người Việt, và đóng góp những đặc sắc về bút pháp, về sự thể hiện tư tưởng Thần học và Mỹ học Kitô giáo trong văn chương. Điều dễ nhận thấy ở trang văn Nguyễn Trung Tây là tính truyền thống và chất hiện đại, tính phóng khoáng về tư tưởng (tính dân chủ) song vẫn hết sức giữ gìn những giá trị dân tộc. Những cây bút văn xuôi Công giáo còn hiếm. Truyện ngắn của Nguyễn Trung Tây có thể gợi mở nhiều điều cả về tư tưởng và thi pháp cho các cây bút văn xuôi Công giáo hôm nay. Đó là điều rất quý.

Nói như nhà văn: tất cả là ơn Trời: "Bao nhiêu lận đận, bao nhiêu đoạn trường, tôi đã nếm đủ, trải qua. Nhưng mưa Trời vẫn cứ đổ xuống tưới mát tâm hồn có lúc đã cạn khô. Với đức tin và hai bàn tay nhỏ bé giơ ra, xin hứng lấy mưa Trời (nói theo thi hào Tagore), khuôn mặt riêng tôi vẫn nguyên vẹn không hề đổi thay một nụ cười, và hồn tôi vẫn xanh mướt lộc non" (*Ơn trời ơn người*).

Tháng 11/2021

Muốn biết thêm về tác giả, mời vào Webpage: www.nguyentrung- tay.com.

GIỚI THIỆU: MẠNG LƯỚI DŨNG LẠC

KHỞI ĐẦU NGÀY 2.4.2005

Lịch sử các cuộc phục hưng tinh thần của các dân tộc thường không bắt đầu bằng kinh tế, xã hội... mặc dù rất cần thiết, nhưng bằng niềm tự tin, hãnh diện về nét văn hóa của mình và hình thành ra một đạo sống. Do Thái, Nhật hay Đại Hàn đều đã đi con đường đó.

Biến cố tuyên phong các thánh Việt với toàn thể Giáo hội hoàn vũ mà đứng đầu là thánh Dũng Lạc, đã tạo nên niềm hãnh diện và hứng khởi không chỉ riêng cho người Công giáo, mà còn chung cho cả dân Việt mình với thế giới nữa. Vì cả một đạo sống Việt Nam hài hòa với đức tin Công giáo hiện thân qua đạo sống Dũng Lạc được thế giới công nhận và đề cao như một giải pháp hợp thời điểm, lúc mà con người đang bị căng thẳng giữa những phức tạp đến rợn người, và quằn quại giữa những xô xát giằng co không lối thoát.

Niềm hãnh diện này cần phải được thể hiện, bộc phát thành phong trào, và gợi hứng cho những sáng tác về văn, thơ, nhạc, và các ngành nghệ thuật mang căn cước lý lịch Việt, góp phần Công giáo vào gia tài chung của mẹ Việt Nam. *Mạng Lưới Dũng Lạc* cũng muốn đóng góp một phần nhỏ bé trong chiều hướng này: nối kết và giới thiệu những tư liệu xây nhà văn hóa đạo sống Việt. Đó là Đạo Sống Dũng Lạc: con đường xiển dương nét văn hoá Việt Đạo: sống dũng như rồng và an lạc như chim tiên.

Nét văn hóa Việt tộc này không ngờ lại cũng trùng hợp rất lạ lùng với hình ảnh Thần Lực trong Đạo Chúa: nét dũng lực của rồng phun lửa trong lửa thiêng ngày lễ Hiện Xuống và nét thảnh thơi của chim tiên bồ câu đậu trên đầu Đức Giêsu tại dòng sông Gio-đan. Hình ảnh biểu hiệu (logo) của *Mạng Lưới Dũng Lạc* muốn diễn tả một phần ý nghĩa trên.

Thật là một cơ hội tốt. Ngành tin học đã phát triển rất nhanh nơi cộng đồng Việt. Hiện đã có nhiều trang mạng (website) với nhiều tư liệu khá dồi dào về đạo sống tinh thần Việt, từ văn hóa, văn học nghệ thuật, đến tâm linh, tôn giáo, xã hội, giáo dục...

Mạng Lưới Dũng Lạc chỉ nhằm làm một công việc rất khiêm nhượng là góp nhặt, nối kết và giới thiệu dần dần những nguồn tư liệu này, từ những trang mạng đã có sẵn trên mạng lưới toàn cầu, từ những tác giả khác nhau với những tác phẩm đã xuất bản hay những bài viết rải rác đó đây... cùng một chủ đích xiển dương nét văn hóa đạo sống Việt.

Bước sơ khởi là nối kết (link) một số bài viết trên các trang mạng như *Hồn Quê, Ca Dao - Văn Hóa Việt, Chim Việt Cành Nam, Non Sông, Vietcatholic, Người Tín Hữu, Chứng Nhân Đức Kitô, Mạng Lưới Thánh Linh, Trang Văn Hóa Giáo Xứ Việt Nam tại Paris, Trung Tâm Văn Hóa Nguyễn Trường Tộ, Trung Tâm Truyền Giáo Đài Loan, và một số tờ báo*... Lúc đầu thì chắc chắn còn rất thiếu sót, vì phải tìm tòi, mò mẫm không thể biết đang nằm ở đâu, nhưng với thời gian, từ từ đi từng bước một, sẽ bổ túc dần dần với sự tiếp tay giới thiệu của quí vị từ nhiều nguồn khác nhau ở hải ngoại cũng như ở trong nước.

Mạng Lưới Dũng Lạc dự định sẽ tiếp tục cho lên dần dần một số kinh điển Việt tộc bằng song ngữ Anh-Việt như *Lĩnh Nam Chích Quái, Việt Điện U Linh*... rất cần cho sinh viên tra cứu về văn hóa Việt Nam, và một số tác phẩm về tư tưởng Việt Nam như *Kinh Hùng Khải Triết, Sứ Điệp Trống Đồng, Hồn Nước Với Lễ Gia Tiên, Văn Lang Vũ Bộ, Hùng Việt Sử Ca*... của Gs. Kim Định, tác phẩm *Thiên Chúa Giáo và Tam Giáo* của Gs. Cao Phương Kỷ, *Lịch Sử Tư Tưởng Việt Nam* của Gs. Nguyễn Đăng Thục, *Tìm Về Bản Sắc Văn Hóa Việt Nam* của Gs. Trần Ngọc Thêm... và một số những tác phẩm xiển dương Việt Đạo.

Đồng thời nhiều người cũng nhận thấy rằng nhu cầu về sách báo tại quê nhà đang cần được đáp ứng, sách viết ra cũng như sách dịch. Nhu cầu về tinh thần nhiều khi còn quan trọng hơn cả vật chất. Mà việc in ấn thành sách thường thì lại rất giới hạn và đòi nhiều điều kiện. Vì thế chúng tôi cũng rất mong quí vị tiếp tay phổ biến dần từng phần hay toàn bộ tác phẩm của mình trên *Mạng Lưới Dũng Lạc*, như một hình thức xuất bản sách điện tử (ebooks).

Những bài viết hay tác phẩm sẽ được giữ lại lâu dài thành Thư Viện Dũng Lạc, trong những Phòng được chia loại khác nhau.

- Tủ Sách Dũng Lạc
- Phòng Văn Hóa - Biên Khảo
- Vườn Thơ - Văn
- Phòng Tâm Linh - Tôn Giáo
- Phòng Ảnh Nghệ Thuật và Chiêm/Niệm/Thiền

Mỗi gia trang chuyên biệt có ban biên tập và người phụ trách liên hệ riêng...và cũng sẽ hệ thống hóa các bài viết và các tác giả. Trong tương lai gần *Mạng Lưới Dũng Lạc* cũng sẽ cố gắng xây thêm Phòng Nhạc như của Hải Linh và Ngô Duy Linh v.v

Điều mong ước của *Mạng Lưới Dũng Lạc* là được nhiều người giới thiệu các nguồn tư liệu và các bài viết để nối kết, và góp tay cùng xây ngôi nhà văn hóa Việt Đạo mỗi ngày một vươn lên trong điệu vũ tiên rồng.

Trân trọng

Mạng Lưới Dũng Lạc: niềm tin và văn hóa

- Cứ ra chỗ nước sâu mà thả Lưới... (Luca 5:4)

- Cứ thả Lưới bên phải mạn thuyền.... (Gioan 21:6)

Dâng kính Thánh Dũng Lạc và Các Thánh Việt Nam.

Mạng Lưới Dũng Lạc khởi đầu vào ngày 2 tháng 4 năm 2005, ngày ĐGH Gioan Phaolô II Vỗ Cánh Bay Lên gọi đàn: "Nếu không có một chương trình mục vụ về văn hóa, thì chẳng có chăm sóc mục vụ gì cả. Một đức tin mà không vun góp cho văn hóa là một đức tin không được tiếp nhận cách trọn vẹn, là một đức tin chưa được suy thấu cũng như chưa được sống!"

LIÊN LẠC:

Mạng Lưới Dũng Lạc: www.dunglac.net -- email: dunglac@gmail.com

CÁC THƯ MỤC

Điểm Nhấn: Tin Thời Sự, Điểm Sách

Văn Hóa - Biên Khảo: Văn Hóa & Niềm Tin, Hội Nhập Văn Hóa, Bản Tin Dũng Lạc, Bộ Kinh Tộc Việt, Chữ Quốc ngữ

Văn Học - Nghệ Thuật:Dũng Lạc Slide Show, Gọi Nắng Vào Tim, Những Cuộc Thi Viết, Đồng Xanh Thơ, Vườn Ô-liu - Trang Văn, Góp Nhặt Thơ, Thánh Nhạc, Hội Họa, Làng Văn Hữu Dũng Lạc

Tâm Linh - Tôn Giáo: Sứ Điệp, Thần Khí - Chữa Lành, Lời Chúa Mỗi Ngày, Bẻ Bánh Lời Chúa, Tin Vui Thời Điểm, Mẹ Maria, Vị Thánh Trong Ngày, Các Thánh Việt Nam, Mục Vụ Gia Đình, Tư Tưởng Văn Hóa Việt

Kinh thánh Công giáo
Lớp Vô Nhiễm
Bản tin Hiệp Thông
Văn Hóa Biên Khảo

NHỮNG TÁC GIẢ CỘNG TÁC:

Bùi Nghiệp, Cao Huy Hoàng, Lm. Cao Phương Kỷ, Cát Đơn Sa, CLB Thánh Nhạc, Đàm Trung Phán, Gs. Đàm Trung Pháp, Gs. Đỗ Hữu Nghiêm, Đỗ Mạnh Tri, Lm. Đỗ Quang Chính, sj, Đỗ Thảo Anh, Lm. Đỗ Xuân Quế, op, Đông Lan, Đồng Xanh Thơ Nha Trang, Đồng Xanh Thơ Sài Gòn, Đồng Xanh Thơ Xuân Lộc, Du Tử Lê, Đường Phượng Bay, Duy Hân, Gã Siêu, Gioa-Kim, Hạnh Đức, Hoa Văn, Hoài Việt, Lm. Hoàng Diệp, Hoàng Đình Hiếu, Lm. Hoàng Kim Toan, Lm. Hoàng Kim Tốt, Lm. Hoàng Sỹ Quý, sj, Hoàng Thị Đáo Tiệp, Lm. Hương Kinh Trà Lũ, Lm. Joseph Trần Việt Hùng, Kim Ân, Lm. Kim Định, Lê Đình Bảng, Lê Đình Thông, phd, Gs. Lê Hữu Mục, Lê Miên Khương, Lê Ngọc Bích, Lê Ngọc Hồ, Lê Văn Lân, MD, Lưu Minh Gian, Mặc Giao, Mặc Trầm Cung, Lm. Mi Trầm, Lm. Ngô Duy Linh, Nguyễn Chính Kết, Ls. Nguyễn Công Bình, Nguyễn Cung Thông, Gs. Nguyễn Đăng Trúc, Nguyễn Đức Cung, Nguyễn Hùng Sơn, Nguyễn Khắc Dương, Nguyễn Khắc Xuyên, Nguyễn Long Thao, Nguyên Nguyên, Nguyễn Phú Long, Nguyễn Sơn Hà, Gm. Nguyễn Thái Hợp, Nguyễn Thị Hồng Diệp, Nguyễn Thị Kim Loan, Nguyễn Thị Phượng, Nguyễn Tiến Cảnh, MD, Nguyễn Trí Dũng, Nguyễn Trọng, Lm. Nguyễn Trung Tây, Nguyễn Ước, Nguyễn Văn Hiền, Nguyễn Văn Sướng, Nguyễn Văn Thành, Nguyễn Văn Trung, Nguyễn Vy Khanh, Nguyễn Xuân Quang, MD, Nhất Chi Vũ, Nhóm Thánh Vịnh Nauy, Nt Goretti Võ Thị Sương, Phạm Đình Khiêm, Phạm Hồng Lam, Phạm Huyền, Phạm Trung, Lm. Phan Đình Cho, Phùng Văn Hóa, Quyên Di, Sông Thanh, Sr. Hoàng Yến, Sr. Sương Mai, TC. Phan Văn Khải, Thái Anh, Thanh Sơn, Tin Yêu, Trà Lũ, Trầm Tĩnh Nguyện, Lm. Trần Cao Tường, Trần Hữu Thuần, Trần Mạnh Trác, Trần Mộng Tú, Trần Ngọc Báu, Trần Ngọc Chương, Trần Ngọc Mười Hai, Gs. Trần Ngọc Thêm, Trần Ngọc Thu, Trần Phong Vũ, Trần Thu Miên, Trần Trung Đạo, Trần Văn Đoàn, Lm. Trần Văn Kiệm, Gs. Trần Văn Toàn, Trần Vinh, Lm. Trăng Thập Tự, Trịnh Tây Ninh, Lm. Trọng Nhân, Tuấn Kim, Vân Đỳnh, Việt Hải - Los Angeles, Vĩnh An, ViVi, Lm. Vũ Đình Trác, Lm. Vũ Hùng Tôn, Lm. Vũ Kim Chính, Vũ Thái Hòa, Lm. Vũ Thành, Vũ Thủy, Lm. Xuân Ly Băng

TIỂU SỬ LINH MỤC TRẦN CAO TƯỜNG

Linh mục Trần Cao Tường sinh năm 1948 tại Chí Tĩnh, Ninh Bình. Năm 1959-1967: Tiểu chủng viện thánh Phaolô Phú Nhuận, Sài Gòn. Tốt nghiệp Triết học và Thần học tại đại chủng viện Urbano và Lateranense, Roma năm 1970 và 1973. Thụ phong linh mục ngày 6 tháng 4 năm 1975; nhập tổng giáo phận New Orleans, Louisiana. Phụ trách cộng đồng Versailles, New Orleans East (1975-1991) và giáo xứ Assumption of Mary, Louisiana (1991-2011); sáng lập *Mạng Lưới Dũng Lạc* (2005) chủ trương góp tài liệu và gầy dựng Tủ Sách Dũng Lạc xây nhà văn hóa và văn học Công giáo. Qua đời: vào lúc 11g56 sáng Chúa Nhật 21-11-2010.

Tác phẩm: *Đi Tìm Nét Văn Hóa Việt, Đạo Sống Dũng Lạc, Vũ Khúc Thăng Ca, Nhịp Múa Sông Thanh, Khúc Sáo Ân Tình, Về Nguồn Việt Đạo, vv...*

Khi còn học trung học ở Tiểu chủng viện Phú Nhuận, Trần Cao Tường đã yêu thích văn chương và ước mơ dùng văn chương để giới thiệu Tin mừng cho đồng bào và đồng loại. Trong những năm học Đại chủng viện tại Rôma, ước mơ ấy được định hướng theo tinh thần Công đồng Vaticanô II và được gợi hứng nhiều từ triết lý an vi của Kim Định, rồi 30 năm sau khi làm linh mục, đã được thể hiện qua *Mạng Lưới Dũng Lạc* (www.dunglac.org). Tại mạng lưới này, ông theo đuổi việc góp tư liệu xây nhà văn hóa và niềm tin.

9. NHỚ 2005, VĂN HỌC NỐI MẠNG

Bước sang thế kỷ XXI, cuộc lữ hành của Dân Chúa vượt khỏi các vùng miền của trái đất, tiến vào thế giới công nghệ mới của kỹ thuật số. Một lần nữa, những người loan báo Tin mừng bằng ngòi bút phải dò dẫm những thể nghiệm mới trên bàn phím vi tính. Sách và báo được phát hành trên mạng Internet. Ngoài sách để xem, còn có cả sách để nghe..

Năm 2005, Linh mục Anrê Dũng Lạc Trần Cao Tường khai trương Mạng Lưới Dũng Lạc, quy tụ các tác giả Công giáo khắp nơi, tìm gom góp và bảo tồn sách vở Công giáo. Cuối năm 2010, cha Tường qua đời, trang mạng Dũng Lạc bị tàn lụi. Dù vậy, một số Câu lạc bộ văn thơ được gieo mầm từ đó vẫn tiếp tục tồn tại và phát triển cách này hay cách khác.

Với tâm huyết phát hiện và đào tạo các tài năng trẻ, năm 2006-2007 có Giải truyện ngắn Đức Mẹ Hằng Cứu Giúp của Dòng Chúa Cứu Thế. Từ năm 2009, hằng năm Ban Văn hóa Giáo phận Qui Nhơn tổ chức cho học sinh tiểu học và trung học Giải văn thơ Linh mục Đặng Đức Tuấn và các cuộc thi xướng họa thơ cho người lớn, năm 2012 quy tụ các tác giả thơ qua bộ sưu tập chào mừng kỷ niệm 100 năm sinh nhật nhà thơ Hàn Mạc Tử, rồi tới Giải truyện ngắn Viết Văn Đường Trường (2012-2018) chào mừng 400 năm Tin mừng trên địa bàn Giáo phận Qui Nhơn và sự khai sinh chữ Quốc ngữ tại quê hương Nước Mặn.

Một số giáo phận khác cũng tổ chức thi tương tự.

Cùng lúc là sinh hoạt liên mạng: Câu lạc bộ Thi Ca Cầu Nguyện phát hành trang thơ giao lưu hằng tuần trên dưới 80 trang - cho tới đầu tháng 10/2020 đã tròn 500 số. Sau khi cha Trần Cao Tường về với Chúa (2010), trang web Văn Thơ Công giáo đang cố gắng tiếp bước trang Dũng Lạc.

Đó là những nỗ lực kiếm tìm và đào tạo tài năng văn thơ trẻ. Cụ thể hơn, Giải Viết Văn Đường Trường đã tổ chức những cuộc họp mặt, những tuần tĩnh tâm cho các tác giả và chương trình workshop để cùng chia sẻ kinh nghiệm sáng tác.

Văn hóa nghe nhìn đang lấn sân của văn hóa đọc và viết, nhưng có lẽ sẽ không thể thay thế được cái kinh nghiệm chiều sâu đã có từ ngàn xưa. Những người làm mục vụ ngôn sứ cần quan tâm đào tạo cả hai: phải có chiều sâu cảm nghiệm thì việc loan truyền mới đúng ý nghĩa của nó.

Xin giới thiệu 14 bài trình bày chung về giai đoạn này và về một số tác giả tiêu biểu.

VĂN HỌC CÔNG GIÁO VIỆT NAM GIAI ĐOẠN 1975 ĐẾN NAY

Nguyễn Thị Khánh Liên

Sau năm 1975, văn học Công giáo gặp nhiều khó khăn. Nhiều tờ báo Công giáo bị đình bản, văn học Công giáo gần như bị chững lại. Những bạn đọc tiếp cận sách báo Công giáo chủ yếu là những tác phẩm xuất bản ở thời kì trước. Tuy nhiên, theo thời gian, được ơn soi sáng của Chúa Thánh Thần, những linh mục, nhà văn, nhà thơ, nhà nghiên cứu lí luận phê bình Công giáo với trái tim đầy nhiệt huyết và những nỗ lực không ngừng nghỉ, từng bước hồi phục, làm cho văn học Công giáo đâm chồi, nẩy lộc, cho những quả ngọt.

1. NHỮNG NỖ LỰC

1.1. GẶP GỠ VÀ TRAO ĐỔI

Như chúng ta đã biết, sau năm 1975, văn học Công giáo gần như bị ngưng trệ. Giới trẻ không có nhiều ấn phẩm hay thông tin về văn học Công giáo. Thậm chí nhiều bạn trẻ còn không biết đã từng có một nền văn học Công giáo phong phú, đa dạng trước năm 1975. Sự thiếu vắng món ăn tinh thần bổ ích dẫn đến một khoảng trống về tâm hồn.

Đứng trước thực trạng trên, những người viết Công giáo đã thao thức, gặp gỡ, khắc phục, cải thiện tình hình. Điển hình là:

- **Năm 2000,** hội thảo tại Tòa Giám mục Huế, từ 24 đến 27-10, về *"Một số vấn đề văn hoá Công giáo Việt Nam"*.[1]

[1] http://cuucshuehn.net/tgmtephano/pages/hoatdongkhac/motsovandevanhoaconggiaovietnam.htm

Nhà văn Maria Nguyễn Thị Khánh Liên

** Sinh năm: 1982 tại Ninh Thuận*
** Tốt nghiệp ĐH chuyên ngành Sư phạm Mỹ thuật. Dạy học Mỹ thuật, Hội viên HNV Việt Nam 2020. Từng đoạt giải nhất truyện ngắn của Áo Trắng, đoạt giải Văn học tuổi 20 lần thứ V và nhiều giải thưởng khác...*
** Tác phẩm: Charao mùa trăng (2014), Mùa Ảo Ảnh (2013), Cô bé gọt bút chì và chú vẹt Cúc-cu (2013), Giải cứu ông già Noel (2017)...*
** Email: <khanhlien0601@gmail.com>*

- Năm 2001, một cuộc gặp gồm nhà thơ Lê Đình Bảng, cây bút linh mục nhạc sĩ Đỗ Xuân Quế, Lm. Nguyễn Xuân Văn, Lm. Nguyễn Tự Do, cây bút ký sự Vũ Sinh Hiên, nữ dịch giả Phạm Thị Thanh Tâm và Lm. Trăng Thập Tự... tại tư gia cụ Phạm Đình Khiêm, mong muốn có một giải thưởng văn học Công giáo toàn quốc để cứu "mối nguy" tuyệt chủng các cây bút Công giáo.[2]

Việc đề ra một giải thưởng văn học Công giáo toàn quốc là một ý tưởng táo bạo, nhiều hoài bão. Vì lúc đó sau năm 1975, các cây bút Công giáo gần như thiếu vắng. Việc quy tụ gầy dựng lại các cây bút Công giáo đòi hỏi thời gian, sự kiên nhẫn và lòng nhiệt huyết.

Được sự soi sáng của Chúa Thánh Thần, từ ý tưởng ban đầu đó, từng bước những giải thưởng thơ văn Công giáo đã được tổ chức, từ chưa chuyên nghiệp đến chuyên nghiệp, từ một nhóm nhỏ sinh viên cho đến quy mô rộng rãi toàn quốc. Bước đầu việc quy tụ và gây dựng lại các cây bút Công giáo đã được thực hiện.

1.2. SƯU TẬP

Đóng góp cho văn học Công giáo sau năm 1975 không thể nói đến công sức sưu tập của những linh mục, nhà văn, nhà thơ Công giáo.

- *Ở thượng nguồn thơ ca Công giáo Việt Nam* của nhà thơ Lê Đình Bảng, in năm 2009, với 6 tập dày, về 6 "miền thơ": Miền thơ Phúc âm diễn ca, Miền thơ trong kinh nguyện, Miền thơ Kinh cầu nguyện, Miền thơ Huấn ca, Miền thơ trong thánh nhạc, thánh ca, và Miền thơ trong ký ức dòng đời.[3]

- Giữa năm 2012, bản thảo *"Có một vườn thơ đạo"* đã tạm xong, được xếp thành 4 tập, lo thủ tục xuất bản và kịp phát hành dịp tổ chức kỷ niệm 100 năm ngày sinh Hàn Mặc Tử.

---

[2] https://www.tapsanmucdong.net/2021/06/huong-en-mot-giai-van-hoa-nghe-thuat.html

[3] Bùi Công Thuấn: *Về thăm các miền thơ, tổng quan về bộ sách Ở thượngnguồn thicaCônggiáoViệtNam của Lê Đình Bảng,* trong Sưu tập những nghiên cứu và chứng từ về Văn học Công giáo Việt Nam (chưa in)

Kể cả tập 5 in sau, bộ sách gồm 5 tập (2.430 trang), giới thiệu 183 tác giả thơ Công giáo suốt từ thời Hàn Mặc Tử (1912 đến nay), gồm nhiều thành phần xã hội, sinh trưởng rải khắp trong Nam, ngoài Bắc và các tác giả sống ở Đức, Pháp, Mỹ, Canada... Nhiều người đã thành danh cả bên đạo và bên đời như Bàng Bá Lân, Xuân Ly Băng, Hồ Dzếnh, Trăng Thập Tự, Lê Đình Bảng, Bùi Chí Vinh, Trần Vạn Giã...

Có thể nói bộ *Ở thượng nguồn* giới thiệu các tác giả từ đầu đến giữa thế kỷ XX, bộ *Có một vườn thơ đạo* tiếp nối với những tác giả có cùng năm sinh với Hàn Mạc Tử (1912) về sau. Việc sưu tập vừa mang tính chất quảng bá văn thơ Công giáo, vừa mang tính chất lưu giữ cho mai sau. Nếu không, các tác phẩm rời rạc và nhỏ lẻ, theo thời gian có thể mai một và bị lãng quên.

1.3. CÁC CUỘC THI

Bên cạnh việc sưu tập các tác phẩm văn thơ Công giáo, các cuộc thi văn thơ Công giáo cũng đã được tổ chức.

Phải nói rằng các cuộc thi văn thơ Công giáo đã phát hiện và quy tụ nhiều cây bút Công giáo, nhất là các cây bút Công giáo trẻ. Sự phong phú và dồi dào của các tác phẩm đã giúp thoát được nỗi lo lắng "mối nguy" tuyệt chủng các cây bút Công giáo sau năm 1975.

- Giải văn thơ *Đức Mẹ Hằng Cứu giúp*.[4]
- Giải Văn Hóa *Đất Mới* (Giáo phận Xuân Lộc, duy trì từ năm 2011 cho đến nay) [5]
- Giải *Viết Văn Đường Trường* (Giáo phận Qui Nhơn, 2012-2018)[6]
- Giải *Văn thơ Lm. Đặng Đức Tuấn* (Giáo phận Qui Nhơn)[7]
- *Chương trình chuyên đề* (Trung tâm mục vụ Sài Gòn)[8]
- Giải *Đức Mẹ Tà Pao* của Giáo phận Phan Thiết.[9]
- Giải *Viết về yêu thương* của trang Văn thơ Công giáo.[10]
- Tại Kontum có giải *Hoa Núi Rừng.* [11]
- Tại Ban Mê Thuột có giải *Hương sắc Ban Mê.*

Nhờ những cuộc thi này mà những tác giả trẻ được phát hiện, được bồi dưỡng tài năng, rèn luyện phong cách viết, đóng góp được nhiều tác phẩm cho văn học Công giáo.

---

[4] https://thanhcavietnam.net/forum/showthread.php?t=419&s=55d3326b-03671571fe7a2f61a352b73a

[5] https://www.vanthoconggiao.net

[6] https://www.vanthoconggiao.net

[7] https://www.vanthoconggiao.net

[8] http://www.chuongtrinhchuyende.com

[9] http://gpphanthiet.com

[10] https://www.vanthoconggiao.net

[11] https://www.vanthoconggiao.net

Lễ trao giải Hoa Núi Rừng

1.4. CÁC CÂU LẠC BỘ

Các câu lạc bộ văn thơ Công giáo đóng góp rất nhiều cho văn học Công giáo. Mặc dù xuất phát từ những nhóm nhỏ nhưng các câu lạc bộ văn thơ Công giáo đã quy tụ được rất nhiều cây bút Công giáo, nhất là cây bút sinh viên. Với ưu điểm nhóm nhỏ, dễ quản lý, dễ hoạt động, thân thiện, gần gũi, các câu lạc bộ văn thơ Công giáo có lẽ là nhóm thích hợp với vai trò dẫn dắt những cây bút trẻ. Sáng kiến được đưa ra từ cuộc họp mặt các tác giả lần đầu tại Tòa Giám mục Phan Thiết, 20-01-2010, đại biểu các nơi đồng ý sẽ lấy chung một lên gọi là "Đồng Xanh Thơ": CLB Đồng Xanh Thơ Phan Thiết, CLB Đồng Xanh Thơ Sài Gòn, CLB Đồng Xanh Thơ Qui Nhơn (sau đổi thành CLB Lm. Đặng Đức Tuấn) đã hoạt động rất hiệu quả. Nhiều cây bút sinh viên đã trưởng thành từ các câu lạc bộ này.

Văn học Công giáo rất cần những người trẻ nên các câu lạc bộ văn thơ Công giáo đã làm đúng chức năng của mình, là một nơi thân thiện để các cây bút sinh viên, các cây bút trẻ học hỏi, bồi dưỡng và trưởng thành.

Các CLB nay mặc hình thức mới là những nhóm trên Internet.

1.5. NỖ LỰC ĐÀO TẠO BẰNG CÁC CUỘC THI VÀ TẬP HUẤN

Một số cha xứ, một số Ban văn hóa các Giáo hạt thuộc các Giáo phận khác nhau... đã tổ chức báo tường và các cuộc thi để khuyến khích, bồi dưỡng tình yêu văn thơ ở các cây bút mầm non. Ta không thể được một người đầy tâm huyết lặn lội đến các buôn bản vùng sâu để chăm sóc con chữ, câu văn cho thiếu niên nhi đồng Tây nguyên: Chị Anê Nguyễn Thị Vàng (1965-2021)[12].

[12] https://www.vanthoconggiao.net/2021/02/cao-pho-chi-ane-nguyen-thi-vang-nguoi.html

1.6. CÁC TRANG MẠNG

Sự thành lập các trang văn thơ Công giáo trên mạng là một bước tiến của văn học Công giáo. Ngày nay, sự đổ bộ của các mạng xã hội gần như vũ bão, sự kết nối giới trẻ gần như trên không gian mạng nhiều hơn là ngoài cuộc sống. Bên cạnh đó, việc học hỏi, giao lưu không chỉ nằm ở trong nước mà còn ở nước ngoài, nên các trang mạng văn thơ Công giáo đã nắm bắt và làm được điều kết nối đó.

Các trang mạng như *Dũng Lạc, Văn Thơ Công giáo, Tập San Mục Đồng*... đã truyền bá tác phẩm Công giáo theo cách hiện đại, có sự tương tác giữa người viết và người đọc, quy tụ nhiều cây bút không chỉ trong nước mà ở nước ngoài.

2. NHỮNG ẤN PHẨM VÀ TÁC GIẢ

2.1. TÁC GIẢ

Ở thế kỷ XX, đã có những tác giả quen thuộc với người đọc: Giám mục Nguyễn Chu Trinh (tác giả Song Nguyễn), Lê Đình Bảng, Lm. Nguyễn Đức Thông, Lm. Ngô Phúc Hậu, Lm. Trăng Thập Tự, Lm. Nguyễn Tầm Thường, Nguyễn Một, Mạc Tường... Sang thế kỷ XXI, nhiều cây bút Công giáo trẻ đã xuất hiện, ngày càng vững vàng về tay nghề.

- Những tác giả từ trường viết văn Nguyễn Du: Đặng Thị Vân Khanh, Nguyễn Văn Học, Nguyễn Đức Tuyển, Nguyễn Thiển...

- Tác giả từ giải Văn Hóa Đất Mới: Nguyễn Phương Thảo, Sr Vinh Sơn-Nguyễn Thị Chung, Lê Ngọc Thành Vinh...

- Tác giả từ các giải xướng họa thơ đoan hứa khiết tịnh và giải Viết Văn Đường Trường: Lm. Cao Gia An, Lm. Nguyễn Hoàng Hải, Nguyễn Ngọc Hoài Nam, Đinh Thu Hằng, Trăng Làng, Trần Dũng, Nguyễn Thị Khánh Liên, Dương Thái Chân...

Và còn nhiều cây bút Công giáo trẻ khác.

2.2. ẤN PHẨM CỦA CÁC TÁC GIẢ TRẺ

Nhiều tác phẩm văn thơ thực sự mang nội dung Công giáo đã được xuất bản. Ngoài các tuyển tập đạt giải của mỗi cuộc thi, ta có thể liệt kê vài tác phẩm riêng của từng tác giả:

- *Đường về* (Tập truyện, Lm. Nguyễn Hoàng Hải) [13]
- *Hoa phượng về trời* (Tập truyện, Lm. Cao Gia An) [14]

---

[13] Nxb Tôn Giáo, Hà Nội, 2015

[14] Nxb Tổng Hợp Tp HCM, 2014

- *Người đọc sách thánh* (Tuyển tập truyện ngắn, CLB Giáo tỉnh Hà Nội)[15]
- *Ôi tội hồng phúc* (Truyện dài, Nguyễn Phương Thảo) [16]
- *Đóa hồng thứ 40* (Truyện dài, Vinh Kiu) [17]
- *Miền thánh đợi* (Tuyển tập 40 truyện ngắn của Nguyễn Văn Học, với 4 truyện ngắn Công giáo) [18]
- *Sông chảy về đâu?* (Tập truyện ngắn, Nguyễn Thị Khánh Liên) [19]
- *Bão* (Tập truyện của Chung Thanh Huy) [20]

3. NHỮNG TRIỂN VỌNG

Các câu lạc bộ và các cuộc thi cho thấy đã có sự lan rộng mối quan tâm phát huy lòng yêu mến tiếng mẹ đẻ và yêu thích văn chương.

Đáng mừng hơn nữa là sự kiện các tác giả trẻ Công giáo Thủ đô Hà Nội và phụ cận đã liên kết với nhau qua ấn phẩm viết chung: *Người đọc sách thánh*.

Đã có những kinh nghiệm Workshop, xưởng sáng tác chia sẻ kinh nghiệm.[21]
Đã có những khóa tĩnh tâm dành cho các tác giả.
Đã có một ngày họp mặt văn thơ hằng năm. [22]

Đi xa hơn, Tủ sách Nước Mặn của Giáo phận Qui Nhơn vừa đề ra chương trình *"Tiếp sức giúp các tác giả trẻ Công giáo in sách lần đầu"*[23], để dọn mừng kỷ niệm 400 năm Văn học Công giáo Việt Nam,

[15] Nxb Dân Trí, Hà Nội, 2021
[16] Nxb Đồng Nai, 2018
[17] Nxb Hồng Đức, Hà Nội, 2021
[18] Nxb Văn học, Hà Nội, 2021
[19] Ấn phẩm 001 dọn mừng 500 năm Tin mừng đến trên đất Việt 1533-2033
[20] Ấn phẩm 002 dọn mừng 500 năm Tin mừng đến trên đất Việt 1533-2033
[21] https://www.vanthoconggiao.net/2018/09/mot-kinh-nghiem-workshop.html
[22] https://www.vanthoconggiao.net
[23] https://www.tapsanmucdong.net/2021/07/chuong-trinh-tiep-suc-in-sach-lan-dau.html

1632-2032. Đây là một hành động thiết thực có sức động viên các tác giả trẻ trau dồi tài năng với những ấn phẩm được nhìn nhận.

Cộc vận động một giải thưởng Văn học Công giáo toàn quốc vẫn đang tiếp tục và hy vọng sớm thành hiện thực.[24]

Sau cùng, tất cả là do ơn Chúa. Chúng ta cùng tin và cầu nguyện.

Nguồn: *Tọa đàm trực tuyến về Văn học Công giáo đương đại 19/9/2021*

Lễ trao giải Văn thơ Công giáo mừng Kim khánh Giáo phận Ban Mê Thuột

[24] https://www.tapsanmucdong.net/2021/06/huong-en-mot-giai-van-hoa-nghe-thuat.html

LINH MỤC NGUYỄN TRƯỜNG THĂNG

Kiều Mai Ly

LINH MỤC ANTÔN NGUYỄN TRƯỜNG THĂNG, TÔI ĐÃ GẶP CON NGƯỜI ẤY NHƯ THẾ!

Quảng Nam ngày về. 06-2017

Trên chuyến tàu lửa dài dặc, chị huyên thuyên về "Cha", về tình yêu của Cha với di sản Champa, về chắt chiu của Cha với di vật bị bụi thời gian phủ mờ như quyết làm cho vô danh. Tôi cứ đưa trí tưởng tượng về con người ấy theo câu chuyện của người đồng hương đồng hành. Như thể chúng tôi đang quay trở về một quá khứ, huyền hoặc mà thực hơn bao giờ.

Làm sao một vị Linh mục của đạo Công giáo mà lại tâm huyết đi tìm nguồn gốc ông bà tổ tiên Champa, sưu tầm và cất giữ những ký ức hằng bao thế kỷ trầm lắng như thế? – Suốt hành trình, câu hỏi ấy cứ trở đi trở lại với tôi.

Nghe kể rằng trước 1975, vị Linh mục người Pháp: Cha Moussay, như người Chăm thường gọi thế, đã sở đắc tình yêu ấy. Cha dựng Trung tâm Văn hóa Chàm tại Phan Rang, và Cha đã tập hợp được nhiều trí thức Chàm đến làm việc, sưu tập văn bản chép tay cổ, tổ chức biên soạn được *Từ điển Chàm – Việt – Pháp* nhiều sáng giá, cạnh đó Trung tâm này còn biên soạn và cho ra mắt các thi phẩm cổ giá trị như *Akayet Dewa Mưno, Akayet Inra Patra, Ariya Glơng Anak* cũng như các văn bản truyện cổ gọi chung là *Khảo lục Nguyên cảo Chàm* xuất bản được bốn tập.

Kiều Maily

** Sinh: 1985 - Người Chăm Ninh Thuận.*
** Hội Văn Học Nghệ Thuật Các Dân Tộc Thiểu số Việt Nam.*
** Hội nhà văn Việt Nam*
** Hiện sống và làm việc tại Hội An*
** Tác phẩm: - Giữa Hai Khoảng Trống, thơ, 2013*
- Độc đáo ẩm thực Chăm, 2014
- Palei Phước Nhơn của tôi, địa dư chí, 2017
- Vị Đàn Bà, thơ, 5 tác giả nữ trẻ, 2018
- Nàng Hoa của Cát, thơ. 2019
- Em đi lễ hội, truyện Chăm cho thiếu nhi. 10/2020

Có lẽ Linh mục Nguyễn Trường Thăng là Cha Moussay thứ hai chăng? Hứng khởi và tò mò dâng lên trong tôi không thể nói thành lời. Hứng thú, vì như là tổ tiên mình được sống lại mấy ngàn năm nay, tò mò bởi muốn biết người Linh mục ấy như thế nào.

Rồi chuyến hành trình cũng có điểm đến.

Bến ga tàu vào 3 giờ sáng vắng hoe không bóng người, hai chị em ngồi ghế phòng chờ đợi trời hé mắt. Thoáng chốc, một làn nắng mát rượi chào đón chúng tôi tại ga Đà Nẵng vào một ngày mới. Tôi nghe từ tiếng thì thầm như trong giấc mơ góc chỗ gửi xe, một ông chú dáng cao ráo, da ngâm sạm hỏi:

– Cháu là người Chăm hay người Ấn?

Bộ váy áo trên người hay vận ngay ở Sài Gòn, tôi đã nhiều lần nhận câu hỏi tương tự, thế nhưng ở đất này sao mà nghe lạ lẫm.

– Cháu là người Chăm Phan Rang, –tôi trả lời.

Người đàn ông nhìn tôi với cặp mắt thân thiện.

– Hồi xưa bà cố chú là người Chăm và bà có đôi bàn chân dài, và cặp mắt của bà rất đẹp như cháu vậy. – Chú có vẻ hơi dài dòng với người lạ, tôi nghĩ.

Tôi cười nhẹ.

– Chú cho chúng cháu thuê một chiếc xe máy, – tôi nói.

Người đàn ông ấy như vẫn chưa thỏa, tiếp tục dòng suy nghĩ của mình:

– Chú cũng là người gốc Chăm đó, nên khi thấy người Chăm là chú nghe mến, cháu à. Lẽ ra các chú phải cảm ơn người Chăm rất nhiều vì vùng đất hiện tại chú đang ở là của người Chăm, chắc cháu cũng biết.

Tôi cảm thấy ấm áp khi nghe những câu này từ một người giữ xe ga tàu, một phần cũng thấy sướng.

– Dạ, chú nói rất đúng! – Tôi cười.

Nắng miền Trung bắt đầu gắt đã kéo chúng tôi ra khỏi cuộc trò chuyện. Với chiếc xe máy được thuê tạm, tôi đèo chị Kim Thoa lao đi trong nắng như đi trong cơn mê sảng tìm về người Cha để tìm ngược về nguồn cội.

Và đây là con người ấy!

Thời gian này Cha đang trong thời gian điều trị căn bệnh quái ác: Ung thư bạch cầu. Nhìn qua dáng vẻ gầy ốm của Cha, tôi thèm làm cái gì đó cho Cha, nhưng cảm nghe sự bất lực. Căn phòng bệnh viện yên tĩnh, tôi chìm lặng vào câu chuyện của Cha về cuộc sống và về Chăm, về những trải nghiệm của mình.

– Thưa Cha, tình yêu văn hóa Chăm đến với Cha tình cờ hay do Cha phát hiện được những di vật quý giá, từ đó khơi dậy trong Cha những cảm xúc sâu sắc hơn? – Tôi hỏi như thể một nhà báo đi phỏng vấn một nhân vật. Biết mình hớ, tôi ngưng đột ngột. Tôi biết Cha đoán được ý tôi, Cha vội khoát tay:

– Không sao, không sao cả đâu...

Hồi Cha mới còn là cậu thiếu nhi mười tuổi, những chiều sẩm tối, một mình bước vào Bảo tàng Chàm ở Đà Nẵng, Cha thấy lạ và nghe sờ sợ. Đến năm 1954, khi học ở Nha Trang, Cha thường lên đồi Tháp Bà ở Nha Trang, cảm giác ấy vẫn còn trong Cha.

Mãi sau này trên các chuyến xe lửa hoặc xe hơi suốt duyên hải Miền Trung, Cha say mê trước những đền tháp trên các ngọn đồi hoang vắng. Rồi qua sách báo, Cha biết ít nhiều lịch sử và văn hoá Champa, từ đó văn hóa Champa thấm vào Cha ngày càng sâu thẳm, thẳm sâu hơn.

– Trong quá trình sưu tầm và nghiên cứu, dĩ nhiên Cha có những kỷ niệm không thể quên được, đâu là kỷ niệm mà Cha cho là sâu sắc hơn cả?

Năm 1975, qua tuổi tam thập, Cha giã từ giấc mơ du học trở về Đà Nẵng nửa tháng sau sự kiện 30 tháng 4. Đầu tháng 6, Bề trên chỉ định Cha về xứ Trà Kiệu nghe rằng là Sư tử Thành, kinh đô Champa xưa. Ngoài những tên gọi và các lũy thành còn sót lại, khó thấy đâu là những dấu vết Champa.

Rồi một ngày, các em nhỏ khoe với Cha chúng tìm thấy một con rùa bằng đất nung và chúng đã đập ra. Nghe thế Cha giật mình, tiếc xót. Nhưng chúng bảo là chỉ bể một phần thôi. Cha vội vàng yêu cầu chúng bán lại cho mình. Con rùa nầy về nghệ thuật không có gì đặc sắc lắm nhưng bao năm qua nó vẫn là một bí ẩn, một kỳ bí đối với Cha.

Các em kể lại, khi đào nó lên từ lòng đất, các em rung và nghe tiếng loong coong trong bụng nó. Ý tưởng đầu tiên là "trúng mánh", chắc là vàng chứa trong nó. Vì vậy không thể làm gì hơn là phải đập nó ra. Nhưng vàng không thấy đâu mà chỉ có những hạt gốm nung tròn tròn nho nhỏ.

Từ đó Cha bắt đầu thu lượm những di vật còn sót lại xung quanh khu vực kinh thành Trà Kiệu xưa. Rồi với thời gian, bộ sưu tập tăng dần lên. Vậy mà suýt nữa chúng đã trở thành tro bụi đấy – khi vào khoảng năm 1985, ông Phó chủ tich nước bước vào nhà khách – lúc đó Cha đang ở Sài Gòn – đã hách xì xằng tuyên bố: "Ai cho phép sưu tập những món đồ này". Nếu ở nhà Cha sẽ phản ứng mạnh, dùng búa đập nát mấy thứ và ném ra suối rồi. May quá!

Sau đó, thời kỳ Hợp tác xã Duy Sơn 2 nổi tiếng như cồn đến cả nước đều biết. Rất nhiều nhà nghiên cứu, nhà văn, nhà báo... đến thăm. Tiếp đó chỉ có thuận lợi và thuận lợi. Cuối năm 1989, Cha được lệnh chuyển về Đà Nẵng, tuy thế khi nào có dịp là Cha tiếp tục công việc sưu tầm của mình.

Sau vài giờ hàn huyên, và có lẽ Cha đã mệt. Cha bảo chị em tôi về thăm Trà Kiệu, nơi Cha gắn bó cả đời mình cũng là nơi cất giữ những dấu ấn Chăm qua bao thế kỷ. Xe máy hai chị em tôi lại tiếp tục lăn bánh trong cái nắng giòn. Do chưa thấu ngõ đường nên định vị hơi khó khăn, chúng tôi phải đi lòng vòng, hỏi đường. Mãi rồi cũng tới nơi cần tới.

Đất xứ Quảng thắm tình người. Dưới cái nắng hè bỏng rát, tôi cứ men theo đường mòn mà nhấn ga. Mãi tới lối mòn gần Trà Kiệu mới xuất hiện hàng cây xanh rợp bóng mát. Tôi dừng xe lại, xuống xe và đi về phía góc đường, cố thu vào mắt mình toàn cảnh và tận hưởng khí trong lành, cũng tranh thủ bấm vài pô ảnh đoạn đường vừa đi qua.

– Đây là con đường chị đi thường ngày những năm trước. Cũng hơi quên, cảnh vật thay đổi nhiều quá đi thôi. – Chị Thoa nói, lát sau chị thêm:

– Đi thêm xíu, ta sẽ gặp làng Phước Kiều thuộc xã Điện Phương, là làng chuyên về nghề đúc đồng và bán đồ cổ về đồng. Ở đó người ta bán vật dụng cổ của Chăm mình, như nồi đồng, chiêng, ống nhổ đủ loại.

Mới nghe mà đã thích rồi. Quả như chị nói, chạy xe giữa hai bên đường, nhà nhà bày các vật dụng bằng đồng đủ loại, đủ kích cỡ để chào đón khách. Do phải đi việc chính nên tôi đánh mất cơ hội ghé qua xem tận mắt cách làm đúc đồng của người dân nơi đây.

Con đường vàng nắng chiều đổ bóng xen vào giữa lòng bóng tán cây. Vừa chạy tới khúc cua ngắn thì hiện ra trước mắt tôi một vùng cây điệp bao quanh tòa giáo xứ. Hàng điệp nghe chị Thoa kể chính Cha là người chăm nom tưới nước từ chúng còn là cây con trong thời gian Cha giúp giáo xứ xây cất giáo đường. Tôi thử đếm: có gần đến chục cây điệp.

– Chạy chục giây nữa thôi là giáo xứ Trà Kiệu rồi – chị Thoa nói.

Lúc này đang mùa hè, vài học sinh đi lễ chạy ùa ra với chúng tôi. Một cô bé có đôi mắt tròn xinh, kêu:

– Mắt chị giống người Ấn Độ quá hén!

Tôi cười, chị Thoa cười to hơn.

– Người Ấn thật đó cưng, – chị Thoa đùa.

Chúng tôi đi vào một vùng đất rộng lớn, phía bên tay phải tôi là dãy phòng có hai lầu cũ kỹ trưng bày các vật dụng gốm, phía bên trên gắn bảng hiệu với hàng chữ: "Phòng Văn hóa Chăm".

Người đàn ông dáng phúc hậu bước ra từ căn phòng đó là Cha quản giáo xứ hiện tại. Cha có giọng nhẹ nhàng như nước nhỏ giọt từ mái tranh, ra tiếp chúng tôi. Cha gọi người thầy trẻ tuổi trung niên dáng người hơi ốm, cao thon đến hướng dẫn chúng tôi vào phòng trưng bày.

– Từ ngày vào làm ở đây, thầy chưa từng bước vô căn phòng trưng bày này bao giờ. Đây là lần đầu tiên, – thầy thêm: Chính nhờ hai chị em mà tôi được vào chiêm ngưỡng những vật cổ quý thế này đấy. – Thầy quản xứ nói.

Hóa ra Cha Thăng là người cực kỳ kỹ tính, – tôi nghĩ thầm. Tôi như đi lạc vào một cõi kho tàng giá trị hơn cả vàng bạc mà người Cha ấy đã có công sưu tầm và cất giữ rất tỉ mỉ như thế.

Các cổ vật được cất trong tủ xếp ngăn nắp phân theo từng loại, những họa tiết lạ và độc đáo mà tôi chưa từng thấy được khắc hai mặt, các hũ bình cổ xưa cùng ngói ống và những viên gạch cỡ lớn hơi bị mục, cả viên gạch in dấu chân của người Chăm cổ nữa. Và nhiều cổ vật quý khác. Tôi lần từng bước đi qua từ gian này đến gian khác, thưởng thức như một điều kỳ diệu mà cả đời tôi chưa từng. Trong căn phòng mini này tôi không thể không khỏi xúc động khi xem bức tranh màu nước của Cha vẽ trực tiếp lên bức tường cũ: Bức Tranh mô tả khu đền tháp Simhapura Trà Kiệu.

Cha có kể: Cha đã dành thời gian rất dài cho bức tranh. Lúc đó Cha vừa nghe xong bài hát *"Hận Đồ Bàn"*, rồi Cha vừa vẽ vừa hát. Vẽ xong Cha lại đốt từng cây nến cho chúng cháy lung linh trong căn phòng chật hẹp đó. Một buổi tối nọ, Cha hát mà không cầm được nước mắt. Cha khóc, và đã khóc rất nhiều, khóc thương cho linh hồn của những đứa con Champa, khóc cho văn minh Champa một sáng lạn oanh nay hoang tàn đổ nát.

Câu chuyện của Cha dậy lên trong tôi một sự đồng cảm khó tả, tôi cứ tưởng Cha chính là người ruột thịt của mình từ kiếp nào ấy. Câu chuyện kia theo tôi đến tận đất nắng Phan Rang, rồi cả khi tôi vào Sài Gòn, nó vẫn còn ám ảnh.

Giáo xứ Trà Kiệu giáp với hai thôn Trà Châu và Kiệu Châu thuộc huyện Duy Xuyên, tỉnh Quảng Nam cách thành phố Đà Nẵng hơn ba mươi cây số về hướng Tây Nam. Được biết Giáo xứ Trà Kiệu được xây dựng trên nền phế tích của lịch sử là kinh thành Shimhapura thuộc vùng Amaravati Champa. Nơi đây đã tìm thấy rất nhiều cổ vật quý sau thời chiến tranh bị bom đạn tàn phá.

Antôn Nguyễn Trường Thăng là linh mục quản xứ của Giáo xứ Trà Kiệu từ năm 1975- 1989 lúc vừa tròn 31 tuổi. Trên dải đất Miền Trung, những câu chuyện huyền thoại ly kỳ từ ngàn xưa ở vùng đất huyền bí về sự giàu có, những kho vàng linh thiêng Chăm, nào là vàng Hời biết đi, vàng tự nhiên hiện ra ở trước mặt đã làm cho sinh linh bé nhỏ Antôn Nguyễn Trường Thăng không tránh khỏi tò mò. Từ đó với tình yêu Chăm, yêu vùng đất nơi cha sinh mẹ đẻ ông đã đi và tìm những chứng tích, những di vật giữa đống đổ nát, qua đó làm tăng thêm ngọn lửa âm ỉ từ tâm hồn bao dung ấy.

Antôn Nguyễn Trường Thăng không chỉ là một linh mục tôn quý về con người về cái tâm thiện nguyện mà ông còn là bậc tiền bối hiếm có. Tuy không phải là một nhà nghiên cứu thực thụ như Cha từng nói nhưng tâm huyết hiện ra từ các bài viết của Cha đã cho thấy một người đầy năng lượng sống.

Tối này chúng tôi quy hồi cố hương rồi. Ghé thăm Cha, tôi biết chắc phải lâu lắm mới có thể gặp lại con người đầy lòng nhân ái này. Tôi tranh thủ hỏi Cha như một phóng viên báo chí thực thụ.

– Cha đánh giá thế nào về những di vật mà Cha sưu tầm được,

nó có ý nghĩa gì với Cha và với văn hóa Champa? Cha có hướng gì cho tương lai, với di vật vô giá đó?

– Lúc đầu có lẽ chỉ là thú vui sưu tập, nhưng càng ngày càng thấy không chỉ là sưu tập đồ cổ. Khi một tác giả Pháp cho biết tại các di tích Champa, bảo tàng Champa, người ta coi các công trình Champa như món đồ cổ xưa, của một dân tộc đã lùi vào quá khứ lịch sử tức không có người kế thừa. Cha đã phản ứng mạnh khi suốt dải đất Miền Trung và cả miền Bắc với hàng ngàn tù nhân đa số là thợ thủ công tài ba mà dấu tích khá rõ nơi Kinh đô Hoa Lư và sau này di tích Hoàng thành Thăng Long, dấu ấn gạch ngói, trang trí Champa lồ lộ.

Người Việt Kinh và các dân tộc anh em hãy tiếp thu nền văn hoá Champa như đã từng tiếp thu nhã nhạc, các món ăn, cách kiến trúc, phương tiện đi biển như ghe bầu… Sống trên một đất nước luôn tranh chấp, có kẻ được, người thua, tôn giáo khác nhau, nên dễ xảy tình trạng hạ thấp kẻ thua cuộc. Nếu cứ thế thì dân Việt đừng có dùng từ "đại đoàn kết", vì đó chỉ là thứ đoàn kết của đống gạch không chất kết dính.

Nghĩ như thế, nhưng những gì mà những nghệ sĩ Champa để lại nếu biết khai thác sẽ là nguồn cảm hứng vô tận trong tương lai.

Tương lai ư? – Cha nói, mắt nhìn xa xăm như ngẫm ngợi điều gì xa mà gần. Lát sau, Cha nói, giọng từ tốn, chậm rãi – Hiện tại Cha đang sắp hoàn thành xong cuốn sách gồm các bộ ảnh cổ vật Champa, chủ yếu để quảng bá đến thế giới biết về sự huy hoàng của đất nước Champa suốt mười thế kỷ, từ thời lập quốc đến thế kỷ XI.

– Hay lắm, Cha à! – Tôi reo lên. Chúng con đang chờ đọc, và con biết người Chăm ở quê nhà cũng rất mong đợi được cầm trên tay tác phẩm quý giá ấy.

Hai chị em chúng tôi lại tiếp tục cuộc hành trình.

Tìm đến làng quê An Ngãi nơi Antôn Nguyễn Trường Thăng sinh ra và lớn lên. Đây vườn cây vươn lên khỏe khoắn, đây những vật dụng cổ được Cha sưu tầm, sắp xếp ngăn nắp, rồi là vườn thỏ, vườn gà sinh động giống như con người của Cha vậy.

Cầu mong Cha sống vui, sống khỏe và ngọn lửa tinh thần luôn mãi sáng.

Nắng chiều bắt đầu ngả xuống phố đất Quảng thân thương. Tối nay chúng tôi lên tàu trở về với vùng đất nắng gió rồi.

MỘT VƯỜN ĐẦY HƯƠNG SẮC

Bùi Công Thuấn *[1]

Giới thiệu tổng quan về bộ sách Có một vườn thơ đạo. Nxb Phương Đông, Nhóm thực hiện: Trăng Thập Tự, Cao Huy Hoàng, Lê Đình Bảng, Lê Hồng Bảo, Mạc Tường, Nguyễn Đình Diễn, Nguyễn Thanh Xuân, Thiện Chân, Trần Như Luận, Trần Vạn Giã - Vũ Thủy.

***

QUÁ TRÌNH THỰC HIỆN

Nhà thơ Lm. Trăng Thập Tự cho biết[2] về việc thực hiện bộ sách *Có một vườn thơ đạo* như sau:

Việc sưu tầm và biên soạn *Có một vườn thơ đạo* có ba giai đoạn: Giai đoạn I ở Đà Lạt và Nha Trang (1978-1996). Trăng Thập Tự

*[1] Về tác giả, xem trang 108

[2] Email ngày 19.7.2020

thực hiện với tiêu chí sưu tầm và giữ lại cho khỏi mất: Chép tay đóng bìa cứng một tập: *Mùa Hoa*. Năm 1999, in với giấy phép NXB Thuận Hóa: *Góp nhặt thơ Công giáo.*

Giai đoạn II ở Sài Gòn (2006-2007), trong thời gian nghỉ bệnh, Trăng Thập Tự mời Lê Đình Bảng, Nguyễn Đình Diễn, Cao Huy Hoàng cùng tham gia đọc chọn những bài sưu tầm được. Lúc ấy Lê Đình Bảng đang san định các tư liệu "*Ở thượng nguồn thi ca Công giáo Việt Nam*". Nhóm xem chương trình của mình như tiếp nối công việc của Lê Đình Bảng, vừa làm vừa chọn, dự kiến cứ xong được 15 tác giả sẽ in một tập. Do Lê Đình Bảng cho biết sẽ in thành ba tập, tập đầu của nhóm là *Kinh Trong Sương* - Nxb Phương Đông, 2008 - được ghi phụ đề là *"Thơ Công giáo Việt Nam - tập 4"*.

Giai đoạn III ở Tp. Quy Nhơn (2009-2012), có thêm Mạc Tường, Thiện Chân, Nguyễn Thanh Xuân cùng với Lê Hồng Bảo, Trần Như Luận, Trần Vạn Giã và Vũ Thủy, dự kiến làm cho kịp mừng 100 năm ngày sinh Hàn Mạc Tử, nhưng do mỗi người ở một nơi, hơn một năm chưa xong quyển nào.

Do đó, giữa năm 2010, năm người ở Quy Nhơn là Trăng Thập Tự, Mạc Tường, Trần Như Luận, Nguyễn Thanh Xuân và Thiện Chân đổi chương trình, gặp mặt thường xuyên để làm cho xong. Để vinh danh nhà thơ Công giáo tiền phong, nhóm tập trung vào những tác giả sinh từ 1912, tức là cùng năm với Hàn Mạc Tử về sau. Có một số vị không thể nào liên lạc được, và chắc hẳn còn nhiều vị khác mình không biết để mà tìm.

Việc chọn lựa và biên tập được làm theo tiêu chí: trân trọng và giữ gìn sáng tác của những tác giả có tâm huyết muốn tìm hứng thơ nơi đức tin Kitô giáo, và giới thiệu một cách đơn giản. Nói chung, việc biên soạn nằm trong thao thức mục vụ, nhằm giới thiệu dòng thơ Kitô giáo cho đại chúng giáo dân, khích lệ các tác giả và khích lệ lớp trẻ rèn luyện thơ văn.

Giữa năm 2012, bản thảo tạm xong, được xếp thành 4 tập *Có Một Vườn Thơ Đạo*, lo thủ tục xuất bản và kịp phát hành dịp tổ chức kỷ niệm 100 năm. Ba năm sau đó đã làm tiếp tập 5.

NỘI DUNG BỘ SÁCH

Lời giới thiệu bộ sách do Chủ tịch Ủy ban Văn hóa - Hội đồng Giám mục Việt Nam, Gm. Giuse Vũ Duy Thống (13/5/2012).

Lời tựa của Gm. Micae Hoàng Đức Oanh.

Bộ sách gồm 5 quyển (2.430 trang).

Tập đầu mang tên ***Thi sĩ của thánh giá***, lấy ý từ một câu thơ của bài *Nguồn thơm*, giới thiệu con người, cuộc đời và thơ đạo của Hàn Mạc Tử, kèm với bài viết của một số người về thơ đạo của ông.

Các tập sau được đặt tên theo những hình ảnh trong bài thơ *Ave Maria* bất hủ của Hàn Mạc Tử, giới thiệu thơ đạo của những tác giả theo chân Hàn Mạc Tử. (Đôi lời của nhóm sưu tập).

Nội dung cụ thể như sau:

Quyển II: ***Như song lộc triều nguyên***, giới thiệu 42 tác giả (năm sinh từ 1912-1940).

Lời giới thiệu của nhóm biên tập: "*Như song lộc triều nguyên* – như hai con nai ngưỡng vọng lên nguồn suối. Đây là nguồn suối ân sủng, là chính Thiên Chúa, là nguyên ủy tối cao của muôn vật muôn loài, là Đấng mà linh hồn tín hữu nói chung và linh hồn người thơ nói riêng hằng khát khao ao ước. Như nai rừng mong mỏi/ Tìm về suối nước trong /Hồn con cũng trông mong Được gần Ngài, lạy Chúa! (Tv 42,2)...

Do chịu ảnh hưởng thơ Pháp, Hàn Mạc Tử cũng như nhiều nhà thơ mới thế hệ đầu lắm khi diễn ý liền mạch, đuôi câu thơ trên nối liền với đầu câu thơ dưới. Như thế, *"ơn phước cả cao dâng" l*à liên quan mệnh đề diễn nghĩa cho "*nguyên*" (nguồn suối); còn "*song lộc*" là hình tượng minh họa cho "*thần nhạc*". Hai bè nhạc trầm bổng như đôi lộc vừa chầu chực vừa ca tụng nguồn ơn phước cả. Hai dòng nhạc ấy gồm một từ cõi vô hình của triều thần thiên quốc và một từ nhân loại hữu hình được đại diện bởi Hàn Mạc Tử và những người làm thơ dệt nhạc muôn thế hệ ..."

Đáng chú ý là các tác giả: *Bàng Bá Lân, Xuân Ly Băng, Hồ Dzếnh, Đình Quang, Nhất Tuấn, Trần Thị Hoa. Phạm Đình Tân, Ngọc Minh, Nguyễn Duy Diễn, Vân Uyên Nguyễn Văn Ái, Vũ Huyền Dư, Võ Thanh Tâm, Lm. Nguyễn Tiến Lợi, Đơn Phương, Lm. Thanh Quân*

Quyển III: ***Ơn phước cả*** giới thiệu 51 Tác giả (sinh năm 1941-1955).

Nhóm sưu tầm dẫn giải:

"Như song lộc triều nguyên ơn phước cả
Dâng cao dâng thần nhạc sáng hơn trăng.

Hình ảnh "ơn phước cả dâng cao" gợi lại thị kiến về Ơn Cứu độ chan hòa trong sách ngôn sứ Ezekiel thời Cựu ước (chương 47)... Đền thờ là tượng trưng thân thể Chúa Kitô, cho nên dòng suối chảy tự đền thờ cũng chính là dòng máu và nước trào tuôn từ cạnh sườn

Chúa (Ga 19,34), là nguồn ân sủng của Ba Ngôi Thiên Chúa: ơn sáng tạo của Chúa Cha, ơn cứu chuộc của Chúa Con và ơn thánh hóa của Chúa Thánh Thần. Trong sách Êzêkiel, dòng ơn phước dâng nhanh thành lũ lụt mênh mông nhưng, với Hàn Mạc Tử, nó còn dâng cao đến vô tận, nương theo "*cõi vô cùng cao tột bậc*", như "*sáng bao la vây lút cõi thiên không*". Hòa quyện vào nguồn ơn phước cả, dòng chảy văn thơ Công giáo Việt Nam cũng là một nguồn ơn dạt dào Thiên Chúa đang ban qua lịch sử"

Các tên tuổi đã khẳng định trong làng văn nghệ Việt: *Trăng Thập Tự, Lê Đình Bảng, Bùi Chí Vinh; Trần Vạn Giã, Trần Mộng Tú, Cao Huy Hoàng, Mạc Tường, Nguyễn Tầm Thường,*

Nhiều tác giả làm thơ tự tình:

"Tôi muốn dùng lời thơ, tiếng hát để cảm tạ, ngợi khen và chúc tụng Chúa. Hơn thế nữa, tôi muốn chia sẻ đến tất cả mọi người những rung cảm chân thành của tôi để cùng mọi người cảm tạ, chúc tụng, tôn vinh tình Chúa, liên kết tình người trong yêu thương, vui tươi và an bình vì luôn có Chúa ở cùng." (Thúy Nga - tr. 390 quyển III)

Quyển IV: ***Thần nhạc sáng hơn trăng*** giới thiệu 44 tác giả (sinh từ1956-1990), đa số là cộng tác viên của chuyên san Đồng Xanh Thơ...

Các tác giả có khí cốt riêng là: *Phanxicô, Lưu Minh Gian (tức Lm. Cao Gia An), Lm. Jos. Vũ Huy Thông, Trịnh Tây Ninh, Phan Thị Liên Giang, Đinh Thiện Phương, Trần Phương Nhã, Kim Dạ, Song Lam, Glassey Trầnguyễn Trangđài, Nguyên Thông (trường Viết văn Nguyễn Du).*

Thế hệ sinh sau năm 1975 nhiều người có trình độ học vấn và thành đạt trong công việc. Nhiều *tiếng thơ trẻ* theo kịp "Thơ trẻ" đương đại, góp phần làm mới thơ Công giáo. Ý thức sáng tạo sâu sắc và đa dạng (Đinh Thiện Phương, Trần Phương Nhã, Kim Dạ)

Quyển V: ***Bay tới cõi thiên đàng*** (Nxb Đông Phương, 2015) giới thiệu 45 tác giả (sinh từ 1918 đến 1981). Nhóm sưu tập giới thiệu:

"Nhóm sưu tập hứa hẹn sẽ thực hiện những quyển tiếp theo vào năm 2015 mang tên "*Vườn Thơ Đạo Nở Hoa*". Tựa đề này ôm theo ước mơ tìm kiếm và vun trồng được thật nhiều tài năng trẻ.

Thế nhưng chỉ ba năm, thời gian quá ngắn để phát động nơi các bạn trẻ Công giáo lòng yêu mến và khả năng sáng tác thơ văn. Do đó, tập sách bạn đang cầm trên tay và tập tiếp theo chưa có may mắn mang tựa đề ấy. Nó lấy lại tựa đề cũ và đánh số thứ tự tiếp theo. Tập 5 này ra đời khá muộn, có một phần vì nhóm sưu tập thấy lúng túng, liệu có nên khóa sổ bộ sách với quyển thứ 5 chăng. Nay thì chúng tôi đã tìm được cách giải quyết. Chúng tôi sẽ tiếp tục công việc như một chương trình phục vụ, cứ gom góp dần, mỗi lần được khoảng 40 tác giả mới với đầy đủ nội dung cần thiết, sẽ ấn hành một quyển mới..."

Các tác giả đã khẳng định được tên tuổi: *Phi Tuyết Ba*, *Nguyễn Thị Mai*, *Lê Hồng Bảo, Nguyễn Địa Đàng* (Lm. Nguyễn Thiên Cung).

MỘT VƯỜN HƯƠNG SẮC

Bộ sách giới thiệu **183 tác giả** thơ Công giáo suốt từ thời Hàn Mạc Tử (1912) đến nay gồm nhiều thành phần xã hội, sinh trưởng rải khắp trong Nam, ngoài Bắc và các tác giả sống ở Đức, Pháp, Mỹ, Canada...(trong đó có 34 Linh mục, 1 Hồng y, 1 Giám mục, 11 nữ tu: chiếm 25%)

Nhiều người đã thành danh ngoài xã hội cả bên đạo và bên đời như *Bàng Bá Lân, Xuân Ly Băng, Hồ Dzếnh, Trăng Thập Tự, Lê Đình Bảng, Bùi Chí Vinh; Trần Vạn Giã, Trần Mộng Tú, Phanxicô, Lưu Minh Gian (*tức Lm. Cao Gia An*), Phi Tuyết Ba*, *Nguyễn Thị Mai*, *Nguyễn Địa Đàng* (Lm. Nguyễn Thiên Cung)...

Ý thức sáng tạo của mỗi tác giả cũng rất phong phú. Tâm điểm của hồn thơ là Thiên Chúa. Làm thơ là sống đức tin, là trải nghiệm kiếp nhân sinh trên đường Thánh giá, là trò chuyện, là tâm tình cầu nguyện để được kết hợp với Thiên Chúa, cũng là tự tình, chia sẻ với mọi người.

Nhà thơ Lê Đình Bảng reo vui:

"...*Tôi làm thơ, nghĩa là tôi cầu nguyện*
Hồn reo vui trong từng chữ, từng lời
...
Tôi làm thơ, nghĩa là tôi cầu nguyện
Như chùm hoa tự trút hết hương thơm
Phải tự nghiệm sinh, để sống vô thường
Chẳng hề nghĩ, mình cho đi, nhận lại..."

(Tôi làm thơ nghĩa là tôi cầu nguyện)

Lm. Giuse Maria Cao Gia An (bút danh Lưu Minh Gian) thổ lộ: *"Nếu **hành trình sống đức tin** đặt tôi mỗi ngày trước tôn nhan Thiên Chúa, lời thơ chính là lời kinh nguyện, lời thân thưa mà linh hồn tôi dâng lên Thiên Chúa"*.

Tác giả Giuse Nguyễn Khắc Đại kể rằng: *"Từ năm 1954 đến năm 1975. Tôi làm thơ đơn giản là để ghi lại những **tâm tình đối thoại với Đức Kitô**, những cảm xúc, những trải nghiệm, và những biến cố cuộc* *đời. Thơ tôi như những trang nhật ký không được viết đều đặn. Để ghi lại niềm vui, nỗi buồn, và cả những giây phút yếu đuối".*

Tác giả Mạc Tường (1954) làm thơ là tiến gần về phía Chúa: *"vận dụng ngôn ngữ thi ca để* ***ca tụng Thiên Chúa*** và tất cả những gì thuộc về Ngài, tôi lờ mờ nhận ra càng ngày mình càng tiến gần hơn về phía Thiên Chúa, phía của bờ bến yêu thương."

Với tác giả Cao Huy Hoàng (1954), làm thơ là một "ơn gọi" của Chúa: *"Tôi vẫn luôn ý thức rằng tôi đã nhận được quá nhiều Hồng Ân của Chúa"; "Chúa đã gọi con vào ơn gọi làm thơ, không phải làm thơ cho Chúa nhưng làm thơ với Chúa. Không có bài thơ hay tác phẩm nào là của con. Tạ ơn Chúa đã tín nhiệm con để chuyển tải nỗi buồn, niềm vui, đau khổ, và hạnh phúc của Chúa đến cho mọi người"***.**

Nhà thơ Bùi Chí Vinh (1954) bộc trực: *"Hơn 40 năm chểnh mảng việc đạo, tôi bây giờ sẵn sàng tuyên xưng Đức Tin bất kỳ thời điểm nào;...Tôi kể chuyện này có thể các bạn không tin, nhưng cứ mỗi lần bị đẩy đến đường cùng hoặc sắp "lên đoạn đầu đài", tôi đọc kinh Lạy Cha (hoặc cầu xin Chúa và Đức Mẹ) là kể như mọi chuyện tai qua nạn khỏi."*

Tác giả Phạm Thái Sơn nói cụ thể hơn: *"Trong giai đoạn đầu của đời cầm bút, thì sự sáng tác thơ Đạo chỉ là những bài than thân trách phận trước Đấng Tối Cao... Than khóc cho quê hương xứ sở, than khóc cho hoàn cảnh gia đình ly tán, và than khóc cho chính mình với những nỗi đau khi sớm phải lăn ra đời bươn chải. Trong đó có nhiều những dằn vặt về tội tình, những thứ tội lỗi phát sinh trong tôi từ nguồn gốc tội của người khác cộng vào thêm tính bất cần đời, liều lĩnh của chính mình. Rồi tôi cũng dần hiểu ra tình thương yêu vô tận của Thiên Chúa, qua sự dẫn dắt của tình mẫu tử thiêng liêng."; "Tôi thấy tự hào vì mình được làm thi sĩ của Chúa,* ***tôi tận hiến mãi mãi lời thơ của tôi*** *để trở nên sở hữu của Người "*

Tác giả Trần Thị Hồng Nhung (1979) xác lập sự khác biệt giữa "nhà thơ đạo" với "nhà thơ đời": *"Ngày xưa khi chưa theo Đạo, tôi làm thơ như một trò chơi tung hứng ngôn từ... Nay đã biết Chúa, tôi cảm nhận được ý muốn của Ngài. Ý muốn ấy có một sức bật làm trái tim tôi nấc lên, phát ra từng thanh âm rồi kết nối lại thành những dòng thơ, cho tôi thêm chất liệu dệt tấm khăn cầu nguyện...Tôi chỉ còn biết đáp trả Ngài bằng tất cả cuộc đời còn lại của tôi, bằng mọi khả năng Ngài trao ban để gieo mầm hạnh phúc, trong đó có những giờ cầu nguyện bằng thơ và reo lên tiếng* ***Tạ ơn Ngài bây giờ và mãi mãi*** *".*

Nhà thơ Nguyễn Thị Mai (1955) làm thơ thiên về tình cảm, chủ yếu phản ánh thân phận những con người bất hạnh kể lại việc làm thơ của mình: *"Tôi viết nhiều bài thơ, trong đó thơ về Chúa không nhiều, nhưng tôi tin một điều, bây giờ vẫn tin, rằng:* ***Tất cả thơ tôi là do Chúa hiển linh sáng tạo.*** *Vì thế tôi mãi mãi biết ơn Chúa"*

Tác giả Vũ Toàn Năng (1968) mở rộng cánh cửa thơ đạo: " ***Thơ đối với tôi như cuộc nói chuyện*** *của người con với cha, như một câu chuyện kể về Chúa Giêsu, về Đức Mẹ và các Thánh, như câu chuyện kể về cuộc sống trong kiếp nhân sinh có những điều đẹp đẽ và cũng có những điều giúp tôi nhìn lại chính mình, cũng như câu chuyện kể về quê hương đầy yêu dấu như một sự biết ơn, về những cảnh đẹp của mặt đất và các vì sao*".

Tác giả Trần Phương Nhã (1984) làm thơ là trải nghiệm hiện sinh: *"Tôi gửi vào thơ tất cả những cảm nghiệm của mình về tình yêu, về Thiên Chúa như một sự ủi an cho những thất bại, những khiếm khuyết của chính bản thân mình".*

Tác giả Lê Hồng Bảo (1962) có một cảm nghiệm: *"Tôi làm thơ không nhiều và cũng không hay. Chỉ là những tự khúc dâng trào khi tâm sự đầy ắp.* ***Thơ đến với tôi như một hồng ân*** *trong chuỗi hồng ân bất tận của Thiên Chúa"*

Tác giả Vân Uyên Nguyễn Văn Ái (1920) lý giải thơ ở một tầng cao của nhận thức: *"Thơ là lời của Người, mà Tình là của Trời, làm liên tưởng tới 'Ngôi Lời' nói lên bằng lời của loài người tình yêu thầm kín của Trời 'Thiên Chúa-Tình Yêu'. Viết một bài thơ hay đã khó, viết một bài thơ vừa thấm nhuần lẽ đạo vừa thật là thơ lại còn khó hơn nhiều. Những bài thơ như vậy nâng tâm hồn lên những tầng trời thăm thẳm nghĩa yêu. Đây mới thật là những bài Thơ Tình, vì nói về Tình viết chữ hoa (Tình đời, Tình đạo,Tình người, Tình Trời)".*

Tác giả M. J. Vĩnh An cầu nguyện: *"Lạy Chúa! Xin cho con luôn bước đi trong Chúa cùng với những sợi tơ vàng óng ánh để dệt mãi những vần điệu dâng Ngài. Cũng xin được gửi tặng đời một chút hương thơm và hơi ấm của tình yêu diễm tuyệt đang tuôn chảy từ Trái Tim Rất Thánh Giêsu."*

Có thể nhận thấy bộ sách bao gồm nhiều thế hệ nhà thơ với những phong cách khác nhau. Nhiều tác giả chịu ảnh hưởng lối thơ 7 chữ, 8 chữ của thơ Lãng Mạn (1930-1945)... trong đó có những người dùng cách viết của Hàn Mạc Tử (Nguyễn Duy Diễn, Nguyễn Văn Ái, Vũ Huyền Dư, Đơn Phương...)

Những nhà thơ giàu phẩm chất thi nhân thì tìm được cho mình những con đường sáng tạo riêng (Xuân Ly Băng, Trăng Thập Tự, Lê Đình Bảng...). Thơ của họ vẫn nằm trong dòng chảy thơ truyền thống nhưng họ đem đến cho thơ truyền thống nhiều cái mới. Đó là tư tưởng mỹ học Kitô giáo, thi liệu, cảm xúc thơ, hình tượng thơ, ngôn ngữ thơ là từ nguồn *Kinh thánh* (thoát hẳn tư tưởng Mỹ học, thi liệu, cảm xúc, hình tượng thơ Trung Quốc trong văn học trung đại Việt Nam)[3]

Những nhà thơ thế hệ trẻ hơn, nhiều người trong số họ đem đến cho thơ ca Công giáo những điều mới mẻ về thi pháp của thơ Việt đương đại (Đinh Thiện Phương, Trần Phương Nhã, Kim Dạ, Glassey Trần Nguyễn Trang Đài, Phan Thị Liên Giang, Lưu Minh Gian...), đem thơ Công giáo đến gần với bạn đọc trẻ.

Tuy vậy trong bộ sách cũng có nhiều tác giả phong trào, làm thơ chủ yếu là để thể hiện ý tưởng, chưa có tìm tòi những tứ thơ mới, những hình tượng mới, cảm xúc mới và những cách diễn đạt mới. Điều này khiến cho thơ trở nên cũ về nội dung, nghèo nàn về nghệ thuật.

Bởi thực ra, người đọc giáo dân (trung bình có 60 năm đi nhà thờ) đã nghe rất nhiều lần những bài giảng, những lời giáo huấn, những lời kêu gọi. Trong nhà thờ, họ đã được học hỏi *Kinh thánh*, đã sống với tâm tình thống hối và ngợi ca. Tất cả những điều ấy, ngôn ngữ ấy, cách nói ấy mà diễn thành thơ (kiểu văn xuôi bắt thành vần) thì không thể lay động trái tim người đọc. Cái cũ giết chết cảm xúc thẩm mỹ.

Văn chương là nghệ thuật ngôn từ, tức là sáng tạo "Cái Đẹp" bằng ngôn ngữ. Ngôn ngữ thơ là yếu tố sáng tạo bậc nhất của thơ. Nếu không chú ý đến điều này, người làm thơ nói chung và các tác giả thơ Công giáo nói riêng sẽ không vượt lên được.

VÀ NHỮNG GIÁ TRỊ

Cần khẳng định giá trị bộ sách và ghi nhận tâm huyết, công sức rất lớn của nhóm các tác giả biên tập mà chủ biên là nhà thơ-Linh mục Trăng Thập Tự.

Bộ sách đã sưu tầm và lưu trữ được một số lượng tác giả thơ Công giáo đủ để giới nghiên cứu văn học Công giao hôm nay và mai sau viết được những công trình về lịch sử văn học Công giáo nối tiếp các công trình của các nhà nghiên cứu Võ Long Tê (1965) và Lê Đình Bảng (2009). Nếu không có bộ sưu tập này, người viết nghiên cứu sẽ hết sức vất vả và mất nhiều thì giờ để tìm kiếm tích lũy tài liệu, mà thời gian càng qua đi, tài liệu càng mai một.

Mỗi tác giả thơ là một *nhân chứng Phúc âm* của thời đại mình. Họ cũng góp làm giàu thêm nền văn học của dân tộc mình, dù đó là nhà thơ chuyên nghiệp hay nhà thơ phong trào. Nhất là trong hơn 100 năm qua (từ 1912 đến 2020), lịch sử dân tộc đã trải qua những biến động hết sức lớn lao, người Công giáo "*sống*

[3] Xin đọc bài Bùi Công Thuấn viết về thơ Xuân Ly Băng, Trăng Thập Tự, Lê Đình Bảng, Mỹ học Kitô giáo...

Phúc âm giữa lòng dân tộc" cùng sẻ chia trách nhiệm lịch sử với dân tộc mình. Thơ Công giáo góp *tiếng nói chứng nhân* vào bối cảnh lịch sử ấy. Đọc thơ Công giáo có thể nhận thấy bản lĩnh và vẻ đẹp của dân tộc này, bên cạnh thơ ca chung của dân tộc.

Nhà thơ Lm. Trăng Thập Tự cho biết: "*Công việc sưu tầm và biên soạn trước hết là theo thôi thúc mục vụ. Mục vụ ở đây là nhằm giới thiệu dòng thơ Kitô giáo cho đại chúng giáo dân, khích lệ các tác giả và khích lệ lớp trẻ rèn luyện thơ văn.*"(đd). Đây là mục đích trung tâm và cũng là giá trị cốt lõi của bộ sách.

"*Giới thiệu dòng thơ Kitô giáo"* cũng chính là làm lan tỏa ánh sáng Phúc âm, là *Phúc âm hóa môi trường*, là sứ mệnh của mọi Kitô hữu. Mục đích thứ hai là: "*khích lệ các tác giả và khích lệ lớp trẻ rèn luyện thơ văn*". Đây cũng là một mục đích quan trọng. Sáng tác văn học là một công việc hết sức khó khăn và rất cô đơn. Hơn nữa tài năng văn học luôn là của hiếm. Nếu Giáo hội không vun trồng những hạt mầm sáng tạo văn học nghệ thuật, nếu người sáng tác ra chỉ để đọc một mình hoặc cất trong ngăn kéo, và nếu đời sống tinh thần giới trẻ bây giờ chỉ biết cắm mặt vào màn hình smartphone, thì tương lai văn học Công giáo, tương lai Giáo hội sẽ thế nào có thể nhìn thấy ngay từ bây giờ. "*khích lệ các tác giả và khích lệ lớp trẻ rèn luyện thơ văn*" phải là những hành động cụ thể. Việc sưu tầm và biên tập, xuất bản bộ sách *Có một vườn thơ đạo* là một công việc hết sức ý nghĩa

Rất tiếc trong phạm vi một bài viết ngắn, người viết mới chỉ trình bày tổng quan về bộ sách *Có một vườn thơ đạo.* Còn cần rất nhiều nhà nghiên cứu tham gia vào việc nghiên cứu Văn học Công giáo. Lịch sử văn học Công giáo của cha ông đã để lại một di sản hết sức quý giá cho dân tộc. Các nhà văn, nhà thơ Công giáo hôm nay cần làm cho di sản ấy giàu có thêm, như lời dạy của Giáo hội: "*làm cho đức tin Kitô giáo trở nên một thành phần của di sản văn hoá của một dân tộc,..*"[4]

Xin cùng đọc ba bài thơ thuộc ba thế hệ và phong cách khác nhau:

ĐÂY, GIỜ LINH THIÊNG

Nguyễn Duy Diễn (1920-1965)

Thành Bê Lem, một đêm xưa rực rỡ
Cả muôn loài quỳ lạy, tiếng reo vang…
Đoàn thiên thần so cánh thắng lâng lâng

---

[4] (Tông Huấn Pastores Dabo Vobis về việc đào tạo Linh mục trong hoàn cảnh hiện nay của Đức Giáo Hoàng Gioan Phao lô II)

Cao tiếng hát ru trần gian lạnh lẽo.
Nhạc nao nức hương thiên thu tuyệt diệu
Đây vòm trời thơm ngát ánh muôn sao!

Vàng tuôn rơi lấp lánh tự trời cao;
Mưa hy vọng kết triều thiên thắm thiết.
Trời đất cũ từ đây thôi cách biệt!
Muôn trùng thiêng cầm sắt nối thang mây…
Ôi! Thiên Đàng bừng sáng: gió xuân bay
Làm tung nở những búp lòng xao xuyến.
Đời đổi hướng, Nhạc Vàng đương hiển hiện!
Khói trầm dâng ngây ngất khắp không gian…
Hồn thê lương bừng tỉnh choáng hân hoan
Nghe rộng mở một Mùa Xuân sáng láng…
***

VÀO ĐỀN LỄ HƯƠNG

Lê Đình Bảng (1942)

Nhớ mùa Chay trước, em qua
Thứ Năm đi lễ Đức Cha truyền dầu
Hai lòng đã bén duyên lâu
Cứ như lá rét tìm nhau trong cành
Ta nhìn trong mắt em xanh
Hoa xoan tim tím, mỏng manh. Ô kìa
Ở nơi vòm cửa bên kia
Có đôi chim mới tha về cọng rơm
Lúa mùa con gái đương thơm
Hay hương tóc của chiều hôm lên đền
Cậy nhờ quả phúc khôn thiêng
Xuống mưa móc để hồn thiêng dư đầy

HOÀNG HÔN ĐAU THƯƠNG

Đinh Thiện Phương (1983)

Thôi được, anh sẽ trở về lại nơi xóm vắng
Gục đầu lên chuỗi hạt chiều chớm thu
Đếm những chiều trôi nhanh và hoàng hôn tắt bên cửa
Lời kinh Mân Côi u uất hắt hiu theo nắng tan cuối mùa
Em yêu hỡi, Ừ thì anh sẽ ra đi vậy
Anh không muốn làm thập giá trên vai em
Để đời em về sau mãi gió mưa đêm tối

Đằng đẵng tháng ngày ôm bóng hình vạn lối
Giữa trần gian lạc lõng mơ đến cõi địa đàng
Anh âm thầm lên đồi, dang tay lẻ loi làm thập giá
Và chờ mong sẽ có một người con gái
Chịu đóng chặt thân mình vào thập giá là anh
Anh vẫn tin còn thập giá tình yêu
Và vẫn còn những tình yêu thập giá
Rồi một ngày anh trút hơi thở
Nhẹ nhàng trên phiến đá chờ mong
Nếu em đến, đừng đọc kinh em nhé
Vì lời kinh không cho anh được chút ân tình
Sớm mai vào giáo đường,
Em sẽ thấy và tự hỏi,
Sao em và nhân loại luôn mến yêu thập giá
Mà đau thương vẫn từng phút triền miên?
Hãy nhìn anh lần cuối, anh sẽ trả lời em
"Vì em và nhân loại suốt một đời tôn sùng thập giá,
Mà chưa phút nào yêu kẻ đang trên thập giá dang tay"

Tháng 7/ 2020

Nguồn: *Bùi Công Thuấn: Những mùa vàng văn học Công giáo.*
Nxb Hội Nhà Văn 2020

ƠN GỌI LÀM THƠ
- Đọc thơ CAO HUY HOÀNG

Bùi Công Thuấn [*1]

Nhà thơ Cao Huy Hoàng tên thật là Phaolô Maria Cao Huy Hoàng, sinh ngày 10-4-1954, tại Sơn Tịnh, Quảng Ngãi. Cao Huy Hoàng học Tiểu Chủng Viện Qui Nhơn, Chủng Viện Truyền Giáo Lâm Bích Nha Trang và Đại Chủng Viện Sao Biển Nha Trang, đến năm 1979 anh rời Chủng viện, lập gia đình và làm nông cho đến nay tại Hàm Thuận Nam, Bình Thuận.

Cao Huy Hoàng ký tên dưới các bài thơ với nhiều bút danh: *Paul Marie, Nguyên Thanh, PM. Nguyên Thanh, Từ Thánh Linh, PM. Cao Huy Hoàng, PM.CHH, Tuyết Mai Texas, TMT. Hồ A Giang (ả giang hồ), gã tuần phiên, Hương Nam, Sao Khuê, Ba Chuông*...Anh làm thơ từ Lớp Đệ Ngũ - 1972 cộng tác với báo Đức Mẹ Hằng Cứu Giúp - 1975 bắt đầu viết Thánh Ca - Năm 2006 Chủ nhiệm chuyên trang *Đồng Xanh Thơ* trên *mạng lưới Dũng Lạc* (dunglac.org). Năm 2011 chủ biên tuần san thơ *Thi Ca Cầu Nguyện*, như trang giao lưu hằng tuần giữa các thành viên một câu lạc bộ, chia sẻ qua email và trên trang thanhlinh.net.

THỐNG KÊ SỐ BÀI THƠ CỦA CAO HUY HOÀNG

TRONG 15 TUẦN *THI CA CẦU NGUYỆN*

(Thống kê tương đối)

[*1] Về tác giả, xem trang 108

Trong 15 Tuần	ả giang hồ	Hương Nam	*gã tuần phiên*	Ba chuông	Sao Khuê	Tuyết Mai Texas	Cao Huy Hoàng	ts bài 1 tuần
473	3	3	2	3	4	0	x	15
474	5	3	4	0	2	0	x	14
475	3	3	2	3	1	0	x	12
476	4	2	2	5	3	0	x	16
477	5	2	0	2	2	0	x	11
478	3	3	0	2	0	0	x	08
479	3	2	1	2	1	0	01	10
480	5	2	0	2	3	0	x	12
481	4	2	4	2	2	0	x	14
482	3	3	1	2	2	0	01	12
483	5	4	2	5	1	0	x	17
493	4	5	4	2	3	0	x	18
495	2	1	1	0	3	0	x	07
497	2	2	0	1	2	0	x	07
498 (20/09/2020)	2	1	4	1	0	0	x	08
Tổng số bài trong 15 tuần	**53**	**38**	27	32	29	0	02	

Số lượng bài ký bút danh ***ả giang hồ*** vượt trội, bài ký tên **Cao Huy Hoàng** lại rất ít.

Một chủ đề Kinh thánh mà trong một tuần Cao Huy Hoàng có thể làm 17, 18 bài thơ đó là một bút lực rất đáng nể. *Thi ca cầu nguyện* từ 2011 đến nay đã phát hành 498 số (CN 25TN A, ngày 20/9/2020). Nếu tính bình quân mỗi tuần Cao Huy Hoàng làm 10 bài thì *Thi ca cầu nguyện* của riêng Cao Huy Hoàng đã gần 5000 bài (?). Một nỗ lực phi thường và là một gia tài hết sức đồ sộ.

1. THƠ HỒ GIANG A - *ả giang hồ*

Cao Huy Hoàng tự nhận mình là một *"ả giang hồ"*

Em xin làm ả giang hồ
Rong chơi, ca hát tự do giữa đời...
...Giang tay nhận án thập hình
Căng buồm vượt sóng đăng trình về quê

("Ra khỏi mồ")

Làm "ả giang hồ" để cảm nhận Lòng Chúa Thương xót:

Nhưng vì con, ả giang hồ lưu lạc
Đến tận cùng kiếp đen bạc trầm luân
Mới hay, nơi đâu tội lỗi đầy tràn
Ở nơi đó chứa chan tình thương xót

("Con cần đến Lòng Chúa thương xót")

Trong bài thơ *"Chúa yêu ả giang hồ"*, Cao Huy Hoàng đem đến một cách hiểu "ả giang hồ" mới mẻ:

Chúa muốn con nay ***giang hồ với Chúa***
Đi cùng trời *cuối biển báo tin vui*
Ả giang hồ xưa đã chết thật rồi
Chết tội lỗi, chết hư hèn, mất nết
Chết con người cũ, cùng Người đã chết
Để cùng Người, được sống lại an vui!

"Đi giang hồ cùng trời cuối biển" với Chúa, *"ả giang hồ"* khám phá nhiều kiếp khổ nhân sinh, nhiều bất công kiếp người cần đến Lòng Chúa Thương Xót. Những bài thơ về chủ đề này giàu chất hiện thực, giàu tình cảm nhân đạo và giàu cảm nhận đức tin Chúa ở trong thân phận người cùng khổ. Xin đọc: *Chuyện thời sự vói Chúa, Vành móng ngựa, Núi Thánh, Tiếng đinh thầm, Lon bia của người nghèo, Trẻ bụi đời thương nhau, Ngửa tay*…

NÚI THÁNH

Con cứ ngỡ núi thánh trên cao lắm
Có ngờ đâu núi đã thấp bên đời

Tiếng ai rên nơi bãi rác tanh hôi
Ai đành đoạn quăng người vào phế thải

Mùa hạ lửa đốt thiêu ai quằn quại
Thấp mái che khu ổ chuột tồi tàn

Đám dân đen đang đánh trống kêu oan
Sao hiếp đáp kẻ lầm than nghèo khổ

Tiếng rao bán dưới tàn cây cuối phố
Mớ hàng rong, mớ phận số long đong

Ở nhà thương, đếm được mấy chạnh lòng
Kẻ không thể, không thân, không tiền bạc

Trước vành móng ngựa công bình xơ xác
Cúi gập mình, kẻ thủ ác lên ngôi

Núi thánh hôm nay, thấp xuống thật rồi
Thấp tận mắt, mà đời không muốn thấy

Đức Giê-su vẫn còn run lẩy bẩy
Thánh giá nặng nề, kẻ đẩy, người xô

Cho con xin chút khao khát điên rồ
Thoát ra khỏi nấm mồ yên thân vị

Con vác đỡ Thánh Giá Người, một tí
Người nghỉ ngơi, rồi đi tiếp, Người ơi…

Viết về thực tại ấy, thơ *"ả giang hồ"* là thơ nặng ân tình. Trước hết là tâm tình cầu nguyện, cảm tạ và thống hối. Nhà thơ ca ngợi tình yêu vô bờ của Chúa. *"ả giang hồ"* nhận ra mình là kẻ tội lỗi được nhiều ơn thứ tha, từ đó bày tỏ sự cảm thông, chia sẻ với mọi kiếp khổ Tình Yêu Cứu rỗi của Thiên Chúa, lên tiếng kêu gọi mọi người chia sẻ yêu thương.

Tạ ơn người, phút hấp hối, đơn côi
Con mới hiểu ra, con bỏ Chúa lâu rồi
Mà Chúa chung tình, không làm người thua cuộc
Vẫn bám gót con, cho đến cuối đời

("Ai cứu con khỏi chết muôn đời")

Ôi tình yêu của Chúa thật huyền siêu
Gánh có nặng bao nhiêu cũng nên nhẹ

("Gánh vì yêu")

xin cho con biết chạnh lòng
trước bao nỗi khổ long đong phận người
thương người đói khát tả tơi
chia người chén nước cầm hơi giữa dòng

("Cho đi là việc của con")

Hỡi những kẻ ăn mày ơn Thiên Chúa
Nhà cửa, bạc tiền, của ăn thừa mứa
Có bao giờ nghĩ đến chuyện chia nhau

Cả vạn người đang đói sẽ ra sao
Nếu không có một lòng yêu bày tỏ
Năm chiếc bánh và hai con cá nhỏ
Đã làm nên phép lạ thật lớn lao!

("Trẻ bụi đời thương nhau")

Chọn lựa bút danh *"ả giang hồ"*, Cao Huy Hoàng làm thơ hướng về công chúng bình dân, thơ của anh nằm trong dòng *"Văn chương bình dân"* của thơ truyền thống Công giáo. Dòng văn chương này dùng ngôn ngữ đời thường. Hình ảnh thơ là hình ảnh biểu cảm. Thơ nói trực tiếp những nghĩ suy về những vấn đề cụ thể. Người làm thơ bình dân không chú y trau chuốt nghệ thuật, mà hướng vào việc loan báo Tin Mừng đối với người tiếp nhận. Người thơ hòa mình với công chúng. Nhân vật "em" trong thơ *"ả giang hồ"* biến hóa khá phong phú màu sắc biểu cảm.

Bài thơ *"Xin vì tin và yêu"* có thể là một bài thể hiện đúng chất thơ và tính cách *"người thơ"* của *"ả giang hồ"*:

Con chẳng xin gì cho con
Nhưng xin cho người con yêu mến
Đang khổ sở vì cơn bạo bệnh
Mà Chúa cứ làm thinh mãi sao?

Được gì cho con đâu nào
Mà con phải tốn hao hơi sức
Xin vì thương đời ai cùng cực
Có phải vì lợi lộc riêng tư

Thử lòng con tin hay thử lòng con yêu
Nếu cả hai, thì con liều thưa thiệt
Cả vì tin, cả vì yêu tha thiết
Chúa chẳng nhậm lời ***con quì miết*** *nơi đây*

Cho tới khi nào Chúa chịu ngửa bàn tay
Thi thố tình thương cho kẻ này hèn mọn
Dám thưa lời thay cho người cùng khốn
Cùng khốn thế nào, cũng là người con yêu

Vừa phải thôi, *đừng thử thách con nhiều*
Phận liễu yếu, đào tơ không bền nổi
Con dám tin Chúa giả vờ từ chối
Mà trong lòng Chúa rất đỗi mừng vui

Bởi Chúa biết con khấn xin cho người
Vì ***con yêu những mảnh đời tan nát***
Và con tin Chúa cũng yêu dào dạt
Đợi đến giờ Chúa ban phát hồng ân

Con vẫn quỳ đây, chờ đợi phút khoan nhân"

Trong bài thơ, "ả giang hồ" sử dụng nhiều ngôn ngữ nói bình dân: *Mà Chúa cứ làm thinh mãi sao? Được gì cho con đâu nào; con quì miết nơi đây cho tới khi nào Chúa chịu ngửa bàn tay thi thố tình thương; Vừa phải thôi, đừng thử thách con nhiều; Chúa giả vờ;* người đọc có thể hình dung ra "ả giang hồ" đang ở bên Chúa như một người rất thân, năn nỉ miết, tự biện bạch, hiểu rõ lòng Chúa khoan nhân. Có đôi khi "ả" hơi *"nhõng nhẽo"* với Chúa nữa, nhưng là yêu thương và chân thành.

Dẫu có giang hồ lem lấm bụi
Không nỡ nào Ngài xua đuổi con đi
Khi con thành tâm khiêm hạ, gối quỳ
Chưa đáp cứu, con quỳ lỳ đây mãi….

("Lời người ngoại đạo")

Đôi khi ngòi bút "ả giang hồ" hơi quá đà, có thể gây "phản cảm" với người đọc có lòng tôn kính Chúa.

Rồi mai, ***Chúa đập cửa như người điên***
Mở gấp, cho Chúa vào gặp mặt
Giận run người, con đành biến mất
Chạy ra sau vườn ngủ một giấc ngon
Con ghét lắm rồi, Chúa biết không

("Chúa si tình")

Ôi tình yêu bao chan chứa dạt dào
Chúa yêu nhất người tình nào phản bội

("Chuyện tình trong đêm")

Say mê chi tên tiểu tốt Giê-su
Mà cứ quẩn tâm tư như điên dại

("Tội nghiệp người làm thơ hiện đại")

Và đây là lời chân thành của "ả giang hồ":
Chẳng ai biết lòng con luôn khắc khoải
Nếu không làm thơ với Chúa, Chúa ơi
Từ ngàn xưa Chúa đã biết con rồi
Được sinh ra bởi Lời Yêu của Chúa

Nếu con không làm thơ ca tụng nữa
Thì mất cho con, Chúa có mất gì đâu
Lỡ yêu rồi, điên dại cũng chẳng sao
"Người ta sống không nguyên bằng cơm bánh"

("Tội nghiệp người làm thơ hiện đại")

2. THƠ *gã tuần phiên*

(gã tuần phiên tác giả không viết chữ hoa)

Ấn tượng đặc biệt thơ gã tuần phiên là những trải nghiệm giữa hai bờ tử sinh. Đối mặt với sự chết, người thơ tiếp cận được ý nghĩa của hiện sinh. Xin đọc: *gã tuần phiên; gã tuần phiên tự tình; Bay lên đi nhé! gã tuần phiên; Nhắn gửi gã tuần phiên; Sẽ không gặp anh nữa đâu; Ngày mai; Thêm một tuổi đời; Lặng đi; cho nhau; Nhiệm màu yêu; Lòng ơi hướng về đâu; Tạ ơn Người; Xin Người đưa tay nắm…*

Nếu thơ của *ả giang hồ* là *Văn chương bình dân* thì thơ của gã tuần phiên là thế giới của sáng tạo nghệ thuật và tư tưởng, thể hiện một cốt cách khác của tài thơ Cao Huy Hoàng.

"gã tuần phiên" lâm bịnh nặng, thức trắng nhiều đêm, thao thức, trăn trở, ý thức rõ thời gian của một đời người chỉ còn chút nữa thôi. Trong đêm lặng yên, *gã tuần phiên* có dịp xét mình, có dịp nhìn lại đời phù vân, nghe được tiếng nói sâu thẳm trong tâm hồn, tiếp cận cái chết và vượt qua hiện sinh.

Đã đi qua mấy mươi mùa rụng lá
Tóc trên đầu trắng xóa bụi thời gian
Vẫn khát khao chỉ một thoáng bình an
Giữa cuộc thế bi hoan chừng giả dối

("Mong ngóng")

*Chúa gọi con hay chỉ là **cơn sốt***
Rét run người, đường đột giữa nửa khuya
*Chuyện **trước mắt là tan tác, chia lìa***

("Giữa khuya")

Nhịp đêm như nhịp đèn mờ
*Nhịp tim lay lắt **giữa bờ tử sinh***
Con, đau im ắng một mình
Ngờ đâu có tiếng Vô Hình trong đêm

*Tuần phiên **đêm trắng ngậm ngùi***
Thương thân xót phận xa rời trần gian

("Câu thơ muộn màng")

*Gã có biết, **đêm nay là đêm cuối***
Chút nữa thôi, là biến đổi nghìn thu
Mà trong lòng chưa có Chúa Giê-su
Toàn rác rưởi kiếp phù du đọng lại

("Viên ngọc quý của con")

Xét mình đi hỡi tuần phiên *quờ quạng*
Ngày đã tàn còn lơ lãng phù du
Sao không vọng về một cõi thiên thu
Nơi chẳng có chút mây mù, tăm tối

("Nhắn gửi gã tuần phiên")

Sống *để cho đi trọn vẹn chữ tình*
Và ***chết*** *để hiểu chính mình đã sống*
Bận lòng chi, *cứ để lòng trống rỗng*
Cho trắng trơn, cho trong sạch, tinh tuyền
Hãy bình yên !
Bay lên đi nhé! Gã tuần phiên!

("Bay lên đi nhé! gã tuần phiên")

Giữa hai bờ tử sinh gã tuần phiên, nuối tiếc lắm cuộc đời này, nuối tiếc những ân tình ân nghĩa. Gã cô đơn tột cùng, tâm hồn tràn ngập nỗi bi thương, bởi quá khứ sau lưng là phù du, gã mong chờ *ngày mai* đến. Còn ngày mai nghĩa là gã còn sống. Gã nói những lời như là trăn trối, những lời cuối cùng trước khi vào cõi lặng im vĩnh viễn. May mà còn chút lòng tin (tuy rằng lòng tin ấy chỉ là lý trí suy nghiệm, không phải là sự giác ngộ, sự mạc khải tâm linh), nhờ vậy gã tìm được một chút bình an. Xin đọc: *gã tuần phiên; Thức dậy đi! Lạy Chúa; Vọng Phục Sinh ở nhà; Xin Ngài đưa tay nắm; Chúa vẫn ở ngay bên; Lòng ơi hướng về đâu…*

Lạy Chúa con là gã tuần phiên nguy nan
Đang lưỡng lự giữa đôi đàng, bất lực
Một đàng khổ đau, một đàng hạnh phúc
Thích trần gian, chưa thích ở thiên đàng
Tàn đêm trắng vẫn vắng niềm bình an

("gã tuần phiên tự tình")

Sẽ không gặp anh nữa đâu!
Trong cuộc bể dâu tối mày tối mặt
Anh sẽ không còn đi trên cõi đất
Nhưng chìm sâu trong vũng tối đìu hiu

("Sẽ không gặp anh nữa đâu")

Gã tuần phiên sắp ngã quỵ thân đời
Vẫn căng mắt chờ trời mai *hừng sáng*
Đêm sóng vỗ ầm ầm bên hữu mạn
Mà trăng khuya hà tiện sáng trùng khơi

("Xin Ngài đưa tay nắm")

còn có nhau giữa hạn kỳ được mất
là khát khao hạnh phúc nhất trên đời
chưa mở mắt ra, đã nghe tiếng người
mau thức giấc, kìa ngày mai, đang đến

đúng là niềm vui, vô bờ vô bến
***biết người còn** sau trận chiến bất phân*

("Ngày mai")

Tạ ơn Chúa, con không cô đơn nữa
Bởi con tin Chúa vẫn ở ngay bên
Nơi trái tim, bàn tay rất dịu hiền
Cả nỗi nhớ, chút niềm riêng xa ngái

("Chúa vẫn ở ngay bên")

Lòng ơi chớ vội bàng hoàng
Ngước trông lên Chúa vô vàn xót thương

("Lòng ơi hướng về đâu")

Thơ của *gã tuần phiên* là thơ của suy tưởng với nhiều tứ thơ mới lạ, cảm xúc chân thành, lời thơ có sức ám ảnh.

TẠ ƠN NGƯỜI

Tưởng chừng có một mình tôi
Giữa đêm lặng lẽ bên đời tàn hoang
Hóa ra còn ánh trăng vàng
Còn hơi gió thoảng, còn hàng cau nghiêng

Tưởng chừng tôi một cõi riêng
Năm canh đếm đủ tuần phiên chờ ngày
Hóa ra còn chút mây bay
Còn ngàn sao sáng ở ngay trên đầu

Tưởng chừng no nỗi lo âu
Trong cơn đói lả cơ cầu tình yêu
Hóa ra vắng vẻ đìu hiu
Mới nghe tiếng cõi huyền siêu vọng về

Tưởng chừng góc bụi si mê
Nghìn năm sau vẫn lê thê một mình
Hóa ra có khối chân tình
Trổ hoa thơm ngát hương kinh mặn nồng

Có ai đó, ở bên trong
Bảo tôi thanh thản, vững lòng tuần phiên
Một mình, chẳng phải là riêng
Tôi nghe tiếng lạ giữa miền hồn tôi

Tạ ơn ai đó tuyệt vời
Không đành bỏ mặc tôi người tuần phiên

Gã tuần phiên
("Thi ca cầu nguyện số 482-*Lễ Hiện xuống*")

Tôi không bình gì thêm để cái hay của tư tưởng và nghệ thuật thơ Cao Huy Hoàng thấm vào người đọc. Một bài thơ có hương vị dân dã song tư tưởng lại rất thanh thoát. Thơ của một hồn thơ đã "ngộ đạo", như thi nhân xưa. Sự phát hiện ra những tứ thơ tư tưởng đem đến nhiều thú vị cho người đọc.

3. NHỮNG BÚT DANH KHÁC NHAU

Đọc tuần san *Thi Ca Cầu Nguyện*, qua nhiều kỳ, ta thấy những bút danh khác nhau không nằm dưới các bài thơ Cao Huy Hoàng cách tùy tiện nhưng có lý do của chúng.

Trong thư gửi tín hữu Rôma 7,14-25, Thánh Phaolô cho thấy hầu như mỗi người có thể tự phân thân làm hai: bên thần, bên thú. Khi ta cùng nhau tưởng nhớ một ai đó cả nhóm cùng quý mến, ta có thể nhắc về người ấy qua nhiều khuôn mặt: nhà giáo, người bạn, người cha, người chồng, một kẻ kết nối, một tín hữu, một tông đồ hòa giải,... Qua các bài thơ trong *Thi Ca Cầu Nguyện*, Cao Huy Hoàng cũng đến với độc giả theo những tâm tình, những trạng huống khác nhau: một *ả giang hồ* chìm trong ơn tha thứ, một người chặm cụi với bổn phận như *gã tuần phiên*... Có thể nói mỗi bài thơ là một tấm ảnh kỷ niệm được tác giả phân loại vào những album khác nhau. Mỗi bài thơ làm xong, đọc lại, đều giục anh nhận ra chính mình trên một góc độ nào đó: Hương Nam, M. Sao Khuê, Ba Chuông... Mỗi bút danh dường như là một nét vẽ trên bức chân dung Cao Huy Hoàng. Ngoài cái nét riêng cho thời điểm này, nơi gần 500 kỳ tuần san khác đã qua, mỗi giai đoạn đời lại có thêm những nét đặc biệt.

Những nét ấy phảng phất những trạng huống khác nhau của phận người.

Cùng đến giáo đường với nhau nhưng mỗi người một cảnh ngộ thì khi nghe cùng một đoạn Lời Chúa như nhau, mỗi người lại có thể nhận được ánh sáng độc đáo cho vấn đề riêng của bản thân. Có thế, Kinh thánh mới quả quyết: *"12Lời Thiên Chúa là lời sống động, hữu hiệu và sắc bén hơn cả gươm hai lưỡi: xuyên thấu chỗ phân cách tâm với linh, cốt với tuỷ; lời đó phê phán tâm tình cũng như tư tưởng của lòng người. 13Vì không có loài thọ tạo nào mà không hiện rõ trước Lời Chúa, nhưng tất cả đều trần trụi và phơi bày trước mặt Đấng có quyền đòi chúng ta trả lẽ." (Hr 4,12-13).*

Người giảng Lời Chúa có thể lắng nghe tiếng Chúa cho bản thân rồi chia sẻ với mọi người, hoặc hòa mình vào hoàn cảnh chung của cộng đoàn để nghe điều Chúa muốn nói với tất cả và truyền đạt lại. Cả hai thông điệp đều mang tính tiên tri (ngôn sứ) khiến lòng người rung động, dẫn đến thay đổi cuộc sống.

Nếu giảng viên không thực lòng sống, cũng không tha thiết đồng cảm với hoàn cảnh của người nghe, chỉ vận dụng sự nhập vai như một kỹ năng sáng tạo để soạn bài, nội dung bài chia sẻ có thể rất sâu sắc, lời lẽ có thể văn hoa bóng bảy nhưng có tác động trên lòng người chăng lại là chuyện khác. Một bên là lời Chúa, một bên chỉ là tiếng nói của người phàm. Tiếng vỗ tay có thể vang dậy không ngớt nhưng nếu lòng người không được biến đổi, liệu giảng viên có còn là ngôn sứ chăng?

Nếu một tác giả chỉ tự phân thân, đặt mình vào những tình huống khác nhau để tìm cảm hứng, công nghệ sáng tạo của tác giả ấy có thể ngày càng tinh xảo... nhưng đó chỉ là công cuộc nhân loại, của một kẻ tìm khai thác Lời Chúa để phục vụ cho những cảm nghĩ chủ quan của mình. Đó là con đường của những ngụy ngôn sứ (x. Mt 7,21-23; Ed 13,1-23), người rao giảng Lời Chúa cần tỉnh táo dè chừng.

Với những bài thơ qua 15 kỳ tuần san của Cao Huy Hoàng, tôi thấy anh ý thức điều ấy và vẫn thường xuyên tự đề cao cảnh giác. Đây là một trách nhiệm lớn, vì trong lãnh vực thi ca phục vụ Lời Chúa, nhà thơ không chỉ là ngôn sứ mà còn cần biết mang lấy tâm tư người mục tử, người thầy, và như người ta thường nói, "nhà giáo mới vào nghề thường nói quá điều mình biết, nhà giáo dạy lâu năm thì nói điều mình biết, nhà giáo giàu kinh nghiệm chỉ nói điều học sinh cần". Một nhà giáo yêu nghề sẽ hoan hỉ xóa mình vì đám học sinh mình thương mến. Một nhà thơ ngôn sứ, muốn chuyển tải thông điệp của Chúa cho Dân Ngài cũng không thể làm khác hơn.

Vậy thì tại sao có những chỗ nhà thơ của chúng ta đây lại viết dường như cố tình gây sốc? Cả khi anh quá biết độc giả của anh đa số chỉ là những giáo dân bình thường, không có hiểu biết sâu về Kinh thánh, thần học? Thậm chí có cả những độc giả ngoài Kitô giáo?

Thưa, vì ngay từ những câu đầu của *bài giảng trên núi*, Chúa Giêsu đã gây sốc, chẳng phải để lôi cuốn sự chú ý của thính giả nhưng vì chính đó là điều Ngài cần nói.

ĐIÊN RỒ

(x. 1 Cr 1, 17-25)

Xin cho con chấp nhận là điên rồ
Khi vác cây Thập Giá
Đi giữa cuộc đời đương hối hả
Tìm an thân, thư thả, thảnh thơi

Xin cho con nên thực sự điên rồ
Dám để lý trí con cho Đức Khôn Ngoan Ngài hướng dẫn
Điều Thập Giá nói,
trần gian ngớ ngẩn
Nghe như chuyện tình dại dột,
thí mạng sống vì yêu

Xin cho con điên rồ mãi, điên rồ nhiều
Lý trí hiến dâng, chưa một chiều tiếc nuối
Dâng cả xác thân, dâng cuộc đời ngắn ngủi
Chẳng lấy lại chi, dẫu lầm lũi, bơ vơ

Ai có cho con là điên rồ
Cũng không bằng chính con xin tự nhận
Để lý trí con không còn cơ may vớ vẩn
Chuyện so tính thiệt hơn, giữa lú lẫn với khôn ngoan

Xin cho con điên rồ thực vững vàng
Dám vác, dám bước đi, anh dũng
Vì con tin, Thập Giá là ân sủng
Cho con và cho cả nhân gian

Hương Nam

(TCCN, số 474, tr. 26)

Hay một bài khác:

MÓN QUÀ SINH NHẬT

"Bao lâu, chưa bằng lòng sống dại
Là bấy lâu còn thất bại tang thương"
Hãy chiêm ngắm cái dại của Thiên Đường
Là Đức Khôn Ngoan khiêm nhường tuyệt đỉnh

Cái dại yêu, là yêu luôn liều lĩnh
Cứ cho đi, chẳng tính thiệt, tính hơn
Cứ chết đi cho thỏa những nguồn cơn
Và chết đi đến chẳng còn gì để chết

Cái dại bình an, là khổ đau cùng kiệt
Vì yêu người yêu tha thiết, đắm say
Bởi chẳng hao mòn, mỏi mệt, tàn phai
Thì lấy chi để tỏ bày tình yêu thật

Cái dại hạnh phúc là bằng lòng đánh mất
Đánh mất mình, để ngây ngất đời ai
Mất hôm nay, và mất cả đời này
Vì tin chắc có một ngày gấp bội

Cái dại xót thương là gánh tình gánh tội
Trên đôi vai còm cõi tưởng bất kham
Cúi thấp mình xuống tận chỗ tân toan
Và chạm tới nỗi gian nan cùng khốn

Cái dại cứu rỗi là bằng lòng thiếu thốn
Để người đầy dư sủng lộc phong nhiêu
Trần trụi đi cho ai ấy mỹ miều
Bị ruồng bỏ cho người ơn trìu mến

Ôi cái dại huyền siêu từ trời đến
Đúng như lời ước hẹn tự nghìn xưa
Đến làm Chiên Sát Tế, dạ chưa vừa
Còn nên Bánh Thần Linh nuôi nhân loại

...

"Bao lâu, chưa bằng lòng sống dại
Là bấy lâu còn thất bại tang thương"
Xin tạ ơn Con Thiên Chúa khiêm nhường
Gửi tặng con, quà Thiên Đường, mừng sinh nhật...

gã tuần phiên 10-4-2020

(TCCN, số 475, tr. 23)

4. BA CHUÔNG và HƯƠNG NAM

Điều Chúa cần nói không phải ai cũng hiểu. Tôi liên tưởng tới điều Hàn Mạc Tử chia sẻ với Hoàng Trọng Miên:

"Đức Chúa Trời đã tạo ra trăng, hoa, nhạc, hương là để cho người đời hưởng thụ (éléments de la poésie) nhưng người đời u mê phần nhiều không biết tận hưởng một cách say sưa, và nhân đấy chiêm nghiệm lẽ mầu nhiệm, phép tắc của Đấng chí tôn. Vì thế trừ hai loài trọng vọng là thiên thần và loài người ta, Đức Chúa Trời phải cho ra đời một loài thứ ba nữa: Loài thi sĩ. Loại này là những bông hoa quý và rất hiếm, sinh ra đời với một sứ mệnh rất thiêng liêng: Phải biết tận hưởng những công trình châu báu của Đức Chúa Trời đã gây nên, ca ngợi những quyền phép của Người và trút vào linh hồn người ta những nguồn khoái lạc đê mê, nhưng rất thơm tho, rất tinh sạch (but de poésie). Bởi muốn cho loài thi sĩ làm trọn nhiệm vụ ở thế gian này, nghĩa là tạo ra những tác phẩm tuyệt diệu, lưu danh lại muôn đời, Người bắt chúng mua bằng giá máu, luôn có một định mệnh tàn khốc theo riết bên mình:

Không rên siết là thơ vô nghĩa lý.

Hay:

Ta hiểu chi trong ánh gió nhiệm mầu
Những hạt lệ của trích tiên đày đọa.

Cho nên thơ là một tiếng kêu rên thảm thiết của một linh hồn thương nhớ, ước ao trở lại trời, là nơi đã sống ngàn kiếp vô thủy vô chung, với những hạnh phúc bất tuyệt. Thi sĩ rơi xuống cõi đời, bơ vơ, ngỡ ngàng và lạ lùng. Không có lấy một người hiểu mình." *(Hàn Mạc Tử, Quan niệm thơ).*

Khi những ngôn sứ đã có "thương hiệu" nói như Chúa Giêsu, họ cũng bị ngược đãi hoặc gặp khốn khổ như Ngài nhưng chúng ta không bị sốc. Môsê, Êlia, Giêrêmia, Gióp chẳng hạn. Quohelet hay Kahlil Gibibra có bị ngược đãi hay chăng ta không cần biết nhưng ta không bị sốc, vì họ đã có "thương hiệu".

Khi Hồng y Nguyễn Văn Thuận nói về 10 khuyết điểm của Chúa Giêsu như *"1. Chúa Giêsu kém trí nhớ! 2. Chúa Giêsu không biết làm toán. 3. Chúa Giêsu không sành luận lý. 4. Chúa Giêsu không biết kinh tế tài chánh…"* thì ta thích thú lắng nghe. Còn khi Cao Huy Hoàng viết cũng chính những điều ấy, ta phải dừng lại một lúc rồi mới nghĩ ra: *"Đức Giêsu một anh chàng ngốc nghếch - Cắm đầu yêu, dại dột chết vì yêu" (Ba Chuông - Đức Giêsu và cây thập giá").*

Tác giả *"Ta dại ta tìm nơi vắng vẻ, người khôn người đến chốn lao xao"* cũng không gây sốc, vì ông ta đã có "thương hiệu" - Trạng Trình Nguyễn Bỉnh Khiêm. Còn với Ba Chuông và Hương Nam thì lại khác.

Cuộc sống tín hữu có thể quẩn quanh với ba hồi chuông sáng trưa chiều của giáo đường, không phải lúc nào cũng có đấu tranh nội tâm quyết liệt, những ủi an hay phiền muộn không ào ạt như bão tố mà chỉ phảng phất như làn gió hương nam nhẹ, nhưng chẳng phải vì thế mà thiếu vắng thử thách, dằn vặt, âu lo. Chính ở đây ta đối diện với những bất ngờ, trái ý, ta trải qua những phớt lờ lạnh nhạt hay những ưu ái, ân cần. Những cái cỏn con có khả năng đưa ta lên cao dần mà cũng lắm cái cỏn con có nguy cơ khiến lòng ta chai lì, cằn cỗi...

Trong Giáo hội Chúa, không riêng ông cha, bà phước mới là ngôn sứ. Bất cứ ai, không kể già trẻ hay nam nữ, hễ đã được gìm xuống nước hay được đổ nước trên đầu để lãnh nhận Chúa Thánh Thần đều đương nhiên được dự phần vào cả ba sứ mạng ngôn sứ, tư tế và vương giả của Đức Kitô Cứu thế. Có thể người ta không mấy quan tâm để ý, nhưng những tín hữu đã được Chúa ban tài năng văn thơ, nhiều hay ít vẫn được dự phần vào đoàn sủng ngôn sứ cách đặc biệt hơn những người khác.

Khi nhà thơ rút ra một vài bài học từ Lời Chúa, có lẽ ông không dám giáo huấn hay kêu gọi mà chỉ chia sẻ những ưu tư, khắc khoải và những tự vấn của mình. Ngôn sứ trong Dân Chúa không phải là người nắm được kế hoạch của Thiên Chúa hay biết trước chuyện mai sau nhưng ông đang cùng Dân Chúa đếm bước lữ hành, ở đó ông cùng họ lắng nghe tiếng Chúa, ông nêu câu hỏi là chính, lắm lúc ông cũng trả lời, và ở cả hai trường hợp ông đều phải trả giá một cách nào đó, như chia sẻ của Hàn Mạc Tử:

"... Bao giờ tôi cảm thấy mình đau đớn, trong xác thịt và trong tâm hồn, và nhất là tôi thấy mình bình tĩnh trong sạch thì mới làm ra được những bài thơ đạo hạnh. Không phải lúc nào mình cũng làm được lối thơ ấy" .

Tôi đã đọc 276 bài thơ Cao Huy Hoàng trong các bút danh: *ả giang hồ, gã tuần phiên,* Hương Nam, Ba Chuông, M. Sao Khuê..., và trong phạm vi một bài viết ngắn, tôi chưa thể nói được điều gì về nhà thơ này; có chăng mới chỉ ghi nhận đôi điều ở góc nhìn riêng về một cá tính sáng tạo Cao Huy Hoàng bên cạnh những nhà thơ Công giáo đương đại khác như Xuân Ly Băng, Trăng Thập Tự, Lê Đình Bảng...

Cao Huy Hoàng đã nhiệt thành trong *"ơn gọi làm thơ"* của mình. Anh đã đóng góp hàng ngàn bài thơ vào kho tàng thơ ca Công giáo đương đại. Đó là một nỗ lực phi thường, một sức sáng tạo thật giàu có trong dòng chảy văn chương Công giáo. Ước mong những đóng góp ấy của Cao Huy Hoàng cùng với các nhà thơ trong Thi ca cầu nguyện làm cho mùa vàng thơ ca Công giáo ngày càng nở rộ.

Tháng 9/ 2020

BƯỚC DÒ DẪM
CỦA CÁC CÂY BÚT NỮ CÔNG GIÁO VIỆT NAM

Nguyễn Bích Hạt – Nguyễn Thị Thắm

Văn học Công giáo Việt Nam ra đời trong quá trình hội nhập văn hóa sống đạo, giữ đạo và loan báo Tin mừng. Trong bài chia sẻ này, người viết muốn đặc biệt nhấn mạnh đến sự ảnh hưởng và đóng góp của các tác giả nữ trong những bước đầu tiên của nền Văn học Công giáo non trẻ. Văn học Công giáo là một sự vun trồng dài lâu, nếu mỗi tác phẩm văn chương đều nảy sinh từ một hạt mầm thì hơn ai hết, những nữ tác giả chính là người đã chăm sóc những hạt mầm ấy lớn lên và sinh hoa kết trái cho đến ngày hôm nay. Đây không phải là một bài nghiên cứu rầm rộ, người viết chỉ muốn ghi nhận những gì các nữ tác giả văn học Công giáo đã đạt được trong tiến trình hình thành và phát triển. Để xác định được những bước tiệm tiến ấy, người viết đi vào tìm hiểu quá trình gieo hạt, lớn lên và sinh hoa kết trái của văn học Công giáo Việt Nam.

1. HẠT GIỐNG ĐẦU MÙA: CÔNG NƯƠNG CATARINA

Qua các công trình nghiên cứu văn học sử của các nhà nghiên cứu Văn học Công giáo Việt Nam, chúng ta chỉ thấy lác đác vài gương mặt nữ tác giả Công giáo. Tên tuổi của họ rất nhạt nhòa trong các di cảo hiếm hoi còn sót lại. Dường như thời này, văn chương chữ nghĩa chỉ dành cho một bộ phận nhất định, còn nữ giới sáng tác cũng chỉ như "kẻ chầu rìa" để lấp đầy chỗ trống tinh thần mà thôi! Tuy nhiên, ở trong bối cảnh ấy, vẫn nổi lên một nữ nhân chốn kinh kỳ - Công nương Catarina, một bông hoa đầu mùa của thi ca Công giáo Việt Nam.

Nữ tu Anna Nguyễn Bích Hạt

** Sinh: 14-11-1988, quê ở Thái Nguyên. Thuộc dòng Mến Thánh giá Thủ Đức.*
** Học Đại học Lao Động Xã Hội - Hà Nội.*
** Tác phẩm: Làng và một số truyện ngắn trong tuyển tập Viết Văn Đường Trường 2014-2018.*
** Email: <annabh.1411@gmail.com>*

Ths. Maria Têrêsa Nguyễn Thị Thắm

** Sinh: 21-12-1979 tại Kiến Xương, Thái Bình.*
** Đại học Sư phạm Huế & Trung Quốc.*
** Thạc sĩ Giáo dục Hán ngữ quốc tế.*
** Giảng viên Đại học Qui Nhơn.*
** Email: <thamtiengtrung@gmail.com>*

Hồi ấy, các thừa sai đến Việt Nam truyền đạo dường như đã có sẵn một kế sách tiếp cận dân bản xứ. Các ngài thường giao dịch rộng với chính quyền như vua chúa và bộ phận quan lại. Bên cạnh đó, họ hòa nhập rất nhanh và vận dụng một cách linh hoạt truyền thống giao tiếp của người Việt: *"miếng trầu làm đầu câu chuyện",* nghĩa là quà cáp trước, nghi thức sau. Bởi thế, nhiều người thuộc hoàng tộc, các gia đình quý phái, những nho gia trí thức, đặc biệt cả các sư sãi cũng tìm đến nghe giảng và nhập đạo. Trong số nho gia trí thức ấy có bà Catarina, chị của Chúa Trịnh Tráng. Ngay khi vừa được rửa tội và nhập vào "Đạo mới", bà vội về kể ngay với mẹ và năn nỉ *"xin mẹ cũng theo Đạo mới này với con".* Mẹ bà là người rất thâm nho và sùng Phật. Chính các sư sãi đã tôn bà là ân sư vì bà cũng dạy đạo Phật cho các vị sư sãi. Thế nhưng, khi được giảng về "Đạo Mới", bà mẹ đã tin theo và rất tâm đầu ý hợp với các "cố đạo". Cả hai mẹ con Catarina cùng nhau học đạo và quyết tâm truyền giáo lý tình thương cho nhiều người, trước tiên cho hoàng tộc rồi dần dần lan xa.

Catarina không chỉ là nhà thơ văn Công giáo đầu tiên mà còn là nhà truyền giáo ưu tú có công trong việc hội nhập giáo lý, Thánh Kinh Công giáo vào nền văn thơ Việt Nam. Theo cha Đắc Lộ:

"*Catarina rất giỏi về thi ca bản xứ nên đã soạn bằng thơ rất hay tất cả lịch sử giáo lý, từ tạo thiên lập địa cho tới khi Đức Giêsu giáng thế, cuộc đời, sự thương khó, phục sinh, lên trời của Người. Lại thêm ở cuối tập thơ một đoạn tường thuật việc chúng tôi tới Đàng Ngoài và công cuộc khởi sự rao giảng Phúc âm. Tác phẩm này rất có ích vì không những giáo huấn tân tòng ngâm nga trong nhà, nơi thành thị cũng như chốn thôn quê, mà cả nhiều lương dân, khi ca hát và thích thú với lời ca dịu dàng, thì cũng học biết được những mầu nhiệm và chân lí đức tin"* [1].

Khi đức tin vừa gieo vào chốn kinh kỳ (năm 1627), sự kiện thi phẩm của công nương Catarina ra đời đã làm nảy sinh thiên trường ca vang dội khắp xứ Đàng Ngoài, không lâu sau đã vượt biên giới sông Gianh đến với những anh em đồng đạo Đàng Trong.

Ngoài mốc điểm này, thế hệ hậu sinh ít biết đến những tác phẩm văn học Công giáo truyền khẩu, nhưng chính các hạt giống nhỏ bé này đã nuôi dưỡng nên những bông hạt hữu hình nơi thế hệ cháu con của họ.

2. ĐỢT NẢY MẦM THỨ NHẤT: NỮ SĨ THỤY AN

Đến thế kỷ XX, xuất hiện một nhà văn nữ viết về đề tài Ki tô giáo. Đó là nữ sĩ Thụy An. Bà tên thật là Lưu Thị Yến (1916 -1989), người làng Hòa Xá, Ứng Hòa, Hà Đông.

Năm 13 tuổi, bà đã có thơ đăng trên báo *Nam Phong* (1929). Năm 1934, 18 tuổi, Thụy An bắt đầu nghề báo, cùng chồng lập tuần báo Đàn bà mới ở Sàigòn. Năm 1937, bà ra Hà Nội, chủ biên tờ *Đàn bà*. Thụy An là một nhà văn, nhà báo rất năng động, là một cây bút nữ có tài viết được nhiều thể loại: tiểu thuyết, thơ, nghị luận, đoản văn, khảo cứu... Bà làm nhiều thơ nhưng không in thành tập.

Về văn, ngoài truyện dài, còn có quyển *Vợ chồng* (25 câu chuyện về hạnh phúc gia đình) và tập truyện ngắn *Bốn mớ tóc*. [2]

Thụy An là tiểu thuyết gia nữ duy nhất được Vũ Ngọc Phan lựa chọn trong bộ *Nhà văn hiện đại* với tác phẩm Một linh hồn (xuất bản năm 1943). Tiểu thuyết được xây dựng dựa trên bối cảnh của đạo lý Công giáo, đánh giá về tác phẩm này, nhà phê bình Vũ Ngọc Phan viết: "Hàn Mạc Tử đã đem vào thơ ca Việt Nam lòng tin tưởng ở đạo Giatô với một giọng say sưa đầm ấm. Thụy An cũng xây dựng cho tiểu thuyết của mình những nhân vật tin cậy vào Đấng Cứu Thế, vào Đức Mẹ Đồng Trinh và sẵn sàng nhịn nhục hy sinh... *Một linh hồn* là một tiểu thuyết xuất sắc nhất của phụ nữ Việt Nam từ trước đến nay. Tác giả

---

[1] x. A. DE RHODES, *Lịch sử vương quốc đàng Ngoài,* Hồng Nhuệ dịch, 1994, tr.103-106.

[2] x. *http://luutoc.vn/vi/?go=detail/1/9/2014/LBiDD/News/nu-van-si-thuy-an-_-luu-thi-yen-(1916-_-1989).dhtml.*

đã giàu tưởng tượng, truyện lại được xây dựng một cách vững vàng, chắc chắn". [3]

Nhà văn Yên Thao cũng đã nói: "Sự hiện diện của hai tác phẩm *Một linh hồn* và Bốn mớ tóc của Thụy An chứng tỏ rằng ở khoảng thời gian trên, nữ giới Công giáo Việt Nam đã có một cây bút khá sắc bén và thông minh…"[4]. Có thể nói Thụy An Hoàng Dân là nhà văn nữ tiên phong về lối tả chân tâm lý, khéo áp dụng hướng cứu vớt của Chúa vào đời sống nhân sinh một cách uyển chuyển nhất

Cuộc đời của nữ văn sĩ Thụy An trải qua nhiều biến cố. Theo ghi chép của dòng họ Lưu, bà Lưu Thị Yến lấy chồng là người đồng đạo, có 7 người con, đến năm 1949 thì ly thân nhưng không ly dị. Trong vụ án Nhân văn Giai phẩm, bị bắt năm 1958 và bị kết án và bị tù 15 năm. Năm 1973 bà được thả. Bà vào thành phố Hồ Chí Minh, và quy y ở Chùa Quảng Hương Già Lam năm 1987, pháp danh Nguyên Quy, và mất năm 1989, tại nhà riêng ở đường Lê Văn Sỹ."

Những đánh giá của Vũ Ngọc Phan và Yên thao về văn chương của Thuỵ An là có cơ sở. Thụy An đã đưa Kitô giáo vào tác phẩm. Điều này nằm trong xu thế hiện đại hóa văn chương Việt Nam (tiếp cận tư tưởng tự do phương Tây cùng với nguồn ngữ liệu phương Tây, khác với văn học Việt Nam thời trung đại sử dụng vốn điển ngữ văn học Trung Quốc).

3. ĐỢT NẢY MẦM THỨ HAI

3.1. NHỮNG GƯƠNG MẶT TIÊU BIỂU

Thông qua công trình nghiên cứu đồ sộ mang tên "*Ở thượng nguồn thi ca Công giáo Việt Nam*" của nhà thơ Lê Đình Bảng, một ấn phẩm với độ dày trên 4000 trang in [5], cho thấy thi ca trong đời sống của cộng đồng cư dân Công giáo Việt Nam thật phong phú về nội dung, đa dạng về hình thức và bao quát nhiều lĩnh vực. Trong bộ sách ấy, nhà thơ Lê Đình Bảng đã giới thiệu 12 tác giả trong tập "*Miền thơ kinh cầu nguyện*", trong đó có ba gương mặt nữ tiêu biểu sống ở thế kỷ XX: Nữ sĩ Ngọc Minh (1916-1996), Nữ tu (Nt) Trần Thị Hoa (1936-2003) và Nt. Huỳnh Thị Kim Hải (1944-2008).

3.1.1. Ngọc Minh

Nữ sĩ Ngọc Minh tên thật là Lã Thị Quỳnh (1916-1996). Bà gia

---

[3] x. VŨ NGỌC PHAN, *Nhà văn hiện đại,* tập hai, Nxb Khoa học Xã hội, 1989, tr. 1118-1119.

[4] x. BÙI THỤY BĂNG, *"Thụy An 1945 – 1954 – 1975",* Nguồn: *http://motgoctroi.com/Tho/ThoThuyAn.htm.*

[5] x. LÊ ĐÌNH BẢNG, *Ở thượng nguồn thi ca Công giáo Việt Nam – tập 1 đến tập 6,* Nxb Phương đông và Nxb Tôn giáo, 2009.

nhập đạo Công giáo vì tình yêu với chồng. Hôn lễ của bà cùng chồng là Mai Lâm được cử hành tại nhà thờ Phủ Lạng Thương năm 1939. Từ đó, "một mùa xuân mới" yêu chồng, yêu đạo đã nảy nở trong hồn thơ bà [6]:

"Tôi lãng quên đi một buổi chiều
Thế rồi từ đó bận vì yêu
Tôi không năng ngắm xuân trời nữa
Xuân của lòng tôi đã quá nhiều."

("Xuân lòng, 1939")

Ngọc Minh đã để lại tập thơ di cảo *Tiếng hát ban đầu*, gồm hơn 100 bài thơ về nhiều đề tài, trong đó có nhiều bài lấy cảm hứng từ đức tin, lòng mến Chúa yêu người. Giọng điệu thơ của Ngọc Minh là tiếng nói thì thầm của trái tim – một trái tim nồng nàn thắm thiết với chồng và nhạy cảm với cảnh vật thiên nhiên, đất trời. Đặc biệt trái tim bà luôn sẻ chia đến tận cùng những vui buồn của từng số phận con người. Thể thơ chủ đạo trong thơ bà là thất ngôn bát cú hoặc lục bát [7], với thể thơ này, từng âm hưởng thơ dễ dàng đi vào lòng người và khiến độc giả rung nhịp đồng cảm.

3.1.2. Trần Thị Hoa

Nữ tu Têrêsa Trần Thị Hoa, sinh ngày 25/12/1936 tại làng Thượng Vỹ, tỉnh Hà Nam, thuộc Hội dòng Đa minh Lạng Sơn. Những bài thơ của bà ra đời cách rải rác, lẻ tẻ, về sau được gom lại thành tập. Nt. Têrêsa Trần Thị Hoa đã gọi những bài thơ ngẫu hứng, vô đề ấy là "*Hoa trái mùa*". Ai đã từng đọc thơ bà thì thấy đó là tất cả những cảm nhận nhạy bén, những trải nghiệm sâu sắc và cả những nỗi buồn, niềm vui riêng tư về một bậc sống với Chúa, với người và với chính mình. Những bài thơ của bà như được gợi hứng từ một mạch ngầm trong veo, thánh thiện nhưng rất đỗi bình dị. Bà luôn dùng những câu chữ nhẹ nhàng, giản đơn như để trò chuyện, nguyện cầu với Chúa. Sở trường của bà là thể loại lục bát, chỉ gần 100 bài thơ nhưng đã nói lên được tất cả tâm hồn của một con người thuộc trọn về Chúa và tha nhân [8]:

"Nghiêng mình nhặt cánh hoa rơi
Cài lên chiếc áo cuộc đời, đẹp chưa,

[6] x. LÊ ĐÌNH BẢNG, *Ở thượng nguồn thi ca Công giáo Việt Nam* – Miền thơ kinh cầu nguyện, Nxb Phương đông, tr 403, 2009.
[7] x. LÊ ĐÌNH BẢNG, *Ở thượng nguồn thi ca Công giáo Việt Nam* – Miền thơ kinh cầu nguyện, Nxb Phương đông, tr 404, 2009.
[8] Ibid, 486-498.

Cuộc đời vẫn những nắng mưa
Gian truân, vất vả vẫn chưa hết đời.

("Cánh hoa rơi, 2001")

Một ước nguyện trước khi lìa cõi thế (ngày 12/11/2003), người thi sĩ - nữ tu ấy xin được nhìn thấy *Hoa trái mùa* gom góp lại thành tập và gởi đến những người thân quen để xin một lời cầu: *"Đừng quên chị"*. Và có lẽ bởi mối duyên tơ trời cho vô cùng độc đáo và thánh thiện ấy, hồn thơ của *Hoa trái mùa* đã chạm đến hồn thơ Lê Đình Bảng và đã góp phần làm nên diện mạo *Miền thơ kinh cầu nguyện* trong làng thơ Công giáo Việt Nam.

3.1.3. Kim Hải

Nữ tu - thi sĩ Maria Fautina Anê Huỳnh Thị Kim Hải, sinh ngày 16/10/1944, là người con xứ Huế thơ mộng. Bà lấy bút danh Trừu Non, là một nữ tu Hội dòng Con Đức Mẹ Vô Nhiễm Phú Xuân – Huế. Đối với bà, thơ là công cụ để thổ lộ tâm tình với Chúa. Từ những bài thơ hồn nhiên đến những lời kinh trải nghiệm đầy suy tư của Nt. Kim Hải, ta như bắt gặp một hồn thơ "không có tuổi", không triết học hay thần học cao siêu. Sau những tháng ngày tận hiến, tập thơ "*Tiếng lòng*" ra đời như một định mệnh, gồm trên 100 bài thơ viết từ năm 1965 đến năm 2008. Nhà thơ Lê Đình Bảng nhận định: *"Trừu Non viết âm thầm như một lời kinh cầu nguyện"*. Thơ của bà như những trang nhật ký ghi chép những cái thường hằng bình dị, rất đỗi thân quen nhưng cũng vô cùng an nhiên tĩnh tại [9]:

"Lẽo đẽo đi theo Chúa
Bóng Chúa phủ tình con
Lẽo đẽo theo chân Chúa
Con không thấy mình còn."

("Theo Chúa")

Nếu là người yêu thơ Công giáo, có lẽ đọc thơ Nt. Huỳnh Thị Kim Hải, chúng ta sẽ gặp kinh trong thơ và thơ trong kinh. Một sự hòa điệu thật tuyệt vời!

3.2. NHỮNG TÀI NĂNG ĐÁNG GHI NHẬN

Bàn về văn học Công giáo, lẽ ra chúng ta phải tự giới hạn vào những vị theo đuổi những nội dung tích cực về đức tin và cuộc sống của dân Chúa. Chỉ nguyên sự kiện tác giả là người Công giáo thôi chưa đủ để được nhắc đến trong một bài nghiên cứu theo chủ đề này.

---

[9] LÊ ĐÌNH BẢNG, *Ở thượng nguồn thi ca Công giáo Việt Nam – Miền thơ kinh cầu nguyện*, tr 517-524, Nxb Phương Đông, 2009.

Thế nhưng, với tựa đề *"Bước dò dẫm của các cây bút nữ Công giáo Việt Nam"*, bài viết không thể bỏ sót hai cây bút đã dấn thân vào cuộc "dò dẫm" này, đó là: Lý Thụy Ý và Nguyễn Thị Thanh Huệ.

3.2.1. Lý Thụy Ý

Lý Thụy Ý tên thật là Nguyễn Thị Phước Lý, sinh ngày 02/04/1947, quê nội ở Quảng Nam, quê ngoại ở Thừa Thiên - Huế. Bà là một nữ văn sĩ, thi sĩ nổi danh từ trước năm 1975, khởi sự bà viết cho tuần báo Văn nghệ tiền phong, sau làm thư ký toà soạn cho tờ báo này, nhiệm vụ trông coi mục Văn nghệ kaki (văn nghệ lính). Sau 1975, Lý Thuỵ Ý phải đi cải tạo cùng các nhà văn, nhà báo như: Thanh Thương Hoàng, Lý Đại Nguyên, Doãn Quốc Sỹ. Sau đó bà về Sài Gòn lấy chồng, tiếp tục viết văn và sáng tác. Những tập thơ của bà mang tên: *Khói lửa 20* (1972), *Thơ tình Lý Thuỵ Ý* (1995), *Kinh tình yêu* (2003). Về văn, bà đã xuất bản các truyện ngắn như: *Theo triền nắng đổ (1970), Người sau tuyến lửa (1972), Bông hồng không toả hương (1992), Ngọc lai (1993), Khuya hoang (1994), Những mùa xuân chín (1999)* [10].

Lý Thụy Ý là một bông hồng văn học nổi danh từ những tập niên 60. Bà là nhà thơ của những bài thơ viết cho người lính đang ngày đêm xông pha ngoài chiến trường. Vừa là nhà thơ, nhà văn, nhà báo - Lý Thụy Ý đã đi vào lòng bạn đọc từ những ngày quê hương còn loạn ly với những câu truyện ngắn giàu hương vị tình yêu và giọng thơ bà đầy cung bậc cảm xúc:

"Đừng rời bỏ em-dù chỉ trong ý nghĩ
Hãy giữ nhau từng phút,
Như ngày mai không còn nữa bao giờ…"

("Kinh tình yêu")

3.2.3. Thanh Huệ

Nguyễn Thị Thanh Huệ, sinh năm 1937, bút danh Hoàng Lan, bà có nhiều sáng tác như truyện ngắn: *"Phù sa trên tóc bạch kim", "Tuổi trẻ mong manh", "Thức tỉnh lòng mẹ"*, ... Từ một người phụ nữ nghèo khổ bán xăng lẻ bên vệ đường Cách Mạng Tháng 8, Thành phố Cần Thơ để kiếm tiền, bà cùng chồng nuôi 5 người con. Cuộc sống mưu sinh ở khu Chòm Mả, "người sống ăn ngủ cùng với người chết..." một thời gian rất dài đã biến Thanh Huệ thành người đàn bà nghị lực, có sức sống kỳ diệu. Những thăng trầm của kiếp người đã hóa thân bà trở thành một nhà văn tên tuổi, đạt nhiều giải thưởng. Đến giờ, bước qua tuổi 83, bà vẫn viết vì với bà viết để sống, viết vì sứ mệnh, vì niềm tin của bạn đọc đã yêu thương. Năm 2020, dù ở tuổi 83, bà vẫn miệt mài cho ra đời tập truyện ngắn dành cho thiếu nhi được độc giả tâm đắc: *"Con cò mồ côi"* (Nxb Kim Đồng ấn hành,

[10] x. NGUỒN: *https://www.thivien.net.*

2020). Bà đáng được mệnh danh là nhà văn "không có tuổi" [11].

4. ĐỢT NẢY MẦM THỨ BA

Trong thời kỳ này có khá nhiều tác giả nữ tham gia viết những tác phẩm có liên quan đến Công giáo, nổi bật nhất là Hoàng Thị Đáo Tiệp và Trần Mộng Tú.

4.1. Hoàng Thị Đáo Tiệp

Hoàng Thị Đáo Tiệp là nữ tác giả Việt Kiều quen thuộc xuất hiện nhiều trên các trang mạng Công giáo như: *dunglac.info; cttd.org; memaria.org*... Bà cũng là tác giả gắn bó rất lâu dài với *Nguyệt San Trái Tim Đức Mẹ*, một nguyệt san do tỉnh dòng Mẹ Chúa Cứu Chuộc tại Hoa Kỳ đảm nhiệm. Hoàng Thị Đáo Tiệp đã tập hợp nhiều truyện ngắn và những bài viết ghi lại những kinh nghiệm đời sống và trải nghiệm tâm linh sâu sắc và in thành những tập sách có giá trị như: *Đa tạ (1993), Đường lên thiên quốc (2001), Dâng tiến Chúa (2003), Tro bụi kiếp người (2003), Thánh cả chữa lành (2008), Vườn Gethsemani (2009).*

4.2. Trần Mộng Tú

Trần Mộng Tú, sinh năm 1943, tại Hà Đông, di cư vào Nam năm 1954. Bà là thư ký cho hãng thông tấn *Associated Press ở* Sài Gòn giai đoạn 1968-1975. Bà thường xuyên cộng tác với các tạp chí văn học ở Mỹ và các nước khác. Sau năm 1975, bà sang Mỹ định cư. Bà viết truyện nhi đồng cho báo *Los Angeles Times* từ năm 2000 và làm thơ Anh ngữ trong sách giáo khoa Mỹ cho chương trình trung học. Hiện bà sống tại bang Washington [12]. Trần Mộng Tú có rất nhiều tác phẩm đã được xuất bản hoặc đăng trên báo mạng: Để em làm gió - Tập thơ (Nxb Thế kỷ, 1996); *Câu chuyện của lá phong* - tập truyện ngắn (Nxb Người Việt, 1994); *Cô Rơm* và *những truyện ngắn khác* - tập truyện ngắn, (Nxb Văn nghệ, 1999), *Mưa Sài Gòn, mưa Seattle* - tạp văn, (Nxb Văn Mới, 2006).

Điểm qua như vậy để thấy những đóng góp của các nữ tác giả Công giáo trong giai đoạn này đã bắt đầu có hứa hẹn.

5. ĐỢT NẢY MẦM THỨ TƯ- HỨA HẸN MÙA BỘI THU

5.1. LĨNH VỰC VĂN CHƯƠNG

Ở đây chúng tôi dựa vào những công trình tổng hợp nghiên cứu quy mô của các nhà nghiên cứu văn học Công giáo như: Nhà nghiên cứu Võ Long Tê, với cuốn "*Lịch Sử Văn Học Công giáo Việt Nam*" (1965); Nhà thơ Lê Đình Bảng với tác phẩm "*Văn học Công giáo Việt Nam - Những chặng đường*" (2010), và bộ sách gồm 6 cuốn: "*Ở thượng nguồn thi ca Công giáo Việt Nam*" (2009); Nhà văn Bùi Công Thuấn với

[11] x. *https://tongphuochiep-vinhlong.com/.*

[12] x. NGUỒN: *https://www.thivien.net.*

tác phẩm "*Văn chương Việt Nam - những gì còn với mai sau*" (2016); Lm.Trăng Thập Tự với Bộ Sưu Tập "*Có một vườn thơ đạo*" gồm 4 cuốn: quyển 1 nói riêng về Hàn Mạc Tử, tập trung vào mảng thơ đạo; quyển 2 gồm 45 tác giả thơ Công giáo, có năm sinh từ 1912 đến 1940 và quyển 3 gồm 51 tác giả thơ Công giáo, có năm sinh từ 1941 đến 1955; quyển 4 có 44 tác giả thơ Công giáo, có năm sinh từ 1956 đến 1990.

Những công trình nghiên cứu trên cho thấy số lượng tác giả nữ tăng dần qua từng thời kỳ, cùng với đó là sự mở rộng về thể loại mà các cây viết nữ góp mặt, có thể thấy bước tiến đáng kể của nữ giới trong văn đàn. Sau đây là các bảng thống kê về số lượng tác giả nữ trong văn học Công giáo:

Bảng 1: Thống kê số lượng tác giả nữ trong tập *"Có một vườn thơ đạo"*

Nguồn	**Tác giả**		**Tỉ lệ % nữ tác giả**	**Ghi chú**
	Nam	**Nữ**		
Có một vườn thơ đạo, tập 1- 4 (Lm. Trăng Thập Tự chủ biên)	105	36	26%	**- Năm sinh từ 1912 -1990:** Các tác giả tiêu biểu sinh từ năm 1912 đến trước 1975: Đông Khê (1928-1964), Hoài Mộng (1939), Hàn Lệ Thu (1940-2007), Trần Mộng Tú (1943), Phạm Thị Thái Quý (1948), An Trinh (1949), Đỗ Thảo Anh (1949-2011), Liễu Giang (1951), Bụi Hồng Ân (1953), Vĩnh An (1955), Nguyễn Thị Xuyến (1960), Trịnh Tây Ninh (1960), Đặng Thị Vân Khanh (1961), Lý Thị Minh Khiêm (1963), Thanh Hương (1964), Vũ Thủy (1965), Song Lam (1968), **- Những tác giả sinh ra sau năm 1975**: Trần Nguyễn Trang Đài (1975), Phan Thị Liên Giang (1975), Nguyễn Đỗ Thái An (Hạt Bụi – 1975), Khánh Vân (1976), Trần Thị Hồng Nhung (1979). Cũng thật đáng quý những gương mặt nữ tác giả thuộc thế hệ 8X như: Trần Thị Phương Nhã (1984), Vũ Thương (1987), Kim Dạ (1988)...

Bảng 2: Thống kê số lượng tác giả nữ trong giải "*Viết văn đường trường*"

Nguồn	Tác giả		Tỉ lệ % nữ tác giả	Ghi chú
	Nam	Nữ		
Tuyển tập truyện ngắn *Viết Văn Đường Trường*, Lm Trăng Thập Tự chủ biên: *Chuông chiều* (2013); *Nắng mùa đông* (2014); *Người gieo hạt* (2015); Điểm hẹn Giêsu (2016); *Những đứa con của Mẹ* (2017); *Người vẽ hy vọng* (2018)	105	64	38%	Trần Thị Sứ (1974), Nguyễn Ngọc Nữ (1976), Huỳnh Ngọc Đỗ Quyên (1978), Nguyễn Ngọc Nữ (1978) Trần Thị Kiều Thu (1979), Đinh Thị Thu Hằng (1979), Nguyễn Thị Khánh Liên (1982), Đặng Thị Kim Thoa (1983), Nguyễn Thị Chung (1984), Bùi Thị Hải Giang (1989), Đặng Hoàng Hương Giang (1990), Nguyễn Thị Thu Thảo (1993), Võ Thị Phương (1994), Nguyễn Thị Trúc Lư (1994), Dương Thị Thái Chân (1995), Võ Thị Phương (1994), Nguyễn Thị Bá Ninh (1998), Huỳnh Thị Ngọc Trân (1998)...

Bảng 3: Thống kê số lượng tác giả nữ trong giải văn học nghệ thuật "Đất mới" 2020

Nguồn	Tác giả			Tỉ lệ % nữ tác giả	Ghi chú
	Tổng	Nam	Nữ		
Giải Đất Mới 2020:	25	16	9	36%	Maria Goretti Nguyễn Thị Xuân, Đặng Thị Kim Thoa, Nguyễn Thị Duyên, O.Cist. Hồ Thị Phương, Nguyễn Thị Chung, Phạm Thị Khiết Tâm, Phạm Thị Lành, Lý Thị Vy, Nguyễn Thị Cẩm Nhung, Nguyễn Đỗ Thái An, Nguyễn Thị Lam...
Thơ	10	7	3	30%	
Truyện ngắn	8	6	2	25%	
Truyện dài	7	3	4	57%	

Bảng 4: Tỉ lệ biến chuyển số lượng tác giả nữ trong văn học Công giáo

Nguồn nghiên cứu, tổng hợp	Tác giả			Tỉ lệ % nữ tác giả
	Tổng	Nam	Nữ	
Ở thượng nguồn thơ ca Công giáo VN	44	41	3	7%
Có một vườn thơ đạo, tập 1- 4 (sinh 1912 về sau)	133	99 (+6)	34 (+2)	26%
Giải Viết Văn Đường Trường (sinh năm 1972 về sau)	169	105	64	38%
Giải Đất Mới 2020 (không phân biệt năm sinh)	25	16	9	36%
Thơ	10	7	3	30%
Truyện ngắn	8	6	2	25%
Truyện dài	7	3	4	57%

5.2. CÁC LĨNH VỰC KHÁC

Tại dẫn nhập, bài viết này nhắm tới lãnh vực nghiên cứu về văn học Công giáo, thế nhưng sẽ thiếu sót nếu không nhắc tới những chị em tham gia thực hiện các tác phẩm văn hóa trong các lãnh vực liên quan. Dịch thuật và nghiên cứu không thuộc lĩnh vực nghệ thuật nhưng không thể không nhắc tới, vì ở đây cho thấy sự xuất hiện và tham gia của nữ giới Công giáo ngày càng rõ và đi sóng đôi với nỗ lực sáng tác.

5.2.1. Dịch thuật

Bản dịch *Kinh thánh* trọn bộ *Cựu ước – Tân ước* của Nhóm phiên dịch Các Giờ Kinh Phụng Vụ năm 1998 là một ghi nhận đáng khích lệ của Giáo hội Việt Nam. Nhiều gương mặt nữ tác giả đã cộng tác đắc lực trong nhóm nghiên cứu và biên dịch này. Những tên tuổi nổi bật như: Nữ tu (Nt) Nguyễn Thị Sang (tham gia nhóm vào năm 1974), Nt. Lê Thị Thanh Nga, dòng Đức Bà (1996), Nt. Lê Thị Vân Nga, dòng Mến Thánh Giá Thủ Đức (2003), Nt. Nguyễn Thị Cảnh Tuyết, dòng Đa Minh (2008), Nt. Đỗ Thị Yến, dòng Đa Minh (2009). Ngoài ra, còn nhiều nữ dịch giả đã đóng góp không nhỏ cho sự ra đời của những cuốn sách đủ tiêu chuẩn lưu hành trong giới Công giáo, hiện được bán ở các nhà sách Công giáo hiện nay. Có thể điểm sơ qua các gương mặt nữ dịch giả như: Nguyễn Thị Chung *(Chúa trong đời thường - Lm. Maurice Zundel, Thiên Chúa của Đức Giêsu - Jacques Duquesne, Xây dựng con người nhân bản - Michel Quoist, Bản tình ca Thiên Chúa làm người - Maria Valtorta, Sự hiện diện khiêm hạ - Marc Donzé…);* Nt. Trần Thị Quỳnh Giao *(Đứng dậy đi các bạn trẻ - ĐGH. Phanxicô, Giáo hội mà tôi mong đợi - Antonio Spadaro, SJ, Đêm tối của Giuđa – Jean, Sứ vụ truyền giáo - ĐGH. Phanxicô …)*; Nt. Vũ Thị Thu Thủy *(Bạn có thể chữa lành cuộc sống của bạn – Louisel, Biến đổi cảm xúc đau buồn của chúng ta – Evelyn Eaton anhd James D. Whitehead, Yêu thương là một lối sống - Gary Chapman, Cuộc sống luôn truyền cảm hứng - John Pichappilly)*; Nt. Lê Kim Yến, Dòng Mến Thánh Giá Hà Nội (*Cuộc thương khó và thập giá - Ronald Rolheiser…).* Ngoài ra còn các Nữ tu như: Nguyễn Thị Kim Phúc, Nguyễn Thị Ngọc Diệp, Nguyễn Thị Quỳnh Tâm… Nhờ tài năng ngôn ngữ và dịch thuật, tất cả những nữ dịch giả ấy đã góp phần làm phong phú những đầu sách Công giáo có giá trị của các tác giả nước ngoài.

5.2.2. Nghiên cứu văn học

Trong hành trình tìm về những giá trị toàn vẹn của văn học Công giáo tại Việt Nam, đã xuất hiện những nữ học giả luôn khao khát tìm hiểu đối với nền văn hóa - văn chương mang màu sắc Công giáo ở Việt Nam. Họ đã làm cho văn học Công giáo nảy sinh, **được** nhìn nhận và khích lệ trưởng thành theo một đường hướng riêng biệt. Trong đó chúng ta phải kể đến thạc sĩ Nguyễn Thị Kim Hồng với *Tìm hiểu thơ Hàn Mặc Tử từ nguồn cảm hứng khác biệt* (Nxb Khoa học Xã hội, 2020); tiến sĩ Maria Lê Thị Hoa với *Học giả Văn hóa và Thầy dạy Đức tin, Giám mục Hồ Ngọc Cẩn* (1876-1948), (Nxb Tri thức, Hà Nội, 2019); Nữ tu Agata Nguyễn Thị Kim Tuyến, Hội dòng Mến Thánh Giá Huế với *Thơ văn Sảng Đình Nguyễn Văn Thích*, tạp chí *Nghiên cứu Văn học* (số 7 581, Tháng 7-2020); tiến sĩ Trương Thị Liễu với *Văn học đối chiếu*, Đại học Paris III, Sorbonne Nouvelle.

5.2.3. Báo chí và truyền thông

Trước năm 1975, Giáo hội Việt Nam khắp nơi có hơn 200 tờ báo các loại. Đến năm 1978, các tòa soạn báo bị đóng cửa, chỉ còn lại tuần báo: *Công giáo và Dân tộc* (ở Miền Nam) và *Người Công Giáo Việt Nam* (ở Miền Bắc). Tờ báo chính thức thứ hai là tờ *Chia sẻ* của liên tu sĩ thành phố và tờ *Hiệp thông* của Hội đồng Giám mục Việt Nam, sau đó xuất hiện *Bài giảng Chúa nhật, Đồng hành, Nhịp sống Tin mừng, Epphata, Đức Mẹ Hằng Cứu Giúp, Nhịp cầu Caritas, Thời sự thần học, Tạp trí Logos, Chuyên đề Donbosco*… Khi nền văn minh mạng bắt đầu tràn vào Việt Nam, thì mỗi giáo phận, mỗi dòng tu, mỗi giáo xứ, mỗi giáo họ, mỗi đoàn thể riêng đều có trang mạng riêng. Trang nào cũng được thiết lập như một tờ báo với đầy đủ các hạng mục. Các nữ tác giả lúc đầu cũng là nghiệp dư, dần trở thành chuyên nghiệp, đội ngũ này càng ngày càng nhiều và trình độ cũng được nâng cao. Các nữ tác giả đóng góp được nhiều bài viết thuộc nhiều thể loại khác nhau: truyện, thơ, nghiên cứu, suy niệm, phóng sự... Có thể điểm qua danh sách những nữ tác giả thường xuyên cộng tác với các báo và các trang truyền thông như: Nt. Hoàng Ngọc Yến, - *Chuyên đề Donbosco*; Phan Thị Liên Giang và Thiên Lý viết cho báo *Công Giáo và Dân tộc*; Nt. Hồng Hà, cộng tác với *Nhịp sống Tin mừng* trong chuyên mục truyện ngắn; Nt. Mai Thành, Nt. Trần Như Ý Lan, đã thường xuyên có những bài viết cộng tác với báo *Hiệp thông, Chia sẻ.*

5.2.4. Một số nội dung khác

Những ấn phẩm có nội dung phụng vụ, giáo lý, kinh nguyện, tu đức, cảm nghiệm thiêng liêng, đời sống Kitô hữu, đời sống thánh hiến được khai thác nhiều qua thơ, truyện, tản văn và suy niệm. Nổi bật trong mảng sáng tác về nội dung suy niệm hiện nay là các tác giả: Nt. Nguyễn Thị Anh Thư với tác phẩm *Chút gì với Chúa*, (Nxb Tôn giáo) Nt. Đỗ Thị Yến - *Các tông đồ theo Kinh thánh và nhân sinh quan* (Nxb Đồng Nai, 2020), Tiến sĩ Trần Mỹ Duyệt với tác phẩm *Sống đạo giữa đời* (Nxb Đồng Nai, 2020), Nt. Trần Thị Thanh Hương – với cuốn *Tình yêu phi thường* (Nxb Phương Đông, 2009) và *Tứ đức Công Dung Ngôn Hạnh theo linh đạo Đức Cha Lambert* (Nxb Phương Đông, 2009)... Nt. Trần Thị Giồng: *Hạnh phúc trong tầm tay* (Nxb Phương Đông, 2008); *Thắp sáng một gia đình* (Nxb Hồng Đức, 2014); Để gió cuốn đi (Nxb Phương Đông, 2017)... Nt. Cảnh Tuyết: *Những điều được viết trong Kinh thánh có thật hay không?* (Nxb Tôn giáo, 2021), ... Có được một đội ngũ những nhà nghiên cứu như thế là nhờ các Hội dòng đã dần nhìn ra sự đóng góp quan trọng của văn chương trong sứ vụ loan báo Tin mừng và đã có hướng đầu tư đào tạo để các nữ tu phát huy khả năng suy tư, nghiên cứu và viết sách nhiều hơn. Mong sao trong tương lai sẽ có nhiều Hội dòng lưu tâm và tiếp tục đầu tư về chuyên môn cho các nữ tu trong lĩnh vực văn chương này.

Như vậy, suốt dòng lịch sử, ta có thể thấy nữ tác giả Công giáo không ngừng nỗ lực chu toàn sứ mạng bằng đời sống, nỗ lực sáng tác văn chương và suy tư, nghiên cứu về nhiều mảng đề tài để giới thiệu Chúa cho anh chị em của mình.

6. ĐỀ XUẤT CHO TƯƠNG LAI

Theo thống kê biến chuyển về số lượng như trên, ở thế kỷ XXI, văn học Công giáo đã có sự phát triển nhảy vọt. Đó là nhờ sự quan tâm có tổ chức của một số giáo phận và dòng tu. Nếu có sự quan tâm ở cấp Giáo hội cả nước, có thể còn nhiều kết quả khả quan hơn. Từ những điểm sáng và điểm tối ấy, người viết xin được gợi ý đôi điều cho tương lai:

6.1. CẦN ĐƯỢC QUAN TÂM

Giải Văn thơ Catarina: Các giải thưởng địa phương những năm qua đã thu hút và gián tiếp đào tạo nên một số nữ tác giả. Tuy nhiên đó chỉ là những giải địa phương nhỏ lẻ, bên cạnh đó số dòng nữ mạnh dạn khuyến khích chị em tham gia chưa nhiều. Nếu có một giải thưởng chính thức dành riêng cho nữ giới Công giáo cả nước, hy vọng mùa hoa sẽ nở rộ.

6.2. LINH HƯỚNG

Tổ chức diễn đàn hoặc nhóm sáng tác để giao lưu, gắn kết các nữ tác giả Công giáo: Liên hiệp các Bề Trên Thượng Cấp có thể mời một số thành viên có thiện chí với việc Loan báo Tin mừng bằng văn chương. Để họ đảm nhận hay tham gia một diễn đàn chung cho nữ tác giả Công giáo Việt Nam nhằm cùng nhau tìm tòi, chia sẻ, bổ túc, nghiên cứu và phát triển vốn văn học mang đậm màu sắc riêng của giới Công giáo.

Tổ chức các khóa sinh hoạt hoặc tĩnh tâm, linh thao ngắn hạn (3-7 ngày) cho các nữ tác giả có cùng đam mê, để thêm động lực và cảm hứng thiêng liêng trong việc sáng tạo văn chương. Đây là một việc rất cần thiết để có được những đóng góp mang chất lượng từ những sáng tác tâm linh có tính nhân văn cao.

Kết hợp văn chương với truyền thông: Với thời đại 4.0 ngày hôm nay, để thu hút và tạo hứng thú hay truyền cảm hứng văn chương đến người trẻ, có thể lập ra các "Group văn chương" trên các trang mạng xã hội hoặc chia sẻ trên blog cá nhân với những hoạt động như: Đưa bản tin về Giáo hội, Hội dòng hoặc Giáo xứ; các bài viết cảm nghiệm từ cuộc sống; điểm sách; những radio truyện, tản văn hay; hoặc thiết kế dựng những video có nội dung hướng thượng, tích cực… Đây là những hình thức đã rất phổ biến và được giới trẻ hưởng ứng rộng rãi trên các trang mạng Công giáo. Tuy nhiên để duy trì bền bỉ cũng cần thiện chí cộng tác, sự sáng tạo và nhiều yếu tố khác của những người có cùng tâm huyết. Hơn nữa, họ cũng cần hiểu rõ những quy tắc về truyền thông hoặc vấn đề kĩ thuật để hiệu quả truyền tải được uy tín và lâu bền.

6.3. ĐÀO TẠO

Ươm trồng tài năng: Văn chương ngoài năng khiếu và đam mê còn cần một nền tảng vững chắc. Vì thế việc kiến tạo môi trường giáo dục tốt tại các giáo xứ thông qua việc gây dựng thư viện hay tủ sách chung, tập cho các em thói quen đọc sách hay tổ chức các cuộc thi báo tường trong các xứ đoàn... Các em cần được những người có trách nhiệm động viên khích lệ, nhất là việc đọc, học hỏi *Kinh thánh*, giáo lý, nhân bản... Tất cả những nền tảng ấy sẽ góp phần tạo nên những "thiên tài" văn chương cho Văn học Công giáo Việt Nam trong tương lai không xa.

Trường đào tạo trực tuyến hoặc những khóa ngắn hạn về văn chương: Những việc đào tạo tổng quát về nhân bản, tâm lý, kiến thức, tâm linh và linh đạo dòng hiện đã được tổ chức tốt ở phạm vi từng dòng cũng như liên dòng. Riêng việc đào tạo văn chương- văn học rất khó tìm người, do thiếu nhân lực chuyên môn hoặc do chưa quan tâm và đầu tư đúng mức. Tuy nhiên, nếu các Bề Trên Thượng Cấp có hướng xây dựng một trường cao đẳng trực tuyến; tổ chức các khóa Việt văn ngắn hạn; khuyến khích xuất bản những cuốn tập san, nội san; xây dựng và tổ chức các chương trình trải nghiệm thực tế... sẽ tạo hứng thú và thu hút nhiều người tham gia. Với việc đào tạo trực tuyến, học viên ở bất cứ đâu cũng có thể theo học và việc mời nhân sự điều hành và đào tạo cũng thuận tiện hơn.

7. KẾT LUẬN:

Chỉ riêng trong thế kỷ XX và đầu thế kỷ XXI, ta có thể thấy sự xuất hiện và đóng góp của các cây bút nữ Công giáo Việt Nam đã lan nhanh như dầu loang trên mặt nước. Đúng hơn, phải nói đây là ơn Chúa. Chính Chúa đã làm cho nhúm men đức tin và đức mến Ngài trộn vào rá bột dân Việt khiến cả rá bột dậy men nhanh biết chừng nào. Ước gì các tầng lớp Dân Chúa cùng quan tâm suy nghĩ, đặc biệt là các vị hữu trách trong Giáo hội sớm tìm phương hướng để ngọn lửa đang được ơn Thánh Thần nhen nhúm sớm theo ngọn gió của Ngài lan tỏa khắp nơi.

Sài Gòn, tháng 09/2021

Nguồn:

Tham luận tại tọa đàm trực tuyến về Văn học Công giáo Đương đại, ngày 19-9-2021

THƠ ĐẶNG THỊ VÂN KHANH

Nhà thơ nhạc sĩ Văn Cao

Lời người biên soạn

Nhà thơ Đặng Thị Vân Khanh là tác giả được đưa vào bộ sưu tập này muộn nhất. Do không tìm thấy bài nào viết về thơ chị và cũng chưa nghĩ ra có thể nhờ ai viết, tôi đã bỏ sót mất. Bất ngờ, chính khi chuẩn bị gửi bản thảo tới Nhà Xuất bản, có người nhận ra thiếu vắng cụ Văn Cao, tôi mới nhớ chính nhà thơ này đã viết về thơ Vân Khanh, trong lời giới thiệu tập *Ngôi sao xanh* của chị.

Mời quý độc giả đọc lời giới thiệu ấy, tiếp đến là một vài bài thơ của Vân Khanh và sau đó là tâm tình chia sẻ của chị.

Lời giới thiệu của nhà thơ nhạc sĩ Văn Cao

VỀ TẬP *NGÔI SAO XANH*

Đây không phải là tựa của tập thơ. Làm sao đề tựa cho tập thơ mà tôi chưa thể nghiên cứu kỹ để tìm hiểu từng câu thơ trong tập. Gọi nó là cảm xúc khi được xem tập thơ thì hơn.

Xưa nay tôi thường ít nghĩ đến những tư duy của các nhà thơ nữ. Hầu như có một thành kiến nào đó với những người đã xuất hiện trong thi ca Việt Nam. Những từ ngữ dùng trong thơ ca của phụ nữ hầu như thành những thói quen trở đi trở lại, cấu trúc đều tương tự. Hiếm có những nhà thơ phá cách. Cho nên không giúp ích gì cho sự tìm tòi đời sống thơ ca của riêng tôi. Cũng như một người biết vẽ phong cảnh mà không thể vẽ được, có nghĩa là không muốn lặp lại trong cái

Văn Cao

** Tên đầy đủ là Nguyễn Văn Cao,*
** Sinh năm 15/11/1923 - qua đời ngày 10/7/1995,*
** Là một nhạc sĩ, họa sĩ và nhà thơ nổi tiếng. Ông là tác giả của ca khúc Tiến quân ca, là quốc ca Việt Nam hiện nay. Ông được đánh giá là một trong ba nhạc sĩ nổi bật nhất của nền âm nhạc hiện đại Việt Nam trong thế kỷ XX, cùng với Phạm Duy và Trịnh Công Sơn. Về thơ, ông có tuyển tập Lá, in năm 1988.*

tự nhiên của những cảnh vật mà những nhà nghệ sĩ nổi tiếng đã sáng tạo. Đó là thẩm mỹ của người đọc – sự thiên vị hoặc về triết học. hoặc về lý tưởng. Sau này tôi nhận thấy sự đánh giá chủ quan không bao giờ đúng được và thường phản đối những người đem thẩm mỹ riêng của mình áp đặt lên thẩm mỹ của người khác để tìm cái đẹp mà mình yêu thích.

Ít năm qua, trong hoạt động văn học nghệ thuật, tôi tìm ra được nhiều vẻ đẹp mà mỗi vẻ đem lại cho mình những suy nghĩ sâu sắc. Và biết ơn những khám phá. Không phải từ thế giới bên kia với những tác phẩm lớn mà từ chính chúng ta, những nhà văn trẻ, nhà thơ trẻ đem lại cho tôi niềm tin tưởng lớn.

Sau chiến tranh chống Pháp, một hàng ngũ nhà thơ hình thành những phong cách riêng của mình, muốn thoát ly những công thức của một số người muốn áp đặt. Việc đó đã trở thành một sự kiện của văn nghệ. Sự thua được của những dòng nghệ thuật không phải trên một quan điểm chung của mục đích chúng là hướng về xây dựng chủ nghĩa xã hội mà là sự lặp lại những mô hình có trước đã làm ra.

Mô hình về cái đẹp khó không biết chừng nào! Không ai dám gọi nó là mô hình. Thế giới của sự tưởng tượng, của sáng tạo rộng lớn hơn nhiều. Có ai đếm được những vì sao? Tập *"Ngôi sao xanh"* cũng là một ngôi mà không ai nhìn thấy, nếu không có mặt nó.

Nó thế nào nhỉ? Cảm xúc tôi không hiểu nổi. Không đợi chờ sự nở ra. Hình như là một sự khám phá. Mọi khám phá đầu tiên đem đến cho mình, không chờ đợi, hình thành mọi sự vô thức.

Ở đây, hình như cái đẹp đã bình thường. Người ta hay gọi những vì sao nào vào ban đêm, người ta tra tìm một ngôi sao lấp lánh, một ngôi sao sáng nhất trong một vùng trời vô tận. Cái "ngôi sao" ấy đem lại cho tôi cảm xúc gì tôi không nói quá.

Sau một cuộc chiến tranh đầy sự hy sinh quá lớn của dân tộc, sự đau khổ không của riêng ai, những bi kịch xảy ra hằng ngày, những mái nhà không ngủ yên giấc ngủ. Tôi đã nghĩ gì? Hãy tìm im lặng. Ở đó, chỉ ở đó, trên những vì sao chuyển động, người ta tìm hướng đi. Ở đó, và cũng ở đó, con người tìm thấy mình. "Ngôi sao xanh" không mang hình thức của tư duy bí ẩn cổ xưa, nhưng lại hình thành một thế giới khác, thế giới của sự yên tĩnh trong tâm hồn con người mà sau chiến tranh người ta chưa tìm lại được. Người ta cần có một khoảng yên tĩnh ấy.

Người ta thường nói, hình như con người sống bây giờ không dám nghĩ những điều riêng tư, cái điều người ta đã nói nhiều lắm: "Cái tôi không có, chỉ có cái ta chung". Điều sai lầm lớn nhất! Và bao thế hệ nhà thơ không dám tìm cái tôi riêng. Kết quả là chúng ta có được một thế hệ nhà thơ được nói tới, được in nhiều là những cảm xúc, suy tư trên hai cuộc chiến tranh lớn, tạo nên một hình thái quen thuộc, hình thành một khuôn hình như không ai phá nổi.

Người ta học từ tiểu học những bài thơ anh hùng ca. Những bài thơ tình cảm thường của những người bình thường, không được quan tâm mấy. Người ta tập trung vào những chiến thắng của cuộc chiến tranh. Những đau khổ cũng của cuộc chiến tranh.

Con người có trở lại hay không với đức tính hồn nhiên của nó?
Con người có trở lại hay không với tín ngưỡng hồn nhiên của nó?
Trở lại hay không với luân lý của loài người trong một nền văn hóa nhân loại nhiều đời?

Bằng vào sự phát minh ra súng ca-nông, Gớt báo hiệu cuộc chiến tranh thứ nhất: Con người sẽ tiêu diệt nhau bằng khẩu súng ấy.

Nhà thơ có quyền phát hiện ra một điều gì đó cho cuộc sống không còn những cây súng ấy: trở lại một người bình thường, cuộc sống sẽ trở lại một người bình thường mà mọi tôn giáo đều cầu nguyện.

Hôm nay, đọc *"Ngôi sao xanh"*, tôi thấy nổi xung lên với những quan niệm thơ ca của chính mình, của bè bạn xung quanh. Bởi vì, nó không những hết sức bình thường mà còn đem trả lại cho con người đời sống một con người – với đời sống giản dị, với suy tư thầm lặng. Nói như Matisse, họa sĩ Pháp, "Tôi chỉ muốn nghệ thuật lúc này đem lại sự bình yên cho đời sống tinh thần". *"Ngôi sao xanh"* có thể thiếu những chua xót mà không cần kể đến hoặc nói đến mà không làm ta chua xót thêm, nói đến cuộc đời mà ta không khủng khiếp, nói đến tình yêu không một chút sâu cay. Nó khác những dòng thơ trước và khác cả những nhà thơ nữ trước đây.

Đời sống, hoa và người sống cuộc đời yên lặng, những suy tư bình thường, nhưng không tầm thường trong thơ, mà nó là những cái đẹp, cái đẹp của người con gái, như cây lúa đương thì. Thơ con gái. Chữ con gái. Những hình ảnh đáng yêu nhất tìm được trong cuộc sống bình yên, không có những hàm ý sâu xa gì, không có những xao động lớn, như phấn hóa, như một mùi hương.

Tập thơ cho tôi thấy một sự quá nhẹ. Một cái nhẹ nhàng giống như phấn hương, giống như tiếng vang vọng đầy âm sắc mà cuộc đời tôi đã chịu ảnh hưởng trong sáng tạo nghệ thuật – đó là sự vang vọng thánh ca trong vòm cao giáo đường những chủ nhật tôi hát lễ. Nay đọc lại tập thơ này tôi xúc động. Xin ghi lại cái đẹp của hồn người:

"... Em
Với nụ cười hiền
Gương mặt tròn – con gái
Bóng vầng trăng gởi lại
Sáng trong..."

Tuy không phải là người Công giáo, ảnh hưởng của những thánh ca tôn giáo ở tôi cũng dẫn dắt tôi trên đường làm chữ nghĩa: Âm nhạc thấm đậm cái hồn của thánh ca, thơ và hội họa cũng nằm trong những tư duy siêu thoát ấy.

Tôi muốn nói về chữ nghĩa. Quãng trống ấy, khoảng sinh ra cái bình thường ấy, cái dịu nhẹ và cái yên lặng ấy như không gian không còn sự xao động sau một cuộc chiến dài.

Đánh giá tập thơ chỉ ngần ấy ý nghĩa. Có thể đó là cái đẹp đầu tiên mà tôi cảm nhận được.

Hà Nội, tháng 11.1988

VĂN CAO

Trích tuyển *NGÔI SAO XANH*

CHIỀU PHỐ NÚI

"Người đã dụ dỗ tôi, lạy Giavê,
Và tôi đã để cho mình bị dụ ..."
(Gr 20,7)

Chiều nay đi trên phố
Phố vẫn xanh bình yên
Con thầm gọi tên Chúa dịu hiền...
Có niềm tin âm vang
Có tình yêu nồng cháy

Clara Đặng Thị Vân Khanh

* Sinh ngày 25-10-1961 tại Hà Nội. Tin Chúa năm 20 tuổi, lãnh bí tích Thánh Tẩy ngày 16-9-1992.
* Đã có tác phẩm in trong các tuyển thơ của NXB Văn Học, NXB Hội Nhà Văn, NXB Phụ Nữ, NXB Quân Đội, và các tuyển tập thơ văn của các Hội Văn nghệ Hà Nội, Huế, Đà Lạt
* Đã cộng tác với các báo và tạp chí: Văn Nghệ, Người Hà Nội, Langbian, Sông Hương
* Đã xuất bản: Ngôi sao xanh (1988)
* Email: khanhdangthtc@gmail.com

Buổi chiều nay, con thấy
Lắng trong hồn
là tên Chúa Giêsu
Chiều nay con qua đây
Chuông giáo đường ngập nắng
Thanh âm còn rộn rã
Ngân vang chiều con đi
Ngân vang chiều con đi
Triền cao và lũng thấp
Có mây vàng mây trắng
Có hoa và có nắng
Tiếng gió xa thầm thì
Gọi tên Người
Ôi, Chúa Giêsu
Còn ai đi chiều nay
Ai đi trên phố này
Ai dừng chân dốc vắng
Lắng nghe chuông chiều xa
Lắng nghe chuông chiều xa…

TÌNH YÊU CỦA NHỮNG GIỌT SƯƠNG

"Nếu Chúa là mặt trời ..."
xin cho con làm giọt sương bé bỏng
để tan ra trong sức nóng trái tim Người.
Vầng Dương lớn lao
Sau đêm dài ưu tư suy nghĩ
Bằng lòng say mê và tận tụy của Người
Đến soi sáng trần gian
Chợt nhận ra mình trong những giọt sương.
Và Vầng Dương
Vượt khoảng cách không gian xa thẳm
Gởi muôn ngàn tia nắng
Đến từng giọt sương bé bỏng

Thì thầm lời cám ơn
Giọt sương long lanh lạnh cóng
Đón tình yêu bừng nóng của Vầng Dương
Run rẩy sáng
Sương tan ra ...
Trong tình yêu vĩnh hằng muôn thuở.

THƯƠNG KHÓ

(Nhân đọc "Đoạn Đầu Đài" – Aimatop)

- Ta khát!
Ngài đã kêu lên như thế
Buổi hành hình núi Sọ - Giêrusalem
Chút dấm dâng lên
Con biết
Chẳng thể nào nguôi cơn khát
Đắng lòng
Giữa điên loạn thù hằn
Hiềm khích chối từ và trốn chạy
Cơn khát bây giờ loài người còn khát
hơn Ngài khi ấy
Thế kỷ hai mươi - mảnh đất chính mình
Con quì xuống, khẩn cầu:
- Con khát,
Chúa ơi!

KHI CON RA ĐI

"Hỡi những kẻ lao khổ và vác nặng,
hãy đến cùng Ta, các ngươi sẽ được
nghỉ ngơi, hãy học với Ta, vì Ta khiêm
nhường và nhân ái"(Mt 11).
Khi con đi - những bước đi chập chững vào đời
Có thể đợi con - cuộc hành trình bão tố
Con vẫn biết có một tình yêu không thể vỡ
Một sự chắc bền hơn đá hoa cương.
Có thể suốt đường con đi, phố nhà đóng cửa
Lúc chồn chân mỏi gối, bơ vơ
Con vẫn biết có ngôi nhà luôn sẵn mở
Như hằng chờ bao tháng năm xa.
Có thể là mưa bão cũng qua
Đường con đi vui mùa gặt hái
Con vẫn biết có niềm khát cháy
Thôi thúc tìm về ... Khi con ra đi ...

Chia sẻ của tác giả *Ngôi sao xanh*

CON ĐƯỜNG TÔI ĐẾN VỚI CHÚA [1]

(Trong niềm thương nhớ về Gia đình, nhớ Cha, nhớ Sơ và Bạn bè ở Đà Lạt)

Tôi đã đến với Chúa như thế nào ư? Bắt đầu từ một sự trống trải trong tâm hồn. Bắt đầu từ những câu hỏi cứ trở đi trở lại: Ý nghĩa cuộc đời là gì? Giá trị cuộc sống từ đâu? Sao con người ta cô đơn? Sao cuộc đời thiếu vắng yêu thương? Sao còn nhiều đau khổ? Sao..? Sao..? và Sao...?...

Thế rồi tôi đã lặng lẽ một mình ngước nhìn ánh đèn hắt ra từ những ô cửa nhà thờ, tôi đã lặng lẽ để tiếng chuông giáo đường ngân vọng trên những nẻo đường thơ mộng của Đà Lạt ngấm vào tôi mỗi ngày, đến nỗi nó thành nỗi nhớ. Tôi đã ngóng trông ánh đèn mỗi sáng, mỗi tối tôi đi qua nhà thờ, tôi đã ngóng trông và lắng nghe tiếng chuông giáo đường như ngóng trông một người tri kỷ tâm giao...

Rồi một buổi sáng tôi mon men đến nhà thờ cùng một chị bạn. Tôi được gặp Cha. Tôi đã không bao giờ quên giây phút ấy... Cha hỏi tôi có muốn đi học giáo lý không...

Và những buổi sáng học giáo lý, không gian thật yên tĩnh và trong lành. Tiếng chim én ríu ran nơi vòm cao giáo đường, tiếng đàn vọng ra từ đâu đó trong nhà thờ, rừng thông biếc xanh, con đường hoa li ti dẫn vào phòng học giáo lý, nơi có Cha ân cần lắng nghe và chia sẻ...

Rồi một sáng tôi lại cùng chị bạn, chúng tôi leo lên một con dốc thật cao, tôi không đủ sức đếm bậc thang, có lẽ tới 100 bậc. Tu viện nhỏ nơi ngọn đồi ấy, có Sơ dạy vẽ. Bố tôi là họa sĩ, gia đình tôi có tới 5 người theo ngành hội hoạ và điêu khắc. Nhớ bố, nhớ gia đình ở Hà nội, tôi đến Sơ học vẽ. Sơ dạy vẽ xinh đẹp và thánh thiện. Tôi yêu Sơ vô cùng. Ở đấy tôi có dịp làm bạn với một Sơ khác. Và tôi thấy yêu thương tràn đầy... Tôi thấy tôi yêu cuộc sống này, tôi yêu mọi người trong mái ấm gia đình tôi. Tôi yêu mọi người trong mái trường thân yêu của tôi, những em học trò bé nhỏ lấm lem, tôi cảm thông và muốn chia sẻ những vất vả, những khổ đau của mọi người quanh tôi... Tôi biết tôi đã đổi thay. Tôi đã nhìn đời không phải bằng đôi mắt mà bằng cả tấm lòng...

Vâng, Thiên Chúa là Tình Yêu. Tôi đã cảm nhận điều đó thật trọn vẹn, thật đủ đầy và thật ý nghĩa... Năm ấy tôi 20...

Con đường tôi đến với Chúa bắt đầu như thế đấy...

HÀ NỘI, CUỐI XUÂN 2012,
VÂN KHANH

---

1 Có một vườn thơ đạo, tập IV: Thần nhạc sáng hơn trăng

Đọc thơ MẠC TƯỜNG

Ngô Văn Cư – Trần Như Luận

NGÔ VĂN CƯ

Khói mây một thuở rối bời chiêm bao

Tôi với Mạc Tường sinh hoạt chung trong một Chi hội chuyên ngành văn học thuộc một Hội Văn học – Nghệ thuật của một địa phương. Nhưng tôi lại ít được đọc thơ Mạc Tường, ngoài những bài đăng trên tạp chí Văn nghệ tỉnh và một những bài anh đăng lên facebook. Hôm nay, mới đọc một cách hệ thống nhờ nhận được tập thơ anh tặng LÀ KHÓI HAY LÀ MÂY do NXB Văn học cấp phép vào tháng 4/ 2021. Tập sách sách dày 96 trang, gồm 50 bài thơ với nhiều thể loại. Nhưng với một tập thơ, không phải chỉ thống kê là đủ mà phải nhận ra nhịp rung cảm con tim trước cuộc sống mà tác giả gửi gắm. Cho dù tác giả có khiêm tốn: "Tập thơ chỉ là để kỷ niệm..." và lắng nghe: "tiếng má thủ thỉ: Má thích thơ của con."; nhưng ta lại thấy hơn thế nữa.

1. Gió đi về mấy cõi. Núi vẫn là núi xanh

Tập thơ đa dạng về thể loại, phong phú về đề tài... nhưng tôi thích những bài thơ tác giả viết về mẹ. Đây là đề tài mà người cầm bút nào cũng viết nhưng chạm đến xúc cảm của người đọc thì rất ít. Mạc Tường không chải chuốt từ ngữ, bóng bẩy hình ảnh mà vẫn dẫn người đọc đến tận cùng bằng sự mộc mạc, chân thành:

Mẹ là nắng ấm ngày đông
Là cơn mưa hạ dịu lòng đất khô
Mẹ là đồng lúa, nương ngô
Nuôi con khôn lớn giang hồ rong chơi
("Nhớ mẹ")

Ngô Văn Cư

** Sinh năm 1954 tại Ân Tín, Hoài Ân, Bình Định*
** Giáo viên nghỉ hưu, Hội viên Hội VHNT Bình Định*
** Đã xuất bản: Thơ: Điều bây giờ mới nói (2003), Đợi ngày xưa (2007), Soi mình vào dáng quê (2009), Chỉ còn nỗi nhớ (2012), Lang thang miền nhớ (2014), Gió lãng du (2016), Những khúc ru tôi (2020), Thời cách ly chống dịch (2021).*
** Tập truyện: Kẻ nhiều chuyện (2013), Thà bị lừa dối (2015), Mở mắt là thấy (2021),*
** Tạp văn: Mây ở phía quê nhà (2019)*
** Email: ngovancu1954@gmail.com*

Những câu thơ chia làm hai vế. "Mẹ" được so sánh với cả thiên nhiên rộng lớn, kỳ vĩ *"là nắng ấm mùa đông; là cơn mưa hạ; là đồng lúa, nương ngô"* vừa xa xôi vừa gần gũi khiến ta dễ cảm nhận công ơn lớn lao nhưng không hề xa lạ, cách biệt. Có lẽ thế mà tác giả thấy rõ: "Đời mẹ trĩu âu lo/ Nhọc nhằn theo câu hát" (Dấu yêu ngày cũ). Một hình ảnh không hề mới về Mẹ, nhưng trong thơ Mạc Tường, hình ảnh Mẹ đã làm ta thấy được tảo tần của Mẹ, lòng hiếu thảo của con:

Liêu xiêu quang gánh đường xa
Nuôi con mơ giấc ngọc ngà
Mẹ ơi! Làm sao đền đáp
Bao nhiêu chăng nữa vẫn là...

("Mẹ ơi")

Hạnh phúc biết bao nhiêu khi ta còn Mẹ. Và ta hạnh phúc gấp nhiều lần khi Mẹ *"là cơn gió nồm"* thổi mát đời ta những khi buồn bực, nóng nảy, thất bại; bị cuộc đời vần xoay đủ hướng:

Má ơi, con ghi khắc
Cố giữ mình sạch thơm
Dù Đông, Tây, Nam, Bắc
Má là cơn gió nồm.

("Má là cơn gió nồm")

Đọc thơ Mạc Tường, người đọc sẽ nhận ra một tác giả chân chất, hồn nhiên, chí tình nhưng không kém đằm thắm mà bay bổng khi bộc lộ tình yêu Mẹ. Tôi thích hình ảnh ẩn dụ này:

Cuối trời mây hay khói
Mà trắng đến an lành.

("Núi vẫn là núi xanh")

Mạc Tường

* Tên thật: Martinô Nguyễn Văn Tường
* Sinh năm: 1954
* Quê quán: Quảng Vân, Phước Thuận, Tuy Phước, Bình Định.
* Hiện ở Quy Nhơn, Bình Định
* Hội viên Hội Văn học nghệ thuật Bình Định.
* Thành viên Ban Văn hoá Giáo phận Qui Nhơn.
* Email: mactuongqn@gmail.com

Dẫu *"Gió đi về mấy cõi"* (Núi vẫn là núi xanh) thì ta cũng ghi nhận tấm lòng của tác giả đối với Mẹ:

Tôi yêu cả niềm đau
Mẹ chờ con lệ ứa

("Người lại ngồi bên nhau")

Mỗi câu thơ được ghi lại ấm áp như giọt nắng, ta hiểu ra nỗi nhớ và lòng tri ân với đấng sinh thành là không tuổi tác. Đằng sau sự thành công của mỗi người là mồ hôi, nước mắt có khi cả máu thịt của mẹ cha!

2. Dưới hiên đời bụi bặm. Lặng lẽ chờ trăm năm.

Một đề tài tốn nhiều giấy mực của nhà thơ là tình yêu nam nữ. Nhà thơ Mạc Tường cũng không thoát ra cái con đường quen thuộc ấy. Anh dành nhiều bài cho đề tài này, và ta có thể lấy ra những câu thơ để neo đậu trong lòng người đọc:

Giá như tôi cố vội vàng
Giá như em chậm một gang đủ vừa
Giá như hôm ấy trời mưa
Bây giờ có cớ đổ thừa cho nhau

("Giá như")

Những giả định trong mô tip thật quen như bao chuyện tình ta đã gặp, nhưng để *"có cớ đổ thừa cho nhau"* là đúng là Mạc Tường rồi. Bởi anh thường để lòng mình hướng về, chờ đợi về một bóng dáng xưa cũ rồi trở thành một hoài niệm khó phai:

Những bóng hình xa xăm
Ùa về đêm sâu thẳm
Dưới hiên đời bụi bặm
Lặng lẽ chờ trăm năm

("Dấu yêu ngày cũ")

Những dấu yêu ngày cũ mãi đau đáu trong lòng anh cho đến *"Bây giờ ta tóc bạc"* mà *"Bây giờ người phương nao"* và *"Cứ như trò cút bắt/ Dưới trăng buốn xanh xao"* để rồi anh lại như buông thả tình mình, nhưng người đọc vẫn nhận ra nỗi đau buồn tiếc nhớ: *"Thôi thà đừng gặp lại/ Để vẹn nguyên bóng hình/ Hoa khế mùa xưa ấy/ Vẫn trĩu màu băng trinh"* (Hoa khế mùa xưa). Đâu phải "ta tóc bạc" là hiểu được ngọn nguồn tình yêu. Ta lại thấy một Mạc Tường thật thà đáng yêu như đang chập chững bước vào yêu:

Ngày sau ai chắc đá vàng?
Thôi thì giữ chút cũ càng quê xưa
Giá mà gặp lại, xin thưa:
Này em, tôi cũng chỉ vừa hiểu ra...

("Đôi bờ")

Một nhạc sĩ đã từng viết *"Tình chỉ đẹp khi còn dang dở..."* và chờ đợi, mong ước trong tình yêu cũng là chất gia vị để tình yêu thăng hoa. Nhưng đằng sau câu chữ ta vẫn thấy một nỗi niềm khó gọi thành tên:

Cho tôi gặp lại một lần
Bờ môi em mọng theo vần thơ xưa
Những con chữ chín đong đưa
Nhàu câu thơ cũ sao chưa thấy người

("Sao chưa thấy người")

Người thơ lặng lẽ Mạc Tường trong đời thực và cũng lặng lẽ trong đời thơ. Tôi yêu thích mơ ước nhỏ bé của anh; không lên gân, không cường điệu nên hình ảnh thơ đẹp như một hồi ức cho dù anh viết về tương lai:

Tôi sẽ về bên cung thánh ngày xưa
Tìm giọng hát em còn vương đâu đó
...
Tôi sẽ về ngồi đợi mảnh trăng lên
Mơ gặp em đêm chơi trò cút bắt

("Đành thiếu nợ người")

Với nhà thơ viết thơ tình thì nói biết đến bao giờ cho xong. Họ vừa mới là chủ nợ đấy, bỗng chốc hóa thành con nợ trả suốt đời chưa xong. Cũng nhờ thế mà đời có những câu thơ đẹp khi nhà thơ trải lòng:

Mây bay sông vẫn nằm chờ
Biết ai thiếu nợ ai ngơ ngẩn đòi

Người đi bổi hổi bồi hồi
Người về trăm mối rối bời ngổn ngang

("Chút nước lùa kẽ tay")

Thôi thế thì ta khép lại mảng đề tài này của nhà thơ Mạc Tường:

Đêm nay lóe nụ hoa quỳnh
Vọng vang chuông mõ lời kinh vô thường
Bồi hồi tiếng vạc kêu sương
Gởi người xưa chút cố hương lòng này

("Héo ngọn trầu cay")

3. Chòng chành một thoáng vậy mà/ Giấc mơ ngọt đắng vẫn là giấc mơ

Trong tập thơ không thiếu những bài, những câu *đau đáu niềm yêu về quê hương*; về nơi chôn nhau cắt rốn; về thánh đường, nơi nuôi dưỡng tâm hồn của Mạc Tường. Có khi anh diễn đạt trực tiếp:

Tôi yêu quê hương tôi
Lũy tre làng xanh ngát
Cánh cò theo câu hát
Bay dọc suốt bờ nôi

("Người lại ngồi bên nhau")

Có khi là những lời nhắn nhủ xa xôi:
Bạn nhắn về: Nghe cơn sóng đùa vui
Đường Xuân Diệu nằm thả hồn trên biển
Cầu Nhơn Hội tròn giấc mơ miên viễn
Đưa người về, bỗng xóm đảo gần hơn

("Quy Nhơn nỗi nhớ")

Tất cả bàng bạc trong niềm thương cảm khói sương mà chính tác giả cũng chẳng dễ gì nhận ra đó LÀ KHÓI HAY LÀ MÂY. Thôi thì để dành phần cho những người đọc khác thưởng lãm những nét thâm trầm, chân chất nhưng không kém phần sâu sắc của tác giả Mạc Tường. Chỉ hé lộ một vài tựa đề bài thơ trong tập để độc giả phần nào thấy được nét lãng đãng của khói mây: *Gợn chút phôi pha, Xa lắc người xưa, Bóng lá còn vang, Tơ rung lỡ nhịp, Chiêm bao kỷ niệm, Rượu đời ngát hương, Có một khoảng trời*... Hy vọng thơ của Mạc Tường sẽ làm vừa lòng những người đọc khó tính. Xin được giới thiệu tập thơ đến bè bạn xa gần!

Nhà văn - bác sĩ Trần Như Luận

** sinh năm 1955 tại Huế, hiện sống tại Quận 7, TP HCM.*
** Các tác phẩm chính: Dấu Ấn Tuổi Mười Bảy (truyện dài, 2007); Thầy Gotama Và 8000 Đệ Tử (tiểu thuyết, 2014); Đời Vớ Vẩn (tiểu thuyết, 2019); Gương Mặt Loài Homo Sapiens (tiểu thuyết, 2022).*
** Email: luannhutran@gmail.com*

TRẦN NHƯ LUẬN

Sẻ chia và dâng hiến

Mạc Tường tên thật là Nguyễn Văn Tường - chữ Mạc là do nhà thơ mượn âm tiết thứ nhất trong tên Thánh Martino của mình. Nhà thơ sinh năm 1954 tại Giáo xứ Tân Quán, Giáo phận Qui Nhơn thuộc thôn Quảng Vân, xã Phước Thuận, huyện Tuy Phước, tỉnh Bình Định.

Hiện nay, nhà thơ sinh sống tại thành phố Qui Nhơn, là hội viên Hội Văn học - nghệ thuật tỉnh Bình Định, từng cộng tác với các báo và tạp chí xuất bản tại tỉnh ấy và một số tạp chí khác như: Sông Hương, Áo Trắng, Đăklăk, Thái Nguyên... Nhà thơ cũng tham gia biên tập thường xuyên cho tuyển tập thơ văn Mục Đồng do Giáo phận Qui Nhơn thực hiện và phát hành rộng rãi toàn quốc. Nhà thơ đã ấn hành hai thi phẩm LẠY TRỜI MƯA XUỐNG (NXB Hồng Đức, 2013) và LÀ KHÓI HAY LÀ MÂY (NXB Hội Nhà văn, 2021); sắp xuất bản: MẶN LÊN ĐI (NXB Hồng Đức, 2023).

Khi có dịp đọc từng trang, từng chữ trong tập thơ Lạy Trời Mưa Xuống của nhà thơ Mạc Tường, lòng tôi không ngớt dâng lên bao cảm xúc. Hóa ra, bằng ngôn ngữ thơ trong sáng, đầy ắp hình ảnh và âm thanh, đôi lúc pha chút điển tích rút ra từ kinh Thánh và những trải nghiệm giữa đời thường, tác giả đã vô tình đưa người đọc tới một miền thi ca rạng ngời ánh sáng. Đó là vùng trời háo hức bao kỷ niệm ngọt ngào của thời thơ ấu, khu vườn mộng mơ của tình yêu thời son trẻ và một cửa ngõ thênh thang mở lối tới tận Thiên đàng, nơi tràn đầy Đức Tin dâng lên Đấng Sáng Thế.

Ai đó đã nói không ngoa rằng thơ đến với dương gian *qua trái tim, bởi trái tim*. Cũng phải thôi, vì người ta không thể vừa cảm thụ thi ca, vừa thẩm định nó, và người ta chỉ có thể sáng tác thơ bằng những cảm xúc tự cõi lòng. Cảm thụ thơ là một quá trình thuần tâm lý. Nếu bảo thơ là một cách để sẻ chia, để tự vỗ về và cao hơn nữa, để hiến dâng, thì tôi tin chắc rằng thơ Mạc Tường đã làm được bao điều đó:

Anh ngọt ngào chia sẻ những cảm xúc dâng trào khi hồi ức về tuổi thơ; anh dịu dàng thể hiện những hoài niệm về tình yêu thời trai trẻ; anh thiết tha bộc lộ những trăn trở, ưu tư về thân phận mình và đồng loại. Đặc sắc hơn, anh còn hân hoan thể hiện niềm lạc quan, hy vọng vào tương lai xán lạn; anh bộc lộ cả chất lãng mạn của một tâm hồn nghệ sĩ; anh mở rộng cõi lòng để hiến dâng.

Xin hãy lắng nghe thi nhân bộc bạch cảm xúc ăm ắp của mình khi hoài niệm về thời son trẻ:

Có một lần tôi về chốn cũ
Tìm tuổi thơ yêu dấu ngày nào
Cánh diều hồng, tầm xuân chớm nụ
Dưới trăng tà biển hát lao xao

("Chiêm Bao Kỷ Niệm").

Bạn thấy chăng? Đẹp quá! Nào "cánh diều", nào nụ "tầm xuân", nào "trăng", nào "biển". Bao hình ảnh diễm lệ, và nương theo đó, bao kỷ niệm êm đềm cứ dâng lên chan chứa trong lòng. Khi tình cờ sống trong hoài vọng, hóa ra tuổi thơ anh lung linh huyền ảo như cõi thần tiên.

Có một khoảng trời trong veo thời thơ ấu
Bè bạn tung tăng bờ ruộng nhỏ nô đùa (...)

Có một khoảng trời buồn vui loanh quanh phố
Hạnh phúc ắp đầy con hẻm nhỏ lung linh

("Có Một Khoảng Trời").

Ồ, thì ra, hoài niệm về thời trai trẻ cũng có thể là nỗi nhớ thương những bóng hình thân yêu trong quá khứ. Mà quá khứ của anh kỳ ảo quá:

Theo ai đông về cuối phố
Se se sợi nắng hanh vàng
Hình như người về đâu đó
Mơ hồ như hạt sương tan

("Một Thoáng Rong Chơi").

Sẽ không có cái đẹp của thơ nếu như anh không khéo đưa vào cõi thơ một chút "se se" mà "nắng", một chút "mơ hồ" nên cứ "hình như". Và nỗi nhớ niềm thương ấy đôi khi thật nồng nàn, ray rứt, đầy tiếc nuối:

Chiều ba mươi Tết chốn này
Phố đông ta giữa cơn say nhớ người

("Lá Bay").

Hoặc:

Có một khoảng trời tầm xuân xanh biêng biếc
Một thoáng ngập ngừng con sáo vội sang sông (...)

("Có Một Khoảng Trời").

Thơ anh đẹp. Có thể vì lắm hình ảnh và rất đỗi trữ tình. Dường như đối với anh, ở đâu có cảnh, ở đó có tình.

Nhưng có vẻ như thơ Mạc Tường không quá đắm đuối nơi tình yêu đôi lứa chăng? Anh không sa đà trong niềm đam mê và nỗi đắm say trần thế. Thảng hoặc, anh bộc lộ chất lãng mạn của một tâm hồn nghệ sĩ qua vài ba vần thơ uyển chuyển, du dương, rất nồng nàn nhưng vẫn không thôi trang trọng:

Nắng ngày Tết khác lạ thường
Bởi em xuống phố môi hường tường vi (...)

Xin em giữ hộ thơ ngây
Cho ba ngày Tết đong đầy sắc hương

("Em Hãy Thơ Ngây").

Đây là những vần điệu thi ca có tính thẩm mỹ cao: Người đọc không những bắt gặp không gian đẹp, tình cảm nhẹ nhàng, trong sáng, mà cả bầu trời đầy mộng ước, thuở tình yêu vừa mới chớm.

Lại như:

Em về lặng lẽ
Gặp nhau tình cờ
Ơ hay cô bé
Áo dòng ngây thơ

Ngày em khấn trọn
Thoáng buồn bâng quơ

("Vầng Trăng Lạ").

Thì ra, một cách tình cờ, ta có thể nhận ra một giọng điệu thơ rất đỗi hồn nhiên, tươi sáng và trẻ trung. Đi từ chỗ điềm đạm, chững chạc, thậm chí không kém phần trau chuốt ngôn từ, thoắt một cái, tác giả như đang rùng mình biến thành một chủ thể khác - một chàng trai trẻ với bao ước ao, kỳ vọng vừa mới chớm trong tình yêu đầu đời.

Nhưng thơ Mạc Tường không dừng lại ở những hoài niệm. Thơ anh thể hiện những khát vọng, những trăn trở, ưu tư và cả niềm lạc quan, hy vọng.

Xin hãy cùng chia sẻ với anh:
Con lạc mất tuổi thơ

Giữa đôi bờ cỏ cháy
Những ngặt nghèo ngày ấy
Đêm cay xè ước mơ.

("Dấu Yêu Ngày Cũ").

"Đêm cay xè ước mơ" là một lối biểu đạt khá kỳ lạ và đặc sắc: Dường như anh cố vươn mình lên để phóng chiếu ước mơ của mình vào tương lai, nhưng mặt khác, cõi lòng anh vẫn không thôi bị níu giữ bởi cái hiện tại bộn bề, nặng trĩu thương đau.

Bao năm tháng con khước từ Ơn Chúa
Tự đắm mình trong vực thẳm u mê
Giờ thống hối bạc mái đầu quá nửa
Lòng rưng rưng tay làm dấu vụng về

("Lời Nguyện Cầu Mùa Chay").

Vậy là, có những vết thương lòng, có những niềm trăn trở, có cả những ăn năn vì lầm lạc giữa đời thường mà nhà thơ tha thiết muốn sẻ chia cho vơi nhẹ cõi lòng, muốn bộc bạch một cách vô cùng chân thật để từ đó vươn lên thánh hóa hồn mình. Có thể nói, thi ca, đối với Mạc Tường không chỉ là sự sẻ chia cùng nhân thế, nó còn là cách để anh say sưa bộc lộ nỗi khát khao vươn tới sự thánh thiện, sự hoàn hảo, đó thực chất là sự hiến dâng.

Đúng vậy, mặc dù đầy băn khoăn, trăn trở, nhưng tâm hồn anh là một tâm hồn đang thiết tha hướng tới sự toàn bích. Anh ngậm ngùi viết:

Tôi đứng nhìn thác đổ
Trắng xóa hồn ăn năn
Tội nhạo cười thách đố
Tôi bật khóc nhục nhằn

("Về Bên Người Tình").

Hoặc là:

Con tội lỗi nay sấp mình đấm ngực
Chúa lòng lành xin lượng thứ bao dung
Cho con được dư tràn ơn thánh đức

("Lời Nguyện Cầu Mùa Chay").

Đáng yêu thay, không chỉ nghĩ về phận mình, nhà thơ Mạc Tường còn đau xót, ngậm ngùi trước bao cảnh đời đắng đót:

Đêm an bình rực rỡ
Những sắc màu trần gian

Lòng vẫn còn trăn trở
Những phận người lầm than

("Túp Lều Bê Lem").

Anh chua xót, đớn đau, nhưng không bi quan, yếm thế. Thơ anh mở ra một chân trời đầy ánh sáng. Bởi anh hy vọng về chính tình yêu của mình:

Vạt tóc dài nỗi nhớ
Em xa rồi cứ ngỡ
Hương xưa còn tinh khôi

("Chợt Ngang Qua Tình Tôi").

Anh hy vọng về tương lai:

Danh cha cả sáng đất trời
Rồi sẽ không còn tăm tối
Tình người thắm đượm muôn nơi

("Bóng Đêm").

Hoặc là:

Xin tắm gội trong dòng sông Đức Cậy
Phù sa về mạ nhú sáng tinh khôi.

("Cầu Nguyện").

Hoặc tha thiết hơn:

Lạy trời mưa xuống trần gian
Ruộng đồng no mật, sữa tràn bờ xa

("Lạy Trời Mưa Xuống").

"Lạy Trời mưa xuống" là một lối diễn ngôn khá tinh tế của anh. Anh là người có đức tin tôn giáo, nên Lạy Trời không chỉ có ý nghĩa dung dị như ca dao - "lạy trời mưa xuống, lấy nước tôi uống, lấy ruộng tôi cày..." - mà Trời đối với anh là Thiên Chúa, là Đấng Toàn Năng.

Có thể hiểu - tuy sự hiểu này có hơi mộc mạc và ước lệ - rằng thơ anh luôn có hai phần, một phần dành cho trần gian với bao suy tư, trăn trở, nhưng cũng lắm ước ao, kỳ vọng, và một phần khác, thiêng liêng dành cho Đạo.

Cho nên, có thể nói, thơ Mạc Tường không những là sự SẺ CHIA bao đắng cay, khắc khoải, bao thương yêu ngọt ngào cùng nhân thế, thơ anh còn là HIẾN DÂNG, là cách để biểu lộ đức tin và thờ phượng.

Thơ Mạc Tường vừa đẹp vừa thanh cao là bởi vậy.

MỘT CHÙM THƠ ĐẠO

ĐÀNH THIẾU NỢ NGƯỜI

Tôi sẽ về kịp thánh lễ chiều nay
Xa lâu quá chắc gì em còn nhớ
Một cánh diều bay, một thời trắc trở
Ván đóng thuyền, ôi! Một mớ trầu cay

Tôi sẽ về ngồi đợi mảnh trăng lên
Mơ gặp em đêm chơi trò cút bắt
Sau lưng nhà thờ chòm cây quen nấp
Nhớ thuộc lòng nhưng chẳng nỡ gọi tên

Tôi sẽ về bên cung thánh ngày xưa
Tìm giọng hát em còn vương đâu đó
Khẽ chạm đời tôi tựa hồ cơn gió
Giữa trưa hè, em bất chợt cơn mưa

Tôi sẽ về chờ gà gáy, chuông rung
Sáng lễ tro trời hừng đông tím thẫm
Nhà thờ gần nên bước đi chầm chậm
Vạt tóc dài, tôi rè rụt sau lưng

Tôi sẽ về dù mưa trắng trường giang
Để nghe lại tiếng gọi đò khắc khoải
Chiều đã xế, còn kịp không trở lại?
Đành thiếu nợ người một chuyến đò ngang.

MU□I NH□T

Có đôi lúc quên mình người có đạo
Giữa chợ đời mê mải chuyện hơn thua
"Con người sống đâu chỉ cần cơm áo"
Biết vậy rồi vẫn sáng nắng chiều mưa

Có đôi lúc đớn hèn không dám nói
Co rúm mình vì một chút hư danh
Con sự sáng lại nương nhờ bóng tối
Ngọn đèn ơi! Sao nấp mãi sau mành

Có đôi lúc muối không còn là muối
Biết lấy gì để ướp cõi nhân gian
Lòng chai đá và tình yêu cằn cỗi
Mặn lên đi! Dẫu có chút muộn màng

Có đôi lúc hạt giống nằm trơ cứng
Cố giữ mình vẹn áo mão cân đai
Máu tử đạo thắm một thời minh chứng
Có lẽ nào năm tháng đã nhòa phai

Có đôi lúc nhìn lại mình hổ thẹn
Người anh em mang thương tích tràn mình
Ngập ngừng mãi bao phen đành lỗi hẹn
Xin một lần cúi xuống chạm dấu đinh.

NHỮNG HẠT KINH DÂNG MẸ

Tháng Mười về, quỳ gối đốt trầm hương
Xông từng hạt kinh dâng lên Đức Mẹ
Trước đền vàng, con mong manh nhỏ bé
Như sợi tơ run rẩy giữa ba thù

Hạt kinh nào rơi trên đỉnh trầm tư
Trăn trở phận người buồn-vui, được-mất
Dấu chân này ngang qua đời rất thật
Ai nhớ? Một mai nước ngược về nguồn

Hạt kinh nào gồng gánh nỗi cô đơn
Xuống biển lên non chắt chiu lòng đạo
Giữa đời thường, những bộn bề cơm áo
Tránh làm sao mưa bất chợt trưa hè

Hạt kinh nào tàng cổ thụ chở che
Thấm mệt con về ngả lưng ca hát
Dưới chân Người, vòm trời xanh xanh ngát
Hương cỏ thơm và sữa mật chan hòa

Hạt kinh nào lặng lẽ phút chia xa
Thấm thía cõi người mong manh sương khói
Cơn gió đi qua hình như rất vội
Bỏ lại sau lưng ngàn vạn sắc màu

Hạt kinh nào xin nương náu thật lâu
Dưới bóng Tháng Mười đong đầy ơn phước
Trước đền vàng, con như người say khướt
Chén rượu Cana ngọt tiếng Mẹ cười...

ĐỌC THƠ NGUYỄN NAM VIỆT
NHỮNG VẦN THƠ THẤM ĐẪM TÍNH NGHỆ THUẬT

Trần Như Luận[*1]

Linh mục Giêrađô Nguyễn Nam Việt sinh năm 1974 ở làng Tân Yên, xã An Hòa, huyện Quỳnh Lưu, tỉnh Nghệ An. Sinh trưởng tại đó là những con người mộc mạc, chơn chất, đa phần làm nghề sản xuất muối, mắm và đánh bắt cá xa bờ; nhiều gia đình có truyền thống hiếu học. Linh mục may mắn là một người hiền ngoan, hiếu thảo và mộ đạo từ thuở nhỏ. Ngoài những trải nghiệm tâm linh kỳ diệu với tư cách một vị linh mục thụ phong năm 32 tuổi, linh mục từng thể hiện tài năng qua việc sáng tác các bài thơ về tình yêu quê hương làng mạc, những bài thơ viết về nhân thế, về tình mẹ, về những hoàn cảnh khốn cùng với niềm khắc khoải khôn nguôi, và những vần thơ gợi lên kỷ niệm sâu sắc đối với từng chặng đường linh mục đã trải qua; nhưng đặc sắc hơn cả là những thi phẩm tỏ bày tâm tư, tình cảm thiêng liêng của tác giả dâng lên Đấng Cứu Độ và Đức Mẹ.

Đọc hàng chục tác phẩm của linh mục Nam Việt, tôi cảm nhận rõ nét rằng, thơ viết về Mùa Vọng có lẽ là chùm thơ sắc sảo, độc đáo nhất của tác giả. Có người nói rằng, nếu dân Việt ta quan niệm đời là đợi, sống là vọng, là chờ, thì lịch sử Dân thánh được ghi trong sách Cựu ước là một câu chuyện đợi chờ. Mùa Vọng là mùa chờ đợi. Bốn tuần Mùa Vọng nhắc lại cho loài người bốn ngàn năm dân Chúa trong Cựu ước mong đợi Đấng Cứu thế. Dân chúng trong Cựu Ước mong đợi Đấng Cứu thế đến lần thứ nhất trong lịch sử loài người; còn Kitô hữu chúng ta mong đợi Chúa đến lần thứ hai. Viết về sự kiện đầy xúc động này, linh mục khởi đầu bằng những vần thơ chứa chan hình ảnh:

[*1] Về tác giả, xem trang 241

Lm. Giêrađô Nguyễn Nam Việt

* Sinh ngày 28/4/1974, tại Giáo xứ Phú Yên, Giáo phận Vinh (xã An Hòa, huyện Quỳnh Lưu, tỉnh Nghệ An).
* Thụ phong linh mục: 8/8/2006.
* Học vị, chuyên ngành: Tiến sĩ thần học mục vụ.
* Công việc hiện nay: Chưởng ấn, Chánh Văn phòng Tòa Giám mục Giáo phận Vinh.
* Email: namviet284@gmail.com

Ta bước vào Mùa Đợi Chờ
Tim tím lạnh đầu Đông thở hơi sỏi đá
Những cành cây trụi lá
Như bàn tay gầy hướng về trời cao

(Bài *VỌNG*, khổ 1)

Chỉ bốn chữ "thở hơi sỏi đá" đã lập tức cho ta hình dung ra được bóng dáng hang Bêlem ngập trong hơi lạnh mùa đông băng giá thuở nào. Điều lý thú là trong câu tiếp theo, có một sự ví von độc đáo bằng cách nhân hoá những cành cây, như thể chúng – "những cành cây trụi lá" - cũng biết lắng mình trong Mùa Vọng. Ở đây, hình ảnh "bàn tay gầy" có tính gợi thật sắc nét. Gầy, tại sao gầy? Phải chăng nhân loại đang chìm trong khổ đau tăm tối, và từng ngày từng giờ chờ đợi một Nguồn Sáng Rực Rỡ toả xuống từ Trời Cao? "Bàn tay gầy" đưa cao lên với ước ao vươn tới Trời Cao, hướng đến Chúa Cứu Thế - Đấng Cứu Rỗi của nhân loại chúng ta?

Sang khổ 2 của bài thơ trên, ta càng thấy rõ tài năng và sự đột phá sáng tác của linh mục:

Ta bước vào Mùa Đợi Chờ
Trong xôn xao ngày tận thế
Dòng đời vẫn cuồng quay, kệ!
Hối hả, dửng dưng, vui thú, bất cần

(Bài *VỌNG*, khổ 2)

Lạ quá! Ở đây có một ý tưởng trẻ trung, mạnh mẽ, quyết liệt - quyết liệt tới mức "bất cần", chỉ cần biết rằng: ta đang đợi chờ, đợi chờ sự giáng thế của Đấng Cứu Độ, Đức Giê-su. Đọc lại hai câu cuối của khổ thơ này, ta thấy rõ lối diễn ngôn hết sức độc đáo, lạ lùng, táo bạo của tác giả:

Dòng đời vẫn cuồng quay, kệ!
Hối hả, dửng dưng, vui thú, bất cần

(Khi đọc mấy vần thơ này, tôi mong độc giả hãy lắng lòng để thấu hiểu Nỗi Đợi Chờ Khắc Khoải với cường độ cực mạnh và tình cảm sâu nặng của chủ thể sáng tác.)

Xin mời độc giả đọc tiếp khổ 3 và 4 của bài thơ:

Ta bước vào Mùa Đợi Chờ
Trong miên man ánh nến
Khe khẽ lung linh trong đêm đưa tiễn
Ba trăm sáu mươi lăm ngày đã qua
Ta bước vào Mùa Đợi Chờ
Trong tiếng dương cầm lành lạnh
Bài thánh ca vang lên khi mưa vừa tạnh
Màu tím loang, trong trẻo đến lạ thường

(Bài *VỌNG*, khổ 3,4)

Lưu ý, chủ thể sáng tác thực lòng muốn nhấn mạnh một cách đầy Tình Cảm rằng, chúng ta đã Đợi Chờ Từng Ngày trong suốt 365 ngày qua. Đặc biệt, hai câu cuối khổ 4 đầy tính nghệ thuật: Đây không phải cái đẹp của ngôn từ hoa mỹ, mà là cái đẹp của hình ảnh, của hình tượng; hoạ chăng chỉ những người thật sự có Đức Tin hướng lên Đấng Chí Thánh mới thấu hiểu được – MÀU TÍM LOANG, TRONG TRẺO ĐẾN LẠ THƯỜNG. Dừng lại tại đây, ta có thể chiêm nghiệm sự tinh tường trong cách chọn màu sắc của thi nhân để đưa vào tác phẩm. Màu tím thường ám chỉ thời gian - không gian đã về chiều (sáng không tím, trưa không tím, chiều mới tím); cho nên, màu tím còn được xem là Màu Đợi Chờ, màu của Sự Ngóng Trông. Trong lịch sử, ngày xa xưa, người ta phải cần tới mười hai nghìn con sò mới có thể chiết xuất được 1,5 gram thuốc nhuộm màu tím tinh khiết; ngần ấy cũng chỉ đủ để nhuộm một bộ áo khoác kiểu La Mã. Chính vì vậy, màu tím tượng trưng cho Sự Cao Quý. Trong Mùa Vọng, Mùa Chay và các lễ cầu Hồn, các linh mục thường mặc áo màu tím khi dâng Thánh lễ, vì màu ấy còn gợi lên sự ăn năn, thống hối. Việc linh mục Nam Việt chọn màu tím đưa vào bài thơ này thật khéo léo và vô cùng tinh tế.

Và đây là khổ cuối của bài thơ trên:
Ta bước vào Mùa Đợi Chờ
Như đã bước vào từ muôn năm trước
Vẫn mới mẻ tinh khôi Lời Giao Ước
Văng vẳng bước chân Đấng Cứu Độ vào đời.

(Bài *VỌNG*, khổ 5)

"Như đã bước vào từ muôn năm trước" là một tứ thơ vô cùng độc đáo: Nó hàm chứa một ý nghĩa thiêng liêng, huyền nhiệm, như từng được tiên tri trong sách Cựu Ước; ở đây, chủ thể sáng tác không còn là MỘT, mà vô hình trung đã thăng hoa thành MỘT TRONG MUÔN MỘT, chủ thể là một nhân vị đại diện cho NHÂN LOẠI:

CẢ NHÂN LOẠI ĐANG Ở TRONG MÙA VỌNG. CẢ NHÂN LOẠI ĐANG NGƯỠNG VỌNG SỰ GIÁNG THẾ CỦA ĐỨC CHÚA GIÊ-SU.

Có thể nói, toàn bài thơ VỌNG của Linh mục Giêrađô Nguyễn Nam Việt là một chỉnh thể toàn bích nhằm nói lên nỗi khát khao, niềm mong mỏi, nỗi đợi chờ, niềm hy vọng – hy vọng của chúng ta về sự giáng thế và cứu rỗi của Đấng Cứu Độ.

Đọc các bài thơ khác của linh mục Nam Việt, chúng ta cũng dễ dàng nhận ra tính nghệ thuật độc đáo trong thi pháp của tác giả. Chẳng hạn bài thơ sau đây:

Có một buổi chiều như thế
Lặng yên - chỉ một mình thôi
Với Ngài - Giêsu Thánh Thể
Tình yêu nối đất với trời

Có một buổi chiều như thế
Hắt hiu ngọn nến gió lùa
Bên tai thì thầm khe khẽ :
"Cha gọi con từ ngàn xưa..."

Ngoài kia mùa nối tiếp mùa
Những nhịp bước đời hối hả
Những nét xuân hồng rộn rã
Trong bao khóe mắt đam mê

Chông gai nẻo đường trở về
Bước chân trần hun hút gió
Ngổn ngang những đêm mắt đỏ
Lung linh thập giá nở hoa

...Và con quỳ đây bên Cha
Có một buổi chiều như thế...

(*CÓ MỘT BUỔI CHIỀU NHƯ THẾ*, toàn bài)

Dường như linh mục Nam Việt có lương duyên đặc biệt với các câu cuối của các khổ thơ. Có vẻ như ba câu đầu mỗi khổ thơ chỉ là "cái cớ" để câu cuối đặc sắc ấy xuất hiện. Câu cuối nào của các khổ thơ – điển hình nhất là trong bài này - cũng đều ẩn chứa một tứ thơ thăm thẳm mênh mang, khiến tứ thơ ấy như còn tiếp diễn mãi ở một khoảng không bao la bát ngát nằm đằng sau câu chữ. Xin độc giả vui lòng đọc lại và lắng lòng ngẫm ngợi về những khoảng trống lạ lùng và độc đáo mà tôi vừa đề cập:

Tình yêu nối đất với trời…
"Cha gọi con từ ngàn xưa"…
Trong bao khóe mắt đam mê…
Lung linh thập giá nở hoa…
Có một buổi chiều như thế…

Những câu này tôi cố tình in đậm để chúng ta cùng chiêm nghiệm những ý tưởng mênh mông miên viễn kéo dài gần như bất tận đằng sau con chữ. Nó bao la hun hút và gần như không có điểm dừng; chính vì vậy, về mặt hình thức, tôi hoàn toàn tâm đắc với linh mục khi ngài cố ý để lửng, không chấm câu, ở cuối mỗi khổ thơ.

Cũng trong bài thơ này, việc linh mục khéo mượn một câu thơ của linh mục Nguyễn Tầm Thường (đã được Phạm Trung Quý phổ nhạc và nhiều người biết đến) vào khổ thơ 2 ("Cha gọi con từ ngàn xưa…") cũng tạo nên một hiệu ứng rung cảm đặc biệt khiến tính nhạc của bài thơ vô tình được nâng lên một bậc. Nào! Ta hãy cùng đọc lại khổ thơ ấy :

Có một buổi chiều như thế
Hắt hiu ngọn nến gió lùa
Bên tai thì thầm khe khẽ :
"Cha gọi con từ ngàn xưa…"

"Cha gọi con từ ngàn xưa…" là một câu thơ ăm ắp ý tưởng. Nó nói lên Ơn Mời Gọi của Chúa Giê-su – không phải chỉ mới đây, mà từ ngàn xưa - dành cho các linh hồn được Chúa chọn để trở thành các linh mục, những người dẫn dắt nhân loại bằng cách chọn đời sống đạo hạnh, thờ phượng, dâng hiến và loan báo Tin Mừng. Cũng như các khổ thơ khác, khổ thơ này dừng lại ở đây, nhưng thật ra không hề ngưng bặt. Nó có năng lực lưu lại và rung lên trong tâm tư độc giả những xao xuyến bồn chồn, những trăn trở khôn nguôi, những suy nghiệm sâu sắc, những ý tưởng thâm trầm, cùng giai điệu êm đềm, sâu lắng của ca khúc Cha gọi con từ ngàn xưa.

Về điều này – việc xuất hiện các ý tưởng thấp thoáng quanh văn bản – các nhà nghiên cứu - phê bình văn học hậu hiện đại thường gọi đơn giản là *tính liên văn bản* (intertextuality). Đọc thơ, nhưng đâu đó trong tâm tưởng người đọc vẫn hiện hữu những giai điệu của một ca khúc nào đó hoặc một tự sự nào đó đã tồn tại từ trước trong tiềm thức. Đây là một khía cạnh thành công bất ngờ của bài thơ. Đúng như nhà lý luận văn học Roland Gérard Barthes (1915 – 1980) đã từng nói, mỗi tác phẩm thơ văn không phải là một tổ hợp ngôn ngữ tự trị, cố định, mà ngược lại, là *không gian đa nguyên chứa đựng vô số các văn bản văn thơ khác đến từ vô số các hiểu biết, niềm tin, văn hóa khác nhau.* Tất cả chúng hòa quyện vào nhau, gối chồng ý tưởng vào nhau, và không hề có một văn bản thơ văn nào hoàn toàn độc sáng hay là cội nguồn. Ý nghĩa của văn bản thơ văn, *không chỉ có từ chính nó, mà còn nằm ở khoảng giao thoa giữa các văn bản nằm bao quanh lấy nó.* Có lẽ, nhờ hiểu biết sâu sắc về tính đa nguyên này, linh mục Giêrađô Nguyễn Nam Việt đã tạo được dấu ấn sâu đậm đối với người đọc khi sáng tác nên những vần thơ đầy tính nghệ thuật như thế.

Để có một cái nhìn tổng quát hơn về thi tài của linh mục Giêrađô Nguyễn Nam Việt, Chưởng ấn, Chánh Văn phòng Tòa Giám mục Giáo phận Vinh, kiêm nhiệm giáo sư Đại Chủng viện, tôi xin đính kèm dưới đây ba bài thơ khác của ngài để chúng ta cùng tường lãm.

Bài 1 nói lên niềm khắc khoải của linh mục trước lẽ vô thường của thế gian, và thấp thoáng một Niềm Tin hướng về cứu cánh giải thoát:

Trong miên man những ngõ ngách cuộc đời
Những lời ru hớp hồn ngày quạnh quẽ
Đang về đâu nơi tận cùng cõi thế
Tha thẩn những linh hồn...
Khúc nguyện cầu nào siêu thoát giữa hoàng hôn
Nước mắt ru lời sám hối
Ngàn năm qua đi, ngàn năm lại tới
Con đò tâm linh chênh vênh...
Nhân loại khổ đau ?
Nhân loại an bình ?
Bom vẫn nổ trên những vòng nguyệt quế
Màu khăn tang nhói lòng bao thế hệ
Bạc màu dòng sông thời gian...
Đỉnh Can-vê, một chiều tàn
Ai hay Đấng Messia đã khát
Giữa đại dương tràn trề ngột ngạt
Một nụ hồng đẫm sương tình yêu...
Vẫn phẳng lỳ xanh rêu
Lòng người lạnh tanh, những trái tim hóa đá
Ngủ vùi trong giấc mơ buốt giá
Sự giả dối được ngụy trang
bằng ngôn ngữ thánh thần
Tình yêu ngồn ngang bàn cân
Hạnh phúc được chạm khắc
trên hoa văn của đồng tiền rực rỡ

Nheo nhóc, mốc meo
những thân phận gầm cầu xó chợ
Khắc khoải, đớn đau, rã rượi chốn phong cùi.
Bản hợp xướng cuộc đời
Réo rắt những cung bậc u trầm hoang lạnh
Những mảng tối luênh loang bức tranh ám ảnh
Gam màu nào sẽ sưởi ấm con đường ?

Trong miên man cuộc đời
Khe khẽ một hồi chuông...

(*NIỆM KHÚC VÔ THƯỜNG*)

Bài 2 có một giọng thơ đầy ưu tư, nhưng nhờ niềm tin sâu sắc nơi Đức Mẹ mà chủ thể có năng lực vượt qua mọi khoảng tối để rũ bỏ ưu phiền, trở về trong trạng thái an nhiên, bên bàn tay Mẹ:

Chiều bên tượng Mẹ, gió lùa
Thầm dậng bao nỗi nắng mưa cuộc đời
Bụi trần phủ lạnh kiếp người
Những vương vấn với gọi mời đua chen

Rêu lòng xanh đã bao phen
Hồn đêm khắc khoải ánh đèn lắt lay
Tựa bên lòng Mẹ chiều nay
Rũ ưu tư của những ngày lãng quên

Mắt đăm đắm ánh diệu huyền
Chìm trong lòng Mẹ trinh nguyên vẹn toàn
Thiết tha, trìu mến, hân hoan
Rưng rưng sương ướt dặm ngàn tâm tư

Hoàng hôn buông ánh phù du
Gió lùa nỗi gió, lòng ru nỗi lòng
Đa đoan biến thế đục trong
Sông đời nào đã hết dòng truân chuyên

Về bên Mẹ hết muộn phiền
Về bên Mẹ ngát một miền tin yêu
Con đi
nắng sớm mưa chiều
Có bàn tay Mẹ dắt dìu
con đi......

(*CHIỀU BÊN TƯỢNG MẸ*)

Bài 3 nói lên sự gắn bó thiết thân của linh mục với cuộc sống và Đức Tin mà ngài đã trải qua và nghiệm sinh trên chính mảnh đất thân yêu của mình:

Ta từ phố thị về với mẹ
Trong giọt sương sa chẳng muộn màng
Chút nắng chút mưa tên xứ Nghệ
Chiều đưa eo óc chuyến đò ngang

Biết có xưa sau thành sỏi đá
Mà mưa thầm thĩ gọi ta về
Ướt sũng con đường mơ thập giá
Hoa xương rồng nở đỉnh Can-vê

Sóng gợn tiếng chuông hằn tuổi nhớ
Câu kinh man mác tựa lưng chiều
Xứ Nghệ hơn một lần trở lại
Lửa tim còn thắp một niềm yêu.

(*MẢNH HỒN XỨ NGHỆ*)

Với sự mến mộ tài năng sáng tác, vốn học uyên bác và đức độ của linh mục Giêrađô Nguyễn Nam Việt, tôi trân trọng giới thiệu những vần thơ đầy tính nghệ thuật của ngài đến với quý độc giả gần xa.

Trân trọng!

THƠ NGUYỄN QUỐC THÁI: NỖI BUỒN ẨN MẬT

Phan Tấn Hải

Tôi đã đọc thơ Nguyễn Quốc Thái từ hơn một thập niên. Và nhiều người đã đọc thơ anh hơn một nửa thế kỷ. Hình như, tôi chưa thấy dòng thơ nào vui của anh. Và ngay cả những dòng thơ có thể được suy đoán là vui, cũng vẫn có một nỗi buồn thần bí trong đó – nơi đây, đành nói là thần bí, vì không giải thích minh bạch được.

Cũng có thể vì tôi thấy nét mặt anh lúc nào cũng buồn. Đó là những lần tôi được gặp anh, khi anh có dịp thăm Quận Cam. Cũng có thể vì Nguyễn Quốc Thái là một nhà thơ ra đời trước tôi khoảng một thập niên, thuộc một thế hệ có nhiều chia ly hơn là gặp gỡ, nhiều tan vỡ hơn là hàn gắn.

Cũng có thể vì một vài câu thơ của Nguyễn Quốc Thái, tôi đã đọc qua, và chợt nhớ một vài ý trong đó. Như bài thơ có nhan đề Todo Passa. Anh làm bài thơ này từ Sài Gòn, vào tháng 12 năm 2017. Trích năm dòng đầu như sau.

Một mình tôi với những câu thơ đau đớn mới
Lời vỗ về an ủi như tiếng gió lùa qua bến bờ lau sậy
Tôi ngã xuống như một hẹn ước dở dang
Ngày đầu năm gió quất vào mặt lời cỏ úa
Những nhịp buồn thôi thúc tôi ngợi ca ngày thứ Năm thần thánh

Câu thơ đau đớn... Anh không nói là người đau đớn. Kiểu làm thơ của anh là thế. Nguyễn Quốc Thái ngay dòng đầu đã tự nhận là cô đơn (một mình tôi) với những "câu thơ đau đớn" mới. Thế rồi anh ngã xuống với một hẹn ước dở dang nào đó. Rồi nhịp buồn xui giục anh...

Nhà nghiên cứu Phan Tấn Hải

* Sinh ngày 22.2.1952 tại Sài Gòn.
* Sống ở Quận Cam California.
* Cư sĩ Phật giáo, uyên thâm Phật học, tác giả nhiều sách về Phật giáo, một dịch giả uy tín, Tổng Thư Ký Việt Báo Daily News ở Hoa Kỳ.
* Email: nguyengiac@yahoo.com

Tôi cũng không biết chính xác nhan đề "Todo Passa" có nghĩa là gì, nên tra tự điển, và được biết có hai nghĩa chính: (1) mọi chuyện rồi sẽ qua, (2) mọi chuyện xảy ra đều có lý do.

Như thế, có vẻ như lúc đó anh có chuyện gì không vui. Thế rồi tôi chợt nhớ ra, không mấy khi thấy thơ anh có những niềm vui. Nhưng tại sao dùng ngoại ngữ? Tôi suy đoán rằng anh không muốn để lộ minh bạch tất cả những gì anh suy nghĩ. Tuy nhiên, viết như thế sẽ có thể gây ngộ nhận, hay làm cho khó hiểu với nhiều người. Ngay cả với người mỗi ngày đều phải đọc đủ thứ như tôi cũng không chắc hiểu hết ý nhà thơ.

Nguyễn Quốc Thái nói rằng anh dự định gom tất cả những bài thơ của anh đã đăng gần đây để in thành một tập thơ với tên:

"VỚI MẸ,

_TỰ DO VÀ EM"_

Nhan đề ngắt dòng, xuống thành hai hàng. Đó là kiểu của anh. Nhan đề phải viết toàn chữ hoa. Tôi đọc, nhưng không ưa lý luận, thấy ngay tức khắc rằng, mẹ và em là hai người cụ thể, có da thịt, có đi đứng, có nói cười... Còn tự do là một khái niệm, một trạng thái, một cảm thọ, và thường được nhắc tới khi chợt ý thức rằng mình đang thiếu tự do. Đó cũng là kiểu của Nguyễn Quốc Thái: khái niệm "tự do" trở thành một người cụ thể, và người cụ thể đó nằm giữa Mẹ và Em. Nói khác, có vẻ như anh nói về tự do như chức năng của nhà thơ, hay là khát vọng sáng tạo của thi sĩ? Tôi nghiệm ra rằng không có gì khẳng định nơi thơ anh, tất cả đều là một nỗi buồn rất sương mù.

Thơ anh không nói nhiều. Cũng không phải kiểu thơ bí hiểm, nhưng là những gì được nói rất cân nhắc, rất kiệm lời. Nguyễn Quốc Thái có một bài thơ chỉ có bốn dòng, nhan đề nghe "tâm tư" rất mực, khi so sánh thi sĩ và thập giá mà nhà thơ gánh vác. Bài như sau.

Thi sĩ và thập giá nhà thơ Huế 2010

Tự do! Tự do!
Tai hoạ của niềm tin vụng dại
Ập xuống
Không kịp hôn từ giã.

Tôi không nghĩ ra chuyện gì ở Huế năm 2010 có liên hệ tới nhà thơ và tự do. Nhưng thấy rõ, đó là những dòng thơ rất buồn, nói về một ước mơ tự do trong niềm tin vụng dại, và chuyện gì đó đã lôi nhà thơ đi vội mà không kịp hôn từ giã. Tôi tự thấy mình rất gần với những cảm xúc đó của anh, tự thấy có những lời muốn nói và chỉ nói ra được một phần, và rồi có những lời không muốn nói ra hết, rồi vẫn luôn luôn ngập ngừng...

Đọc thơ Nguyễn Quốc Thái cũng cần có kiến thức uyên bác. Ý tôi muốn nói là phải vừa đủ uyên bác để hiểu vài chuyện. Thí dụ như bài thơ trên, tôi không hiểu chuyện gì dính tới Huế năm 2010. Hay như trong bài thơ "Todo Passa" đã trích đầu bài, ngày "thứ Năm thần thánh" là gì thì tôi không hiểu, có lẽ mơ hồ đoán là có liên hệ gì tới Mùa Chay của Công Giáo, vì biết anh là một giáo dân siêng đi nhà thờ.

Trong khi đó, bài thơ sau rất là ngậm ngùi. Nhan đề bài thơ ngắt thành 2 dòng. Bài thơ có 2 đoạn, đoạn đầu gồm 5 dòng, đoạn thứ nhì (và là đoạn cuối) có ba dòng. Toàn bộ bài thơ như sau. .

Chiều Tháng Tư ở Bến Bạch Đằng .

Buổi chiều trần truồng bơi qua sông sang bờ bên kia
Tiếng chuông nhà thờ tha thẩn trong công viên
Ly cà phê nóng uống chung không hết lấy gì làm vốn nhớ nhau .
Ngày chia tay chỉ có tiếng còi tàu ngoái nhìn anh
Những sợi tóc đẫm nắng như tổ chim trong gió
Sayonara. Bon voyage.
Tình yêu dấu.

Bài thơ rất buồn. Nơi dòng cuối bài, Nguyễn Quốc Thái dùng chữ từ biệt tiếng Nhật *"Sayonara"* --- chữ này có nghĩa là "vĩnh biệt" hay là *"xin chia tay, không biết bao giờ gặp lại."* Trong khi đó chữ kế tiếp là từ biệt bằng tiếng Pháp *"Bon voyage"* có nghĩa là *"Chúc chuyến đi bình an."*

Khi đọc tới dòng chữ cuối bài, mới hiểu nhan đề *"Chiều Tháng Tư ở Bến Bạch Đằng"* hẳn là tháng tư 1975, và từ biệt người đi ở Bến Bạch Đằng có nghĩa là không biết bao giờ gặp lại, và chuyến đi dĩ nhiên đầy bất trắc. Buồn tới nỗi hai đứa không uống hết một ly cà phê chung.

Buồn tới nỗi buổi chiều trong nắng vàng được thi sĩ nhìn thấy là "trần truồng" --- để buổi chiều có thể bơi từ bờ này qua bờ bên kia. Nơi đây, tôi suy đoán theo cảm nhận riêng. Không chắc gì Nguyễn Quốc Thái đã có những hàm ý như thế. Một hình ảnh đẹp tượng trưng cho sự cứu rỗi là tiếng chuông nhà thờ vẫn tha thẩn trong công viên, nghĩa là xa lìa những quay quắt dằn vặt của người đời. Và hình ảnh rất buồn là khi anh viết rằng "còi tàu ngoái nhìn anh" cũng như những sợi tóc đẫm nắng. Khi người ta chia tay, khi người ta nhìn nhau lần cuối, và chỉ thấy sợi tóc đẫm nắng, hẳn là, hoặc lúc đó nước mắt làm cho không thấy rõ các hình ảnh khác, hoặc là nhà thơ không dám nhìn thẳng mặt người sắp chia tay, sợ là nỗi buồn sẽ làm trôi cả buổi chiều.

Đọc thơ Nguyễn Quốc Thái, rất nhiều khi chúng ta thấy anh làm thơ như riêng cho anh, bởi vì rất kiệm lời, không dài dòng, đôi khi lửng lơ không nói trọn câu, và có thể có những dòng thơ chỉ có anh và một người nào đó hiểu. Như bài thơ có nhan đề thơ ghi một phần thời gian với số La Mã. Có lẽ, anh không muốn ghi bằng số thường, và đã chọn cách ghi bằng số La Mã cho một kỷ niệm đặc biệt. Bài thơ như sau, chỉ có ba dòng, cộng thêm nhan đề là bốn dòng. .

Cali, XII.1994

Gặp người xưa,
vết thương chưa...
Nắng bay vàng phố
sầu vơ tôi về.

Hóa ra, gặp người xưa mà không vui? Thế là nhà thơ trôi vào một cơn sầu muộn. Thơ tình Nguyễn Quốc Thái cũng cứ kiểu như thế: luôn luôn là ngăn cách, là chia xa. Cuộc đời không mấy khi chia tay là sẽ gặp lại.

Anh cũng có một bài thơ tình ngắn, nhưng là hình ảnh chờ nhau nơi sân bay. Nếu chúng ta nhớ tới những bài thơ tình nửa thế kỷ trước, thơ tình sẽ có hình ảnh hoặc là chia tay hay gặp lại ở nhà ga xe lửa. Nếu nhớ tới những bài thơ tình vài trăm năm trước, hình ảnh nơi chia ly hay gặp lại có thể là bến đò cổ độ, hay là qua ngõ thiên san tiễn rượu vừa tàn. Nhà thơ Nguyễn Quốc Thái lại kể về nơi "gió bay cồn cào" ở sân bay. Bài thơ có nhan đề là *Vỹ Thanh*, hẳn là cách viết thi ca của vĩ thanh, nói về những gì nối tiếp, những gì theo sau phần chính, ngắn gọn là phần bổ sung sau đoạn kết. Có phải thi sĩ muốn nói về một đoạn kết của một mối tình, rồi chợt nhớ ra còn phần sau đoạn kết, thế là lấy giấy mực ra viết những dòng thơ tình nơi phòng đợi sân bay.

Vỹ Thanh

Anh nhớ em gầy đi như phố cổ
Như mùa thu kiễng chân ôm Hà Nội
Như gió cồn cào ngoài sân bay,
Ly cà phê trong phòng đợi
Như những câu thơ rời
Anh đăng trên
Vành tai em phơn phớt hoa đào.

Đọc bài thơ trên, tôi nghe âm vang của chữ như giọng Hà Nội. Tôi nghiệm ra, theo cách chủ quan từ kiểu quen giọng Sài Gòn, thơ anh có một giọng Hà Nội ẩn tàng, trầm lắng. Hình ảnh ngỡ như cổ điển, nhưng lại rất lạ, *"như những câu thơ rời / anh đăng trên / vành tai em phơn phớt hoa đào."* Hiển nhiên, vành tai em không bao giờ là giấy để anh chép thơ lên, vành tai em không bao giờ là màn hình vi tính để anh gõ chữ lên, vành tai em không bao giờ là các trang báo để anh bấm nút chạy máy in thơ lên... nhưng nơi đây, gió cồn cào thì thầm những câu thơ rời của anh đăng trên vành tai em. Mọi chuyện tự nhiên trở nên siêu thực, như dường hình ảnh gầy như phố cổ, như mùa thu phải kiễng chân để ôm cho trọn Hà Nội, và trong trí nhớ của chàng là những câu thơ rời...

Nguyễn Quốc Thái có một bài thơ về mẹ. Bài thơ làm sau Tết Mậu Thân 1968, khi bùng nổ những trận khói lửa khắp các tỉnh Việt Nam. Đó là những ngày Tết không mấy người quên. Bản thân tôi là học sinh lớp 10 Chu Văn An SG, sau đó tình nguyện vào xây dựng khu tạm cư Lý Thái Tổ cho đồng bào bị bom đạn mất nhà có nơi ở mới, cảm xúc còn rất là thơ dại, chẳng hiểu hết những bi thảm vừa xảy ra trên toàn quốc. Bài thơ Nguyễn Quốc Thái hiển lộ những hình ảnh rất mực bi thảm: mẹ phải trốn (hiển nhiên là chạy loạn, trốn cái chết), người chết như than, chết co quắp, súng trên tay anh súng trên tay em (huynh đệ tương tàn), đạn nổ ngoài đường đạn nổ trong tim... Bài thơ rất buồn, nhiều hình ảnh đầy thi tính chết người (cỏ non như nước mắt, ta mừng nhau máu đỏ, canh máu đầy nồi cơm)...

Bài thơ này của anh có sức mạnh rất lạ: với những độc giả đã từng trải qua những ngày thảm sát của Tết Mậu Thân, đọc qua một lần là khó quên. Toàn văn bài thơ *Ngày Về Mừng Tuổi Mẹ* đăng lại trên Việt Báo Xuân 2018 (nghĩa là, tưởng niệm 50 năm Tết Mậu Thân), không nói gì về hình ảnh người lính (dù bên này hay bên kia), không nói gì về sức mạnh chiến tranh (dù xe tăng hay chiến đấu cơ), không nói gì về những khái niệm trừu tượng như chính thể hay màu cờ, chỉ nói về những người gánh chịu khổ nạn như mẹ, như người chết, như em thơ. Bài thơ toàn văn như sau.

Ngày Về Mừng Tuổi Mẹ

Nhà đây rồi mẹ trốn ở đâu
Trưa vàng khô thõng tay buồn rầu
Mùa xuân ngơ ngác trên rầm bếp
Người ngược xuôi xốc xếch thương yêu

Thưa mẹ trên đường về nhà ta
Con thấy bao nhiêu người vội chết
Người chết như than, người chết co quắp
Người cụt tay và người bẹp đầu

Tháng Giêng cỏ non như nước mắt
Đạn nổ ngoài đường đạn nổ trong tim
Súng trên tay anh súng trên tay em
Năm mới rồi ta mừng nhau máu đỏ

Mẹ ơi mặt trời đã bỏ chúng ta
Đêm than đá ngày than đá mắt than đá
Ôi em thơ môi mím mắt dại khờ
Tay run đỡ tiếng rít răng hau háu

Mùa xuân nở tươi từng dây máu đỏ
Máu cha máu mẹ máu chị máu anh
Máu đầy xoong canh máu đầy nồi cơm
Đấy, anh em dùng cho no mộng ước

Mẹ ơi bây giờ mẹ trốn ở đâu
Mẹ gặp gốc cây cửa sổ mái lầu
Mẹ gặp người đi kẻ lại
Tay khẳng khiu nhớ giơ khỏi đầu

Con len lỏi về đây mừng tuổi mẹ
Ánh sáng thiu đen trên những cột đèn
Mùa xuân bứng mất từng chân trẻ em
Cây thơm lộc nôn nao chùm thịt tím

Đạn nổ ngoài đường đạn nổ trong tim
Mẹ ơi bây giờ mẹ trốn ở đâu?

(Trích tạp chí *Đất Nước*, Tháng Tư, Sài Gòn 1968)

Thơ Nguyễn Quốc Thái rất buồn, rất ẩn mật. Khi nói về chiến tranh, về thời điểm chết chóc nhất của quê nhà, anh chỉ nêu câu hỏi: *Mẹ ơi bây giờ mẹ trốn ở đâu?* Anh không lý luận, không quy lỗi, không giải thích, không đòi hòa bình, không lên án chiến tranh... Anh làm thơ trong vị trí đứng bên nạn nhân, viết cho nạn nhân, kể chuyện rồi nêu câu hỏi rằng mẹ trốn nơi đâu. Anh cũng ẩn mật khi nói về tình yêu. Ghi lại một hình ảnh giai nhân, anh lặng lẽ kể chuyện ngồi bên cơn gió cồn cào ở sân bay, rồi thắc mắc chuyện gặp người xưa mà sao vết thương chưa... Hay là, khi kể về một chia biệt thời rất xa nơi Bến Bạch Đằng, anh ghi lại hình ảnh ly cà phê hai đứa uống chung vẫn chưa cạn trong khi người đã xuống tàu rời bến... Khi viết về khát vọng tự do năm 2010 (không rõ sự kiện nào), anh chép xuống rằng đó là tai họa niềm tin vụng dại... Và rồi có lúc nhìn lại thì "*Một mình tôi với những câu thơ đau đớn mới.*" Chúng ta phải đọc rất chậm, mới thấy trong những chữ dịu dàng, tinh tế của Nguyễn Quốc Thái là một nỗi buồn ẩn mật, nơi đó anh tự thấy hình ảnh các dòng thơ của anh cũng khẳng khiu như cánh tay những bà mẹ trong Tết Mậu Thân bước đi giữa phố với "*Tay khẳng khiu nhớ giơ khỏi đầu.*" Thơ của Nguyễn Quốc Thái cũng buồn khẳng khiu như thế.

Nguồn: Việt Báo, 01 - 4 - 2022

THƠ SƠN CA LINH

Bùi Công Thuấn *[1]

Sơn Ca Linh là bút danh ghi dưới tên những bài thơ của Lm Giuse Trương Đình Hiền [1]. Ngài hiện là Tổng Đại diện Giáo phận Qui Nhơn. Tôi cần giới thiệu rõ điều này, bởi vì là một Linh mục, khi diễn ngôn, *nhà thơ Sơn Ca Linh* sẽ phải tự giới hạn đề tài, phạm vi phản ánh cuộc sống, và thái độ với hiện thực. Linh mục là người của Chúa, là hiện thân của Đức Giêsu giữa đời thường hôm nay, vì thế một *nhà thơ Linh mục* không thể viết như một người thế tục. Sự chọn lựa đề tài, nội dung, cách thể hiện tư tưởng và nghệ thuật của *nhà thơ Linh mục* đều kín múc từ Kinh thánh và hướng đến mục đích loan báo Tin Mừng. Nhưng *một nhà thơ loan báo Tin Mừng* sẽ khác với một Linh mục giảng Kinh thánh trên tòa giảng.

Tôi sẽ chỉ nói đến *phẩm chất thi nhân* của Sơn Ca Linh trong thơ. Tôi đã đọc hơn 200 bài thơ của Sơn Ca Linh đăng trên trang web của Giáo phận Qui Nhơn. Quả thực thơ Sơn Ca Linh có nhiều điều cuốn hút tôi. Đó là một cánh đồng nghệ thuật thật phong phú sắc màu, trên đó hiện lên khuôn mặt nhà thơ vừa thâm trầm sâu sắc vừa dung dị hồn nhiên và có nhiều đường nét mới lạ.

CÁNH ĐỒNG NGHỆ THUẬT ĐA SẮC MÀU

Phẩm chất thi nhân của một người làm thơ (nhà thơ) được xác định trước hết là ở sự sáng tạo những tứ thơ mới lạ giàu thẩm mỹ, ở những quan sát tinh tế, những xúc cảm mãnh liệt của một trái tim ngân rung tình yêu Con người và ở khả năng làm mới ngôn ngữ để thể hiện Cái Đẹp. *Nhà thơ*, người sáng tạo Cái Đẹp. *Thợ thơ* (chữ của Nam

---

*[1] Về tác giả, xem trang 108

Cao), là người làm theo quán tính bắt chước, hô những khẩu hiệu nhạt nhẽo.

Thơ Sơn Ca Linh có những hạt châu ngọc của ca dao. Bài ca dao "Trâu ơi" là một bài ca dân dã rất đẹp cả về hình tượng và tư tưởng. Sơn Ca Linh có bài "Gọi trâu" cũng với vẻ đẹp trân quý như vậy. Sự sáng tạo là ở khả năng khám phá và nâng cao tư tưởng cánh đồng cỏ với con trâu trong thơ ca dân tộc thành cánh đồng truyền giáo.

GỌI TRÂU

(Chút cảm nhận về "Trâu" và "cánh đồng truyền giáo")

"Trâu ơi ta bảo trâu nầy,
Trâu ra ngoài ruộng trâu cày với ta"
Kẻo mùa xuân lại đi qua,
Hạ về đông lại nước ra đầy đồng...
Cây xoan vừa mới trổ bông,
Bờ quê vạn thọ đã hồng môi xinh.
Gió mùa xuân nắng thuỷ tinh,
Luống sâu chân bước có mình với ta.
Bùn lầy nước đọng nẻo xa,
Con chim én liệng reo ca lưng trời.
Bây giờ vất vả đầy vơi,
Mùa lên trĩu hạt... trâu ơi, ngại gì!

Thơ Sơn Ca Linh cũng có những bài mang vẻ đẹp của thơ Lãng mạn: giàu có về nhạc điệu. Tứ thơ đầy sắc màu và cái tôi trữ tình tha thiết mênh mang. Sự khác biệt với thơ Lãng mạn là ở chỗ thơ Lãng mạn đẩy Cái Tôi cá nhân lên mức cực đoan, còn thơ lãng mạn của Sơn Ca Linh lại lấp lánh vẻ đẹp Đời Dâng hiến.

Yên lặng lắm mới nghe lời thỏ thẻ,
Và lắng tai mới rõ tiếng thì thầm.
Có ai qua xin bước dùm bước nhẹ,
Kẻo giật mình mà cỏ lại lặng câm!...

("Lời thì thầm của cỏ")

Mỗi mùa thu trở lại,
Ta nghe rộn ràng những bước đi xa...
Chẳng phải lá vàng, như những khúc tình ca,
Về cội đất như một lần vĩnh biệt.

Chẳng phải sông kia, lời tạ tình tha thiết,
Xa biệt bãi bờ để tan biến giữa đại dương.
Chẳng phải áng mây lãng đãng tím hoàng hôn,
Chợt mất hút cuối chân trời biêng biếc...

("Mùa thu và những chuyến đi xa" - *Mến tặng các nữ tu qua những lần "chuyển xứ" vào mỗi dịp mùa thu-tháng 9*)

Sơn Linh Ca cũng có những bài Đường luật thất ngôn rất chuẩn mực về niêm luật nhưng lại rất mới ở nội dung Kinh thánh. Đường luật cổ điển đầy dẫy điển tích Trung Quốc. Đường luật của Sơn Ca Linh dung dị với những điển ngữ "nhà đạo".

"Phố thánh vườn thiêng" [2] *rạng đỉnh đồi,*
Trinh nguyên e ấp đoá "Môi Khôi" [3]*,*
Rạng ngời sắc thắm soi muôn cõi,
Bát ngát hương thiêng toả khắp nơi.
"Bốn Sự nhiệm mầu" [4] *ơn Cứu độ,*
"Mười Kinh thánh đức" [5] *phúc Tin Vui.*
Hoa hồng muôn cánh dung nhan Mẹ,
Ngập lối linh ân mãi tận trời !

("Đường luật Mân Côi")

Đặc sắc thơ Sơn Linh Ca là những bài thơ tự do. Những bài thơ này phá cách về số câu số chữ nhưng vẫn giữ âm điệu của thể thơ 7- 8 chữ. Bài thơ có cấu trúc lập luận. Có khi là lập luận tương phản: tương phản giữa Kinh thánh và thế tục; có khi là lập luận theo tuyến tính "xưa-nay"; nhiều bài có cấu trúc quy nạp, các luận cứ dẫn đến kết luận ở cuối bài. Sơn Ca Linh kết hợp cấu trúc lập luận với tự sự (kể truyện) và "cảm nhận" vấn đề, vì thế bài thơ được kiến tạo đa tầng: kết nối lịch sử với hiện tại, kết nối Kinh thánh với cuộc đời, kết nối những vấn đề chung với "cảm nhận" riêng của tác giả. Những bài thơ này *định vị một phong cách thơ rất riêng* của Sơn Ca Linh so với thơ Xuân Ly Băng, Trăng Thập Tự, Lê Đình Bảng.

Sơn Ca Linh cũng khai phá một con đường nghệ thuật mới mẻ so với thể "Diễn ca" và thể "Huấn ca" truyền thống. Con đường này vượt trội so với kiểu "Thơ ca cầu nguyện" mà nhiều tác giả giáo dân hiện nay đang theo đuổi. "Diễn ca" là diễn Kinh thánh (văn xuôi) thành ca vè để dễ học dễ thuộc. "Thơ ca cầu nguyện" cũng diễn ca Kinh thánh, từ đó viết thêm phần cầu nguyện (thường là theo một công thức nhất định).

[2] "Phố thánh vườn thiêng" : Hình ảnh Giáo Hội, Giêrusalem mới, theo gợi ý từ câu Thánh vịnh 122,3 : "Giê-ru-sa-lem khác nào đô thị, được xây nên một khối vẹn toàn."

[3] "Môi Khôi" : Tên gọi hoa hồng. Chuỗi Môi Khôi (Rosary) là chuỗi kết bằng những lời kinh như những cánh hoa hồng.

[4] "Bốn sự Nhiệm mầu" : sự "Vui", sự "Sáng", sự "Thương", sự "Mừng".

[5] "Mười kinh Thánh đức" : Kinh Kính Mừng, với phần đầu "Kính mừng Maria đầy ơn phước, Đức Chúa Trời ở cùng Bà, Bà có phước lạ hơn mọi người nữ và Giêsu Con lòng Bà gồm phước lạ" lấy lại những lời trong Tin Mừng Luca với hai sự kiện "Truyền Tin" và "Thăm viếng" (Lc 1, 28.42)

Cả hai lối thơ "Diễn ca" và "thơ ca cầu nguyện" đòi buộc người viết phải giữ trung thực ý và lời của Kinh Thánh, vì đó là Lời Chúa. Nếu viết khác (chẳng hạn, chỉ lấy ý không giữ Lời) thì sẽ là sự xuyên tạc. "Cảm nhận" cho phép nhà thơ hoàn toàn xây dựng hình tượng, kiến tạo tác phẩm theo ý của mình. Sức hấp dẫn của thơ Sơn Ca Linh chính là ở những "cảm nhận" rất riêng, rất mới và những sáng tạo có tính đột phá này. Xin đọc:

ĐÊM, VÀ NHỮNG BƯỚC CHÂN BUỒN !

*(*Chút cảm nhận Tin Mừng thứ Ba Tuần Thánh : Ga 13,21-33.36-38*)*

Trang Tin Mừng "Thứ Ba Tuần Thánh",
Tông Đồ Gioan kể câu chuyện sắp vào đêm:
"Nhóm Mười Hai" với Thầy, bữa cơm chiều ấm êm,
người tựa ngực, kẻ kề vai, chén thù chén tạc…

Đang giữa bữa bỗng mọi người ngơ ngác
"Giữa anh em đang có kẻ nộp Thầy"!
Không lẽ… Không lẽ…. chính là đây?
"Người nhận chính tấm bánh Thầy trao đó!"

Tiếng cười vẫn râm ran, giờ bỏ ngỏ…
Khi Giu-đa vừa lặng lẽ ra đi.
Hoàng hôn đen chợt ùa đến tức thì,
Theo bén gót nhạt nhoà sâu mất hút !

Thế giới muôn nơi, vẫn những đêm dài côi cút,
Những bữa cơm chiều của phản bội, chia xa.
Những bước liu xiu ngập bóng tối lạc loà,
Chồng bỏ vợ, mẹ lìa con, thầy trò chối bỏ…

Chuyện "Bữa cơm chiều" của ngày xưa còn đó,
Bước chân buồn Giu-đa lại trở về!
"Mái ấm Tiệc Ly", câu chuyện tình duyên nợ!
Nhắc ai đừng chọn "bóng tối chia ly"!

("Thứ Ba Tuần Thánh 2019")

Ba khổ thơ đầu là kể chuyện Kinh thánh (tự sự), là luận cứ thứ nhất. Khổ thơ thứ tư kể chuyện thế giới hôm nay, là luận cứ thứ hai (tuyến tính thời gian "xưa-nay"). Hai câu kết là chủ đề. Luận cứ 1 và luận cứ 2 dẫn đến chủ đề, đó là cấu trúc quy nạp. Nhạc thơ là nhạc của thể thơ 7-8 chữ phá cách. Bút pháp kể chuyện (tự sự) kết hợp với "cảm nhận" tạo nên sự sinh động của nội dung và sâu sắc về tư tưởng. Khổ thơ thứ 3 là một tứ thơ rất mới lạ gây ấn tượng mạnh. Diễn ngôn của thơ là loan báo Tin Mừng (kể lại chuyện Kinh Thánh) và thuyết phục (không phải là giáo huấn kiểu "Huấn ca") người đọc tin vào Kinh thánh.

Một đặc sắc khác của thơ Sơn Ca Linh là không có sự xuất hiện chủ thể diễn ngôn ("Cái Tôi") cá nhân. Điều này rất khác với thơ trữ tình. Nhân vật "Tôi" trong thơ trữ tình che khuất cả bài thơ. Nguyễn Bính: *"Nắng mưa là bệnh của **trời**/ Tương tư là bệnh của **tôi** yêu nàng"*. "***Tôi***" sánh ngang với "trời". Trong thơ Sơn Ca Linh, *nhà thơ (tác giả) hóa thân vào nhân vật*, nói tiếng nói của nhân vật. Vì thế tiếng thơ là tiếng nói của đông đảo công chúng. Ta nghe được tiếng của người xưa và tiếng của ngày hôm nay. Thời gian và không gian thơ là một thế giới đồng hiện.

Trong thơ Sơn Ca Linh, khi "Tôi" lên tiếng, có khi là tiếng nói của các tông đồ (*Cứ ngỡ là dư ảnh*), có khi là tiếng nói của đám đông (*Bình minh "ngày thứ nhất trong tuần"*), là lời trò chuyện của đôi uyên ương (*Thỏ thẻ mùa xuân*), là "tụi tui", một lũ bạn bè lúc nhỏ (*Tết và mùi hương hoa cũ; Chuyện kể "Têrêsa nước ra đầy đồng"*), là lời của Đức Giêsu (*Biết đến bao giờ*), lời của "một người khô đạo" (*Xin mời Ngài nán lại*), lời của *bà mẹ buôn gánh bán bưng* (*Ai sầu hơn ai*), lời của công chúng luận tội Giuđa (*Nghĩ...tội Giuđa*), lời của chậu hoa mãn nguyện vì có một mùa xuân thánh thiện (*Tâm sự chậu hoa tết ở nhà thờ*), lời của Đức cha Vinc Nguyễn Văn Bản về thăm Làng Sông (*Bỗng dưng nghe lời của mẹ*); lời của Cái Ta hòa trong nhiều con người (*Khúc niệm ca Tuần Thánh; Lời phán xét chiều nay*). Cũng có khi Sơn Ca Linh bộc lộ trực tiếp "Cái Tôi trữ tình", nhưng rất hiếm, nhưng Cái Tôi ấy mang phẩm chất của Đức tin, không phải là "Cái tôi" vị kỷ trong thơ Lãng mạn (*Ta mừng tuổi ta; Chiêm niệm; Như cánh hoa vừa rụng; Ta tìm trở lại con đường ấy*). **Sự đa dạng của "Cái Tôi" trữ tình trong thơ Sơn Ca Linh là một đặc điểm phong cách**, tạo nên sự phong phú nghệ thuật của giọng điệu thơ, giọng đa thanh hiện đại.

Xin đọc "Dẫu đời anh mang nhiều vết sẹo". Đây là lời tự tình của "Anh" nói với "Em". Bài thơ xây dựng được hình tượng Đức Giêsu qua một góc "cảm nhận" rất trung thực, nhưng rất lạ. Giọng thơ (giọng của Đức Giêsu) cũng là giọng khác hẳn với những gì người giáo dân quen được nghe Chúa nói trong Kinh thánh (*Chúa phán, Chúa nói, Ta bảo thật các ngươi. Người mở miệng dạy họ, Người bảo các ông*...): Câu Kinh thánh dùng làm đề từ là: (*Rồi Người bảo ông Tô-ma: "Đặt ngón tay vào đây, và hãy nhìn xem tay Thầy. Đưa tay ra mà đặt vào cạnh sườn Thầy. Đừng cứng lòng nữa, nhưng hãy tin." Ga 20,17*)

Chẳng giấu gì em,

*Quá khứ đời **anh** cả một trời bất hạnh,*
*Long đong nhiều ngay **tự buổi mới sinh**.*
*Giữa mùa đông lạnh **máng cỏ** hôi tanh,*
Mẹ mượn đỡ chút hơi lừa sưởi ấm…

Chưa dứt sữa phải lao lung lận đận,
Theo mẹ cha trôi nổi kiếp di cư.
Hết bị người đời truy sát loại trừ,
Lại phải phận nghèo mồ hôi ướt áo…

Tay chai sạn đổi bát cơm hạt gạo,
Sáng cưa chiều đục, mưa nắng dãi dầu
Kiếp thợ nghèo luôn thiếu trước hụt sau,
Thân bèo bọt mãi trầy vi tróc vảy…

Chẳng giấu gì em,
Tuổi 33 mà công chưa thành danh chưa toại,
Hết bị đồng hương ném đá khinh chê,
Người thông luật, giới tăng lữ, kết án đủ bề,
Cả môn sinh cũng hè nhau chối từ phản bội…

Và cuộc đời anh, bây giờ em thấy đó,
Ghi trên thân mình hằn đủ vết thương đau,
***Tay chân, cạnh sườn in vết sẹo sâu**,*
Là chứng tích của câu chuyện dài "Thập Giá" !

Thân xác phục sinh,
Mà mang toàn vết sẹo, quả là chuyện lạ !
Nhưng lại là chứng tích oai hùng của Vượt Qua.
Dấu tình yêu muôn đời và khắp cõi bao la,
Nên em ơi,
Có yêu anh, tin anh,
Em hãy đón nhận anh với muôn ngàn vết sẹo !

(Tuần Bát Nhật Phục Sinh 2019)

Ngôn ngữ trong thơ Sơn Ca Linh là ngôn ngữ hướng về công chúng, có nhiều "khẩu ngữ", có nhiều trích dẫn và đôi khi là "chơi chữ" dân gian, có tính hài. Khi nhà thơ hướng về công chúng, nói chuyện, chia sẻ với công chúng; kêu gọi, cổ vũ công chúng, hoặc nhắc nhở thân tình, thì nguyên tắc giao tiếp cần có là dùng ngôn ngữ của công chúng, ngôn ngữ đương đại, khẩu ngữ. Đây cũng là đặc trưng nổi trội của thơ ca dân gian. Ngôn ngữ giàu hình ảnh, có sức gây ấn tượng lâu dài. Tuy nhiên, nếu không cẩn trọng, khẩu ngữ sẽ làm mất đi vẻ đẹp ngôn ngữ thơ ca. Điều ấy tùy thuộc vào tài năng của nhà thơ. Bài thơ sau đây, khẩu ngữ được sử dụng rất hay:

"Thích quá đi thôi,
Những cành lá xanh, gần gũi, dung dị tự thuở nào,
Vừa che mát, vừa biểu cảm tâm tình đơn sơ chân chất.

Chúa cũng thích mà,
Chỉ một "chú lừa con", đâu cần lọng vàng, cờ quạt.
Những cành lá xanh, đủ rồi, cho một cuộc "Giá lâm"!
"Hổng phải sao", 33 năm trước, nơi hang lừa máng cỏ tối tăm,
Ngài đã đến, đã bỏ ngai trời giáng thế.

Rồi suốt 30 năm,
Cái đục, cái cưa, cái chàng, cái búa…,
Kiếp thợ mộc nghèo, nào "Thượng Đế có từ nan"!
3 năm rao giảng, hết lên bắc lại xuống nam,
Đôi chân đất, nhiều phen đói lòng, khô khát…!
Bên bờ giếng Samari : "Chúa mà xin nước!"
Trên thuyền Phêrô, "ngủ gà ngủ gật", thấy mà thương!

Chim sẻ trên cây, cánh huệ bên đường,
Hèn chi, Ngài đã mượn làm "dụ ngôn phó thác"!
Vì đã hiểu, quyền lực, giàu sang… chẳng qua là cỏ rác,
Nên Chúa hồn nhiên yêu chuộng kiếp sống nghèo.

Nên đến cuối đường,
phụ nữ, trẻ em, bọn cùng đinh…vung cành lá vang reo:
"Hoan hô Đấng Nhân Danh Chúa mà đến" !..."

("Nét hồn nhiên của Chúa")

NHỮNG VẤN ĐỀ TƯ TƯỞNG

Sơn Ca Linh làm thơ về các mùa phụng vụ, về những sự kiện, những sinh hoạt tôn giáo; hoặc những vấn đề đời thường thách thức lương tâm Công giáo. Đó là những "cảm nhận" Kinh thánh mùa Giáng sinh, mùa Phục Sinh, về Đức Mẹ, các thánh; các sinh hoạt mục vụ đời thường như Mừng thụ phong Linh mục, Mừng lễ khấn dòng, về Đời dâng hiến, Khai mạc Năm Thánh, Đức Giám mục thăm mục vụ, Mừng bổn mạng, đưa tiễn người qua đời, Lễ đặt viên đá đầu tiên xây dựng thánh đường và các hiện tượng đời sống hàng ngày như bão lụt, dịch Covid, suy tư về thân phận người phụ nữ, ...Mỗi bài thơ thường có một câu Kinh Thánh làm đề từ định hướng người đọc về nội dung, chủ đề thơ, từ đó nhà thơ sáng tạo câu chuyện, xây dựng hình tượng, chọn lựa cách viết và khám phá "sứ điệp' của Tin Mừng.

Nhưng nếu chỉ là vậy thì thơ Sơn Ca Linh sẽ tan vào dòng thơ "diễn ca", thơ "Huấn ca" truyền thống, không để lại ấn tượng gì. Xin lưu ý rằng, ngay sau nhan đề bài thơ, tác giả thường ghi: *"Chút **cảm nhận** về sứ điệp Tin Mừng", "Chút **cảm nhận** Phục Sinh", "Chút **cảm nghiệm** về Chúa Thánh Linh", "Một thoáng **suy niệm** về Thánh Giuse",* hoặc *"Chút **suy tư** từ chuyện "cách ly mùa Covid" và "tấm lá của A-đam, E-va"; hoặc "**Chiêm niệm**", "Chút **hoài niệm** về..." , "Chút cảm nhận hoài niệm 45 năm "hải chiến Hoàng Sa"...* nghĩa là, thơ Sơn Linh Ca không phải chỉ là "diễn ca", mà là thơ tư tưởng, là suy tư về những vấn đề tư tưởng.

Vấn đề tư tưởng căn cốt nhất trong thơ Sơn Ca Linh là **sự hiện hữu của Đức Giêsu trong thế giới hôm nay**. Đức tin Công giáo dạy chúng ta rằng, Đức Giêsu là đấng Cứu độ duy nhất. Người hiện hữu với chúng ta hàng ngày mãi đến ngày tận thế. Nhưng trong nhận thức xã hội, Đức Giêsu chỉ là con người lịch sử, một nhà sáng lập tôn giáo, một nhà tư tưởng, một nhà cách mạng. Đó là một con người đã sống cách nay hơn 2000 năm, một nhân vật của quá khứ như nhiều nhân vật khác. Sơn Ca Linh đã tập trung khắc họa hình tượng Đức Giêsu đang ở giữa chúng ta, trong mọi cảnh ngộ, chia sẻ mọi nỗi niềm với chúng ta, và đem đến cho chúng ta ơn Cứu rỗi.

Xin đọc

NGÀI ĐI NGANG QUA NƠI ẤY

Thấy Đức Giêsu đi ngang qua... (Ga 136)

Đâu có tình cờ,
Chẳng phải bàng quan,
*Hơn một lần "**Ngài đi ngang qua nơi ấy**"!*

Nơi có những chàng trai mộng đời đang dậy,
Có thuyền, có lưới,
có cha mẹ già có cả người yêu...
Ngài đi ngang qua để lại đôi mắt diễm kiều,
"Con mắt có đuôi" mang tia nhìn vẫy gọi!

Ngài đi ngang qua,
*Như để có người "**bước theo**" và đi tới,*
Tìm minh quân, tìm ngọc quý, tìm cả kho tàng…
Hay để có người, khước từ cả "nghĩa tào khang",
*Chỉ để được "**ở lại với Ngài**" mà thọ giáo!*

Ngài đã đi ngang qua trên vạn nẻo đường thế giới,
Để người mù trông thấy, để kẻ què đứng lên,
Để những bọn phần thu, cùi hủi… không tên,
có bánh được chia đều, được tiệc tùng rượu mới…

Ngài đã đi ngang qua để sẵn sàng đứng đợi,
Đợi người con tả tơi phóng đãng quay về,
Đợi Lêvi bỏ bàn thu thuế, đợi tiệc của Giakê
Đợi giọt nước mắt ăn năn của cô nàng gái điếm…

Ngài đi ngang qua,
Để chạnh lòng, để bao dung tìm kiếm,
Tìm những con chiên lạc vai vác mang về,
Để trao con trai
Cho những "bà goá mất con" đẫm lệ tái tê,
Và những "thiếu phụ lộn chồng" được phục hồi phẩm giá…

Ngài đã đi ngang qua,
Để Bắc, Trung, Nam không con là những "Samari xa lạ",
Và trên vạn nẻo "Giêricô",
ai cũng chợt nhận mình là lân cận anh em!
Để những người công nhân "giờ thứ mười một" vững tin,
lương bổng đủ đầy trong "Vườn Nho Nước Chúa"…

Và Ngài đã đi qua,
Nơi ấy "Canvê" một chiều nắng úa,
Bụi bặm, hỗn hào, thập giá, máu loang…
Nơi ấy "mộ hoang" một sáng huy hoàng,
*Đường Giêrusalem ngập "**Tin mừng Sống lại**"!*

Và hôm nay,
Ngài vẫn đi ngang qua những "con đường xưa ấy",
Vẫn "ánh mắt có đuôi" vang tiếng gọi mời:
*"**Hãy đến mà xem**",*
Xem gì, chẳng nhà, chẳng chỗ, chẳng nơi…
*cả "**viên đá gối đầu**" cũng không,*
*vâng, chỉ Ngài thôi, **Đường, Sự Thật, Sự Sống!***

Đọc bài thơ, chúng ta nhận ra Đức Giêsu gần gũi biết bao. *"Và hôm nay,/ Ngài vẫn đi ngang qua những "con đường xưa ấy"*, vẫn vang tiếng gọi mời chúng ta.

Khả năng tổng hợp Kinh thánh của Sơn Linh Ca thật tuyệt vời; những *suy niệm*, khám phá, cảm nghiệm của nhà thơ đã khắc tạc một cách sống động hình ảnh Đức Giêsu đang ở bên ta mỗi ngày trên vạn nẻo đường. Hình ảnh này, *nghiệm suy* này làm phong phú hơn những gì người giáo dân được nghe giảng trong nhà thờ về Đức Giêsu, bởi đây là hình tượng văn học, *hình tượng tư tưởng-thẩm mỹ*, khác với những tín niệm Thần học, triết học về Đức Giêsu. Xin đọc thêm các bài thơ: *Nét hồn nhiên của Chúa, Dấu đời anh mang nhiều vết sẹo, Dấu chân Ngài trên bãi bờ cuộc sống, Bước chân của đấng Emmanuel, Ta vẫn đợi chờ con, Thiên thu anh vẫn đợi chờ, Nắm lấy bàn tay con, Biết đến bao giờ, Câu chuyện dòng sông, Lỡ một chuyến đò vui, Con thuyền xưa đã quên đâu, Bản xét mình mùa chay, …*

Vấn đề tư tưởng thứ hai xuất hiện nhiều trong thơ Sơn Ca Linh là lẽ tử sinh. Nhà thơ chứng kiến cái chết của nhiều người thân yêu và không cầm lòng được: Cảm nhận về sự chết trong mùa Covid *(Chị chết "đẹp" mà ta!), Hạt mầm và bụi tro*. Tưởng nhớ 5 linh mục Qui Nhơn liên tiếp qua đời (*Bao giờ mới hết mùa "thương"*). Ghi niệm ngày cha Phêrô Đặng Son từ giã cõi trần (*Anh về*). Trong cùng một buổi sáng: Mừng 10 anh em lãnh nhận chức Phó Tế và mừng cha Stêphanô Dương Thành Thăm "về nhà Cha"- Thứ Năm Đầu tháng ngày 1.7.2021 (*Đã có một buổi sáng diệu kỳ*). Chút cảm nhận về "chuyến về Nhà Cha" của linh mục Luca Nguyễn Huy Kỳ (*Mừng anh đã về nhà Cha*). Chút cảm nhận về cuộc đời từ sự "qua đời" của cha Hoàng Kym (*Một thuở "Hoàng Kim"*), Chút cảm nhận về cuộc "ra đi về nhà Cha" của cha Phêrô Hoàng Kym (*Một thoáng bây giờ đã thiên thu*). Tưởng niệm về anh Gioakim Võ Văn Hào, cựu chức việc - thành viên ban truyền thông giáo xứ Tuy Hoà (*Cho một người vừa "đi xa"*). Chút suy tư và cảm nhận từ cái chết thương tâm của cô sinh viên tại Điện Biên (*Chiếc xương sườn bị đánh cắp*). Chia sẻ nỗi buồn của một "Bà Goá Nghèo" vừa mất đứa con trai một tại giáo xứ Hóc Gáo (*Lại có một con đường Na-im như thế!*), Vọng tưởng những thầy cô đã nằm xuống (*Nén hương lặng thầm*)…

Từ xưa đến nay, lẽ tử sinh đã là một vấn đề tư tưởng của tôn giáo và triết học. Lẽ tử sinh nằm trong Khổ đế (chân lý thứ nhất) của Phật giáo: "Sinh, lão, bệnh tử". Câu thơ của Nguyễn Gia Thiều có sức ám ảnh kỳ lạ: "*Trăm năm còn có gì đâu/ Chẳng qua một nấm cổ khâu xanh rì*". Lẽ tử sinh cũng là suy tư của triết học Hiện sinh. Hiện sinh là hiện sinh quy tử (Being toward Death-Martin Heidegger). Sống là đi về cõi chết. Lẽ tử sinh cũng nằm trong Thiên mệnh của Nho giáo. Người xưa tin rằng "*sống chết có số, phú quý do trời*". Nguyễn Du viết: "*Gẫm hay muôn sự tại trời*" (Đoạn trường tân thanh). Tất cả những suy tư triết học đó đều dẫn đến bế tắc và hư vô. Sơn Ca Linh nhìn lẽ tử sinh theo Thần học Kitô giáo. Chết là *"về nhà Cha"*, *"quê hương chúng ta ở trên trời"*, vì thế, đó là niềm vui. Trong cùng một buổi sáng: Mừng 10 anh em lãnh nhận chức Phó Tế và mừng cha Stêphanô Dương Thành Thăm "về nhà Cha"- thì đó là một bi đát hiện sinh. Nhưng tư tưởng của Sơn Ca Linh thanh thoát vô cùng:

Trên cung Thánh mười anh phủ phục,
Nằm mà nghe khúc nhạc êm đềm.
Nghe tiếng Kinh Cầu ơn "Thánh chức",
Chết cho đời hiến tế con tim...!

Dưới kia bên nhà hưu lặng lẽ,
Linh mục cuối đời thở hơi ra.
Một chút nữa thôi thành của lễ,
***"Về quê hương" mừng lễ Vượt Qua**!*

Một thoáng người đi, người ở lại,
Tre già, măng mọc, chiếc lá rơi...
Dấn bước vào đời em Phó Tế,
Linh mục anh về chốn nghỉ ngơi!

Cũng cuộc hành hương về vĩnh cửu,
Chồi lên xanh nụ, hạt lúa rơi...
Trẻ hát bài ca yêu cuộc sống,
Già vui mục nát giữa cuộc đời!

Nắng vẫn lên, vẫn rừng thay lá,
Cổ lục thêm buổi sáng diệu kỳ!
Mồng một thứ Năm đầu tháng Bảy,
Sống chết chia đều bữa Tiệc Ly!

("Đã có một buổi sáng diệu kỳ")

Điều diệu kỳ là ở chỗ tử sinh là quy luật phát triển của cuộc sống, càng diệu kỳ hơn chính cái chết của Đức Giêsu đem đến sự sống cho nhân loại. Những tư tưởng như thế, triết học không vươn tới được.

"...Và Anh đã ra đi, như ngọn đèn dầu lặng lẽ,
Như cánh chim vừa mất hút cõi trời xa!
Đúng hơn, như một người hành lữ mới về nhà,
Sau một chuỗi lênh đênh biển đời vừa bỏ lại.

Thế tạm mà, có chi là mãi mãi,
Tiễn xác Anh về với cát bụi thời gian…
Và hồn Anh cập bến đỗ thiên đàng,
Mừng Anh đã về nhà, nhà Cha đang đón đợi!"

("Mừng anh đã về nhà Cha" - *Chút cảm nhận về "chuyến về Nhà Cha" của linh mục Luca Nguyễn Huy Kỳ*)

Một vấn đề khác cũng đè nặng trong tim nhà thơ Sơn Ca Linh là **vấn đề về thân phận người phụ nữ.** Cái nhìn của Sơn Ca Linh là cái nhìn có tầm lịch sử và tư tưởng, cái nhìn của một tấm lòng xót thương âu lo vô bờ (xin đọc: *Người phụ nữ Việt Nam da vàng*).

Và xin đọc:

CHIẾC XƯƠNG SƯỜN BỊ ĐÁNH CẮP

(Chút suy tư và cảm nhận từ cái chết thương tâm của cô sinh viên tại Điện Biên)

Có phải em,
Vì ngay từ đầu không được tạo nên bằng đất sét?
Mà chỉ là một cái xương sườn,
Xương của một thằng đàn ông bị đánh cắp
Khi đang miệt mài trong giấc ngủ trưa?

Vì thế nên em,
Dẫu quá lời, "chỉ một của dư thừa",
Là "thứ phẩm" của một thân phận người "nguyên bản".
Xương sườn mà : thứ bảo vệ của cơ phần nội tạng,
Cho tim gan, phèo phổi an toàn…
Là mái che, phên dậu sẵn sàng,
Để đón lấy những trận đòn, vết đâm, cú đấm…!

Chỉ là xương thôi mà,
Nên cứ phải làm thân cò bán bưng buôn gánh,
Làm con sen, đứa ở, dậy sớm, thức khuya.
Mang nặng, đẻ đau, cay đắng…dư thừa,
Để thằng đàn ông ngẩng đầu dương dương tự đắc.

Là xương,
Nên ở chốn cửa công phải làm thinh im bặt,
Khỏi phải học hành,

xương chỉ cần biết đọc, biết viết đủ rồi!
Lẩn quẩn trong nhà, chỉ kim, bếp núc mà thôi…
Chớ bày đặt nghênh ngang múa rìu đỏng đảnh!

Là xương,
Nên cứ lủi thủi chịu thiệt thòi câm lặng,
Bạo lực gia đình, bị đoạ đày, bị hiếp, bị giết, bất công…
Mà hầu hết là nạn nhân của những thằng đàn ông,
Những "tạo vật"
được vinh dự "mang ảnh hình Thượng Đế".

Mới đây,
Em, cái xương sườn bị "bỏ quên" giữa những ngày xuân tết,
Lại ***mấy thằng đàn ông****: hiếp, giết, vứt bên đường!*
Rồi ***lại mấy thằng đàn ông*** *sung sướng tưng bừng,*
Tự thưởng cho nhau cái trò "thi đua phá án"!

Và rồi, em, mẹ em…
những cái xương sườn bị đánh cắp,
Lại tiếp tục bị đoạ đày,
bị vùi dập trong khổ ải thương đau.
Biết bao giờ, từ đây cho đến mãi ngàn sau,
Những thằng đàn ông,
Học thuộc lời, ứng xử, của một Vị Thầy 2000 năm trước :
"Chị hãy ngẩng cao đầu,
đi bình an trên vạn nẻo đường xuôi ngược,
Bởi vì ta không kết án chị đâu"! (Ga 8,1-11)

Bài thơ đặt vấn đề về thân phận người phụ nữ. Đây là một vấn đề tư tưởng mang tính nhân loại từ ngàn xưa đến nay và *"cho mãi đến ngàn sau"*. Từ ngày đầu, họ đã là nạn nhân của *Những thằng đàn ông*. Họ phải chịu bao nhiêu khổ ải đau thương, biết bao giờ mới hết kiếp nạn? Nguyễn Du đã từng kêu thương cho họ: *"Đau đớn thay phận đàn bà/ Lời rằng bạc mệnh cũng là lời chung"*(Đoạn trường tân thanh) và ông đưa ra lời giải pháp dựa trên triết học Phật giáo: Nỗi khổ của Thúy Kiều là do *"Thân/ Nghiệp"*, chỉ có thể giải thoát bằng Tâm, vì *"Tâm tức Phật"*: *"Thiện căn ở tại lòng ta/ Chữ tâm kia mới bằng ba chữ tài"*. Nhà thơ Công giáo Sơn Ca Linh nhìn rõ những nỗi bất hạnh của người phụ nữ là do tội lỗi của "những thằng đàn ông" (tác giả nhắc lại nhiều lần cụm từ: "Những thằng đàn ông"), và đặt vấn đề, *những thằng đàn ông* phải học theo Chúa, ứng xử yêu thương với phụ nữ, như Chúa đã xót thương và cứu vớt người đàn bà ngoại tình (Ga 8, 1-11).

Thực ra, nếu cho rằng người phụ nữ ngay từ đầu chỉ là một *"cái xương sườn bị đánh cắp"*, một vật phụ thuộc, một *"của dư thừa"*, một *"thứ phẩm"*, một công cụ, nên *"Nên cứ phải làm thân cò bán bưng buôn gánh,/ Làm con sen, đứa ở, dậy sớm, thức khuya./ Mang nặng, đẻ đau, cay đắng…dư thừa"*, phải chịu câm lặng, dốt nát tù hãm và đọa đày…thì đó là nguyên nhân gần. Cũng có thể "cái xương sườn bị đánh cắp" là một ẩn dụ hay về thân phận người phụ nữ trong xã hội phong kiến. Thực ra, cội nguồn nỗi thống khổ của nhân loại nói chung và người phụ nữ nói riêng là tội lỗi. Sách Sáng Thế Ký, chương 2, câu 16-19 nói rõ điều này. Sau khi Adam và Eva ăn trái cấm, Thiên Chúa nói với họ: "Với người đàn bà, Chúa phán: *"Ta sẽ làm cho ngươi phải cực nhọc thật nhiều khi thai nghén; ngươi sẽ phải cực nhọc lúc sinh con. Ngươi sẽ thèm muốn chồng ngươi, và* ***nó sẽ thống trị ngươi****." Với con người, Chúa phán: "Vì ngươi đã nghe lời vợ và ăn trái cây mà Ta đã truyền cho ngươi rằng: "Ngươi đừng ăn nó", nên đất đai bị nguyền rủa vì ngươi; ngươi sẽ phải cực nhọc mọi ngày trong đời ngươi, mới kiếm được miếng ăn từ đất mà ra.Đất đai sẽ trổ sinh gai góc cho ngươi, ngươi sẽ ăn cỏ ngoài đồng. Ngươi sẽ phải đổ mồ hôi trán mới có bánh ăn, cho đến khi trở về với đất, vì từ đất, ngươi đã được lấy ra. Ngươi là bụi đất, và sẽ trở về với bụi đất."*

Một vấn đề tư tưởng khác trong thơ Sơn Ca Linh là **sự thách thức lương tâm Công giáo trước những vấn đề của hiện thực**. Đức Giêsu nói với Philatô rằng: *"Nước Tôi không thuộc về thế gian này"* (Ga 18, 33b-37), nhưng Người cũng nói với các môn đệ: "*Này Thầy sai anh em đi như chiên con đi vào giữa bầy sói*" (Lc 10, 1-12.17-20). Đó là thực tại đòi buộc nhà thơ phải đối mặt, nói như Nguyễn Du, cuộc sống này là những cuộc bể dâu: *"Trải qua một cuộc bể dâu/ Những điều trông thấy mà đau đớn lòng"*. Nhà thơ Sơn Ca Linh đã nghe nhịp đập trái tim mình thế nào trước những thách thức lương tâm trong cuộc sống?

Đây là bức tranh thế giới:

Trong cái "hòm tiền bao la" của thế giới,
Hòm tiền "công đức" để nhân danh: dựng xây, phát triển, trừ tà…
Để dán nhãn: thoa dịu, lau khô những giọt nước mắt xót xa,
Và xây lên những chiếc cầu của tương trợ, cảm thông, nhân ái…

Chiếm chỗ nhiều nhất,
Vẫn là những "núi đô-la" của những đại gia lừng lẫy,
Những Bill Gates, Jeff Bezos, Mark Zuckerberg, Jack Ma…
Cùng với những "hợp đồng chằng chịt, ma quái"…bao la,
Mà "võ bọc mĩ miều" luôn mang tên "cứu nhân độ thế"!

Nên, vẫn mãi là những tên nô lệ:
những trẻ con mang súng ở Phi Châu,
Những người mang ma túy ở Mêhicô…
Những cô gái của nạn buôn người đến từ Venezuella, Trung Quốc…
…
Thế giới hôm nay,
Người ta chỉ thấy những chuyện nhãn tiền trên Twitter, Facebook…
Người ta tôn thờ thần tượng là những "tỉ phú Đô-la",
"cặp giò miên man" hoa hậu, "chân sút vàng", "đẳng cấp đại gia"…
Nên, kẻ mạt hạng, cùng đinh,
Mãi ôm phận "quét lá đa" trong thế giới của lặng thầm quên lãng!

("Trời mới đất mới và những đồng xu ten!")

Và đây là thời mạt pháp:
Tháng Chạp năm nay,
Thế giới bỗng nặng nề
như đêm dài của thuở nào "Hồng thuỷ Nô-e".
Hận thù chiến tranh,
Những tên lửa xé toạc khoảng trời đêm hoang mạc.
Vỡ vụn tàu bay, mấy trăm thường dân tan xác…
Và rồi, "quê hương chuột túi"
Ngọn hoả hào thiêu rụi điệp trùng muông thú, cỏ cây…

Đêm thôn Hoành, Đồng Xênh chưa kịp sang canh,
Hoả pháo, lựu đạn cay,
gót giày đinh…và những thân người đổ gục.
Nào có phải ai đâu, sao lại cứ phải nồi da xáo thịt ?
Như "Cụ Kình", Bậc trưởng thượng, bóng cả cây cao,
Những ngày cuối năm,
Tưởng đâu được, bên cháu con, nhấp chén rượu đào,
Oái ăm thay, chết không toàn thây,
Bởi cháu con một lũ hỗn hào của ***một thời mạt pháp****!*

("Bồ câu đã về" hay "bóng chim tăm cá")

Người đọc có thể nghe được tiếng trái tim nhà thơ đau xót trước thực tại những con người thấp cổ bé miệng bị chà đạp, bị hủy diệt. Nhà thơ không thể kềm lòng không lên tiếng trước những nghịch lý, những bất công, những vô luân vô đạo của *"thời mạt pháp"*. Dù Nước của Chúa không thuộc về thế gian này, nhưng người mục tử của Chúa đang sống giữa thế gian đầy tội ác thì không thể làm ngơ. Dù vậy, Sơn Linh Ca không để mình bị cuốn vào cõi trần tục, mà đặt trái tim mình trong trái tim thương yêu của Chúa. Từ đó nhìn ra *"trời mới đất mới"* của Kinh thánh.

Ở ngoài kia, nghe nắng xuân đang bước về vội vã,
Mà sao trong hồn vẫn nghe nhịp bâng khuâng?
Xin hãy bay về, Bồ Câu Thánh Linh, cánh én tin xuân,
Để sự sống, để tình yêu, để hoà bình…
Gieo mầm xanh trên mọi nẻo đường thế giới…!

("Bồ câu đã về hay bóng chim tăm cá")

Nhưng thế giới, "thúng bột trần gian", men Tin Mừng sẽ dậy,
Bởi những đồng xu,
Vâng, những "đồng xu của cả sự sống, của tình yêu"!
Vũ trụ nầy, thế giới nầy, rồi sẽ nên "trời mới đất mới" mĩ miều,
Bởi những góp nhặt, hy sinh…,
những "đồng xu ten", tầm thường… rất nhỏ!

("Trời mới đất mới" và "những đồng xu ten!")

THAY LỜI KẾT

Còn nhiều điều để viết về thơ Sơn Ca Linh (có thể viết một chuyên luận), bởi thơ Sơn Ca Linh là bước phát triển mới cả về tư tưởng và nghệ thuật so với các nhà thơ Công giáo đi trước; song trong phạm vi một bài viết, tôi xin tạm kết ở đây.

Nói thực lòng, nếu thơ Sơn Ca Linh không hay, không đặt được những vấn đề căn cốt cuộc sống hôm nay thì không thể cuốn hút tôi đọc nổi hơn 200 bài thơ. Tôi rất thích những bài lục bát ca dao như châu ngọc về tình yêu quê hương,[6] những bài mang cảm xúc êm đềm sâu lắng như thơ lãng mạn [7]]; những chuyện kể sinh động, trẻ trung hấp dẫn,[8] những khúc tráng ca mang khí phách cổ điển,[9] những bài thơ

---

[6] Những bài Lục bát ca dao: Góc chiều, Cần chi, Gọi trâu, Tràng Mân Côi của mẹ tôi, Một chuyến sang bờ, Chỉ cần một chút tình thôi, Từ đây năm tháng lặng thầm, Nghĩ mà thương chị, Chiêm niệm, Thiên thu anh vẫn đợi chờ …

[7] Cảm xúc thơ Lãng mạn: Bóng trưa, Lời thì thầm của cỏ, Vì em đã mang lời khấn nhỏ, Anh về, Tại sao tôi khóc, Em và "chuyện tình tháng bảy", Mùi hương tháng Chạp, Mùi hương xuân cũ, Người thiếu phụ không chồng, Dáng chị, Mùa thu và những chuyến đi xa, Chiều xuân này vắng mẹ, Dấu "Trường Thăng" đã khép, Bỗng dưng nghe mùi của mẹ…

[8] Những bài thơ kể chuyện: Huyền thoại chim họa mi ức đỏ, Giọt nước mắt và đóa "hoa hồng tuyết", Cổ tích "hạt cải", Chuyện kể "Têrêsa nước ra đầy đồng", Huyền thoại màu xanh, Chuyện cổ tích "Bà góa, tầm bánh và đồng xu", Con nợ Mẹ món quà sinh nhật,

[9] Những khúc tráng ca: Chìm theo vận nước cả mùa xuân, Nghe dòng sông kể chuyện,

tự do mang đặc trưng cốt cách thơ Sơn Ca Linh. Tất nhiên thơ Sơn Ca Linh cũng có những bài đầy ắp ý tưởng song ngôn ngữ hơi xô bồ, cấu trúc lỏng lẻo dài dòng, tính nghị luận lấn át tính hình tượng thẩm mỹ. Dù vậy, tâm trí tôi đã mở ra nhiều điều khi tiếp cận những "Cảm nhận" Kinh thánh từ những bài thơ của Sơn Ca Linh, và một niềm reo vui hân hoan khi đọc được những bài thơ mà trái tim nhà thơ gắn với cuộc sống này, với anh em, với đồng bào và với cả cộng đồng nhân loại, trái tim Emmanuel.

Những bài thơ ấy giúp người đọc Vượt qua bể dâu để hồn mình an lạc trong niềm tin đầy Ánh sáng.

Tháng 11/ 2021

Ta nhớ mãi "tấm áo lông lạc đà" ngày đó...

Vài nét về nhà phê bình văn học BÙI CÔNG THUẤN

Đặng Kim Thoa

Với quan điểm “nghiên cứu-phê bình cũng là sáng tạo, nhà văn và nhà phê bình là tri kỷ”, nhà phê bình văn học Bùi Công Thuấn đã viết những trang văn của mình một cách khoáng đạt nhẹ nhàng và ấm áp.

Với tất cả sự ngưỡng mộ và kính trọng, tôi xin được gọi người là thầy, trong bài viết này cũng như trong tương giao giữa thầy và tôi.

1. CƠ DUYÊN ĐẾN VỚI VĂN CHƯƠNG.

a. Bước đường văn chương và văn học

Thầy Bùi Công Thuấn sinh năm 1949, tại vùng đất Thái Bình nơi hội tụ và lan tỏa các sắc thái văn hóa, văn minh của vùng châu thổ Bắc Bộ. Thừa hưởng tố chất tinh tế hào hoa của đất trời quê hương, thầy Bùi Công Thuấn như một con người sinh ra cho văn học và dành cho văn học. Với giọng văn điềm đạm và mạch văn tuôn chảy nhẹ nhàng thanh nhã, thầy đã cống hiến cho văn học những tác phẩm giá trị về nội dung và nghệ thuật.

Năm 2015, thầy Bùi Công Thuấn tham gia Hội nhà văn Việt Nam. Một con người của văn chương và thuộc về văn chương thì việc đến với cộng đoàn những văn nhân là lẽ đương nhiên như xuân đến thì hoa nở, như thu sang thì lúa trổ đòng đòng.

Thầy chia sẻ: Ngay khi học đại học, đọc các công trình của các Giáo sư Lm. Thanh Lãng, Gs. Nguyễn Văn Trung (và sau 1975 công trình của nhiều giáo sư khác) tôi đã thích nghiên cứu và phê bình văn học. Sau biến cố 1975, mãi đến năm 1985-1988 tôi theo học chương

Maria Đặng Kim Thoa

* Quê quán: Hải Phòng
* Sinh năm: 1983
* Các giải thưởng: Viết Văn Đường Trường (khuyến khích), của báo Gia Đình (khuyến khích) "Viết cho Niềm Tin" (Tin Lành – Mĩ, giải nhì), Văn Hóa Nghệ Thuật Đất Mới (một lần giải nhì, một lần giải ba).
* Chuyên viết truyện, thơ, kịch bản, biên tập sách.
* Tác phẩm: "Giá như con biết đó là lần cuối cùng", Bé Khuê (tiểu thuyết thiếu nhi công giáo), Đôi mắt màu hổ phách (tiểu thuyết khoa học giả tưởng).
* Email: hkthoa2014@yahoo.com

trình Cao học chuyên ngành Lý luận văn học. Vì bận công việc dạy học, nên tôi ít viết.

Những tác phẩm mà thầy đã in:

1. *Hạnh*, tập truyện ngắn. Nxb HNV 2005.
2. *Chút tình tri âm*, lý luận phê bình (LLPB). Nxb HNV 2009.
3. *Những tìm tòi nghệ thuật của Anh Đức*, chuyên luận. Nxb Đồng Nai 2009.
4. *Những dòng sông vẫn chảy*, LLPB. Nxb HNV 2011.
5. *Tiếp cận thế giới nghệ thuật của Song Nguyễn*, LLPB. Nxb HNV 2014, tái bản 2018.
6. *Hoa đỏ bên sông*, LLPB. Nxb HNV 2014.
7. *Văn chương Việt Nam-Những gì còn với mai sau*, LLPB. Nxb HNV 2016.
8. *Nhà văn Đồng Nai*, LLPB. Nxb Đồng Nai 2018.
9. *Những mùa vàng văn học Công giáo*, LLPB. Nxb HNV 2020.

Tác phẩm chưa in:

1. *Diện mạo của một thời.* (2017)-Phê bình văn học.
2. *Niềm tin*. Truyện dài. 2020.
3. *Văn học Công giáo đương đại*. LLPB (2022).

GIẢI THƯỞNG VĂN HỌC:

– Giải C của Ủy ban toàn quốc Liên hiệp các Hội VHNT Việt Nam năm 2011 với tác phẩm *Những dòng sông vẫn chảy.*

– Giải thưởng 5 năm Trịnh Hoài Đức lần thứ III (2010) với các tác phẩm: Chút tình tri âm; lần thứ IV (2015) với tác phẩm: *Những dòng sông vẫn chảy & Hoa đỏ bên sông.*

b. Một vài ý kiến về văn học Việt Nam những năm gần đây:

Với vị thế của một nhà phê bình văn học, thầy luôn canh cánh trong lòng những thịnh suy của văn học Việt Nam. Thầy nói:

"Từ "đổi mới" (1986) đến nay, văn học Việt Nam đã định hình thành ba dòng: Văn học cách mạng và kháng chiến, văn học Dân chủ và Nhân văn, Văn chương thị trường.

Sau hai cao trào: Văn chương Dân chủ và Nhân văn (1986-1996) và phong trào cách tân văn học đầu thế kỷ XXI, thì từ 2014 đến nay văn chương Việt Nam chững lại. Nguyên nhân chính là thiếu vắng tài năng. Cả ba dòng văn học đều không có tác phẩm lớn. Xu hướng truyện lịch sử phát triển (vì không đụng chạm). Thơ, sau cao trào cách tân đầu thế kỷ XXI, dần dần trở về với thơ truyền thống, không xuất hiện giọng thơ mới, tài năng mới, hiện tượng mới và các hoạt động văn học của Hội Nhà Văn và các Hội Văn học nghệ thuật địa phương chủ yếu là hoạt động phong trào, sáng tác để trực tiếp phục vụ nhiệm vụ chính trị."

Bên cạnh đó, thầy cũng thấy rằng: Những tiêu cực trong hoạt động văn chương trở thành lực cản, ngăn trở công chúng đến với văn học. Thí dụ, việc trao các giải thưởng văn chương làm mất uy tín của giải, việc kết nạp hội viên Hội Nhà văn hay hội viên các Hội VHNT Địa phương nặng về chính trị hơn là nghệ thuật.

2. VỚI CUỘC THI VIẾT VĂN ĐƯỜNG TRƯỜNG.

Là một người con của giáo hội Công giáo, thầy luôn sẵn sàng cộng tác vào cánh đồng đức tin bằng tài năng và tâm huyết của mình. Cuộc thi *Viết văn Đường trường* đến với thầy như một cái duyên, như thánh ý của Thiên Chúa. Chúa đã yêu thương ban cho thầy sự tinh tế nhạy bén với văn chương, thì thầy cũng sẵn sàng đáp lại ý muốn của Ngài trong việc xây dựng Hội thánh của Chúa trong lĩnh vực văn hóa văn nghệ.

Thầy chia sẻ: "Khi nhận được lời mời làm giám khảo cuộc thi, tôi muốn tìm hiểu lực lượng viết văn Công giáo hiện nay thế nào, chất lượng nghệ thuật có bằng với mặt bằng chung của văn học Việt Nam không. Đặc biệt là những vấn đề lý luận: Các tác giả Công giáo viết gì? Thế nào là một *tác phẩm văn học Công giáo*, thế nào là một *nhà văn Công giáo*, nghệ thuật văn chương Công giáo (truyện ngắn) có gì đặc biệt. Bởi văn học thế tục đã có những nhà văn rất thành công về truyện ngắn như Nguyễn Tuân, Nam Cao, Nguyễn Minh Châu, Nguyễn Quang Sáng, Nguyễn Huy Thiệp...các tác giả *Viết văn Đường* trường có thể sánh được với họ không?"

Vâng, những tâm tư ấy đã lột tả được biết bao thao thức của thầy về văn chương Công giáo. Chuyện viết về đời sống và tâm hồn những người có đạo không bao giờ là dễ dàng cả. Ngay cả những nhà văn chuyên nghiệp, nếu không hiểu đạo không cảm đạo thì cũng khó mà sáng tác được những tác phẩm phù hợp với đời sống đức tin.

Một trong những trăn trở của thầy về văn học Công giáo là chất lượng tác giả. Trong cuộc thi *Viết văn Đường trường*, thầy nhìn ra năng lực và hạn chế của các thí sinh và ấp ủ hy vọng. Thầy nói: "Trong quá trình làm giám khảo, tôi có thấy những khuôn mặt tài năng xuất hiện, nhưng họ thiếu vốn sống, thiếu trải nghiệm, thiếu nền tảng lý luận văn học, không trang bị đủ tri thức về thi pháp. Đặc biệt về nội dung, tư tưởng, thiếu nền tảng Thần học và Triết học để kiến tạo tác phẩm. Rất mừng là Giáo phận Quy Nhơn đã quy tụ họ lại, tạo môi trường sinh hoạt và sáng tác, khích lệ việc in tác phẩm. Tôi tin rằng trong số những cây bút trẻ hôm nay, sẽ có những tài năng của ngày mai (nhà văn Nguyễn Thị Khánh Liên là một thí dụ).

Và trong quá trình chấm thi, dù các tác phẩm vẫn còn non tay và các tác giả vẫn như những trái ngon chưa đủ chín, thì vẫn có những bài thi để lại ấn tượng sâu sắc trong lòng thầy:

Năm 2015: *Ngã ba tình* và *Bảy mươi lần bảy*.
Năm 2016: *Hoa nở giữa đêm* và *Giấc mơ mặt người*.
Năm 2017: *Dòng sông chảy về đâu, Khi bình minh đến, Một cuộc trở về*.
Năm 2018: *Trên cánh đồng cỏ dại, Nụ hôn của một nữ tu*.

3. VỚI GIẢI VĂN HÓA NGHỆ THUẬT ĐẤT MỚI.

Đối với cuộc thi *Văn hóa Nghệ thuật Đất Mới*, một nhà phê bình văn học như thầy nhận thấy ý nghĩa thiết thực và cấp bách mà văn học Công giáo mong mỏi ở các cây bút. Thầy nói: "Giải nằm trong hoạt động mục vụ văn hóa của Giáo phận. Mục đích tổ chức giải, được Giáo phận thông báo: *"Các văn kiện của Giáo hội về mục vụ văn hoá và các tác phẩm của Đức cha Đa Minh, nhất là bộ truyện dài "ĐẤT MỚI", đã khơi gợi ước muốn xây dựng những giá trị văn hoá nghệ thuật Công Giáo nơi cộng đồng dân Chúa. Vì thế, Ban Văn hoá Giáo phận Xuân Lộc tổ chức giải Văn hoá Nghệ thuật Đất Mới "*. Giải có các bộ môn: Những năm đầu trao giải thơ, Truyện ngắn, truyện dài, Kịch bản văn học, những năm sau thêm các bộ môn: Ảnh đẹp Công giáo và phim ngắn Công giáo."

Sự phong phú của các môn thi đã khiến *Văn hóa Nghệ thuật Đất Mới* trở thành một sân chơi rộng lớn thu hút nhân tài từ mọi miền đất nước.

Trong cuộc thi này, thầy nhận định: "Những năm đầu, đa phần là các tác phẩm phong trào. Những năm sau, tính chuyên nghiệp của các tác phẩm được nâng lên, đặc biệt xuất hiện nhiều truyện dài, tiêu biểu là *Ôi tội hồng phúc* của Teresa Nguyễn Phương Thảo (Canada) và *Đóa hồng thứ 40* của Vinh Kiu (Lê Ngọc Thành Vinh-Hà Nội).

Cũng giống như các tác giả *Viết văn Đường trường*, các tác giả *VHNT Đất Mới* cần được trang bị thêm về Phương pháp sáng tác, Lý luận văn học, Triết học và Thần học, có vậy mới nâng được chất lượng của tác phẩm. Điều này hy vọng ở các tác giả trẻ."

Khi được hỏi về thầy, nhà văn Nguyễn Thị Khánh Liên nói: "Vì thầy quá tài năng nên chị ngưỡng mộ."

Và tác giả Vinh Kiu thì không ngại bày tỏ những cảm nghĩ rất chân thực: "Tôi là một cây viết tay ngang gốc chuyên Toán, vì vậy tôi viết truyện theo lối kể lại một câu chuyện thật theo logic Toán. Bạn bè đọc toàn khen mà mang đi thi thì toàn trượt hoặc may ra dính giải khuyến khích. Cho đến khi tôi được thầy Bùi Công Thuấn phê bình thông qua các bài tổng kết các cuộc thi *Viết văn Đường trường* và *Văn hoá Nghệ thuật Đất Mới*.

Những lời phê bình ngắn thôi nhưng đã chỉ ra những ưu khuyết điểm trong lối viết của tôi, từ đó tôi tiến bộ thêm nhiều. Điều quan trọng nhất là tôi nhận ra những lời phê bình của thầy đều bám chắc vào Tín lý, cho thấy tác phẩm dù hay đến đâu mà sai lạc Tín lý thì cũng hỏng; văn chương Công giáo mà không có tính truyền giáo thì chẳng có ích gì. Thầy cũng chỉ cho tôi thấy chúng ta có một kho báu quý giá, tuyệt đẹp và không bao giờ sai lệch là *Kinh ihánh*, sao các cây viết không biết mà dùng, và rằng không chỉ kể chuyện suông mà thôi, nhưng ý nghĩa đằng sau câu chuyện mới là điều quan trọng, như cách dùng dụ ngôn của Chúa Giêsu vậy.

Những tâm tình ấy tôi dồn hết vào tiểu thuyết "Đoá hồng thứ 40", điều trùng hợp thú vị đây cũng là tác phẩm thứ 40 tôi đem dự thi và cuối cùng tôi cũng được thầy khen nhiều hơn là chê chứ không như tác phẩm trước và chấm giải nhất Đất Mới 2020. Khổng Tử đã nói: "người chê ta mà chê đúng, ấy chính là thầy ta", với tôi, nhà phê bình văn học Bùi Công Thuấn đích thực là một người thầy, hơn thế còn là một vị ân nhân."

Vâng, hai từ "ân nhân" mà tác giả Vinh Kiu nói đến đã thể hiện được rất đúng tâm tư tình cảm mà các tác giả nghĩ về thầy Bùi Công Thuấn. Nhờ những nhận xét của thầy mà các tác giả nhìn ra những mặt hạn chế cần sửa đổi và năng lực cần duy trì phát huy.

Trong quá trình phụ giúp Ban Văn hóa giáo phận Xuân Lộc tổ chức giải Văn hóa Nghệ thuật Đất Mới, thầy rất ấn tượng với lòng nhiệt thành và tâm tình của những vị chủ chăn trong Ban Văn hóa. Thầy chia sẻ:

"Đức Giám mục Đaminh Nguyễn Chu Trinh, người sáng lập giải và các Đức Giám mục Giuse Đinh Đức Đạo, Đức Giám mục Gioan Đỗ Văn Ngân đều rất quan tâm đến Mục vụ văn hóa. Các ngài đều thấy văn học nghệ thuật có vai trò rất quan trọng trong việc loan báo Tin Mừng, đặc biệt với giới trẻ hiện nay đang chịu ảnh hưởng nặng nề của chủ nghĩa thực dụng, chủ nghĩa cá nhân vị kỷ, chủ nghĩa thế tục và chịu tác động xấu của văn hóa toàn cầu. Hơn nữa, nhìn vào lịch sử văn học Công giáo, các thế hệ cha ông đã có công rất lớn xây dựng văn hóa văn học Công giáo, đóng góp vào văn hóa dân tộc. Chúng ta ngày nay cần kế tục sự nghiệp ấy.

Những tâm tình mục vụ ấy của các vị chủ chăn và lòng nhiệt thành hoạt động văn hóa của các linh mục trong Ban Văn hóa, Ban Truyền thông Gp Xuân Lộc đã khích lệ tôi rất nhiều trong việc tham gia tổ chức giải."

4. NHỮNG THAO THỨC VÀ HY VỌNG.

Khi được hỏi về tương lai của văn học Công giáo Việt Nam, thầy không ngần ngại bày tỏ: "Rất mừng là hoàn cảnh xã hội hôm nay đã thoáng hơn, các hoạt động mục vụ văn hóa của các giáo phận đã được quan tâm. Giới nghiên cứu thế tục cũng đã bắt đầu tìm hiểu những giá trị của văn học Công giáo. Đó là những điều kiện khách quan giúp phát triển văn học Công giáo.

Hai giải *Viết văn Đường trường* và *VHNT Đất Mới* đã quy tụ được rất nhiều tác giả trong khắp các giáo phận, đó là một lực lượng viết văn đầy triển vọng. Vấn đề là làm sao phát huy được các tài năng. Vì thế rất cần có một Giải Văn chương Công giáo toàn quốc do Ủy Ban Văn hóa thuộc Hội đồng Giám mục Việt Nam tổ chức. Tham gia một giải có tầm vóc quốc gia, các tác giả mới nâng tầm tư tưởng và nghệ thuật lên được."

Thầy quả là có tầm nhìn rất cao rộng. Với các cuộc thi lớn, tác giả sẽ phải bứt phá các giới hạn của bản thân để đáp ứng được những yêu cầu và tiêu chí của giải. Cũng như cuộc thi chạy nước rút luôn khác với cuộc thi việt dã đường trường. Và bơi trong bể bơi thì khác hoàn toàn với bơi ngoài biển lớn. Rất mong Hội Đồng Giám Mục Việt Nam sớm suy nghĩ về ý tưởng này của thầy.

Sau đây là cuộc trò chuyện ngắn giữa tôi và thầy:

- Là một nhà phê bình văn học, đã và đang làm giám khảo của hai cuộc thi viết văn công giáo, xin thầy chia sẻ về những ưu - khuyết điểm của các tác giả khi viết.

BCT: Như đã trình bày, tôi nhìn thấy nhiều tài năng văn học Công giáo. Họ có góc nhìn mới, họ tiếp cận được với đời sống hôm nay, họ có khả năng viết bằng bút pháp hiện đại, nhưng vốn sống còn hạn chế, thiếu trang bị lý luận văn học, triết học và thần học cho nên tác phẩm chưa có chiều sâu tư tưởng. Họ viết ở dạng tự phát theo năng khiếu. Nếu như thế họ khó có thể đi xa.

- Theo thầy, một tác phẩm hay, đạt yêu cầu, thường có những đặc điểm gì ạ?

BCT: Bạn đọc Ôi tội hồng phúc của Nguyễn Phương Thảo và Đóa hồng thứ 40 của Vinh Kiu thì có thể hình dung ra thế nào là một tác phẩm hay. Vinh Kiu đưa vào văn học một đời sống rất thực, sinh động với cách viết trẻ trung. Tác phẩm của Nguyễn Phương Thảo chứa đựng nhiều tầng văn hóa, tư tưởng và được viết bằng lối văn hiện đại. Nói cụ thể, một tác phẩm giá trị khi nội dung phản ánh được một diện rộng của hiện thực, đặt ra được những vấn đề căn cốt của đời sống trên nền tảng Mỹ học Kitô giáo và tư tưởng Nhân Văn Công giáo. Tác giả có lối viết hiện đại, có cốt cách riêng.

- Thầy có nghĩ trong tương lai, văn học Công giáo nước mình có thể xuất hiện những tác giả nổi tiếng và những tác phẩm độc đáo thú vị mà không lệch khỏi hành lang luân lý - Thần học - giáo lý Công giáo không ạ?

BCT: Đến một lúc nào đó, những tài năng sẽ xuất hiện, và nếu được Giáo hội quan tâm, tạo điều kiện, những tài năng ấy sẽ cống hiến những tác phẩm lớn. Nguyễn Phương Thảo, Nguyễn Thị Khánh Liên, Vinh Kiu là những thí dụ. Rất tiếc hiện nay, các tác giả trẻ đều đang tự mình tìm lối đi và trong hành trình sáng tạo, nhiều người không vượt lên được.

Vâng, con xin cảm ơn thầy rất nhiều. Những chia sẻ vàng ngọc của thầy rất có ý nghĩa đối với các tác giả Công giáo nói riêng và nền văn học Công giáo nói chung. Cầu chúc thầy luôn dồi dào sức khỏe, sự bình an để đồng hành lâu dài với văn chương, dẫn đưa các tác giả Công giáo tới sự chín chắn trưởng thành trong ngòi bút.

Khép lại cuộc gặp gỡ với nhà phê bình văn học Bùi Công Thuấn. Tôi cảm thấy rất tự hào khi nền văn học Công giáo chúng ta có thầy đứng đó. Nhờ có thầy như tri kỷ cầm đuốc soi đường chỉ lối, văn học Công giáo như vùng đất rực rỡ hoa màu được sắp xếp ngăn nắp khang trang, hứa hẹn một tương lai huy hoàng với những tác phẩm xuất sắc. Quả thật đúng như thầy nói, "nghiên cứu – phê bình cũng là sáng tạo, nhà văn và nhà phê bình văn học là tri kỷ."

NHỮNG KHOẢNG TRỐNG VÔ NGÔN TRONG MỘT SỐ TÁC PHẨM CỦA LINH MỤC ĐAMINH NGUYỄN ĐỨC THÔNG

Nữ tu Agata Nguyễn Thị Kim Tuyến

Dẫn nhập

"Những lỗ trống trong củ sen
Khi ta ăn
Ăn luôn cả nó"

(Một bài thơ Haiku Nhật Bản)

Trong dòng chảy văn học Việt Nam nói chung và văn học Công giáo nói riêng, Lm. Đaminh Nguyễn Đức Thông đã góp phần hình thành nên những mạch nước khi cuồn cuộn sôi sục, lúc phẳng lặng êm ả qua những tác phẩm của mình. Nhắc đến Lm. Nguyễn Đức Thông, phải kể đến các Tập truyện ngắn *Nắng chiều tàn tạ, Trong vùng nắng, Hoa tươi trong vùng cát, Rừng cao su thay lá, Sỏi đá nở hoa* và Tiểu thuyết *Trăng rằm trên phố núi.* Bên cạnh đó, tác giả cũng đã dịch rất nhiều tác phẩm giá trị như: *Tự do và trung thành trong Đức Kitô, Cửa vào thánh thiêng, Đạo Công Giáo thiên niên kỷ thứ ba, Chúa Giêsu là ai?, Chỉ một điều cần thôi, Tìm được đường về, Lòng thương xót,...* [17]

Khi tiếp cận một số tuyển tập truyện ngắn và tiểu thuyết của tác giả, người đọc sẽ đối diện với những khoảng trống vô ngôn. Qua một vài nét chấm phá chân thật về con người, hoàn cảnh; chúng ta dường như cảm được bề sâu của những điều tác giả muốn nói. Những khoảng trống có nghĩa, thậm chí có nhiều nghĩa, có sức hút thôi miên như một vực thẳm không đáy.

Nữ tu Agata Nguyễn Thị Kim Tuyến

* *Thuộc Hội Dòng Mến Thánh Giá Huế*
* *Ngày sinh: 02.11.1990*
* *Nơi sinh: Lộc Thủy, Phú Lộc, Thừa Thiên Huế.*
* *Tốt nghiệp Chuyên ngành Nghiên cứu - Lý luận - Phê Bình Văn học, Trường Đại học Khoa Học Huế.*
* *Email: ag.kimtuyen@gmail.com*

1. Hiệu ứng mã nhân vật – khoảng trống của quan niệm về con người

"Ai cũng phải tự mình làm lấy hai điều: niềm tin của chính mình và cái chết của chính mình." (Martin Luther)

Trong những tác phẩm của mình, Lm. Đaminh Nguyễn Đức Thông đã xây dựng kiểu con người đánh mất niềm tin: niềm tin vào cuộc sống, niềm tin vào con người và niềm tin vào Thiên Chúa.

Được đặt để vào đời sống như một sự hiển nhiên, do đó, cảm thức biết ơn về đời sống phải đến từ môi trường sống và hệ thống giáo dục. Vậy mà, có khi, nhiều con người biến cuộc sống thành một chốn tù đầy với biết bao cạm bẫy, đau khổ. Thế nên có những phận số, vào đời và chưa đủ khả năng nhận thức đã bị nhấn mình trong muôn vũng lầy. Do đó, họ thấy cuộc đời như một bãi tha ma, là nơi gian dối lọc lừa vì sự đảo lộn các giá trị. Điều đó hiển hiện trong suy nghĩ của thầy Văn ở truyện Vùng nước ngập: "Có phải vì hôm nay người ta đã lật úp mọi nấc thang giá trị? Làm người không còn quan trọng bằng tiền bạc, lạc thú. Nhân, nghĩa, lễ, trí, tín không còn quan trọng, không cần thiết nữa nên người ta chém giết, lừa đảo nhau. Cướp được vợ, chồng người được coi là thành công, là niềm tự hào, hãnh diện. Quan hệ nam nữ được coi là một trò giải trí, nên phá thai có khác gì thu dọn chén đũa, chai lọ sau một đêm túy lúy" [11, tr. 162].

Vậy thì đâu mới là quan niệm về con người? Bàng bạc trong các truyện ngắn là những thảng thốt về lối sống "không chất người". Từ đó, tác giả đặt trong từng hoàn cảnh những đụng chạm rất riêng nhưng mang giá trị người. Đó là lời dặn dò của Hương Lan với Sự - con trai mình: "Người là thế. Là không sống cho mình, không chết cho mình mà sống và chết cho người khác" [11, tr. 34]. Vì căn nguyên con người là một sự sống chất chứa tình yêu và sự thật, chứ không phải hận thù và gian dối. Tuy nhiên, con người cần phải truy nguyên nguồn gốc của mình như điểm bám trụ, nếu không sẽ lây lất trong những biến chuyển khôn lường của lòng dạ con người. Như lời thầy Vinh trong *Hoa tươi trong vùng cát*: "Phải liên tục gắn kết với cội nguồn của mình là Thiên Chúa, thì may ra mới có thể thành người được" [10, tr. 75]. Chỉ Thiên Chúa là Đấng tạo dựng và là điểm tựa mới cho con người hiểu rõ mình là ai, từ đâu đến và sẽ đi về đâu.

Thế nhưng, vì không biết giá trị làm người, hay hiểu mơ hồ về sự sống, con người dường như đánh mất niềm tin vào cuộc sống hiện tại, trở nên mất phương hướng, chênh vênh trong những bão táp của cõi nhân sinh. Đó cũng là khởi điểm cho việc hạ thấp sự sống con người, thể hiện rõ qua hành động phá thai. Đến như Phụng trong *Cây bằng lăng bật gốc*, dù đã cương quyết bảo vệ bào thai trong bụng mình vẫn bị chồng hất hủi, đe nạt. Chỉ vì con người đã cố quên đi bậc thang của các giá trị, đặt tiền tài, vật chất lên trên mạng sống như luận điệu của Thắng - chồng Phụng: "Mình đã tiêu tán hết cả gia tài sự nghiệp mới có được việc làm, nay có thêm đứa thứ ba, vợ chồng mình sẽ mất việc, sẽ trắng tay, sẽ phải đi kinh tế mới... hay bỏ đứa này đi, em ạ. Mình còn trẻ, mai mốt khi đã kha khá, có thêm đứa nữa vẫn còn được mà!" [10, tr. 193] Và rồi chị đã phải đau đớn thốt lên: "Sao có những kẻ ác thế nhỉ? Coi con mình tệ hơn cả chó, mèo, cây cối. Không biết đến bao giờ những kẻ mang khuôn mặt người mới thực sự là người để nhân loại bớt khổ đau" [10, tr. 194]. Đó không chỉ là thảm trạng của riêng một cá nhân, một gia đình mà là của một xã hội xuống dốc về nhân phẩm. Bằng ngòi bút tả thật, tác giả đã tái hiện lại một góc nhỏ của xã hội: người ta mồi chài nhau để dẫn khách đến các trung tâm nạo phá thai, tranh đua nhau giết người. Lời người phụ nữ trong *Vùng nước ngập* tuy chát chúa nhưng cũng chính là "tuyên ngôn của thời đại": "Tất cả những đứa trẻ bất đắc dĩ đều phải chết" [11, tr. 171].

Sự cô đơn của thân phận làm người được đẩy lên tới cùng cực, con người cô đơn ngay chính trong gia đình mình, trong bản thân mình. Sự sống con người đã bị loại trừ ngay từ khi mới thành hình thì đâu còn nơi chốn nào để tựa nương?

Ngang qua các nhân vật, Lm. Đaminh Nguyễn Đức Thông đã gióng lên một hồi chuông mạnh mẽ mà bi ai. Hồi chuông về sự khủng hoảng trầm kha của xã hội. Hồi chuông đó đòi buộc con người phải hối cải. Nếu không, bình an và hạnh phúc sẽ mãi mãi là ước mơ xa tầm với khi người ta cứ tiếp tục cho phép bản thân sa đọa trong vũng lầy tội lỗi. Chỉ khi nào quyết tâm hối cải, con người mới thật sự hiểu thế nào là đang sống.

Thế nhưng, khi quy hướng về Thiên Chúa, con người lại càng mịt mù hơn. Nhìn cuộc sống đâu cũng thấy dối trá, lọc lừa trong khi bản chất của Ngài là tình yêu và sự thật. Đó cũng chính là lý do các nhân vật không thấy sự hiện diện của Thiên Chúa trong thế giới này. Như Liêm trong *Trăng rằm trên phố núi*: "Thiên Chúa có thật chăng? Thiên Chúa có tốt lành không? Nếu Thiên Chúa tốt lành, sao Ngài không thẳng tay tiêu diệt những tên gian ác, những tên gây ra chiến tranh để bán vũ khí hay để chiếm đất đai của người ta? Sao những đứa gian ác cứ phây phây, những đứa thủ đoạn vẫn ung dung với ác tâm của mình? Mùi Chúa đâu chẳng thấy, chỉ thấy toàn mùi gian ác nơi cả những kẻ áo nhà tu tha thướt, thánh giá lấp lánh trước ngực" [14, tr. 39-40].

Ngay cả những người đã sống trong đời sống thánh hiến như Hân cũng cay độc thốt lên: "Tôi đã thắp đèn đi khắp nơi để tìm xem có dấu vết nào của Chúa không, và tôi đã tuyệt vọng" [13, tr. 32]. Vậy Thiên Chúa ở đâu? Đó là câu hỏi muôn thuở vẫn luôn được mọi con người ở mọi thời đại đặt ra.

Đau khổ, chia ly và chết chóc mà nhân loại chúng ta đang ngày ngày đương đầu chắc chắn không phải là do có lúc nào đó Thiên Chúa "nỡ lòng khép lượng từ tâm", nhưng chẳng qua là vì chính loài người đã hết lần này đến lần khác cố tình chống lại Đấng Tạo Hóa. Bài học xưa còn đó, chẳng phải vì tổ tông loài người đã từng bất tuân mà tội lỗi đã xâm nhập vào trần gian và sự chết cũng từ đó mà lan tràn đến hết mọi người sao? Con người đã dùng mọi mưu mô của mình để từng bước đẩy Thiên Chúa ra khỏi cuộc sống. Trước là ngụy biện: "Đạo tại tâm, hơn nữa, có thực mới vực được đạo. Chúa trong lòng, đâu nhất thiết phải tới nhà thờ" [14, tr. 84]. Tinh vi hơn là lấy Thiên Chúa làm bình phong cho những toan tính rất người, như lời cha Phán trong *Cây thánh giá giả*: "Chúa Giêsu chỉ còn là một bình phong để ta che đậy những mưu đồ của ta thôi. Chúa sẽ mất chỗ đứng ngay trong nhà của Người và trong lòng của những kẻ thuộc về Người... Thiên Chúa bây giờ là một thứ xa xỉ, nếu không muốn nói là một công cụ trong tay người ta..." [12, tr. 141]

Có thể lý giải hành trình đánh mất niềm tin của con người thế này. Bắt đầu từ cái nhìn, nó thể hiện mối quan hệ giữa những con người có chủ thể tính. Khi bị người khác nhìn, họ từ địa vị chủ thể rơi xuống hàng khách thể. Đối với người khác, họ trở thành đồ vật, thành "nô lệ". Hơn nữa, vũ trụ do bản thân sáng tạo ra cũng bị người khác thu hút mất. Từ đó chính họ phải trải qua một sự đảo lộn, và cả cái vũ trụ của họ cũng bị đảo lộn. Từ đó họ cảm thấy tất cả như không là gì cả. Thế nên họ không thể đặt niềm tin vào bất cứ điều gì nữa. Có thể khẳng định, điều tệ hại nhất của con người là thái độ thụ động đến mức thờ ơ với các giá trị đạo đức, không một chút trăn trở nào về lẽ sống, thế nào là thiện, thế nào là ác.

Vì không tìm đâu ra được niềm tin về một cuộc sống đáng hứa hẹn nên họ trở nên mất phương hướng. Tỏa ra từ nhịp điệu ấy là sự day dứt, cay đắng về thân phận con người, nhưng sâu xa hơn là những cảm thức về sự tan vỡ, sụp đổ của hệ thống niềm tin: "Họ không biết mình là ai, nên không biết cái gì là tốt, cái gì là xấu. Họ sống hời hợt, bỏ mặc cuộc đời trôi theo những xu hướng của thời đại" [12, tr. 147].

Nỗi đau đó còn được giấu kín qua sự hoài nghi về thế giới, và giải quyết bằng sự nổi loạn, chống lại mọi giá trị đã được thành hình, phá đổ các quy chuẩn đã trở nên bền vững của xã hội. Bản thân những nhân vật này đang bế tắc, nổi loạn vì chán ghét sự đơn điệu và tính chuẩn mực. Tuy vậy họ lại không chấp nhận sự nổi loạn của mình. Bởi chính họ cũng sợ hãi, mệt mỏi, thậm chí mất phương hướng với chính mình.

Đối ngược với kẻ đánh mất niềm tin là những con người có trăn trở, để đức tin hướng dẫn và đồng hành trong mọi khủng hoảng của cuộc đời. Họ đã đối diện với mọi thách đố, vươn mình lên trên những thực tại thường ngày. Và khi chân nhận giá trị, họ đón nhận trong bình an, như soeur Thu: "Chị ấy lại nói với tôi. Chị là đòng đòng phải rách ra cho lúa trổ bông" [11, tr. 155]. Hay như cha Minh: "Vậy là từ đời đời, Thiên Chúa đã thấy có ngày tôi phải khốn khổ thế này, bị chính anh, chị, em của mình vu khống, phá tanh banh sự nghiệp của tôi, nên Ngài đã chấp nhận thảm họa của thập giá. Để tôi khỏi phải chịu đau khổ một mình. Và nếu tôi cùng chịu đau khổ với Ngài, tôi sẽ cùng Ngài thống trị, nếu tôi cùng chết với Ngài tôi sẽ cùng phục sinh với Ngài" [13, tr. 186]. Còn có cha Liêm, cha Tuấn, ông Lãm trong *Trăng rằm phố núi*, thầy Vinh ở truyện *Trong vùng nắng*, Phụng trong *Cây bằng lăng bật gốc*,... và một số nhân vật khác. Kết quả là những người này đã tìm cho mình được niềm vui vĩnh cửu, đồng thời trở thành niềm hy vọng và điểm tựa nâng đỡ đức tin cho những ai đang vấp ngã.

Đằng sau những nhân vật, khoảng trống dần lộ ra mời gọi độc giả cùng tham gia vào hành trình sáng tạo tác phẩm của tác giả. Đòi buộc người đọc phải có những đau đáu cho chính mình và cuộc sống. Ít nhiều nó là sự ghi nhận con người phải nỗ lực đi đến tận cùng của ơn gọi làm người. Là một cuộc chiến không ngơi nghỉ cho những thách đố và đòi hỏi. Những chiến đấu đó không phải để con người vênh vang, đắc thắng như một kẻ đã chinh phục vũ trụ, nhưng là để trở nên gần bản chất người hơn, hoàn thiện những nét chạm trổ của Ngài trong tự do để xứng đáng là hình ảnh của Thiên Chúa. Do vậy, càng người, con người càng khiêm hạ: "Sông sâu tĩnh lặng, lúa chín cúi đầu". Càng người, con người biết mình tin vào ai, sống yêu thương hơn và phục vụ cho sự thật tròn đầy hơn.

2. Lồng xen, đan cài điểm nhìn trần thuật – khoảng trống về đời sống tôn giáo

"Vì Người phải mang những vết thương mà anh em đã được chữa lành" (1Pr 2, 24).

Trong các tác phẩm văn học, điểm nhìn bên trong hay còn gọi là nội tụ điểm xuất hiện khi điểm nhìn hoàn toàn được dịch chuyển đặt vào trong thế giới tâm lý của nhân vật. Như vậy, nó mang đến cho độc giả cảm giác tưởng như chính nhân vật tự cảm xúc, suy nghĩ hay tự đánh giá, nhận xét, biểu lộ về chính bản thân hay các hiện tượng bên ngoài nó. Trong các tác phẩm của Lm. Đaminh Nguyễn Đức Thông, điểm nhìn bên trong gắn liền với người kể chuyện, chiếm phần lớn dung lượng của các tác phẩm.

Điểm nhìn bên trong chủ yếu là điểm nhìn từ góc độ tâm lý, bằng sự nhạy cảm trong tâm hồn. Qua đó, chứng tỏ rằng, tác giả không hề có ý định sao chép hoàn toàn hiện thực đời sống vào tác phẩm của mình, mà chỉ giúp người đọc nhận diện những khúc xạ của nó qua lăng kính tâm hồn nhân vật. Như vậy, hiện thực khách quan không chỉ được phản chiếu qua lăng kính của người viết, mà còn được khúc xạ lần hai qua thế giới tâm hồn của các nhân vật. Vậy nên, toàn bộ những suy nghĩ, những cảm nhận, đánh giá về thế giới, về quan niệm sống nhuộm đầy màu sắc chủ quan đã phơi bày trước mắt độc giả. Trong phần lớn các tác phẩm, Lm. Đaminh Nguyễn Đình Thông đã sử dụng điểm nhìn bên trong để lột tả về đời sống người Kitô hữu.

Đó là việc phải vun trồng đời sống của mình như lời nguyên đan viện phụ Lễ: "Vì ta không mất công chăm bón, nên ta cũng không có được niềm vui thấy hoa nở. Được thấy cây kết nụ, rồi nụ hé thành hoa, tuyệt lắm Tuyên ạ. Đúng là một kỳ công của Thiên Chúa. Hoa nở ta vui, hoa tàn cũng để lại trong lòng ta một niềm luyến tiếc" [12, tr. 139].

Thế nhưng, éo le làm sao khi con người chỉ muốn sống bằng những điều dễ dãi, hài lòng với những niềm vui giả tạo, chóng tàn. Lối sống hưởng thụ đó đã len lỏi vào tận đan viện như lời than thở của cha Phán trong truyện *Cây thánh giá giả*: "Nhà cửa sang trọng quá, làm mất đi tính lữ hành của đời tu và của Hội Thánh... Nhiều năm nay, ta đã luồn lách, bảo rằng để sống còn, nhưng ta đâu có ngờ là chính sự luồn lách ấy đã phá vỡ tính đơn sơ của chim bồ câu nơi ta. Ta đang đánh mất chính mình, đang bị xã hội bên ngoài đồng hóa, biến ta thành gian dối, huênh hoang, vênh váo như nó... [12, tr. 141].

Nhà tu đã vậy, giáo dân càng mất phương hướng hơn, nhưng ít nhiều vẫn thấp thoáng những đau đáu về kinh nghiệm cá vị dành cho

Thiên Chúa. Vì Thiên Chúa không phải chỉ để tin, để thờ phượng mà còn để Ngài đi vào cuộc sống, vào lịch sử đời mình. Điều đó đòi buộc một đụng chạm và gặp gỡ Thiên Chúa. Nếu không, mỗi người Kitô hữu đều sẽ có suy nghĩ như Tâm trong *Sỏi đá nở hoa*: "Tâm chưa có được một kinh nghiệm nào về Thiên Chúa cả. Thiên Chúa vẫn mơ hồ như suy nghĩ, như mơ ước, có đó nhưng không sao chứng minh được, không sao chỉ cho người ta thấy được. Tâm vẫn cầu nguyện, nhưng không biết Tâm đang nói chuyện với Thiên Chúa thật, hay đó chỉ là chủ quan của mình" [12, tr. 79]. Bằng giọng kể của ngôi ba, nhưng tác giả đã lột tả tâm lý nhân vật qua sự đánh tráo chủ thể trần thuật. Để tạo tính khách quan đồng thời gợi cảm giác tin cậy cho người đọc, người viết đã thực hiện thủ pháp lồng xen điểm nhìn bên trong và điểm nhìn bên ngoài. Hay nói cách khác đó là sự chuyển hóa điểm nhìn trần thuật trong tác phẩm. Đây là kỹ thuật hoán vị giữa hai điểm nhìn: điểm nhìn bên trong và điểm nhìn bên ngoài. Tuy nhiên, nói một cách chính xác, sự chuyển hóa này không nằm trên bề mặt của văn bản tác phẩm, mà là một sự chuyển hóa ngầm bên trong phạm trù điểm nhìn trần thuật. Các tác phẩm của Lm. Đaminh Nguyễn Đức Thông, ngay trong nội tại đã có sự chuyển hóa điểm nhìn trần thuật. Cụ thể hơn, về hình thức, tuy nó là điểm nhìn trần thuật bên ngoài: người kể chuyện, nhưng thật ra, bên trong đã có sự chuyển hóa thành ngôi thứ nhất. Nói cách khác, chuyển hóa điểm nhìn trần thuật là biến điểm nhìn trần thuật bên ngoài tại một thời điểm thành sự ráp nối giữa điểm nhìn trần thuật bên ngoài, và điểm nhìn trần thuật bên trong. Dĩ nhiên, sự biến chuyển này không thực hiện một cách rõ ràng, rành mạch, chính người đọc có thể đi sâu vào thế giới nội tâm của nhân vật.

Cứ thế, những khắc khoải, những nhìn nhận về đời sống đức tin của người Kitô hữu được tỏ hiện qua từng nhân vật, từng biến cố. Cụ thể, trong *Lúa trổ bông*, cha Vũ đã nhìn nhận rằng: "Đạo Công giáo có thể đã chưa giúp gì cho họ, chưa trở thành con đường sống của họ." [11, tr. 115] vì biết bao tệ nạn của xã hội, phần lớn có mặt người Công giáo.

Hay như cuộc chiến đấu nội tâm của viện phụ Hùng trong Cây thánh giá giả: "Cây cột chính của đan viện này là một cây cột rỗng. Lòng không có Chúa, chỉ có tiền và quyền." ... "Rồi như một bản năng tự vệ, ông nhắm chặt mắt, cố quên đi những day dứt trong lòng... Không, không phải điều chỉnh gì hết cả..." [12, tr. 166]. Từ điểm nhìn bên ngoài, tác giả xoáy sâu vào nội tâm nhân vật, để nhân vật tự lột tả chính suy nghĩ của mình. Nhờ đó độc giả thấy rõ ràng hơn những chuyển biến của nhân vật, nhân vật trở nên sống động hơn, thật hơn.

Bên cạnh đó, tác giả đã sử dụng thủ pháp đảo chiều thời gian trong các tác phẩm của mình. Sự đảo chiều thời gian tạo nên các mảnh vỡ trong cấu trúc truyện kể. Dưới đây là thống kê của chúng tôi về tần số những truyện ngắn sử dụng thủ pháp đảo chiều thời gian trong 4 Tuyển tập truyện ngắn của Lm. Đaminh Nguyễn Đức Thông:

STT	Tập truyện	Số truyện ngắn sử dụng thủ pháp đảo chiều thời gian (Truyện/ tổng truyện trong tuyển tập)
1	Hoa tươi trong vùng cát	3/3
2	Trong vùng nắng	3/5
3	Rừng cao su thay lá	2/5
4	Sỏi đá nở hoa	1/3

Đảo chiều thời gian ngoài việc hình thành các tiểu tự sự còn hình thành nên sự chuyển mạch lôi cuốn, đồng thời giải quyết được thắc mắc của độc giả về mỗi nhân vật. Các câu hỏi như: Tại sao anh ấy phải đối mặt với chúng? Cô ta cảm thấy như thế nào trước đó? Họ đã trải qua thời gian như thế nào trong quá khứ? Tại sao ông ta có thể liều mạng đến vậy,...? Những nghi vấn này luôn trăn đi trở lại trong tâm trí độc giả, hối thúc, giục giã người đọc lật mở trang sách tiếp theo trong sự háo hức và chờ đợi. Quá khứ, hiện tại vỡ vụn nhập nhằng xen kẽ vào nhau với ngổn ngang bao mảnh đời éo le, tương lai lại như một ảo giác chưa xác định.

Dưới đây là những chi tiết sử dụng thủ pháp đảo chiều thời gian trong các tác phẩm của Lm. Đaminh Nguyễn Đức Thông:

STT	Truyện ngắn	Nhân vật	Chi tiết
1.	Rừng cao su thay lá	Lm. Sự	“Giọng bà Cồi lạc lõng giữa tiếng mưa lộp độp, tiếng gió phần phật đã đưa Cha Sự trở về với kỷ niệm của hơn 60 năm về trước.” [11, tr. 9]
2.	Chiều, sau cơn mưa	Hạnh	“Kỷ niệm của 13 năm về trước hiện lên mơ hồ, nhạt nhòa, hỗn độn như một mớ bòng bong.” [11, tr. 77]
3.	Lúa trổ bông	Thu	“Ba mươi Tết năm ngoái...” [11, tr. 122]... “Cách đây hơn mười năm...” [11, tr. 123].
4.	Trong vùng nắng	Hân	“Hai năm về trước...” [13, tr. 40].

5.	Kẻ lạc loài	Cha Minh Thúy Liễu	Thời gian trước khi cha Minh làm linh mục [13, tr. 122]. Hồi ức của Thúy Liễu về cuộc đời gian truân của mình [13, tr. 153tt] .
6.	Giọt nước mắt cuối cùng	Diễm Linh	Hồi ức 15 năm về trước của Diễm Linh [13, tr. 204].
7.	Sỏi đá nở hoa	Ông Tâm	"... quá khứ của hơn ba mươi năm trước tưởng đã chìm sâu trong quên lãng, bất chợt sống lại trong ông." [12, tr. 11].
8.	Hoa tươi trong vùng cát	Linh	Hồi ức về tuổi thơ và những năm tháng đi học của Linh [10, tr. 22].
9.	Con bướm vàng chóp cánh đen	Cha Công	"Kỷ niệm của 15 năm về trước, khi Công còn dạy ở vùng này hiện về mơ hồ như hàng cây đong đưa trước gió." [10, tr. 79].
10.	Cây bằng lăng bật gốc	Kim Phụng	"Chuyện của ba mươi năm về trước lần lượt hiện về trong trí bà." [10, tr. 122].
11.	Trăng rằm trên phố núi	Cha Liêm Hà Thanh	"Dĩ vãng lần lượt hiện về trong trí cha." [14, tr. 14]. "Quá khứ tưởng như đã bị vĩnh viễn chôn vùi tại Việt Nam, hôm nay chẳng hiểu vì sao lại trồi lên trong vùng đất lạ." [14, tr. 166].

Thông thường, sự chuyển dịch thời gian nhằm giải thích cho sự việc, câu chuyện đang diễn ra ở hiện tại, đồng thời dẫn dắt người đọc đi sâu vào từng tình tiết, tâm lý nhân vật. Nhờ đó, biên độ thời gian và không gian trong truyện được kéo dài và mở rộng. Như vậy, tác giả đã kích thích được sự tò mò và hứng thú cho người đọc qua những khoảng trống không lời. Đặc biệt trong các tác phẩm của Lm. Đaminh Nguyễn Đức Thông, sự lồng xen, đan cài điểm nhìn và đảo chiều thời gian giúp độc giả có cái nhìn cụ thể hơn, rõ ràng hơn về đời sống đức tin của những nhân vật. Đó là những câu hỏi căn bản nhất của đức tin: "Có Thiên Chúa thật chăng?" [13, tr. 57] và nếu có thì Ngài ở đâu?

Sự hoài nghi này dẫn con người đến hai hành động, hoặc sẽ kiếm tìm Thiên Chúa, hoặc sẽ loại trừ Ngài trong đời mình. Do đó, ông Lịch đã hướng dẫn con mình rằng: "Đức tin. Chỉ có đức tin mới cảm được Chúa thôi con ạ!" [14, tr. 37]. Và đức tin đó phải trưởng thành, nghĩa là đức tin cho con người thấy, Thiên Chúa biết rõ, gọi đích danh con người để họ thuộc về Ngài. Hơn nữa, Thiên Chúa chỉ muốn điều tốt lành cho những kẻ Ngài dựng nên. Bởi đó, nếu đồng loại đổ hết mọi gian ác lên đầu ta, thì Thiên Chúa vẫn có thể biến sự dữ thành sự lành. Việc chính yếu của con người là tin tưởng phó thác mọi sự trong tay Ngài. Đây cũng chính là điều cha Liêm trong tiểu thuyết *Trăng rằm trên phố núi* đã xác tín sau bao nhiêu thách đố xảy ra trong đời sống tu trì của mình: chiến tranh, hoài nghi về cuộc đời, bị hiểu lầm, gài bẫy, loại trừ: "tôi tin vào Chúa, vì tôi biết tôi có bị đạp xuống bùn đen, Chúa vẫn cất nhắc lên, có chết Chúa vẫn cho phục sinh cơ mà! Mình là linh mục mà chỉ tìm kiếm những sự thuộc thế gian này, thì thà đừng làm" [14, tr. 145].

Độc giả của Lm. Đaminh Nguyễn Đức Thông được gợi nhắc về một đời sống đức tin phải được thực thi trong mọi tư tưởng, lời nói, việc làm của ngày sống chứ không phải chỉ nằm trong Kinh Thánh, trong nhà thờ, trong các giáo điều. Vì không để Chúa đi vào cuộc sống, nên đức tin của một số Kitô hữu chỉ là "bánh vẽ". Như lời dì Tư trong *Vầng trăng khuyết*: "Nhiều khi mình lơ là với lời Chúa quá. Dân mình đi lễ về, chẳng ai nhớ được một câu lời Chúa nào, nên sống đạo rất vật vờ. Biết vu vơ, sống vật vờ là phải thôi" [12, tr. 204]. Do đó, thực tại và viễn cảnh về lối sống tha hóa, đảo lộn các giá trị chung quy cũng chỉ vì một lý do căn bản là loại Thiên Chúa ra khỏi thế giới. Đó cũng chính là nguyên cớ cho sự tuột dốc trong đời sống đức tin, sự suy đồi đạo đức, chủ nghĩa thế tục xâm lấn đời sống tu trì. Vì căn tính đời tu của đạo Công giáo là gặp Chúa: "Không gặp và không cố tìm Chúa, ta sẽ tìm mình và sẽ chỉ thấy danh vọng, tiền tài, tình ái, mà không đạt được những thứ ấy thì giận hờn, đố kỵ, loại trừ, bất an" [14, tr. 75].

Như vậy, cốt lõi của đời sống đức tin người Công giáo là tin Chúa, nhận biết tình thương của Người. Tình thương đó được thể hiện qua đời sống bác ái, dấn thân, quên mình vì tha nhân. Đau đớn thay, thực tại dường như không bao giờ được như lòng khát khao của Thiên Chúa và con người. Vì có những cái bóng của ánh sáng thật đang chiếm chỗ trong nhân loại. Những cái bóng mờ ảo do con người lầm tưởng và cố công tạo dựng: "Thiếu anh em trong lòng, ta sẽ thành vầng trăng khuyết. Thiếu Thiên Chúa, nhân loại chỉ còn là bóng đêm. Nhưng hiện người ta có điện rồi, có đủ mọi thứ chiếu sáng, danh vọng, chức quyền, sự nghiệp, dù đó chỉ là một thoáng phù vân, chẳng soi sáng được cái gì ngoài những ước vọng của cái bụng thôi, nhưng họ vẫn coi đó là ánh sáng [12, tr. 206].

Khoảng trống để lại đằng sau những thủ pháp nghệ thuật là một khoảng trống đầy tiếng vọng của tác giả Nguyễn Đức Thông. Nhưng nó cũng là tiếng vọng xoáy sâu nội tâm những ai thật sự muốn tạo dựng một đức tin chân thật.

3. Sự đa âm nhiều bè của giọng điệu trần thuật – khoảng trống trong hành trình kiếm tìm chân lý

"... Nhưng khi Con Người ngự đến, liệu Ngài còn thấy lòng tin trên mặt đất nữa chăng?" (Lc 18, 8).

Theo nhà nghiên cứu Trần Đình Sử, giọng điệu là "một hiện tượng nghệ thuật toát ra từ bản thân tác phẩm và mang một nội hàm tư tưởng thẩm mỹ" [8, tr. 43]. Một tác phẩm nghệ thuật bao giờ cũng tồn tại một giọng điệu nhất định. Tuy nhiên, nhiều khi, trong chính một chỉnh thể nghệ thuật văn học lại tồn tại hai hay nhiều giọng điệu khác nhau. Điều này phụ thuộc vào nội dung tư tưởng tác giả muốn gửi gắm qua tác phẩm. Trong các tác phẩm của Lm. Đaminh Nguyễn Đức Thông, chúng ta lắng nghe những âm vang trầm bổng của các kiểu giọng điệu. Chính sự đa âm nhiều bè này giúp độc giả cảm nhận được rằng, thế giới thật phong phú và đa dạng. Đó là những cá thể đang tác động lên nhau tạo thành một tấm lưới đầy màu sắc trong hành trình tìm về chân lý.

Lm. Đaminh Nguyễn Đức Thông đã sử dụng giọng điệu hoài nghi, triết lý để phần nào lột tả tâm lý từng nhân vật mà cũng chính là não trạng của con người trong xã hội.

Hành trình kiếm tìm chân lý không phải là một hành trình dễ dãi. Đã vậy, chưa chắc mọi con người đều có tâm thức muốn kiếm tìm chân lý. Chỉ những ai biết rõ giá trị của sự sống, khát khao vươn mình lên trên những thực tại tầm thường mới có khả năng kiếm tìm mà thôi. Duy chỉ việc bước lên những ngăn trở trong đời sống thường ngày cũng đã là một nỗ lực không ngơi nghỉ. Vì đó là lúc con người đụng chạm đến bản thể của mình, đụng chạm đến các tương quan. Như Vũ trong truyện *Hoa tươi trong vùng cát*, đó là một thanh niên gồng mình lên, bất cần trước những thực tại. Thế nhưng, sâu trong tiềm thức của mình: "Vũ biết quá rõ, những lời nói, thái độ hỗn xược trước kia chỉ làm cho mọi người ghét bỏ, khinh thường mình. Vũ đã muốn lột bỏ những thái độ ấy từ lâu nhưng lại sợ lột đi rồi Vũ sẽ chẳng còn gì" [10, tr. 54].

Mà suy cho cùng, việc kiếm tìm chân lý chẳng gì hơn là khởi đi từ việc khám phá những niềm vui đích thực ngay trong ngày sống vốn đơn điệu nhưng chứa đựng biết bao kì diệu. Thế mà, có thể chỉ vì thích nghi với đời sống, con người dễ dàng để mình bị biến chất: "Có thời để tồn tại, ta đã phải quanh co, luồn lách, nên tính quanh co ấy đã ăn sâu vào trong máu ta, úm mất luôn cả tính đơn sơ của bồ câu nơi ta. Đã đến lúc, ta phải phục hồi lại tính đơn sơ ấy, nếu không, ta chẳng làm chứng được cho ai. Đánh mất sự đơn thành, tu viện của ta có hơn gì các tổ chức xã hội khác đâu" [10, tr. 93].

Rồi cũng sẽ đến lúc, con người đổ lỗi cho hoàn cảnh, cho cả xã hội, và tự viện lý do không thể nào thay đổi được. Đó là lúc cần lắm một lời nhắc nhở: "Thế giới này không xấu. Chỉ lòng người mới xấu. Phải thay đổi lòng người" [11, tr. 172].

Tác giả đã phản ánh một thực trạng xã hội đã đến hồi mục ruỗng, thế nhưng, có mấy người nhìn nhận hiện tình? Có mấy ai thấy và lên tiếng? Nếu tất cả chỉ nằm trong im lặng, chịu đựng, con người chẳng khác gì vật vờ cho xong một phận kiếp? Bởi vậy, nhân vật Tuấn, Tiến trong *Sỏi đá nở hoa* đã mạnh dạn lên tiếng. Tiếng nói đó không đơn thuần của một cá nhân, một tập thể nhưng là tiếng nói thay mặt cho một thế hệ, một trách nhiệm bất thành văn:

Xã hội cứ thế này, mình không lên tiếng, mai mốt thế hệ tương lai có kết án ta hèn hạ không ha?

Phải lên tiếng... để bảo vệ các gia đình trẻ. Nếu không, nhà nào cũng phá thai, con cái sẽ mất hết niềm tin vào cha mẹ, sẽ căm ghét mẹ cha, và xã hội sẽ chỉ còn vẻ bên ngoài là con người, bên trong là lang sói. [12, tr. 69]

Ta đang trở thành một lũ hèn, biết rõ sai trái mà không dám lên tiếng, đang trở thành một lũ cừu non, chỉ biết cắm đầu chạy theo người ta, đang trở thành những con vật làm xiếc, làm tuồng, chạy múa, nhảy nhót chỉ để có được miếng ăn. Thế mà, ta lại còn ngạo nghễ, huênh hoang, ta là tầng lớp trí thức của xã hội. [12, tr. 39]

Như vậy, trách nhiệm của cá thể là không đối với xã hội, nhưng có đối với một cá nhân. Và nếu một người có trách nhiệm đối với bản thân mình thì sẽ dấn thân tích cực vào xã hội. Nếu không có một thay đổi của cá thể, xã hội trở thành một gánh nặng quá sức, một tiếp tục vô trách nhiệm trong đó cá thể chỉ là một bộ phận nhỏ nhoi. Có một khuynh hướng rõ rệt khi suy nghĩ rằng cá thể chẳng quan trọng bao nhiêu trong xã hội, và mọi thứ phải được thực hiện để kiểm soát cá thể, để đúc khuôn sự suy nghĩ của con người – qua sự tuyên truyền, qua những luật lệ, qua vô số phương tiện của truyền thông đại chúng. Chính cá thể thắc mắc liệu tôi có thể làm gì trong một xã hội quá nặng nề, mà đè nặng cá nhân mình bằng một trọng lượng của một hòn núi, cảm thấy hoàn toàn tuyệt vọng. Bị đối diện bởi khối lượng này của hỗn loạn, thoái hóa, chiến tranh, đói khát, và đau khổ, tự nhiên cá thể phải đặt ra cho chính mình câu hỏi này: "Tôi có thể làm gì?" Và đáp án cho câu hỏi này là con người với cương vị cá thể không làm được gì cả, đây là một sự thật rõ ràng. Một cá nhân không thể ngăn cản một chiến tranh, không thể giải quyết sự đói khát, không thể giúp đỡ một người cố chấp tôn giáo, hay chặn đứng tiến trình lịch sử của chủ nghĩa quốc gia, cùng tất cả những xung đột của nó. Thế nhưng, dẫu có vậy đi chăng nữa, thì: "Người là thế. Là không sống cho mình, không chết cho mình mà sống và chết cho người khác" [11, tr. 34]. Để rồi có thể biết nghĩ đến người khác, biết để ý đến quyền lợi của người khác hơn là quyền lợi của mình, là "yêu mà không mong được đền đáp, là giúp đỡ mà không phải vì "hòn đất ném đi, hòn chì ném lại" [10, tr. 72].

Như vậy, sự tiến bộ của nhận thức, không chỉ đạt được do tìm ra những mảnh đất tri thức mới chưa từng khai phá, mà còn do tìm ra những cách nhìn mới về một sự vật, một hiện tượng cũ. Hoài nghi những cách thức nhìn nhận cũ chính là phương cách để tìm ra những cách nhìn nhận mới. Vì thế, hoài nghi vừa là xuất phát điểm, vừa là động lực của việc mở mang tri thức. Tâm trí nhân vật không ngớt bị giày vò bởi những vấn đề mang ý nghĩa nhân bản. Làm sao để biết thực ra mình là như thế nào, mình có thể trở thành một con người như thế nào? Nên sống sao cho phải? Đâu là hạnh phúc đâu là bất hạnh? Từ đó nhận ra được kinh nghiệm sống như lời thầy Vinh trong *Hoa tươi trong vùng cát*: "Đừng bao giờ để bất cứ người nào, vật nào làm ta đánh mất chính mình, hoặc chi phối các quyết định công minh của ta" [10, tr. 12].

Dàn trải trong các tác phẩm của Lm. Đaminh Nguyễn Đức Thông là triết lý về một lối sống đem lại bình an và hạnh phúc cho con người. Đó là sự nhìn nhận những cái đẹp, ngay cả những cái đẹp chưa hiển lộ: "Trên đời này, không ai là người hoàn toàn xấu. Trong người xấu bao giờ cũng có một phần tốt. Người thành công là người biết làm cho người xấu phát huy cái tốt nơi họ" [12, tr. 56]. Và đây cũng chính là niềm hy vọng tác giả đặt vào trong cuộc sống, trong mọi con người. Là sự bênh vực quyền lợi của người nữ và quyền sống của thai nhi: "Được làm mẹ là phẩm giá và cũng là niềm kiêu hãnh của phụ nữ" [11, tr. 202].

Với khả năng dẫn dắt vấn đề tài tình, Lm. Đaminh Nguyễn Đức Thông đã đưa người đọc suy ngẫm về những vấn đề của nhân loại qua mỗi cá nhân trong tác phẩm. Như thế, giọng điệu triết lý được đan dệt từ lời nhân vật, phối hợp những tâm tư, trải nghiệm ở nhà văn nhằm diễn tả sự phức tạp, nhiêu khê của cuộc sống mà con người không thể lường hết. Sắc điệu triết lý toát lên khi đề cập đến những vấn đề phức tạp trong cuộc sống, trên hành trình các nhân vật khắc khoải đi tìm những giá trị đích thực, cùng những bày tỏ và nhận định khái quát của tác giả về con người, về cuộc đời. Cái chua chát, hoài nghi về cuộc đời và con người xuất phát từ trải nghiệm nhân sinh sâu sắc. Đặc biệt, những phát biểu có tính khái quát ấy thường được lồng vào lời nói, suy nghĩ của nhân vật một cách tự nhiên.

Vì bám víu vào những thứ tạm bợ nên con người khó lòng tìm thấy hạnh phúc đích thực. Họ đua nhau kiếm tìm hạnh phúc nhưng lại dễ dàng dừng chân bên những ảo ảnh của hạnh phúc; đó là tiền tài, danh vọng, lạc thú, đam mê,... Những bóng mát bên vệ đường này chèo kéo, cù rủ làm họ quên mất hành trình phía trước của mình, quên đi mục đích thật của đời sống. Bị ru ngủ trong những luận điệu lọc lừa, họ không còn ý chí để vươn mình lên và rồi phó mình làm nô lệ cho chúng. Chung quy lại hành trình kiếm tìm chân lý phải đi đến đích điểm là Thiên Chúa. Bao lâu con người ở trong những thứ do mình tạo dựng, là bấy lâu còn khổ ải, đọa đầy. Đó cũng chỉ là một hành trình nửa vời: "Hội Thánh là nơi nói cho ta biết ta là ai, phải không nào? Ta là hình ảnh, là tác phẩm, là người tình, là con Thiên Chúa và là thân mình của Đức Kitô. Đó là phẩm giá cao cả nhất và cũng là căn tính của ta. Đánh mất căn tính này, ta sẽ thấy đời mình vô nghĩa ngay. Ta sẽ bỏ mồi bắt bóng, sẽ chạy theo đủ mọi thứ giả, khi nắm được những thứ ấy rồi, mới thấy mình hớ nhưng đã muộn" [12, tr. 148].

Chân lý thật phải là điều khiến con người bình an trong hạnh phúc vĩnh cửu. Trong khi đó, hành trình kiếm tìm chân lý cũng chính là một hành trình không đơn độc, phải cùng nhau tiến lên: "Khi bị té, cậu muốn người ta đạp cho chết luôn, hay muốn người ta nâng mình dậy" [13, tr. 176]. Nhờ đó, con người hướng tới một thế giới "bốn bể là nhà", mọi người là anh chị em với nhau trong tương quan cùng một Cha trên trời. Tuy nhiên, xã hội đó cũng cần người hướng dẫn, lãnh đạo. Trong các tác phẩm của mình, Lm. Đaminh Nguyễn Đức Thông đã nêu bật những tiêu chuẩn cần có cho những người đứng đầu các tổ chức:

Trước hết là không muốn làm... Vì ai muốn làm thì sẽ không làm được, sẽ chỉ biết quan tâm tới mình mà không quan tâm tới ai. Tiêu chuẩn thứ hai, cũng là tiêu chuẩn quan trọng nhất. Đó là phải coi mình là đầy tớ mọi người... Con càng lo cho công ích bao nhiêu, người ta càng cộng tác với con và nghe con bấy nhiêu. Con đưa mình lên, người ta sẽ đạp con xuống, mà lúc này không đạp được, người ta sẽ đạp lúc khác. Tiêu chuẩn thứ ba làm trước, nói sau. Tiêu chuẩn cuối cùng là càng rút lui vào bóng tối bao nhiêu tốt bấy nhiêu... Việc của người ta mà con ôm vào, họ sẽ khoanh tay đứng nhìn. Khi ấy dù con có ba đầu, sáu tay cũng chẳng làm được gì. [12, tr. 88]

Đồng thời là ý hướng "Phải xây dựng chất người trong mỗi con người, xây dựng nền văn hóa sự sống" [12, tr. 39].

Những triết lý sống đó là cách thức thực hiện các giới răn của Chúa Giêsu, là con đường đưa đến hạnh phúc viên mãn và sự sống muôn đời.

Như vậy, mỗi tác phẩm là một cuộc tìm kiếm chân lý, khi con người ngày càng ý thức về bản ngã, và càng khát khao tìm kiếm bản ngã để vươn lên hướng đến chân lý. Những tiếng vọng về bản thể đã âm vang trong các tác phẩm của Lm. Đaminh Nguyễn Đức Thông. Ngẫm, suy, triết lý chính là một trong những yếu tố đậm nổi, chúng làm thành một giọng chủ đạo trong bản hợp âm nhiều chất giọng của nhà văn. Nói như M. Kundera: "Tất cả mọi tiểu thuyết của thời đại đều chăm chú vào bí ẩn của cái tôi. Từ lúc anh bắt đầu sáng tạo một con người tưởng tượng, một nhân vật, tức thì anh đối mặt với câu hỏi: cái tôi là gì? Bằng cách nào nắm bắt được cái tôi? Đây là một trong những câu hỏi cơ bản mà tác phẩm được hình thành" .

Tạo nên nét rất riêng trong sáng tác của Lm. Đaminh Nguyễn Đức Thông là giọng điệu chát chúa, thô thiển. Những lời nói rất thô, mạnh đến mức "thiếu nhân bản" được đặt trên môi miệng của những linh mục, tu sĩ. Đó là những lời đối chất của soeur Hân ở truyện ngắn *Trong vùng nắng:* "Chúa chỉ là một con ngáo ộp các ngươi đưa ra để hù dọa tôi" [10, tr. 31], hay như cha Minh "Kệ thây họ" [10, 117],... những lời nói nặng mùi ngang tàng, bất cần đó phản ánh tâm hồn đầy thương tổn, phận người bị chà đạp, không còn điểm tựa, điểm quy chiếu, chênh vênh, sụp đổ và cuối cùng họ chỉ còn biết sống theo bản năng, hoài nghi vào thực tại. Đó là những con người cô đơn đến cùng cực.

Giọng điệu trong các tác phẩm của tác giả bắt nguồn từ những cách nghĩ riêng, có phần mang trải nghiệm cá nhân. Những lời bàn luận thường khiến tác phẩm trở nên mới mẻ, bất ngờ. Người đọc, hoặc gật gù đồng ý hoặc cau mày nghi ngại, song đều phải ngẫm nghĩ. Đó chính là những khoảng trống tạo sự nối kết giữa người viết và độc giả.

Tóm kết

"Thiên Chúa viết thẳng trên những đường cong". (Đấng Đáng Kính Phanxicô Xavie Nguyễn Văn Thuận).

Thế giới trong tác phẩm của Lm. Đaminh Nguyễn Đức Thông tưởng chừng ngột ngạt, bức bí nhưng lại mở ra một chân trời hy vọng. Bằng giọng văn chân thật, tác giả đã trở thành một bác sĩ phẫu thuật mạnh tay đụng chạm vào những khối u ác tính. Lm. Đaminh Nguyễn Đức Thông đã xoáy sâu dao mổ vào những ung nhọt của thời đại, cả những vết loang di căn tràn lan trong xã hội. Đó là những lát cắt rõ nét về sự khủng hoảng đang nhận chìm đời sống con người: Những khủng hoảng về giá trị sống, những đêm tối lần mò trong đức tin.

Thế nhưng, dù thực tế có bi đát đến đâu, có tàn hại đến đâu, vẫn chỉ là ranh giới chứ không phải đường cùng. Trong khó khăn, thử thách, con người buộc phải tri giác, phân định và chọn lựa. Những khoảng trống vô ngôn trong các tác phẩm dội lại trong lòng độc giả những âm vang mang mùi tra vấn. Sự phơi bày trần trụi chắc hẳn sẽ khiến ai đó bất giác thở dài; khiến không hẹn mà gặp khi cùng nhau lắc đầu ngao ngán. Thế nhưng, sự phản ánh này không hề đưa đến sự lụi tàn, mà là để thức tỉnh. Bởi không nhìn nhận, sao biết mình đang ở đâu; không đụng chạm, sao biết thế nào là giả dối, ra sao là chân thật? Cứ thế, tia hy vọng cứ le lói trong từng câu chữ, hành động. Mặc cho cát nóng vẫn nở hoa tươi, cao su xơ xác sẽ tới mùa thay lá, rồi sỏi đá cũng sẽ nở hoa, trong vùng nắng sẽ ngập tràn hương sắc. Đến khi mùa về, trăng sẽ tròn vằng vặc trên những miền phố núi . Chỉ bởi một lẽ, con người biết vươn mình lên khỏi những vũng lầy, nắm tay nhau trong sự thật và tình yêu để tiến lên. Vì họ được soi rọi trong lòng thương xót vĩnh cửu của Thiên Chúa Tối Cao, được giá máu của Đức Kitô rửa sạch mọi lỗi tội và được ngập chìm trong ánh sáng diệu quang của Thánh Thần.

Tài liệu tham khảo

[1]. R. Barthes (2008), *"Cái chết của tác giả"* (Phan Luân), Tạp chí nghiên cứu văn học (số 2), tr. 93 – 97.

[2]. Trần Duy Châu (biên khảo) (2008), *Thi học và ngữ học lý luận văn học phương Tây hiện đại*, Nxb.Văn học, Hà Nội.

[3]. Nguyễn Văn Dân (2006), *Phương pháp luận nghiên cứu văn học*, Nxb.Khoa học Xã hội, Hà Nội.

[4]. Trương Đăng Dung (2004), *Tác phẩm văn học như là quá trình,* Nxb.Khoa học, Hà Nội.

[5]. Đỗ Đức Hiểu (2000), *Thi pháp hiện đại*, Nxb.Hội nhà văn, Hà Nội.

[6]. B. Kharapchenko (1998), *Cá tính sáng tạo của nhà văn và sự phát triển văn học*, Nxb.Tác phẩm mới, Hà Nội.

[7]. I.O.Lotman (2004), *Cấu trúc văn bản nghệ thuật* (Trần Ngọc Vượng), Nxb.Đại học Quốc gia, Hà Nội.

[8]. Trần Đình Sử (2003), *Lý luận và phê bình văn học*, Nxb.Giáo

dục, Hà Nội.

[9]. Trần Đình Sử (2004), *Tự sự học tập 2*, Nxb.Đại học Sư phạm, Hà Nội.

[10]. Lm. Đaminh Nguyễn Đức Thông (2017), *Hoa tươi trong vùng cát*, Nxb.Đồng Nai.

[11]. Lm. Đaminh Nguyễn Đức Thông (2017), *Rừng cao su thay lá*, Nxb.Đồng Nai.

[12]. Lm. Đaminh Nguyễn Đức Thông (2017), *Sỏi đá nở hoa*, Nxb. Đồng Nai.

[13]. Lm. Đaminh Nguyễn Đức Thông (2017), *Trong vùng nắng*, Nxb.Đồng Nai.

[14]. Lm. Đaminh Nguyễn Đức Thông (2018), *Trăng rằm trên phố núi*, Nxb.Hồng Đức.

[15]. Đỗ Lai Thúy (biên soạn) (2001), *Nghệ thuật như là thủ pháp*, Nxb.Hội nhà văn, Hà Nội.

[16]. Tzventan Todorov (2004), *Thi pháp văn xuôi*, Nxb.Đại học Sư phạm, Hà Nội.

[17]. Hành trình 45 năm của lớp PiôX, http://webcache.googleusercontent.com/search?q=cache:jo7xmQQ2NrgJ:loppiox.blogspot.com/2013/10/47-cha-dom-nguyen-uc-thong-ky-niem-ve.html+&cd=8&hl=vi&ct=clnk&gl=vn, truy cập ngày 10.3.2022.

ĐỌC: *NGƯỢC MẶT TRỜI* CỦA NGUYỄN MỘT

Linh mục Trăng Thập Tự

Cuối năm, một bạn trẻ ngoài Công giáo ghé thăm, tặng tôi quyển *Ngược Mặt Trời* của Nguyễn Một, 214 trang, do Nxb Hội nhà văn và Công ty sách Liên Việt ấn hành tháng 7-2012. Tôi đọc một mạch trên chuyến xe đi Quảng Ngãi. Một quyển tiểu thuyết Công giáo đích đáng! Tới nhà xứ Quảng Ngãi, tôi khoe cha Trương Đình Hiền và tặng nó cho cha. Sau đó tôi tìm khắp các nhà sách không thấy, nhờ một chuyên viên sách ở Sài Gòn tìm giúp cũng không thấy đâu. Tôi tìm trên Google mới biết người ta nói nhiều về quyển sách và có thể tìm mua bản điện tử tại: http://www.sachbaovn.vn/ (với 140 trang dung lượng 931,9 KB, những trích dẫn trong bài này theo bản sách điện tử). Tôi cũng tìm thấy trên Bách khoa toàn thư mở http://vi.wikipedia.org/wiki về tác giả như sau:

Nhà văn Nguyễn Một

Nguyễn Một (sinh 1964) là một nhà văn Việt Nam. Ông là tác giả của một số truyện có tiếng, trong đó có tiểu thuyết *Đất trời vần vũ* được giải C của cuộc thi Hội Nhà văn năm 2010. Ông còn có bút danh là Dạ Thảo Linh khi viết truyện dành cho truyện thiếu nhi.

Thân thế và sự nghiệp

Ông sinh ngày 14 tháng 12 năm 1964 tại thôn A Đông, xã Duy Phú, huyện Duy Xuyên, tỉnh Quảng Nam. Cha mẹ mất sớm trong chiến tranh, ông lưu lạc vào tỉnh Đồng Nai từ năm 1975 và sinh sống đến nay.

Ông làm giáo viên tiểu học từ năm 1983 đến năm 1997, làm phóng viên báo Tiền Phong từ năm 1998 đến năm 2007 sau đó về làm truyền thông cho Công ty cổ phần ô tô Trường Hải. Được kết nạp vào Hội Nhà Văn Việt Nam năm 2006 ông đã có hơn mười đầu sách. Năm 2009 tiểu thuyết *"Đất trời vần vũ"* của ông bị Cục xuất bản tạm ngưng phát hành nhưng sau đó lại được giải C cuộc thi tiểu thuyết của Hội Nhà Văn (2006 -2010). Tác phẩm *"Đất trời vần vũ"* đã khiến Nguyễn Một trở thành nhà văn được đông đảo độc giả biết tới. Năm 2012, tiểu thuyết *"Ngược mặt trời"* của Nguyễn Một được ấn hành và nhận được đánh giá tích cực của độc giả cả nước.

Tôi cũng tìm thấy địa chỉ của anh trên nguyenmot.vnweblogs.com và gọi điện hỏi thăm thì biết anh được ơn tin Chúa và lãnh bí thích thánh tẩy năm 1988. Hiện nay quyển truyện trở nên khan hiếm vì chưa kịp tái bản.

Bạn đọc có thể tiếp cận với quyển tiểu thuyết nhiều góc độ khác nhau, nhưng riêng với giới độc giả Công giáo, thiếu một lời giới thiệu có thể cũng khó thấy được chiều sâu của nó.

*

Đọc kỹ, quyển truyện ngỏ lời với Giáo hội Công giáo nhiều hơn là với xã hội dân sự. Ấn hành nhiều tháng trước khi Đức Giáo hoàng Bênêđíctô khai mạc năm đức tin, quyển truyện gởi đến cộng đồng Công giáo người Việt thông điệp của Thánh Mátthêu Lê Văn Gẫm: "Dòng họ ta tồn tại đến nay đã mấy trăm năm, nhưng đức tin của con cháu ta bị lung lay cả rồi, họ bị cám dỗ bởi quyền lực và vật chất, ta đau lòng vô cùng. Người cuối cùng của dòng họ ta là Lê Hoàng Thạch, ta đã chết vì đức tin, còn con cháu ta sẽ chết vì phản bội đức tin" (trang 75).

Những người ngại đối diện với sự thật sẽ khó chịu khi tác giả nhắc tới Nguyễn Phúc Ánh, Bá Đa Lộc, Hoàng Tử Cảnh, Lê Văn Khôi, Marchand Du, hoặc kể lại những trang sử máu viết nên bởi Trịnh Quang Khanh (mà tác giả hư cấu là Trần Hiệp), bởi pháp trường Bảy Mẫu. Tuy nhiên đọc kỹ sẽ thấy tác giả không hề xỏ xiên lịch sử. Ông nói rất thẳng và rất thật. Ông đặt vào môi miệng mẹ Têrêxa: "Đất nước mình nó vậy con ạ! Từ xưa đến giờ lịch sử Công giáo của chúng ta chịu nhiều đau thương chỉ vì những xung đột như thế » (trang 95). Lời ấy chẳng kết án ai nhưng chỉ để an ủi một tâm hồn sầu muộn vì sự mất đức tin của ông Lê Hoàng Thạch chồng bà Dung: "Niềm tin vào tiền bạc của ông mãnh liệt hơn niềm tin vào Thiên Chúa, ông đã từng khẳng định với mẹ Têrêxa như thế" (trang 121).

Cũng như nơi xã hội dân sự, những nan đề nội bộ của giới Công giáo làm sao vượt qua được nếu ngại đối diện với sự thật (x. Ga 8,32)? Cuộc khủng hoảng đức tin nặng nề làm sao dứt được nếu mỗi kẻ đang ý thức nguy cơ sụp đổ không tự tấn công thẳng vào mình?

Ngược Mặt Trời không lớn tiếng chỉ trích những phô trương lòe loẹt, những công trình xây cất nguy nga, những rình rang đình đám đang có nguy cơ biến nhà Chúa thành những tụ điểm lễ hội văn hóa và du lịch. Nó trực tiếp chỉ rõ ra nguyên nhân sẽ gây sụp đổ cho Giáo hội Công giáo là sự biến chất của đời tu, cái giá quá đắt để có được những thứ bề ngoài màu mè ấy: "Đan viện khánh thành trong niềm hân hoan của xứ và những người còn lại. Tất nhiên, ngày đó mẹ cũng giấu nỗi buồn mà đón nhận "cơ ngơi" cầu nguyện khang trang. Ở đời, Chúa không cho ai tất cả, mà cũng không lấy đi của ai tất cả. Để có đan viện đầy đủ tiện nghi, mẹ đã đánh mất bốn nữ đan sĩ xinh đẹp, họ đã ra đi cùng với các chàng sĩ quan công binh khỏe mạnh với sức lực cường tráng và làn da rám nắng" (trang 28).

Có một Hội thánh bị thoái hóa nơi hậu duệ của Thánh Lê Văn Gẫm, là Lê Hoàng Thạch, không còn tin vào Thiên Chúa mà chỉ còn tin vào phép mầu của tiền bạc. Và rồi, cũng như đám người bên hoang tháp, ông đã chết thê thảm khi chạm được tới bạc vàng (trang 128). Lại có một Hội thánh thỏa hiệp với Trần gian nơi con gái ông là nữ tu Hoàng Lan, nhảy rào chạy theo Trần Danh, tưởng rất hạnh phúc với cuộc hôn phối tùy tiện ấy nhưng rồi đã cùng với anh ta hứng chịu một cái chết thảm khốc mà không ai biết nguyên nhân, tức là một cái chết không rõ ý nghĩa (trang 115). May thay, đức tin chẳng phải là bệnh di truyền. Vẫn còn một Hội thánh hiện thân nơi con gái út của Lê Hoàng Thạch là Ngân Hà, đã luôn bám chặt vào thập giá Chúa và mãi mãi là một thiên thần cho đến khi mọc cánh bay vào ánh sáng (trang 135).

Ba hậu duệ của tổ phụ Matthêu Lê Văn Gẫm đều đã đón được đức tin huy hoàng do ngài truyền lại nhưng đã ứng xử theo ba cách khác nhau. Năm đức tin của Giáo hội toàn cầu trùng vào kỷ niệm 25 năm vị tổ phụ và các bạn ngài được phong hiển thánh. Với lớp con cháu của các vị tử đạo, cả trong nước lẫn ngoài nước, quyển truyện đề ra ba khả năng để chọn lựa, và không ai có thể chọn lựa thay ai.

Chỉ với sức người chọn cho đúng thật không dễ chút nào. Thế nhưng ơn Chúa dạt dào vẫn luôn sẵn đó cho bất cứ ai đến với Ngài, dù bị đè bẹp dưới những lao nhọc và gánh nặng. Chúa đã ưu ái ban tặng đức tin, Ngài cũng thiết tha bảo tồn nó. Thế nên, ngoài ba hậu duệ của Thánh Gẫm được nêu bật như tiêu biểu còn có đám đông thầm lặng của xứ đạo Hòa Bình bên tượng đài Đức Mẹ (trang 93), tâm hồn sầu muộn của bà Dung (trang 94), vị ngôn sứ ẩn nhẫn chèo đò phục vụ dân chúng (trang 109, 120). Hơn nữa, còn có cả bà mẹ mục tử, tiên tri và hy tế (trang 129), oằn vai dưới gánh nặng của thời gian và trách vụ, mà sự hiện diện không gì khác hơn là một dấu chỉ của sự trung thành, chỉ biết an ủi, nguyện cầu và "hiệp thông với nỗi đau của Thiên Chúa" (trang 32, 91). Qua vị Thánh họ Lê, Chúa an ủi họ bằng chính nỗi đau của Ngài: "Ta là người Công giáo đầu tiên tử đạo ở miền trong, ta muốn người biết để cùng các đan sĩ giữ vững niềm tin trên đời sống đức tin đầy sóng gió như lịch sử đất nước" (trang 72).

Ngược Mặt Trời ngỏ lời trước hết với các Kitô hữu vì chỉ những ai biết *Kinh thánh* mới có thể hiểu nó cặn kẽ. Cái khó cho Nguyễn Một là phải trình bày sự thật giữa một hoàn cảnh dễ bị ngộ nhận, trong đó độc giả đồng đạo chỉ chiếm một số nhỏ giữa cộng đồng người Việt. Anh phải viết thế nào để những người khác niềm tin vẫn đọc được và hiểu được thông điệp của anh một phần nào.

Với những người chưa biết *Kinh thánh*, quyển truyện là một sự đan xen cuộc sống của một ngôi làng đã bị biến mất, đầy những kỷ niệm của yêu thương và chân thật, đối nghịch với một cuộc sống giằng xéo bởi hận thù và giả dối. Người kết nối câu chuyện là Nguyễn Chạc, một nhà nhiếp ảnh trẻ. Anh rời làng Chạc Chìu hồi mười bảy tuổi rồi sau quay lại kiếm tìm mãi mà không bao giờ tìm được. Câu chuyện còn đan xen giữa hiện tại và quá khứ, để vạch rõ ra nguy cơ biến chất của sĩ phu khi có được quyền hành. Kha Ly đã báo trước cho Trần Hiệp: "Cha em nói chốn quan trường nhiều người rất tham lam, họ không từ bất kỳ thủ đoạn nào để chiếm đoạt tài sản và quyền lực" (trang 53). Và rồi đúng thế, con người hào hiệp ấy khi công thành danh toại đã quên nghĩa cũ tình xưa. Bên cạnh đó là bài học Nguyễn Chạc rút được từ sự suy tàn của vương quốc Hoa Sứ Trắng: "Sự suy yếu của vương quốc này là quy luật tất yếu, bởi sự gây hấn của họ trong và ngoài đất nước mình, dẫn đến tình trạng chiến tranh liên miên, cũng như xung đột nội bộ, từ đó vùng đất này không còn chính quyền và mất nước vào tay các quốc gia láng giềng chứ chẳng ai xâm lăng họ" (Trang 71). Nhân vật A Hóa người Hoa, bị ám ảnh vì máu con ông vừa đổ trên quảng trường. "Ông ta gạt phắt và trừng mắt hét vào mặt Hoàng Thạch, như thể chính Hoàng Thạch là kẻ thù: "Láo toét, tàn ác, mọi thứ trên đời này chẳng có ý nghĩa gì khi mà quyền sống của con người không được bảo vệ!?" (trang 42). Đó là thông điệp chân thành tác giả gửi đến những tâm hồn thiện chí đang dấn thân xây dựng xã hội dân sự.

Nguyễn Một còn giúp người đọc để ý tới sự gần gũi và giao tiếp giữa cõi hữu hình và cõi linh thiêng. Anh vẽ cho người đọc một thế giới khác (trang 33, 36) tồn tại bằng dạng siêu vật chất (trang 34). Nơi cuộc giành giật tại hoang tháp, tất cả bị lòng tham hủy diệt: Trần Hiệp, Đa Ra, thầy địa lý Hảo đều mất mạng trước sự chứng kiến của những vị thần giữ của, những vị thần trong thực chất là tay sai và nô lệ cho một kẻ cao tay hơn: Vàng Hời hay là Tiền Của. Thế thì tiền của vật chất từ đâu mà có, dùng để làm gì? Tại sao nó có thể từ địa vị nô lệ nhảy lên thống trị con người? Ai giải cứu được con người thoát khỏi lòng tham? Sau khi đã chiến thắng ngoài trận tiền và cuộc sống giành giật, làm sao thắng được chính mình? Nguyễn Một trình bày những câu hỏi về tâm linh qua lịch sử các dân tộc với nhãn quan của văn hóa và niềm tin của họ... để gợi ý suy tư cho nhiều điểm quen thuộc, nỗi băn khoăn tìm kiếm trước những câu hỏi muôn thuở: Ai sinh ra ta? Sống để làm gì? Chết rồi đi đâu? Quả báo hay luân hồi? Cuộc sống đời sau như thế nào? Nguyễn Một vận dụng chính ngôn ngữ của những người chưa biết *Kinh thánh* để đặt nổi lên cho họ những dấu hỏi ấy. Và anh cũng hé mở cho độc giả thấy chìa khóa mở vào câu trả lời: Đôi mắt. Đôi mắt thể chất nhìn rừng chỉ thấy tiền như Hoàng Thạch. Đôi mắt ấy có biết nhắm lại, có bị mù đi như Chín Toàn mới thấy được sự thật trần trụi của con người và những tín hiệu rực sáng của cõi tâm linh. Ngược mặt trời không phải là chạy trốn mặt trời nhưng là nhìn thẳng vào đó, quay ống kính về mặt trời, lao mình về đó, dù nó có đốt cháy âm bản của ta, có khiến ta bị mù lòa không còn thấy được tiền tài, danh vọng và quyền lực.

*

Tất cả những điều đã nói với những người thiện chí như thế cũng được nói cả với những người đồng đạo. "Ta đã nói với ngươi, ta là nhà tiên tri, ta biết tất cả, đã nhiều người mất mạng tại đây vì không nghe lời cảnh báo của ta" (trang 58). Điều quan trọng là người ta có dám nghe lời cảnh báo chăng. Lời cảnh báo của các vị tử đạo, của mẹ Têrêxa.

Không chỉ có thế, với những người biết *Kinh thánh*, quyển sách còn là một dẫn nhập vào lịch sử thánh.

Nỗi nhớ làng Chạc Chìu tựa mối hoài niệm muôn thuở của con người, mãi nhớ vườn Êđen đã mất. "Anh nhớ câu chuyện làng quê nơi anh sinh ra và lớn lên. Thật kỳ lạ! Làng Chạc Chìu của anh cách xứ đạo Hòa Bình này chỉ có một ngọn núi, nhưng mọi người ở đây không ai biết và không ai tin là có một làng quê với cái tên kỳ lạ như thế tồn tại bên kia dãy núi... Hơn hai mươi năm sau, khi trở thành một nghệ sĩ nhiếp ảnh và quá chán thành phố chật hẹp, đông đúc, anh quyết định trở lại làng quê của mình, nhưng anh đã không tìm thấy." (trang 9)

Eđen Chạc Chìu không chỉ có hai nguyên tổ nhưng đã phát triển thành một xã hội, một xã hội yêu thương và chân thật nhưng rồi đã rơi vào hỗn loạn và biến mất. Tội nguyên tổ của nó không phải là ăn quả cây tự định lấy tốt xấu nhưng là lòng hận thù: "Làng quê mình nghèo, nhưng thanh bình, chúng ta đã có những tháng ngày hạnh phúc biết bao. Ngày đó có ai nói với chúng ta về lòng hận thù đâu em!? Lòng hận thù chỉ xuất hiện khi bom đạn trút xuống làng quê này, lòng hận thù chỉ xuất hiện khi những con người xa lạ đến và dạy cho những người dân của làng quê mình về lòng hận thù. Ngày trước cha em hiền lành là thế, vậy mà chỉ một thời gian ngắn, người ta đã khơi dậy trong ông lòng hận thù ngùn ngụt về câu chuyện xa xưa nào đó của hai dân tộc, mà chính ông cũng mù mờ" (trang 24).

Nguyễn Chạc rời Eđen mà vẫn mang theo Êđen nơi mình, bởi tấm lòng yêu thương, chân thật và trong sáng. Anh cũng gặp được Êđen nơi một số người của xứ đạo Hòa Bình. Ở đó, nhân loại đi qua lịch sử của tình yêu Thiên Chúa với những kinh nghiệm sáng tối lẫn lộn, Hội thánh Chúa biến thiên từ Ngân Hà, qua ông bà Lê Hoàng Thạch, nữ tu Hoàng Lan rồi Mẹ Têrêxa. Có những thành viên yếu đuối, bị biến chất hoặc bỏ cuộc nhưng cùng lúc vẫn có một bộ phận của Hội thánh luôn bám chặt thập giá Chúa Kitô cho nên vẫn mãi mãi là trinh nữ và là mẹ. "Cây thánh giá bạc lấp lánh trên chiếc cổ cao và trắng ngần, anh thuyết phục được nàng cởi bỏ tất cả trang phục để anh chụp ảnh nhưng dứt khoát nàng không chịu bỏ cây thánh giá, nàng coi đó là linh vật bất ly thân, nó không chỉ là biểu tượng của tôn giáo, nó còn là biểu tượng của tình yêu - Một thứ tình yêu cao cả, mà chỉ có người Công giáo mới hiểu được!" (trang 9)

Êđen đã mất nhưng nhờ thập giá Chúa Kitô nay lại còn đó, với vẻ trinh nguyên "vẻ đẹp thuần khiết" (trang 9 và 120) thuở Ađam - Evà chưa phạm tội, trần truồng trước mặt nhau mà không một chút xấu hổ, không một chút thèm muốn vẩn đục.

Êđen Chạc Chìu bị biến mất vì hận thù. Êđen của Hội thánh Chúa giờ đây đang ngày đêm đối diện với một tội nguyên tổ mới là lòng ham mê tiền bạc và hư danh, chẳng khác gì câu chuyện ở hoang tháp. Nguyễn Chạc lội ngược dòng. "Bánh mì chan nước, món ăn thân thương ấy cứ theo anh suốt. Sau này làm có tiền, anh vẫn thích ăn bánh mì chan nước, nhiều người không hiểu, nhìn anh khinh bỉ như nhìn gã keo kiệt" (trang 133). Chính tâm hồn thanh thoát, cái tinh thần nghèo đã giúp anh mang được Êđen vào trong cuộc sống.

Thông điệp của quyển truyện nằm trong bối cảnh *Kinh thánh* của nó, từ *Sáng thế* đến *Khải huyền*. Ở chương "Cuốn sách bị cuộn lại" (trang 109), sách *Khải huyền* (6,12-14) được trích nguyên văn: "Tôi thấy khi Con Chiên mở ấn thứ sáu, có động đất mạnh, mặt trời tối đen như vải thợ dệt bằng lông, mặt trăng hoàn toàn đỏ như máu. Sao trên trời sa xuống đất, tựa những trái vả xanh rụng xuống từ cây vả bị gió lớn lay mạnh. Trời bị cuốn đi như một cuốn sách cuộn lại, mọi núi non và hải đảo bị dời đi nơi khác."

*

Lịch sử từ *Sáng thế* đến *Khải huyền* được thu nhỏ nơi cuộc đời mỗi người, từ sinh ra tới chết đi. Mỗi người có một cuốn sách riêng và nó cũng bị cuộn lại. Mẹ Têrêxa xuất thân từ trại mồ côi, thuở bé được các sơ dẫn lên đường di tản, lê chân trên cát nóng với cái bao tải nhỏ trên vai. "Trong cái gia tài nhỏ bé đó có bịch gạo, một bình toong nước và những cuốn sách bị cuộn lại. Mỗi đứa có một cuốn sách khác nhau, cuốn sách của mẹ là cuốn nhật ký viết về cha mẹ mình bằng lời văn ngô nghê và ý tưởng non nớt. Trong cuốn sách ấy, cả những cuộc đời đau buồn bị cuộn lại, xốc xếch như số phận quê hương » (trang 109-110).

Mẹ Têrêxa vừa có một cuốn sách riêng của mẹ vừa có ơn đọc được quyển sách chung của nhân loại để nói lên sự thật về những chuyện đã xảy ra. "Đời sống tu hành đạm bạc và sự hiệp thông cùng Thiên Chúa, giúp mẹ trụ lại trần gian để làm chứng nhân cho Người" (trang 94). "Bằng cầu nguyện và được mặc khải, mẹ Têrêxa hiểu được sự oan khuất của Giáo hội Việt Nam suốt chiều dài lịch sử truyền giáo vào đất Việt" (trang 87).

"Mẹ đau đớn khi biết được trong lịch sử Việt Nam có quá nhiều triều đại thù ghét Công giáo và bao nhiêu thêu dệt để tạo ra nhiều sự hiểu lầm đáng tiếc. Thời nào các tín hữu cũng ý thức mình là con dân của một đất nước, họ nhập ngũ đánh giặc, đóng thuế từng hạt gạo từ mồ hôi nước mắt, họ không theo ai và cũng không chống ai, bất cứ thế lực chính trị nào cũng chi phối được họ. Phía bên kia bắt lính, họ cũng có người tham gia; phía bên này kêu gọi kháng chiến, họ cũng có người tham gia; tất nhiên, nếu trốn được để khỏi tham gia vào chuyện bắn giết, họ sẽ trốn. Chính trị nằm ngoài cuộc sống của người Công giáo và họ chỉ có mơ ước nhỏ nhoi là được đi theo con người đạo hạnh mà họ đã chọn" (trang 30).

Ngược đãi và thử thách là con đường bình thường của các môn đệ. Còn lịch sử là còn thử thách, vì họ luôn đi trên "con thuyền ngược gió" (trang 104). Lịch sử đời mỗi người cũng thế, xen lẫn hạnh phúc với khổ đau. Mẹ Têrêxa nhắc mọi người đón nhận ý Thiên Chúa, để rồi cuối cùng, khi cuốn sách đời được cuộn lại, họ sẽ chia sẻ hồng phúc của em Ngân Hà, "đến bờ sông, mặt trời trở nên đỏ rực, tạo những viền sáng lấp lánh quanh người em, tấm voan trên người biến thành đôi cánh. Và em bay thẳng vào vùng sáng của mặt trời..." (trang 135).

*

Trở lại với lịch sử lớn, Mẹ Têrêxa không ở Avila hay Calcutta nhưng ở một đan viện Việt Nam, tại mé rừng, cạnh xứ đạo Hòa Bình. Bà đã vượt thông lệ của người đời, đã ngoài trăm tuổi mà vẫn minh mẫn sáng suốt (trang 27). Bà không ngừng ôn lại từng trang sử của những đứa con đã khuất. Bà là hiện thân của Hội thánh, có vẻ già cỗi nhưng vẫn tiếp tục là kẻ đem lại niềm hy vọng, vẫn luôn ôm ấp trong lòng và chịu trách nhiệm về mầm mống của tương lai (trang 107).

Đoạn cuối, khi những âm bản được khai mở, ta thấy giữa thế giới bên này và bên kia có một điểm chung là cơn lốc. Giữa quá khứ và hiện tại cũng thế. Giữa Hoa Sứ Trắng và Đại Việt cũng thế. Cơn lốc thần linh. Cơn lốc sáng tạo, hủy diệt và tái tạo. Cơn lốc thanh tẩy, gạn lọc và xét xử. Cơn lốc đã làm nên tất cả và cũng sẽ cuốn đi tất cả, cuộn lại tất cả. Những đế quốc, những triều đại, những con người đều qua đi, nhưng Mẹ Têrêxa, Hội thánh Công giáo, trải qua đau thương và lỗi lầm, vẫn còn đó, như chứng nhân và là người giải thích ý nghĩa thật của lịch sử, phục vụ cho Đấng là Chủ của lịch sử, cho tới khi cuốn sách được cuộn lại.

*

Tới đây, *Ngược Mặt Trời* đem lại cho những độc giả nào có biết *Kinh thánh* đủ yếu tố để tìm ra đáp án cho những câu hỏi nó đã gợi lên. Chính Đấng đứng ở hai đầu lịch sử, dựng nên cả cõi hữu hình lẫn vô hình, có một chương trình tuyệt diệu trên mỗi con cái Ngài và trên toàn bộ lịch sử. Tất cả đã từ ánh sáng mà đến. Những ai tìm ánh sáng sẽ gặp được ánh sáng. Những ai sống theo ánh sáng sẽ được đón nhận vào ánh sáng.

Phải đặt mọi vật trong ánh sáng mặt trời, mắt ta mới thấy rõ. Tuy nhiên, người ta có thể chỉ chú ý tới ngón tay Phật tổ mà quên mất mặt trăng ngón tay ấy đang chỉ. Chụp hình thôi chưa đủ, còn phải chụp ngược mặt trời để nhớ rằng mặt trời có thật và cần thiết. Như phát biểu của một mẹ Têrêxa khác, gọi là Têrêxa Avila, ta chỉ thật sự biết mình khi biết mình trong Thiên Chúa. Một tác giả khác, đồng hương và đồng thời với bà, và là Thánh bổn mạng của các nhà thơ Tây Ban Nha, Thánh Gioan Thánh giá, lại nói tới ngược mặt trời theo một ý khác: Cuối đêm dày là bình minh, ta hướng mắt nhìn mặt trời và rồi những tia mặt trời chói chang vượt sức chịu đựng của mắt ta khiến mắt ta như bị mù lòa. Thiên Chúa và những tia mạc khải của Ngài đối với đôi mắt linh hồn ta cũng thế.

Phần nào, có thể nói *Ngược Mặt Trời* là một dẫn nhập gây tò mò để người ta tìm đọc toàn bộ *Kinh thánh* và lịch sử Giáo hội Công giáo. Có những kiệt tác văn chương lấy cảm hứng từ *Kinh thánh* nhưng khi chỉ đọc nó mà không biết *Kinh thánh*, người ta thường hiểu một cách què cụt. Tôi chợt nhớ một nhận định của giáo sư Hoàng Ngọc Hiến (1930-2011). Khi đảm nhận chức vụ hiệu trưởng Trường Viết văn Nguyễn Du ở Hà Nội, ông quả quyết: Văn học Việt Nam không có được những tác phẩm lớn vì các tác giả của ta không biết *Kinh thánh*. Luận điểm của ông được công nhận và nhà trường đã mời giáo sư Nguyễn Khắc Dương giúp một giáo trình về nội dung và ý nghĩa của *Kinh thánh*. Quả thật, *Kinh thánh* là Lời của Thiên Chúa nói với người phàm, là một kho tàng vô tận, sâu thăm thẳm, luôn mới mẻ, dù đào xới mấy cũng chỉ như mới bắt đầu. Cái thu hút của *Ngược Mặt Trời* có lẽ cũng nhờ sự thấm đẫm *Kinh thánh* của nó.

Quy Nhơn, 27-12-2012

NIỀM VUI MÙA GẶT MỚI

Bùi Công Thuấn *[1]

(Đọc truyện ngắn chung khảo Giải Viết Văn Đường Trường 2017)

Những truyện ngắn chung khảo *Giải Viết Văn Đường Trường 2017* để lại trong tôi một ấn tượng đặc biệt, đó là một mùa vàng văn chương của giáo phận Qui Nhơn. Nhiều truyện hay, nhiều cây bút đã vượt qua cách viết ghi chép hiện thực để vươn tới sáng tạo một hiện thực mới; nhiều văn phong đĩnh đạc; nhiều giọng văn mới, tươi sáng. Nhiều cây bút xông xáo vào những vùng rất gai góc của nghệ thuật và tư tưởng. 2017 là mùa vàng của những cây bút thực sự tài năng và chuyên nghiệp.

NHỮNG SÁNG TẠO NGHỆ THUẬT

Vấn đề căn cốt của viết văn là sáng tạo nghệ thuật. Ai cũng có vốn sống, ai cũng trải nghiệm đời dâu bể, ai cũng ấp ủ bao điều muốn chia sẻ, và ai cũng có thể kể chuyện. Nhưng để thành nhà văn, tức là người làm ra cái đẹp bằng ngôn ngữ, thì yếu tố sáng tạo nghệ thuật là điều quyết định. Nếu chỉ ghi chép lại hiện thực thì không thể thành nhà văn.

Truyện ngắn chung khảo giải Viết Văn Đường Trường 2017 đã khám phá nhiều con đường sáng tạo.

Nhiều truyện viết bằng bút pháp Lãng mạn. Tất nhiên bút pháp Lãng mạn không mới. Những năm trước, nhiều cây bút bị trói chặt vào bút pháp hiện thực và vì thế, khi tác giả non tay dựng truyện, thì rất

*[1] Về tác giả, xem trang 108

dễ phạm phải những điều mà người đọc cho là "vô lý". Năm nay các tác giả viết bay bổng hơn. Họ thoát ly được cái hiện thực chất liệu để vượt lên. Đây là nét mới của Viết Văn Đường Trường Qui Nhơn 2017. Truyện Lãng mạn đem đến những dư cảm thú vị. Trong thế giới tưởng tượng, tác giả dệt nên những ước mơ. Truyện Lãng mạn nói cái ước mơ, cái chỉ có trong những trái tim khao khát sống. Nếu anh tin thì anh có thể yêu một cô gái xuất tu bị mù. *Cây ngô đồng* là một kiểu "lãng mạn lý tưởng". Hoàng yêu Phương. Hai người thường hẹn hò chỗ cây ngô đồng. Rồi Phương bỏ Hoàng để yêu người khác, cô mong đổi đời. Nhưng chuyện đời không như mộng tưởng của Phương. Người yêu cô bỏ đi. Phương có bầu, lại bị ung thư dạ dày. Cô về quê sinh con rồi chết. Hoàng hay tin, về nhận con Phương là con mình, bất kể bị nguyền rủa. Nếu là trong hiện thực, người ta có thể ngờ rằng Hoàng bị "tâm thần" nên mới hành xử "điên" như vậy. Nhưng ngòi bút lãng mạn muốn khẳng định một tình yêu đầy bao dung.

Thầy ơi! Em yêu anh là một truyện tình muộn màng. Sơn và Uyên là bạn thời Đại học. Ngày chia tay Sơn mới viết thư tỏ tình với Uyên. Và Khi xa nhau Uyên mới hiểu mình yêu Sơn, cô thường đến những nơi kỷ niệm với Sơn. Một thời gian sau, bất ngờ Uyên gặp lại Sơn trong thánh lễ, lúc này Sơn đã là thầy giúp xứ. Uyên lên rước lễ cuối cùng nơi thầy Sơn trao Mình Thánh. Cô nói: Sơn! Em yêu anh". Thầy Sơn bối rối. Tôi không hiểu Chúa có thông cảm cho đôi trẻ yêu nhau phạm sự thánh này không, và không biết con đường tu của thầy Sơn sẽ thế nào khi Uyên quyết tâm đeo bám? Nếu đặt câu hỏi như vậy thì đâu còn là truyện lãng mạn!

Đặc sắc nhất trong những truyện vào chung khảo là kiểu truyện hư cấu (Fiction), tức là những truyện tưởng tượng sáng tạo, không lấy việc phản ánh hiện thực làm mục đích. Kiểu truyện này xác định phẩm chất đích thực của một nhà văn. Tác giả dựa vào một vài yếu tố có thật, từ đó tạo dựng cốt truyện, xây dựng nhân vật để truyền đạt một thông điệp. Nội dung truyện là một hiện thực mới, không phải là hiện thực ngoài đời. Đọc truyện hư cấu, người đọc không cần bận tâm những điều được miêu tả mà cần đọc cho được cái thông điệp tác giả gửi trong truyện.

Nước mắt của niềm vui là một truyện hư cấu cảm động. Xóm trọ có 2 người. Một ông lão chạy xe ôm, một bà bán hàng rong ở bến xe để tìm con. Bà lấy chồng ngoại đạo, sau đó chồng bỏ 2 mẹ con. Rồi con bà cũng bỏ đi lúc nó 4, 5 tuổi, tay nó có bớt hình ngôi sao. Bà đi tìm con đã bao nhiêu năm. Nếu nó còn sống thì nay đã khoảng 40. Một lần bà bị xe tông phải cấp cứu, người ta gọi ông lão xe ôm đến trông nom bà (vì bà không có thân nhân). Rồi bà tỉnh lại. Ông thương bà, không muốn bà đi bán nữa. Ông đưa một vị Linh mục đến xức dầu cho bà, sau đó nói cho bà biết vị linh mục có bớt sao trên tay. Lúc ra viện, "Lão chở bà đến ngôi giáo đường ấy như mong muốn của bà. Đang giờ Thánh lễ, bà kéo tay lão vào ngồi ở hàng ghế cuối cùng. Bà nhìn vị linh mục trong chiếc áo trắng đang giảng lễ trên gian thánh, mắt bà lung linh, niềm vui đượm nhuần trên gương mặt nhăn nhúm bởi mưa gió và thời gian". Truyện để lại một niềm vui vĩnh cửu về tình mẹ, tình người và về lòng Chúa yêu thương bao la đối với những con người khốn khổ.

Kho báu dưới chân tượng Mẹ là một truyện hư cấu có nhiều sáng tạo thú vị. Lão Mạnh 60 tuổi, từng đi lính. Sau chiến tranh, lão làm đủ nghề và nhờ đó mà phất lên. Lão sùng đạo kinh khủng. Mỗi lần có ai khen lão ăn nên làm ra, lão thường nói rất tự tin rằng: "Chúa có mắt" (ý rằng, Chúa bù cho lão những lúc gian nan). Cạnh nhà lão là nhà ông Bường, một người Tin Lành đáng ghét. Lão đặt tượng Đức Mẹ cạnh nhà ông ta. (vì lão vốn biết người Tin lành không tin thờ Đức Mẹ, "ghét của nào lão trao của đó". Nếu vậy thì lão chẳng thiện ý chút nào. Nhân quả theo ngay). Một thời gian sau, heo của lão lăn ra chết, vợ lão bị suy thận phải nằm viện, lão mất trắng 3 tỷ vào tín dụng đen. Quá đau buồn, lão sinh ra uống rượu và bỏ Chúa. Bây giờ thì lão bảo "Chúa mù" rồi! Lão chôn giấu một hộp tiền dưới chân tượng Đức Mẹ. Mỗi tháng lão đào lên lấy tiền chữa bệnh cho vợ rồi chôn xuống. Nhưng rồi lão thấy một sự lạ. Tiền trong hộp không vơi đi mà cứ dôi ra. Lão thừ người, chỉ có thể là Đức Mẹ giúp lão, vì gần đây lão đã bắt đầu đi lễ và buổi tối thường đọc kinh trước tượng Đức Mẹ. Dù đã nghĩ vậy nhưng chuyện hộp tiền cứ canh cánh trong lòng lão. Cho đến một đêm kia, trời mưa, lão thấy một bóng đen đến chỗ đài Đức Mẹ, cuốc mấy nhát moi đất lấy hộp tiền của lão lên, rồi đậy hộp lại ngay. Đúng lúc ấy lão chộp được hắn, thì ra là ông Bường, người Tin Lành ở nhà bên cạnh. Bây giờ thì lão Mạnh biết ai là người bỏ thêm tiền vào hộp lão cất giấu. Ông Bường nói với lão Mạnh rằng, ông phải ngầm giúp vì biết lão Mạnh không ưa ông. Hơn nữa cả hai người từng là người lính, Công giáo và Tin Lành vẫn là hai anh em được sinh ra từ một người mẹ, chảy chung một dòng máu, bú chung một bầu sữa. Biết kiên nhẫn đi với nhau, sẽ có một ngày đoàn viên! Lão mạnh nheo mắt cười. Bây giờ lão lại tin Chúa có mắt, Mẹ có mắt. Đọc truyện này, chỉ có người "ngây thơ" mới tin rằng những gì tác giả kể là có thật, nhưng thông điệp từ câu chuyện thì thật giàu ý nghĩa.

Vết nứt trên mặt tượng Chúa (truyện *Vết nứt*) là một "tứ truyện" có nhiều ý nghĩa tư tưởng. Nhìn vết nứt trên mặt tượng Chúa, vị Linh Mục già, nổi tiếng nghiêm khắc, thay vì la mắng thằng cháu nghịch ngợm làm rơi tượng, lại nhận ra nhiều điều. Vết nứt ấy là vết nứt của đạo Chúa. Từ nhận thức như vậy, Linh mục già đã hóa giải mâu thuẫn tôn giáo trong hôn nhân cho hai cháu. Ngài nói: "Tin Lành, Công giáo, hay bất cứ hệ phái nào đều đến từ kế hoạch của Thiên Chúa. Sự phân tách như vết nứt làm cho viên đá tảng trở nên bức tranh phong phú hơn. Thiên Chúa là Đấng sáng tạo và không ngừng dưỡng nuôi muôn loài theo kế hoạch của Ngài. Ngài như điểm cao nhất trên đỉnh núi, Ngài luôn yêu thương và kêu mời mọi tạo vật đến gần với Ngài, trở nên hoàn hảo như Ngài. Mỗi tôn giáo, như mỗi con đường từ các hướng khác nhau giúp người ta đi lên đỉnh núi gặp Ngài theo nhiều hình thức khác nhau, ngôn ngữ khác nhau, văn hóa khác nhau..."

Lật đổ là một truyện hư cấu bạo tay hơn nhiều. Hiền mẫu đang họp. Một bà mẹ bỏ ra ngoài, vác ghế đá đập vỡ cửa kính xe hơi của cha sở. Người ta đứng xem kín sân nhà thờ nhưng không ai hiểu. Khi cha sở xuất hiện, ngài bảo mọi người giải tán. Rồi ngài vào nhà thờ quỳ trước Thánh Thể. Bỏ cả ăn trưa. Sau đó cha tự mình dọn dẹp chỗ kính vỡ trên sân. Lễ chiều ngài không giảng, để mọi người tự suy gẫm. Ngài biết, ngài là nguyên nhân gây ra sự đau khổ cho người đàn bà điên. Ngài đã sống bê tha, nên giáo dân bỏ nhà thờ. Từ đó ngài tự hối lỗi, cải thiện đời sống. Nhà thờ đông hơn, giáo dân sốt sắng thánh thiện hơn. Người đàn bà điên chính là thiên thần lật đổ. Cần phải lật đổ chủ nghĩa thế tục đã làm tha hóa đời sống người Công giáo, trong đó có cả giáo sĩ. Đó là một ý tưởng mạnh mẽ nhưng không dễ được chấp nhận.

Những truyện hư cấu tôi vừa giới thiệu ở trên đặc sắc cả trong sáng tạo nội dung và nghệ thuật. Đó là truyện của những cây bút chuyên nghiệp, góp phần làm cho cuộc thi trở nên giá trị và phong phú. Nhưng cũng có truyện hư cấu buộc tôi phải hoài nghi về thông điệp tác giả ẩn trong đó. Xin đơn cử truyện *"Văn dĩ tải đạo"*.

Tác giả kể về việc viết truyện gửi Giải Viết Văn Đường Trường: "Sau hai ngày vật vã mà câu chuyện vẫn chưa thể hoàn thành. Còn bốn ngày thôi là hết hạn nộp bài của Viết Văn Đường Trường. Tôi thư giãn bằng cách vào Face làm thơ tình, mà chủ yếu là thơ thất tình. Đối thơ với một bạn đến hơn hai mươi bài thơ, thì bạn đó cũng xin cáo từ vì mệt. Tôi trở lại với tác phẩm của mình và thấy vẫn thật sự bế tắc. Truyện ngắn của tôi thế này: *Vì tôi yêu em*". Câu chuyện như sau: "Tôi là một Mục sư. Tôi biết. Còn em là một cô gái Công giáo. Tôi cũng biết.". Sau hai lần gặp em, tôi được tin mẹ đau. Khi tôi về thăm mẹ thì thấy em đang chăm sóc mẹ. Em thuộc hội Legio. Lúc trở lại công việc (của Hội thánh Tin Lành), tôi chia tay em với nhiều hy vọng. Truyện kể đến đó thì tác giả bế tắc.

Tác giả bèn hỏi ý kiến một Mục sư bạn về câu chuyện để may ra gỡ được thế bí chăng. Vị Mục sư này thẳng thắn nhận xét:

"Mục sư mà còn bị tiếng thét của ái tình, của cái mỹ miều bên ngoài, hay bên trong làm điên đảo, ông không thể dẫn dắt ai được."

"Thử nghĩ về hậu quả của việc ông Mục sư đi yêu một cô gái Công giáo, mà cô ta là 'chiến binh của Mẹ Maria' có nghĩa là không có sự thoả hiệp trong cô ấy. Nếu đây chỉ là cuộc tình lãng mạn thì truyện của nhà văn, ta đọc để mua vui 'vài trống canh' và quên. (Người theo Chúa ăn năn sống theo tiêu chuẩn của Ngài sẽ không để lãng mạn vượt qua khuôn khổ. Mục sư không thể không biết và không thể không giảng giải điều này cho con dân của Chúa trong Hội thánh. Ông phải là tấm gương phản ảnh Cứu Chúa trong thế gian qua cuộc sống và qua những bài giảng luận). Nhưng nếu đây là thực tế thì sẽ là một chuyện tình dẫn đến thảm hoạ"

Khi thành vợ chồng, họ sẽ phải sinh con, hai thái cực của gia đình nhà Mục sư- và cô gái Công giáo kia sẽ giáo dục con mình sao đây? Thần học là cái chung, nhưng gia đình là cái riêng, và đây lại là hạt nhân của xã hội. Cảnh đồng sàng dị mộng xuất phát từ đây và dẫn đến đổ vỡ. Bao nhiêu năm làm Mục sư trong Hội thánh mình đã nhận thấy cái rạn nứt lớn nhất dẫn đến đổ vỡ nhiều nhất trong những cặp hôn nhân lại không phải là người ngoài đời đã ăn năn đến với Chúa mà lại là từ những cặp vợ chồng thuộc hai hệ phái của Thiên Chúa Giáo. Người Công giáo hay Tin Lành, Chính Thống Giáo và ngược lại.

Lý do thứ ba. Người đọc là Công giáo hay Tin Lành sẽ cảm nhận thấy sự nông nổi trên mọi phương diện của câu chuyện, người ta sẽ hỏi: Tác giả muốn đạt được ý tưởng gì đây?"

Đọc xong truyện này, tôi nghĩ rằng người viết truyện phải là một cây viết rất "chuyên nghiệp" mới có thể cợt đùa với chữ nghĩa như vậy. Cách viết biến hóa như trong một trò ảo thuật (ấy là tôi đoán mò vậy) điêu luyện khiến người coi không thể nhận ra những "mánh" bên trong. Tác giả kể truyện như thật, lại như kể chơi, bằng một giọng văn lúc thì tếu táo, lúc lại trang nghiêm, quyết liệt.

Tác giả kể hai câu chuyện với hai giọng văn khác hẳn nhau, hàm chứa hai chủ đề lồng vào nhau. Đó là vấn đề tình yêu khác tôn giáo, và vấn đề viết văn để làm gì? Đọc được hai chủ đề này người đọc sẽ hiểu được diễn ngôn của tác giả về Đại kết.

Truyện tình tác giả kể như đùa, vì là chuyện bịa để "mua vui", à không, để gửi dự thi Giải Viết văn đường trường 2017. Vị Mục sư bạn đã bác thẳng thừng cái sự "đùa" bằng văn chương này. Ông dằn mặt vị Mục sư tác giả: Mục sư là Người theo Chúa ăn năn sống theo tiêu chuẩn của Ngài sẽ không để lãng mạn vượt qua khuôn khổ. Mục sư không thể không biết và không thể không giảng giải điều này cho con dân của Chúa trong Hội thánh. Nói cách khác, văn học phải có mục đích "tải đạo", Mục sư không thể "lãng mạn".

Nhân truyện tình khác tôn giáo giữa tác giả và cô gái Công giáo, vị Mục sư bạn bác bỏ hoàn toàn tinh thần đại kết: "thử nghĩ về hậu quả của việc ông Mục sư đi yêu một cô gái Công giáo, mà cô ta là 'chiến binh của Mẹ Maria' có nghĩa là không có sự thoả hiệp trong cô ấy". Sau cùng, vị Mục sư bạn đưa ra một phán quyết tối hậu: "Bao nhiêu năm làm Mục sư trong Hội thánh mình đã nhận thấy cái rạn nứt lớn nhất dẫn đến đổ vỡ nhiều nhất trong những cặp hôn nhân... là từ những cặp vợ chồng thuộc hai hệ phái của Thiên Chúa Giáo". Cái ý tưởng Đại Kết mà tác giả định kết thúc chuyện tình bị vị Mục sư bạn bác bỏ hoàn toàn: "Người đọc là Công giáo hay Tin Lành sẽ cảm nhận thấy sự nông nổi trên mọi phương diện của câu chuyện, người ta sẽ hỏi: Tác giả muốn đạt được ý tưởng gì đây?"

Tôi hình dung (giả định) câu chuyện thế này. Tác giả là một Mục sự, trong bài giảng của mình, tác giả kể cho con chiên nghe truyện tình Vì tôi yêu em. Rồi tự phân thân thành Mục sư bạn viết lời bình, bác bỏ tất cả những ý tưởng về đại kết. Cách kể truyện có vẻ dân chủ, có vẻ như thật, như đùa, nhưng cái thông điệp bác bỏ tinh thần đại kết thì rất rõ. Hóa ra truyện không còn là đùa nữa.

Truyện hư cấu có sức mạnh của nó là vậy.

TINH THẦN ĐẠI KẾT

Chủ đề về Đại kết được Ban tổ chức Giải Viết Văn Đường Trường 2017 lưu ý như sau:

"...để góp phần giúp các thành phần Dân Chúa đôi bên ý thức và mạnh dạn dấn thân hưởng ứng luồng gió Chúa Thánh Thần đang thổi vào thời đại mới, Ban Tổ chức cuộc thi năm nay đã mạnh dạn chọn sự kiện 500 năm cuộc cải cách của Martin Luther làm chủ đề, bên cạnh sự kiện 100 năm Đức Mẹ hiện ra tại Fatima. Tuy nhiên đại kết Kitô giáo có vẻ là một điều hoàn toàn mới mẻ đối với các tác giả, kể cả các tác giả nhà tu. Hầu như chỉ từ khi đọc bản thể lệ cuộc thi, các tác giả mới bắt đầu tìm hiểu vấn đề, cả về lý thuyết lẫn thực tế... Nhiều câu chuyện được xây dựng khá vội và hơi chủ quan theo quan điểm của mình. Dù vậy, nói chung các tác giả đã bắt đầu nêu lên được vấn đề để mời gọi Dân Chúa đôi bên cùng suy nghĩ."(Thư của Ban tổ chức)

Như vậy Ban tổ chức mới chỉ đặt mục tiêu là các truyện dự thi "nêu lên được vấn đề để mời gọi Dân Chúa đôi bên cùng suy nghĩ."

Sắc lệnh về Đại kết của Công đồng Vaticanô II - dạy rằng:

"1. Cổ vũ việc tái lập sự hợp nhất giữa toàn thể các Kitô hữu là một trong những mục tiêu chính của Thánh Công Đồng Chung Vaticanô II. Quả thực, Đức Kitô đã thiết lập một Giáo hội và chỉ một Giáo hội duy nhất, thế nhưng nhiều cộng đồng Kitô giáo tự xưng với mọi người rằng chính mình mới là di sản đích thực của Đức Kitô; thật vậy, tất cả đều tuyên xưng mình là môn đệ của Chúa, nhưng lại khác biệt nhau về quan điểm và đi theo những đường lối xa cách nhau, như thể chính Đức Kitô đã bị chia cắt. Quả thực, sự phân rẽ này vừa trái ngược tỏ tường với ý muốn của Đức Kitô, vừa là cớ vấp phạm cho thế giới và gây tổn hại cho sứ mạng rất cao cả là rao giảng Tin mừng cho mọi thụ tạo...

3. Trong Giáo hội duy nhất đó của Thiên Chúa, ngay từ buổi sơ khai đã xuất hiện ít nhiều rạn nứt mà Thánh Tông đồ đã nghiêm khắc khiển trách như một điều cần ngăn chặn; rồi trong các thời đại kế tiếp, lại nảy sinh nhiều phân rẽ trầm trọng hơn và nhiều Cộng đồng lớn đã tách khỏi sự hiệp thông trọn vẹn với Giáo hội Công giáo, đôi khi do sai lỗi của những người ở cả hai bên. Tuy nhiên, ngày nay, những người được sinh ra và tiếp nhận niềm tin vào Chúa Kitô trong các Cộng đồng ấy, không thể bị kết tội chia rẽ và Giáo hội Công giáo vẫn kính trọng, yêu thương họ như anh em. Thật vậy, những người tin vào Chúa Kitô và đã lãnh nhận bí tích Thánh Tẩy thành sự, vẫn hiệp thông cách nào đó với Giáo hội Công giáo cho dù không được trọn vẹn. Chắc chắn những khác biệt trong nhiều cấp độ giữa họ và Giáo hội Công giáo về giáo thuyết, hoặc về kỷ luật hay cơ cấu tổ chức, đã là những trở ngại, đôi khi cũng khá nghiêm trọng đối với tình hiệp thông trọn vẹn trong Giáo hội, phong trào Đại Kết đang cố gắng vượt qua những trở ngại ấy. Nhưng dù sao đi nữa, bởi đã được công chính hoá nhờ đức tin khi lãnh nhận bí tích Thánh Tẩy, họ đã được tháp nhập vào Chúa Kitô và vì thế có quyền mang danh Kitô hữu, và đáng được con cái của Giáo hội Công giáo nhìn nhận là anh em trong Chúa.

Hơn nữa, trong các yếu tố hoặc gia sản đã góp phần xây dựng và tác sinh Giáo hội, có một số điều, thậm chí rất nhiều và là những điều thật cao quý, có thể nằm ngoài phạm vi hữu hình của Giáo hội Công giáo, như Lời Chúa trong Sách Thánh, đời sống ân sủng, đức tin, đức cậy, đức mến, các ân huệ thiêng liêng của Chúa Thánh Thần, và những yếu tố hữu hình khác nữa: tất cả những điều đó, xuất phát từ Đức Kitô và dẫn đưa về chính Người, đương nhiên cũng thuộc về Giáo hội duy nhất của Người.

Cũng vậy, nơi các anh em đã tách rời khỏi chúng ta, một số nghi lễ thánh thiêng của Kitô giáo vẫn được cử hành; tuy cách thức có khác nhau tuỳ hoàn cảnh của mỗi Giáo hội hay Cộng Đồng, những nghi lễ ấy chắc chắn có hiệu năng làm phát sinh đời sống ân sủng và phải được đón nhận như những lối mở dẫn đến sự hiệp thông mang lại ơn cứu rỗi.

Do đó, các Giáo hội và các Cộng đồng ly khai ấy vẫn không hoàn toàn mất đi ý nghĩa và giá trị trong mầu nhiệm cứu rỗi, dù chúng ta tin rằng nơi họ vẫn còn một số điều khiếm khuyết. Thật vậy, Thánh Thần của Chúa Kitô vẫn dùng họ như những khí cụ mang lại ơn cứu rỗi, nhờ vào năng lực phát xuất từ chính sự sung mãn của ân sủng và chân lý đã được trao ban cho Giáo hội Công giáo.

Nhưng các anh em đã tách rời khỏi chúng ta, cá nhân cũng như Cộng đồng và các Giáo hội của họ, không được hưởng sự hợp nhất mà Chúa Giêsu Kitô đã muốn trao ban cho những kẻ Người đã tái sinh và thông truyền sự sống mới trong một thân thể duy nhất, sự hợp nhất mà Thánh kinh và Truyền thống đáng kính của Giáo hội đều tuyên xưng. Thật vậy, các phương thế cứu rỗi chỉ có thể được tìm thấy đầy đủ nơi trợ tá phổ quát của ơn cứu rỗi là Giáo hội Công giáo của Chúa Kitô. Thật vậy, chúng ta tin rằng Chúa đã ủy thác tất cả ơn phúc của Giao ước mới cho một Tông Đồ Đoàn duy nhất, với thánh Phêrô là người đứng đầu,..."

Tôi trích dẫn hơi dài lời dạy của Giáo hội về đại kết để có cơ sở luận bàn về vấn đề được các tác giả đề cập trong truyện. Xin lưu ý rằng, Giáo hội vẫn giữ nguyên những tín điều đã tuyên xưng, chỉ mở rộng hướng nhìn và cách tiếp cận vấn đề. Không có sự thỏa hiệp, cũng không xóa nhòa những khiếm khuyết, không cào bằng Giáo hội tông truyền và các Giáo hội ly khai. Giáo hội nhấn mạnh: "các phương thế cứu rỗi chỉ có thể được tìm thấy đầy đủ nơi trợ tá phổ quát của ơn cứu rỗi là Giáo hội Công giáo của Chúa Kitô" và: "Chúa đã ủy thác tất cả ơn phúc của Giao ước mới cho một Tông đồ đoàn duy nhất, với thánh Phêrô là người đứng đầu,."

Tôi đã đọc được 28 truyện viết về Đại kết. Đây là một con số có ý nghĩa. Đề tài này được khai thác khá mạnh dạn về tư tưởng và khám phá khá rộng trong thực tiễn sống đạo. Các tác giả cũng đề xuất cách nhìn, hướng tiếp cận và cách giải quyết những vấn đề của đại kết hôm nay.

Nhiều truyện tình khác tôn giáo bị gia đình cả hai bên Công giáo và Tin Lành phản đối quyết liệt (*Vết nứt, Đường đi của gió, Khi bình minh đến*). Nguyên nhân là do sự khác biệt tín lý và do những định kiến cố hữu. Sau những kiên trì và cầu nguyện, lứa đôi đã thành sự theo hôn nhân Công giáo. Cũng có những người tình không tìm được đến với nhau. Vì hoàn cảnh, họ phải chia tay (người đi xa, người đi tu, người qua đời), nhưng họ luôn tin rằng họ ở bên nhau trong một đức tin (*Người con gái Tin lành, Lời thì thầm trên sân ga, Bến đỗ bình yên, Mưa rửa hang, Ngọn đèn chầu*). Những truyện tình kiểu này có cấu trúc na ná với các truyện tình khác tôn giáo những năm trước.

Những định kiến Công giáo-Tin Lành cũng tạo ra những bi kịch. Để vượt qua bi kịch, các tác giả thường cầu xin ơn riêng của Đức Mẹ. Đây là một điều thú vị. Đức Mẹ là điểm hội tụ sự khác biệt Công giáo và Tin Lành, nhưng cũng chính Đức Mẹ đã đem đến sự hòa giải và hợp nhất. Truyện *Kho báu dưới chân tượng Mẹ,* truyện *Một Chúa, một tình yêu* là thí dụ. Tin Lành của Mẹ là truyện ông Thuấn có cô con gái duy nhất đi tu. Rồi khi đi Tây nguyên thực tập, cô lại giao tiếp với người Tin lành. Ngày nghỉ, cô dẫn một Mục sự trẻ về nhà và ở lại chơi hai ngày. Ông Thuấn điên người vì con. Hai người còn hò hẹn trở lại Tây Nguyện cùng truyền đạo. Nhưng rồi ông mơ thấy Đức Mẹ bảo ông: "ông biết đấy, Người Kitô hữu không chỉ là Vương đế và Tư tế, còn phải là Ngôn sứ nữa! Ông đã hướng con bé sống chức vụ Vương đế và Tư tế, còn chức vụ Ngôn sứ, hãy để nó thực thi theo cách riêng của mình..." Tỉnh cơn mơ, "Ông Thuấn ngây người ra khi thấy cảnh Núi rừng rộng lớn và hàng ngàn tín hữu đa sắc tộc Tây Nguyên đang được ôm trọn trong vòng tay con gái ông...". Truyện *Phải chăng con là cái cớ* là tình cảnh người con có mẹ Công giáo, bố Tin Lành. Người con này phải sống trong bi kịch hai đạo. Ngày theo đạo của bố, tối theo đạo của mẹ. Xung khắc tôn giáo khiến bố mẹ cãi nhau hoài. Người con bỏ đi tu. Sau đó mẹ chết vì ung thư. Ngày con khấn dòng không ngờ có người bố hiện diện. Con quá vui mừng. Sau hiểu ra, bố được Đức Mẹ cứu trong một cơn đột quy, giờ bố tin theo đức tin Công giáo.

Nhiều nghịch cảnh do sự khác biệt tôn giáo gây ra xuất phát từ môi trường xã hội. Chính những quan hệ xã hội trói buộc làm con người rất khó thoát ra. Các tác giả đã khá vững tay trong việc tháo gỡ những ràng buộc này. *Lòng cha* là tình cảnh một Mục sư có thằng con theo Công giáo. Ông bị Giáo hội Tin lành phản đối. Về sau con ông trở thành Linh mục. Ngày lễ truyền chức, vị Linh mục trẻ chỉ có vài thân nhân. Nhưng không ngờ vị Mục sư đã hiện diện tại nhà thờ Công giáo trao áo lễ cho con. Đây là vẻ đẹp của tinh thần đại kết, bởi tất cả quy hướng về Chúa.

Chung một niềm tin là tình cảnh của cô học trò lớp 11 tên là Trúc Mai, trùng tên Bạn Trúc Mai theo đạo Tin Lành. Bạn này lôi kéo được nhiều bạn đọc *Kinh thánh*, nhưng bạn ấy hay nói xấu Công giáo, nói sai về Đức Mẹ. Trúc Mai không biết phải làm sao. Cô băn khoăn mãi. Sau đó cô hỏi cậu là Lm Minh. Cha Minh chỉ cho Trúc Mai phương cách cảm hóa các bạn. Trong một lần dã ngoại, cô bạn Tin Lành bị té xuống kênh được Mai vớt và chăm sóc. Từ đó hai người thành bạn thân, không còn công kích nhau nữa vì "chung một niềm tin". Truyện chỉ ra rằng, tinh thần đại kết không thể thực hiện bằng những tranh luận hơn thua mà phải được thực hiện bằng hành vi của đức ái.

Tình ca Giêsu là nghịch cảnh của người con Công giáo có cha là người Tin Lành. Ông phụ trách truyền thanh Tin Lành. Trong đêm diễn nguyện Giáng Sinh, người con được chọn vào vai Đức Mẹ nhưng người cha quyết liệt phản đối. Cha xứ và Ban Hành giáo phải đến thăm và thuyết phục người cha. Lúc ấy mới vỡ nhẽ ra rằng, người cha trước kia là Tin Lành, lấy vợ Công giáo thì theo Công giáo. Rồi một biến cố xảy ra, ông ngờ rằng vị Linh mục trước kia (Cha Phương cựu quản xứ giáo xứ) làm lộ tội lỗi của ông nơi tòa cáo giải, ông đến nhà xứ xỉ vả cha Phương rồi bỏ đạo và cấm cả vợ con đi nhà thờ. Sau đó ông biết lỗi là do ông, trong một cuộc rượu say, ông đã thú tội với bạn. Câu chuyện lan ra, nhưng vì sĩ diện, ông đã lặng im và trở lại Tin Lành. Cha xứ đã xin lỗi ông. Ngài khuyên ông hãy thực hiện sự hiệp nhất ngay trong gia đình mình.

Nhiều truyện nói về những mặt tốt của đạo Tin Lành, đó là lòng hăng say truyền đạo, là nắm vững *Kinh thánh*, là cách ứng xử tế nhị. Có người cho rằng có nhiều điều người Công giáo cần phải tìm hiểu, học tập. Truyện *Tầm sư học đạo* là một truyện kể khá sinh động. Chiến được cử sang nhà thờ Tin Lành tìm hiểu. Dù là giáo lý viên giỏi giáo lý, anh vẫn ngại. Anh nhận lệnh cha xứ cùng với cuốn sách "chỉ nam" ngài trao cho làm vốn. Anh cũng nhờ Google tìm tông huấn "Niềm vui của Tin mừng" để dằn bụng. Chiến đến nhà thờ Tin Lành, được đón tiếp thân thiện. Chiến gặp người tên Hòa, hai người thường tranh luận. Chiến tìm điểm chung để tránh mâu thuẫn. Thời gian sau đó Chiến cùng đi làm thiện nguyện với họ. Rồi cha xứ đổi đi, cha mới về, việc cử người sang Tin Lành học hỏi bị lãng quên. Người trong giáo xứ nghi kỵ Chiến. "Chiến thấy sao đường về nhà hôm nay xa thế, nhưng có lẽ, ngày những người anh em Tin Lành, Chính Thống, Anh Giáo trở về Ngôi Nhà Chung còn xa hơn rất nhiều..." Truyện để lộ ra một điều là những nghi ngại giữa Công giáo và Tin Lành còn rất nặng. Con đường Đại kết còn xa.

Truyện *Những cái ôm* khai thác một vấn đề "nóng" và "nhạy cảm" mà người có đức tin phải đối mặt. An và Lê là hai sinh viên, một Công giáo, một Tin Lành. Giờ triết Mác-Lê, thầy giáo già nói nhiều về tôn giáo (theo quan điểm của chủ nghĩa Duy vật-vô thần). Cả hai thấy đức tin của mình bị xúc phạm. Họ cùng gặp thầy giáo để trao đổi về đức tin. Ông hẹn cho hai người thuyết trình về tôn giáo trong buổi học cuối. Từ đó An và Lê trở nên quen nhau. Cả hai cùng chuẩn bị cho buổi đối thoại quan trọng đó. Đến giờ học, có tin báo, thầy giáo đột quỵ nằm viện. Cả hai đến thăm thầy và trao cho thầy chuỗi hạt. Họ nói sẽ cầu nguyện cho thầy. Câu chuyện có một cái kết may mắn cho cả hai phía. Và đọng lại vẻ đẹp tinh thần đại kết của hai sinh viên An và Lê. Họ không bị ngăn cách bởi sự khác biệt tôn giáo mà họ cùng hành động vì chung một đức tin.

Nắng mới trên vùng cao là cuộc "đụng độ" trực tiếp giữa Công giáo và Tin Lành trên vùng Yên Bái- Tây Bắc. Giáo xứ của cha Thanh hầu hết là người H'mông. Đã có tới 4000 giáo dân. Khi Cha Thanh đi dự tĩnh tâm về, ông trùm xứ báo có nhiều giáo dân bỏ đạo đi theo Tin Lành. Họ nói Tin Lành cũng thờ Chúa, và họ còn được giúp tiền để làm ăn. Cha Thanh khuỵu gối trước nhà tạm và kêu cầu Chúa: "Lạy Chúa, con phải làm gì đây khi đàn chiên của con đang gặp thử thách". Sau đó cha Thanh về xin ý kiến Đức Giám mục giáo phận, Đức cha dạy: "Cha nhớ đừng có đòi độc quyền rao giảng Chúa Kitô nhé! Chúa sẽ có cách của Chúa, cha đừng quá lo! Chúc cha bình an, mình sẽ sớm lên thăm cha!". Cha Thanh về, trực tiếp đi gặp vị Mục sư Tin Lành để chia sẻ về việc rao giảng lời Chúa. Theo lời dạy của Giám mục giáo phận, ngài đề nghị với vị Mục sư Tin Lành rằng giáo dân của ngài đã biết Chúa, còn rất nhiều đồng bào H'mông chưa được biết chúa, xin anh em Tin Lành giúp họ. "Như thế là cả Công giáo và Tin Lành cùng gắng sức giúp cho nhiều người được nhận biết Chúa Kitô!". Và sau một biến cố của đức ái, cha Thanh đã giúp người mục sư Tin Lành nhận ra vấn đề. Vị mục sư xin là anh em với cha Thanh.

Quả thực, để giải quyết những vấn đề như vậy trong thực tế không dễ dàng gì. Người viết truyện cũng phải dùng đến những yếu tố "phi thực" (không có trong đời thực) để có cớ giải quyết vấn đề. Trong truyện *Những cái ôm*, yếu tố phi thực ấy là ông thầy giáo dạy triết Mác-Lê phải nằm viện đúng vào ngày hai sinh viên có đức tin thuyết trình tranh cãi với thầy về tôn giáo. Nếu ông thầy giáo không ốm, và cuộc tranh luận diễn ra, chắc chắc hai sinh viên kia phải chịu thiệt. Trong truyện *Nắng mới trên vùng cao*, yếu tố "phi thực" là ở chỗ, tác giả đẩy cuộc tranh luận về Đức Mẹ đến độ căng thẳng khiến một giáo dân không kiềm chế được vác dao chém vị Mục sư. Cha Thanh đã nhận lấy vết chém ấy. Nhờ hành vi của đức ái này của cha Thanh mà vị Mục sư nhận ra vấn đề.

Thể hiện tinh thần đại kết, các tác giả đều dựa trên điểm tín lý mấu chốt này, cả Công giáo và Tin Lành đều tôn thờ một Chúa, vì thế đều là anh em, nên cần hiểu biết và tôn trọng nhau, đều cùng nỗ lực rao giảng lời Chúa. Tránh định kiến, tránh khai thác những mâu thuẫn tín lý như việc tin thờ Đức Maria, về ảnh tượng, về phép giải tội, phép Thánh thể. Tuy nhiên cũng có những tác giả đã có những cách lý giải có thể gây ngộ nhận về đại kết.

Truyện *Chung điều nguyện ước*, tác giả ca ngợi Tu hội Taizé của một người bạn Tin Lành và để cho một chủng sinh Công giáo (Phó tế) có ý định gia nhập hội và truyền bá cách cầu nguyện của hội này ở Việt Nam. Truyện *Lối rẽ một con đường,* tác giả để cho nhân vật Ân bỏ Công giáo theo Tin Lành mà không lý giải. Rồi áp đặt suy nghĩ: "Không có điều gì xảy ra ngoài ý Chúa". Tác giả luận rằng: "-Người ta đang đi chung một con đường, đến một điểm nào đó, họ bất mãn với nhau nên muốn rẽ sang một con đường khác, con đường mà họ nghĩ sẽ nhanh hơn, dễ dàng hơn. Chỉ mong trên những ngả rẽ ấy, họ thấy cần sự đồng hành của anh em - những người họ đã bỏ lại đầu ngả rẽ; và những ngả rẽ ấy cuối cùng đều về đến đích, để phía cuối con đường tất cả đều gặp nhau trong niềm vui và gặp được Người mà họ hằng mong đợi. Có lẽ là vậy". Truyện *Mục sư ơi!*, tác giả bày tỏ sự quý mến vị Mục sư tin lành chỉ vì sự lịch lãm của con người này, sau đó luận rằng: "Nếu biết trân trọng nhau, Công giáo và Tin Lành đã không căng thẳng đến thế...Tôi mơ màng nghĩ đến một sự hòa hợp, vào ngày mai... khi ánh bình minh lại rạng rỡ chiếu tỏa khắp mặt đất. Và người ta, dù Tin Lành hay Công giáo, cùng nắm chặt tay nhau tiến về phía Ánh Sáng Chân Lý".

Tôi nghĩ, những luận giải như thế cần phải được đối chiếu lại với lời dạy của Giáo hội trong Sắc lệnh về đại kết của Công đồng Vaticano II, có vậy truyện mới góp phần "nêu lên được vấn đề để mời gọi Dân Chúa đôi bên cùng suy nghĩ."

NHỮNG SẮC MÀU CỦA NIỀM VUI

Những truyện chung khảo Giải Viết văn đường trường 2017 còn có những sắc màu khác, tôi gọi là "sắc màu của niềm vui" bởi nó để lại trong tôi những ấn tượng sâu đậm cả về nội dung và nghệ thuật. Những ấn tượng này do nghệ thuật kể truyện của tác giả tạo ra. Ngoài những truyện Lãng mạn, những truyện hư cấu (Fiction), tôi còn bị thuyết phục bởi những cách viết có phong cách riêng, vì thế muốn dành một đôi phút để thưởng thức vẻ đẹp của những truyện này.

Dòng sông chảy về đâu là truyện pha trộn chất sử thi với chất bi kịch, nhưng kết thúc là một niềm vui thăng hoa. Ai đã sống những ngày bom đạn của chiến tranh Việt Nam, ai đã chịu đau khổ vì ly tán trong những ngày sau 30.4.75, ai đã chịu những mất mát, đau thương không bù đắp, không thở than, đọc truyện này sẽ thấm thía một giai đọan bi thương của lịch sử, sẽ cảm nhận được vẻ đẹp nhân văn của đức tin Công giáo, và nhận được sự tiếp sức cho những ai còn đang thăng trầm dâu bể. Quả là một áng văn chương đẹp.

Tác giả kể qua nhân vật Tôi.

Chiều buồn như chiều tiễn mẹ con Ngân vượt biên. Chồng Ngân chết trận, cha nàng chết vì chiến tranh. Nàng không thể chịu đựng nổi nỗi thống khổ ấy nên muốn vượt biên. Nàng rủ tôi cùng đi với nàng.

Tôi không đi vì hoàn cảnh gia đình nặng nề. Trước kia nàng và tôi cùng trong ca đoàn, tôi yêu nàng, nhưng nàng lại lấy một anh lính thủy quân lục chiến. Tôi đã ngậm ngùi tiễn nàng. Chuyến đi của nàng gặp nạn. Một tháng sau xác nàng trôi giạt vào bờ, tôi đau đớn chôn cất người yêu. Nhưng tôi không tìm thấy xác cháu bé con nàng.

Tôi đi qua chiến tranh, rồi đi cải tạo. Trở về đời thường tôi cưới vợ. Rồi góa vợ ngay khi nàng sinh con đầu lòng. "Ở tuổi bạc đầu, ngồi vỉa hè sửa xe, vá xe nuôi con trai ăn học. Bao nhiêu biến cố thời cuộc tôi đều biết chút mùi. Nên chẳng biết nghĩ gì bây giờ? Chỉ mừng là mình còn sống, còn lao động, còn lòng tin ở Chúa. Và đứa con trai mặt mũi sáng sủa, khỏe mạnh, chịu khó học hành. Thứ gì qua cũng đã qua rồi. Như *Kinh thánh* nói: Con chim đói hay no Chúa còn biết, những đau thương, khổ ải của con người sao Chúa không biết? Biết chớ, Chúa biết hết. Biết cả việc mỗi lần xin lễ cho vợ, tôi cũng xin lễ cho người con gái tôi chôn xác trên biển năm nào '

Nhiều năm sau, thằng con trai tôi học đại học. Một lần đi học về, nó báo với tôi rằng có một "chị đẹp", giống như người trong tấm ảnh (Ngân) mà tôi cất giấu. Chị ấy phát tài liệu Tin Lành ở khu vực nhà thờ Đức Bà. Tôi tìm đến nơi, gặp cô gái. Đúng là con của Ngân. Tôi cho cô xem ảnh Ngân. Cô rưng rưng thốt lên, "Mẹ cháu đẹp quá". Rồi tôi nói cho cô biết mẹ cô là người Công giáo. Chính tôi là người đã chôn cất mẹ cô khi con thuyền vượt biên bị nạn. Cô kể cho tôi nghe hoàn cảnh của mình. Cô có ba mẹ nuôi theo đạo Tin Lành, bạn trai cũng Tin Lành. Cô cùng nhóm bạn thường đi truyền đạo trong giới trẻ.

Sau đó, "Tôi dẫn con Ngân ra thăm mộ Ngân. Nhưng như tôi đã nói, bãi biển đâu đâu cũng là khu du lịch. Tìm nơi ngày xưa tôi chôn cất Ngân là không thể. Mà ngần ấy năm tro bụi của Ngân cũng theo con sóng ra khơi xa rồi. Tôi và cháu cứ đứng mãi trên bờ biển, nhìn sóng biển chạy vào rồi chạy ra khơi xa.

Theo quy luật của dòng chảy, tất cả mọi dòng sông đều đổ về biển. Đạo Công giáo và đạo Tin Lành giống như hai nhánh sông cùng chảy về biển Tình Yêu Chúa. Chúa đứng đó, bao dung và nhân ái chờ đợi những nhánh sông chảy về. Tôi buồn vui điều gì khi tôi cũng chỉ là một mạch nước nhỏ trong nhánh sông kia. Tôi khát khao chảy về biển rộng, dù trải qua bao sóng ngầm nhưng tôi không phải rẽ ngang.

Con Ngân còn sống là tốt rồi. Và như con trai tôi nói, cháu tin Chúa là được rồi."

Một buổi chiều, tan thánh lễ, tôi bước chân về đài Đức Mẹ, đọc kinh và cầu nguyện cùng Mẹ. Đứng trước tôi là một cô gái, mặc bộ áo dài trắng, thả tóc thề. Tôi không ngờ đó là con gái Ngân. Tôi lau nước mắt mà nước mắt vẫn cứ chảy ra...

Tôi gọi đây là một áng văn chương đẹp bởi giọng văn trầm lắng giàu chất triết lý và sâu sắc về tâm linh. Đan xen với giọng triết lý trầm buồn sâu thẳm là giọng trẻ trung, dí dỏm của người trẻ là đứa con trai và cô gái con của Ngân. Sự tương phản quyết liệt giữa những đau thương của chiến tranh, ly tán, mất mát với sự sống động, trẻ trung, tươi mát của một thế hệ mới, trong một niềm tin mới có sức gợi đến tận cùng những cảm xúc thẩm mỹ. Cách viết "chân thực" làm cho trái tim người đọc rung lên theo với những dòng những chữ như có ánh sáng lung linh. Đây là đoạn kết:

"Tôi đứng sau lưng, nín thở và cầu nguyện. Cô gái ấy bỗng nhiên quay lại, nở một nụ cười. Tôi không thể tin vào hình ảnh trước mắt. Tôi chỉ biết rơi nước mắt nhưng là giọt nước mắt vui mừng.

- Chú ơi! Đức Mẹ Maria hiền từ và đẹp quá! Hồi đó tên thánh cháu là Maria hả?

Tôi lau nước mắt mà nước mắt vẫn cứ chảy ra.

- Sao chú khóc hoài vậy? Bộ cháu nói gì cũng làm chú khóc hết hả?

Thấy vậy tôi mỉm cười. Nụ cười của tôi vẫn còn rưng rưng nước mắt..."

Lẽ ra tôi cần phải viết thêm về nhiều truyện hay nữa của mùa giải này, bởi trong lòng vẫn còn thấy hân hoan, nhưng lại tự nghĩ, không nên làm mất nhiều thời gian của bạn đọc, để thời gian đó bạn đọc đọc trực tiếp tác phẩm thì những giá trị của tác phẩm sẽ sinh sôi và thăng hoa rực rỡ hơn.

Xin chúc mừng Giải Viết Văn Đường Trường 2017 có được một mùa vàng văn chương rất vui.

Nguồn: Bùi Công Thuấn: Những mùa vàng văn học Công giáo. Nxb Hội Nhà Văn 2020

CON ĐƯỜNG PHÍA TRƯỚC

(Bài chia sẻ tổng kết Giải Viết Văn Đường Trường)

Linh mục Trăng Thập Tự

Ngày 26-7-2018, Giáo phận Qui Nhơn long trọng cử hành Lễ tạ ơn Năm thánh mừng kỷ niệm 400 năm loan báo Tin mừng, khởi đi từ giáo điểm Nước Mặn, một cái nôi của chữ Quốc ngữ (1618-2018). Trong bài giảng thánh lễ, vị giám mục chủ nhà nhấn mạnh rằng cuộc lễ không kết thúc một sự kiện nhưng mở ra một giai đoạn mới.

Nơi chân trời phúc âm hóa toàn diện ấy, trên bình diện văn học Công giáo, những năm dọn mừng Năm thánh vừa qua cũng là một thời điểm bản lề.

Từ vườn thơ đến vườn văn

Năm 2012, Ban Văn hóa Giáo phận Qui Nhơn ấn hành bộ sưu tập *Có Một Vườn Thơ Đạo*. Bộ sách dành quyển đầu để vinh danh nhà thơ Hàn Mạc Tử, ba quyển còn lại quy tụ được 140 tác giả có cùng năm sinh với Hàn Mạc Tử về sau. Ngày 21 và 22 tháng 9 năm 2012, gần 100 tác giả thuộc nhiều giáo phận từ Bắc chí Nam, và có cả mấy tác giả từ nước ngoài, cùng về hội trường Chủng viện Qui Nhơn để cử hành chương trình kỷ niệm 100 năm ngày sinh nhà thơ Hàn Mạc Tử, rồi hôm sau cùng nhau tham gia cuộc hành hương "Dấu chân Hàn Mạc Tử" lần đầu.

Sự kiện bộ sưu tập quy tụ được một số đông tác giả thơ làm lộ ra khoảng trống mênh mông của văn xuôi Công giáo, cụ thể là truyện ngắn và tiểu thuyết. Do đó, Đức cha Micae Hoàng Đức Oanh đã viết trong lời tựa mang tên từ vườn thơ đến vườn văn: "Viết lời tựa cho vườn thơ, mà lại nói đến vườn văn, không phải là bàn lui hay bàn ra nhưng là đang bàn tới, để mong sao các anh em của tôi thuộc mọi thành phần Dân Chúa, cách riêng các vị giám đốc chủng viện, các vị đặc trách các tập viện, những vị phụ trách ơn gọi, những người tận hiến trẻ, những phụ huynh đang khao khát dâng con mình cho Chúa, cùng suy nghĩ, đầu tư và hành động. Đầu tư và hành động cách thiết thực và cụ thể! Cụ thể và hữu hiệu! Ngay hôm nay chứ không chờ đến ngày mai! Mong thay" (*Có một vườn thơ đạo,* Nxb Phương Đông 2012, tập 1, trang 11).

6 năm Giải Viết Văn Đường Trường

Đức Cha Matthêô Nguyễn Văn Khôi, Giám mục Qui Nhơn đã quyết định cho thành lập "Tủ Sách Nước Mặn"để ấn hành sách vở Công giáo trong giáo phận. Ngài cũng chấp thuận để Ban Văn hóa Giáo phận đứng ra tổ chức cuộc thi truyện ngắn nhằm cổ võ việc rèn luyện văn xuôi.

Trong đêm thơ nhạc kỷ niệm 100 năm ngày sinh Hàn Mạc Tử, Ban Văn hóa Giáo phận Qui Nhơn đã công bố bản thể lệ cuộc thi Giải Viết Văn Đường Trường, kéo dài 6 năm, 2012-2018, và hằng năm sẽ tổ chức họp mặt trao giải vào hai ngày 21 và 22 tháng 9, nhằm sinh nhật nhà thơ Hàn Mạc Tử.

Giải truyện ngắn đã được các tác giả trẻ khắp các giáo phận cùng háo hức tham gia:

* Lần 1 năm 2013, có 26 tác giả từ 13 giáo phận, 51 bài, 15 tác giả đạt giải. Giải nhất: *Một Niềm Tin*, tác giả Trăng Làng, Gp. Nha Trang. Tuyển tập: *Chuông Chiều.*

* Lần 2 năm 2014, có 64 tác giả từ 16 giáo phận, 108 bài, 22 tác giả đạt giải, không có giải nhất. Giải nhì: *Đôi Mắt Kitô*, tác giả Têrêxa Đinh Thu Hằng, Tgp Sài Gòn. Tuyển tập: *Nắng Mùa Đông*.

* Lần 3 năm 2015, có 90 tác giả từ 19 giáo phận, 144 bài, 21 tác giả đạt giải. Giải nhất: *Via Dolorosa, Đường Còn Xa*, tác giả Têrêxa Đinh Thu Hằng, Tgp Sài Gòn. Tuyển tập: *Người Gieo Hạt.*

* Lần 4 năm 2016, 81 tác giả từ 19 Giáo phận, 143 bài, 21 tác giả đạt giải, không có giải nhất. Giải nhì: *Hoa Nở Giữa Đêm,* tác giả Maria Mađalêna Đặng Hoàng Hương Giang, Gp. Kontum. Tuyển tập: *Điểm Hẹn Giêsu.*

* Lần 5 năm 2017, 99 tác giả từ 20 Giáo phận, 175 bài. Chủ đề: 100 năm Đức Mẹ Fatima và 500 năm cuộc cải cách Lutherô. 26 tác giả

đạt giải. Giải nhất: *Dòng Sông Chảy Về Đâu*, tác giả Maria Nguyễn Thị Khánh Liên, Gp. Nha Trang. Tuyển tập: *Những Đứa Con Của Mẹ*.

* Lần 6 năm 2018, 81 tác giả từ 18 giáo phận, 167 bài. Chủ đề: Gia đình - Bảo vệ môi sinh. 21 tác giả đạt giải. Giải nhất: *Nụ Hôn Của Một Nữ Tu*, tác giả Antôn Trần Văn Dũng, Gp Vinh. Tuyển tập: *Người Vẽ Hy Vọng*.

Giải Viết Văn Đường Trường

Cuộc thi nhằm tìm kiếm và nâng đỡ các tài năng trẻ

Cuộc thi Giải Viết Văn Đường Trường 2012-2018, kéo dài sáu năm không chỉ nhằm phát hiện mà còn động viên các tác giả văn xuôi Công giáo trau dồi ngòi bút.

Nhằm xây dựng cho tương lai, cuộc thi chỉ dành cho các tác giả dưới 40 tuổi và số các tác giả trẻ đã tăng nhanh. Năm 2016 trong danh sách dự thi có 81 tác giả với các độ tuổi như sau: 06 người 36-40 tuổi, 11 người 31-35 tuổi, 23 người 26-30, 39 người 21-25 tuổi, 02 người 18 - 20 tuổi.

Theo thể lệ cuộc thi, các tác giả đạt giải có thể được Ban Tổ chức hỗ trợ xuất bản tuyển tập truyện ngắn riêng của mình. Năm 2015 tập truyện đầu tiên của chương trình này, tập *Đường Về* của tác giả Phêrô Nguyễn Hoàng Hải, đã được phát hành ngay trong cuộc họp mặt trao giải. Cuối năm 2018 chương trình sẽ tiếp nối với ba tập truyện, một của Nguyễn Thị Khánh Liên, một của Trần Duy Thành và tập thứ ba của Chung Thanh Huy. Khi giải thưởng kết thúc, Tủ sách Nước Mặn vẫn tiếp tục ủng hộ để mỗi tác giả đã đạt giải có thể in được tuyển tập của riêng mình hoặc làm tuyển tập chung với một tác giả khác đã từng đạt giải Viết Văn Đường Trường.

Cuộc thi kéo dài sáu năm đã thực hiện được sự giao lưu rộng rãi không phân biệt giáo phận. Năm 2013, bắt đầu với 24 tác giả đến từ 13 giáo phận, tới năm 2017, có 99 tác giả đến từ 20 giáo phận, trong đó 6 giáo phận có số tác giả tham gia đông là: Nha Trang (10), Qui Nhơn (13), Vinh (14), Hưng Hóa (8), Hà Nội (7) và Sài Gòn (7).

Với 6 cuộc thi, 18 giáo phận có người đạt giải. Trong vòng ngoặc, số trước là số lượt đạt nhất nhì ba, số sau là số lượt đạt giải triển vọng. Ta có số liệu sau đây: Bà Rịa (0+1), Bắc Ninh (2+3), Cần Thơ (0+2), Đà Lạt (1+2), Hà Nội (2+4), Hải Phòng (0+4), Huế (1+3), Hưng Hóa (2+2), Kontum (1+2), Nha Trang (8+14), Phát Diệm (1+1), Qui Nhơn (3+15), Sài Gòn (5+10), Thái Bình (1+0), Thanh Hóa (0+3), Vinh (1+15), Vĩnh Long (0+1), Xuân Lộc (0+4).

Thành phần Giám khảo

Cả thành phần giám khảo cũng mang tính liên giáo phận và liên lục địa.

Ban sơ khảo thường xuyên có các ông Piô X Lê Hồng Bảo, Gp. Nha Trang (Năm I, II, III, IV, V, VI), Tađêô Nguyễn Thanh Xuân, Gp. Qui Nhơn (Năm I, II, III, IV, V, VI), Tôma An Thiện Minh Đoàn Xuân Vũ, Gp. Sài Gòn (Năm IV, V, VI); rồi ông Micae Trần Kim Đạt, Gp. Qui Nhơn (Năm II), Bà Maria Nguyễn Thị Thắm, Gp. Qui Nhơn (Năm III), Lm. Giuse Nguyễn Hữu An, Gp. Phan Thiết (Năm IV); và gần đây: Bà Nguyễn Thị Hường Lý, Tp. Hà Nội (Năm V, VI), ông Đa Minh Nguyễn Ngọc Hoài Nam, Gp. Sài Gòn (Năm V, VI) và ông Phêrô Nguyễn Văn Học, Gp. Hà Nội (Năm VI).

Ban chung khảo thường xuyên có: nhà lý luận văn học Micae Bùi Công Thuấn, Hội Nhà Văn Việt Nam, từ Gp. Xuân Lộc (Năm II, III, IV, V, VI), nhà văn bác sĩ Trần Như Luận, Hội Văn Học Nghệ Thuật Bình Định (Năm I, II, III, IV, V). Ngoài ra là những vị được mời cho từng năm: nhà văn Phêrô Phaolô Nguyễn Một, Hội Nhà Văn Việt Nam, Gp. Xuân Lộc (Năm I),, nữ Tiến sĩ Trần Nguyễn Trang Đài, Tác giả thơ và văn (Hoa Kỳ), Lm. tác giả Phan Văn Anh, Tgp Huế (Năm I)), Lm. Sơn Ca Linh Trương Đình Hiền, Gp. Qui Nhơn (Năm II), Lm. nhà văn Nguyễn

Trung Tây, Dòng Ngôi Lời, Úc châu (Năm II), Bà Amai Blan Trần Thị Trung Thu Tgp. Sài Gòn (Năm III), nhà thơ Lê Đình Bảng, Tgp. Sài Gòn (Năm III), Lm. Giuse Võ Tá Hoàng, Gp. Qui Nhơn (Năm III), Lm tác giả Hoàng Đình Mai, Gp. Long Xuyên (Năm IV), Bà Maria Nguyễn Thị Thắm, Gp. Qui Nhơn (Năm IV, V), Ô. Phanxicô Nguyễn Đình Diễn, Gp. Sài Gòn (Năm V), Lm, nhà thơ Cao Gia An, SJ, Giáo hoàng Học viện Kinh thánh, Rôma (Năm V, VI), nhà văn Gioan Baotixita Quyên Di Bùi Văn Chúc, Hoa Kỳ (Năm VI).

Tiếng Việt, một thao thức khôn nguôi

Nhân dịp gặp gỡ mừng kỷ niệm 100 năm ngày sinh nhà thơ Hàn Mạc Tử (21/9/1912-2012), một số tác giả văn thơ Công giáo đã chia sẻ thao thức về nhu cầu khẩn cấp phải giúp các bạn trẻ Công giáo trau dồi tiếng Việt. Hoàn cảnh xã hội và văn hóa ngày nay đang đặt ra cho thế hệ trẻ Việt Nam nói chung và các bạn trẻ Công giáo nói riêng nhiều thách đố trong việc diễn đạt ý tưởng bằng tiếng Việt, trong văn nói cũng như văn viết. Trong cuộc gặp gỡ năm 2015, thao thức này được nhắc lại và được định hình thành văn bản, cùng chia sẻ và trao đổi giữa những vị đặc trách về Văn hóa và Truyền thông của các Giáo phận, rồi đã được các tác giả về họp mặt năm 2016 góp ý thêm và đã đệ trình lên Đức Cha Chủ tịch Ủy ban Văn hóa trực thuộc Hội đồng Giám mục Việt Nam mong tìm ra những giải đáp thực tế và hữu hiệu để giúp các bạn trẻ trau dồi tiếng Việt. Về mặt xã hội, ngày 13/01/2016, Hội thảo khoa học về Lịch sử chữ Quốc ngữ (mang tên *"Bình Định với chữ Quốc ngữ"*) tại Qui Nhơn đã ghi nhận công lao to lớn của các nhà truyền giáo và tiền nhân trong việc hình thành và phát triển chữ Quốc ngữ. Đóng góp của cha ông xưa càng thúc giục con cháu ngày nay phải phát huy tiếng mẹ đẻ nhằm chu toàn trách vụ loan báo Tin mừng.

Hôm nay, khi chúng ta họp mặt tổng kết Giải Viết Văn Đường Trường, niềm thao thức vẫn còn đó. Mong sao sớm có được một giải đáp khả thi và hữu hiệu.

Bước đào tạo dò dẫm

Trở lại với các tác giả Viết Văn Đường Trường, sáu năm đã không quá ngắn để dò dẫm một hướng đào tạo. Nhằm giúp trang bị kiến thức đạo đời, Ban Tổ chức đã tặng *Kinh thánh, Youcat* và cả *Dẫn Luận Truyện* của tác giả trẻ Đa Minh Trần Ngọc Hồ Trường. Sắp tới, việc tặng sách điện tử sẽ rộng hơn và nhanh hơn nhiều. Năm nay chỉ có một ngày rưỡi workshop, những năm sau hy vọng sẽ tới những trại sáng tác và còn hơn thế nữa. Về mặt đời sống tâm linh, những cuộc tĩnh tâm nhằm trang bị cho các tác giả tầm nhìn của mạc khải Kitô giáo và khả năng phân định để bén nhạy nhận rõ ý Chúa trong cuộc sống. Năm 2017 đã có ba đợt tĩnh tâm với gần 40 tác giả. Năm 2018 có hai đợt, chỉ vỏn vẹn 17 tác giả. Con số còn khiêm tốn nhưng cũng cho thấy được những ước mơ, quyết tâm và cả một chân trời.

Để tạo mặt bằng cho anh chị em sinh hoạt, trước khi tổng kết các cuộc thi, Ban Văn hóa Qui Nhơn đã xin Đức Giám mục Giáo phận cho phép thực hiện Tuyển tập thơ văn định kỳ lấy tên là *Mục Đồng*, phát hành 3 tháng một tập, bắt đầu từ đầu năm 2017, tới nay đã được 7 tập. Tập 7 đã kịp phát hành để chào mừng lễ tổng kết hôm nay.

Lời tri ân và chào mừng

Hôm nay cùng quy tụ về đây, chúng ta tri ân tất cả những tấm lòng đã âm thầm lặng lẽ góp phần làm nên giải thưởng Viết Văn Đường Trường và những triển vọng của nó, từ tiền bạc, công sức, sáng kiến, sự quan tâm, khích lệ và lời cầu nguyện. Xin tri ân tất cả các giám khảo. Xin tri ân các trang truyền thông Công giáo. Cách riêng, chúng ta tưởng nhớ các tác giả tiền bối đã về với Chúa, các tác giả cao niên đã đồng hành trong những cuộc họp mặt hằng năm, và cả những tác giả hôm nay muốn hiện diện như một nghĩa cử chuyển giao thế hệ nhưng không có điều kiện. Tôi xin được nhắc tới những vị đã khuất trong thời gian chúng ta thực hiện giải thưởng: Lm. Anrê Dũng Lạc Trần Cao Tường, Lm. Phạm Văn Tuệ, Lm. Xuân Ly Băng, ĐGM nhà thơ Bạch Lạp Nguyễn Văn Sang, cụ Võ Long Tê, cụ Phạm Đình Khiêm, Lm. Võ Thanh Tâm, Lê Ngọc Hồ, nhà văn hóa Công giáo trẻ tuổi Phanxicô Xaviê Phạm Lê Anh Tuấn, và mới nhất, Lm. Phanxicô Xaviê Hoàng Đình Mai, tức Gã Siêu, giám khảo giải Viết Văn Đường Trường 2016. Tôi xin được nhắc tới những tác giả gần gũi với chúng ta, những vị hơn kém tuổi tôi đã đến với giải thưởng: các tác giả Lê Đình Bảng, Lê Quốc Hán, Quyên Di, Vi Vi, Đinh Tiến Luyện, Trần Văn Cảnh, Trần Vạn Giã, Paul Marie Cao Huy Hoàng, Lm. Nguyễn Tầm Thường, Lm Nguyễn Hồng Phúc và các vị giám khảo… Và còn nhiều vị khác nữa cũng đang dấn thân vào văn thơ Công giáo hoặc quan tâm không ít tới lãnh vực này nhưng trong khuôn khổ hạn hẹp của Giải Viết Văn Đường Trường chúng ta chưa có vinh dự được tiếp đón… Thay lời cho tất cả, tôi xin hân hoan mến chào tất cả các bạn đang có mặt ở đây, đại diện cho một thế hệ cầm bút mới của Giáo hội Việt Nam, một thế hệ đầy tình thân ái và cầu tiến, một thế hệ của hy vọng. Các bạn là nhúm men Chúa đang vùi vào rá bột cuộc sống, là hạt cải Chúa đang gieo vào lòng đời.

Xin tạ ơn Cha Cả Toàn Năng và Đức Kitô của Ngài. Xin tạ ơn Chúa Thánh Thần. Hiệp lời với Thánh nữ Đồng trinh Maria, các Thánh chứng nhân đức tin và các thánh Ngôn sứ, xin tạ ơn Thiên Chúa Ba Ngôi Chí Thánh.

Hẹn nhé, Qui Nhơn, mùa thu, tháng 9

Giải Viết Văn Đường Trường đang trôi dần vào quá khứ. Thế nhưng ngày hẹn gặp gỡ hằng năm vẫn còn đây, với những dấu chân Hàn Mạc Tử, để thêm quen biết nhau trong tình thân ái, để hướng tới làm việc chung. Hằng năm, mùa thu, 21 và 22 tháng 9, Qui Nhơn lại dang tay chào đón. Ta lại hẹn nhau về với Nước Mặn thân thương, với nỗi niềm dạt dào cho tiếng Việt. Ta lại hẹn nhau về bên đồi thi nhân, nhìn ra Biển Đông có thuyền ai đang tung lưới...

Qui Nhơn, 05-9-2018

Lm Trăng Thập Tự

Mời xem thêm:
MỘT TUẦN QUANH MỘT NGÀY VÀ MỘT NGÀY TRONG TUẦN ẤY
https://www.vanthoconggiao.net/2019/10/tuan-le-van-tho-cong-giao-hop-mat-tac-gia-nhieu-noi.html

10. *THẦN KHÚC* và VIỄN ẢNH DỊCH THUẬT

Chương này không hề có trong bố cục ban đầu.[1] Nó được chèn thêm vào phút cuối, bất ngờ và may mắn đến lạ lùng, như khi xe vừa lăn bánh mẹ chợt chạy theo gọi với để trao chùm chìa khóa bị bỏ quên, chùm chìa khóa để mở những rương quà gia bảo mẹ đã chuyển giao.

Không riêng tôi đãng trí, hình như cả Hội thánh Việt Nam suốt năm thế kỷ qua cũng có phần bị đãng trí, quên phiên dịch các tài liệu nguồn của chính mình.

"Dù đã có mặt tại Việt Nam gần 500 năm, ngoài *Thánh kinh*, cộng đồng Công giáo chưa có bản dịch các Giáo phụ, các Công đồng, các văn kiện Toà thánh,... (Đài Loan, Đại Hàn, Inđônêsia, Nhật Bản và Thái Lan đã thực hiện đến mức nào? Nghe đâu người ta đã làm xong hầu hết!). Ngay cả *Thánh kinh*, cho đến nay chúng ta vẫn chưa có một bản dịch chính thức. Chưa đủ quan tâm đến "Nguồn", việc "hội nhập văn hoá" và đối thoại với thiên hạ có nguy cơ dựa trên cái nghèo nàn chủ quan chứ không phải trên cái phong phú bao la và khách quan của truyền thống Hội thánh.

Kho tàng của Hội thánh cụ thể đã được các cha Dòng Tên tuyển dịch vào bộ *Sources Chrétiennes* (*Những nguồn tài liệu Kitô giáo*), NXB Du Cerf. Quyển mới xuất bản tháng 01-2008 được đánh số 519, trung bình mỗi quyển 380 trang, toàn bộ sách ước lượng gần 200.000 trang. Chuyển dịch khối lượng này sang tiếng Việt là một công việc mênh mông."

Tôi tự trích bài viết của mình cách nay đã 15 năm. [2]

[1] Chương 10 này được bổ sung sau cùng, khi bản thảo bộ sách đã nằm trên bàn ban biên tập của Nhà xuất bản.

[2] Lm. Trăng Thập Tự Võ Tá Khánh, "Một kế hoạch dịch thuật", Hiệp Thông số 46,

Các bạn chủng sinh, các anh chị em tu sĩ trẻ khi lướt qua bộ sưu tập có thể thấy mình như hạt cát trên duyên hải Việt Nam ngước nhìn dãy Trường Sơn của lịch sử, tựa như Têrêxa Hài Đồng Giêsu chợt nhận ra mình thật đáng thương hèn mọn trước những cây đa cây đề trên đường nên thánh. Thế rồi Chúa Thánh Thần đã mở ra cho chị một nẻo thật bất ngờ, nẻo yêu thương miệt mài từng giây phút trong hiện tại, và chị đã trở nên một vị thánh lớn, một bậc thầy trong Hội thánh về đường tâm linh.

Bạn không có khả năng và điều kiện để sáng tạo văn chương, để nghiên cứu hay phê bình văn học? Thế nhưng với phương tiện kỹ thuật hiện nay, bất cứ ai trong các bạn cũng có thể ngồi tại phòng mình mà tự luyện để trở thành dịch giả. Nhiều người nhờ thách đấu với máy vi tính mà trở thành cao thủ cờ tướng. Bạn cũng có thể tự luyện khả năng dịch thuật bằng cách chạy đua với "Google dịch".

Hãy tự dịch năm hoặc mười dòng rồi cho máy dịch thử và đối chiếu để sửa chữa. Những tuần đầu có thể máy thông minh hơn bạn nhưng về sau bạn có thể thích thú đoán ra nguyên do những cái ngây ngô của máy.

Tiếp đó, bạn sẽ thử với một đoạn hay một chương của một quyển sách đã được một dịch giả nhà nghề chuyển sang tiếng Việt, và cũng mời ông Gù trổ tài, rồi đối chiếu ba cột xem thử bạn còn phải học với hai chuyên gia ấy những gì, đồng thời bạn cũng có thể gật gù vì một số câu chữ trong bản dịch của mình.

Hãy cài vào máy những từ điển tiếng Việt, Hán-Việt, Anh-Việt, Pháp-Việt và cài vào công việc đều đặn ấy một chút lòng, chút lòng cho Chúa Giêsu và cho Hội thánh, bạn sẽ sớm thấy những điều diệu kỳ xảy đến cho tâm tư và trí não.

Mười lăm năm nữa, nếu bạn chỉ dịch tươm tất được một quyển sách bằng 1/10 hay 1/20 của tác phẩm _Thần Khúc_ được giới thiệu tại chương này, thì cũng đã là một đóng góp không nhỏ cho Hội thánh. Cứ rủ nhau cùng làm, sau đó mười năm, thế hệ các bạn có thể dịch và ấn hành hoàn tất vượt 200.000 trang của bộ *Sources Chrétiennes* và hơn nữa...

Ước gì đóng góp của người anh em đã dày công dịch *Thần Khúc* của Dante Alighieri là một con chim én nhỏ không những báo hiệu mà còn gợi hứng cho các bạn làm nên mùa xuân của nền Văn học Công giáo Việt Nam.

Lm. Trăng Thập Tự

---

tháng 3/2008, trang 178

LỜI GIỚI THIỆU *THẦN KHÚC* - BẢN DỊCH CỦA ĐÌNH CHẨN

Tgm. Giuse Ngô Quang Kiệt

Không còn nghi ngờ gì nữa. Dante là một thiên tài. *Thần Khúc* là một kiệt tác. Đã bảy trăm năm trôi qua mà Dante vẫn còn được ngưỡng mộ. Và *Thần Khúc* vẫn còn làm say đắm lòng người. Đã có bao nhiêu hội thảo thuyết trình về Dante và *Thần Khúc* ? Đã có bao nhiêu bài viết về Dante và *Thần Khúc* ? Thật rất khó để đếm!

Thật kỳ diệu một kiệt tác. Đó là vẻ đẹp tinh khôi nguyên tuyền. Nhìn đâu cũng thấy đẹp. Kỳ diệu nhất là ai cũng thấy mình trong đó. Giáo hội tán dương *Thần Khúc* là một lời tuyên xưng đức tin tuyệt hảo. Nước Ý tự hào *Thần Khúc* là áng thi ca làm rạng ngời ngôn ngữ tuyệt vời này. Thế giới yêu mến *Thần Khúc* vì đã nói lên tâm tư nguyện vọng của mọi người mọi nơi mọi thời.

Thật kỳ diệu một thiên tài. Thiên tài như người nắm giữ chân lý. Có sức thuyết phục không thể cưỡng lại. Có thể quy tụ những điều khác biệt. *Thần Khúc* là một tác phẩm trình bày đức tin Công giáo. Nhưng trong đó có đầy đủ tất cả. Từ triết học đến thần học. Từ xã hội đến chính trị. Từ nhân quyền đến lương tâm. Từ yêu thương đến hận thù. Từ trung tín đến phản bội. Từ tự nhiên đến siêu nhiên. Từ thưởng công đến phạt tội.

Dante là một thiên tài hiếm có. *Thần Khúc* là một tuyệt tác giá trị ngàn năm. Ai cũng muốn được thưởng thức. Ai cũng muốn giới thiệu cho người thân để cùng chia sẻ tuyệt tác nâng cao tâm hồn và tri thức này. Nhưng ở đây ta vấp phải những bức tường ngăn cách. Có bức tường ngôn ngữ. Có bức tường văn hoá. Có bức tường lịch sử. Có bức tường thi ca. Để đọc và hiểu được tác phẩm quý giá này đòi phải vượt qua ngần ấy bức tường. Nhưng để chuyển dịch thành ngôn ngữ quê hương cũng phải vượt qua ngần ấy bức tường ở chiều ngược lại.

Tổng giám mục Giuse Ngô Quang Kiệt

** Sinh năm 1952 tại Mỹ Sơn, Lạng Sơn. 1964-1972: Tiểu Chủng viện Thánh Têrêxa Long Xuyên; 1972-1978: Đại chủng viện Thánh Tôma Long Xuyên; 1978-1991: phục vụ tại Nhà thờ Chính tòa Long Xuyên; 31-5-1991: Thụ phong linh mục; 1993-1997: Học viện Công giáo Paris; 1997: Chưởng ấn Toà Giám mục Long Xuyên; 03-6-1999: Giám mục Lạng Sơn; 19-2-2005: Tổng Giám mục Hà Nội; 13-5-2010, từ chức vì lý do sức khoẻ, về sống tại Đan viện Châu Sơn, Nho Quan, Ninh Bình, cầu nguyện, giúp tĩnh tâm và viết sách.*

** Tác phẩm: Đi trong ánh sáng lời Chúa, 2 tập (2010-2011), Sống Lòng thương xót theo gương Mẹ Têrêxa (2016).*

Thật vui mừng khi linh mục Đình Chẩn đã dày công chuyển dịch trọn bộ tác phẩm *Thần Khúc* sang tiếng Việt. Dịch giả đã vượt qua được hết những bức tường ngăn cách để đến với *Thần Khúc* và Dante. Và trở về dịch giả đã đem Dante và *Thần Khúc* đến với người Việt. Vượt qua những bức tường ở chiều ngược lại, dịch giả khiến cho Dante và *Thần Khúc* trở nên rất gần gũi với chúng ta. Không kể những thể thơ quen thuộc như lục bát, song thất lục bát, xen lẫn với các thể nói lối, chầu văn, có cả thơ mới tám chữ, tự do, Đình Chẩn còn có cách dùng chữ rất quen thuộc và rất Việt Nam. Xin đưa ra vài ví dụ tiêu biểu:

Sử dụng điệp ngữ

-Khi ráng tới chân đồi thanh vắng
Xa lánh *xa* thung lũng tuyệt mòn
Vơi lắng *vơi* vẻ mệt héo hon
Ngước trông lên thấy sườn non biêng biếc

-Ba ác thần vấy máu *lởm lòm lom*
Mấy động thái giương *hàm hanh hách*

Vận dụng tục ngữ ca dao

Như con bạc thiêu thân *mơ ăn cả*
Chốt canh mờ thờ thẫn *ngã về không*
Thân tàn ma dại, *mèo mả gà đồng*

Tưởng vuốt *tham không đáy* mở lượng tha ngươi!?
Thì đợi đấy! Túm *được voi, vòi được tiên* chưa thỏa!
Bè hoang thú kết *dây mơ rễ má*!
Lũ *điếm đàng* dệt vây ả ám mờ!

-“*Yêu nhau vạn khó không nề*
Dù trăm chỗ lệch, cũng kê cho bằng”!

- "Thiên đàng Hoả ngục đôi quê
Ai khôn thì về, ai dại thì sa"

Lẩy Kiều, trích Kiều

Đường xa đưa lối, lời vàng dạ xuôi
Cho *ngọc thốt*, cho *hoa cười*
Dù chưa nguy kịch cũng cậy Người ra tay!

Ngục sầu ôn phút uyên ương
Mây trôi bèo dạt trăm đường xót xa!
(*Đau đớn thay phận đàn bà*
Lời rằng bạc mệnh cũng là lời chung!) (Kiều)
Tấc thành muốn xẻ não nùng

Sử dụng điển ngữ quen thuộc

Mắt nàng tinh tú sa kỳ
Hằng Nga cởi dép! *Tây Thi* vén rèm!

Mối thù càng chất càng đầy
Nồi da xáo thịt nát thây tội tình

Sử dụng đối ngẫu

Hỡi Cà Rồng, cớ chi rủa rủa khùng khùng ?
Ôi Quỷ Sứ, sao cứ gầm gầm quát quát ?

Ngay tức thì, hắn đơ điếng, râu xồm xoàm quét quét
Nhưng sau đó, chân đảo điên, mắt lửa chiến bừng bừng

Đồ rủa cha, khinh mẹ, chửi mèo, mắng chó
Bọn giết vợ, rẫy chồng, phụng rẽ, loan chia
Lũ giày xéo quê hương, khẩu phật tâm xà
Phường xảo gian thế giới, mưu ma chước quỷ

Vận dụng truyện cổ tích

"Vừng ơi, mở cửa!" như không
Chẳng gì cản được thần thông tay Người.

Nhiều người nói Dante rất gần gũi với Nguyễn Du. Cả hai là những đại thi hào. Cả hai đã có những tác phẩm thi ca đồ sộ. Cả hai đã đưa ngôn ngữ quê hương mình lên tầm mức tinh tế và trong sáng.

Nhưng tôi thấy Dante rất gần gũi với Hàn Mạc Tử. Cả hai đều là những tín hữu thuần thành. Cả hai có đức tin sâu sắc. Nhất là cả hai đã kết tinh đức tin trong những vần thơ tuyệt diệu. Tạo nên một vẻ đẹp không gì so sánh được. Chính vẻ đẹp ấy có sức thuyết phục và quy tụ mọi người. Xin trích một đoạn mở đầu phần Thiên đàng:

Hào quang giãi sóng thiêng chao
Sáng lừng vạn thế, sáng bao la trời
Lừng lẫy sáng! Láng tùy nơi
Láng đường hoan hảo, lẫy lời diệu ngân.
---o0o---
Đây Thiên cung sáng tuyệt thần diễm lệ
Hớp hồn say hào quang mĩ miều bay
Hòng chìm lắng, chìm, say, đắm, ngất ngây
Chao! Lặng nghe vô ngôn lời khôn tả!
Hồn khát về Cực Thánh tìm vô giá
Dạ mong đến Vô Cùng kiếm khôn nguôi
Càng mê say càng vươn tới muôn trời
Vượt trên hết quan năng ngàn kí ức
Nguồn sáng rợp khắp thiên đường nưng nức
Tâm trí say sưa rạo rực nguyên châu
Sông ngân reo khúc nhiệm mầu…!

Xuyên qua bản dịch của linh mục Đình Chẩn, chúng ta sẽ phần nào thưởng thức được vẻ đẹp muôn đời của *Thần Khúc* và tài năng phi thường của Dante. Tôi tin rằng vẻ đẹp thuần khiết của tác phẩm này sẽ nâng cao tâm hồn và đưa chúng ta lại gần nhau. Như tư tưởng của Teilhard de Chardin, nhà khảo cổ nổi tiếng: ĐĂNG GIẢ HỘI.[1] Vì thế tôi trân trọng giới thiệu tác phẩm Thần Khúc của Dante, qua ngòi bút dịch thuật của linh mục Đình Chẩn.

Châu Sơn đầu xuân Nhâm Dần
+ Giuse Ngô Quang Kiệt
Nguyên Tổng giám mục Hà Nội

1 Nghĩa là "những gì vươn lên cao thì sẽ tụ hội với nhau". Cuối phần Thiên đàng, khi Dante chìm đắm trong thị kiến, bầu trời vô hình, thì ông thấy tất cả đều hội tụ chỉ còn ở trong một điểm hợp nhất-Đình Chẩn chú thích.

GIỚI THIỆU *THẦN KHÚC* THIÊN ĐÀNG QUA BẢN CHẤP BÚT CỦA ĐÌNH CHẨN

Lm. Giuse Cao Gia An

Năm Thần học thứ I tại Đại Học Giáo Hoàng Gregoriana ở Rôma, tôi bắt đầu mon men đọc *Thần Khúc* của Dante. Thấy tôi mê mẩn cắm cúi trên tập sách dày cộm, một anh bạn người Ý ở cùng Học Viện nheo nheo mắt cười: "Chúc may mắn nhé!"

Sau một thời gian vật vã, tôi mới hiểu ra lời chúc của anh bạn. Từ vốn liếng kinh nghiệm vài năm học hành và làm việc ở Roma, tôi cứ tưởng tiếng Ý của mình đã đủ tốt để có thể đọc được *Thần Khúc* . Nhưng tôi đã lầm. *Thần Khúc* không phải là một tác phẩm dễ đọc ngay với cả người Ý, huống chi là với một sinh viên Châu Á như tôi!

Hơn mười năm sau tôi lại mon men tập đọc *Thần Khúc*, vì không cam tâm chỉ làm kẻ đứng bên ngoài một kho tàng kỳ bí, một khu vườn diễm lệ và ngào ngạt sắc hương như thế. Một thế giới bao la vẫn không ngừng vẫy gọi và chờ tôi khám phá. Lần này, tôi ý thức hơn về những khó khăn đang chờ đợi mình.

Khó khăn đầu tiên vẫn là khoảng cách về ngôn ngữ và văn hoá. Ra đời vào cuối thời Trung Cổ, lại được viết bằng phương ngữ vùng Florentina, *Thần Khúc* của Dante luôn là một thách thức to lớn với bất cứ học giả nào thuộc văn hoá hiện đại. Dò dẫm manh nha để tiến lại gần thì nhiều người có thể. Nhưng để thưởng thức được bút pháp, nhận ra được thần thái, và cảm thụ được hồn thơ của một thi sĩ tài hoa như Dante thì rất khó. Thần Khúc sử dụng rất nhiều thành ngữ, lối nói, và nhất là nhịp thơ độc đáo của vùng Toscana. Lối hành thơ được xây dựng theo đơn vị khổ, mỗi khổ 3 dòng và mỗi dòng 3 nhịp thơ. Rất khó để chuyển dịch nhịp thơ này sang các ngôn ngữ khác.

Thêm nữa, nếu *Thần Khúc* của Dante được gọi là một tuyệt phẩm, tuyệt phẩm ấy được cưu mang và sinh thành trong chiếc nôi văn hoá Hy Lạp cổ đại, với rất nhiều bóng dáng của truyền thuyết đã được thu nhận và thích nghi bởi văn hoá Rôma, lại được kế thừa và phát triển xuyên suốt dòng lịch sử ngàn năm của Tây Phương. Thế nhưng văn hoá Kitô giáo mới chính là linh hồn của *Thần Khúc*. Ngoài những điển tích đến từ văn hoá Hy Lạp và Roma cổ đại, xuyên suốt khắp tác phẩm là vô số hình ảnh mang tính ẩn dụ và biểu tượng chỉ có thể hiểu được đối với một người sinh ra và lớn lên trong lòng Kitô giáo. Dante minh nhiên đề cập đến Đức Trinh Nữ Maria, các thánh Tông Đồ như Phêrô, Gioan, Giacôbê, các Thánh Augustinô, Biển Đức, Đamianô, Bênađô, Đaminh, Tôma, Phanxicô Assisi, Bônaventura... Có cả Hoàng Đế Constantinô, người khởi đầu dòng lịch sử Giáo Hội Kitô giáo trên toàn cõi Rôma, hay Carlo Đại Đế, vị Hoàng Đế đầu tiên của Thánh Quốc Rôma. Có bóng dáng của các cuộc Thập tự chinh và những biến loạn của Giáo hội trong suốt thời Phục hưng. Có vô số hình ảnh biểu tượng của Kitô giáo như các nhân đức đối thần, các nhân đức trụ, các bí tích, những trực giác thần bí, những hình ảnh ẩn dụ về đức tin, về Giáo Hội... Đó là chưa kể đến những yếu tố ngôn ngữ và hình ảnh chịu nhiều ảnh hưởng từ dòng văn chương cánh chung và khải huyền của Kinh thánh.

Có thể nói rằng *Thần Khúc* là một mảnh đất màu mỡ, kết tinh từ nhiều yếu tố ngôn ngữ, văn hoá, nghệ thuật, lịch sử, triết học, tính trí tuệ và học thuật, nền thần học Kitô giáo, vũ trụ quan của Do Thái giáo, đậm đặc yếu tố văn chương và tôn giáo khởi nguồn từ *Kinh thánh*. Chỉ cần thiếu một trong những yếu tố trên, việc đọc và hiểu Thần Khúc liền trở nên khập khiễng.

Thế nhưng *Thần Khúc* là gì? Phân khúc Thiên đàng nằm ở đâu trong *Thần Khúc*? Có gì đặc biệt trong *Thần Khúc* Thiên đàng của Dante? Có gì đặc biệt trong bản dịch *Thần Khúc* Thiên đàng của tác giả Đình Chẩn? Làm cách nào để một độc giả bình dân có thể hào hứng tiếp cận, đọc hiểu và thưởng thức tác phẩm này?

Thần Khúc là tên được dịch từ tiêu đề tiếng Ý, *"Divina Commedia"*. Divina, "Thần", là tính từ được thêm vào tiêu đề sau hơn 150 năm tồn tại của tác phẩm, như một lời ca tụng và tán dương vẻ đẹp kỳ diệu của áng thơ bất hủ này. Nguyên gốc, tác phẩm được chính tác giả Dante gọi là *Commedia*. Thật ra, Commedia là thuật ngữ chỉ về tên của một thể văn hơn là tên của một tác phẩm. Cần biết rằng có hai thể loại chính trong văn chương và kịch nghệ Hy Lạp.[1] Thể loại thứ nhất thường khởi đầu với bối cảnh của một cuộc sống tốt đẹp, đầy những yếu tố tích cực và màu sắc vui tươi, nhưng lại kết thúc không có hậu với những nỗi đau, đổ vỡ, và cái chết. Thể loại ấy được gọi là Tragedia, bi kịch. Ngược với Tragedia là Commedia. Chữ Commedia dễ bị hiểu lầm khi được dịch sang ngôn ngữ hiện đại là Commedy, hài kịch. Commedia trong văn thơ và nhạc kịch của Hy Lạp thật ra chẳng có gì liên quan đến yếu tố hài hước. Thể loại này thường khởi đầu với một vấn nạn về cuộc sống, được phát triển với những gút thắt kịch tính, nhưng luôn khép lại bằng một kết thúc có hậu. Trọn vẹn tác phẩm của Dante có cấu trúc theo thể loại này: khởi đầu với những yếu tố tiêu cực (Hoả ngục), băng qua những khó khăn và thử thách (Luyện ngục) để hướng đến một kết thúc viên mãn (Thiên đàng). Với cấu trúc 3 bước như thế, Dante có lý do để gọi tác phẩm của mình là Commedia.

Như thế, tác phẩm *Divina Commedia* gồm ba phần: Địa ngục, Luyện ngục, và Thiên đàng. Mỗi phần gồm 33 ca khúc liên tiếp nhau. Tính luôn cả ca khúc dẫn nhập, trọn vẹn tác phẩm bao gồm 100 ca khúc. Thiên đàng là phần thứ ba. 33 ca khúc của Thiên đàng đã hướng toàn tác phẩm đến một kết thúc có hậu, một kết cục viên mãn.

Thần Khúc Thiên đàng của Dante là kết tinh của một trực giác được nhào luyện từ kinh nghiệm đậm tính khải huyền của *Kinh thánh*. Thi sĩ nâng mình lên chín tầng trời cao vời vợi để chiêm ngắm say sưa thế giới siêu nhiên, để vươn đến Thiên Chúa. Độc giả được dẫn đi lần lượt băng qua vùng trời của các tinh cầu, theo thứ tự gồm: 1. Mặt Trăng (ca khúc I-V); 2. Sao Thủy (ca khúc VI-VII); 3. Sao Kim (ca khúc VIII-IX); 4. Mặt Trời (ca khúc X-XIVa); 5. Sao Hỏa (ca khúc XIVb-XVIIIa); 6. Sao Mộc (ca khúc XVIIIb-XX); 7. Sao Thổ (ca khúc XXI-XXIIa); 8. Sao Thiên Vương là vùng trời của các thần Kêrubim (ca khúc XXb-XXVII), và 9. Định Tinh là vùng trời của các thần Xêraphim (ca khúc XVIII-XXIX).

Cần lưu ý rằng vũ trụ như được miêu tả trong Thiên đàng không phải là một vũ trụ vật chất. Chín tầng trời của Dante là một sự kết hợp sáng tạo độc đáo giữa nhãn quan thiên văn học của Ý thời ấy và nhãn quan thần học Kitô giáo. Chín tầng trời tương ứng với chín phẩm Thiên thần như được cưu mang trong não trạng *Kinh thánh* của người Do Thái. Tất cả chín tầng trời đều quy về một mối, tất cả chín phẩm Thiên thần đều quy phục và hướng về trung tâm ở tầng trời thứ 10 là Thiên đình, nơi có ngai toà của Thiên Chúa (ca khúc XXX-XXXIII). Và

[1] Trong bài giới thiệu Thần Khúc ở phần Hoả Ngục, người biên dịch có giới thiệu thêm một thể loại phụ nằm giữa Commedia (kịch) và tragedia (bi kịch) là elegia (ai ca) theo thi học Aristốt. Ai ca là nét đặc trưng ở đại trường ca Luyện ngục.

như thế, Thần Khúc Thiên đàng khiến người đọc choáng ngợp trong thế giới linh thánh mới mẻ của cõi trời cao, của ánh sáng lung linh ảo huyền, của thế giới rỡ ràng hạnh phúc của các thiên thần và các thánh. Được mô tả bằng vẻ tráng lệ của nghệ thuật, nhưng thế giới ấy chỉ có thể cảm thụ được bằng cặp mắt chiêm niệm của đức tin Kitô giáo.

Trước Đình Chẩn, đã có một số tác giả thử sức trong việc biên dịch *Thần Khúc* sang Tiếng Việt. Mỗi dịch giả đều có một nguồn gốc xuất thân khác nhau, bối cảnh văn hoá và công việc khác nhau, đều có những thuận lợi và khó khăn khác nhau. Dẫu vậy, chúng ta có thể nhìn thấy nơi Đình Chẩn sự hội tụ của nhiều yếu tố cần thiết để có thể tiến rất gần đến việc đọc và hiểu *Thần Khúc* của Dante một cách ít khập khiễng nhất. Ai cũng biết rằng *Thần Khúc* là một tuyệt tác. Nhưng không phải ai cũng thưởng thức được tác phẩm ấy tuyệt như thế nào. Không phải ai cũng có thể giúp độc giả thưởng thức được cái tuyệt của tác phẩm. Bản dịch của Đình Chẩn là một nỗ lực rất đáng trân trọng trong việc giúp chúng ta thưởng nếm sự trác tuyệt của Dante. Đây là một bản dịch rất khác biệt.

Thứ nhất, bản dịch này dẫn chúng ta trở lại với ngôn ngữ quen thuộc của nhà Đạo. Dante là một thi sĩ Kitô giáo. Các dịch giả không phải là Kitô hữu và xa lạ với văn hoá thần học Kitô giáo sẽ gặp rất nhiều bối rối và lẫn lộn khi phải đối diện với những thuật ngữ chuyên biệt của nhà Đạo trong thơ Dante. Với bản dịch của Đình Chẩn, các tên riêng, các danh từ riêng, các thuật ngữ nhà Đạo... được định danh lại cách đúng đắn và chính xác trong tiếng Việt. Ngoài ra, có một nỗ lực rất đáng được ghi nhận, đó là việc toàn bộ tên riêng của các nhân vật trong *Thần Khúc* đều được dịch hoặc ký âm sang tiếng Việt để tạo một cảm giác quen thuộc nhất định với độc giả người Việt. Không quá khi nói rằng bản dịch của Đình Chẩn là một nỗ lực Việt hoá *Thần Khúc*.

Thứ hai, có thể thấy rất rõ ràng tác giả đã không bằng lòng với việc chỉ dịch nghĩa của những câu thơ của Dante, cũng không hài lòng với việc chỉ tạo ra một bản dịch như văn xuôi và có chút hơi hướng của thơ. Tác giả đã vật lộn để tìm cách diễn lại cái thần của *Thần Khúc*, để bản tiếng Việt của *Thần Khúc* thật là thơ.

Hãy thử đọc qua khúc dạo đầu như được diễn lại bởi các dịch giả khác nhau:

Vinh quang của người làm chuyển động muôn vật,
Xâm nhập vũ trụ và chiếu sáng
Nơi này nhiều còn nơi khác ít hơn.
Tôi đã đến bầu trời tiếp nhận nhiều ánh sáng nhất,
Đã thấy nhiều điều mà người từ trên đó trở về

Không biết hoặc không thể kể lại.
Vì khi đến gần điều mong muốn,
Trí tuệ ta thường thâm nhập quá sâu,
Và ký ức đã không theo kịp.
Tất cả những gì tôi biết về Vương quốc thần thánh,
Sẽ tạo nên một kho báu trong tôi,
Từ nay thành đề tài bài ca của tôi.

(Bản dịch của Nguyễn Văn Hoàn)

Đấng chuyển vạn vật vinh quang,
Đi vào vũ trụ và làm sáng tươi,
Nơi nhiều, nơi khác ít thôi,
Tôi đã đến Trời, ánh sáng bao la.
Điều trông thấy chẳng ai qua,
Không biết hoặc chẳng thể mà kể chi.
Đến gần điều mong muốn khi,
Trí tuệ thấu hiểu nơi thì quá sâu.
Ký ức không kịp đi theo,
Vương quốc Thần Thánh những điều biết tôi,
Tạo nên kho báu trong người,
Từ nay thành một đề tài thi ca.

(Bản dịch của Nhất Uyên)

Còn đây là cách Đình Chẩn chấp bút:

Hào quang giãi sóng thiêng chao
Sáng lừng vạn thế, sáng bao la trời
Lừng lẫy sáng ! Láng tùy nơi
Láng đường hoan hảo, lẫy lời diệu ngân.
Đây thiên cung sáng tuyệt thần diễm lệ
Hớp hồn say hào quang mĩ miều bay
Lòng chìm lắng, đắm, chìm, say, ngất ngây
Chao ! Lặng nghe vô ngôn lời khôn tả !
Hồn khát về cực thánh thơm vô giá
Dạ mong đến vô cùng kiếm khôn nguôi
Càng mê say càng vươn tới muôn trời
Vượt trên hết quan năng ngàn kí ức
Nguồn sáng rợp khắp thiên đường nưng nức
Tâm trí say sưa rạo rực nguyên châu
Sông ngân reo khúc nhiệm mầu…!

Tôi gọi đây là chấp bút, vì không thể xem tác phẩm của Đình

Chẩn chỉ đơn thuần là một bản dịch. Công việc mà tác giả này đã miệt mài từ những tháng ngày còn là một chủng sinh thần học tại Rôma cho đến khi đã lãnh nhận thiên chức linh mục ở Việt Nam chính là sáng tác lại tác phẩm *Thần Khúc* từ khởi nguồn cảm hứng của Dante.

Có thể sẽ có nhiều lời phê bình vì lối dịch không bám vào chữ nghĩa theo nguyên bản tiếng Ý. Chắc cũng sẽ có nhiều lời phê bình vì lối sử dụng tiếng Việt mông lung và kỳ bí khó hiểu. Nhưng thơ có phải là để hiểu, hay quan trọng hơn là để thưởng thức, để cảm thụ, để bay bổng, để mộng mơ? Tác phẩm của Đình Chẩn chắc chắn là một nỗ lực rất đáng trân trọng, nhất là trong hoàn cảnh chưa có một tác giả Công giáo Việt Nam nào dám thử sức với trọn vẹn công trình *Thần Khúc* của Dante. Đình Chẩn đã vận dụng khả năng làm thơ của mình để một tác phẩm ra đời vào thế kỷ thứ XIV từ tận Châu Âu xa xôi, giờ đây được khoác lên mình chiếc áo thơ rất Việt và rất tuyệt:

Thái dương tỏa sóng bao la
Thơm lên muôn má ngân hà phiêu diêu.
Nhan thiện bích ngời mỹ miều hương sắc
Bóng xoay chìm nhìn thẳng mặt trời xoay
Phượng hoàng bay dán mắt khôn sánh tày
Chao ôi tòa sáng lay bay ngọc biếc!
Như ánh sáng chiếu gương thần diễm tuyệt
Tựa sông hằng ngời ánh nhiệm uyên nguyên
Tôi run rẩy trong ánh mắt tinh tuyền
Nóng ran người ngước chiêm vầng minh diệu
Nhắm nghiền mắt thấy muôn điều khôn thấu
Chao ngất ngư trí phàm hiểu làm sao!

(Ca khúc I,7)

Và đây, những câu thơ rất thơ:

Vầng dương xưa cháy tim yêu
Truyền thêm chân lý diễm kiều cho tôi
Lòng bên lòng trôi êm trôi
Lời minh giải thiết tha hồi tâm giao!

(Ca khúc II,1)

Như chồi non nở trên cây sự thật
Ánh mặt trời kéo lên đỉnh thiên không
Từng thiên cầu vượt thiên cầu mênh mông
Mời gọi tôi, khuyến khích tôi lên mãi.

(Ca khúc IV,15)

Đình Chẩn thường xuyên chèn vào bản dịch của mình những câu lục bát với lối chơi chữ độc đáo:

Này ai mê mộng nam kha
Bụi bèn bén cánh hồn sa thảm phiền
Bến mê mê tưởng thềm tiên
Tiền tài tan tác tiếc triền thiên thu!

(Ca khúc XI,1)

Hay như:

Tôi may thoát cảnh đêm dài
Ngắm nhan thiện bích, chiêm ngai thiên đàng.
Dập dìu muôn giải hồn quang
Xoay vòng vạn tuế, kết tràng triều thiên.

(Ca khúc XI,3)

Lối thơ diễn truyện cũng được vận dụng rất nhuần nhuyễn, chẳng hạn trong câu chuyện về thánh Phanxicô thành Assisi:

Chàng vừa xuân sắc tơ duyên
Phải lòng thiếu phụ, lỡ nguyền sắt son.
Mặc cha đe đuổi từ con
Tay dâng trả hết, dạ còn yêu thêm.

(Ca khúc XI,7)

Có cả những câu thơ mang dáng dấp của ca dao:

Như làn nước xoáy trong bình
Xoay xuôi xoay ngược có mình có ta
Xoáy ngoài vào, xoáy trong ra
Tang tình tang nhịp tay ta tay mình.

(Ca khúc XIV,1)

Và sự vượt thoát hoàn toàn khỏi cái khuôn khổ gò bó của một bản dịch để trở thành những vần thơ đầy giá trị Tin mừng và có khả năng diễn tả đức tin thật đẹp:

Nhờ ơn chúa tràn trề ban xuống
Bao làng quê xoay chuyển vươn lên
Thoát nô lệ, xóa tội khiên

Về đường vinh sáng, bỏ miền tối tăm.
Bao người xưa chuyên chăm chiêm niệm
Giờ đắm say phúc diễm vô biên
Một đời ngây ngất cung chiêm
Đời đời ngây ngất cảnh huyền vinh sang.

(Ca Khúc XXII,6)

Vâng, con tin Đức Chúa Trời
Ba Ngôi một Chúa, đời đời hiển vinh.
Tin Ngài sáng tạo tài tình
Muôn ngàn tinh tú, chuyển mình diệu vi.

(Ca khúc XXIV, 17)

Là một thi sĩ đứng trước một trực giác kì bí như Thiên đàng, không ít lần Dante phải thốt lên về sự bất lực của ngôn từ và khả năng diễn đạt nơi người làm thơ. Sự bất lực ấy là một phần trong ơn gọi của thi sĩ, một ơn gọi diễm phúc như được diễn tả bởi Dante và được Đình Chẩn chấp bút thế này:

Ta sẽ về trong tiếng lòng đổi mới
Ta sẽ về bên Giếng Rửa Tội xưa
Mái đầu xanh cho nguyệt quế ươm thơ
Diễm phúc thay ơn gọi làm thi sĩ.

(Ca khúc XXV,2)

Diễm phúc thay ơn gọi làm thi sĩ! Và cũng diễm phúc thay cho dòng văn chương Công giáo Việt Nam với sự ra đời của một tác phẩm đồ sộ như *Thần Khúc* bằng tiếng Việt, bằng tiếng Việt rất thơ!

Tôi không hề có ý tán dương bản dịch *Thần Khúc* của Đình Chẩn là một tuyệt tác, một bản dịch hoàn hảo, hay một công trình đã hoàn chỉnh. Vẫn còn nhiều điều có thể cải thiện tốt hơn. Còn nhiều chỗ chưa thoát khỏi cám dỗ dịch cho thật sát chữ đến độ câu bị tối nghĩa, rối nghĩa. Còn nhiều chỗ chỉ mới dừng ở mức dịch nghĩa chứ chưa thật sự diễn thơ. Có những câu còn nặng lối văn nói và nghèo nhạc tính...Thế nhưng công bằng mà nhìn nhận thì đây là một công trình rất đáng trân trọng. Để theo và theo cho đến cùng việc dịch thuật *Thần Khúc*, phải cần đến biết bao là mồ hôi và tâm huyết, biết bao là kiên nhẫn và say mê! Bản dịch *Thần Khúc* Thiên đàng của Đình Chẩn có thể chưa phải là một điểm đến, nhưng đã là một khởi đầu rất trọn vẹn. Mọi sự sẽ chín muồi với thời gian nếu vị dịch giả này tiếp tục theo đuổi niềm đam mê và chăm chút gọt dũa cho tác phẩm của mình.

Đọc xuyên suốt bản dịch này, trong tôi được thắp lên một niềm hy vọng đầy an ủi: Một tác phẩm *Thần Khúc* thuần Việt là điều hoàn toàn có thể! Gia sản đồ sộ của Kitô giáo về văn hoá, lịch sử, thần học, giáo lý...được bảo tồn và truyền tải bằng ngôn ngữ kỳ diệu của thơ ca là hoàn toàn có thể! Có thể các học giả đã đúng khi cho rằng tiếng Việt còn rất non trẻ và thiếu nhiều thuật ngữ trong các lãnh vực chuyên môn của Kitô giáo. Nhưng đứng trước nỗ lực không mệt mỏi của Đình Chẩn trong việc biên dịch *Thần Khúc*, tôi như được nhắc nhớ về nguồn sức mạnh tiềm tàng vô hạn cần được khai phá nơi kho tàng tiếng Việt. Một trong những cách khai phá hữu hiệu nhất chính là ngang qua thế giới linh thánh và tráng lệ của thơ ca Công giáo.

Cuối cùng, nếu bạn hỏi tôi nên đọc *Thần Khúc* thế nào, nên bắt đầu từ đâu? Câu trả lời của tôi đơn giản lắm: từ đâu cũng được, nhưng nên bắt đầu từ từ. Thật ra, 100 ca khúc của toàn bộ tác phẩm này hoàn toàn có thể được đọc như những bài thơ độc lập. Mỗi bài thơ có một chủ đề khác nhau, mang những vẻ đẹp kỳ vĩ khác nhau. Bạn có thể bắt đầu với bất cứ bài thơ nào. Ở khởi đầu của mỗi ca khúc đều đã có sẵn một lời giới thiệu sơ lược về nội dung, về cấu trúc, về đặc tính văn chương và loại hình nghệ thuật chủ đạo được vận dụng trong ca khúc. Dịch giả Đình Chẩn còn chu đáo để lại rất nhiều ghi chú giải thích những điểm khó hiểu và xa lạ với văn hoá chúng ta: những điển tích, những tên riêng, những ám chỉ, những hình ảnh ẩn dụ...Mọi thứ đã như một bàn tiệc được bày sẵn. Xin mời bạn đến tham dự. Chúc bạn cảm nếm được sự trác tuyệt của Thần Khúc , tuyệt phẩm sống mãi với thời gian trong dòng văn chương Kitô giáo.

Cao Gia An, S.J.
Rôma, cuối Tháng Hoa 2022.

ĐÔI NÉT THÂN THẾ VÀ SỰ NGHIỆP THI HÀO DANTE

Đình Chẩn

Năm 2021, kỷ niệm 700 năm ngày giỗ Dante Alighieri (1265-1321), một trong những đại thi hào bất hủ của nhân loại, ngang hàng với Homer của Hy Lạp, Shakespeare của nước Anh hay Goethe của Đức.[1] Đối với người Ý, Dante Alighieri không chỉ là Nhà Thơ Tối Cao (*Sommo Poeta*) của *Thần Khúc* , một thi phẩm được coi như *Kinh thánh* thời Trung Cổ, mà ông còn là cha đẻ ngôn ngữ của họ. Trong thế giới Công giáo, Dante thậm chí còn chiếm vị trí độc nhất vô nhị. Ba tài liệu sau đây [2] cũng đủ cho thấy điều đó:

- Đức Giáo hoàng Biển Đức XV, Thông điệp Trên Đỉnh Hào Quang (In Praeclara Summorum) dịp kỷ niệm 600 năm ngày mất Dante, công bố ngày 30.04.1921.

- Đức Thánh Giáo hoàng Phaolô VI, Tự sắc Ca Khúc Tuyệt Đỉnh (Altissimi Cantus), dịp kỉ niệm 700 năm sinh nhật đại thi hào Dante Alighieri, 07.12.1965.

- Và Đức Giáo hoàng Phanxicô, Tông thư Vẻ huy hoàng của ánh sáng vĩnh cửu (Candor lucis aeternae) dịp giỗ 700 năm đại thi hào Dante Alighieri, công bố ngày 25.03.2021.

Dante là ai mà được các Đấng kế vị Thánh Phêrô hết lời ca ngợi như thế?! Chẳng phải ông đã từng có những lời xúc phạm Đức Giáo hoàng thời ông trong *Thần Khúc - Hoả Ngục* đó sao?! Sau đây là đôi nét thân thế và sự nghiệp đại thi hào Dante và đôi lời các Đức Giáo hoàng để tạm trả lời cho câu hỏi nêu trên.

---

[1] https://www.seventowers.ie/greatest-poets/

[2] Ba tài liệu này được in lần lượt trong ba phần của Thần Khúc. Ba tài liệu cũng đã được công bố trên https://www.vanthocongiao.net

1. Đôi nét thân thế thi hào Dante

Dante Alighieri (tên rửa tội là Durante Alighieri) sinh khoảng giữa tháng 5-6 năm 1265 tại thành Phirenxê và mất đêm ngày 13 rạng ngày 14 tháng 09 năm 1321 tại Ravenna, nước Ý. Xuất thân trong một gia đình quí tộc nhỏ, nhưng tuổi thơ của ông sớm phải chịu cảnh mồ côi mẹ khi chưa đầy 10 tuổi và mồ côi cha ở tuổi vị thành niên.

Năm 1274, khi mới 9 tuổi, lần đầu tiên Dante được gặp nàng thơ Thiện Bích (Beatrice) và trái tim chàng thiếu niên ấy đã bị "tiếng sét ái tình" bắt cóc, để rồi viết lên những áng thơ bất hủ trong tác phẩm *Cuộc Đời Mới* (*Vita Nuova*) và nhất là kiệt tác *Thần Khúc*.

Năm 1277, khi Dante 12 tuổi, ông được hứa hôn với Gemma di Manetto Donati. Tám năm sau, hai người chính thức kết hôn với nhau và sinh được 3 người con: Pietro, Jacopo và Antonia. Cô con gái út của Dante sau này trở thành một nữ tu, lấy tên sơ Thiện Bích, trùng với tên của nàng thơ của người cha.

Dante Alighieri sống trong thời kỳ đỉnh cao của thế kỷ 13 và 14 (1265-1321), cũng là giai đoạn chuyển tiếp giữa thời Trung cổ và Phục hưng. Ông là nhà thơ đầu tiên viết một tác phẩm lớn bằng tiếng bản ngữ, là một phần của phong trào được gọi là "Phong cách mới". Đó là một thời kỳ có nhiều biến chuyển, trên thế giới và trong Giáo hội.

Ông được lớn lên trong bầu khí tâm linh Kitô giáo chịu ảnh hưởng lớn bởi tinh thần thánh Phanxicô Assisi (1181-1226), vị thánh lừng lẫy mới chỉ khuất bóng 39 năm trước khi Dante chào đời. Thời trai trẻ, Dante được chứng kiến phong trào Anh em Hèn mọn cũng như các Chị em Clara khó nghèo (*Dòng Thánh Clara, theo tinh thần thánh Phanxicô*) lan rộng khắp Châu Âu. Bản thân Dante sau này cũng trở thành một tu sĩ Dòng Ba Phanxicô, trong bậc sống gia đình. Dante hết mực sùng kính Thánh Phanxicô Assisi trong suốt cuộc đời. Ông coi Ngài thực sự là Đức Kitô thứ hai vì đã sống triệt để tinh thần Tin mừng (x. Thiên đàng, Ca khúc XI).

Giáo hội và đức tin khi ấy chi phối tất cả mọi khía cạnh đời sống xã hội. Tuy nhiên, như Dante cho thấy, điều đó không có nghĩa là mọi người, kể cả thành phần cao cấp nhất của Giáo hội đều sống theo tinh thần của Chúa Giêsu. Bản chất con người vốn yếu đuối, dễ nghiêng chiều về đàng xấu thay vì một đời sống sùng đạo, họ lại khước từ Lời Ngài. Đó là thời điểm để thúc đẩy đổi mới tâm linh trong Giáo hội và trên thế giới. Do đó, Dante đã viết tác phẩm "Cuộc Đời Mới", một cuộc hoán cải của chính bản thân mình và đặc biệt là *Thần Khúc* với cùng một tình yêu dành cho nàng Thiện Bích thần thánh, đồng thời nhắm tới mục đích đổi mới toàn thể nhân loại.

Về bối cảnh chính trị, trước khi nước Ý thống nhất (1861), các vùng ở nước Ý tồn tại độc lập như các tiểu quốc, chẳng hạn ở xung quanh Phirenxê có Bologna, Genova hay Venezia…vv. Các cuộc xung đột giữa các tiểu quốc, chủ yếu xảy ra giữa hai phe: Phe Ghibellini muốn dựa vào sự ủng hộ của Hoàng đế Đức để thống nhất đất nước, trong khi phe Guelfi lại muốn cậy dựa vào Đức Giáo hoàng.

Năm 1289, xung đột xảy ra giữa phe Guelfi của Phirenxê và phe Ghibellini ở Arezzo và Pisa. Dante thuộc phe Guelfi, tham gia và trận đánh Campaldino và bao vây lâu đài Caprona. Khi ấy, phe Guelfi thắng thế, nhưng rồi phe này lại chia rẽ thành: phe Guelfi Đen và phe Guelfi Trắng. Phe Đen tiếp tục muốn liên minh với Đức Giáo hoàng, trong khi phe Trắng (phe Dante) lại muốn Phirenxê tự chủ.

Năm 1300, sau thời gian gia nhập hội bác sĩ và dược sĩ, ông được bổ nhiệm vào hội đồng thị chính Phirenxê với chức viện trưởng (Priore) viện thẩm phán. Đó là vai trò quan tòa cao nhất trong việc bảo vệ quyền hành pháp của chính phủ. Trên thực tế, ông cùng với 5 thẩm phán khác phải đưa ra một quyết định khó khăn là xét xử những thủ lĩnh hung dữ nhất của hai phe.

Dante cũng là một trong ba đại sứ được cử đến Rôma để thuyết phục Đức Giáo hoàng Boniface VIII không can thiệp vào Phirenxê. Tuy nhiên, vào tháng 11 năm 1301, trong khi ông đi sứ thì phe Guelfi Đen ở nhà đã đánh chiếm Phirenxê. Tháng 1 năm 1302, Dante bị phe đối lập vu cáo tội biển thủ công quỹ. Ông bị đình chỉ công vụ, bị xét xử và kết án lưu đày và buộc phải trả một khoản tiền phạt lớn. Dante đã phải rời xa vợ con, gia đình, quê hương trong nỗi đau uất hận của một kẻ bị lưu đày.

Quả thực, "Mười năm gió bụi" với những nỗi niềm cay đắng là cái giá mà thi hào Dante phải trả để cho ra đời *Thần Khúc*. Năm 1319, Dante nhận được lời mời đến Ravenna và được cử đến thành Vênêzia vào năm 1321, với tư cách là đại sứ. Nhưng khi trở về, Dante bị nhiễm bệnh sốt rét. Ông qua đời ở tuổi 56 tại Ravenna, vào đêm 13 và rạng sáng 14 tháng 9 năm 1321, nơi ông còn an nghỉ cho đến ngày nay.

2. Sự nghiệp sáng tác

Năm 1290, nàng Thiện Bích qua đời khi Dante mới 25 tuổi. Đó là cú sốc tâm linh làm thay đổi cuộc đời ông. Người ta nói rằng kể từ đó không ai còn thấy ông cười nữa. Ông chú tâm vào việc nghiên cứu triết học, thần học và chìm đắm vào đời sống tôn giáo. Bộ óc thiên tài Dante ngay từ nhỏ đã được tiếp nhận nền giáo dục phổ thông dựa trên bảy môn nghệ thuật (*ngữ pháp, hùng biện, biện chứng; số học, hình học, âm nhạc, thiên văn học*). Đồng thời, ông được trau dồi tiếng Latinh, tiếng Provence, tiếp cận các nhà thơ Latinh, đặc biệt là thi hào Vinh Dự Lưu (Virgilio), người mà ông coi là "Minh sư" của mình. Nhưng trên hết, ông được thấm nhuần những trang *Kinh thánh*, những tư tưởng triết học, thần học nhờ các trường Dòng Phan Sinh (*Phanxicô*) và Dòng Đa Minh đương thời.

Thánh Giáo hoàng Phaolô VI nhận định: "Chắc chắn thi phẩm của Dante Alighieri có giá trị phổ quát: với sự dàn trải mênh mông, thơ của ông ôm trọn cả trời và đất, cả vĩnh cửu và thời gian, cả những mầu nhiệm của Thiên Chúa và những sự kiện của con người, cả những giáo lý thánh thiêng và những quy luật thế tục, cả khoa học khơi nguồn trong Mạc Khải thánh và khoa học kín múc từ ánh sáng lí trí, cả bao nhiêu kinh nghiệm mà ông đã trực tiếp kinh qua cộng với những ký ức về lịch sử, những thời đại mà ông sống, và cả nền văn minh Hy Lạp La Mã cổ đại. Có thể nói rằng ông là tượng đài vĩ đại nhất đại diện cho thời Trung Cổ" [3] .

Ngoài kiệt tác Thần Khúc , Dante còn để lại cả chục tác phẩm giá trị khác: 1) *Bông Hoa (Fiore)*; 2) *Lời tình yêu (Detto d'Amore)*; 3) *Các vần điệu (Le rime)*; 4) *Cuộc Đời mới (Vita Nova)*; 5) *Bữa Tiệc (Convivio)*; 6) *Hùng Biện Bằng Phương Ngữ (De vulgari eloquentia)*; 7) *Về Vương Quốc (De Monarchia)*; 8) *Thần Khúc* (Divina Commedia); 9) *Các Thư tín và Thư XIII gửi Cangrande della Scala*; 10) *Thơ ngắn (Egloghe)*; 11) *Vấn đề Nước và Đất (Quaestio de aqua et terra)*. Sau đây, người viết chỉ xin dừng lại đôi nét ở tác phẩm *Cuộc Đời Mới*, như là bước tiếp cận *Thần Khúc*.

Cuộc Đời Mới

Dante viết tác phẩm này hai năm sau khi nàng Thiện Bích (Beatrice di Portinari 1266-1290) qua đời. Đó là một tác phẩm tự truyện đầu tiên viết bằng tiếng bản xứ ở Ý, được sắp xếp theo các yếu tố tượng trưng và ngụ ngôn, bao gồm 25 bài thơ ngắn (sonetti), 4 khúc, một đoạn tự do và những trang văn xuôi đan xen nhịp nhàng.

Dante kể lại lần đầu tiên hai người gặp nhau khi lên 9 tuổi và ngay lập tức, chàng đã gặp tiếng sét ái tình. Chín năm sau đó, Thiện Bích mới chào nhà thơ lần đầu tiên. Đối với Dante, lời chào của nàng đem lại tất cả niềm sướng vui hạnh phúc cho cuộc đời ông (*Dante chơi chữ, trong tiếng Ý, động từ chào salutare cũng gợi lên ơn cứu độ-salvazione*). Nhưng rồi nàng gợi một viễn tượng tiên báo về cái chết của nàng.

---

[3] Đức Thánh Giáo hoàng Phaolô VI, Tự sắc Ca Khúc Tuyệt Đỉnh (Altissimi Cantus), dịp kỉ niệm 700 năm sinh nhật đại thi hào Dante Alighieri, 07.12.1965, số 17.

Tình yêu Dante dành cho nàng vượt trên tình yêu thông thường, hướng tới một lý tưởng Kitô giáo. Thiện Bích có nét lịch sử tính, nhưng đồng thời, nàng cũng là hình bóng Chúa Kitô, là hiện thân của mạc khải thánh. Tình yêu Thiện Bích được lý tưởng hoá mang tầm vóc vũ trụ. Thực vậy, Dante nhìn thấy ở nàng thiếu nữ thiên thần này có một ý tưởng thần thánh được thể hiện trong những con số. Ông suy đến mầu nhiệm tình yêu Ba Ngôi: *"Như vậy, nếu số ba là nhân tố sinh ra số chín, thì nhân tố này cũng là những điều kỳ diệu của số ba – tức là Ba Ngôi: Chúa Cha, Chúa Con và Chúa Thánh Thần. Vừa là ba, vừa là một. Do đó, cô nương gắn liền với số 9. Điều đó có nghĩa là nàng là số chín, nghĩa là một điều kỳ diệu, mà nguồn gốc của điều kỳ diệu này chỉ có ở Ba Ngôi".* [4]

Theo Guglielmo Gorni, nhà Dante học, Cuộc Đời Mới được gợi hứng từ thánh Augustinô, (tác phẩm Tự Thuật) cũng như từ thánh Tôma và các Giáo phụ khác. Cụm từ *"incipit vita nova-Bắt đầu cuộc đời mới"* cũng ám chỉ một sự khởi đầu tâm linh mới (*Phép Rửa trong Chúa Thánh Thần*). Không phải vô cớ mà Dante gán cho tác phẩm của ông, cách riêng tác phẩm Thần Khúc, với 4 tầng ý nghĩa: ***nghĩa đen, nghĩa bóng, nghĩa đạo đức, nghĩa thần bí***. Cũng không phải vô cớ mà tên nàng thơ của Dante lại là Beatrice (Thiện Bích). Trong tiếng Ý, tên gọi *Beatrice* gợi lên danh từ *Beatitudine* nghĩa là Phúc Thật, Thiện Hảo; họ của nàng *Portinari* gợi lên động từ *portare* nghĩa là mang, vác, mang đến. Như thế, tên nàng vừa gợi lên sự Thiện Hảo, Phúc Thật, được chúc phúc, đồng thời là người mang đến Phúc Thật. Nàng là ai nếu không phải là hình bóng của Đức Giêsu Kitô, Ngôi Lời Nhập Thể, đem đến Phúc Thật cho nhân loại?!

3. Tạm kết

Đến đây, có lẽ độc giả phần nào đã hình dung ra thân thế và sự nghiệp của đại thi hào Dante và tại sao Dante lại được các Đấng kế vị Thánh Phêrô hết lời ca ngợi. Một số người lầm tưởng ông là kẻ nổi loạn chống đối Giáo hội, thậm chí lạc giáo. Tuy nhiên, Đức Thánh Giáo hoàng Phaolô VI khẳng định:

"Giáo hội không ngại nhắc lại rằng chính Dante đã từng cất cao tiếng nói và đã khẳng khái chống lại một số vị Giáo hoàng Rôma. Ông cũng đã cay đắng khiển trách các cơ chế của Giáo hội, và các thừa tác viên đại diện Giáo hội. Chúng tôi không che đậy điều này, vì đó là một khía cạnh trong tác phẩm của ông, một phần trong tâm tính khí phách của ông (...). Ta cần lưu ý tới niềm đam mê nghệ thuật và chính trị của ông để có thể hiểu rằng vai trò quan tòa và người sửa

[4] Cuộc Đời Mới, chương XXIX, sẽ xuất bản sau.

dạy, đặc biệt là trước những lỗi lầm đáng chê trách, buộc ông phải lên tiếng. Thế nhưng những thái độ quyết liệt ấy không hề làm suy yếu đức tin Công giáo của ông cũng như lòng yêu mến ông dành cho Giáo hội". [5] Ngài nói tiếp: "Chúng tôi tin tưởng rằng chỉ có ai biết chìm lắng thật sâu trong tâm hồn sùng đạo của thi sĩ tuyệt đỉnh này mới có thể hiểu được sâu sắc và nếm hưởng được kho tàng tâm linh tuyệt diệu ẩn giấu trong thi phẩm".[6]

Đức Thánh Cha Phanxicô cũng chung lời đồng điệu: "Dante, kẻ lưu vong, người hành hương, mong manh yếu đuối, nhưng bây giờ ông mạnh mẽ trong trải nghiệm vừa sâu sắc vừa thân mật; kinh nghiệm ấy đã biến đổi ông, tái sinh ông nhờ thị kiến từ đáy Hoả ngục, từ thân phận con người suy thoái tột cùng đã nâng ông lên thị kiến chính Thiên Chúa. Do đó, ông đứng lên như một sứ giả về một hiện sinh mới, như một nhà tiên tri của một nhân loại mới khao khát hòa bình và hạnh phúc".[7]

"Kho tàng tâm linh tuyệt diệu" mà các Ngài mời gọi vẫn đang còn ở phía trước. Viên ngọc quí vẫn còn chôn giấu trong thửa ruộng vũ trụ mang tên *Thần Khúc*. Ước mong gặp lại quí độc giả trong hành trình đi tìm viên ngọc ấy.

---

[5] Tự sắc nói trên, số 10.

[6] Như trên, số 12.

[7] Tông thư đã dẫn, số 03.

THẦN KHÚC - ĐẠI THI HÀO DANTE ALIGHIERI
SƠ ĐỒ *THẦN KHÚC*

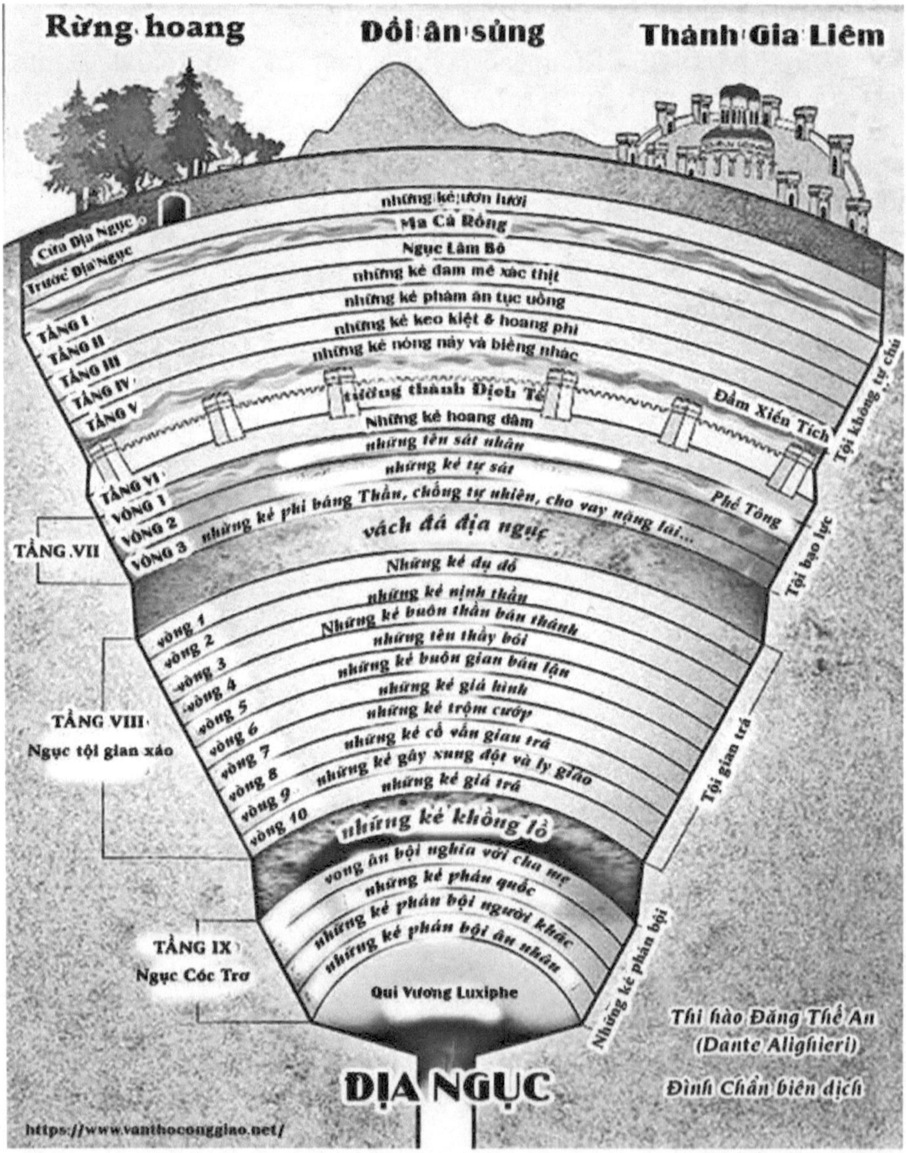

Quyển I

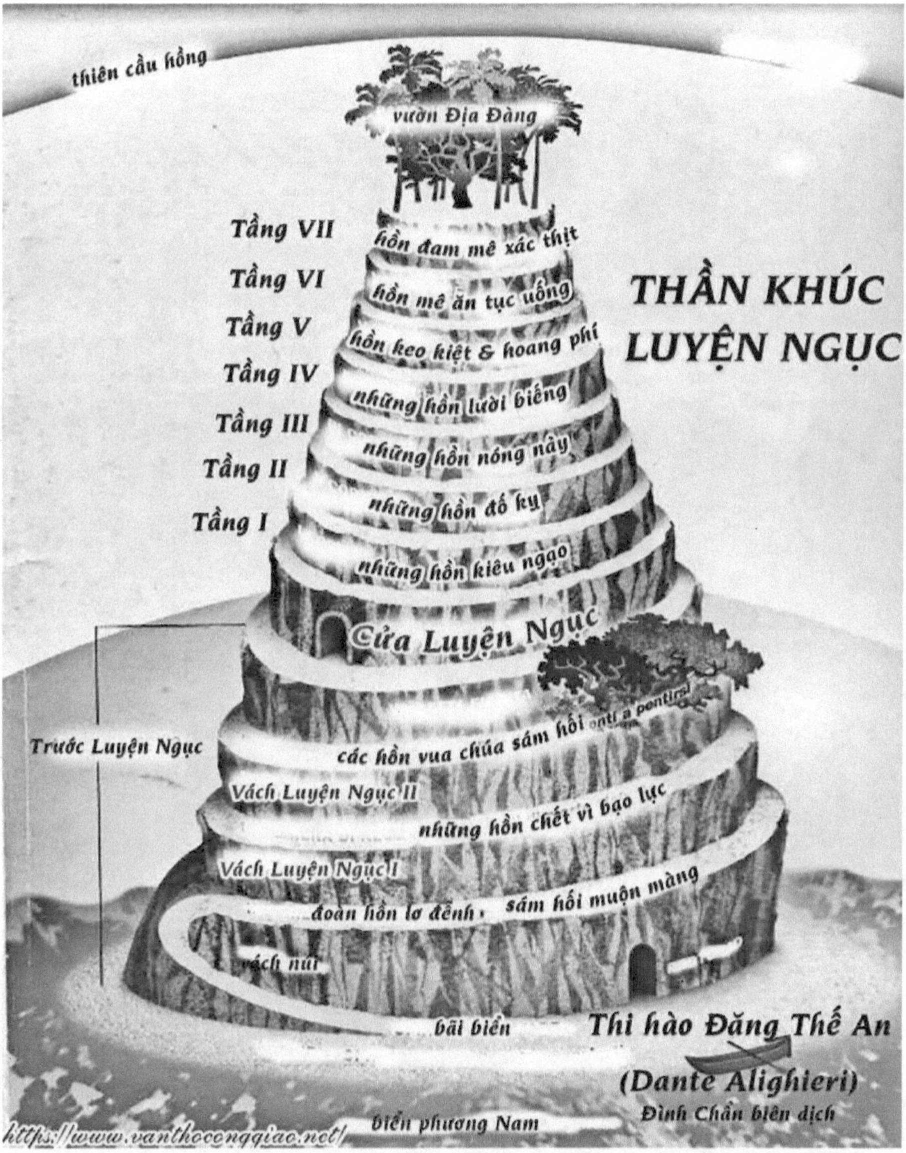

thiên cầu hồng
vườn Địa Đàng
Tầng VII
hồn đam mê xác thịt
Tầng VI
hồn mê ăn tục uống
Tầng V
hồn keo kiệt & hoang phí
Tầng IV
những hồn lười biếng
Tầng III
những hồn nóng nảy
Tầng II
những hồn đố kỵ
Tầng I
những hồn kiêu ngạo
THẦN KHÚC
LUYỆN NGỤC
Cửa Luyện Ngục
Trước Luyện Ngục
các hồn vua chúa sám hối
Vách Luyện Ngục II
những hồn chết vì bạo lực
Vách Luyện Ngục I
đoàn hồn lơ đễnh
sám hối muộn màng
vách núi
bãi biển
Thi hào Đăng Thế An
(Dante Alighieri)
Đinh Chẩn biên dịch
https://www.vanthoconggiao.net/
biển phương Nam

Quyển II

THIÊN CHÚA
Luyến thần Seraphim
Minh thần Cherubim
Ngai thần Ophanim
Quản thần Kiriotes
Dũng thần Virtutes
Quyền thần Potestates
Lãnh thần Archaios
Tổng lãnh thiên thần Archangelos
Thiên thần Angelos
Thiên thần phản loạn sa ngã
Đức Maria
các thánh
sum vầy
Thần Khúc
Thiên Đàng
Đăng Thế An
Thiên cầu
thánh Bênađô
BÔNG HỒNG
KHIẾT TRINH
Thiên cầu IX
Thiên cầu VIII
ĐỨC TIN
ĐỨC CẬY
ĐỨC MẾN
Thiên cầu VII-Sao Thổ
St. Damianô
St. Robertô
Thiên cầu VI-Sao Mộc
Thánh giá
St. Cacciaguida
Vua David
Thiên cầu V-Sao Hoả
vũ khúc
các thần
khôn ngoan
St. Phanxicô
St. Cangrande
della Scala
St. Đa Minh
St.
Bonaventura
Thiên cầu IV-Mặt trời
Carlô
Martellô
Cunizza
Romano
Thiên cầu III-Sao Kim
Hoàng đế Công Chính
Folchetto
Marsiglia
Thiên cầu II-Sao Thuỷ
Vua
Salômon
Thiên cầu I-Mặt Trăng
Phi Các Đa
Quách Đa

Quyển III

CẤU TRÚC - NỘI DUNG *THẦN KHÚC*

Đình Chẩn

"Dante và Shakespeare phân chia thế giới giữa họ. Không có người thứ ba." (T. S. Eliot) [1]

Thần Khúc được đại thi hào Đăng Thế An [2](*Dante Alighieri*) (1265-1321) sáng tác trong khoảng 14 năm, từ đầu cuộc sống lưu vong cho tới khi qua đời (1307-1321): Đó là tuyệt phẩm bộ ba (*Hoả ngục, Luyện ngục, Thiên đàng*), mỗi phần gồm 33 ca khúc tổng cộng 100 khúc (*khúc 1 giới thiệu chung*) với 14.233 câu thơ, khổ 3 dòng. Mỗi ca khúc đều gieo vần liên kết: aba, bcb, cdc... Ngoài ra, một điểm hết sức độc đáo của tiếng Ý, đó là 99% từ vựng đều kết thúc bằng nguyên âm mở (a,o,e, i...), tạo nên âm hưởng rất riêng.

Độc giả dễ dàng nhận ra con số 3 biểu tượng (3x3=9) đặc biệt ý nghĩa trong văn hoá Trung cổ. Trước tiên, số 3 gợi lên tín điều Một Chúa Ba Ngôi trong Kitô giáo. Tiếp theo, số 3 gợi lên 3 người dẫn đường qua 3 thế giới: Vinh Dự Lưu (Virgilio) từ Rừng hoang băng qua Hoả ngục và lên Luyện ngục; nàng Thiện Bích từ cuối Luyện ngục lên Thiên đàng tới Bông hồng huyền bí và thánh Bênađô trong thị kiến Thiên Chúa. Hơn nữa, mỗi thế giới đều được chia làm 9 phần (3x3): Hoả ngục có 9 tầng; Luyện ngục có 9 phần (*tiền Luyện ngục + 7 hang núi thanh luyện +Vườn Ê đen*); Thiên đàng có 9 thiên cầu với 9 phẩm thiên thần. Cuối cùng là Thiên quốc vô hình nơi Thiên Chúa ngự trị. Do đó, *Thần Khúc* thể hiện thế giới quan Kitô giáo về tất cả thực tại: Thiên Chúa, vũ trụ và con người.

---

[1] S.T. Eliot (1888-1965) tác giả Nobel Văn học 1948 đã nhận định: "Dante and Shakespeare divide the world between them. There is no third."

[2] Dịch giả Việt hoá tên riêng với hàm ý: Đăng Thế An - Ngọn đèn soi cho thế giới bình an.

Cuộc hành trình được kể lại trong ngôi thứ nhất, đặt bối cảnh vào ngày Thứ Sáu Tuần thánh, 07.04 năm thánh 1300, khi đó tác giả vừa đến "nửa đường đời" ở tuổi 35.

"Thời gian vụt thoáng nửa đời
Rùng mình tôi thấy mình rơi hoang rừng".

(Hoả ngục, Ca khúc I)

Cấu trúc 3 thế giới

Dante đã tiếp nhận mô hình thiên văn học cổ đại, coi trái đất là trung tâm, xoay quanh bởi mặt trời cùng các hành tinh khác. Quan điểm này được coi là hiển nhiên [3] , từ triết gia Aristốt cổ đại cho đến thần học Kinh viện thời Trung cổ. Theo đó, trái đất là một mặt cầu, được chia làm hai bán cầu (nam và bắc), trong đó chỉ có bán cầu Bắc có người ở. Ở trung tâm Bắc bán cầu, Dante đặt thành Gia Liêm (Giêrusalem) đối xứng với núi Luyện ngục với vườn Địa đàng ở trên đỉnh. Trái đất được bao quanh bởi 9 thiên cầu đồng tâm, xoay quanh nhau. Tất cả các thiên cầu đều nằm trong thiên cầu thứ 10 chính là Thiên Quốc vô hình, vĩnh cửu: nơi Thiên Chúa ngự giữa chín phẩm thiên thần và toàn thể các thánh.

Hoả ngục

Hoả ngục được quan niệm như một vực thẳm như hình phễu ngược cắm vào lòng địa cầu. Càng xuống đáy, không gian càng hẹp, những kẻ bị trừng phạt càng nặng hơn. Sau khi được thầy Vinh Dự Lưu trợ giúp vượt qua ba con thú dữ, Dante băng qua khu vực tiền Hoả ngục, nơi ông gặp các linh hồn bạc nhược, rồi bước vào tầng địa ngục thứ nhất, gặp các bậc vĩ nhân chưa được rửa tội. Giữa tầng thứ hai và tầng thứ năm, Dante gặp các linh hồn bị trừng phạt vì không biết làm chủ những đam mê (*dâm dục, mê ăn tục uống, keo kiệt, hoang phí, nóng giận và lười biếng*). Tiếp theo, tầng ngục thứ sáu trừng phạt những kẻ lạc giáo. Tầng thứ 7, chia làm 3 vòng: *những kẻ sát nhân; những kẻ tự sát và những kẻ báng bổ Thiên Chúa, thiên nhiên, nghệ thuật (báng bổ, tội Sôđôma, cho vay nặng lãi*). Tầng thứ tám có 10 vòng, trừng phạt những kẻ lừa đảo với các loại khác nhau. Tầng thứ chín lại có 4 vòng dành cho những kẻ phản bội: *phản bội cha mẹ, quê hương, người khác và các ân nhân.* Ở trung tâm ngục này là Quỷ vương Luxiphe, kẻ phản bội Thiên Chúa, với cái mồm nhai 3 tên tội đồ: Giuđa - kẻ phản bội Đức Kitô và Giáo hội; Bù Tô (Bruto) và Cạc Số (Cassio), phản bội hoàng đế Xêdarê - Đế quốc La Mã.

---

[3] Mô hình địa tâm theo Ptolemy thống trị trước thời Cận đại; từ cuối thế kỷ 16 trở về sau nó dần bị thay thế bởi thuyết nhật tâm theo khoa học gia Nicolaus Copernicus, nhà bác học Galileo Galilei và nhà thiên văn học Johannes Kepler.

Luyện ngục

Vương quốc thứ hai, Luyện ngục, là một ngọn núi đặt giữa đại dương, được chia thành 9 phần, trong đó có 7 hang thanh luyện. Người gác cổng là một người ngoại giáo, Các Tống (Catone Uticense). Sau đó, Dante bước đến phần tiền-Luyện ngục, nơi thanh luyện những tội nhân sám hối cuối đời: những người bị vạ tuyệt thông, những kẻ lười biếng, những người chết vì bạo lực, những lãnh đạo thiếu trách nhiệm.

Tiếp theo, bảy hang thanh luyện từ dưới lên xếp các hối nhân từ nặng đến nhẹ. Như thế, việc thanh tẩy bắt đầu từ những tội nặng nhất theo bậc thang 7 Mối Tội Đầu (*kiêu ngạo, đố kỵ, nóng giận, lười biếng, keo kiệt và hoang phí, tham ăn, dâm dục*), song song với đó là thực hành Bảy Đức theo các Mối phúc Tin mừng. Khác với Hoả ngục, ở đây các linh hồn cứ dần dần leo lên các hang thanh luyện và ngày càng trở nên tinh tuyền. Cuối cùng, họ đạt tới đỉnh núi trọn lành theo tự nhiên ở Vườn Địa đàng. Ở đây, họ được dìm mình trong dòng suối Lệ Thuỷ và dòng Thiện Trí. Đến đây, nàng Thiện Bích, biểu tượng cho Ân Sủng, xuất hiện thay cho Vinh Dự Lưu (*biểu tượng cho lý trí tự nhiên*) để giúp Dante tiếp tục hành trình. Trong khi mỗi tầng Hoả ngục có một quỷ canh gác thì ở Luyện ngục mỗi hang có một thiên thần. Hai vương quốc đầu tiên, các linh hồn xuất hiện trước Dante với dáng vẻ như khi còn sống.

Thiên đàng

Vương quốc thứ ba, nơi Thiên Chúa ngự trị giữa chín phẩm thiên thần và toàn thể chư thánh. Các Ngài không ở một nơi riêng biệt, nhưng đều ở trong Thiên quốc vô hình. Tuy nhiên, để cho Dante hiểu, các thiên thần cũng như các vị thánh đã xoay chuyển, sắp xếp đứng ở 9 thiên cầu khác nhau. Mỗi linh hồn xuất hiện với vài động thái. Như thế, Dante tạo cho Thiên đàng một cấu trúc đối xứng với cấu trúc của hai phần trước, qua đó làm cho thi phẩm trở thành một sự hài hoà hợp nhất. Nét riêng đó là các linh hồn xuất hiện như những vầng sáng, vô hình. Các vị chân phúc có những bậc khác nhau, cũng như các tội nhân có những cấp độ khác nhau.

Các thánh trên Thiên đàng có thể xếp thành ba loại. Nhóm thứ nhất, các linh hồn không hoàn thiện lời khấn do bị ép buộc (Mặt Trăng), các vị hoạt động theo đuổi vinh quang trần gian (Sao Thuỷ), các linh hồn bác ái (Sao Kim). Nhóm thứ hai, các vị khôn ngoan (Mặt Trời), các vị chiến đấu bảo vệ Đức tin (Sao Hoả), các linh hồn công chính (Sao Mộc). Nhóm thứ ba, các vị sống chiêm niệm (Sao Thổ). Trong thiên cầu tiếp theo, Dante tham dự vào cuộc khải hoàn của Đức Kitô, Đức Maria và các thánh. Trong thiên cầu uyên nguyên, Dante chiêm ngưỡng chín phẩm thiên thần khải hoàn, trong dạng thức 9 vòng sáng xoay quanh một điểm cực sáng (Thiên Chúa).

Trong Thiên quốc, các chân phúc tỏ cho Dante thấy ở dạng thức Bông hồng huyền bí, nhờ thánh Bênađô chỉ dẫn (được Thiện Bích trao phó trước khi nàng ngự giữa các thánh). Thánh Bênađô dâng lời nguyện lên Đức Maria, xin cho Dante thấy tôn nhan Thiên Chúa. Lời cầu được chấp nhận, Dante có thể xuất thần trong giây lát: Một Thiên Chúa hợp nhất trong Ba Ngôi và mầu nhiệm nhập thể của Ngôi Lời. Điều kỳ diệu xảy ra ở đây, một lần nữa, Dante lại thấy hình bóng con người xuất hiện. Đây cũng là lúc Dante say sưa chìm vào thinh lặng. Ngôn ngữ đành bất lực trước mầu nhiệm khôn tả.

Ôi lưỡi phàm bấy lời khôn tả thấu!
Như trẻ thơ no sữa mẹ ê…a…
Tưởng nói nhiều như "cưỡi ngựa xem hoa"
Đúng như tôi tỉ tê về Tuyệt Đối.

(Thiên đàng, ca khúc XXXIII)

SO SÁNH BA VƯƠNG QUỐC			
Đặc tính	**Hoả ngục**	**Luyện ngục**	**Thiên đàng**
Nhân vật	Các tội nhân không chịu sám hối	Các tội nhân biết sám hối, dù ở phút cuối đời	người công chính, các vị thánh, các thiên thần…vv.
Nơi chốn	9 tầng Hoả ngục	(2+)7 hang núi thanh luyện	9 tầng trời diễm phúc
Cai trị	Ma quỉ	Các thiên thần	Các thiên thần
Thời gian	Bất tận	Tạm thời	Vĩnh cửu
Tình trạng linh hồn	Chịu cực hình; tính cách như khi còn sống	Thanh luyện, đau khổ nhưng ngày càng bình an	Chìm trong ánh sáng diễm phúc. Tính cách không dễ nhận ra
Hình ảnh	Ghê rợn, tối tăm, lửa thiêu, sông máu…	Tranh tối tranh sáng, êm ái hơn, thanh thoát	Tràn đầy ánh sáng, Muôn màu muôn vẻ hân hoan
Âm thanh	Gào thét, gầm rú, báng bổ	Thở dài, khao khát, cầu nguyện	Thần nhạc tuyệt diệu, vũ điệu khôn tả, say đắm ngợi ca
Cấp độ	Càng xuống dưới tội càng nặng	Càng lên đỉnh núi tội càng nhẹ	Càng lên cao, vinh quang càng sáng láng
Phong cách	Kịch tính, gân guốc	Trầm tư, nhẹ nhàng	cao sang, tuyệt mỹ
Ý nghĩa	Cuộc hành trình tâm linh: từ bóng tối đến ánh sáng; từ sự dữ đến sự thiện; từ đau khổ đến hạnh phúc		

BA NGƯỜI HƯỚNG ĐẠO			
	Vinh Dự Lưu (70-19tcn)	**Thiện Bích** (1266-1290)	**Thánh Bênađô** (1090-1153)
Chân dung	Virgilio - thi hào Latinh cổ đại, tác giả trường ca Eneide, kể về hành trình anh hùng Enea, ông tổ La Mã, từ thành Troa - Hy Lạp đến vùng Lazio, lập quốc.	Người yêu lý tưởng thời niên thiếu của Dante. Nàng mất sớm. Nàng là con gái của nhà Folco Portinari, người xây bệnh viện Đức Maria.	Viện phụ Xitô, nhà thần bí vĩ đại, được mệnh danh là tiến sĩ mật ngọt (Doctor mellifluus), đặc biệt có lòng sùng kính Đức Maria. Tiếp nối tinh thần cầu nguyện và lao động (ora et labora).
Lý do	Dante ngưỡng mộ phong cách thơ Vinh Dự Lưu *(x. Ca khúc I)*	Dante say đắm nàng, dù chỉ là một tình yêu lý tưởng	Dante thích kết hợp hai khía cạnh thần bí và dấn thân, giữa cầu nguyện và hoạt động.
Biểu tượng	Lý trí tự nhiên, chưa có ánh sáng Đức tin	Tình Yêu, Ân Sủng. (Ngôi Lời nhập thể).	Thần học và các khoa học thánh
Vai trò	Dẫn qua Hoả Ngục và lên Luyện Ngục	Đưa lên các tầng trời	Ơn thần bí thị kiến chính Ba Ngôi Thiên Chúa

<table>
<tr><th colspan="3">CẤU TRÚC HOẢ NGỤC</th><th>Ca khúc</th></tr>
<tr><td rowspan="2">Rừng hoang</td><td colspan="2">Gặp 3 ác thú (báo, sư tử, sói) biểu tượng cho tham sân si. Dante được thầy Vinh Dự Lưu cứu giúp</td><td>I</td></tr>
<tr><td colspan="2">Vinh Dự Lưu kể về nàng Thiện Bích, động lực thúc đẩy hành trình vượt qua Hoả Ngục</td><td>II</td></tr>
<tr><td>Cửa Hỏa ngục</td><td colspan="2">Những kẻ hèn nhát, không bị phạt cũng không công trạng</td><td>III</td></tr>
<tr><td>Tầng I
(Lâm Bô)</td><td colspan="2">Trẻ em và người lương thiện không được lãnh phép Rửa tội (không bị phạt). Các vĩ nhân như Homer</td><td>IV</td></tr>
<tr><td>Tầng II</td><td colspan="2">Tội dâm dật: giông tố địa ngục (Didone, Phan Diễn Ca, Trịnh Tần)</td><td>V</td></tr>
<tr><td>Tầng III</td><td colspan="2">Tội mê ăn tục uống, quái vật Xác Bự Rồ; gặp Chắc Cẩu</td><td>VI</td></tr>
<tr><td>Tầng IV</td><td colspan="2">Tội keo kiệt và hoang phí: hai vòng tội nhân xoay đối lập nhau, nhiếc móc nhau; gặp các tăng lữ, các chức sắc</td><td>VII</td></tr>
<tr><td>Tầng V</td><td colspan="2">Tội nóng giận: bơi trong bùn sục sôi đầm Xiển Tích
Tội lười biếng: Dìm trong bùn lầy</td><td>VIII</td></tr>
<tr><td>Tầng VI</td><td colspan="2">Tội lạc giáo và khoái lạc: trong huyệt mồ lửa, Phan Rinh, Ca Văn Canh</td><td>IX-X</td></tr>
<tr><td colspan="4">Vinh Dự Lưu minh giải cấu trúc Hoả Ngục Ca khúc XI</td></tr>
<tr><td rowspan="3">Tầng VII</td><td>Vòng 1</td><td>Những tên bạo chúa, sát nhân, cướp phá</td><td rowspan="3">XII
XIII
XIV
XXVI
XVII</td></tr>
<tr><td>2</td><td>Tội tự sát, chim Ác Phi, gặp Phi Đờ Vĩnh</td></tr>
<tr><td>3</td><td>Tội báng bổ, thú dâm, cho vay nặng lãi: gặp thầy Bùi Nét Tưa</td></tr>
<tr><td rowspan="2">Tầng VIII</td><td>Vòng 1-2</td><td>Lũ ma cô, dụ dỗ, xu nịnh bị lũ quỉ dìm trong phân, gặp Gia Sơn</td><td>XVIII</td></tr>
<tr><td>3</td><td>Bọn buôn thần bán thánh, Đầu cắm xuống đất (ĐGH Bonifacio VIII)</td><td>XIX</td></tr>
</table>

Tầng VIII	4	Những kẻ bói toán, đầu vẹo về sau lưng. Gặp Thi Đế Xiêm (Tiresia)	XX
	5	Xảo quyệt đổi chác, dìm trong nhựa sôi	XXI-XXII
	6	Bọn giả hình: mặc áo chì diêm dúa	XXIII
	7	Bọn trộm cướp, bị rắn cắn, biến thành thú vật; gặp Văng Phục	XXIV-XXV
	8	Cố vấn gian xảo: linh hồn trong lửa thiêu bay; gặp anh hùng Uy Lịch	XXVI-XXVII
	9	Những kẻ gây chia rẽ cộng đồng; gặp Mahomet	XXVIII
	10	Thuật giả kim	XXIX XXX
Dãy tháp những tên khổng lồ: biểu tượng cho các thói ngạo mạn…vv.			XXXI
IX	Những kẻ vong ân bội nghĩa: với cha mẹ, với quê hương, với ân nhân; gặp Quỉ vương nghiến ba tội đồ: Giuđa, Bù Tô, Cạc Số.		XXXIII XXXIV

CẤU TRÚC LUYỆN NGỤC		
Tầng	**Nội dung chính**	**Ca khúc**
TIỀN LUYỆN NGỤC	Gặp Các Tống	**I**
	Bãi biển: Linh hồn trên đường tới bến bờ mới	**II**
	Bờ biển chân núi: Hối nhân bị tuyệt thông	**III**
	Hang 1: Hối nhân sám hối cuối đời	**IV**
	Hang 2: Hối nhân chết vì bạo lực, ngôn sứ chính trị.	**V** **VI**
	Thung lũng hoa. Hoàng đế Carlo I	**VII-VIII**
Cổng	Giấc mơ của Dante: 7 chữ P trên trán	**IX**
01	Những hối nhân tội kiêu ngạo đi bộ kéo lê những tảng đá. Lời Kinh Lạy Cha	**X-XII**
02	Hối nhân ghen tương đố kỵ. Thung lũng Ác Nô và các gia đình của Rô Mãnh	**XIII-XIV**
03	Hối nhân thói phẫn nộ, chìm trong khói lửa.	**XV-XVII**
04	Hối nhân tội lười biếng. Buộc phải chạy thật nhanh, những mẫu gương thúc đẩy	**XVIII**
05	Hối nhân tội keo kiệt và hoang đàng; Đối thoại với Trạc Thi (Stazio)	**XIX-XXII**
06	Cây ôn hòa -Hối nhân thói tham ăn đi vòng quanh ca hát, tiêu hao gầy gò. Gặp Phó Rệ	**XXIII-XXIV**
07	Hối nhân tội dâm dục thanh luyện trong lửa. Dante vượt qua lửa. Giấc mơ mang tính ẩn dụ. Những lời cuối cùng của Vinh Dự Lưu.	**XXV-XXVII**
VƯỜN ĐỊA ĐÀNG	- Khu rừng thần linh, sông Lệ Thuỷ - Lời Mai Thi về bản chất vườn Địa Đàng. - Thiện Bích xuất hiện thay Vinh Dự Lưu. - Những lời nàng trách, Dante thú nhận. - Đắm mình trong sông Lệ Thuỷ - Các nhân đức bản lề và nhân đức đối thần. Ẩn dụ về lịch sử loài người. - Đắm mình trong dòng suối Thiện Trí - Dante “sẵn sàng bay lên trên vì sao”.	**XXVIII** **-** **XXXIII**

CẤU TRÚC THIÊN ĐÀNG				
9 Thiên cầu		9 phẩm	Nội dung chính	Ca khúc
vòng cầu lửa			Ánh sáng và thiên thể hài hòa	I
01	Mặt Trăng	Thiên thần	Những linh hồn lỡ lời khấn. Phi Các Dạ Ngân, Quách Tan Da	II - IV
02	Sao Thủy	Tổng lãnh thiên thần	Các linh hồn khao khát vinh quang. Hoàng Đế Công Chính	V - VII
03	Sao Kim	Lãnh thần	Những linh hồn bác ái; Vệ Nữ, Carlo Martello, Folchetto	VIII - IX
04	Mặt trời	Quyền thần	Các linh hồn khôn ngoan; thánh Tôma Aquinô, Bonaventura, vua Salomone	X - XIV
05	Sao Hỏa	Dũng thần	Các linh hồn chiến binh, cây thánh giá sáng hình Chúa Kitô. Ông tổ Cacciaguida; tiên báo Dante lưu đày	XV - XVIII
06	Sao Mộc	Quản thần	Các linh hồn công chính, tạo thành một chữ và hình đại bàng	XIX - XX
07	Sao Thổ	Ngai thần	Các linh hồn chiêm niệm, xoay theo cái thang cao vút lên trời thánh Đamianô, Biển Đức	XXI - XXII
08	Sao thiên vương	Minh thần	Chúa Kitô vinh thắng, Mẹ Maria và các chân phước. Dante trả lời về Tin, Cậy, Mến	XXIII - XXVI
09	Thiên cầu uyên nguyên	Luyến thần	Thiện Bích nói về sự chuyển động của các tinh tú; các phẩm thiên thần	XXVII - XXIX
10	Nước Trời	Vô hình	Dòng sông ánh sáng; Bông hồng huyền bí; lời nguyện Đức Maria	XXX - XXXII
	Nước Trời	Thiên Chúa	Thị kiến Thiên Chúa	XXXIII

CHÂN DUNG MỘT DỊCH GIẢ LỚN
ĐẰNG SAU CÔNG TRÌNH DỊCH THUẬT KÉO DÀI HƠN THẬP KỶ

Lệ Hằng

Một lần nọ, tôi nghe một người nói về công việc dịch thuật mà cụ thể là dịch tác phẩm văn học như sau: Sáng tạo mới khó chứ viết lại trên cái đã có sẵn rồi thì có gì đâu! Ở đây, trong ngữ cảnh xuất hiện phát biểu này, người ta chưa bàn đến giá trị của tác phẩm, người ta chỉ muốn nói là cái công viết ra một tác phẩm mới là đáng ghi nhận, còn việc "viết lại trên cái đã có" tức là chuyển tác phẩm từ ngôn ngữ này sang ngôn ngữ khác thì dễ dàng và không đáng ghi nhận như cách người ta thường ghi nhận quá trình lao động của một tác giả. Tôi cho rằng người phát biểu điều này có lẽ chưa bao giờ thực sự bước vào một công việc dịch thuật khắt khe và nghiêm cẩn để hiểu được bản chất của công việc, cụ thể là sự đầu tư trí tuệ trước những đòi hỏi không bao giờ là dễ dàng của việc chuyển ngữ một tác phẩm văn học, đặc biệt là chuyển ngữ một tác phẩm thi ca.

Chuyển ngữ một tác phẩm văn học là một công việc khó khăn, nhiều người xem công việc này như một "thương vụ mạo hiểm" nhưng những dịch giả tâm huyết vẫn dấn thân vì công việc này cũng được xem như một "hành động ngoại giao", vì rằng họ có thể mang ánh sáng của tác phẩm đến những vùng đất mới, nền văn hóa mới với những con người hoàn toàn không hiểu được ngôn ngữ ban đầu của tác phẩm. Dịch thuật hay chuyển ngữ trong tiếng Latin là "translatio" nghĩa là hành động di chuyển một vật từ nơi này sang nơi khác. Tôi hình dung việc chuyển ngữ một tác phẩm văn học tương tự như việc một thương gia mang một món hàng quý từ lục địa này sang lục địa khác, quá trình giao thương cho phép người dân của hai lục địa dù không trực tiếp gặp nhau vẫn có sự tiếp xúc tinh thần và trao đổi văn hóa thông qua

Maria Lê Thị Lệ Hằng

* Bút danh: Lệ Hằng, Carol Thoughtson;
* Sn. 1988 tại T.T Huế - Cử nhân SP ngoại ngữ
* Đã xuất bản: *Khu vườn ươm ánh sáng* (trường ca), *Nguyễn Hoàng Đức và những dấu chân khai phá trên con đường thi ca* (tiểu luận phê bình), *Thư Ấu Nhi Gửi Chúa* (dịch và biên soạn) *The Nursery of Light* (trường ca); *This Is How We Make Our World* (tập truyện thiếu nhi); *Inside A Lockdown Diary* (thơ và tản văn); *Growing Up Together* (tập truyện thiếu nhi)...
* Email: lethilehang@yahoo.com

món hàng ấy. Tuy nhiên, trong quá trình băng từ lục địa này sang lục địa khác, thương gia phải đối diện với rất nhiều nguy cơ. Một phần của món hàng hay thậm chí toàn bộ món hàng có thể bị rơi xuống biển và chìm dưới đáy đại dương. Bằng cách này hay cách khác, thương gia sẽ đến được lục địa mình muốn đến nhưng khi ấy trên tay có thể chỉ còn lại cái túi đựng món hàng và vì nó không có giá trị nên không được ai chào đón, hoặc anh ta chỉ còn được một phần nhỏ của món hàng và phải chấp nhận đổi lấy với giá tương thích. Mỗi một hành trình trên biển và mỗi một thời điểm thương gia ghé vào vùng đất mới đều sẽ mang lại những kết quả khác nhau. Và như thế, chúng ta cũng có quyền hy vọng rằng trên hành trình vượt biển của mình, thương gia nọ có thể biết cách để làm tăng giá trị của món hàng mà anh ta đang mang đến.

Tôi đưa ra ẩn dụ thương gia và món hàng này mục đích là để chúng ta hình dung rõ hơn công việc chuyển ngữ một tác phẩm văn học. Người dịch phải đối mặt với rất nhiều nguy cơ khi đi trên đại dương chữ nghĩa ấy, họ luôn phải có những lựa chọn sáng suốt để không đánh mất linh hồn của tác phẩm, để giữ lại được càng nhiều càng tốt những cái hay cái đẹp và đồng thời họ cũng cần phải đầu tư để làm tăng giá trị của tác phẩm trong giới hạn cho phép của mình. Đó chính xác là những gì mà Lm. Đình Chẩn[1] đã làm khi chuyển ngữ trường ca *Thần Khúc* của đại thi hào Dante.

Trước khi nói về chân dung của một dịch giả hiện lên như thế nào qua tác phẩm chuyển ngữ, tôi muốn nói đến một điều căn bản và quan trọng hơn hết đối với việc chuyển ngữ một tác phẩm thơ. Nếu như bản chất của việc chuyển ngữ giống như mang một món hàng từ lục địa này vượt đại dương để đến đến một lục địa khác và phải đối mặt với nhiều thử thách trên chuyến đi thì đối với một tác phẩm văn xuôi, những thử thách ấy chủ yếu là rào cản ngôn ngữ, khác biệt văn hóa, phong cách thể hiện trong tác phẩm, còn với một tác phẩm thi ca, ngoài ba yếu tố vừa kể trên, dịch giả còn phải cưu mang nhiều yếu tố

1 Về dịch giả Lm. Đình Chẩn Trần Văn Đỉnh, xem trang 570 quyển này.

khác như thể thơ, nhịp điệu, vần điệu, âm thanh... Sự cộng hưởng các yếu tố mang tính đặc trưng của thơ là điều không thể bỏ qua bởi nó quyết định chất lượng của bản dịch và thậm chí người đọc thường dựa vào đó để đánh giá một tác phẩm là thành công hay thất bại. Bên cạnh tính hình thức của thi ca thì thi ca còn là cách diễn đạt tinh ròng và cô đọng nhất trong các loại hình văn học. Thi ca sử dụng phương tiện ngôn ngữ mà xã hội sử dụng, nhưng đồng thời, nhờ tính đa nghĩa của từ ngữ, thông qua cách sắp xếp trật tự từ ngữ một cách có chủ đích từ giao cảm đặc biệt nhạy bén của nhà thơ, thi ca còn mang trong mình thứ ngôn ngữ riêng nằm ngoài phương tiện mà nhà thơ đang sử dụng. Ngôn ngữ thi ca thường là ngôn ngữ của hình ảnh mang nhiều tầng ý nghĩa. Chúng ta vẫn thường nói đến các phương thức tu từ điển hình trong văn học như ẩn dụ hay phúng dụ khi nói đến thi ca. Và *Thần Khúc* của Dante là một tác phẩm hội tụ đầy đủ phẩm tính của một trường ca bất hủ và vĩ đại.

Thi hào Dante viết *Divina Commedia* trong mười bốn năm ông lưu đày xa quê hương Florence (Ý) từ năm 1307 đến năm 1321 và cũng gần ngần ấy thời gian linh mục Đình Chẩn đã bỏ ra để chuyển tác phẩm đồ sộ này sang tiếng Việt. Việc chuyển ngữ *Divina Commedia* được khởi sự vào năm 2010, một năm sau khi ngài sang học tại Ý, từ đó đến nay (2022) là tròn mười hai năm. Mười hai năm ròng rã, dù có nhiều bổn phận phải hoàn thành, nhiều công việc phải để tâm nhưng việc chuyển ngữ tác phẩm này vẫn được ngài ấp ủ, cưu mang và bền bỉ miệt mài thực hiện. Đến nay, công trình nghiên cứu, biên soạn, chú giải và chuyển ngữ Dinina Commedia đã gần hoàn tất, *Thần Khúc* với ba cuốn: Địa ngục, Luyện ngục, Thiên đàng đang sửa soạn đưa vào nhà in. *Divina Commedia* được xem là bản trường ca ưu việt của văn học Ý, sự phong phú của ngôn ngữ trong tác phẩm đã khiến Dante được người dân nước Ý nhìn nhận là “cha đẻ của tiếng Ý”. Nhiều thế kỷ đã qua kể từ khi tác phẩm ra đời nhưng *Divina Commedia* vẫn luôn được xem là tinh túy của văn học châu Âu và là một trong những tác phẩm vĩ đại nhất của văn học thế giới. Tôi kể ra những điều trên đây để người đọc có thể thấy được thách thức của công việc chuyển ngữ này và sự cần mẫn của người đã lựa chọn nó.

Tuy nhiên, linh mục Đình Chẩn không phải là dịch giả tiếng Việt đầu tiên của *Thần Khúc*, trước ngài đã có đến sáu dịch giả thực hiện việc chuyển ngữ tác phẩm bất hủ này. Vì *Thần Khúc* được viết ra dưới ánh sáng đức tin Kitô giáo mà những bản dịch trước chưa thực sự chạm đến được tầng nghĩa sâu xa nhất của tác phẩm (đó là hoàn thiện đời sống thiêng liêng thông qua ơn cứu độ) nên linh mục Đình Chẩn đã tiến hành vừa biên soạn, vừa chú giải, vừa dịch thơ, đây quả thực là một "thương vụ mạo hiểm" nhưng cũng là một "hành động ngoại giao" vô cùng ý nghĩa vì bản Việt ngữ này không chỉ mang ánh sáng của một tác phẩm văn học Kitô giáo đến với những người có đức tin Kitô mà hơn thế, đó là làm giàu thêm cho nền văn học Việt Nam khi mang một tác phẩm thi ca kinh điển, tinh hoa của nhân loại đến với người đọc chúng ta. Dù khám phá tác phẩm ở góc độ nào đi nữa, thần học hay thưởng thức văn chương thuần túy, thì người đọc cũng cần tiếp cận tác phẩm một cách toàn diện, sâu sắc mới có thể lĩnh hội được vẻ đẹp của một tuyệt tác. Văn học dịch là một bộ phận trong nền văn học dân tộc, sự phát triển của nó có thể trở thành chất xúc tác dẫn đến thời kỳ bùng nổ đối với toàn bộ nền văn học dân tộc. Dĩ nhiên điều này chỉ xảy ra khi một tác phẩm mang những phẩm chất cần thiết để tạo nên sự bùng nổ được xuất hiện vào đúng thời điểm mà tác phẩm có thể cộng hưởng với bối cảnh xã hội cũng như bối cảnh văn học trong nước để bung mở thời kỳ sôi động mới cho người sáng tác. Dù sao thì lịch sử văn học Việt Nam cũng đã cho chúng ta trải nghiệm tương tự với thành công của *Truyện Kiều* (Nguyễn Du) – đỉnh cao của thể thơ lục bát – và ảnh hưởng của nó đối với nền văn học dân tộc.

Một bản dịch tốt luôn là kết quả của quá trình tiếp nhận và dung hòa giữa bản văn gốc và bản văn chuyển ngữ, cuối cùng, khó khăn hơn nữa, chính là phát triển tối đa bản văn chuyển ngữ, tạo cho nó một phong cách, một tiếng nói riêng và truyền cho nó một sức sống trong cộng đồng mới. Văn hóa và ngôn ngữ của người tiếp nhận là yếu tố dịch giả phải cân nhắc thường xuyên vì cộng đồng mới nơi sẽ đón nhận tác phẩm qua cuộc chuyển hóa này không chỉ đơn thuần là không hiểu được thứ tiếng sử dụng trong văn bản gốc của tác phẩm mà họ còn không hiểu được lối tư duy, cách sử dụng các biểu tượng văn học của nền văn hóa gốc nơi tác phẩm được sinh ra. Đứng trước những lựa chọn khó khăn của việc dịch thơ, linh mục Đình Chẩn đã không chọn con đường mà một số người dịch trước đã chọn: theo sát bản văn gốc, bám lấy tất cả hình ảnh thơ và tuân thủ số câu, số chữ; thay vào đó, ngài chọn con đường Việt hóa tác phẩm sử dụng gần như tất cả các thể thơ quen thuộc với người Việt gồm lục bát, song thất lục bát, đường luật, và cả lối hát nói, chầu văn... Sự lựa chọn này cho thấy ngài coi trọng độc giả tương lai của tác phẩm. So với việc đọc những câu thơ dài, tiếp xúc thể thơ lạ thì đọc những câu thơ hiệp vần chặt chẽ như lục bát, song thất lục bát... sẽ dễ dàng với người Việt hơn và việc ghi nhớ cũng trở nên dễ dàng hơn. Các yếu tố dân tộc được tận dụng triệt để trong quá trình chuyển ngữ, tác phẩm được viết lại tuân thủ cốt truyện, thông điệp, sự kiện cũng như nhân vật trong bản gốc nhưng nó hoàn toàn mới mẻ trong hình thức. Dịch giả Đình Chẩn đã Việt hóa ngay trong cách thể hiện thông điệp cũng như cách xây dựng hình ảnh thơ để tác phẩm trở nên gần gũi với người Việt, gần gũi nhất có thể. Trong bản Việt ngữ *Thần Khúc* mà tôi đang đề cập, người đọc sẽ gặp được rất nhiều câu thơ mượn từ *Truyện Kiều* của Nguyễn Du hay những câu thơ của Hàn Mạc Tử và các nhà thơ khác. Ngoài ra, ca dao, thành ngữ, điển cố, điển tích... phổ biến trong văn học dân gian cũng được Lm. Đình Chẩn đưa vào bản dịch, vận dụng một cách khôn khéo, linh hoạt.

Một bản dịch được xem là thành công khi truyền tải được điều tác giả muốn nói và phải truyền tải một cách sống động dễ tiếp thu với cộng đồng người đọc mới. Để đạt được mục đích của việc chuyển ngữ, linh mục Đình Chẩn đã kết hợp việc dịch thơ với chú giải tỉ mỉ từng nhân vật, từng sự kiện xuất hiện trong tác phẩm bên cạnh đó ngài cũng dày công biên soạn bằng văn xuôi phần nội dung của mỗi ca khúc. Và so với bản văn gốc, bản Việt hóa lần này đã linh hoạt thu gọn các ca khúc của *Thần Khúc* để độ dài của tác phẩm bớt đi phần trở ngại cho người đọc. Có lẽ, mục đích của ngài không chỉ là tập trung vào những người có xu hướng yêu thích khám phá vẻ đẹp của thi ca hay các nhà nghiên cứu, mà rộng hơn, ngài muốn tác phẩm được phổ cập rộng rãi với cộng đồng người đọc trên quê hương này.

Đọc bản Việt ngữ *Thần Khúc* của Lm. Đình Chẩn, tôi thấy mình như thâu góm được tất cả tinh hoa của các thể thơ truyền thống của dân tộc mình, đồng thời sự xuất hiện của một số lượng lớn những câu thơ từ các tác phẩm kinh điển khác và ca dao, thành ngữ cũng giúp tôi củng cố vốn kiến thức văn học của mình. Mặc dù dịch giả sẵn sàng mượn từ kho tàng văn học Việt Nam để đưa vào tác phẩm, điều đó không hề khiến tôi đưa ra một nhận xét nào tiêu cực về năng lực sáng tạo của tác giả, mà ngược lại nó chỉ cho tôi thấy vốn kiến thức và trí tuệ của người dịch. Đặc biệt, khi đọc những câu thơ tôi sắp sửa trích dưới đây, tôi không còn muốn nhấn mạnh đến hai từ dịch giả nữa.

"Xin thương rảy nước cực thanh
Tẩy con sạch hết cả giành tội nhơ.
Hồn con sẽ đẹp như mơ
Trắng trong như tuyết, bụi mờ biến tan."

...

"Sương lưng lưng sương rưng rưng
Nghe lời thiên sứ thấm từng giọt châu:
Hai chìa khăng khít trước sau
Có sau có trước, có đầu có đuôi."

...

"Tê- đê-um! Nhạc thần tiên
Trời reo vũ khúc, đất rên nhảy mừng.

Tê-đê-um! Ngọc tơ rưng
Đập tan thần chết, khởi bừng phục sinh.”

…

“Lời thiên sứ vọng đưa níu gọi
Âm vách thiêng hòa tới vô biên
“Phúc cho ai nên trọng sạch tinh tuyền !”
Nghe khôn tả màu êm đềm khẽ chạm
Tiếng dìu đưa như cánh tơ uyên khảm
Tôi lặng hồn trong sâu thẳm an nhiên
Muôn đời câu đẹp tơ nguyền!”

…

“Đường nghiêng dốc đá gầy chen lối
Hướng phương đông nắng buông sợi ngang lưng
Ôi vầng hồng trước mặt trôi nhẹ tưng
Lên từng bậc rẻ quạt rung màu mắt.
Núi bang lang ngắm thiên không bát ngát
Màu nhất uyên nhuộm từng nét chân trời
Màn đêm xuống lắng chìm phủ nơi nơi
Chúng tôi kiếm bậc thềm ngồi nghỉ.”

Tôi cảm nhận được tác giả thực sự làm chủ tiết tấu, vần điệu và có khả năng diễn đạt tuyệt vời theo ngôn ngữ thi ca. Vượt qua khỏi rào cản ngôn ngữ và văn hóa, linh mục Đình Chẩn bằng trí tuệ, tâm hồn và khả năng ngôn ngữ của mình đã mang lại một cuộc đời mới cho một tác phẩm đã sống giữa lòng nhân loại hơn 700 năm qua.

Điều cuối cùng tôi muốn nói đó là để làm được điều trên, một dịch giả trước tiên phải là một “người đọc lớn” bởi quá trình chuyển ngữ là quá trình trưởng thành của người đọc với tác phẩm. Có một sự khác biệt rất lớn giữa việc đọc bề mặt chữ, đọc nắm nội dung và đưa ra các lời giải thích; so với việc đọc sâu, ngụp lặn, chung sống với văn bản cho đến khi có thể hiểu được nội dung nằm giữa các dòng, nghĩa là nội dung bên ngoài câu chữ. Và giai đoạn đọc thứ ba này là điều mà mọi dịch giả chân chính phải trải qua trước khi tác phẩm có thể ngân lên ở một ngôn ngữ khác, một lục địa mới.

L.H

Đà nẵng, tháng 6 năm 2022

III

ĐÓN CHÀO NĂM 2033, KÍNH MỪNG ƠN CỨU RỖI

ĐỂ ĐỀN ĐÁP ÂN TÌNH

Mỗi ngày qua đi đang đưa ta tiến gần hơn đến kỷ niệm 2000 năm Đức Giêsu Kitô, Con Thiên Chúa, đã chết và sống lại vì ta, 0033-2033, và trước đó, kỷ niệm 400 năm Văn học Công giáo Việt Nam, 1632-2032. Những kỷ niệm ấy đòi ta phải suy nghĩ về trách nhiệm đền ơn đáp nghĩa với tiền nhân và với Thiên Chúa.

Tiếp nối những *kỷ niệm* và *nghiên cứu* ở hai phần trước, phần III gom góp những *chứng từ* về hiện tại và những *ước vọng* cho tương lai. Hiện tại tiêu biểu nơi một số nỗ lực từ các giáo phận khắp Bắc, Trung, Nam, và nơi nhiệt tình của một số khuôn mặt trẻ trên các lãnh vực truyện, thơ, phê bình, nghiên cứu Hán Nôm, nghiên cứu văn học, báo giấy và báo mạng. Những nỗ lực dường như đôi lúc yếu ớt đến vô vọng vì phải lội ngược dòng chảy thần tốc của kỹ thuật số, vì quyết chọn bước chậm trên đường hẹp đang khi nhân gian lao nhanh theo đường rộng (x. Mt 7,13-14). Hầu như ta cô đơn lạc lõng giữa một thời đại đang chào thua sự lười lĩnh và thị hiếu của mình nên bỏ mất khả năng tập trung, không còn biết chú ý để đi vào chiều sâu của cảm nhận, yêu thương và đổi mới.

Kỷ niệm 2033 nhắc ta nhớ Kitô giáo là tôn giáo của Lời Thiên Chúa, mời gọi ta phải lắng nghe và nghiền ngẫm để sống (x. Mt 4,4). Thiếu trầm tư và lắng đọng, ta sẽ tan biến thành khói bụi vô nghĩa giữa dòng đời.

Ở phần III này, ý kiến của Đức cha Phêrô Nguyễn Văn Khảm, Tổng thư ký Hội đồng Giám mục Việt Nam và là tác giả bộ sách nói nổi tiếng *Kinh thánh 100 tuần* thật đáng lưu ý. Khi được hỏi về tương lai, tác giả sách nói lại góp ý về sách in. Ngài đã bất ngờ đặt ngược lại một câu hỏi cho quá khứ: *"Câu hỏi căn bản được đặt ra là liệu ở Việt Nam trước đây đã thực sự có văn hóa đọc đông đảo và mạnh mẽ chưa? Chúng ta thường nghĩ như thế nhưng chưa hẳn đã đúng với thực tế. Hãy thử đặt vài câu hỏi: mỗi quyển sách văn học hoặc tư tưởng thường được in bao nhiêu bản? Số ấn bản đó so với dân số của cả nước có tỉ lệ là bao nhiêu phần trăm? Có lẽ câu trả lời không được phấn khởi cho lắm, nghĩa là (trước đây) văn hóa đọc không hẳn là lớn mạnh như ta nghĩ."*

Thực tế ấy nhắc ta nhớ việc đào tạo khả năng đọc sách là khó khăn chung của mọi thời chứ không riêng của thời chúng ta. Đúng là ở thời này có phần khó hơn nhiều nhưng dù khó tới đâu, ta vẫn phải cố gắng, ngay cả khi nhìn bên ngoài có vẻ như không thể được thì ơn Chúa vẫn còn đó. Câu trả lời cho người Kitô hữu đã có sẵn: "Đối với loài người thì không thể được, nhưng đối với Thiên Chúa thì không phải thế, vì đối với Thiên Chúa mọi sự đều có thể được" (Mc 10,27).

Vị Giám mục dùng cách hỏi về quá khứ nhằm đưa tới những chỉ dẫn cụ thể cho việc phục hồi văn hóa đọc. Câu trả lời ý nghĩa chính là cổ võ khả năng lắng đọng, đọc và dừng lại lắng nghe điều Thiên Chúa muốn nói nơi Lời của Chúa trong *Kinh thánh*, nơi những lời các môn đệ Chúa đang rao giảng bằng audio, video, sách nói và sách in.

Giúp cho các bạn trẻ biết đọc sách, ta sẽ trang bị họ thành những công dân chín chắn và giàu tấm lòng chung, những tín hữu vững đức tin và tình mến, những tông đồ cầu tiến và nhiệt thành, luôn gắn bó với Đấng là Lời (Ga 1,14), là Sự Sáng (Ga 8,12; 9,5), là Đường, là Sự Thật và là Sự Sống (Ga 14,6)..

1. TỪ NHỮNG NẺO ĐƯỜNG ĐẤT NƯỚC

Khuất lấp sau những lo toan cuộc sống với áo cơm, với những bươn chải tìm an cư lạc nghiệp, suốt nửa thế kỷ qua mầm mống văn chương và văn học Công giáo vẫn còn thấp thoáng đây đó. Rồi hoa đã lại nở, dù không như một thửa vườn công nghiệp, dù chỉ lác đác hiếm hoi, mỗi nơi dăm đóa, mỗi nơi một vẻ, và phải tinh ý lắm mới thấy, nhưng ống kính của người săn ảnh đã có thể gom cho ta một bộ sưu tập giá trị. Mời bạn lại phía cửa sổ nhìn xe, không phải chỉ trên album ảnh, mà cả một góc vườn chớm nở. Rồi công nghệ cấy mô sẽ chọn lọc những bông hoa tuyệt mỹ để nhân lên, cung ứng cho nhu cầu cuộc sống đang cần vẻ đẹp, dòng suối trong, làn khí mát.

Ở đây xin giới thiệu 16 bài.

10 NĂM GIẢI VĂN HÓA NGHỆ THUẬT ĐẤT MỚI

Bùi Công Thuấn *[1]

Giải Đất Mới

Giải *Văn hóa Nghệ thuật Đất Mới* được Ban Văn hóa kết hợp với Ban Truyền thông Giáo phận Xuân Lộc tổ chức trao giải lần thứ nhất năm 2011, đến nay là lần trao giải thứ 10 (năm 2020). Sự duy trì một giải Văn hóa nghệ thuật trong thời gian dài là một nỗ lực rất lớn về Mục vụ văn hóa của giáo phận Xuân Lộc. Trong tình hình hoạt động văn học nghệ thuật ở các giáo phận trong cả nước còn trầm lắng, *Văn chương thị trường "...chiều theo thị hiếu thấp kém của một bộ phận công chúng, hạ thấp chức năng giáo dục, nhấn mạnh một chiều chức năng giải trí...truyền bá các tác phẩm độc hại, đi ngược lại với lợi ích*

*[1] Về tác giả, xem trang 108

của nhân dân và đất nước... " (Nghị quyết 23 của Bộ Chính trị ngày 16/6/2008), thì Giải *Văn hóa nghệ thuật Đất Mới* với "ước muốn xây dựng những giá trị văn hoá nghệ thuật Công giáo nơi cộng đồng dân Chúa" là một hoạt động giàu ý nghĩa và thật đáng trân trọng.

MỤC ĐÍCH TỔ CHỨC GIẢI

Tông Huấn *Giáo hội Tại Châu Á* (ECCLESIA IN ASIA của ĐGH J.Paul II) dạy rằng: "*...Con đường của những nhà rao giảng Tin mừng là* ***làm cho đức tin Kitô giáo trở nên một thành phần của di sản văn hoá của dân tộc.***"

Giải Văn hóa-Nghệ thuật Đất Mới là một hoạt động nằm trong chương trình Mục vụ Văn hóa của giáo phận Xuân Lộc, đáp lại lời dạy của Giáo hội.

Thông báo đầu tiên của giáo phận Xuân Lộc nói rõ về mục đích của Giải:

"*Các văn kiện của Giáo hội về Mục vụ văn hoá và các tác phẩm của Đức cha Đa Minh Nguyễn Chu Trinh, nhất là bộ truyện dài "Đất Mới", đã khơi gợi ước muốn xây dựng những giá trị văn hoá nghệ thuật Công giáo nơi cộng đồng dân Chúa...Vì thế Ban Văn Hoá giáo phận Xuân Lộc tổ chức giải Văn Hoá Nghệ Thuật Đất Mới.*

Thông báo tiếp theo, Giáo phận nói rõ hơn về tầm quan trọng của Văn hóa- nghệ thuật:

"Văn học nghệ thuật là lĩnh vực quan trọng của văn hoá góp phần gìn giữ và phát huy những giá trị tinh thần của con người. Trong xu thế hội nhập toàn cầu hoá, việc gìn giữ những giá trị văn hoá dân tộc, chống lại ảnh hưởng xấu cuả văn hoá thực dụng, ngoại lại, phi nhân, trở nên cấp bách và cần thiết hơn bao giờ, đặc biệt trong việc gìn giữ và giáo dục đức tin đối với người trẻ, trong gia đình, giáo xứ và các môi trường xã hội. Để góp phần vào công cuộc xây dựng văn hoá Công giáo trong Giáo Phận, Ban Văn Hoá giáo phận Xuân Lộc tổ chức cuộc thi sáng tác VHNT Đất Mới".

THỐNG KÊ TÁC GIẢ VÀ TÁC PHẨM CÁC NĂM

	2011	2012	2013	2014	2015	2016	2017	2018	2019	2020
Tác giả	22	36	45	60	61	92	103	125	155	124

Thể loại	Thơ	Truyện ngắn	Truyện dài	Kịch bản	Ca khúc	Phim ngắn	Ảnh đẹp Công giáo
Số tác phẩm (10 năm)	6815 bài (103 tập thơ)	541	39	66	660	04	577 ảnh đơn 56 bộ ảnh

Các tác giả tham gia giải ngày càng mở rộng ra các giáo phận trong cả nước: Tổng GP Sài Gòn, Tổng GP Huế, Tổng GP Hà Nội, giáo phận Hưng Hóa, Giáo phận Long Xuyên, giáo phận Qui Nhơn... và nhiều tác giả ngoài Công giáo.

Năm 2020 có 124 tác giả:

Tác giả	Hà Nội	Huế	Sài Gòn	Công giáo	Không Công giáo	Đại Chủng viện	Dòng tu	Đan viện	Hội Nhà văn
TS	21	15	88	111	13	04	18	06	5

Giải cũng mở rộng thêm các bộ môn. Lúc đầu chỉ có bộ môn Thơ, Truyện ngắn, Truyện dài, Ca khúc và Kịch bản văn học. Năm 2017 có thêm bộ môn Ảnh nghệ thuật "nét đẹp Công giáo" và năm 2020 có thêm giải Phim ngắn với chủ đề: "Sống đạo", mở rộng khả năng phản ánh hiện thực đời sống Công giáo và làm phong phú sắc màu nghệ thuật của giải.

CÁC GIÁ TRỊ ĐÃ ĐẠT ĐƯỢC

Nhìn trong tiến trình lịch sử văn học

Trong thực tế, văn chương Công giáo tại Việt Nam còn rất khiêm tốn bên cạnh lịch sử văn chương dân tộc. Kể từ khi đạo Công giáo truyền vào Việt Nam đến nay, đã có khá nhiều các nhà văn hóa Công giáo ở nhiều lĩnh vực, song trong lĩnh vực sáng tác văn chương, định vị được với lịch sử văn học dân tộc chỉ có một số tên tuổi. Đáng kể là Felippe do Rosario Bỉnh (1759-1833), Đặng Đức Tuấn (1806-1874), Nguyễn Trường Tộ (1827-1871), Huỳnh Tịnh Paulus Của (1834-1907), Trương Vĩnh Ký (1837-1898), P.JB. Nguyễn Trọng Quản (865-1911), nhà thơ Hàn Mạc Tử (1912-1940), Lm. Kim Định (1915-1997), Lm Thanh Lãng (1924-1978), nhà thơ Xuân Ly Băng (1926-2017), Gs. Nguyễn Văn Trung, Đức Giám mục JB. Bùi Tuần, Song Nguyễn (Đức Giám mục Daminh Nguyễn Chu Trinh), Lm. Trăng Thập Tự, nhà thơ Lê Đình Bảng... Về thể loại, các tác phẩm văn học Công giáo hầu hết là thơ. Những thể loại khác như truyện ngắn, truyện dài, kịch là rất ít.

Nguyên nhân là do lịch sử truyền giáo ở Việt Nam gặp rất nhiều khó khăn, Giáo hội mới chỉ chăm lo xây dựng những nền tảng Hội thánh. Chẳng hạn, xây dựng nhà thờ, đào tạo chủng sinh, thành lập các giáo phận, giáo xứ, in ấn kinh sách, Việt hóa các nghi lễ phụng vụ, tổ chức các nề nếp sinh hoạt Mục vụ, cử hành các Bí tích; đồng thời tập trung vào việc rao giảng Tin mừng thông qua cử hành Phụng vụ. Hơn nữa văn học nghệ thuật là một lĩnh vực đòi hỏi tài năng, tâm huyết và lòng nhiệt thành, lại phụ thuộc rất nhiều vào bối cảnh xã hội, vì thế văn chương Công giáo chưa trở thành một bộ phận có những đóng góp giá trị vào sự phát triển chung của văn học dân tộc. Điều này có thể hiểu.

Giải Văn hóa-Nghệ thuật Đất Mới là một hoạt động Mục vụ của giáo phận Xuân Lộc trong nỗ lực "*làm cho đức tin Kitô giáo trở nên một thành phần của di sản văn hoá dân tộc*" như lời dạy của Giáo hội. Còn cần nhiều thời gian những giá trị của Giải mới có thể lan tỏa.

Tuy vậy, sự phát triển của Giải thật đáng mừng. Giải đã quy tụ được nhiều tác giả Công giáo và ngoài Công giáo, trong đó các cây bút chuyên nghiệp xuất hiện ngày càng nhiều. Mỗi năm, Ban Văn hóa giáo phận đều in được một tuyển tập các tác phẩm đoạt giải. Đó là một niềm hy vọng. Với 541 truyện ngắn và 39 truyện dài, Giải đã có được một số vốn kha khá so với số tác phẩm tiểu thuyết Công giáo tính từ *Truyện Thầy Lazarô Phiền* (1887) của Nguyễn Trọng Quản đến nay. Và điều đáng mừng hơn là *Giải VHNT Đất Mới* đã trở thành một hoạt động văn hóa của giáo phận có sức thu hút ngày càng rộng trong mọi thành phần dân Chúa để cùng nghĩ suy, cùng sáng tạo, cùng khẳng định những giá trị của Tin mừng.

2. Giá trị của "*Văn hóa nghệ thuật Đất Mới*"

Đặc sắc các tác phẩm của Giải không chỉ phản ánh đời sống Công giáo trong một không gian, thời gian rộng, không chỉ đặt ra những vấn đề thách thức lương tâm Công giáo trước thời đại, mà còn thể hiện phong phú vẻ đẹp của *tư tưởng Nhân văn* dưới ánh sáng *Mỹ học Kitô giáo*.

Mỹ học Kitô giáo khám phá cái đẹp của Con người trong hình ảnh Thiên Chúa: "*Thiên Chúa sáng tạo con người theo hình ảnh Thiên Chúa*" (Stk 1, 27). Tư tưởng *Nhân văn Kitô giáo* là tư tưởng về tình yêu thương Con người, giải thoát Con người khỏi đau khổ, tội lỗi và sự chết. Đó chính là tình yêu Thiên Chúa dành cho con người qua Đức Kitô: "*Không có tình yêu nào lớn hơn tình yêu của người thí mạng vì bạn hữu mình* (Ga 15, 13).

Tư tưởng này rất gần gũi với tư tưởng Nhân văn của dân tộc. Người Việt nhìn bản chất Người là Đẹp: "*Người ta là hoa đất*", coi trọng giá trị Con người ("*Một mặt người hơn mười mặt ruộng*"), và lấy thái độ sống "*Thương người như thể thương thân*" làm phẩm hạnh hàng đầu.

Con người ở đây chính là những "*người thân cận*" (Mt 22, 39) với mình trong mọi hoàn cảnh của đời sống.

Các tác phẩm *VHNT Đất Mới* nhìn Con người với một niềm tin yêu, trong sáng và hy vọng, rất khác với cái nhìn bi quan, cái nhìn hạ thấp phẩm giá con người, coi "*tha nhân ấy là địa ngục*" (J.P.Sartre), trong nhiều tác phẩm văn chương đương đại khai thác thị hiếu bản năng, cổ vũ lối sống thực dụng, vị kỷ, vô luân...

Bạn đọc có thể tiếp cận được những giá trị của tư tưởng *Nhân văn Công giáo* trong các tác phẩm của Giải (xin đọc Tuyển tập 10 năm).

3. Khẳng định những giá trị văn hóa Công giáo

Đã có những lúc, do hoàn cảnh nhất định, trong văn chương Việt Nam xuất hiện những tác phẩm miêu tả sai lệch về đời sống người Công giáo, chẳng hạn *Bão Biển* của Chu Văn, *Cha và con và...* của Nguyễn Khải...

Các tác phẩm của *Giải VHNT Đất Mới* khắc họa thành công hình ảnh các Linh mục, nữ tu sống "Đời dâng hiến" là những người hết lòng vì đoàn chiên, dù phải đối mặt với những hoàn cảnh khốc liệt, phải hy sinh mạng sống; đồng thời phản ánh được thực tại sống "*Sống Phúc Âm giữa lòng dân tộc*" của người Công giáo Việt Nam ở khắp nơi trên quê hương đất nước. Không gian nghệ thuật mở rộng từ vùng sông nước miền Tây Nam bộ đến núi rừng Tây Nguyên, Tây Bắc; từ Việt Nam đến các Giáo hội ở Châu Phi trong khoảng thời gian từ trước 1945 đến nay với nhiều biến động lịch sử.

Các tác phẩm *VHNT Đất Mới* cũng lên tiếng mạnh mẽ trong việc bảo vệ sự sống, bảo vệ thai nhi, bảo vệ gia đình là cái nôi của mọi giá trị văn hóa truyền thống và đời sống tâm linh. Những vấn đề về môi trường sống, môi trường thiên nhiên, môi trường văn hóa cũng được nhiều tác giả quan tâm, đặc biệt khi đất nước hội nhập toàn cầu hóa và các làn sóng xâm lăng văn hóa đang làm băng hoại con người hôm nay...

Các tác phẩm *VHNT Đất Mới* cũng đề cập nhiều đến những vấn đề của người trẻ, đó là sống đức tin trong một môi trường xã hội có một nền văn hóa khác biệt với văn hóa Kitô giáo, hay trong một bối cảnh xã hội khắc nghiệt (*Truyện dài Đóa hồng thứ 40*); vấn đề tình yêu và tình dục, vấn đề hôn nhân khác tôn giáo, vấn đề hạnh phúc...

Với những gì đã đạt được, *Giải VHNT Đất Mới* hy vọng sẽ góp phần làm phong phú văn chương nghệ thuật Công giáo và ngày càng có nhiều tác phẩm giá trị về tư tưởng và nghệ thuật làm nở hoa Mục vụ văn hóa của Giáo hội.

4. Định hình nghệ thuật Công giáo

Nghệ thuật Công giáo có đặc điểm gì? Đó là nền nghệ thuật lấy *tư tưởng Mỹ học Kitô giáo* làm lý tưởng thẩm mỹ, lấy *chủ nghĩa Nhân văn Kitô giáo* làm nội dung. Nền nghệ thuật ấy có cội nguồn là *Kinh thánh* (cả *Cựu ước* và *Tân ước*). Điều này có thể nhìn thấy rõ trong hội họa, âm nhạc, kiến trúc...phương Tây.

Các tác phẩm tham gia *Giải VHNT Đất Mới* kế thừa các truyền thống nghệ thuật của Giáo hội và của dân tộc và dần dành định hình nét riêng trong việc chọn đề tài, trong cách kiến tạo tác phẩm, xây dựng nhân vật, kiểu bút pháp và cách thể hiện. Ngày càng có sự phong phú về màu sắc thẩm mỹ của nhiều phong cách nghệ thuật, ngày càng có sự công phu trong tìm tòi sáng tạo. Từ một giải địa phương, các tác phẩm của Giải đã có thể sánh ngang với nhiều giải thưởng văn học trong nước về phẩm chất để tự khẳng định sự đóng góp những giá trị mới của văn học Công giáo vào dòng chảy văn học đương đại. Tất nhiên, sự đóng góp này còn khiêm tốn, nhưng đã là những tín hiệu vui.

Thí dụ, các tác phẩm diễn ca *Kinh thánh* đều có dấu tích thể loại diễn ca của dân tộc; *Giải VHNT Đất Mới* đã có những công trình lớn thi hóa *Kinh thánh* bằng các thể thơ, Phú dân tộc như: *Châm Ngôn Kinh thánh diễn thơ* (Trần Trung Hậu), *Sách Tôbia & Sách Giu-đi-tha* (Bùi Văn Nghiệp), *Sách Sáng thế, Sách Étte, Sách Tông đồ Công vụ*, Sách *Xuất hành*; *Lịch sử cứu độ (1000 khúc thơ*-Nguyễn Tiến Mỹ*), Dệt thơ Lời Chúa năm A-B-C*, trường ca về các thánh tử đạo (Nguyễn Hữu Tâm, Cao Danh Viện). Tác giả *Nguyễn Thị Như Hà* có hai tập thơ hơn 900 bài Haiku, trích 440 câu trong các sách *Huấn ca, Châm ngôn*, *Is, Ai ca, Diễm ca; Giêrêmia; A-mốt; Ê-phê-xô; Mt; Ga; Lc; 2Côrintô; Mikha; Gióp; Tv; 2Samuel, Đệ nhị luật*. Đó là một công trình đồ sộ.

Các ca khúc Đất Mới tiếp tục nền thánh ca của Giáo hội kết hợp với bản sắc âm nhạc Việt. *Giải VHNT Đất Mới* còn góp thêm những sáng tác mới về Đức Mẹ Núi Cúi.

Truyện dài Đất Mới là một thành công đặc biệt. Bởi truyện dài là một thể loại khó đòi hỏi tài năng và tâm huyết. Những năm đầu của Giải có rất ít truyện dài. Đến nay, sau 10 năm Giải đã có 39 truyện dài, trong đó đã có những tác phẩm thực sự giá trị về nội dung tư tưởng và nghệ thuật. Thí dụ truyện dài *Những nốt nhạc nên đời* (2013), *Bé Hai, Huỳnh Đệ Vàng* (2014), *Hương Thạch Thảo* (Phạm Thị Lành 2018). Nổi trội hơn cả là: *Ôi tội hồng phúc* (Nguyễn Phương Thảo-Canada. 2017) và *Đóa hồng thứ 40* (Vinh Kiu, 2020)...

Từ truyện vừa (đoản thiên tiểu thuyết) ***Thầy Lazarô Phiền*** (1887) của Nguyễn Trọng Quản đến thơ Hàn Mạc Tử là một chặng đường tìm tòi sáng tạo, văn học Công giáo đã ghi được dấu ấn với lịch sử văn học dân tộc. Thế hệ kế tiếp là các nhà thơ Xuân Ly Băng, Trăng Thập Tự, Lê Đình Bảng, nhà văn Song Nguyễn, Cao Gia An...

Gần đây, các công trình *Lịch sử văn học Công giáo Việt Nam* (Võ Long Tê, 1965), *Văn học Công giáo Việt Nam-Những chặng đường* (Lê Đình Bảng-2009), các bộ sách 6 cuốn *Ở thượng nguồn thi ca Công giáo Việt Nam* (Lê Đình Bảng sưu tập 2009) và bộ sách 5 cuốn *Có một vườn thơ đạo* (Trăng Thập Tự chủ biên 2012) đã khẳng định được có một nền văn học Công giáo Việt Nam khá phong phú. Tạp chí *Nghiên cứu văn học* của Viện Văn học số tháng 7/2020 đã thực hiện chuyên san: "*Văn hóa, Văn học Công giáo Việt Nam-Diện mạo và đặc sắc*"như là sự khẳng định sự tồn tại của văn học Việt Nam trong dòng chảy văn học dân tộc.

Thực ra, *Kinh thánh (Cựu ước* và *Tân ước)* là một kho tàng hết sức đồ sộ mà các nhà văn Công giáo có thể học tập và sáng tạo. *Kinh thánh* kể rất nhiều câu chuyện. Đặc biệt là những dụ ngôn Đức Giêsu trực tiếp kể. Đó là những truyện ngắn sâu sắc về tư tưởng, phong phú về nghệ thuật và đặc biệt là có khả năng khai mở tâm linh người nghe, đem đến cho người nghe Ơn Cứu Độ. Xin đọc đoạn *Kinh thánh* kể về *người đàn bà ngoại tình* bị ném đá (Ga 8, 2-11), cuộc đối thoại của Đức Giêsu với chị em Mac-ta (Ga 11, 1-45), Đức Giêsu đối thoại với Philatô (Ga 18, 28-38), Đức Giêsu kể dụ ngôn *người Samari nhân hậu* (Lc 10, 29-37), dụ ngôn *Người cha nhân hậu* (Lc 15, 11-32), dụ ngôn *ông nhà giàu và anh La-da-rô nghèo khó* (Lc 16, 19-31)...Những câu chuyện ấy đã trở thành tâm thức của nhân loại suốt hơn 2000 năm qua.

Gần đây, tác phẩm thơ *Dưới cái cây ánh sáng* của nhà thơ Nguyễn Quang Thiều, hiện là Phó chủ tịch Hội Nhà văn Việt Nam, khai thác rất hay ý tưởng về Thánh giá và cuộc khổ nạn của Đức Giêsu.

Nhìn lại như thế để các tác giả tham gia *Giải VHNT Đất Mới* tự hào về những gì cha ông đã làm được, và nỗ lực hơn nữa sáng tạo những tác phẩm giá trị đóng góp cho văn học dân tộc.

VỀ VIỆC TỔ CHỨC GIẢI

1. Nỗ lực của toàn giáo phận.

Sự thành công của Giải về tổ chức là nỗ lực của toàn giáo phận. Trước hết là của các Đức cha giáo phận. Đức cha Đa Minh Nguyễn Chu Trinh là người khởi xướng tổ chức Giải, Đức cha Giuse Đinh Đức Đạo, người tiếp tục mở rộng mục vụ Văn hóa. Các Ban Truyền thông, Ban Văn hóa, Ban Thánh nhạc và Ban Giáo dân phối hợp tổ chức mọi mặt, từ trang trí sân khấu, tổ chức hội trường, chuẩn bị tài chính, chuẩn bị giải thưởng, in ấn tác phẩm, khách mời, tổ chức họp mặt tác giả, chuẩn bị các tiết mục công diễn phụ họa (Múa của các dòng Tu như Hội dòng Mến Thánh Giá, Hội dòng Nữ Tỳ Chúa Giêsu Linh Mục, hội dòng Thánh Gioan Thiên Chúa, các thầy Đại Chủng viện thánh Giuse Xuân Lộc, ca đoàn Sao Mai, ca đoàn và các đoàn thể giáo xứ Russeykeo;

Giới Hiền mẫu và Gia trưởng của Giáo xứ Chính Tòa v.v... Tất cả tạo nên một chương trình trao giải hoành tráng và hiện đại. Ngày trao *Giải VHNT Đất Mới* trở thành một sự kiện văn hóa đặc thù của giáo phận.

2. Sự nhiệt tình tham gia của các tác giả.

Một giải thưởng văn nghệ chỉ thực sự thành công khi có nhiều tác giả tham gia. *Giải VHNT Đất Mới* có nhiều tác giả tham gia nhiều năm, tham gia ở nhiều thể loại, cả thơ, văn, truyện và kịch. Các tác giả đều nỗ lực vượt lên chính mình so với lần trao giải trước.

Xin đơn cử, Thầy Petrus Dương Kim Quới tham gia giải từ ngày đầu. Thầy đạt giải thưởng cả ở bộ môn thơ, truyện ngắn và ca khúc. Nhóm Sao Mai gồm các nhạc sĩ Nguyên Nhung, Đoàn Văn Sửu, Viết Phương, Hồng Việt, Ngọc Tuyên có tác phẩm đạt giải hầu như ở khắp các năm; nhiều nữ tu viết truyện dài, đạt giải nhiều lần như: nữ tu Maria Hà Thị Thúy Diễm (đạt giải truyện dài *Con Hoang. 2011, Những nốt nhạc nên đời. 2013*, *Xương bánh Đúc*. 2015, truyện ngắn *Khóc Muộn*. 2018). Nữ tu Maria Vinc Nguyễn Thị Chung (đạt giải các truyện dài Đâu là hạnh phúc thật. 2015; *Thử chết một lần*. 2016; *Khi trái tim lên tiếng*. 2018; *Chàng xe ôm*. 2019). Maria Phạm Thị Lành (truyện dài *Huynh Đệ vàng,* 2014; *Phía sau hố thẳm tội lỗi,* 2016, *Hương Thạch Thảo,* 2018) Tác giả thơ Catarina Nguyễn Thị Lam (tức Song Lam, đạt giải các năm 2012, 2013, 2015, 2016, 2017, 2018, 2019); tác giả trẻ Lê Quang Trạng, từ Long Xuyên, (đạt giải truyện ngắn và Kịch các năm 2015, 2016, 2017, 2018)...

Có thể nhận thấy chính sự tham gia nhiệt tình và nỗ lực sáng tạo không ngừng của các tác giả làm nên thành công của Giải. Đó là sự thành công của sự quy tụ gặp gỡ nhiều cây bút Công giáo và ngoài Công giáo, thành công ở sự phong phú thể loại và bút pháp, thành công ở phạm vi rất rộng của việc phản ánh hiện thực đời sống Công giáo và sự thể hiện giàu có vẻ đẹp tư tưởng Nhân văn Kitô giáo.

HY VỌNG NHỮNG MÙA VÀNG

10 năm *Giải VHNT Đất Mới* là một niềm hy vọng. Tuy chưa có nhiều tác giả tác phẩm nổi trội song giải đã quy tụ được một đội ngũ người sáng tác Công giáo đông đảo có tiềm năng, trong đó có nhiều người trẻ; khơi gợi và phát huy niềm say mê văn chương Công giáo ở họ, mở ra nhiều ngả đường sáng tạo. Sau 10 năm *Giải VHNT Đất Mới* cũng đã có những đóng góp nhất định vào nền văn học Công giáo đương đại, và biết đâu những gieo mầm hôm nay sẻ đem đến mùa vàng sum suê trong tương lai. Cánh đồng Mục vụ văn hóa đã mở ra mênh mông những mùa gặt.

Nguồn: *Bùi Công Thuấn: Những mùa vàng văn học Công giáo. Nxb Hội Nhà Văn 2020*

ĐÔI NÉT VĂN HÓA
VĂN HỌC CÔNG GIÁO TÂY NGUYÊN [1]

Lê Minh Sơn

DẪN NHẬP

Giáo phận Kon Tum được khai sinh trong trường hợp khá đặc biệt và đa dạng vì là miền truyền giáo cho các sắc tộc vùng Tây Nguyên bắt đầu từ thế kỷ XVIII-XIX, với những nỗ lực có thể nói đầy gian nan, nhưng thật can trường và không ngừng nghỉ.

Thật vậy, Tây Nguyên từ lâu đời là nơi sinh sống của các dân tộc bản địa như: Bahnar, Jơlơng, Rơngao, Jrai, Sêđăng, Hlăng, Jeh-Triêng...Cho đến đầu thế kỷ XIX, vùng đất này hầu như vẫn còn "khép kín" so với thế giới bên ngoài và chưa có bóng dáng người Kinh nào lui tới.

Năm 1848, thầy sáu Phanxicô Nguyễn Do, vâng lệnh Đức Cha Stêphanô Cuénot Thể - Giám Mục Đông Đàng Trong (Qui Nhơn) đã hướng dẫn các vị thừa sai người Pháp cùng một số thầy giảng người Việt lên Kon Tum.

Năm 1851, Đức Cha Stêphanô Cuénot Thể đã thiết lập 4 Trung tâm Truyền giáo đầu tiên cho các sắc dân chính như: Bahnar, Rơngao, Jơlơng, Sêđăng, Jrai [1]. Như thế Miền Truyền Giáo Thượng (Mission des pays Moys) được hình thành. Và cũng từ đó, lịch sử - văn hóa - và cả văn học Công giáo Tây Nguyên được bắt đầu, song hành theo tiến trình phát triển của giáo phận Kon Tum, trong dòng chảy chung của nền văn học dân gian của các dân tộc bản địa, làm công cụ đắc lực cho công cuộc truyền giáo và phục vụ cho nhu cầu văn hóa của xã hội.

[1] Bài này, các ghi chú được đặt ở cuối bài

Phêrô Lê Minh Sơn

** Sinh: 15-10-1968 tại Kon Tum.*
** Một số tác phẩm:*
** Giải nhất "Cuộc thi Nhánh Huệ Nước Trời 2011".*
** Kon Tum, vần thơ đạo ngày ấy (Sưu tập).*
** Tiểu sử các Giám mục, Linh mục truyền giáo và phục vụ Giáo phận Kon Tum đã qua đời từ năm 1848 tới nay.*
** Các Linh mục Thừa sai Hải ngoại Paris đã phục vụ Giáo phận Kon Tum (1850-1975).*
** Email: <lmsonkt@gmail.com>*

Trước khi tìm hiểu về **đôi nét văn hóa - văn học Công giáo Tây Nguyên** trong dòng lịch sử của giáo phận Kon Tum từ buổi đầu cho đến ngày nay, chúng tôi xin phép trình bày một số giới hạn và nhận định sau:

1. Tây Nguyên mà chúng ta muốn đề cập vào thời kỳ truyền giáo ban đầu bao gồm vùng rừng núi rộng lớn phía Tây dãy Trường Sơn, kéo dài cho đến Hạ Lào. Năm 1932, năm tách Giáo phận Tông tòa Kon Tum ra khỏi Giáo phận Tông tòa Qui Nhơn, Miền truyền giáo Kon Tum có diện tích 70.000 km^2 gồm 3 tỉnh người sắc tộc là Kon Tum, Pleiku, Ban Mê Thuột của Việt Nam, và tỉnh Attopeu thuộc nước Lào. Đến năm 1944, tỉnh Attopeu tách khỏi giáo phận Kon Tum, nhập về Lào. Ngày 22.06.1967, Tòa Thánh tách tỉnh Dak Lak khỏi Kon Tum lập giáo phận mới Ban Mê Thuột. Giáo phận Kon Tum còn lại 3 tỉnh: Kon Tum, Pleiku và Phú Bổn. Hiện nay Giáo phận Kon Tum gói gọn trong phạm vi 2 tỉnh: tỉnh Kon Tum và tỉnh Gia Lai với khoảng 350.000 tín hữu mà 2/3 là đồng bào các sắc tộc thiểu số, chỉ 1/3 là dân tộc Kinh.

2. Do tính chất đặc thù đa sắc tộc và nhiều yếu tố khác nên văn học, văn chương Tây Nguyên luôn gắn liền với văn hóa các bộ tộc Tây Nguyên. Văn học thường phản ánh nét văn hóa bản địa và ngược lại các tác phẩm viết về văn hóa bản địa tùy mức độ lại chứa đựng nhiều yếu tố văn học. Điều này không chỉ có đối với văn học Tây Nguyên mà cũng đúng với nhiều vùng miền khác.

3. Do tính cách Công giáo của văn học cũng như tương quan giữa văn học và đức tin, đối tượng của Văn học Công giáo Việt Nam nói chung, Văn học Công giáo Tây Nguyên nói riêng rất đa dạng. Ngoài những tác phẩm thuần túy văn chương như văn thơ, thì các sách *Kinh thánh*, giáo lý, huấn đức...; các tác phẩm biên khảo về phong tục, nghi lễ, sách dịch thuật.v.v. cũng là đối tượng của văn học Công giáo. Tương tự về ngôn ngữ văn học, chẳng hạn các tác phẩm bằng tiếng của các sắc tộc bản địa, tiếng Pháp, tiếng Việt...; về quốc tịch các tác

phẩm và tác giả: Việt, Pháp (thừa sai người Pháp), Thượng.v.v. đều là đối tượng của văn học Công giáo Tây Nguyên [2].

4. Và cuối cùng, bên cạnh những nét đặc sắc mà văn học Công giáo Tây Nguyên đã đóng góp, cũng đề cập đến đời sống văn học thường nhật diễn ra trong quá khứ cũng như hiện tại, để có thể hiểu rõ hơn khuynh hướng văn học Công giáo nơi Miền Thượng này.

Trong phạm vi bài lược trình này chúng tôi chỉ dám gợi qua một số nét tiêu biểu về các tác giả và tác phẩm qua các thời kỳ:

- **Thời kỳ hình thành Miền Truyền Giáo Kon Tum (1848-1932)**
- **Thời kỳ Giáo phận tông tòa Kon Tum (1932-1960)**
- **Thời kỳ Giáo phận chính tòa Kon Tum (1960-nay)**

I. THỜI KỲ HÌNH THÀNH MIỀN TRUYỀN GIÁO KON TUM (1848-1932)

Các tác phẩm viết thời kỳ này chủ yếu bằng tiếng Pháp và tiếng các dân tộc bản địa: Bahnar, Sêđăng và Jrai. Có thể chia thành 2 giai đoạn:

1. Giai đoạn 1848-1908: đặt nền móng

Năm 1851, vừa đặt được cơ sở truyền giáo, quan tâm hàng đầu của các Thừa sai là học tiếng bản xứ và xây dựng bộ chữ viết các sắc dân. Người Thượng vốn không có chữ viết và họ lý giải là do tổ tiên ngày xưa đánh mất [3]. Mà để giảng Đạo, để giải thích tín lý cao siêu bằng một thổ ngữ rất nghèo từ ngữ trí thức, thì cần phải nắm vững và biết tường tận thổ ngữ đó, cho nên, sau một tháng rưỡi xin ở trọ nhà ông Hmur, chủ làng Kon Kơxâm để học tiếng, các linh mục như Dourisboure, Combes, Fontaine đã sử dụng mẫu tự Latin để ghi âm tiếng Bahnar, các ngài đã có được một quyển sổ lớn ghi các từ, bắt đầu là những từ đơn giản [4]. Công việc cứ thế tiếp tục...

Vào năm 1853, sau 2 năm tìm tòi, nghiên cứu ngôn ngữ, Cha Combes (Bok Bê) đã soạn xong một tập giáo lý nhỏ bằng tiếng Bahnar và đã dịch xong các kinh mà mỗi Kitô hữu phải biết và phải đọc. Cha Dourisboure (cố Ân) dựa vào tập này dịch sang tiếng Sêđăng [5]. Các tân tòng đầu tiên của Kon Tum đã học Đạo theo tập giáo lý và kinh nguyện này.

Ngày 29.9.1853, Cha Combes (1825-1857) đã viết bài tường thuật tổng hợp đầu tiên, dưới dạng một lá thư gởi các Cha trong ban giám đốc Hội Thừa sai, trong đó miêu tả thật chi tiết về vùng đất mà cho đến nay chưa một ai biết đến. Tác phẩm này xứng đáng là một bài khảo cứu đầu tiên về miền truyền giáo Thượng. Bài khảo cứu này cùng với trích đoạn Thư của Cha Dourisboure ngày 12.12.1871 đều được in trong phần phụ lục của tác phẩm *Les Sauvages Bahnars*, xuất bản năm 1929 [6].

Tại Kon Kơxâm, vào năm 1865, Cha Dourisboure (1825-1890) bắt đầu viết tác phẩm hồi ký thời danh: *Les Sauvages Bahnars - Souvernirs d'un missionaire* và hoàn thành tại Chủng viện Hội thừa sai Paris ngày 28 tháng giêng năm 1870. Tác phẩm này được xuất bản lần đầu tiên vào năm 1873 tại Paris; tái bản năm 1929 - tức 39 năm sau ngày tác giả qua đời. Ngoài giá trị là một sử liệu truyền giáo Tây Nguyên, tác phẩm này còn là một khảo sát lý thú và là thiên hồi ký đặc sắc, đơn sơ, thành thật, tả chân, đến độ gây cảm xúc mãnh liệt [7]. Ngay sau đó, *Les Sauvages Bahnars* đã được phóng tác sang tiếng Việt qua tác phẩm *Mở Đạo Kontum* in tháng 5/1933 và loạt *Truyện các đấng mở đàng giảng đạo mọi Kontum*, in từ năm 1936 [8], và đến năm 1972, toàn bộ tác phẩm này được dịch sang tiếng Việt với tên sách: *Dân Làng Hồ*, in tại Sài Gòn (bản dịch dựa theo ấn bản năm 1929).

Tác phẩm Les Sauvages Bahnar xuất bản năm 1929 và bản dịch Dân Làng Hồ của TGM Kon Tum, NXB Tôn giáo năm 2008

Trở lại công trình tạo ra chữ viết Bahnar, sau thời gian định hình mẫu tự và thống nhất phiên âm, Cha Dourisboure đã hoàn thiện và viết thành sách *Vocabularium apud barbaros Bahnars* vào năm 1870 (dày 268 trang, cỡ sách 20x26cm) gồm 3 thứ tiếng: Bahnar-Việt-Pháp; tiếp đến là *Hlabar abo*, sách dạy đánh vần tiếng Bahnar, nhà in Nazareth, Hong Kong 1888; sau cùng là cuốn tự điển *Dictionaire bahnar-français* in tại nhà in Hội Thừa sai Paris năm 1889 [9]. Hình thành chữ viết là cả một quá trình lâu dài của tập thể các vị thừa sai, tuy nhiên vẫn mang đậm dấu ấn riêng tùy theo mỗi vị. Như Cha Dourisboure, với sự cộng tác và giúp sức của các thừa sai Combes, Fontaine...; của ông Hmur người Bahnar, và tất nhiên của Cha Do. Linh mục người Việt này xuất thân từ Chủng viện Pi-năng, ngoài tiếng Việt là tiếng mẹ đẻ ngài cũng hiểu biết tiếng Latin và tiếng Pháp, và còn thông thạo tiếng Bahnar nữa.

Đến năm 1874, cả Miền Truyền Giáo có 987 tín hữu, trong đó số tín hữu người Kinh là 542 người, tập trung chủ yếu ở hai làng đạo Tân Hương và Phương Nghĩa [10].

Năm 1875, Cha Vialleton Truyền (1848-1909) được tăng cường cho Miền truyền giáo Thượng, ngài nhận chức Bề trên từ năm 1881 và hăng say hoạt động truyền giáo trong suốt 27 năm. Chính ngài có sáng kiến dạy con em Thượng viết và đọc chữ quốc ngữ, song song với tiếng thổ âm của họ. Đích thân ngài về Bình Định mời thầy Hương [11], một thầy giảng có tiếng, đang phục vụ tại Qui Nhơn, lên Cao nguyên để sắp đặt chương trình, tổ chức lớp học văn hóa đầu tiên trên vùng dân tộc [12]. Nhờ đó, một số thanh niên Bahnar sau này thành Yao Phu tiên khởi xuất sắc, làm thầy dạy tại trường Cuénot. Năm 1894, ngài xuất bản cuốn *Jeju Kritô* (Sách kể về cuộc đời Chúa Giêsu Kitô bằng tiếng Bahnar tại nhà xuất bản Nazareth trong lúc ngài ở Hồng Kông dưỡng bệnh [13].

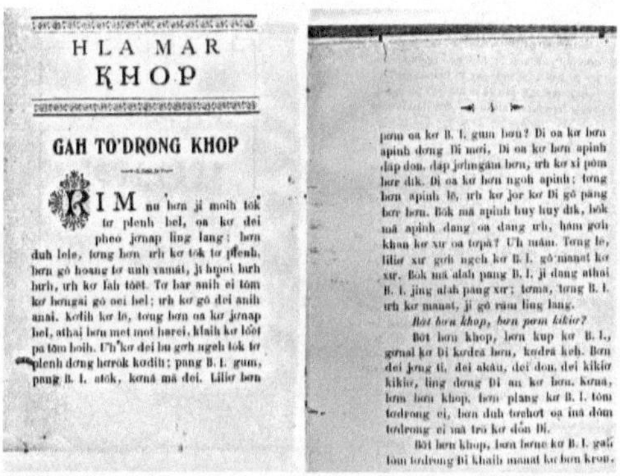
HLA MAR
KHOP

GAH TO'DRONG KHOP

RIM nu hơn ji moih tôk tơ plenh bel, oa kơ dei pheo jơnap ling lang: hơn duh lele, tơng hơn ưh kơ tôk tơ plenh, hơn gô hoang tơ unh xamát, ji hơpoi bưh bưh, ưh kơ lah tôôt. Tơ bar anih ei tôm kơ hơngai gô oei hel; ưh kơ gô dei anih anai. Kơdih kơ lô, tơng hơn oa kơ jơnap bel, athai hơn mot mot hơrei, klaih kơ lôôt pa tôm hoih. Uh kơ dei hu gơh ngeh tôk tơ plenh dơng hơrôk kơdih; pang B. I. gum, pang B. I. atôk, kơnă mă dei. Lilir hơn

— 4 —

pơm oa kơ B. I. gum hơn? Di oa kơ hơn apinh dơng Di mơi, Di oa kơ hơn apinh dâp don, dâp jơhngâm hơn, ưh kơ xi pôm hơr dik. Di oa kơ hơn ngoh apinh: tơng hơn apinh lô, ưh kơ jor kơ Di gô pâng hơr hơn. Bôk mă apinh huy huy dik, bôk mă apinh dang oa dang ưh, hâm gơh khan kơ xư oa tơpă? Uh mâm. Tơng lê, lilir xư gơh ngeh kơ B. I. gô manat kơ xư. Bôk mă alah pang B. I. ji dang athai B. I. jing alah pang xư; tơma, tơng B. I. ưh kơ manat, ji gô răm ling lang.

Bôt hơn khop, hơn pơm kikiơ?

Bôt hơn khop, hơn kup kơ B. I., gơnal kơ Di kơdră hơn, kơdră koh. Hơn dei jơng ti, dei akâu, dei don, dei kikiơ kikiơ, ling dơng Di an kơ hơn. Kơnă, hơm hơn khop, hơn plang kơ B. I. tôm tơdrong ei, hơn duh tơrhơt oa ină dôm tơdrong ei mă trô kơ dôn Di.

Bôt hơn khop, hơn hơne kơ B. I. gah tôm tơdrong Di khaih manat kơ hơn krơu.

Sách kinh tiếng Bahnar in ở Nhà in Làng Sông Qui Nhơn năm 1909

Cha Guerlach Cảnh (1858-1912) đến Kon Tum cuối năm 1882, lòng nhiệt thành truyền giáo và óc uyên bác của ngài đã làm ngài trở nên người có ảnh hưởng lớn trên các tín hữu lẫn lương dân. Một số bài viết của Cha Guerlach [14] như:

- "Moeurs et superstitions des sauvages Bahnars" (Những phong tục và những mê tín dị đoan ở xứ Bahnar) Mission Catholiques, XIX, 1887.

-"La variole chez les Sodang, Rongao et Bahnar" (Dịch đậu mùa ở xứ Thượng), Mission Catholiques, 1893.

- "Chez les sauvages de la Cochinchine orientale, Bahnars, Reungaos, Sedangs" (Xứ Bahnar, Rơngao, Sêđăng ở Giáo phận Đông Đàng Trong), Mission Catholiques, 1984.

- "Mariages et cérémonies des noces chez les Bahnars" (Tục cưới xin và lễ cưới ở xứ Thượng), Annales 1901.

- "Chez les sauvages Bahnar Reungao" (Cochinchine orientale), Annales 1902.

Từ năm 1905-1908, thừa sai Nicolas Cận (1876-1947) đến truyền giáo vùng Hà Bầu - Tiên Sơn (thuộc Gia Lai ngày nay) cũng đã dựa theo mẫu tự Latin, thêm một số dấu cho nguyên âm để viết thành chữ của bộ tộc Jrai và soạn thảo tập giáo lý *Catéchisme en Jrai*. Tập giáo lý tiếng Jrai này được đánh số đoạn gồm các phần: Giáo lý cơ bản - Kinh nguyện - Bí tích, và một số tờ đang biên soạn chưa phân loại được [15].

Từ việc xây dựng bộ chữ viết các bộ tộc Tây Nguyên, các thừa sai đã tiến tới thành lập các trường học. Năm 1906, trường Cuénot được thành lập theo hình thức nội trú, nhằm đào tạo lớp thầy giảng người sắc tộc. Ngôn ngữ sử dụng trong trường là tiếng Pháp, tiếng Việt, tiếng Bahnar và tiếng Jrai; cũng có dạy tiếng Latin do Cha Alberty (Hiền) đảm trách [16].

Miền truyền giáo Kon Tum bước vào giai đoạn nỗ lực xây dựng có chiều sâu hơn.

2. Giai đoạn 1908-1932: nỗ lực xây dựng

Trường Cuénot bắt đầu xây dựng năm 1906, khánh thành năm 1908, đào tạo nên một lớp trí thức người Công giáo bản địa chưa từng có trong lịch sử từ trước đến nay. Chính Cha Vialleton Truyền là người khởi xướng và đóng vai trò định hướng, còn Cha Jannin Phước là người thành lập và điều hành ngôi trường này.

Song song với việc mở trường học, một nhà in cũng được thành lập, đặt ngay trong trường (Nhà in hnam trưng Kuenot), ban đầu còn đơn sơ nhưng được hoàn thiện dần. Nhà in này cung cấp hầu hết các loại sách cho Giáo phận: từ sách giáo lý, phụng vụ thánh lễ, bí tích, hạnh các thánh, thánh ca...đến các sách giáo khoa, khoa học thường thức, các loại sách học vần, tự điển; các tạp chí của Giáo phận.v.v.

Trường Kuenot khóa đầu tiên năm 1908 và Nhà in Kuenot thiết lập từ năm 1911

Tạp chí *Hlabar Tơbang* dành riêng cho các Yao Phu ra đời số đầu tiên vào năm 1911, trở thành "con chim đầu đàn" của việc xuất bản ấn phẩm tiếng dân tộc, qua thời gian đã góp phần làm giàu, đẹp ngôn ngữ Bahnar, làm tiền đề phát triển ngôn ngữ các sắc dân khác nữa trong tương lai. Các tác phẩm viết trong tạp chí này gồm những bài giáo lý, chuyện kể truyền giáo, sưu tầm giải thích tục ngữ, những bài tường thuật, những bài văn vần...trong đó có những áng văn có thể tiêu biểu cho văn học Kon Tum thời kỳ đầu [17].

1890 – 1915

TOBAT

BOK PHƯK

JING BÖK XOI

NAR 28 KHEI Xiô MIKEL, KOTEK 25 XANAM

(hat kơplah)
Ơ Bök nhôn,
Tôm kon ih
Xanam ô
Nam kup ih,
Tơbat ih
Jing bök xoi
Kơtek bar jit
Pơdam xanam.
Nhôn apơi
Ih oei dơng,
Bunh xanam
Ant nhôn.
Ih oer nhôn
Bunh dang iơ,
B. I. apah dang ei.

1 - Nar ih jing bök xoi,
Lơm ih pơtơm
Xoi plang akâu pham
Jeju Kritô,
Ba kö ra kơ nhôn
Ih chơt dang iơ?
Ih plang tơngla
Kơ kơdrä ih,
Bät kơ Jeju
Mêm kơ bơngai
Boi hoach pham di
Tơ long pơglang.
Ih duh bơchơt
Mêm chal kơ di
Moih hoach pham ih
Jöm kơ Jeju.

2 - Dơng ih jing bök xoi
Don ih ling moih
Bơtho kon bơngai
Thoi Jeju tơơ,
Pang gleh pang harat,
Pơrang mat di:
Anat dang ei,
Kơjap dang ei.
Hang nuih dang iơ,
Ih lê mê bä,
Prä deh Phalang,
Jöm kơ Jeju,
Ih khom mä enh
Tük lê pơdĭ,
Thoi lơm tơơ ki,
De dam Jeju.

3 - Nar mä de kơdra
Pơjuo kơ ih
Bơtho de Bahnar
Tơ kông tơ bri,
Bơnoh ih moih blök
Dah gan dơxi,
Dah xuơn tơ kông,
Tök krang khek khok.
Ơ pheo kơ ih!
Lơm ih jơrâm
Bök Tuyên bök Kanh
Bök Hưng bök Thuân.
Ih moih gum de
Boi dêl de krä
Bök Ơn, bök Bơ,
Bök Dê, bök A.

4 - Bơt nhap bök tih Tuyên
Pơkä kơ ih
Bơ bnam trưng, bơtho
De kơn Bahnar,
Ih iung bơ hnam hưng
Hnam tih kơjung,
Ih bloi pơlung
Kon bri kon kông,
Böl jil böl juei,
Jing beh bnam trưng,
Pơhlöh don de
Jing kon B. I.,
Tơơ thông tơ bri,
Ô bơ hlabar,
Dang hiơt mê bä,
Pôm bat kơ ih.

5 - Tơdrâu jit xanam
Lơm de bök truh,
Teh bơn pôm uh un,
De ling xamăt,
Pôm hlah pôm pơgăm,
Pôm dik pơjâu,
Pôm iô aiat
Xơdang Jơrai.
Harai Xơdang,
Jơrai, Bahnar
Bi jing ming don
Mat pôm hnam trưng,
Xơnep thoi xem
Xơrăp ah iưp,
Ling jing nhong oh
Pôm mê pôm bä.

Một bài văn vần tiếng Bahnar trích từ tạp chí "Hlabar Tơbang" số 49, năm 1915.

- *Tuồng Sinh Nhựt*: Đặc biệt ấn phẩm *Tuồng Sinh Nhựt*, Nhà in Kuenot xuất bản năm 1912, gồm 5 chương, về trình thuật Giáng Sinh, nội dung kịch bản dựa theo *Kinh thánh* được soạn theo lối nhạc kịch rất sống động, được học sinh trường Kuenot và giáo dân biểu diễn. Đây thực sự cũng là một đóng góp có giá trị cho di sản văn hóa-văn học Công giáo Tây Nguyên.

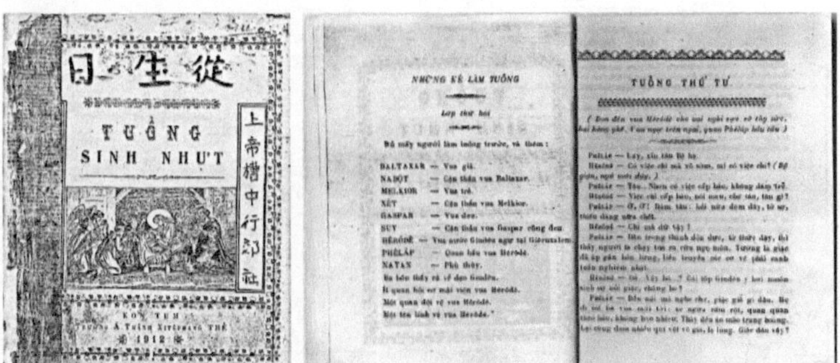

Bìa và một trang tác phẩm "Tuồng Sinh Nhựt", Nhà in Kuenot năm 1912

Các linh mục ngày càng quan tâm tìm hiểu nghiên cứu phong tục tập quán, văn hóa các dân tộc, đặc biệt các Cha Bề trên: Vialleton (Truyền), Guerlach (Cảnh), Kemlin (Văn), Jannin (Phước); các Cha người Việt có Cha Phaolô Ban, Cha Simon Thiệt.v.v.

+ Cha Kemlin Văn (1875-1925) có rất nhiều bài khảo luận in trong Tạp chí nghiên cứu *Bulletin de l'École française d'Extrême-Orient* (Tập san Viện Viễn Đông Bác cổ, BEFEO), đặc biệt là các tác phẩm: *Les Rites Agraires des Reungao* 1909 (Nghi lễ đồng áng của người Rơngao), *Les Songes et leur interprétation* 1910 (Chiêm mộng và giải mộng nơi cư dân Rơngao), *Les Alliances chez les Reungao* 1917 (Giao kết của người Rơngao); *L'Immigration annamite en pays Moï* -Brochure- Saigon 1923...

+ Đức Cha Jannin Phước (1867-1940):

- *Hlabar abo*, sách học vần Bahnar in thành nhiều bản, Hội thừa sai 1908, đợt xuất bản khác vào năm 1910.

- Sách dạy kinh dịch từ tiếng Việt sang Bahnar: dựa theo "sách thiên", trường Kuenot, 1910.

- Sách dạy nói tiếng Việt, những khái niệm đầu tiên của Tiếng Việt, trường Kuenot 1915.

- Phép toán bằng tiếng Bahnar, trường Kuenot 1919.

- Địa lý Đông dương thuộc Pháp, (các bản đồ), trường Kuénot 1922.

- Sách dạy nói tiếng Việt, trường Kuénot 1923.

- Những khái niệm cơ bản của tiếng Việt. Còn đang soạn từ điển Pháp - Bahnar - Sêđăng – Jrai...Chưa đóng thành sách, 160 trang, khổ 16cm x 25cm, bìa bằng giấy, AMEP 1924.v.v.

(Trích Tập Tin: *Martial Jannin, Anonyme* 31/12/2008, số 1924)

Sách dạy kinh dựa theo "sách thiên", Lm Martial Jannin, 1910

Đến năm 1928, lần lượt các trường học được mở tại các xứ đạo người Kinh: Tân Hương, Phương Nghĩa, Phương Hòa, Phương Quý [18]...

Tất cả những nỗ lực phát triển văn hóa trong thời kỳ này làm tiền đề cho việc "bùng nổ" văn học viết, nhất là văn thơ Công giáo tiếng Việt trong thời kỳ kế tiếp.

II. THỜI KỲ GIÁO PHẬN TÔNG TÒA (1932-1960)

Sau 82 năm (1850-1932), Miền Truyền giáo Kon Tum phát triển về mọi phương diện, được Tòa Thánh nâng lên thành Giáo phận Tông tòa Kon Tum tách khỏi giáo phận Tông tòa Qui Nhơn.

Ngày 29/6/1932, ba thanh niên Bahnar đầu tiên đã lãnh nhận tác vụ linh mục: đó là các cha Micae Hiâu (1900 - 1949), cha Giuse Châu (1900 - 1955), cha Antôn Den (1903 - 1987). Một trong 3 vị đã có một chỗ đứng đặc biệt trong lịch sử giáo phận Kontum: cha Antôn Den (Học), một nhà trí thức, một học giả Bahnar: dịch *Thánh kinh*, dịch sách phụng vụ, viết hạnh các thánh và phụ trách tờ *Hlabar Tơbang*. Rất nhiều ấn bản của nhà in Kontum do Cha Antôn Den soạn thảo đã phục vụ hữu hiệu cho công việc mục vụ, giảng dạy, bảo tồn và truyền bá văn hóa văn học Tây Nguyên suốt một thời gian dài cho đến ngày nay.

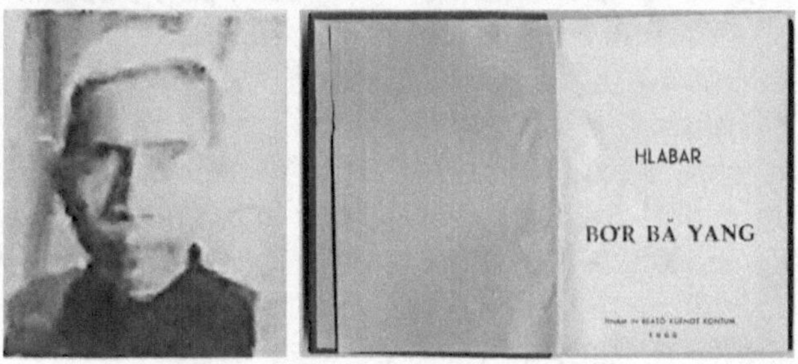

Lm Antôn Den (Bahnar) với bản dịch Kinh Thánh

Vào đầu thập niên 1930 này, thơ văn tiếng Việt ở Kontum mới dần định hình - nghĩa là mới bắt đầu có thơ văn lưu hành. Trong khi "tác phẩm văn học Đời" - thơ văn được sáng tác bởi các tác giả ngoài công giáo - chưa thấy xuất hiện nhiều và được ghi chép tản mạn [19], thì với việc ra đời của Tạp chí *Chức dịch Thơ tín* - tạp chí của "Hội chức việc Á thánh Năm Thuông" của Địa phận Kontum, năm 1933, rất nhiều tác phẩm văn thơ Công giáo đã được sáng tác bởi các tác giả là linh mục, quí ông câu, biện, giáo dân, chủng sinh...lần lượt được đăng trong tạp chí này. Tuy là một tờ báo nội bộ của hàng chức việc, nhưng *Chức dịch Thơ tín* - do linh mục Phaolô Lê Đình Ban làm chủ bút (từ 1933 đến 11.1937, Cha Simon Nguyễn Thành Thiệt thay thế), dưới chuẩn ấn của Đức Cha Martial Jannin Phước (imprimatur), đã đề ra đường hướng mở rộng, cả về nội dung lẫn đối tượng độc giả:

...Tô điểm văn chương lòng sở nguyện,
Khai đường thánh giáo ý hằng chăm.
Việc đời rao bảo người tri thức,
Lẽ đạo vẽ bày bạn phúc tâm.

("Tặng Thơ tín"-Lương ngọc Anh, CDTT số 39, 7.1936, tr.475)

Và trong tạp chí này có hẳn một mục "Văn Uyển", hầu như số nào cũng có văn thơ đăng.

Trong phạm vi bài viết này, chúng tôi xin giới thiệu một số tác giả và tác phẩm văn thơ công giáo chủ yếu được in trong Tạp chí *Chức dịch Thơ tín* từ năm 1933-1940.

A. VĂN:

Tác giả đáng kể nhất trong giai đoạn này là Lm Phaolô Lê Đình Ban (1881-1945), quê quán họ đạo Suối Nổ, địa sở Nhà Đá, tỉnh Bình Định, lên Kon Tum năm 1914. Cha Ban là chủ nhiệm kiêm quản lý tạp chí "Chức dịch Thơ tín" với khá nhiều bài viết về đủ loại đề tài: thời sự, lịch sử, tu đức, khoa học thường thức.v.v. như "Truyện các đấng mở đàng giảng đạo xứ Kontum", "Năm Ất Dậu (1885)", "Về vệ sinh (nhiều kỳ): Vệ sinh về đồ ăn, sự ngủ, áo mặc, cách làm việc, về bệnh rét...; "Một đều giao hòa vua Annam với nước Lang-sa", "Chức việc phải ở với bạn đồng liêu là thể nào", "Coi sách", "Giảng khéo", *Hạnh đấng chơn phước Minh-ghê Hồ-đình-Hy, thới bộc chịu tử vì đạo* (năm 1857), "Gốc tích cây café sẻ xứ Kontum", "Truyện một ông già", "Tên đầy tớ dạy khôn, "Hạnh tích cha Đề".v.v. Đặc biệt là tác phẩm *Mở Đạo Kontum* (nhà in Qui Nhơn 05.1933) soạn chung với Cha Simon Thiệt, là một cuốn sách có nhiều chi tiết rất hay về lịch sử truyền giáo Kon Tum, một lịch sử vừa kịch tính, hấp dẫn, vừa hào hùng. Ngoài ra, còn rất nhiều bài khác đăng trong báo *Lời thăm*, *Thông tin địa phận Qui Nhơn* của địa phận Qui Nhơn (vd: "Tử đạo tại Truông Dốc (Nhà Đá), P. Ban, *Lời thăm*, địa phận Qui Nhơn 15-22 April, 1943.v.v.). Những tác phẩm của Cha Phaolô Lê Đình Ban (bút hiệu P. Ban hoặc Phaolô Ban) có lối viết giản dị, cách hành văn trong sáng, sử liệu dồi dào, vững chắc...là đóng góp không nhỏ cho văn học sử Tây Nguyên nói chung, văn học công giáo Kon Tum nói riêng.

Tác phẩm Mở Đạo Kontum của 2 Cha P. Ban và S. Thiệt xuất bản 5/1933

Tiếp đến có các tác giả, tác phẩm tiêu biểu:

- Lm Phêrô Nguyễn Cơ (1890-1967), giáo sư trường Cuénot. Một số bài viết của ngài dưới bút danh P. C: "Đa ngôn đa quá luận đàm", "Tháng các đẳng", "Nghĩa vụ phu thê", "Vấn đề lương giáo", "Phương giúp trừ muỗi", "Cảm tưởng về ngày khai trường Probatorium" [20].v.v.

- Lm Antôn Ngô Đình Thận (1903-1982), bút danh A. Ngô Đình, A. Ngô Đồng: "Luận câu : Dưỡng bất giáo phụ chi quá" (Nuôi con chẳng dạy tội rày cha mang), "Cái hạnh phúc gia đình", "Cảm tưởng bạn thanh niên miền Thượng", "Tính cuộc trăm năm", "Cõi trần sơ luận", "Phép lịch sự lúc ra ngoài", "Luân lý có phải là nghĩa vụ của mọi người chăng?" "Ăn mà sống không phải sống mà ăn", "Sao oai thế?", "Hữu thể bất khả ý tận", "Minh niên cảm tưởng", "Hỏi kẻ có vợ chồng cùng kẻ đồng trinh ai hơn?.v.v.

- Ngoài ra, một số tác giả khác góp mặt trong giai đoạn này như: Ngọc Thanh, Lương Ngọc Anh, Phú Sơn, Alexis Hồ v. Lư, Giám mục Ma-xi-a-li (Martial Jannin) viết thư mục vụ bằng tiếng Việt: "Gởi lời thăm cùng chúc mọi sự lành, cho các giáo hữu địa phận Ta đặng hay", Hương Ba, Bế Ngọc, P. Thiệt, Nhà-đá.v.v.

- Đặc biệt tiểu thuyết *Rừng Xanh Lưu Lạc* của tác giả Bế Ngọc, in trong tạp chí *Chức dịch thơ tín* từ số 36, tháng 4/1936 đến số 51, tháng 7/1937, về tài phiêu lưu mạo hiểm Tây Nguyên. Có thể nói đây là một đóng góp rất đáng ghi nhận của văn học Công giáo Tây Nguyên.

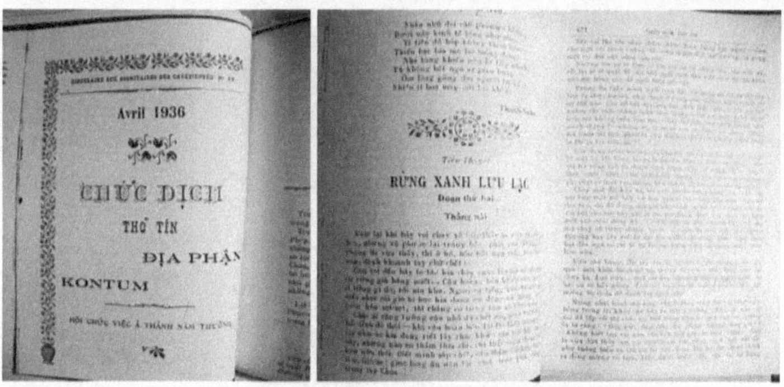

Một trang của tiểu thuyết "Rừng xanh lưu lạc" *trong Tạp chí* "Chức dịch thơ tín", *in năm 1936 tại Nhà in Kuenot Kontum*

B. THƠ CA:

Mặc dù là những cây bút "cây nhà lá vườn" với thiện ý "việc đời rao bảo người tri thức,/ lẽ đạo vẽ bày bạn phúc tâm", nhưng các tác giả thơ "không chuyên" ở đây cũng đã cố gắng "cạn lời vàng ngọc vun trồng", nên những vần thơ đạo Kon Tum thời kỳ này ngoài giá trị về nội dung truyền giáo, chúng cũng mang những giá trị nghệ thuật nhất định.

* Về thể loại: khá phong phú như thất ngôn, thất ngôn bát cú, lục bát, ngũ ngôn, vè.v.v., cũng có một số bài được làm theo thể thơ tự do (xem bài "Kỷ niệm tiễn bạn"), hay trong cùng một bài có những cách đặt câu gieo vần theo lối thơ mới ("Nhớ bạn".v.v). Nên nhớ phong trào "Thơ mới" ra đời từ năm 1932 đã chủ trương cách tân về hình thức và cách diễn đạt thơ, tuy vậy cũng chưa ảnh hưởng nhiều đến những miền quê, vùng miền núi, vùng sâu vùng xa...

* Về ngôn ngữ thơ: Các tác giả góp phần quảng bá và làm trong sáng vốn tiếng Việt. Tuy vẫn còn nhiều bài theo hình thức cũ, sử dụng từ ngữ cũ, từ Hán-Việt...nhưng cũng không hiếm những tìm tòi sáng tạo. Nhiều câu thơ đã lột tả những uẩn khúc bên trong, như tâm sự của một cựu chủng sinh: "Xưa vui đó ai gọi vui buồn,/ Rày buồn đây thật là buồn vui" ("Kỷ niệm tiễn bạn"), diễn tả ý "trong niềm vui đã chực sẵn nỗi buồn, trong nỗi buồn cũng có những niềm vui" ta vẫn hay gặp nhiều trong "thơ mới". Hay cách chọn lọc từ ngữ tinh tế có sức biểu đạt cao.

* Về tác giả: Bên cạnh một số tác giả là cộng tác viên thường xuyên của tạp chí "Chức dịch Thơ tín" như A. Ngô Đình (bút danh của Lm Antôn Ngô Đình Thận), Xuân Thanh (tức ông Lôrenxô Nguyễn Xuân Thanh (1915-2008), là ông biện họ đạo Tân Hương, nguyên trước là thầy giáo làng)...Một số tác giả khác góp mặt với tên đầy đủ hoặc sử dụng bút danh - họ là người Kontum hoặc cũng có thể là cộng tác viên ở nơi khác như Lương Ngọc Anh, Cẩm Hương, Paul Thà (thầy Thà-Phương Nghĩa), Antoine X., Philippe T., Nhà đá, P. T., Đào Minh Nguyệt, Paul Tân Bút, Chúc Dưng, Thanh Xuân, Con út họ Môn-giang, Michel N., Paul T. P. N., Tên Tôi, Nguyễn Hướng, N. Khắc Toàn, T. N., Nguyễn Nhạn Hồng, Nguyễn Khắc Đoàn, L. Sáng Bạch, T. T. Thành...Một đội ngũ người viết khá dồi dào xuất thân từ tầng lớp có học như linh mục, thầy giáo, công chức, chức việc, chủng sinh...

* Về nội dung: Chúng tôi xin tạm chia thành 3 phần, theo nội dung của các bài thơ. Đây chỉ là một cách chia tạm thời, mang tính tương đối, để bạn đọc dễ hình dung hơn mà thôi.

1. Thơ, vè chúc mừng, chào mừng:

Gồm một số bài chúc Tết, chúc bổn mạng Đức Cha, quí Cha và cộng đoàn, chúc mừng bổn báo; có bài được sử dụng kết hợp với múa chào mừng (xem bài "Ba đăng vũ ca") hay bái lạy ("Minh Niên Trâu qua Cọp đến", Bài I, Bài II). Những câu chúc thường khi vượt ra khỏi ranh giới của họ đạo, của giáo phận ...mang ý nghĩa đại đồng.

2. Thơ ca giáo lý, cầu nguyện, giảng dạy, khuyên răn:

Đây là phần chủ lực, gồm những bài thơ diễn giải giáo lý, nguyện gẫm (xem bài: "Thánh Thể", "Tháng Trái Tim Đức Chúa Giêsu", "Lời cầu", "Tháng Đức Bà", "Tiến-ba ngâm".v.v.) ; những lời cha mẹ dạy dỗ khuyên răn con cái, các Cha khuyên bảo quí chức và giáo hữu, thầy khuyên trò, bạn đồng lưu đàm đạo nhắc nhở nhau.v.v., thuộc nhiều đề tài như về đạo làm con, về hôn nhân gia đình, về cách đối nhân xử thế...("Khuyên con gái lấy chồng", "Khuyên học trò", "Huấn tử ca", "Dạy con ở cho có đức".v.v.).

3. Thơ tự sự, tả cảnh...

Thơ đề tài này rất phong phú, gồm những lời tâm sự, tâm tình hoài hương, gợi nhắc kỷ niệm, ghi nhận cảm tưởng ("Gởi cho bạn ở Trung Châu", "Nhớ", "Nhớ cảnh"...; miêu tả sự việc, cảnh vật qua đó rút ra bài học luân lý ("Văn vần mồi chim", "Cây trắc với cây lau", "Chim mèo"...; "Cảnh hồ Đangria", "Vịnh mặt trăng", "Trường Thừa sai", "Nhìn phong cảnh nhớ người xưa"...) ; những ngẫm ngợi thế thái nhân tình ("Cánh hoa tàn", "Than già", "Thơ rượu").v.v.

Có thể nói các tác phẩm thơ Đạo của các thế hệ tiên hiền ở Kontum, tuy không nhiều và không xuyên suốt qua các thời kỳ, nhưng cũng chuyên chở được những ý tứ sâu xa và văn phong đầy thi vị, từng là công cụ chuyển tải nội dung Tin Mừng đến cho các thế hệ con em. Những vần thơ này thường tự ẩn mình chìm khuất giữa dòng đời, rất dễ bị quên lãng, nhưng kỳ thực chúng rất đáng được trân trọng, sưu tầm và đọc lại, để hiểu thêm ngày xưa ông bà ta đã sống đức tin như thế nào.

4. Ngoại Văn:

Đặc biệt có những bài thơ, văn vần bằng tiếng Pháp, tiếng Bahnar, được sáng tác bởi Cha Louison (Cố Lui) và các Yao Phu trường Kuenot. Cha Hồ Ngọc Cẩn đã chuyển ý các bài ca tiếng tiếng Pháp và tiếng Bahnar này sang các thể thơ bát ngôn và lục bát thật khéo léo và ý vị, góp thêm vào gia sản thơ Đạo trên miền Kontum (các bài thơ của Cha Hồ Ngọc Cẩn được in trong báo *Nam Kỳ địa phận*, số tháng 7.1935) [21].

Tiếc rằng phong trào sáng tác văn học Công giáo đã không trở thành dòng chảy liên tục, vì đến năm 1940, Tạp chí *Chức dịch Thơ tín* do thời cuộc (chiến tranh thế giới II bùng nổ, ĐC Jannin qua đời năm 1940, Cha P. Ban qua đời năm 1945...) đã không thể tiếp tục sứ mạng, đành chuyển đổi vai trò sau gần chục năm phụng sự "tô điểm văn chương, khai đường thánh giáo", và cũng vì thế mà "Văn Uyển" từ đây vắng bóng những vần thơ, bài văn, để lại một lỗ hổng trên con đường phát triển văn học nhà Đạo trên miền Tây Nguyên.

Sau *Chức dịch thơ tín*, Giáo phận có chuyên san *Les Echos* (1941) - sau đổi thành tờ *Dư âm*, năm 1968 đổi thành tờ *Tiếng vang*, dành riêng cho các linh mục trong giáo phận.

III. THỜI KỲ GIÁO PHẬN CHÍNH TÒA (1960- 2020)

Tiếp tục kế nhiệm Đức Cha Gioan Sion Khâm là Đức Cha Phaolô Seitz Kim (1952-1975). Năm 1960, giáo phận tông tòa Kon Tum được nâng lên giáo phận chính tòa. Đây là giai đoạn trưởng thành của giáo phận truyền giáo Kon Tum.

1. Giai đoạn trưởng thành1960-1975

- Linh mục Jacques Dournes (1922-1993): Năm 1955, Cha Jacques Dournes nhận chỉ định đi truyền giáo trong giáo phận Kon Tum sau 8 năm làm việc tông đồ nơi người Srê ở Kala, Di Linh (Lâm Đồng ngày nay). Đức Cha Phaolô Seitz Kim cử ngài đến với người Thượng Jrai, vùng Cheoreo. Tại đây, Cha Dournes say mê nghiên cứu về con người bản địa, phong tục tập quán, tín ngưỡng và ngôn ngữ của họ. Ngài đã cho ra đời một số sách rất dồi dào thông tin và suy tư về những khuynh hướng mới trong khoa truyền giáo, đã làm cho ngài trở nên nổi tiếng trong các giới công giáo và thu hút sự quan tâm của các nhà thần học thời đó. Trong số các tác phẩm của ngài nổi trội là cuốn *Dieu aime les Paiens* ("Thiên Chúa yêu thương muôn dân", bản dịch của TGM Kon Tum, NXB Tôn giáo, 2011). Năm 1970, Cha Jacques Dournes trở về Pháp để tiếp tục công trình nghiên cứu và viết sách. Công việc truyền giáo cho người dân tộc Jrai vùng Gia Lai-Phú Bổn được giao cho Dòng Chúa Cứu Thế tiếp tục.

Những tập viết bằng tiếng Jrai để hướng dẫn người Jrai gia nhập đạo là những tác phẩm mục vụ còn lưu giữ đến hiện tại có hơn 10 tập, in từ năm 1956-1969 [22]. Năm 1973, Tân Ước tiếng Jrai được các Cha dòng Chúa Cứu Thế dịch và phát hành qua nhà xuất bản Đức Mẹ Sài gòn.

Không kể những quyển tự điển và sách dạy tiếng Bahnar do thừa sai Alberty và các cộng sự đã cho xuất bản trước đây (Lexique Francais-Bahnar et Bahnar-Francais, Hà Nội 1940), gia đoạn này có Lm Hutinet soạn : *Ebauche de dictionnaire français-bahnar-jolong*, 1965; *Lexique comparé bahnar-jolong-vietnamien-français*, Kontum 1969...Các Lm Bianchetti (sách giáo lý Rahdê), Lm Marty (kinh nhật tụng tiếng Bahnar); Thể loại khác như Lm Simonnet : *La Mission des Grands Plateaux*, 1961; *Les tigres auront plus pitié*, 1977).v.v.

-Cha Gioan Nguyễn Trí Thức (1909-1977), năm 1960 phụ trách giáo xứ Thăng Thiên, Pleiku. Ngài là một nhà giáo dục có chuyên môn, đã thành lập trường tiểu học Minh Đức ngay tại trung tâm thị xã Pleiku. Để giúp các giáo lý viên trong việc soạn bài học cho trẻ em, đồng thời giúp trẻ em dễ ghi nhớ những điều phải biết, phải học, cha Gioan Thức đã sáng tác những bài giáo lý bằng thi ca. Hai tập "GIÁO LÝ DIỄN CA": tập 1 về Kinh Tin Kính, và tập 2 về Các Bí Tích, mỗi tập trên dưới 40 bài, mỗi bài tối đa 14 câu lục bát, kèm bên dưới là một đoạn chú giải ngắn giải thích thêm về bài giáo lý đó, đã được ĐGM Phaolô Seitz chuẩn nhận (imprimatur) và in tại nhà in Saigon năm 1961 (tập 1), 1962 (tập 2), tái bản năm 1970.*Giáo Lý Diễn Ca* đã được công chúng nhiệt liệt hoan nghênh, nhiều độc giả còn viết thư yêu cầu cho ra mau những tập kế tiếp…". Hai tập thi ca giáo lý này được đánh giá là: "…ngắn gọn, bình dị, xuôi trơn…đặc sắc vì có những bài học hàm súc, diễn tả một cách thấu đáo, có chỗ nói được là tài tình" [23].

Năm 1967, Tòa Thánh tách tỉnh Đăklăk thuộc Gp Kon Tum và tỉnh Quảng Đức, tỉnh Phước Long thuộc Gp Đà Lạt để lập Gp Ban Mê Thuột.

Chiến tranh ngày càng leo thang, các hoạt động viết trong giai đoạn này chủ yếu tập trung trong các tập san *Hlabar Tơbang* (tiếng Bahnar) và tập san *Tiếng vang* (tiếng Việt), với các thông tin giáo phận, bài giáo lý, huấn đức, thuật chuyện lịch sử truyền giáo, thư mục vụ giám mục.v.v.

- Năm 1970, Lm Antôn Ngô Đình Thận (1903-1982) hoàn thành tập *Sơ lược lịch sử truyền giáo giáo phận Kontum* dựa theo cuốn *Dân Làng Hồ* của thừa sai Dourisboure (cố Ân) và *Mở đạo Kontunm* của hai Cha P. Ban và S. Thiệt, cập nhật thêm những nét chính yếu của Gp Kon Tum liên tục cho đến năm 1970. Với văn phong hiện đại, gọn ghẽ, sắp xếp chuỗi sự kiện khoa học, thống kê chính xác, tập sách này thật hữu ích để tra cứu, tìm hiểu thêm về lịch sử Gp Kon Tum.

Về dịch sách: Cha Giuse Trần Sơn Nam (bút danh Lưu Tấn) đã dịch một số sách thần học, tu đức…của các tác giả nước ngoài nổi tiếng sang tiếng Việt, như: *Như thấy Đấng vô hình (Comme s'il voyalt l'invisible*, tác giả: Jacques Loew), nhà in Xây Dựng, Saigon 1970; *Thiên Chúa mà tôi không tin* (Tác giả: Juan Arias); *Đức Kitô luôn mới lạ* (Tác giả: Juan Arias); *Đỉnh trời yêu thương* (Tác giả: John Wu); *Mối tình từ muôn thuở* (The world's first love, tác giả: Fulton Sheen, tái bản NXB Phương Đông 2008)…

2. Từ 1975-nay: Giai đoạn chuyển biến

Biến cố 1975 xảy đến đem lại nhiều khó khăn cho Gp Kon Tum. Giáo dân di tản, một số hồi cư trở về làng cũ hoặc tìm nơiđịnh cư khác, đời sống bị xáo trộn. Mọi sinh hoạt tôn giáo đều trầm lắng, trong đó có mảng văn học. Trường Cuénot bị trưng thu cùng với Nhà in Kon Tum.

Mọi hoạt động in ấn, phát hành đều bị đình trệ. ĐC Phaolô Seitz Kim và các Thừa sai ngoại quốc bị trục xuất khỏi Việt Nam. Tiếp theo làn sóng nhập cư tự phát hoặc theo chương trình kinh tế mới của Nhà Nước đã làm số lương dân cũng như giáo dân tăng đáng kể, đặt ra nhiều vấn đề về mục vụ văn hóa...

Các Lm thừa sai từng phục vụ Gp Kon Tum nay trở về cố hương, các ngài tiếp tục viết và hoàn thành những tác phẩm về truyền giáo Tây Nguyên như ĐC Paul Seitz, Cha Simonet, Cha Léger [24]...

Trong hoàn cảnh thiếu linh mục và hoạt động tôn giáo bị hạn chế, các Yao Phu đóng vai trò quan trọng. Học hỏi Kinh Thánh và cầu nguyện bằng Lời Chúa được đề cao trong suốt thời gian dài.

Từ 2003-2009, Ban dịch thuật làm việc tích cực, san định, hiệu đính những sách từ điển đã được biên soạn trước đây. Các bản dịch Tân Ước Bahnar và Jrai đã có trước đây (do Lm Antôn Den và các vị khác dịch) nay được đọc lại và chỉnh sửa cho phù hợp; tiếp tục cho dịch Kinh Thánh trọn bộ bằng các ngôn ngữ địa phương: Bahnar, Jrai, Sêđăng và Rơngao.

Đáp ứng nhu cầu mục vụ ngày càng tăng nơi các tín hữu đồng bào sắc tộc, bộ *Sách Lễ Rôma* và *Sách Các Bài Đọc* bằng tiếng Bahnar được hiệu đính lại từ các bản dịch trước đây, và dần dần cho dịch Bộ sách Lễ Rôma và các nghi thức ra tiếng Jrai, Rơngao, Sêđăng.

Một số linh mục, tu sĩ, giáo dân trong đời sống mục vụ, sống đạo cũng sáng tác những vần thơ, bài văn, viết bút ký, hồi ký ghi lại những chặng đường truyền giáo đã qua, những suy tư về hiện tại, về giới trẻ...Tuy đa phần đều in nội bộ, ra đời vào dịp kỷ niệm lễ, để tặng bổn đạo, bạn hữu.v.v. nhưng điều đó cũng thể hiện hoạt động văn hóa-văn học ít nhiều tùy ở từng mức độ.

- Đức Cha Phêrô Trần Thanh Chung: *Hồi Ký*, Kontum 2008.

- Linh mục Gioakim Nguyễn Hoàng Sơn: *Tập thơ* (Phú Bổn 1984), *Tình sử*, tập thơ kỷ niệm 25 năm thụ phong linh mục (1996), cùng rất nhiều bài nghiên cứu, biên khảo về lịch sử Gp Kon Tum thuộc nhiều lĩnh vực; một số bài nghiên cứu lịch sử, bài thơ được đăng trong Tạp chí Nghiên Cứu Tôn Giáo, trong tờ thông tin PATER, trên trang trang web của giáo phận Kon Tum.

- Lm Giuse Trần Sĩ Tín (CSsR): *Hạt giống Kitô trong đất Jrai*, Pleikly 2009...

- Lm Simon Phan Văn Bình: *Người mục tử Trường Sơn*, bút ký, Kon Tum....

- Lm Phêrô Nguyễn Vân Đông: *Mùa đông ấm áp*, Kon Tum 2013, *Tâm bút*, Kon Tum 2015;

- Lm Tôma Nguyễn Văn Thượng với những bài khảo cứu về công giáo Tây Nguyên.

- Lm Luis Nguyễn Quang Vinh, *Suy niệm Lời Chúa Năm A-B-C*, Kon Tum, 2016.

- Lm Giuse Trần Ngọc Tín với tác phẩm tìm hiểu về Giáo luật: *Giáo luật và quy tắc tổng quát, Giáo luật và nhiệm vụ thánh hóa*, *Giáo luật và Dân Thiên Chúa.*

.v.v.

Một số tác phẩm

-Một số tác giả góp mặt trong Sưu tập thơ CÓ MỘT VƯỜN THƠ ĐẠO của Ban MV Văn hóa và Giáo dục Gp Qui Nhơn (tập 5: Bay tới cõi Thiên Đàng, NXB Hồng Đức, 2015): Nữ tu Lucia Huỳnh Thị Thu Huyền, Cát Vàng, Minh Sơn.

-Một số giáo dân tham gia và đạt giải trong các cuộc thi thơ văn Đồng Xanh Thơ (Gp Qui Nhơn): Lý Tân, Tâm Ngọc, Nguyễn Đình Văn, Y Blon…

+Cuộc thi văn thơ HOA NÚI RỪNG:

Từ năm 2015, nhằm tạo một sân chơi lành mạnh cho các em học sinh, sinh viên, qua đó tìm kiếm các tài năng văn, thơ, nhạc Công giáo, đồng thời đào tạo bồi dưỡng những cây bút trẻ trong giáo phận, cuộc thi viết văn thơ "Hoa Núi Rừng" của Ban Mục vụ Văn hóa Giáo phận Kon Tum ra đời. Trải qua 7 năm (2015-2021), cuộc thi Hoa Núi Rừng đã gặt hái được những thành quả nhất định. Mỗi kỳ thu hút hàng trăm cây bút trẻ tham gia với đại biểu của các sắc tộc như: Kinh, Ba Na, Gia

Rai, Sêđăng. Cuộc thi được đánh giá mỗi năm tăng lên về số lượng và chất lượng, và Ban tổ chức cũng trao nhiều giải thưởng khích lệ cho các cá nhân và tập thể giáo xứ. Qua 7 năm đã in được 7 tuyển tập *Hoa Núi Rừng* gồm tất cả các bài thơ, văn đạt giải và những bài tuyển chọn khác. Hy vọng với truyền thống dòng "Văn học Làng Hồ" - Văn thơ công giáo Kon Tum sẽ ngày càng tỏa ngát hương sắc trên đại ngàn núi rừng Tây Nguyên, trở nên phương tiện hỗ trợ rất hữu hiệu cho công cuộc loan báo Tin Mừng hôm nay và trong tương lai.

Tập san văn thơ "Hoa Núi Rừng"

THAY LỜI KẾT

Trên đây là phác thảo đôi nét diện mạo văn hóa văn học Tây Nguyên - Giáo phận Kon Tum. Qua đây chúng ta thấy nơi ánh lửa bập bùng của miền rừng núi, ngoài di sản cồng chiêng, sử thi.v.v., còn có cả văn chương, văn học Kitô giáo. Các vị thừa sai và ông bà tổ tiên đã vận dụng tất cả phương tiện, tiếp thu, chất lọc, hội nhập và phấn đấu hết mình trong suốt 170 năm qua (1851-2021) để vun trồng đạo đức làm người và làm con Chúa cho nhiều thế hệ người bản địa, Kinh cũng như Thượng. Nhiều tác giả, tác phẩm văn hóa văn học Tây Nguyên vẫn còn "phủ lớp bụi thời gian", chưa được phát hiện, tìm hiểu hết. Trong khuôn khổ bài trình bày đơn sơ này, chắc chắn sẽ còn rất nhiều thiếu sót và sai sót. Rất mong các nhà chuyên môn và quý vị độc giả thông cảm và góp ý sửa chữa, bổ sung để văn hóa - văn học Công giáo Tây Nguyên tiếp nối quá khứ, hướng tới tương lai được khởi sắc, phục vụ tích cực cho công cuộc loan báo Tin Mừng trong thời đại hôm nay.

Kon Tum, ngày 16 tháng 9 năm 2021

LÊ MINH SƠN

[1] x. P. Dourisboure, *Dân Làng Hồ*, TGM Kon Tum, NXB Đà Nẵng 2008, tr. 91.

[2] x. Võ Long Tê, *Lịch Sử Văn Học Công Giáo Việt Nam*, NXB Tư Duy, Sài Gòn 1965, đặc biệt Chương II: Thế nào là văn học Công giáo?

[3] Theo thần thoại Bahnar do Lm André Rannou sưu tầm, 1974: "Bok Phu Jei, vị chúa tể thời gian, đặt chữ viết trong một miếng da trâu và giao cho người Thượng Bahnar, đồng thời họ cũng cho họ một cuốc nhỏ bằng bạc để làm rẫy. Những người Bahnar ấy đặt miếng da trâu xuống đất và ngất ngây trước cái cuốc bạc nhỏ đó. Khi định nhặt lại miếng da trâu thì họ nhận ra rằng một con chó đã ngốn mất rồi. Như thế người Bahnar đánh mất chữ viết!" (x. Paul Seitz, Des hommes debout, xuất bản St. Paul1977, tr. 11).

[4] P. Dourisboure, sđd, tr. 78-79.

[5] P. Dourisboure, sđd, tr. 122.

[6] P. Dourisboure, sđd, tr. 274-307.

[7] P. Dourisboure, sđd, Lời Tựa, tr. 6.

[8] P. Ban và S. Thiệt, Chức dịch thơ tín, Địa phận Kontum số 33, tháng 1/1936, tr. 384.

[9] Notice biographique: Pierre DOURISBOURE (1825-1890), Archives MEP.

[10] Père Hugon, Etat des chréchientés de Rơhây et Kontum au mois d'Octobre 1873 et pour l'année 1874, Baptêmes 1873-1892.

[11] Lm P.X Hương (1856-1929). Thầy Hương lên Kon Tum năm 1881, đến năm 1887 về lại Bình Định và thụ phong linh mục ngày 14/10/1894.

[12] P. Ban và S. Thiệt, sđd, tr. 222,

[13].*Jeju Kritô* (Vie de Notre-Seigneur Jésus-Christ) [illustrée]. - Imprimerie de Nazareth, Hong-kong, 1894, 12 in, 212 trang.x. Notice biographique: Jules VIALLETON (1848-1909), Archives MEP.

[14] Notice biographique: Jean Baptiste GUERLACH (1858-1912), Archives MEP.

[15] Lm Gioakim Nguyễn Hoàng Sơn, Một văn bản cổ bằng tiếng Jrai: *Catéchisme en Jrai* của Cha G. B Nicolas, MEP, website Gp. Kon Tum 24/6/2011.

[16] *Kỷ yếu Năm Thánh Yao Phu,* TGM Kon Tum, 2008.

[17] Chúng tôi xin giới thiệu một đoạn văn đã được dịch từ tiếng Bahnar, tường thuật việc dựng Nhà thờ Chính tòa Kon Tum vào năm 1913:

"Trời mùa hè ấm áp! Mặt trời vừa ló rạng khỏi dãy núi phía đông. Lòng người rộn rã như tiếng sấm mùa hè. Tùng, tùng, tiếng trống vang dội kêu gọi dân làng đến để dựng nhà thờ! Từ sáng sớm, có hai cha là cha Phước và cha Lê đã chuẩn bị đầy đủ, nào dây thừng v.v...Dân Kontum, anh em người Kinh và tất cả người Bahnar ra tập trung để chung sức kéo dựng. Đức cha và các cha đứng gần đó để coi. Gian đầu tiên, người ta kéo từ từ coi thử dây cột có chắc không; biết đã chắc rồi, cha Phước hô một tiếng to: phắt, tùng tùng, ông già đánh trống giữ nhịp độ kéo, người ta kéo các cột từ từ lên và dựng đứng thẳng. Trong lòng mọi người an tâm; họ thấy dễ dàng và không lo gì nữa. Từ sáng sớm đến trưa, người ta dựng được hai gian rồi. Trưa nghỉ ăn cơm. Ăn xong, họ bắt tay vào việc cho đến chiều tối, cũng dựng được hai gian. Ngày hôm sau, cũng dựng được 4 gian nữa; ngày thứ tư đã hoàn tất. Cảm ơn hai cha Phước và cha Lê đã hướng dẫn, chỉ bảo trong công việc dựng nhà thờ này. Trời đẹp quá, nếu sau này làm hoàn thành tất cả, thì sẽ đẹp hơn các nhà thờ khác: chiều dài, cũng dài hơn nhà thờ Rơhai; chiều rộng có phần ngắn hơn đôi chút. Hiện giờ, nhà thờ Kontum này họ đã lợp tranh. Cho nên, ngày kiệu Thánh Thể, cha Đệ đã dâng Thánh lễ tại đó để cầu xin Chúa ban phúc lành hồn xác cho các ân nhân ngoại quốc đã giúp dân làng Kontum có nhà thờ đẹp mới này". (x. Hlabar Tơbang số 27 năm 1913, tr.34-35. Lm Gioakim Nguyễn Hoàng Sơn chuyển sang tiếng Việt, x. Nhà thờ Chánh tòa Kontum, Gp Kontum, 2008).

[18] Kon Tum - 100 năm lịch sử và phát triển, NXB Chính trị quốc gia 2013, tr.365.

[19] Đáng kể nhất là những bài khảo cứu lịch sử như: *Lược khảo về tỉnh Kontum*, Trần Đình Nam, phụ trương bằng chữ Pháp, *Nam Phong tạp chí*, số 74, tháng 8/1923; *Kontum tỉnh chí*, Võ Chuẩn, *Nam Phong tạp chí* số193, tháng1-2/1934. Ngoài ra có một vài bài thơ thấy nhắc tới và in lại trong ký sự *Ngục Kontum* của Lê Văn Hiến xuất bản ở Đà Nẵng năm 1938...

[20] Chúng tôi xin giới thiệu một đoạn văn giàu hình ảnh, âm thanh, xúc cảm...trong bài viết này, đăng trong *Chức Dịch Thơ Tín* của Địa phận Kontum, số tháng 04.1935, tr.281-284:

"Sục sục, ù...Chú lái vô tình đã dứt đoạn câu từ biệt, chiếc xe phóng tới, tay khoát đầu chào, hai bên nhìn nhau mà chỉ thấy đám bụi nổi lên mốc phếu. Chiếc xe từ từ thẳng lối, cứ lèo tây theo con đường quan lộ. Khỏi hai ba tiếng đồng hồ, thì không còn dấu gì là đất tổ quê cha, lên ải xuống đèo, càng thấy bao la những rừng cùng núi. Trong xe một lũ trẻ thơ, đơn sơ thanh tịnh, đương cố nói nói cười cười, lòng vui phới phở : "Ta đi đâu? Lên Kontum là nơi rừng núi, ắt sẽ thấy những cây mục lá khô; ta lên xứ Mọi, ắt sẽ gặp những đao cùng tác".

Nào có dè, bóng ác vừa tan, thì xe kia đã tới. Thấy mọi sự đều khác hẳn trí suy: kìa lầu sứ, nọ sở nhà thương, lố xố dinh quan, mấy hàng trại lính, hai bên phố xá đàng thẳng dọc ngang. Đổ về ngả đông sáu bảy trăm thước, bẻ lái ra bắc, ấy là trường Probatorium. Bắc mặt xem lên là một ngôi nhà ba từng, nguy nga đồ sộ, trên một gò khoản khoát tư vuông; trước sau có những quan lộ chiều ngang dãy dọc, dưới xa có chợ là chốn bổ dưỡng học sinh, kế gần một bên có mương nước chảy, sạch sẽ trong veo đi ngang cửa hang Đức Mẹ, tứ vi là nhà người Annam ở, lợp ngói cái đỏ cái vàng, xen cùng màu cây lá cỏ, trên cao xem rất ngoạn mục, tợ hồ vườn hoa nở của thợ thiên nhiên".

[21] Xin trích một đoạn:

SURSUM CORDA

(Cha Fr. Rég. Louison)

1- J'attirerai à moi toutes les âmes
A dit Jésus.
Par les rayons de pénétrantes flammes
Sur mes élus.
La clef du ciel est dans la confiance
C'est mon appât
Rien ne m'est dur comme la défiance
Sursum corda!

2- Quand nos ainés s'en allaient dans la brousse
Chez les Bahnars,
Le Grand Cuénot leur répétait en douce
Pas de fuyards
Restez là haut, quoique le diable fasse,
Jusqu' au trépas.
Le Roi des rois vous donnera sa grâce,
Sursum corda.

(Cha D. Hồ Ngọc Cẩn dịch nghĩa:)

1. Chúa Giêsu đã di ngôn:
Tao sẽ kéo hết linh hồn người ta.
Tao đem ngọn lửa chói lòa
Soi cho những kẻ Tao đà chọn lên.
Lòng trông cậy, chí vững bền
Là những chìa khóa để lên cõi trời

Môi Tao hạp ấy là lời
Chỉ như sơn dạ, ắt thời Tao ghê
Vậy ta rủn chí chớ hề
Hãy quyết một bề: Sursum corda

2- Các anh ta đã chẳng phiền
Quyết đi đàng hiếm lên miền Ba-na
Đức cha Thể nói thiết tha
Khuyên đừng đào thoát cứ mà ở trên
Quỷ ma dầu khuấy liên liên.
Dầu mà phải chết cũng kiên đến cùng.
Chúa là Vua cả thiên cung,
Sẽ ban ơn giúp, sự cùng cũng xuôi
Vậy thì bền chí đừng lui
Hãy nhớ một lời: Sursum corda

[22] Lm Giuse Trần Sĩ Tín, *Kinh nguyện và phụng vụ Ki tô giáo hội nhập trong bối cảnh văn hóa Tây Nguyên*, 2014.

[23] Gioan Nguyễn Trí Thức, *Giáo Lý Diễn Ca* tập II, Saigon 1970, tr.93.

[24] ĐC Phaolô Seitz Kim: -*Des Hommes Debout - Les Montagnards du Sud Viêtnam*. Xuất bản: St. Paul, Paris 1975; -*Le temps des chiens muets* - Flammarion 1977. Các thừa sai khác: tác phẩm được phổ biến qua nhiều tài liệu như "Niên giám nghiên cứu của Việt Nam"...

GIÁO PHẬN HÀ TĨNH
"VỀ NGUỒN" – ĐIỂM KHỞI ĐẦU PHONG TRÀO THƠ VĂN GIÁO XỨ HÒA THẮNG

Nữ tu Maria Trần Thị Thùy

"Sinh ra từ mẹ Kẻ Đông
Kẻ Cường con cái hiệp thông nguyện cầu,
Mẹ con ta sẽ thẳm sâu
Trong đời sống đạo bền lâu muôn đời.
Xin Ngài ban phúc đầy vơi
Cho đoàn con cái sống đời Phúc Âm,
Sống bằng tất cả thành tâm"
Nép bên bóng Chúa lặng thầm thiết tha.

("Hòa Thắng trong tôi" – Maria Trần Thị Kim Hoàn)

Nằm cách trung tâm thành phố Hà Tĩnh chừng 5 km về phía Đông, thuộc địa bàn hai xã Tượng Sơn và Thạch Thắng, Hoà Thắng là một xứ đạo cổ kính toạ lạc giữa vùng đồng quê yên bình với những con người hiếu hoà, bình dị, chất phác nhưng luôn mang nơi mình tinh thần cầu tiến. Được tách từ xứ mẹ Kẻ Đông, với chặng đường hơn 140 năm lịch sử, mảnh đất Hòa Thắng được gầy dựng và vun đắp bởi bàn tay Thiên Chúa qua sự dẫn dắt của các vị mục tử tài đức, cũng như mỗi người con giáo xứ. Nơi đây, con người luôn khát khao tìm kiếm vẻ đẹp, tìm kiếm Chân – Thiện – Mỹ qua từng trang Kinh thánh, qua từng con chữ. Từ một giáo xứ nghèo nàn, cả về tinh thần lẫn vật chất, Hòa Thắng đang từng bước vươn mình lên mỗi ngày.

Không chỉ chuyển mình từ những dấu ấn bên ngoài, giáo xứ Hòa

Nữ tu Maria Trần Thị Thùy

* *Bút danh: Muối Đất*
* *sinh năm: 1989, tại Hà Tĩnh*
* *Hội dòng Mến Thánh Giá Huế.*
* *Email: muahongan@gmail.com*

Thắng còn từng bước chuyển mình trong tinh thần hiếu học, trong phong trào văn thơ. Những cuộc thi nhỏ hằng năm vào mỗi dịp Giáng sinh như Thư gửi Chúa Hài Đồng, Món quà dâng Hài Nhi... đã thu hút đông đảo các bạn nhỏ tham gia sáng tác. Và đặc biệt, năm 2021 vừa qua, cuộc thi viết "Về Nguồn" được mở ra đánh dấu một bước tiến mới và thu hút mọi thành phần trong giáo xứ cùng tham gia từ các tu sĩ, anh chị em làm ăn xa quê, các bạn sinh viên và các bạn thiếu nhi. Cuộc thi diễn ra trong thời điểm chuẩn bị mừng tuần chầu đền tạ Chúa Giêsu Thánh Thể của Giáo xứ, nhằm khơi dậy và lan tỏa tình yêu Giáo xứ đến với anh chị em, đồng thời đây chính là nơi ươm mầm và khuyến khích tài năng của các cây viết trẻ trong giáo xứ, bổ sung và đóng góp vào kho tàng tư liệu cho giáo xứ và văn học cho tri thức Công Giáo nói riêng và tri thức cuộc sống nói chung, và tạo cơ hội cho mọi người yêu mến và hiểu hơn về Giáo xứ.

Cuộc thi được phát động từ 01/7/2021 và bắt đầu nhận bài dự thi từ ngày 22/7 đến ngày 15/8, các bài dự thi được đăng tải trên trang fanpage của giáo xứ https://www.facebook.com/giaoxuhoathang.

Sau hơn một tháng phát động và nhận bài, Ban tổ chức cuộc thi đã nhận được 41 bài dự thi, với 6 bài thơ, và 35 bài văn. Các thí sinh tham gia đa dạng, bao gồm các tu sĩ, các bạn sinh viên, anh chị em làm ăn xa quê, các giáo lý viên, huynh trưởng và số ít các bạn Thiếu Nhi Thánh Thể.

Qua 2 tuần miệt mài làm việc, với sự cẩn trọng, Ban giám khảo đã cùng nhau xem xét và đưa ra kết quả chung cuộc. Ban giám khảo của cuộc thi "Về Nguồn" bao gồm các thành viên:

Cha An-tôn Nguyễn Minh Tâm – Linh mục quản xứ - BGK vòng chung khảo và xem xét xếp hạng giải.

Thầy Phê-rô Bùi Văn Tính, CSC.

Nữ tu Maria Trần Thị Kim Oanh, Tu hội Thừa Sai Bác Ái Vinh.

Nữ tu Maria Trần Thị Thuyên, Hội dòng Mến Thánh Giá Huế

Nữ tu Maria Bùi Thị Hà, Dòng Nữ tỳ Thánh Linh Truyền Giáo

Các tác giả tiến hành chấm độc lập từng bài theo thang điểm và tiêu chí đưa ra của Ban tổ chức. Do công việc của các nhà dòng cũng như tình hình dịch bệnh, Ban giám khảo không thể quy tụ. Thế nhưng thông qua hình thức trực tuyến, các thành viên Ban giám khảo đã cùng với Cha quản xứ đưa ra kết quả chung cuộc.

Có 15 tác phẩm đạt giải, với 1 giải nhất, 2 giải nhì, 3 giải 3, 2 giải Triển vọng, 1 giải dành cho cây viết trẻ, 1 giải Ấn tượng, và một giải bình chọn (Dựa vào lượt tương tác trên trang fanpage Giáo xứ). Lúc đầu của Ban tổ chức dự kiến sẽ công bố và trao giải thưởng vào lễ khai giảng Giáo lý, nhưng vì tình hình dịch bệnh, ngày trao giải đã được dời lại vào ngày 10/10/2021, trước sự tham gia đông đảo của bà con giáo xứ, đặc biệt là các thí sinh tham gia dự thi, và các bạn trẻ trong giáo xứ.

Cuộc thi viết "Về Nguồn" được tiếp nối từ những cuộc thi viết dành cho các bạn Thiếu Nhi Thánh Thể, với thành phần tham gia đa dạng hơn, và cũng mang những nét khởi sắc hơn trong thể loại, trong chất lượng bài viết.

Với chủ đề "Về Nguồn", đặc biệt trong thời điểm đại dịch đang hoành hành, các bài viết thể hiện được lòng khao khát trở về, bày tỏ tình yêu thương dành cho giáo xứ. Sâu xa hơn, có những thí sinh gợi lên một cuộc Về Nguồn đích thực là Thiên Chúa, là tha nhân và chính mình bằng những truyện ngắn, bằng những vần thơ... Tuy nhiên, vẫn còn rất nhiều hạn chế trong ý tưởng, cũng như lượng bài viết chưa thực sự là một con số ấn tượng. Dù vậy, cuộc thi "Về Nguồn" cũng đã khơi lên trong lòng mỗi người con giáo xứ, đặc biệt là người trẻ tình yêu dành cho văn thơ, cũng như ươm những hạt giống quý giá trong lòng các bạn những hạt giống tri thức, nhân văn. Theo nhận định của một giám khảo thì "có những người lần đầu "phát biểu suy nghĩ thành văn" nên vẫn còn run tay, có những người "bao năm không viết lách" nhưng vẫn mạnh dạn đóng góp tâm tình, có những người "chẳng biết viết gì" nhưng khi tham gia lại trải lòng mình ra tận mấy trang viết. Và "Tất cả là hồng ân".

Hy vọng, tiếp nối của "Về Nguồn" là một chân trời mới sẽ được mở ra cho phong trào văn thơ của giáo xứ nói riêng, cũng như phong trào văn thơ Công giáo nói chung, góp phần quan trọng cho công cuộc Loan Báo Tin Mừng.

CLB *THƠ TÂM NGUYỆN* HẢI PHÒNG

Nguyễn Thị Bá Ninh

Tháng 05/2019, tôi cùng với một số tác giả Viết Văn Đường Trường ở Hà Nội đã đến chào Đức Tổng Giám mục. Ngài rất ngạc nhiên và hân hoan khi biết tôi là người con của giáo phận Hải Phòng. Qua lời kể của ngài, tôi biết được trước đây ở giáo phận từng có một câu lạc bộ thơ mang tên Tâm Nguyện. Từ đó, tôi đã thử tìm hiểu xem câu lạc bộ ấy bắt đầu ra sao, sinh hoạt thế nào, đạt được thành quả gì, và hơn hết, đã, đang truyền cảm hứng như thế nào cho giới trẻ hôm nay ? Để quý bạn đọc có thể hiểu rõ hơn về câu lạc bộ này, trong bài viết dưới đây, tôi xin chia sẻ một số thông tin mà tôi thu thập được trong thời gian qua.

1. HOÀN CẢNH KHAI SINH

Câu lạc bộ thơ Tâm Nguyện do một nhóm tác giả của giáo xứ Chính Tòa Hải Phòng thành lập vào năm 2002. Câu lạc bộ không chỉ là nơi các tác giả có thể giao lưu gặp gỡ, đàm đạo thơ ca mà còn là nơi ươm mầm, nuôi dưỡng những cây bút thơ tài năng, nhiệt thành dấn thân trong sứ vụ truyền giáo cho giáo phận Hải Phòng nói riêng, cho Giáo hội Việt Nam nói chung. Sự ra đời của câu lạc bộ Tâm Nguyện đã nhận được sự nhất trí, ủng hộ nhiệt tình của cha xứ Antôn Nguyễn Văn Thục. Với lòng quảng đại và yêu mến, Ngài cũng đã nhận lời mời làm cha Linh hướng cho câu lạc bộ thơ ca này.

2. DIỄN TIẾN VÀ SINH HOẠT

Câu lạc bộ thơ Tâm Nguyện khai sinh trong một hoàn cảnh hết sức khó khăn. Cụ thể là vào thời điểm thành lập của câu lạc bộ, tại giáo phận Hải Phòng chưa có bất cứ hội nhà văn nhà thơ nào. Chính vì thế, hoạt động sáng tác văn chương, thơ ca Công giáo vẫn còn khá mới mẻ

Maria Nguyễn Thị Bá Ninh

* *Bút danh: Hoa Hướng Dương.*
* *Sinh năm: 1998. Tại: Hải Dương.*
* *Cử nhân tiếng Pháp. Hiện là giáo viên.*
* *Email: nguyenthibaninh123@gmail.com*

đối với các tín hữu Hải Phòng nói chung và đối với người trẻ Hải Phòng nói riêng. Có lẽ cũng bởi thế mà ban đầu số lượng thành viên của câu lạc bộ Tâm Nguyện khá khiêm tốn, chỉ vỏn vẹn mấy người. Nhưng chỉ trong một thời gian ngắn, số lượng thành viên đã gia tăng nhanh chóng. Lúc cao điểm câu lạc bộ ghi nhận hai mươi hai thành viên, trong đó gồm có bảy thành viên Công giáo, hai thành viên Tin Lành, còn lại là lương dân. Đối với một giáo phận nhỏ bé chịu ảnh hưởng nặng nề của các cuộc di dân những năm 1954 và 1975 như Hải Phòng thì điều này không những được coi là tín hiệu đáng mừng cho việc phát triển các phong trào văn học mà còn dấu hiệu cho thấy sự khởi sắc của công cuộc truyền giáo. Về mặt sinh hoạt, câu lạc bộ thơ Tâm Nguyện đã tổ chức họp mặt đều đặn mỗi tháng một lần vào thứ hai đầu tiên của tháng. Câu lạc bộ đã mượn phòng họp của nhà thờ giáo họ An Hải (nay là giáo xứ An Hải) làm nơi giao lưu, gặp gỡ.

3. THÀNH QUẢ

Trong suốt những năm tháng hoạt động, bên cạnh sự quan tâm chăm sóc tận tình từ cha Linh hướng, câu lạc bộ thơ Tâm Nguyện còn luôn nhận được sự ủng hộ, những lời động viên khích lệ của Đức Ông Laurenso Phạm Hân Quynh. Chính nhờ sự yêu thương, sự đồng hành bền bỉ của hai cha mà sau nhiều năm hoạt động, câu lạc bộ thơ Tâm Nguyện đã gặt hái được nhiều thành quả ngọt ngào. Đầu tiên, câu lạc bộ đã cho phát hành các tuyển tập thơ “Dâng trọn niềm tin” 1, 2, 3. Sau đó, câu lạc bộ có nhiều bài thơ được đăng trên các trang web như “Truyền thông giáo xứ An Hải”, “Giáo xứ chính tòa Hải Phòng”. Đặc biệt, nhiều tác giả như ông Nguyễn Khắc Đại, ông Phạm Văn Thân, bà Kim Dung cũng đã cho ra đời những tập thơ riêng. Không chỉ dừng lại ở đó, câu lạc bộ thơ Tâm Nguyện còn mời gọi được nhiều tác giả trong và ngoài nước, Công giáo và không Công giáo tham gia sáng tác, từ đó đã góp phần xây dựng phong trào thơ ca sôi nổi, đa màu sắc, đa phong cách.

4. NHÚM MEN TIN MỪNG

Mặc dù không phải tất cả các thành viên của câu lạc bộ thơ Tâm Nguyện đều có chuyên môn về thơ ca nhưng các tác phẩm của họ luôn được đánh giá cao về nội dung lẫn khả năng giáo dục đức tin. Đây cũng chính là giá trị cốt lõi mà mỗi tác phẩm văn học Công Giáo xưa và nay luôn hướng đến. Bởi thế nên có người nói rằng thơ ca hay văn chương chính là những công cụ truyền giáo hữu hiệu còn các nhà văn, nhà thơ là những người trợ tá cần mẫn, âm thầm góp sức mình nuôi dưỡng, củng cố đời sống đức tin cho đoàn chiên của Giáo Hội.

Thêm vào đó, trong suốt những năm tháng hoạt động, câu lạc bộ thơ Tâm Nguyện đã kết nạp thêm được nhiều hội viên ngoài Công Giáo, trong đó đa phần là người Tin Lành và lương dân. Điều này thực sự có ý nghĩa đối với tất cả hội viên của câu lạc bộ. Bởi lẽ, việc sinh hoạt chung trong một tập thể là cơ hội to lớn để các tác giả được gặp gỡ, trao đổi, biết nhiều hơn về nhau, về những trường phái thơ tân thời, từ đó có thêm động lực tìm kiếm những lối đi riêng, những cảm hứng sáng tác mới. Hơn thế nữa, đây cũng chính là dịp để những tác giả ngoài Công giáo hiểu hơn về đời sống đức tin của người Kitô hữu để từ đó thêm yêu thương, thêm đồng cảm với những người bạn, những người bằng hữu không cùng niềm tin tôn giáo.

5. TIẾNG GỌI TIẾP NỐI

Khi tôi viết bài này, nhà thơ Phêrô Phạm Văn Thân, 78 tuổi, cho biết trong nhóm các tác giả ban đầu có một vài vị đã khuất (ông Đại, ông Phán, bà Tạo, bà Thành), nhiều vị già yếu nên việc sinh hoạt của câu lạc bộ bị ngưng trệ. Thời gian gần đây, câu lạc bộ trở lại hoạt động nhưng không sinh hoạt trong khuôn viên nhà thờ đạo nữa mà đã di dời sang một nơi khác. Thêm vào đó, vì số lượng hội viên Công giáo không còn nhiều mà đa phần là người ngoại giáo nên câu lạc bộ đã đổi tên thành Hải Âu Văn Bút. Cũng từ đó, chủ đề sáng tác của câu lạc bộ mở rộng hơn, không còn giới hạn trong phạm vi tôn giáo như trước.

Tưởng chừng phong trào sáng tác văn học Công Giáo miền Hải Phòng sẽ khép lại như thế nhưng hình như mọi sự lại đang có một khởi đầu mới. Mở tập "Có một vườn thơ Đạo", tập 4, "Thần nhạc sáng hơn trăng", ở trang 383, tôi đọc thấy Trần Phương Nhã.

"TRẦN PHƯƠNG NHÃ

Tên thật: Maria Trần Thị Phương Nhã - Bút danh: Cỏ Dại - Sinh ngày: 13 tháng 01 năm 1984, tại giáo xứ Chính Toà, Hải Phòng - Công việc hiện nay: Giáo viên."

Ôi chao, lại là một người con của giáo xứ Chính Tòa, Hải Phòng. Điều này nghĩa là sao đây? Vâng, một thế hệ mới đã nẩy mầm và vươn dậy. Tại lời tự sự của Trần Phương Nhã, chị viết:

"Có những phút giây đời người, tôi đã gặp một Giêsu của thành Nazaret và Ngài nhờ tôi hát hộ Ngài những khúc tình ca"

Có một lần tôi tự hỏi mình, vì sao tôi làm thơ. Thi ca dường như không còn được ưa chuộng ở thế hệ của tôi, thế hệ của internet, của nhạc thị trường. Sao tôi lại làm thơ, mà còn là thơ Đạo? Chẳng ai có thể nhận ra chút gì đó đồng điệu giữa hồn thơ Cỏ Dại và con người tôi bằng xương, bằng thịt – thật là hai mảng màu đối lập của một bức tranh.

Tôi thường làm thơ và nhận ra Chúa khi ngồi một mình trước màn hình máy tính lúc nửa đêm. Khi xung quanh tôi không còn những hấp dẫn của cuộc sống bên ngoài thì Ngài đến, làm con người thật sự nơi tôi sống dậy. Và tôi đã gặp Ngài từ trong chính những vần thơ. Không phải một Thiên Chúa quyền uy của thuở hồng hoang tạo dựng, một Thiên Chúa dựng lên vũ trụ từ hư không, tôi đã gặp một Giêsu con người, một Thiên Chúa với chiếc bào và những cây đinh của người thợ mộc. Khi đó, những vần thơ cứ tự bật ra như nó vốn đã nằm sẵn trong tâm trí tôi tự bao giờ. Tôi muốn dùng thi ca để vẽ nên bức chân dung Chúa Giêsu trong tôi, một Chúa Giêsu của đời thường như tôi đã gặp.

Tôi không dám nhận mình là một thi sĩ, tôi chỉ là một người hát hộ Chúa bài tình ca mà Chúa viết trong tôi, bài tình ca của tình yêu thương và sự thuỷ chung nơi Thiên Chúa...

Trần Phương Nhã có rất nhiều thơ hay. Cuối bài này, tôi sẽ mời mọi người đọc một vài bài của chị. Giờ đây tôi cần nói thêm, không chỉ Maria Trần Phương Nhã, ở Hải Phòng còn có chị Đặng Thị Kim Thoa, thơ cũng rất hay.

Chị Thoa không những làm thơ, mà còn sở trường về truyện, cả truyện ngắn lẫn truyện dài. Trong tuyển tập "Người đọc sách thánh - Tuyển tập truyện ngắn tác giả Công giáo", Nxb Dân Trí, có 9 tác giả, chị Thoa dẫn đầu nhóm ba tác giả trẻ Hải Phòng với hai truyện: "Con vật của Chúa" và "Người đọc sách thánh". Hai người trẻ bước theo chân chị Thoa là Song Ninh và tôi.

Song Ninh, tên đầy đủ là Giuse Phạm Văn Ninh, sinh năm 1988. Còn tôi, mới ngoài 20 tuổi, đã tốt nghiệp đại học và đang chập chững những bước đầu tiên trong sự nghiệp. Tìm đọc tuyển tập "Người đọc sách thánh", quý vị sẽ thấy chúng tôi. Mỗi chúng tôi đều góp mặt trong tuyển tập với một tác phẩm, Song Ninh với "Nước mắt niềm vui", còn tôi với "Tổ ấm".

Dẫu đã được nghe kể nhiều về chị Phương Nhã, chị Kim Thoa, anh Song Ninh nhưng tôi chưa có cơ hội gặp họ. Mặc dù vậy, tôi vẫn có thể cảm nhận được những gì đang sục sôi trong con người hiện tại của họ và sẽ chẳng có gì khác ngoài sức sống cuồng nhiệt, niềm đam mê cháy bỏng dành cho văn thơ, và đặc biệt nỗi khát khao đến điên dại là đem văn thơ làm cầu nối đưa đạo Chúa đến gần mọi người.

Giờ phút này nhìn lại, ắt hẳn mỗi người đều ngậm ngùi khi thấy câu lạc bộ Tâm Nguyện đang lui dần về quá khứ. Tuy nhiên, những thành quả ngọt ngào mà câu lạc bộ gặt hái được sẽ còn mãi. Chính những thành quả này sẽ là bệ phóng vững chắc cho những mầm non văn thơ là những người trẻ chúng tôi mạnh mẽ vươn lên, mạnh mẽ tỏa sáng để tiếp nối những truyền thống tốt đẹp mà thế hệ cha ông đi trước đã dày công đúc kết và trao truyền.

NGƯỜI THƠ PHAN THIẾT

Pio X Lê Hồng Bảo

Sau khi thi nhạc sĩ P.M. Cao Huy Hoàng thiết lập trang Đồng Xanh Thơ trên trang mạng Dũng Lạc được ít lâu, anh đã quy tụ được khá nhiều thi hữu Công giáo, hầu hết đều ở tuổi tráng niên trở lên. Đầu năm 2008, cha Trăng Thập Tự đã đề nghị anh tổ chức một ngày họp mặt để những khuôn mặt thơ Công giáo được gặp gỡ chứ lâu nay chỉ... văn kỳ thanh bất kiến kỳ hình. Phan Thiết được chọn làm địa điểm vì đây là trung tâm để các thi hữu từ Sài Gòn, Xuân Lộc, Nha Trang, Phan Rang, Qui Nhơn, Đà Lạt, Bảo Lộc có thể quy tụ về; đây cũng là sân nhà của anh Cao Huy Hoàng nên anh có thể lo phần tổ chức chu đáo nhất. Đến khi tập trung về Tòa giám mục Phan Thiết, tôi mới nhận ra còn nhiều yếu tố khác khiến cuộc hội ngộ thêm phần ý nghĩa:

- Đức Giám mục giáo phận Phan Thiết lúc bấy giờ là Đức cha Phaolô Nguyễn Thanh Hoan là một người rất quan tâm đến văn học Công giáo.

- Linh mục thi sĩ Xuân Ly Băng tức Đức Ông Lê Xuân Hoa cũng đang hưu dưỡng tại đây.

- Linh mục thi sĩ Nguyễn Thiên Cung cũng đang đảm nhiệm chức vụ Giám đốc Đại chủng viện Nicolas tại đây.

- Ngoài ra, trong số các linh mục Phan Thiết còn có hai cây bút giàu nội lực là thi nhạc sĩ Hoàng Kim Tốt và văn sĩ Nguyễn Hữu An.

- Nơi đây cũng có địa danh Lầu Ông Hoàng lưu lại dấu chân thi sĩ Công giáo Hàn Mạc Tử.

- Và thực ra, đây cũng là "đất thơ" đã sản sinh ra một số thi sĩ rất tài hoa.

Piô X Lê Hồng Bảo

* *Sn: 21.03.1962 tai Qui Nhơn - Bình Định.*
* *Cựu chủng sinh Sao Biển Nha Trang. Hiện ở giáo xứ Song Mỹ, Ninh Thuận.*
* *Chủ biên chuyên san Vườn Ô liu.*
* *Trưởng ban biên soạn tuyển tập Bông Hồng Nhỏ.*
* *Giám khảo các cuộc thi: Sen giữa lầy, Nhánh huệ Nước Trời, Viết Văn Đường Trường, các cuộc thi viết của Ban Mục vụ Gia đình Tgp. Sài Gòn.*
* *Có bài trên: Công giáo và Dân tộc, Đồng Hành, Mục Đồng, Đức Mẹ Hằng Cứu Giúp, Hiệp Thông.*
* *Email: lehongbao@gmail.com*

Có thể nói đây là buổi họp mặt nhóm tác giả văn học Công giáo đình đám nhất từ trước cho đến lúc bấy giờ.

Ngoài những cây cổ thụ như Xuân Ly Băng, Lê Đình Bảng, Trăng Thập Tự, Nguyễn Thiên Cung vốn đã được nhiều người biết tới; lớp kế thừa còn có Trần Vạn Giã, Cao Huy Hoàng, Mặc Trầm Cung, Đỗ Thảo Anh (+), Hoàng Kim Tốt, Vũ Thủy đã ít nhiều có tiếng tăm trên các thi văn đàn Công giáo; tôi nhận thấy còn có những khuôn mặt rất trẻ như Cao Gia An, Lê Miên Ca (+)... Đặc biệt còn có nữ sĩ Kim Lệ, sở dĩ tôi gọi chị là nữ sĩ vì ngoài làm thơ chị còn là nghệ sĩ ngâm thơ và là chủ biên tạp chí Thánh nhạc Việt Nam. Bên cạnh đó là những khuôn mặt thơ đã khá già dặn trên thi đàn nhưng chỉ mới tham gia mảnh vườn văn học Công giáo như: Nghinh Nguyên (+), Thế Nhân (+), Thái Anh, Hồ Văn Nhu... Một trong những gương mặt thơ Phan Thiết đầu tiên chạm đến niềm kính ngưỡng của tôi là anh Nghinh Nguyên, anh đã ngấp nghé tuổi cổ lai hy và có dáng dấp nho nhã, hiền lành như một nhà giáo đã về hưu. Vừa gặp anh đã tặng tôi ngay tập thơ "Dấu chân trên cát" vừa mới xuất bản của anh. Tôi tò mò lật ra ngay và đọc thấy mấy vần thơ nhỏ nhẹ, nhu mì như tác phong của anh:

...
Đóng khung một luỹ tre làng
Nhìn muôn lá gió trên ngàn cành chim
Đóng khung riêng một con tim
Máu hồng rạo rực như tìm tình yêu
Đóng khung một không gian chiều
Nhìn qua cảnh sắc đìu hiu lam mờ
Đóng khung một mảnh hồn thơ
Thú đau thương lẫn ước mơ quyện hoà...

("Đóng khung" - Nghinh Nguyên)

Đêm đó anh còn ngâm nga cho tôi nghe mấy vần thơ anh mới sáng tác:

Nhà thơ, nhà thở, nhà thơ!
Thơ như hơi thở hai bờ tử sinh
Vượt lên thế thái nhân tình
Đi qua mấy cõi phù vân kiếp người
Hòa mình vào giữa dòng đời
Cảm thông cơ khổ của người của ta
Xót đau nhìn cảnh phồn hoa
Khóc cười với những phong ba cơ hàn…

Lần hội ngộ sau này tại giáo xứ Ma Lâm, anh tặng thêm cho tôi tập thơ của anh vừa xuất bản toàn thơ Công giáo, tập thơ mang tên Tin Yêu. Có một bài tứ tuyệt trong đó như một lời dự báo:

Nghiêng trời – giọt rơi đều
Những chiếc bóng trong veo
Hợp - tan trong tích tắc
Thân phận – thua cánh bèo!

("Giọt mưa" – Nghinh Nguyên)

Quả vậy, sau đó ít lâu tôi được tin anh đã về cõi vĩnh hằng.

Một khuôn mặt khá lãng tử là thi sĩ Thái Anh cũng đã tặng tôi tập thơ "Dìu sóng chân mây" do anh tự xuất bản. Tôi đọc thấy anh khá nặng lòng với quê hương trong nhiều bài thơ:

…
Phan Thiết xa rồi
Phan Thiết mình ta
Đã lâu lắm mới có lần đưa tiễn
Lầu Ông Hoàng khuyết nửa vầng trăng hẹn
Chiều phương nầy thương lắm nửa chiều xa
Phan Thiết bây giờ Phan Thiết ngái xa
Ngoảnh mặt lại chạm lòng mình da diết…

("Vẫy tay chiều Phan Thiết" – Thái Anh)

Bên cạnh đó có khá nhiều bài mang chất nghiệm sinh đầy trăn trở:

Nghìn triệu năm nơi đâu
Loé lên rồi chợp tắt
Ranh giới còn và mất
Mỏng mảnh chỉ vậy sao ?

("Sao băng" – Thái Anh)

Rồi mọi nỗi niềm lại quay trở về với Đức Tin nguyên tuyền:

Đau khổ đặt lên cân
Nỗi đau nặng quá xá
Treo lên cùng Thánh Giá
Mọi sự thành cỏn con

("Suy niệm" – Thái Anh*)*

Tôi còn được gặp 2 thi hữu Phan Thiết nữa là Thế Nhân và Nguyễn Tiến Hùng. Hai anh cũng trạc tuổi nhau và đã góp tiếng thơ khá nhiều trên trang Đồng Xanh Thơ Dũng Lạc. Nguyễn Tiến Hùng chỉ xem thơ như một lời tự tình nên không quá đặt nặng hình thái thơ. Tuy nhiên, thơ anh vẫn chất chứa nhiều suy tư và trải nghiệm. Thế Nhân dáng nhỏ nhắn, khắc khổ như cuộc đời của chính anh: Mồ côi cha từ năm lên chín, trải qua ba năm ở đợ để phụ mẹ nuôi em. Mười hai tuổi được một người tốt bụng gửi vào nhà nuôi trẻ mồ côi của các sơ dòng Mến Thánh Giá. Hai mươi lăm tuổi mới chính thức được làm con cái Chúa sau khi trải qua rất nhiều phong ba trong cuộc sống. Có thể nói anh đến với Chúa qua rất nhiều lựa chọn trong cảnh đời lao đao nghiệt ngã:

Tôi lạc chỗ tiếng gà lần ba giục giã
Chỗ mũi đinh gai nhọn máu ứa ra
Chỗ Chúa để tôi tự do chọn lựa
Nghe quán chiều hào phóng chén sương sa.

("Con đã dại rồi "– Thế Nhân*)*

Từ đó, lời thơ của anh luôn mang âm hưởng của lời tuyên tín:

Mặt trời thì sáng
Mắt người nhá nhem
Con tung hô Chúa muôn năm
Của ăn chốn ở nơi về chim muông
Chúa trăm bến yêu thuyền chài đậu
Chúa vạn bờ thương ghe thúng neo
Con cần chi giàu
Con cần gì của
Nếu Chúa ở cùng con.

("Có Chúa ở cùng" – Thế Nhân*)*

Anh tự nhận rằng mình đến với thơ Công giáo ít nhiều xuất phát từ lòng ngưỡng vọng đối với Đức ông Xuân Ly Băng, nhưng chưa bao giờ anh nghĩ mình vói tới thần tượng:

Đừng ham làm
XUÂN LY BĂNG

Thi sĩ quỳ dưới cây Thập Giá
Nguyện cầu cho kẻ không thân
Yêu người chẳng mong người gần
Hãy bắt chước
ĐỨC ÔNG
Mà Chúa ban tặng
Một ngày thơ gắng chỉ chăm...

(“Mùa Xuân khai vị” – Thế Nhân)

Một con người bé nhỏ, một tâm hồn khiêm cung, một tiếng thơ dung dị nhưng xác tín. Chúa đã đón anh về bên Chúa trước Đức ông Xuân Ly Băng chưa đầy bốn tháng.

Bài chia sẻ của cây đại thụ Xuân Ly Băng thấm đẫm Đức Tin trong từng lời thơ dung dị, gần gũi giúp chúng tôi ngộ ra: Làm thơ Công giáo chỉ là sắp xếp lại cho có vần điệu những lời tâm sự hàng ngày của ta với Chúa, nhờ đó người đọc dễ thẩm thấu tinh thần sống Đức Tin hơn. Linh mục thi sĩ Nguyễn Thiên Cung cũng nhắc chúng tôi rằng: Thơ là hơi thở của dân tộc Việt từ thuở nằm nôi. Hầu hết các dân tộc trên thế giới đều có dân vũ nhưng Việt Nam chỉ có dân ca, một nền dân ca phong phú phát triển theo từng thời kỳ đều xuất phát từ thơ. Có lẽ đây cũng là nét tương đồng giữa Việt Nam và dân tộc Do Thái (dân riêng Chúa). Người Do Thái hát Thánh vịnh cũng tựa hồ như chúng ta ngâm thơ vậy. Bài chia sẻ của ngài đồng thời mở ra cho chúng tôi một hướng sáng tác: Nói với Chúa bằng lời thơ chứ không phải viết về Chúa.

Riêng cha Hoàng Kim Tốt và anh Cao Huy Hoàng đều là thi nhạc sĩ nên có phong cách tạo âm hưởng cho thơ khá nhuần nhuyễn.

Chỉ trong một ngày, những người thơ Phan Thiết đã để lại cho tôi khá nhiều ấn tượng. Trên đây chỉ là vài nét phác thảo chưa đầy đủ nhưng chắc cũng đủ khiến mọi người tự hỏi: “Phải chăng mảnh đất Phan Thiết cũng xứng đáng để gọi là “đất thơ” trong vườn thơ Văn học Công giáo?”

Ngày Họp Mặt Các Tác Giả ĐỒNG XANH THƠ (20.01.2008)

VĂN THƠ CÔNG GIÁO Ở HƯNG HÓA - NHỮNG HẠT GIỐNG BỊ VÙI DƯỚI SỎI ĐÁ

Nguyễn Ngọc Bích

Hưng Hóa, một Giáo phận miền thập tỉnh, trải rộng trên địa bàn chín tỉnh vùng Tây Bắc và một phần thành phố Hà Nội, được biết đến nhiều vì rộng nhất về diện tích trong các Giáo phận Việt Nam. Bên cạnh đó, cánh đồng truyền giáo rộng lớn mênh mông và khó khăn nơi núi rừng Tây Bắc, với nhiều sắc tộc thiểu số khác nhau như H'mông, Dao, Tày, Nùng, Thái... cũng là điểm khiến Hưng Hóa được nhắc tới. Riêng trong lãnh vực văn chương Công giáo, miền đất này dường như hoàn toàn bị bỏ quên. Có nhiều lý do khiến công tác mục vụ văn hóa của Giáo phận Hưng Hóa chưa đạt được những thành quả rộng khắp và được nhiều người biết đến so với cả nước. Khách quan là bởi thời cuộc, một thời gian dài không bắt nhịp được với sự phát triển của các Giáo phận "Miền Trong", sự thiếu hụt cách trầm trọng các linh mục trong nhiều năm, thậm chí thiếu cả chủ chăn, trống tòa suốt 11 năm trường (1992-2003),v.v... có thể được kể đến như những nguyên nhân chính yếu và dễ nhận thấy.

Bài viết này là một cố gắng để giới thiệu những con người đã và đang góp phần mình điểm tô cho một nền văn học Công giáo Việt Nam hôm nay và tương lai, cho dẫu những đóng góp đó còn nhỏ nhoi, mờ nhạt, khó nhận ra hay mới chỉ là khởi điểm. Chúng tôi cũng mong ước khơi lên một hướng đi mới cho các cây bút trẻ nơi Giáo phận rộng lớn này, để họ can đảm vươn lên cách mạnh mẽ, táo bạo, nhiệt huyết, kiên cường, như những mầm non phóng mình vươn lên từ sỏi đá.

Giuse Nguyễn Ngọc Bích

** Sinh năm 1991 tại Phú Thọ*

** Chủng sinh Giáo phận Hưng Hóa, đang học năm cuối tại Đại Chủng viện Xuân Bích, Huế*

** Giải Nhì cuộc thi viết Tiếng lòng người trẻ*

** Tác phẩm: Người đọc Sách Thánh (in chung với nhóm tác giả trẻ TGP. Hà Nội) và một số truyện in trong các tuyển tập VVĐT 2016, 2017*

** Email: josephngocbich@gmail.com*

Vì chưa có một công cuộc khảo cứu với quy mô cần thiết, nên bài viết chắc chắn còn nhiều thiếu sót. Ước mong rằng, sẽ có nhiều ý kiến đóng góp để công việc nghiên cứu về các tác giả, các sinh hoạt văn thơ Công giáo Hưng Hóa có được những thành quả tốt hơn trong tương lai.

1. Những cánh hoa chưa nở

Trong giới cầm bút Công giáo thế hệ trưởng thành trước 1975, có lẽ phải kể đến Linh mục Piô Ngô Phúc Hậu, người chủng sinh của Giáo phận Hưng Hóa đã di cư vào Nam và trở thành linh mục của Giáo phận Cần Thơ, đến khi nghỉ hưu, lại trở về với Hưng Hóa nguồn cội.

Thời kỳ này không có tác giả nào khác có những tác phẩm được phổ biến rộng rãi tới độc giả cả nước. Tuy nhiên, cũng có những tác giả mà tác phẩm của họ được biết tới bởi từng nhóm độc giả khác nhau, thường là lưu hành nội bộ trong Giáo phận mà thôi.

Trước tiên, có thể kể đến Linh mục Giuse Nguyễn Thái Hà (sinh năm 1944), vị Trưởng ban Mục vụ Văn hóa của Giáo phận Hưng Hóa suốt từ năm 2003 - 2013. Tác phẩm đáng kể của ngài là tập thơ "Những vần thơ Tin mừng Chúa nhật". Đây là tập thơ gồm những bài thơ lục bát ngắn, vỏn vẹn bốn câu, trình bày ngắn gọn nội dung của các bài Tin Mừng dùng trong phụng vụ Chúa Nhật và Lễ trọng. Có tất cả 198 bài thơ trong tập thơ này. Cách gieo vần chuẩn xác theo luật thơ lục bát, câu từ dễ hiểu, truyền cảm, và nhất là truyền tải ý tưởng sát với sứ điệp của từng bài Tin Mừng là những điểm nhấn đáng chú ý của tập thơ. Thật tiếc, cho tới nay, tập thơ này mới chỉ được in lưu hành nội bộ chứ vẫn chưa được xuất bản hay phổ biến rộng rãi tới độc giả cả nước, nhất là các em thiếu nhi.

Xin trích ra đây một vài bài trong tập thơ:

* Tóm lược Tin Mừng (Ga 1,6-8.19-28):

Ông là ai? Hãy cho hay,
Chẳng là ngôn sứ, chẳng tày Cứu Tinh.

Giữa dân có Chúa thiên đình,
Tôi đây chẳng đáng cúi mình rửa chân.
* Tóm lược Tin Mừng (Lc 9, 28b-36):
Chúa ta biến dạng, biến hình,
Xác Người sáng láng, trắng tinh mọi đàng.
Kính tôn, tin cậy, vững vàng,
Xác ta cũng được huy hoàng mai sau.

Tiếp đến, phải kể đến Cha Giuse Nguyễn Văn Đỉnh (sinh năm 1947), vị linh mục miệt mài với công việc biên soạn kỷ yếu các giáo xứ trong toàn Giáo phận Hưng Hóa. Cho tới nay, đã có một vài cuốn được in nội bộ, còn phần lớn các giáo xứ khác chưa được in. Hơn một trăm giáo xứ, với lịch sử thăng trầm khác nhau, đã được ghi lại dưới ngòi bút của ngài, vừa mang tính sử học, vừa đậm chất văn chương. Công trình đồ sộ này nếu được xuất bản, được nghiên cứu, hẳn sẽ khiến nhiều người phải ngạc nhiên và nể phục, không những về khả năng viết lách, nhưng còn về giá trị lớn lao mà nó để lại cho Giáo Hội Việt Nam nói chung, Giáo phận Hưng Hóa nói riêng. Cho tới nay, dù tuổi đã cao, Cha Giuse Nguyễn Văn Đỉnh vẫn miệt mài trong âm thầm hoàn thành nốt những trang kỷ yếu của vài giáo xứ chưa hoàn chỉnh.

Tiếp theo, có thể kể tới nhóm các linh mục, nữ tu trong Ban Biên tập Website Giáo phận cũng như trong Ban Biên soạn Kỷ yếu Giáo phận Hưng Hóa nhân dịp kỷ niệm 125 năm thành lập (1895-2020).

2. Những nụ hoa mới hé

Tiếp nối thế hệ cha anh, vài năm trở lại đây, với các cuộc thi Văn hóa Nghệ thuật Đất Mới, Viết Văn Đường Trường (VVĐT), Sáng tác cho Tuổi Thơ, Phong trào Viết Về Yêu Thương, cũng như Tập san văn thơ Công giáo Mục Đồng, Họa báo thiếu nhi Bông Hồng Nhỏ... một số cây bút trẻ của Hưng Hóa đã có những tác phẩm được đón nhận. Tuy rằng còn khá khiêm tốn, như những nụ hoa vừa hé nở, nhưng đầy hứa hẹn sẽ tỏa hương nếu được chăm sóc cẩn thận. Điều đáng khích lệ ở đây, là hầu hết các tác giả này đều có tuổi đời khá trẻ. Xin nêu lên ở đây một vài tác giả với những giải thưởng mà họ đã giành được:

Trước hết là Linh mục Giuse Dư Văn Từ (sinh năm 1988), Giải Ba VVĐT 2018, cùng nhiều bài viết được đăng trên Mục Đồng và Bông Hồng Nhỏ. Mặc dù đến với giải VVĐT khá muộn, nhưng tác giả này đã được đánh giá cao ngay lần đầu tham dự. Dư Văn Từ bắt đầu viết truyện ngắn khi còn học trong Chủng viện. Hiện nay, là một linh mục trẻ trong sứ vụ coi sóc giáo xứ, cha Từ vẫn tiếp tục sáng tác và chuẩn bị cho xuất bản tập truyện ngắn đầu tay trong thời gian sắp tới.

Tác giả Têrêxa Nguyễn Thị Khuyên (sinh năm 1991), Giải Triển vọng VVĐT 2014. Tác giả này được biết đến như người đi tiên phong của Giáo phận Hưng Hóa đến với VVĐT. Là một Kitô hữu, hiện đang làm việc tại Nhật Bản, hy vọng rằng dưới góc nhìn của một tín hữu Công giáo trong môi trường sống xa xứ, tác giả này sẽ cho ra đời nhiều tác phẩm giá trị trong thời gian tới.

Tác giả Giuse Nguyễn Ngọc Bích (sinh năm 1991), Giải Ba VVĐT 2017, Giải Triển vọng VVĐT 2016, Giải Ba Văn hóa Nghệ thuật Đất Mới 2019, Giải Nhì Sáng tác cho Tuổi Thơ 2019, Giải Nhì cuộc thi viết Tiếng Lòng Người Trẻ 2020, cũng như có một số bài viết đăng trên Mục Đồng, Bông Hồng Nhỏ. Các tác phẩm của tác giả này chủ yếu viết về người H'mong với mong muốn giới thiệu về cuộc sống, văn hóa và nhất là đời sống đức tin của những con người nơi miền núi cao Tây Bắc; thêm vào đó là lời mời gọi những bước chân của những sứ giả mang Tin mừng của Chúa đến cho những con người nghèo khổ mà chân thành này. Trong thời gian tới, tác giả này cũng có ý định xuất bản tập truyện ngắn đầu tay của mình.

Tác giả Maria Đỗ Thị Hồng Nhanh, bút danh Xuân Cát, sinh năm 1988 tại Phú Thọ, thuộc Gp. Hưng Hóa. Chị là nữ tu Dòng Đa Minh Gò Vấp - Sài Gòn nhưng phụ trách Mái ấm tình thương Vinh Sơn Thất Khê của Giáo phận Lạng Sơn. Kịch thơ "Món quà kỳ diệu" của chị đạt giải nhất Đất Mới 2020. Ngoài ra chị còn đạt một số giải thưởng kịch và truyện ngắn, truyện dài khác. Chị cũng có một số bài văn, truyện, thơ đăng trên Tập san Mục Đồng và các trang mạng Công giáo.

Nữ tu Maria Nguyễn Thị Hồng (sinh năm 1993), Giải Triển vọng Viết Về Yêu Thương 2018. Chị là một cây viết trẻ, giọng văn nhẹ nhàng và trong sáng, phản chiếu tâm hồn của một người nữ tu trẻ mong muốn dấn thân phục vụ con người hôm nay.

Nữ tu Maria Doãn Thị Yên (sinh năm 1980, bút danh: Tigon Doãn và Bờ Xa), một thành viên tích cực của Ban Truyền thông Giáo phận trong nhiều năm, dù không tham gia các cuộc thi viết, nhưng cũng đã xuất bản tập truyện ngắn đầu tay "Mảnh Trời Riêng" (Nxb. Đồng Nai, 2019) cùng nhiều tác phẩm in trên Mục Đồng và trên các trang mạng. Tác giả là một nữ tu năng động, tiếp xúc, đồng hành với Giới trẻ và Huynh trưởng với nhiều vai trò khác nhau trong thời gian khá dài. Cùng với đó, là sự từng trải của một người sống trong nhiều môi trường khác nhau, từ khi còn là sinh viên tới khi trở thành nữ tu phục vụ nhiều đối tượng khác nhau tại rất nhiều cộng đoàn trong một giáo phận rộng lớn như Hưng Hóa. Tất cả những yếu tố đó giúp cho tác giả này có được nhiều góc nhìn khác nhau của đời sống người Kitô hữu, và thể hiện chúng trong các tác phẩm của mình. Nơi đó, nhiều mảnh đời, nhiều góc khuất, nhiều khó khăn, thách đố của người Kitô hữu thuộc nhiều bậc sống khác nhau (Tu trì, vợ chồng, sinh viên, người lao động...) được phản ánh qua những thực tế phũ phàng nhưng cũng chất chứa niềm hy vọng vươn lên. Sắp tới đây, tác giả sẽ tiếp tục xuất bản tập truyện ngắn và tập tùy bút viết ra trên các hành trình Nam-Bắc của mình.

3. Những mầm xanh nứt hạt

Tập san Mục Đồng ra đời đã góp phần khích lệ rất lớn các cây bút trẻ thử sức mình với lĩnh vực văn thơ Công giáo. Một số tác giả trẻ của Hưng Hóa cũng đã được góp mặt trong tập san này. Đây chính là các mầm xanh mới nhú, đầy sức sống, sức sáng tạo, hứa hẹn cho những niềm hy vọng mới trong tương lai. Có thể kể tới các tác giả như: Nữ tu Maria Đỗ Thị Hướng (sinh năm 1988), Nữ tu Maria Vũ Thị Năm (sinh năm 1993), Giuse Tạ Văn Dương (sinh năm 1997), Giuse Trần Văn Sơn (sinh năm 1999), Têrêsa Trương Thị Hà (sinh năm 1993), Anna Lã Thị Lê (sinh năm 1993), Maria Nguyễn Thị Thủy (sinh năm 1986)...

Về Thơ Công giáo, một số nữ tu thuộc dòng Mến Thánh Giá (MTG) Hưng Hóa đã có những sáng tác đăng trên các trang mạng: Maria Phạm Thị Quy (sinh năm 1990, bút danh Hoa Dại); Maria Nguyễn Thị Lan (bút danh Sr. Lan Nguyễn),...

Trong lĩnh vực sáng tác Thánh ca, có thể kể tới một vài nữ tu dòng MTG Hưng Hóa đã có những sáng tác được phổ biến trên các trang mạng, như: Maria Bích Thùy (Sr. Bích Thùy), Maria Nguyễn Thị Nhung (Sr. Hồng Nhung, sinh năm 1987), Têrêsa Trần Thị Thanh Hương (Sr. Hương Trần, sinh năm 1990), Catarina Nguyễn Thị Hường (Sr. Hường Nguyễn)...[1]

Lĩnh vực nghiên cứu, có thể kể tới hai luận văn tốt nghiệp Đại học của hai tác giả trẻ: Tác giả Maria Đặng Thị Nhật Lệ (sinh năm 1996) với đề tài "Trường Từ vựng trong Kinh Thánh Tân Ước"; tác giả Gioan Maria Nguyễn Văn Lục (sinh năm 1996) với đề tài "Đạo Hiếu của người Công Giáo vùng Thụy Vân - Việt Trì - Phú Thọ".

Ngoài ra, còn có nhiều tác giả trẻ khác, mà các tác phẩm của họ chưa được giới thiệu tới độc giả vì nhiều lý do.

Một thoáng nhìn về các tác giả Văn thơ Công giáo thuộc Giáo phận Hưng Hóa trên đây, dù chưa thật đầy đủ, nhưng cũng cho thấy phần nào về tình hình hoạt động và phát triển của lĩnh vực này nơi

---

1 Thông tin về các tác giả thuộc Dòng Mến Thánh Giá Hưng Hóa do nữ tu Doãn Thị Yên cung cấp.

Giáo phận vùng thập tỉnh miền cực Bắc đất Việt. Một mặt, chúng cho thấy rằng, dù phải chịu nhiều thiệt thòi về nhiều mặt, nhưng ở mỗi thời, Hưng Hóa vẫn có những tác giả vừa tài năng, vừa miệt mài, đầy nhiệt huyết với Văn thơ Nhà Đạo; mặt khác, chúng cũng làm sáng lên niềm hy vọng cho tương lai: Vẫn có đó những hạt mầm chắc mẩy mà chỉ cần được chăm tưới đủ, sẽ vươn lên mạnh mẽ, trổ hoa, khoe sắc, tỏa hương Phúc âm cho độc giả bốn phương. Những gương mặt, những đóng góp có phần còn nhỏ bé, khiêm tốn mà chúng tôi giới thiệu ở đây đều đáng được kỳ vọng, một ngày kia sẽ trở thành những tác giả tầm cỡ của nền Văn thơ Công giáo Việt Nam trong tương lai. Những hạt giống vươn lên từ sỏi đá vẫn được chờ đợi trở nên những cây đại thụ có sức sản sinh, che chở, bảo vệ và truyền sức sống cho các thế hệ kế tiếp. Ước mong sao những tác giả trẻ của Hưng Hóa sẽ tìm được động lực, sự đồng hành, hướng dẫn của các tác giả đã trưởng thành ở khắp nơi, để họ phát huy được ngọn lửa văn thơ đang âm ỉ cháy nơi mình, mà tỏa sáng Phúc âm tới con người hôm nay và tương lai.

Chúng tôi nhìn nhận sự hạn chế trong khi thực hiện bài viết này. Vì thế, nếu chúng tôi vô tình bỏ qua tác giả nào, xin vui lòng thông cảm và giúp giới thiệu cho chúng tôi để bổ sung được đầy đủ hơn.

CÓ MỘT HỒN THƠ ĐẠO CHẢY DỌC THEO NÚI HỒNG SÔNG LAM

Trần Thị Khánh Vân

Đó là cảm nhận của tôi khi đọc Tuyển thơ Giáo phận Vinh (2004) - Một cảm giác vừa quen vừa lạ. Quen vì trong Tuyển thơ, có những tác giả tôi đã từng được gặp, có những bài thơ tôi đã thuộc lòng từ lâu. Lạ vì có nhiều tác giả, nhiều bài thơ lần đầu tiên tôi được biết, được đọc. Dù lạ hay quen thì lắng lại trong cảm xúc là nỗi vui mừng và xúc động, vì nơi Giáo phận Vinh - một vùng đất nghèo lam lũ - thực sự có những cây bút Công giáo thật tài hoa.

Tuyển thơ đã góp nhặt nhiều tác phẩm của 28 tác giả. Có lẽ những người yêu văn thơ Công giáo, không mấy ai không biết đến những tên tuổi đã vang danh như: Hàn Mạc Tử, Xuân Ly Băng, Trăng Thập Tự, Điệp Lan Đình, Đình Hòe, Đình Quang... Những nhà thơ đó, người còn sống, người đã đi xa. Nhưng họ đều từng được sinh ra và lớn lên trên mảnh đất yêu thương này, khi đến với những phương trời khác, họ mang theo cả hồn cốt của quê hương, xứ đạo, chắp cánh cho hồn thơ bay cao, bay xa. Với các tác giả ấy, đó đây đã có các bài viết riêng. Trong khuôn khổ bài này, tôi chỉ xin có vài cảm nhận riêng về một số gương mặt tiêu biểu trong Tuyển thơ, những người vẫn sinh sống ngay trên chính mảnh đất thân yêu của Giáo phận mình.

1. Thơ thầy giáo Giuse Lê Quốc Hán

Tuyển thơ có 5 bài của Lê Quốc Hán: *Tràng Mân côi, Dải áo dài, Công bằng, Hạt bụi, Cõi người*. Dù con số khá khiêm tốn so với số lượng tác phẩm ông đã xuất bản, nhưng vẫn đủ để thấy được ngòi bút

Maria Trần Thị Khánh Vân

* Sinh ngày: 11-11-1976 - Quê xứ Cửa Sót, hạt Trung Nghĩa, giáo phận Hà Tĩnh.
* Tốt nghiệp: Đại học Sư phạm Văn, Hiện là giáo viên Ngữ Văn THCS
* Từng tham gia cuộc xướng họa Sen giữa lầy, Nhánh Huệ Nước Trời, Giải truyện ngắn Viết Văn đường trường, Tuyển tập Có một vườn thơ đạo.
* Email: khanhvan_1111@yahoo.com

tài năng của một "thầy giáo dạy Toán làm thơ". Thơ ông vừa mang màu sắc tâm linh, vừa đậm chất triết lí sâu sắc.

Thơ viết về Mẹ có những hình ảnh so sánh rất đẹp:

Tràng Mân Côi là chuỗi sao lóng lánh
Giữa đêm trường óng ánh tỏa hào quang
Dẫn đời con khỏi lạc lối lầm đàng...

(Tràng Mân côi)

Những hình ảnh thơ bay bổng lãng mạn, ca ngợi sự diệu kỳ của chuỗi Mân Côi, hướng lòng người đến Tình Yêu Thiên Chúa đã thông ban ơn phúc cho con người qua tràng Mân Côi, qua lời cầu bầu của Mẹ.

Với nhà thơ, Mẹ rất cao sang, sáng láng, là tuyệt phẩm nhân đức. Nhưng đồng thời, Mẹ cũng rất gần gũi, thân thuộc:

Áo Mẹ là đôi cánh chim hiền
Ủ con trong những giấc cô miên ...

(Dải áo dài)

Nếu những bài thơ trên diễn tả tình yêu đối với Đức Maria thì Hạt bụi là cảm thức về công cuộc sáng tạo của Thiên Chúa và đồng sáng tạo mà Chúa ban cho con người. Bài thơ được diễn tả dưới hình thức thơ văn xuôi, cấu tứ thơ độc đáo: *Phải ngày xưa chúng mình hai hạt bụi, ở hai vì tinh tú xa xôi, một ngày kia qua hơi thở Chúa Trời, quần quại hóa đôi linh hồn bất diệt*. Câu thơ thể hiện ý thức về thân phận nhỏ bé của con người, chỉ là hạt bụi được Thiên Chúa thổi hơi thở vào, ban cho một linh hồn thiêng liêng bất tử. Ý thơ không mới, nhưng độc đáo ở cách diễn tả với hình ảnh thơ lãng mạn và trừu tượng.

Nhà thơ cảm tạ Thiên Chúa, vì sự tạo dựng của Người, đã biến những hạt bụi vô tri trở nên kỳ diệu, có đời sống thiêng liêng: *Dẫu cát bụi sẽ trở về cát bụi, có hề chi khi ta đã gặp nhau. Để biết yêu biết ca hát nguyện cầu, biết nuôi dưỡng đôi linh hồn bất tử.*

Nhưng đặc biệt, *Hạt bụi* gây ấn tượng với người đọc ở cách cảm nghiệm về hồng phúc lớn lao mà Thiên Chúa ban cho con người: công cuộc đồng sáng tạo. Ý thơ được diễn tả rất độc đáo và táo bạo: *Đôi linh hồn sinh từ nơi hơi thở, nên đêm ngày muốn trao lửa cho nhau. Rồi cả gan bắt chước phép nhiệm mầu, để tái tạo bản sao mình gửi lại.* Hình ảnh thơ mang tính biểu tượng, với sự liên tưởng bất ngờ: *Xin Chúa Trời hãy rộng lòng tha thứ, khi chúng con muốn vươn tới gương Người. Dao tình yêu tách hạt bụi làm đôi, thổi vào đó một linh hồn bé bỏng.*

Thơ Lê Quốc Hán cũng là dòng thơ thể hiện sự suy ngẫm, trăn trở trước cuộc sống. Đọc *Cõi người*, tưởng như có sự dằn vặt, xô đẩy nội tâm khi nhà thơ suy tư về nhân tình thế thái:

... Tim hồng đem muối làm dưa,
bão giông chống trả, gió mưa trách trời;
lưỡi phun nọc rắn đùa chơi
bẻ hoa rồi dạy cuộc đời yêu hoa...

Đọc Lê Quốc Hán, cảm nhận thơ ông có chiều sâu triết lý. Dường như tính minh triết của Toán hòa quyện trong sự bay bổng của tâm hồn thơ, tạo nên những câu thơ vừa tự nhiên vừa giàu chất triết lý:

Cát trắng và sao xanh
Rải đều trong trời đất
Hoa hồng và gai sắc
Mọc chung trên một cành.
Nụ cười và nước mắt
Chia đều cho em – anh…

(Công bằng)

Cuộc sống vốn dĩ luôn có hai mặt: tốt và xấu. Nó tồn tại song song, thể hiện quy luật công bằng của Tạo Hóa. Đó là những cảm nghiệm thấu đáo, sâu sắc của nhà thơ về cuộc đời.

Tôi được biết, càng về sau, bút lực của Lê Quốc Hán càng dồi dào. Tác giả có nhiều bài thơ sáng tác sau thời kỳ 2004. Tôi không nghĩ đó là những bông hoa nở muộn mà là hoa nở khi đủ nắng, khi nội lực dồi dào, tạo nên những đóa ngát hương trong *Vườn thơ đạo*.

2. Thơ Lm. Giuse Nguyễn Tiến Lợi

Tuyển thơ có 8 bài của cha Nguyễn Tiến Lợi: *Đêm tù chầu Chúa, Ngày tựu trường, Tình mẹ, Mầu nhiệm tình thương, Tiếng chim, Yêu là hiến tế, Viếng Lộ Đức, Khóc bạn.*

Thơ cha viết về những biến cố lớn lao của đời mình: Mười năm tù ngục, mười tám năm sống cảnh mù lòa, trở lại Chủng viện sau khi đôi mắt được chữa lành... Đó là tiếng thơ vút lên từ đau khổ, từ những trải nghiệm nghiệt ngã của cuộc đời. Đi giữa phố phường Paris hoa lệ mà tác giả chẳng cảm nhận được vẻ đẹp kiêu sang và thơ mộng ấy:

Mùa đông - Paris - vắng vẻ im lìm
Tôi đến đó mà tưởng chìm trong sa mạc
Đâu Săng Ê-li-dê phố phường tấp nập
Đâu tháp Ep-phen kiêu hãnh hiên ngang
Và đâu nữa dòng sông Xen êm ả nhẹ nhàng?

(Mầu nhiệm tình thương)

Liệt kê những nét đẹp tiêu biểu của Paris hoa mộng, tác giả gieo vào trong lòng người đọc sự cảm thương sâu sắc. Cảnh đẹp thế mà người chỉ có thể *"nghe xe đi/ Lướt nhanh trên đường nhựa"*, để rồi *"Nghe tim mình lệ ứa/ Và... cay đắng nhân lên"*... Từ trong đau khổ, tác giả cảm nghiệm được tình yêu bao la của Thiên Chúa và Mẹ Người. Trong chốn ngục tù dơ dáy, hôi hám, lạnh lẽo, có Chúa đến thăm. Trên bàn mổ để tìm lại ánh sáng cho đôi mắt, có Mẹ cùng đi. Tìm lại được ánh sáng cho đôi mắt, niềm sung sướng hân hoan tràn ngập tâm hồn nhà thơ:

Paris ơi, linh hồn tôi choáng ngợp
Đi trong người mà tưởng giữa trời sao
Sáng nhiều quá, bốn bề, tới tấp
Chẳng biết mình ở thấp, ở cao...
...

(Mầu nhiệm tình thương)

Đoạn thơ như một dòng sông cảm xúc. Cảm giác sung sướng, hạnh phúc dâng cao khiến dòng thơ tự nhiên tuôn chảy. Tôi quên rằng mình đang đọc thơ, quên cả các mặt chữ nghĩa, chỉ còn lại một tâm hồn đồng điệu, cùng thổn thức, cùng sung sướng theo những cung bậc cảm xúc của người viết.

Có thể nói, thơ Lm. Nguyễn Tiến Lợi dung dị nhưng có thể động đến từng tế bào của cảm xúc. Dường như không phải ta đang đọc thơ, mà đang lắng nghe tâm sự của tác giả. Những câu thơ tự nhiên, giản dị như một lời kể chuyện mà chứa đựng trong đó những trải nghiệm xót xa. Dung dị mà động chạm đến nỗi đau trong sâu thẳm lòng người. Khi bất chợt gặp một người giống mẹ, tác giả nhớ ngay tới người mẹ của mình:

Chiều nay bỗng gặp mẹ
Trong dáng vóc một bà cụ Việt Nam...

Cái nỗi nhớ ấy nó đau đáu trong lòng, chỉ một thoáng bất chợt thôi cũng sẽ vỡ òa trong tâm thức. Tôi hình dung tác giả đứng sững lại một lúc. Và hình ảnh người mẹ thân yêu hiện lên rõ mồn một trong tâm trí:

Tuổi mẹ chưa già, sao tóc đà vội trắng
Những sợi buồn mưa nắng long đong?
Gánh khổ đau uốn lưng mẹ sớm còng,
Mặt khô gầy những đường răn khổ não…

Mẹ của thi nhân? Hay là hình ảnh những bà mẹ Việt Nam? Những câu thơ vừa tả thực vừa mang tính điển hình. Nhà thơ xót xa khi nghĩ về hình ảnh người mẹ cả đời hy sinh, âm thầm chịu đựng khổ đau để mong con hạnh phúc. Cảm nghiệm xúc động khiến tác giả thốt lên:

Ôi tình mẹ nhiệm mầu khi hiểu được
Thì đã không còn mẹ nữa, mẹ ơi!

Câu thơ như một tiếng kêu thương, dấu chấm than như là một nốt lặng gieo vào lòng người đọc những cảm xúc xót xa.

Thơ Lm. Nguyễn Tiến Lợi vừa là những câu chuyện cuộc đời, vừa là những dòng cảm xúc tuôn trào và đồng thời là một bài ca cảm tạ. Đọc thơ thi nhân, lòng người thêm ngời *lửa Mến*.

3. Thơ Lm. Giuse Thanh Lợi:

Tuyển thơ có 8 bài của cha Thanh Lợi: *Chỉ một mình Cha, Sẽ chẳng bao giờ, Du ca tình yêu, Niệm khúc Phêrô, Quỳ bên máng cỏ, Viếng Mẹ La Vang, Tình yêu nhiệm mầu, Tạ tình.*

Thơ Lm. Giuse Thanh Lợi tạo ấn tượng với người đọc về một hồn thơ đậm chất trữ tình lãng mạn của một Thi nhân - Tu sinh - Linh mục Công giáo. Thơ cha trước hết bày tỏ cảm thức sâu xa về thân phận yếu đuối, nhỏ bé, bất toàn của con người trước Tình Yêu vô biên của Thiên Chúa. Đọc Tạ tình, ta như nghe lời tâm tình của một người con đối với Cha:

Xin một đời tạ lỗi với Tình Yêu
Vì con chưa thuộc về Cha trọn vẹn
Tâm hồn con đã mấy mùa lỡ hẹn
Hững hờ - Tình Cha!

Tác giả cảm nhận sâu sắc về Tình Chúa: T*ình của Cha như tuyết trên đỉnh Li-ban.* Li-ban là đỉnh núi được nhắc đến trong Cựu Ước. Đó là dãy núi ở cõi Bắc xứ Palestine. Nơi đây, tuyết che phủ trọn cả đỉnh núi quanh năm, đóng thành khối, kể cả mùa Hạ cũng không tan chảy.

Câu thơ sử dụng hình ảnh so sánh, diễn tả cảm nghiệm về Tình Yêu Thiên Chúa, cao vời, vô tận, sắt son, không bao giờ thay đổi hay mất đi. *Con sợ chạm vào sẽ tan đi mất*... Câu thơ có thể khiến người đọc thắc mắc: Nhà thơ hoài nghi Tình Chúa hay sao? Không phải thế! *Con sợ chạm vào sẽ tan đi mất*... là một câu thơ rất hay, diễn tả cảm nhận tuyệt vời về Tình Chúa. Con chỉ khẽ chạm vào thôi, thì toàn bộ khối băng tuyết ấy sẽ tan ra, nhưng không biến mất, *không rơi xuống đất*, cũng *không bay lên trời*... mà Tình ấy sẽ tan chảy, chan chứa, thấm đẫm cả vũ trụ. Trái tim con thì nhỏ bé, làm sao có thể chứa đựng được Tình Yêu lớn lao như vậy? Chúa yêu con là thế! Còn con? Hững hờ, nhàn nhạt, không yêu Chúa hết lòng mình. Vì vậy, con xin *tạ lỗi với Tình Yêu, với Cha. Không phải một lần này thôi, mà cả một đời.*

Xuyên suốt các sáng tác của nhà thơ là cảm nghiệm sâu sắc về Tình Chúa, một tình yêu nhiệm mầu. Chỉ khi hiểu được tình yêu ấy, con người mới có thể biết yêu thương thực sự:

Sẽ chẳng bao giờ ta biết yêu thương
Nếu không có một chiều Can-vê máu đổ
Giêsu - Người bị nhấn chìm trong tủi hổ
Khi bốn bề ồn ã tiếng kêu la...

(Sẽ chẳng bao giờ)

Yêu là chấp nhận hy sinh, là vui lòng nhận lấy phần đau khổ để người yêu được hạnh phúc. Đó là một Tình Yêu cao cả, quên mình vì người mình yêu. Khi Con Thiên Chúa chịu đóng đinh trên Thập giá, trong tủi hổ, đớn đau thì nhân loại ngỡ ngàng nhận ra: đó mới là tình yêu. Tình yêu lên ngôi từ đau khổ, từ cái chết. Cách sử dụng những từ ngữ mang ý nghĩa đối lập, kết hợp với lối điệp cấu trúc *Sẽ... Nếu...* có tác dụng khẳng định, nhấn mạnh và tạo ấn tượng sâu sắc với người đọc.

Có khi, nhà thơ liên tưởng Tình Yêu Thiên Chúa trong mối tương quan tình yêu đôi lứa. Trong đó, Thiên Chúa là một *Người Tình* với cách yêu mãnh liệt, yêu hết mình và suốt đời khao khát sự đáp trả chân thành của người mình yêu:

Đã say nhau trên ĐỒI TÌNH THÁNH GIÁ
Đừng nhìn nhau bằng ánh mắt Giu-đa
Đừng trao nhau nụ hôn của gian tà
Đừng riết nhau trong vòng tay Tô-ma nghi hoặc...

(Tình yêu nhiệm mầu)

Trong các sáng tác của thi nhân, có lẽ, để lại ấn tượng nhất là Du ca Tình yêu. Một bài thơ giàu nhạc điệu, có giá trị thẩm mĩ cao. Bài thơ mở đầu với điệp khúc: *Có một ngày/ Tình yêu Giêsu*... Từ điệp khúc ấy, nhà thơ nói đến những biến đổi lớn lao trong cuộc dấn thân sống đời tận hiến của một tu sinh trẻ, dưới tác động của Tình yêu Giêsu:

Có một ngày
Tình yêu Giêsu
Đưa tôi đi thật xa
Mặc cho tôi chiếc áo
Tôi chưa từng mặc bao giờ...

Ngày ấy, Tình Yêu Giêsu thấm đẫm hồn tôi. Tôi sẽ mặc lên mình chiếc áo mới, chiếc áo của sự thánh thiện, hy sinh. Niềm vui, nỗi buồn trong cuộc đời tôi cũng mới: *Tôi sẽ có nụ cười/ Bằng ánh sáng của một mùa xuân khác/ Có nỗi buồn/ Bằng màu mây của một buổi chiều khác*... Những hình ảnh thơ đẹp, lãng mạn, gợi liên tưởng sâu xa. Ngày ấy, tôi sẽ rời xa chốn ồn ào, sẽ ra khỏi *ốc đảo* - tâm hồn, thế giới riêng của tôi, để đến nơi Chúa đã hẹn tôi, từ xa xưa... Ngày ấy, nơi tôi đến, cây cỏ sẽ *nở hoa Thánh giá*, những đóa hoa được ươm mầm từ những hy sinh, thử thách, chông gai. Điệp khúc cuối bài gợi lên cái kết mở. Bài thơ khép lại về ngôn từ nhưng lại mở ra ý tứ sâu xa: Tình yêu Giê-su là mối tình bền chặt, gắn bó và mãi mãi...

Du ca Tình yêu lấp lánh một vẻ đẹp lãng mạn. Ngôn ngữ thơ trong sáng. Nhịp điệu hài hòa. Hình ảnh thơ bay bổng, giàu tính liên tưởng, có ý nghĩa tượng trưng. Tất cả kết hợp tạo nên một tuyệt phẩm thi ca, đọc nghe trầm bổng, du dương như một bản nhạc và đọng lại trong lòng người những dư âm sâu lắng.

Thơ Lm. Giuse Thanh Lợi là sự rung cảm mãnh liệt và những cảm nghiệm sâu sắc về Tình Yêu Thiên Chúa. Tất cả tạo nên phong cách riêng, đồng thời biểu lộ một hồn thơ tinh tế và nhạy cảm.

4. Thơ Lm. Phanxicô Xaviê Võ Thanh Tâm

Tuyển thơ có 8 bài của cha Võ Thanh Tâm: *Hạnh phúc người Công giáo, Vatican, Mẹ Vô Nhiễm, Về La Vang, Gửi Chị Têrêxa Calcutta, Chào mừng thiên kỷ mới, Con thuyền Giáo phận Vinh, Lời mầng.*

Nếu nói có một lối thơ nào đi vào lòng người Công giáo một cách dễ dàng, khơi dậy niềm lạc quan, yêu đời, yêu cuộc sống, yêu cái Đạo mà mình đang đi, thì xin thưa: ấy là thơ của Lm. Võ Thanh Tâm.

Thơ cha là lối thơ bình dân, đọc dễ nhớ, dễ thuộc. Có lẽ ở Giáo phận Vinh, vào những thập niên 80-90 thế kỷ XX, không mấy ai không thuộc *Hạnh phúc người Công giáo*. Giọng điệu thơ đầy phấn chấn, tự hào, thể hiện niềm sung sướng được làm người Công giáo. Đọc bài thơ, người đọc dễ dàng nhận thấy những điều thân thuộc trong nếp sống đạo thường ngày của người giáo dân: *Có lễ sáng, chầu chiều, tháng hoa, cuộc rước, ...; Điệu kinh cầu một bên xướng, bên thưa; Giọng học bổn bay khắp làng khắp xứ*... Người Công giáo, ai đọc mà chẳng lấy làm tự hào vì vẻ đẹp của anh chị em đồng đạo được tác giả diễn tả qua những những hình ảnh thơ bình dị, đáng yêu, trong sáng:

Có những khuôn mặt thoạt nhìn đã nghe ấm cúng
Luồn qua da qua thịt thấu tim gan
... Những bà già mang tràng chuỗi nhánh đen
Cười nhoẻn miệng như những o con gái...

Không chỉ đẹp với vẻ ngoài đáng yêu, tâm hồn người Công giáo đẹp vì được tưới đẫm Tình Yêu Thiên Chúa:

Khi thù ghét bốc cao lên ngùn ngụt
Chung quanh tôi thì ý đẹp yêu thương
Tỏa mùi thơm như vạn đóa hoa hường...

Những suy niệm về Đức Tin, những tri thức về Thần học được diễn tả một cách dễ hiểu, dễ thấm. Không cần đến bộ óc của nhà nghiên cứu Thần học, bất cứ ai cũng có thể hiểu được ý nghĩa những câu thơ:

Tôi sung sướng được làm người Công giáo
Gặp tử sinh tôi hiểu rõ vì đâu
Nhìn trời xanh lồng lộng ở trên đầu
Tôi biết có một bàn tay điều khiển...

Bài thơ cũng thể hiện những cảm nghiệm về Đức Tin, lòng Mến. Niềm Tin Yêu Thiên Chúa sẽ giúp con người vượt qua được những thử thách, khó khăn trong cuộc sống.

Tôi sung sướng được làm người Công giáo
Đưa cuộc đời ra khỏi chốn bùn nhơ...

Trong những lúc bi quan, đau khổ nhất, niềm Tin Yêu ấy sẽ giúp con người tìm thấy được sự nâng đỡ ủi an:

Trong xà lim vẫn có người se sẽ
Hát Xan-vê cho vợi bớt đắng cay

Có thể nói, bài thơ như một bản trường ca về hạnh phúc người Công giáo. Tôi tưởng thấy hình ảnh nhà thơ cúi mình trên trang giấy, viết thao thao liền một mạch, không cần dừng lại để dò tìm ý tứ cho thơ, vì cái mạch cảm xúc nó dạt dào và thấm đẫm trên ngòi bút, lan tỏa niềm tin yêu, sung sướng tự hào đến mọi ngõ ngách trong tâm hồn người đọc.

Đọc thơ Lm. Võ Thanh Tâm, ta dễ nhận thấy cảm hứng chủ đạo trong thơ là cảm hứng ngợi ca. Nhà thơ ca ngợi vẻ đẹp tinh tuyền, thanh cao và tình thương dịu hiền của Mẹ Thiên Chúa (*Mẹ Vô Nhiễm, Về La Vang*); ca ngợi Giáo hội, Giáo phận đã vững lái con thuyền qua bao chông gai, thử thách (*Va-ti-can, Con thuyền Giáo phận Vinh*); ca ngợi gương bác ái, hi sinh của thánh nữ Têrêxa Calcutta (*Gửi chị Têrêxa Calcutta*); ca ngợi lý tưởng cao đẹp của những người bước theo ơn gọi thánh hiến (*Lời mầng*)

Thơ Lm. Võ Thanh Tâm thể hiện bút lực dồi dào, ngôn từ bình dị. Dường như với cha, thơ chỉ là phương tiện để bộc lộ tình cảm, cảm xúc. Ấy là tâm tình tôn kính, yêu mến Thiên Chúa, Đức Maria và Giáo hội; là tình yêu thương hết thảy mọi người.

Sau những bài trong *Tuyển thơ 2004*, nhà thơ còn viết nhiều bài khác. Nhưng với tôi, chỉ riêng *Hạnh phúc Người Công giáo* đã đủ để tạo nên một thi phẩm trong Thi đàn Công giáo Việt Nam.

5. Thơ Thầy Giuse-Augustinô Nguyên Thông

Tuyển thơ có 7 bài của thầy Nguyên Thông: *Vọng, Ave Maria, Thiên ca, Đêm lễ Chúa Giáng Sinh, Giấc mơ, Đêm tử nạn, Từ biển.*

Có những nỗi niềm yêu mến làm cho người ta thấy mệt. Đó là niềm yêu của tôi đối với thơ Nguyên Thông. Chỉ muốn đọc lướt qua, nhưng rồi phải dừng lại, phải ngẫm, phải suy. Mà thơ Nguyên Thông không phải đọc một lần mà hiểu.

Thơ thầy không vần, không điệu, viết không theo một quy luật nào. Những câu thơ đọc lên nghe trục trặc, không xuôi chảy. Cái cách phóng bút tự do như thế khiến tôi không ít lần nghĩ, nhà thơ hẳn là người không ưa sự mực thước. Đọc Nguyên Thông, cảm thấy như ý tưởng thơ chập chờn bay đâu đó, đưa tay bắt lấy nhưng thật khó nắm. Cái cách diễn đạt ý tưởng cũng khác lạ. Nhưng cái lạ và khó ấy lại lôi cuốn người đọc.

Thơ nhiều khi không cần đọc hết bài. Nếu bạn yêu một vài câu từ một bài thơ nào đó, bạn trích nó ra, ngâm ngợi chỉ mấy câu đó thôi mà vẫn hiểu ý tứ. Thơ Nguyên Thông không như thế, phải đọc hết bài. Chẳng hạn khi đọc Giấc mơ, ta nghe như tác giả kể một câu chuyện mơ hồ. Trong mơ, nhà thơ thấy mình gieo vào biển đêm, giữa *tự do vì ý thức và vô thức nhòa tan, thấy hồn nhẹ nhàng lìa khỏi xác, gặp những linh hồn*. Sau đó:

Tôi đẫm mình xuống suối tình thương
Và niềm tin không bóng hữu hình

Nhiễm đầy hồn tôi, hai bàn tay làm lụng
Tôi kéo lưới và tôi ca hát
Tôi hạnh phúc và tôi khổ cực
Phút thiêng liêng vô giá phút đau khổ vô cùng…

Đọc hết bài thơ, ngẫm lại chợt hiểu, thì ra giấc mơ ấy là cuộc đời, cũng đều là giấc mộng nhanh qua, vô thường.

Hay khi đọc *Ave Maria*, ta gặp những hình ảnh thơ đẹp mà lạ:

Ave Maria!
Những giọt nước róc rách bên giếng sớm tinh khôi
Nghe thánh thót như từ tay em gái
Tiếng vĩ cầm réo rắt
Ave Maria!
Em đến giáo đường lướt nhẹ trong sương…

Nhan đề là *Ave Maria* nhưng hình ảnh trong thơ là tiếng chuông vọng buổi sớm, những giọt nước róc rách, thánh thót và bóng dáng *em đến giáo đường lướt nhẹ trong sương*. Chỉ khi đọc hai câu cuối: *Ta - hạt đời lầm lỗi/ Suối tình thương rửa sớm mai này*, mới ngẫm ra, cách mà nhà thơ diễn đạt cảm nghiệm về Tình Mẹ thật lạ, thật độc đáo.

Đọc *Đêm tử nạn*, ta thấy nhà thơ tái hiện lại khung cảnh của đêm khủng khiếp ấy với những hình ảnh vừa như thực vừa như mộng:

Dàn đồng ca đan vào tiếng trầm
Cây đàn cổ thụ rùng mình
Những ngón tay lạnh ngắt trong những kẽ tay
Những thỏi sáp ong chảy
Âm thanh len lỏi trên các vòm tối
Đêm nay Chúa chịu tử nạn…

Những câu kết, tác giả nhắc lại lời của Chúa Giê-su run rẩy hỏi Chúa Cha trước cuộc tử nạn: *Cha ơi, nếu có thể cất được chén này!* Hai câu cuối là câu trả lời. Đặc biệt, câu thơ cuối cùng lặp lại nguyên vẹn lời câu trước, nhưng giữa các tiếng có dấu gạch ngang, ý thơ được nhấn mạnh, thể hiện sự dứt khoát, khẳng định:

Chỉ - có - thể - trở - lại - từ - trong - cõi - chết. Nhà thơ đang cảm nghiệm về cuộc tử nạn của Chúa, về Tình yêu hy sinh, về hành trình đau khổ để đến với vinh quang? Hay đang cảm nghiệm về chính hành trình dương thế của chính mình, của mọi người?

Ở Nguyên Thông có cái gì đó không chừng mực. Nó biểu hiện ở hình thức thơ, ở cách biểu đạt ý tưởng, ở cả cảm xúc mãnh liệt nhưng dường như cố nén, không muốn biểu lộ, khiến cho chữ nghĩa bị xô đẩy, vượt thoát ra ngoài khuôn mẫu và phóng túng trong vùng tự do. Ý thơ biểu lộ những cảm thức sâu sắc của một con người đi qua nhiều trải nghiệm khó khăn của cuộc đời. Tạ ơn Chúa, con người ấy, có Đức Tin Ki-tô giáo, có tấm lòng nhân đạo sâu sắc. Vì thế, thơ Nguyên Thông ra đời. Tôi tưởng như thấy cả hai hình ảnh con người trong Nguyên Thông: vừa là người lao động bình dân vừa là trí thức Công giáo.

6, Thơ Lm. Giêrađô Nguyễn Nam Việt

Tuyển thơ có 7 bài của cha Nguyễn Nam Việt: *Niệm khúc vô thường, Có một buổi chiều như thế, Chiều bên tượng Mẹ, Vọng, Chiếc lá, Thương lắm Tân Yên, Tiếng vọng ngàn xưa.*

Thơ cha là hồn thơ lãng mạn, nhẹ nhàng và sâu lắng. Dường như đâu đó trong các sáng tác của thi nhân đều man mác, bàng bạc một nỗi buồn. Ấy là một lối thơ tinh tế, kín đáo và nặng những suy tư.

Có khi, chỉ một chiếc lá rụng cũng gợi lên trong lòng cha nhiều cảm xúc, trăn trở:

...Tủi hờn phận lá mồ côi
Đã qua một thuở tinh khôi lạ kỳ

(Chiếc lá)

Nhìn chiếc lá úa tàn, rơi rụng khiến nhà thơ liên tưởng đến một thuở tinh khôi đã qua, để rồi cảm thấy tủi hờn cho phận lá. Đất trời, muôn vật đều ưu buồn đưa tiễn. Tôi yêu hai câu thơ này của nhà thơ:

Đất ru hồn lá hay chưa
Mà nghe trong gió tiếng mùa vừa sang

(Chiếc lá)

Nghe lòng khẽ khàng rung lên một nỗi buồn ly biệt. Buồn nhưng không bế tắc, bi lụy. Đằng sau sự rơi rụng ấy là niềm hi vọng: *Ấm lòng một cõi thiên đàng khát khao (Chiếc lá)*. Hình ảnh chiếc lá là một ẩn ngữ chỉ con người. Đời người cũng giống như chiếc lá: đâm chồi nẩy lộc, xanh tươi rồi héo úa, rơi rụng. Đức Tin cho chúng ta xác tín niềm hy vọng về một đời sống vĩnh cửu. Tuy thế, câu thơ vẫn có gì đó xót xa: *Lặng thầm xác lá chìm vào lãng quên... (Chiếc lá)*

Đọc *Niệm khúc vô thường*, ta gặp một hồn thơ nặng những suy tư. Thi nhân không viết nhiều về Chúa. Hình ảnh Thiên Chúa trong thơ cũng được phản ánh qua chiều kích của suy niệm:

Đỉnh Canvê, một chiều tàn
Ai hay Đấng Messia đã khát

Giữa đại dương tràn trề ngột ngạt
Một nụ hồng đẫm sương tình yêu...

Đoạn thơ khiến ta liên tưởng đến hình ảnh Chúa Giêsu ở thời khắc hấp hối trên thập giá, khi Người kêu lên: "Ta khát". Hai ngàn năm qua đi, lời Người vẫn còn vang vọng. Khát vọng Tình yêu vẫn thổn thức trong trái tim đau.

Từ suy niệm về khát vọng Tình Yêu của Đấng Cứu Thế, nhà thơ suy tư về nhân tình thế thái:

Nhân loại khổ đau?
Nhân loại an bình?
Bom vẫn nổ trên những vòng nguyệt quế
Màu khăn tang nhói lòng bao thế hệ
Bạc màu dòng sông thời gian...

Vinh quang, chiến thắng được đổi bằng sự giết chóc, tàn sát lẫn nhau, bằng nỗi đau, nỗi tang tóc của bao gia đình, bao thế hệ. Sự vô cảm, dửng dưng của con người trước nỗi đau đồng loại. Sự giả dối được khoác lên màu áo đạo đức. Cái gọi là tình yêu được đặt lên bàn cân với những tính toán chi li. Con người kiếm tìm hạnh phúc và ý nghĩa cuộc sống trong giá trị vật chất của đồng tiền, lạnh tanh trước nỗi khổ đau, nỗi bất hạnh của người khác:

Nheo nhóc, mốc meo
những thân phận gầm cầu xó chợ
Khắc khoải, đớn đau, rã rượi chốn phong cùi.

Tạo ấn tượng ở hai câu thơ này là cách dùng từ láy biểu cảm và lối đảo ngữ nhấn mạnh. Tôi có cảm giác, trái tim thi nhân đang run lên những nỗi đau đời, xót nhói phận người.

Bản hợp xướng cuộc đời
Réo rắt những cung bậc u trầm hoang lạnh
Những mảng tối luênh loang bức tranh ám ảnh
Gam màu nào sẽ sưởi ấm con đường?

Thi-Nhạc-Họa cùng được kết hợp trong một đoạn thơ, diễn tả nỗi buồn, cái nhìn bi quan của nhà thơ khi suy tư về tình người, tình đời. Buồn, bi quan nhưng không tuyệt vọng, hình ảnh thơ trong câu kết: *Khe khẽ một hồi chuông...* gợi niềm hy vọng...

Đọc thơ Lm. Nguyễn Nam Việt, người đọc dễ đắm hồn mình trong không gian nghệ thuật của cha. Ấy là những buổi chiều. Cái bảng lảng, yên ắng của thời khắc cuối ngày thường làm hồn thơ của thi nhân lắng lại.

Có khi nhà thơ thấy ngợp bởi: *Bước chân trần hun hút gió*. Có nhiều đêm thao thức: *Ngổn ngang những đêm mắt đỏ*. Thử thách, khó khăn có khi đến từ ngoại cảnh, có khi xuất phát từ nội tâm:

Đêm nằm nghe đất thở
Âm vọng thuở hồng hoang
Giấc mơ tràn ký ức
Những dấu ấn Địa đàng…

(Tiếng vọng ngàn xưa)

Ấy là những thổn thức trong tâm hồn người trai trẻ theo đuổi lýtưởng ơn gọi tận hiến. *Đêm nằm nghe đất thở* hay là những nhịp bồi hồi của con tim đang độ thanh xuân:

Trái cấm còn nóng hổi
Nghèn nghẹn giữa thời gian…
…Muôn năm lòng thảng thốt
Một lời ru E-và...

(Tiếng vọng ngàn xưa)

Những xúc cảm rất thực được diễn tả dưới ngòi bút lãng mạn của thi nhân đã để lại cho chúng ta những câu thơ ánh lên vẻ đẹp tài hoa.

Viết về quê hương có bài: *Thương lắm Tân Yên!* Bài thơ đau đáu nỗi nhớ thương quê của người con xa xứ. Ai đi xa cũng nhớ về quê hương. Cảm xúc ấy không lạ. Cũng không lạ khi nhà thơ nhắc đến những đặc trưng của quê nhà :

Ai về Tân Yên, đồng muối chín,
Sông Mơ còn lưu luyến bến mơ ?...
…
Đất tưởng cỗi cằn bao mùa nắng
Giông bão năm dài vẫn ghé qua…

Quê hương của thi nhân là một vùng quê nghèo. Nơi đây người dân vất vả với nghề làm muối. Đất đai cằn cỗi, bão giông nhiều. Đó cũng là vùng quê xứ đạo với tiếng chuông vọng mỗi chiều, với lời kinh êm đềm trong thầm lặng. Điều đặc biệt trong bài thơ là cách diễn tả tình cảm. Nhớ về quê hương, nhà thơ tự đặt ra những câu hỏi. Bước chân người lữ hành xa xứ, luôn da diết trong lòng nỗi nhớ, niềm thương. Liệu rằng tình quê đối với người tha hương này có còn lưu luyến, mặn nồng? Tự hỏi, rồi tự trả lời: *Mà hỏi làm chi cho thêm nhớ/Lối mòn đâu dễ cỏ mọc lên/Men cũ chắc gì phai theo gió…*

Cách dùng khẩu ngữ *làm chi, đâu dễ, chắc gì*… tạo cho thơ giọng điệu tự nhiên, vừa khẳng định tình quê đằm sâu, tha thiết vừa gợi vẻ chân chất, mộc mạc của quê hương. *Thương lắm Tân Yên!* góp vào trong làng thơ viết về tình yêu quê hương một giọng điệu nhẹ nhàng và sâu lắng.

Tôi yêu thơ Lm. Nguyễn Nam Việt bởi cái phong cách lãng mạn, cái điệu thơ nhẹ nhàng, cái tình thơ đằm thắm. Tôi yêu cả cái bàng bạc buồn, cái đằm sâu trong suy tưởng. Thơ cha là tiếng lòng của một tâm hồn nhạy cảm, một con người có đời sống nội tâm sâu sắc.

* ***Lời kết:*** Chưa gói được hết ý nhưng bài cũng đã khá dài. Xin được dừng dòng cảm nhận tại đây. Từ khi *Tuyển thơ* ra đời đến nay đã gần hai mươi năm. Trong thời gian dài ấy, có bao dòng thơ Công giáo âm thầm chảy trên mảnh đất này? Có những thi phẩm (và cả những tác phẩm văn xuôi) đang lưu lạc đâu đó. Nếu gom nhặt lại, biết đâu Giáo phận Vinh đã có những tập tuyển thứ 2, thứ 3… Tôi e rằng, nếu không làm được việc ấy, tinh hoa của cả một thế hệ sẽ không đến được với con cháu đời sau.

RA KHƠI rồi LẠI RA KHƠI truyền thống văn học Công giáo Bùi Chu

Lm. Dom. Nguyễn Văn Lãm

Ra Khơi (bộ mới) là một nội san hiện tại đang được biên tập và xuất bản bởi Đại chủng viện Đức Mẹ Vô Nhiễm Bùi Chu.

Hạn từ "Ra Khơi" ngay lập tức gọi về trong tâm trí độc giả mẻ cá lạ lùng nơi bờ hồ Gennesareth, nơi có Chúa Giêsu – Đấng mang đến niềm vui và nhiệt tâm tông đồ đầy hăng hái cho Phêrô và hết thảy những ai khát khao dấn thân trong sứ vụ "đi thả lưới người" trên thế gian.

Ra Khơi đã từng tồn tại từ rất sớm trong nền văn chương Công giáo Việt Nam và phải "ẩn mình" do bối cảnh lịch sử dân tộc. Đó là lý do tại sao Ra Khơi hiện nay kèm theo cước chú bộ mới trong dấu ngoặc đơn.

1. Chiêm ngắm lịch sử cũng là một cách thế ra khơi

Những gì trong hiện tại, dù là con người, biến cố hay bất cứ điều chi, chỉ có thể hiểu được giá trị đích thực khi kết nối với lịch sử và cội nguồn.

Ra Khơi, trước khi tồn tại như một Tập San được xuất bản dưới dạng in ấn, là một tổ chức gắn liền với việc đào tạo và huấn luyện các chủng sinh. Ngay từ 1939, các vị lãnh đạo của Đại chủng viện Bùi Chu đã hiện tại hóa những thao thức của mình để tạo nên một sân chơi văn hóa dành cho các chủng sinh, trong tầm nhìn đào tạo. Khởi đầu, Ra Khơi tồn tại dưới hình thức tổ chức Dắt Nhau với mục đích là kênh kết nối và trao đổi giữa các giảng sư và chủng sinh qua các bài viết, bài nói chuyện trao đổi giữa các chủng sinh dưới sự chứng kiến của ban giám đốc và giáo sư. Tiếp đó, với khát mong chia sẻ rộng rãi hơn

Dominic Nguyễn Văn Lâm

* *Bút danh: Lâm Anawim*
* *Sinh: 1985, tại giáo xứ Quần Liêu, Giáo phận Bùi Chu (Nam Định)*
* *Chịu chức linh mục: 24/10/2020*
* *Công việc hiện tại: Theo học chương trình cao học ngành Thần học Thánh Kinh tại Học viện Công giáo Việt Nam.*
* *Zalo: Lâm Anawim*

những gì mình đã đón nhận, bonum diffusivum sui, tổ chức mặc thêm một hình thức mới nữa là giảng thuyết với danh xưng Duc in Altum (viết tắt là D.I.A). D.I.A sau đó được đổi sang tiếng Việt thành Ra Khơi, với tập san viết tay ra đời tại Quần Phương, rồi tiếp tục trong những năm 1952-1953 tại khu vực Quần Ngựa và 1953-1954 tại trụ sở số 19 Trịnh Hoài Đức, Hà Nội .

Đến năm 1954, khi Đại chủng viện Bùi Chu di cư vào Nam, Ra Khơi mặc thêm một hình thức mới, đó là xuất bản. Học hội Ra Khơi được chào đời và hoạt động mạnh vào năm 1957, với hàng trăm đầu sách về tôn giáo, triết học, thần học và xã hội. Ngày 5 tháng 2 năm 1962, sau khi số 54 được in ấn, Ra Khơi phải tạm ngưng do hoàn cảnh sát nhập các Đại chủng viện Công giáo miền Nam lúc ấy. Năm 1965, trong phiên họp các đại chủng sinh gốc Bùi Chu tại trụ sở Tông đồ Mục vụ, Huyện Sĩ, Sài Gòn, tất cả các tham dự viên đều đồng thanh yêu cầu làm cho Ra Khơi sống lại. Ra Khơi hồi sinh cách hoan hỉ và sinh nhiều hoa trái. Ở đây cũng phải kể đến Tủ sách Ra Khơi với kho tàng sách triết học khảo cứu và khoa học, với các tác giả lừng danh bấy giờ như Trần Văn Hiến Minh, Trần Thái Đỉnh, Trần Thái Hiệp, Lê Tôn Nghiêm, Lương Kim Định, Vũ Đình Trác, Trần Đức Huyên, Trần Đức Huynh, Nguyễn Hưng… Biến cố 1975 đã khiến mọi sinh hoạt của Ra Khơi một lần nữa phải ngưng hoạt động .

Từ thuở Ra Khơi phải "ẩn mình" do thời cuộc, việc tái lập Ra Khơi vẫn luôn là niềm khát khao mong mỏi của các thế hệ linh mục và chủng sinh Bùi Chu trong Giáo Phận cũng như tại Miền Nam và hải ngoại.

Vào dịp Năm thánh Giáo hội Việt Nam 2010, Đức Giám mục Bùi Chu, Giuse Hoàng Văn Tiệm, đã tái lập Tủ Sách Ra Khơi để tiếp tục vai trò xuất bản những tác phẩm của các tác giả trong Giáo phận. Cũng trong năm ấy, Toà Thánh chính thức chấp thuận cho thiết lập Đại chủng viện Đức Mẹ Vô Nhiễm Bùi Chu. Và chính nơi "con tim của Giáo phận", Đại chủng viện Đức Mẹ Vô Nhiễm Bùi Chu, nhờ tâm huyết của vị "thuyền trưởng" là Đức Cha cố Giuse Hoàng Văn Tiệm và nhiệt tâm của quý Cha trong Ban giám đốc, số ra mắt Nội san Ra Khơi (bộ mới) được chính thức in ấn và phát hành ngày 01 tháng 11 năm 2011. Nội dung số ra mắt, chủ yếu là các bài viết của quý thầy khóa đầu tiên của Đại chủng viện, dù còn đơn sơ mộc mạc nhưng thể hiện nỗ lực của thế hệ con cháu trong việc kế thừa và phát huy di sản quý báu mà các bậc tiền nhân đã để lại .

2. *Ra Khơi* hăng say với nhiệt tâm sứ vụ

Ra Khơi (bộ mới), ngoài số ra mắt, đã phát hành được 24 số. Thời gian đầu là nhất niên tứ kỳ, sau này là nhất niên tam hoặc nhị kỳ.

Khi mới ra mắt, trong hoàn cảnh Giáo phận Bùi Chu chưa thiết lập trang mạng điện tử, *Ra Khơi*, dù có những khó khăn nhất định, nhưng xét về tổng thể, được đón nhận và khích lệ bởi các vị bề trên và nhiều độc giả. Khi Giáo phận có trang mạng điện tử, *Ra Khơi* rơi vào một thử thách giống với rất nhiều các nội san dạng giấy khác là có nhất thiết tiếp tục in ấn khi mà công nghệ điện tử đã rất phổ biến và tiện lợi?

Sau những tham khảo và bàn hỏi, trở về với mục đích khởi đầu của *Ra Khơi* là tạo sân chơi văn hóa cho hàng giáo sĩ và các chủng sinh, là nơi để giúp chủng sinh (rất hạn chế dùng internet trong thời gian được đào tạo tập trung) có thể phát huy những năng khiếu và phát triển khả năng viết lách của mình,... các đấng bậc đã quyết định tiếp tục đồng hành và in ấn *Ra Khơi*.

Nếu ai tiếp cận với *Ra Khơi* thường xuyên, sẽ thấy và đón nhận, một chút hoặc nhiều chút, những tâm huyết sứ vụ được sẻ chia, không chỉ bằng những con chữ được viết dưới những hình thức khác nhau như suy tư, cảm nhận, thơ, vè, nhạc; những bài dịch thuật theo chủ đề; mà còn qua những tiếng nói bằng hình ảnh và tác phẩm nghệ thuật... Nếu ai đã từng ra khơi với *Ra Khơi,* dù bằng cách viết hoặc là qua việc đón nhận, khích lệ và đọc, sẽ nhận thấy rõ nét những giá trị văn hóa tinh thần và tâm linh mà một tập nội san của một Giáo phận có thể mang đến.

Ra Khơi (bộ mới) từ khi ra đời, đã luôn sát cánh với nhịp bước mục vụ của Giáo hội qua các chủ đề cho mỗi số, như năm Đức Tin có "Chứng nhân đức tin", "Vui sống niềm tin", "Hoa trái đức tin"...; năm Gia Đình có "Gia đình – Cộng đoàn cầu nguyện", "Gia đình – Tổ ấm yêu thương", "Gia đình phục vụ sự sống và loan báo Tin Mừng"; năm Thương Xót có "Thực thi lòng thương xót", "Văn hóa thương xót"; năm Giới Trẻ có "Hành trang vào đời", "Tuổi trẻ và tình yêu", "Giáo dục giới tính"...; năm Thánh Giuse có "Thánh Giuse – Người đem Tin Mừng"...

Với những người yêu mến văn chương, trân trọng lịch sử, khi được tiếp cận với một bài văn, bài báo, dù chỉ còn tồn tại ở hình thức mẩu giấy cũ nhàu, mất góc,... họ sẽ luôn xúc động và đón nhận với lòng tri ân sâu sắc bởi nơi đó, họ không chỉ đón nhận những nội dung được chia sẻ, nhưng là được gặp gỡ những con người đã sống và hết mình với sứ vụ và được các ngài tiếp sức mạnh mẽ để tiếp tục ra khơi với thái độ xin vâng thành tâm và lòng tin tưởng chân thành.

Ta có thể tự đặt một câu hỏi đơn giản rằng nếu các bậc tiền nhân, vì những khó khăn thử thách, không một ai viết lại những điều thuộc về lịch sử của nhân loại cũng như lịch sử cứu độ (ngay cả Kinh Thánh dưới các bản thủ cảo) thì đến lúc này, nhân loại chúng ta có được điều gì và sẽ đi về đâu?

3. Những chọn lựa làm nên khác biệt

Khi những cá nhân thao thức với văn chương Công giáo Việt Nam cùng nhau nói chuyện và rồi quyết định cùng nhau bước tiếp con đường để nhìn lại và phát huy nền văn chương Công giáo qua ý định xuất bản cuốn "Hướng đến 400 năm văn học Công giáo Việt Nam", chúng ta có quyền tin tưởng rằng, đây là một hành động tiếp lửa cho thế hệ trẻ và những ai đang khát khao dùng chính khả năng Chúa ban, dùng ngôn ngữ như một công cụ để sống và làm chứng cho những giá trị đích thực của Tin Mừng.

Trái đất vẫn luôn vần xoay, con người cũng sẽ tiếp tục sinh ra và chết đi, những gì ta làm hoặc cùng nhau làm cũng vậy. Nhưng, những việc ta làm, dù là nhỏ nhất, nếu ở trong Thiên Chúa, được làm với lòng mến, chắc chắn sẽ không hư mất và sẽ sinh hoa trái, theo cách thế rất riêng của Ân sủng.

Hôm nay, trong tinh thần hiệp thông và hăng say sứ vụ, Ra Khơi được ngỏ lời với quý vị, được gặp gỡ những "người bạn tinh thần" để cùng nhau nói lên khát vọng ra khơi với Đức Kitô, trong cánh đồng loan báo Tin Mừng, đây thật là một niềm hãnh diện và cũng là một lời nhắc nhở cho Ra Khơi về sứ mệnh của mình.

Ra Khơi đã và đang là một tiếng nói, dù còn nhỏ nhưng rất chân thành, của những con người, quá khứ, hiện tại và tương lai, về việc Thiên Chúa không khi nào bỏ rơi con người, về niềm khát vọng của Thiên Chúa là chúng ta hãy đi cùng nhau, hãy cùng nhau nên thánh, về một lời mời gọi cùng Giáo hội chiến đấu và hiên ngang tiến bước trong niềm xác tín vào sức mạnh, tình yêu và quyền năng của Vị Thuyền Trưởng Thượng Phẩm là Đức Giêsu Kitô, Chúa chúng ta...

Ra Khơi rất hỉ hoan vui mừng được kết nối với quý vị!

Xin mời quý vị cùng Ra Khơi nghỉ ngơi đôi chút, kể cho nhau nghe những điều kì diệu Thiên Chúa đã làm cho quý vị và cho nhân loại, uống với nhau tách trà của tình huynh đệ, rồi cùng với nhau, chúng ta tiếp tục hành trình, trong bầu khí mới và tinh thần mới, Ra Khơi rồi Lại Ra Khơi! Duc in altum...

GIẢI VĂN – THƠ CÔNG GIÁO 50 NĂM GIÁO PHẬN BAN MÊ THUỘT

Vũ Đình Bình

Sáng ngày 21.6.2018, tại Hội trường Nhà Lưu trú Têrêxa (99 Trần Nhật Duật, Tp. Buôn Ma Thuột), Ban Văn hóa Truyền thông Giáo phận Ban Mê Thuột đã tổ chức Lễ Tổng Kết và Trao Giải Cuộc Thi Sáng Tác Văn – Thơ Công giáo. Cuộc thi này được khởi xướng từ ngày 26.9.2017, mừng kỷ niệm 50 năm Hồng Ân Giáo phận Ban Mê Thuột. Cuộc thi đã thu hút nhiều tác giả đến từ các vùng miền trên cả nước, như: Hà Nội, Đồng Nai, Kon Tum, Ninh Thuận, Khánh Hòa, Bình Định, Kiên Giang, Bình Phước và nhiều tác giả ở các giáo xứ trong Giáo phận Ban Mê Thuột.

Về tham dự Buổi gặp gỡ với các tác giả dự thi, có sự hiện diện đầy ưu ái và yêu thương của Đức cha Vinh Sơn Nguyễn Văn Bản – Giám mục Giáo phận Ban Mê Thuột; Đức Cha Giuse Đặng Đức Ngân –Giám mục Giáo phận Đà Nẵng, Chủ tịch Ủy ban Văn hóa trực thuộc HĐGMVN; Quý Cha đặc trách Văn hóa Giáo phận Quy Nhơn; Cha Chưởng ấn, Cha Quản lý, Quý Cha trong và ngoài Giáo phận; Bề trên dòng Nữ Vương Hòa Bình; Quý Tu sĩ; Quý Ân nhân và Quý Khách.

Trong diễn văn khai mạc, Cha Antôn Vũ Thanh Lịch, Trưởng Ban Văn hóa Truyền thông, Trưởng Ban tổ chức, nhấn mạnh: "Mối tương quan giữa Đức tin và văn hóa đang là một trong những thách đố gay gắt cho thần học Kitô giáo, cũng như đối với sứ vụ rao giảng Tin mừng hôm nay – Nhiều văn kiện của của Tòa thánh và các Hội đồng Giám mục đã đề cập đến vấn đề nóng bỏng này. Theo ĐTC Gioan Phao-lô II,

Giuse Vũ Đình Bình

** Sinh ngày 23.01.1959 tại Ban Mê Thuột.*
** Trước năm 1975, tu học tại Chủng viện Lê Bảo Tịnh BMT.*
** Hiện nay, được giao trách nhiệm Thư ký Ban Văn hóa Thông tin Giáo phận Ban Mê Thuột và phụ trách website của Giáo phận.*
** Email: binhbalme@gmail.com*

chỉ thực sự nói được một cuộc loan báo Tin mừng thành công, khi chất men Tin mừng đi vào lòng người, hội nhập vào truyền thống dân tộc, và biến thành văn hóa. Trong Tự Sắc thành lập "Hội đồng Giáo hoàng về văn hóa". (*Pontificio Consiglio della Cultura, Fedee Cultura*)". Ngài viết: "Một Đức tin mà chưa biến thành văn hóa, là Đức tin chưa được đón nhận trọn vẹn, chưa thực sự được suy tư, chưa được sống một cách chân thành"

Ngài nói thêm: "Hôm nay chúng ta không tổ chức một cuộc hội thảo khoa học về "văn hóa là gì?", mà muốn nhấn mạnh và lưu ý đến việc phải làm gì cho văn hóa. Đặc biệt là văn hóa Kitô giáo. Chuyển đạt và hội nhập những giá trị Tin mừng Văn hóa Tin mừng vào sâu những nền văn hóa bản địa - Trong đó có văn hóa Việt Nam. Nói cách cụ thể, dùng phương tiện nào để làm việc ấy. Phương tiện ấy chính là chữ Quốc ngữ."

"Ôi tiếng Việt như đất cày, như lụa,
Óng tre ngà, vừa mềm mại như tơ"... (Lưu Quang Vũ)

Ban tổ chức đã trao 11 giải thưởng, bằng khen cho các tác giả, gồm: 02 truyện dài, 03 truyện ngắn, 05 tập thơ và 01 bài thơ. Ngoài ra, Ban tổ chức còn trao kỷ niệm chương và quà lưu niệm cho tất cả các tác giả tham gia dự thi ở cả hai thể loại văn xuôi và văn vần.

Xin chúc mừng các tác giả đạt giải, cũng xin cám ơn các tác giả từ mọi miền đất nước đã gửi về vùng đất Ban Mê Thuột những tác phẩm dự thi như những bông hoa nhiều hương sắc góp phần ngợi ca Tình Yêu Thiên Chúa.

Nguồn: http://gpbanmethuot.com/giao-phan-ban-me-thuot/tong-ket-cuoc-thi-sang-tac-van--tho-cong-giao-tai-ban-me-thuot-43103.html

TUYỂN TẬP TRUYỆN NGẮN TỪ HÀ NỘI
NGƯỜI ĐỌC SÁCH THÁNH

Nguyễn Thị Thắm *1

Giải Viết Văn Đường Trường của giáo phận Quy Nhơn bắt đầu từ 2013 và kết thúc năm 2018 với mong ước quy tụ những cây viết trẻ Công giáo trên khắp mọi miền đất nước. Chỉ qua mấy năm, Giải Viết Văn Đường Trường đã quy tụ được rất nhiều các tác giả trẻ Công giáo. Để tiếp nối những cuộc họp mặt trao giải ngày nào, nhiều nhóm sinh hoạt chất lượng ra đời. Đã có những gặp gỡ thân thương trên FB hay những cuộc gặp gỡ trực tiếp một cách rất chân tình cởi mở. Nhờ cha Giuse- Chính xứ Hàm Long- linh hướng của các tác giả Văn thơ Công giáo Tổng giáo phận Hà Nội, một nhóm bạn đã bất ngờ đi xa hơn: Rủ nhau ấn hành một tuyển tập truyện ngắn Công giáo, mang tên "*Người đọc sách thánh*".

1. Tuyển tập truyện ngắn tác giả Công giáo

Dòng chữ "Tuyển tập truyện ngắn tác giả Công giáo" được ghi rõ ở ngay bìa 1 như một lời tuyên xưng, một khẳng định về ý thức đối với vai trò của người nghệ sĩ Công giáo (trong đó có những người phục vụ trong lĩnh vực văn chương) theo như tinh thần thư của Đức Thánh Cha Gioan Phaolô II Gửi Các Nghệ Sĩ 4-4-1999: "Ơn gọi đặc biệt của mỗi nghệ sĩ sẽ quyết định lãnh vực nào phải chọn để phục vụ, những nhiệm vụ nào phải đảm nhận, công tác khó nhọc nào phải gánh vác và trách nhiệm nào phải thi hành." Đó là bởi vì "Để truyền đạt sứ điệp mà Đức Kitô đã giao cho mình, Giáo Hội cần đến nghệ thuật... Giáo Hội đặc biệt cần đến những người có thể làm công tác ấy trong lãnh vực văn chương" (Xem: *Thư Đức Thánh Cha Gioan Phaolô II Gửi Các Nghệ Sĩ* - 1999-Lm. Đặng Xuân Thành chuyển ngữ, https://www.vanthoconggiao.net/)

*1 Về tác giả, xin xem trang 215

Truyện của tác giả Công giáo "với mục đích làm âm vang tinh thần Kitô giáo và góp phần làm kho tàng văn chương Công giáo thêm phong phú" (trích *Lời thưa* mở đầu của tập truyện), cũng chính là một cách truyền giáo thông qua ngợi ca tình yêu: Tình yêu giữa con người và con người; tình yêu giữa con người và vạn vật, từ đó ca ngợi tình yêu trong mối tương quan giữa loài người đối với Thiên Chúa. Bởi vì "Tác phẩm nghệ thuật hoàn thành... khi được khơi dậy bởi đức tin, nó bộc lộ rõ ràng hơn cho con người về cội nguồn là Tình yêu thần linh." (Xem: *Diễn từ của Đức Thánh Cha Phanxicô với các nghệ sĩ thành viên nhóm "Phục vụ Vẻ đẹp" Phòng Clementina* ngày 17 tháng Hai năm 2022, https://www.vanthoconggiao.net/)

"*Người đọc sách thánh*" được khởi đi từ những ấp ủ, như là hoa trái đầu mùa thu hoạch từ những vụ gieo trồng là giải Viết Văn Đường Trường, cũng là dấu ấn tiên phong để mở ra những khích lệ và hy vọng về chặng đường mới của Văn học Công giáo nước nhà.

2. Tiếng chim gọi đàn

Như tiếng chim gọi đàn, trong tuyển tập lần này đã có 12 truyện ngắn, 9 tác giả, 5 giáo phận thuộc Tổng Giáo phận Hà Nội. Gồm: Giáo phận Hải Phòng, giáo phận Hưng Hóa, giáo phận Hà Nội, giáo phận Vinh và giáo phận Hà Tĩnh. Đây là tiếng gọi quy tụ tạo nên cuộc gặp gỡ trên những nẻo đường Hà Nội để cùng "chia sẻ về đời sống đức tin, những sinh hoạt Công giáo, hướng đạo và khơi gợi tinh thần tin-cậy-mến" thông qua các tác phẩm.

Giáo phận Hải Phòng có ba tác giả. Tác giả Maria Đặng Kim Thoa bút danh Sêraphim Kim Thoa với hai tác phẩm "Con vật của Chúa" và "*Người đọc sách thánh*". Tác giả Maria Nguyễn Thị Bá Ninh bút danh Hoa Hướng Dương đóng góp với truyện ngắn "Tổ ấm". Tác giả Giuse Phạm Văn Ninh bút danh Song Ninh có truyện ngắn "Nước mắt niềm vui".

Giáo phận Hưng Hóa có sự góp mặt của tác giả Giuse Nguyễn Ngọc Bích bút danh Nguyễn Ngọc Bích qua hai truyện ngắn "Những bắp ngô của thằng Tráng" và "Con ma lá ngón".

Giáo phận Hà Nội Giuse Lê Ngọc Thành Vinh bút danh Vinh Kiu với "Chiếc bút bi màu đen" và "Chiếc bánh giò" cùng tác giả Phêrô Nguyễn Văn Học bút danh Nguyễn Văn Học với "Tuổi gió".

Tiếp đến là giáo phận Vinh có sự góp mặt của tác giả Cecilia Vũ Thùy Dung bút danh Geisha qua tác phẩm "Chuông chiều".

Và cuối cùng là sự góp mặt của giáo phận Hà Tĩnh thông qua tác giả Maria Trần Thị Hằng Nga bút danh Thiên Thần Buồn với truyện ngắn "Yêu Thương"; tác giả Têrêsa Lê Thanh Tâm bút danh Nốt Nhạc Trầm với hai truyện ngắn "Người Mang đàn" và "Tình đời".

"Tiếng chim gọi đàn" lần này quy tụ các tác giả của một số giáo phận, dù chưa nhiều nhưng đã mở ra hi vọng cho sự hướng vọng về quê nhà, nơi mỗi giáo phận địa phương của không chỉ các tác giả đã góp mặt trong tuyển tập lần này, cũng đồng thời là nền móng để văn học Công giáo tại các địa phương phát triển.

3. *Người đọc sách thánh*/ người viết chuyện đời

Ngay ở phần mở đầu của tập truyện, với tác phẩm "Con vật của Chúa" tác giả Seraphim Kim Thoa đã cho người đọc cảm nhận được góc nhìn của đức tin người Công giáo qua sự suy ngẫm về mối tương quan giữa con người và thụ tạo đáng yêu khác mà Chúa đã ban cho loài người – con chó. Một hình ảnh vốn quen thuộc bình dị nhưng nếu chúng ta quan sát và suy ngẫm sâu sắc ta có thể có được những cảm nghiệm về tình yêu của Thiên Chúa qua cách "giao tiếp" của con chó đối với con người. Có một sự trùng hợp là tôi cũng rất yêu thích loài chó, đến độ bất kỳ con chó nào dù là bệnh tật hay xấu xí tôi đều thấy yêu và muốn được chăm sóc chúng. Đồng thời với điều này thì tôi luôn lấy đó làm suy niệm về tình yêu của Thiên Chúa dành cho tôi là một tình yêu không giới hạn dù tôi tội lỗi dường nào.

Ở truyện "*Người đọc sách thánh*", tác giả Seraphim Kim Thoa cho ta thấy được sự ánh chiếu của giáo lý đạo Công giáo thông qua việc bé Na – người đọc sách thánh – đã vượt qua được bài thi về sự chính trực, để đạt được bình an tâm hồn, để rồi điểm 10 thực sự của bài thi có được sau đó như là một phần thưởng xứng đáng. Tôi khá thích truyện của tác giả Seraphim Kim Thoa, vì cách chị viết hướng người đọc vào chiều sâu suy niệm của nội tâm. Nhưng hơn thế truyện còn như một lời tự nhắn nhủ nhau về sứ vụ tiên tri của người cầm bút trong công cuộc gieo hạt giống Tin mừng trên cánh đồng truyền giáo.

Cũng với chủ đề lấy giáo lý và đức tin Kitô giáo làm trung tâm, truyện "Chiếc bánh giò" của tác giả Vinh Kiu cũng chính là sự đề cao lòng chính trực của người Công giáo. Nhân vật chính của câu chuyện – chị bán bánh giò - đã dạy cho Quân một "bài học" đáng giá: Người Công giáo có thể nghèo tiền bạc nhưng không nghèo đức tin và lòng tự trọng. Truyện cũng gửi gắm một lời nhắn nhủ với những ai có lòng thiện chí: nếu giúp đỡ người khác phải có sự chân thành và khiêm nhường, giúp đỡ bằng sự trân trọng chứ không chỉ bằng vật chất bề ngoài và bằng sự thương hại.

Hai truyện ngắn của tác giả Giuse Nguyễn Ngọc Bích "Những bắp ngô của thằng Tráng" và "Con ma lá ngón" thì cho ta thấy được một mảnh ghép khác về đời sống của người Công giáo đồng bào H'mông ở vùng cao phía Bắc. Con người nơi đây thuần khiết, tình nghĩa và đáng yêu, nhưng đời sống đức tin cũng phải đối mặt với nhiều thử thách. Đặc biệt là trong truyện "Con ma lá ngón" khắc họa cho người đọc thấy một bức tranh về nỗi đau của bà con giáo dân, là nỗi trăn trở của những người làm sứ vụ nhà Chúa, cũng là một thách thức lớn trong công cuộc truyền giáo của chăn chiên nơi đây: vấn nạn tự tử. Nhưng vượt lên trên nỗi đau ấy sẽ là sự hi vọng, vì con người có đức tin là có điểm tựa.

Với chủ đề "tình yêu nhỏ trong tình yêu lớn", qua các truyện ngắn "Chiếc bút bi màu đen" của tác giả Vinh Kiu, "Yêu thương" của Maria Nguyễn Thị Hằng Nga hay "Người mang đàn" của tác giả Têrêsa Lê Thị Thanh Tâm, người đọc đều có thể thấy được "điều gì đó" rất khác ở tình yêu của người Công giáo, đó là một tình yêu dù đầy riêng tư nhưng đầy cao thượng và vượt qua được sự vị kỷ khi họ biết đặt tình yêu ấy vào tình yêu lớn – Tình yêu với Thiên Chúa. Đặc biệt với cách miêu tả tâm lý nhân vật rất dễ thương của các tác giả làm người cảm thấy rất chân thực và thật đáng yêu và thú vị.

Lấy chủ đề tình yêu gia đình làm điểm tiếp cận, các truyện ngắn "Tình đời" (Maria Lê Thị Thanh Tâm), "Nước mắt niềm vui" (Giuse Phạm Văn Ninh) và "Tổ ấm" (Maria Nguyễn Thị Bá Ninh) lại làm nổi bật lên sự tín trung, phó thác của đời sống hôn nhân và sự yêu thương gắn bó dành cho nhau của những thành viên gia đình Công giáo, chính là vẻ đẹp trung tâm đời sống của hôn nhân và gia đình khi xây dựng trên nền tảng đức tin Kitô giáo.

Những truyện "Chuông chiều" (Cecilia Vũ Thùy Dung) và "Tuổi gió" (Phêrô Nguyễn Văn Học) tuy có mảng màu buồn của số phận nhưng không hề tối. Ở đó vẫn đậm tình người. Ở đó có sợi chỉ đức tin gắn kết người ta lại với nhau, chờ đợi nhau, tha thứ cho nhau cùng nhau vượt qua những yếu đuối của phận người vì họ có một thứ gì đó sâu hơn, cao hơn, và xa hơn đợi họ vươn tới.

4. Thay cho lời kết

Tuyển tập truyện ngắn "*Người đọc sách thánh*" dù chưa hẳn là một tuyển tập quá xuất sắc, như Ban biên tập đã khiêm tốn tự nhận "còn nhiều giới hạn về số lượng, chất lượng hay chủ đề", nhưng tôi cho đây như là mốt sự "dấn thân" của những người yêu văn chương Công giáo. Đây chẳng những là một sự đánh dấu đầy hứng khởi mở ra sau một cuộc thi trong phạm vi một giáo phận, mà còn là một sự tiên phong đáng mừng trên chặng đường phát triển của văn học Công giáo nước nhà trong bối cảnh hiện tại. "*Người đọc sách thánh*" đã gợi lên cho chúng ta và cho Giáo hội niềm hi vọng mới về công cuộc loan báo

Tin mừng thông qua con đường văn hóa đọc của những người cầm bút trẻ.

Tôi mong ước và tin tưởng rằng, sau "hoa trái đầu mùa" lần này, sẽ có những mùa vụ tiếp nối. Ước mong thay nhận được sự hưởng ứng các giáo phận trên khắp cả nước để trong tương lai không xa, trên cánh đồng truyền giáo Việt Nam sẽ được chào đón thêm sự ra đời tuyển tập truyện ngắn tương tự của tác giả Công giáo khác.

THƠ - GIÁO PHẬN PHÁT DIỆM

Bùi Công Thuấn *1

Văn học Công giáo là một bộ phận còn rất khiêm tốn bên cạnh nền văn học dân tộc. Hiện nay, do hạn chế về việc phổ biến tác phẩm in (khó nhất là phát hành) nên các sáng tác văn học Công giáo chủ yếu đăng trên các website của các giáo phận. Dù vậy, không phải giáo phận nào cũng có trang văn học Công giáo.

Để tìm hiểu văn học Công giáo Việt Nam đương đại, trước hết là lần theo các tác giả và tác phẩm xuất hiện trên các trang của các giáo phận. Từ đó tìm hiểu phong trào sáng tác văn học của Giáo hội, tìm những vùng miền văn học đặc biệt; tìm hiểu Mục vụ văn hóa được thực hiện thế nào trong đời sống cộng đồng. Một việc quan trọng khác là nhận diện và khẳng định các khuôn mặt văn chương Công giáo, những ngòi bút có cốt cách, tài năng của văn học Công giáo đương đại, mà tác phẩm của họ góp phần xây dựng văn hóa Công giáo trong lòng văn hóa dân tộc...

CÁC TÁC GIẢ PHÁT DIỆM

Trên trang của giáo phận Phát Diệm [2], Mục vụ văn hóa có các chuyên đề: *Tác giả tác phẩm, Suy tư cảm nghiệm, Văn chương thơ ca, Câu chuyện cuối tuần.*

Các tác giả *"Văn chương thơ ca"* tiêu biểu:

1. Lm Phêrô Nguyễn Hồng Phúc (11 bài thơ)
2. Lm Phaolô Trần Lưu Huynh: (7 bài thơ)
3. Lm Đình Chẩn (Giuse Trần Văn Đỉnh): (30 bài).

---

*1 Về tác giả, xin xem trang 108

[2] https://phatdiem.org/van-chuong-tho-ca.html

4. Lm. Giuse Trần Việt Hùng - Bronx, New York: (12 bài về mẹ)
5. Đinh Văn Tiến Hùng (19 bài)
6. Nguyên Hương-Mai Đệ Liên (9 bài)

Và các tác giả khác: Joseph Trần Vũ: 01 bài; Phan Văn Phước: 02 bài; Charles Singer: 02 bài; M. Lưu Phương: 01 bài; Thiên Dưỡng: 01 bài; Kim Ân: 01 bài; Trần Hương: 01bài; Trăng quê: 01 bài.

Sau đây là những ghi nhận ban đầu.

THƠ CỦA LM PHÊRÔ NGUYỄN HỒNG PHÚC

Thơ của Lm Phê rô Nguyễn Hồng Phúc có các bài: *Thánh Gioan tông đồ; Tiếng gọi Sài Gòn; Con thuyền với bão Covid; Trâu vàng thức giấc mộng vàng; Đêm ân phúc; Nét đẹp chân tu; Hành trình sa mạc xưa và nay; Ơi Huế thân thương; Mẹ Sầu Bi; Nhớ tiếng chuông chiều; Tưởng nhớ cha Gioan Trần Công Nghị.*

Nhiều bài là thơ lục bát, song thất lục bát; Có thơ 8 chữ, thơ 5 chữ. Khuynh hướng chung là thơ bình dân. Thơ hướng về công chúng, nói tiếng nói thể hiện tâm tình của công chúng, vì thế nội dung thường quen thuộc, ngôn ngữ giản dị. Tác giả không chú ý nhiều về sáng tạo nghệ thuật. Thơ chỉ cốt tuân thủ vần luật tối thiểu.

"Các thánh anh hài" là một trường ca 144 câu song thất lục bát diễn ca Kinh thánh từ lúc Chúa giáng sinh đến khi thánh Giuse đem Chúa lánh qua Ai Cập trở về. Bài trường ca trình thuật được những sự việc chính mà Kinh thánh miêu tả, có xen kẽ tâm tình với Chúa và bình luận về hành động của Hêrôđê. Mạch thơ sinh động. Tác giả có nguồn cảm xúc dồi dào, một nghệ thuật thơ biến hóa. Nếu được đầu tư, tác giả có thể làm những trường ca giá trị. Xin trích:

Khi Ba vua đã đi rồi
Sứ Thần Thiên Chúa tức thời báo tin.
Giuse kíp nửa đêm trỗi dậy
Đem Hài nhi trốn chạy kịp thời
Nhanh chân cùng với Mẹ Người
Tránh sang Ai-cập qua đời ác vương.
Vua Hê-rôt trăm phương nghìn kế
Giết Hài nhi cốt để hại Người,
Nhưng Vua giết hết trẻ rồi
Chỉ duy Con Đức Chúa Trời là không.
Lại chính Chúa Hài đồng hiển thắng.
Vua băng hà cay đắng thảm thê.
Bệnh tình dằn vặt gớm ghê,
Lương tâm cắn rứt trăm bề đớn đau.

Thiên Thần Chúa ngay sau lúc ấy
Truyền Giuse trỗi dậy trở về
Từ nay yên ổn mọi bề
Kẻ thù giết Chúa Hài nhi chẳng còn.

THƠ CỦA LM PHAO LÔ TRẦN LƯU HUYNH

Tôi đã đọc các bài thơ với nhiều cảm xúc thú vị về tính hiện thực và sự tài hoa dân dã trong thơ của Lm Phaolô Trần Lưu Huynh. Mạch thơ trôi chảy tự nhiên như mạch cảm xúc của tác giả. Sự chân thành thánh thiện tạo nên vẻ đẹp thơ. Xin đọc: *Thăm đền thánh nữ Annê Đê Lê Thị Thành; Mừng nhà thờ giáo xứ Yên Vân; Hướng về linh địa La Vang.*

Trích đoạn về những ngày phong tỏa Covid

Từ dạo ấy, mười năm rồi Mẹ nhỉ!
Cuộc hành hương hùng vĩ Bắc, Trung, Nam
Dịp khởi công xây đền thánh La Vang
Và cử hành đại hội lần hăm chín.
Tháng mười này lễ khánh thành lại đến,
Bắc, Trung, Nam đang tính chuyện [*] hành hương.
Nhưng Mẹ ạ, hoàn cảnh thật bi thương.
Corona chặn mọi đường mọi ngả.
Nó vô hình nhưng lại mang công phá,
Mạnh hơn nhiều những bom quả tối tân,
Gây đau thương chết chóc gấp nhiều lần,
Phủ thế giới bằng bức màn tang chế.
Từ sân trường không ồn ào tiếng trẻ,
Đến chợ phiên đâu mấy kẻ bán mua.
Lễ Vê-sắc cũng lạnh lẽo cảnh chùa.
Đường lớn nhỏ người lưa thưa qua lại.
Kitô hữu càng bâng khuâng khắc khoải,
Vì cách ly, thánh lễ phải tạm ngưng.
Sáng chiều im, chẳng nghe thấy tiếng chuông.
Tất tần tật [*] như đang trong thời chiến.
Thánh lễ được truyền hình trực tuyến [*].
Ngồi ở nhà để cầu nguyện hiệp thông.
Chúng con nay chung một ý một lòng,
Hướng tới La Vang cậy trông cầu khẩn…

(Hướng về linh điạ La Vang)

[*]: Đang tính chuyện, Tất tần tật , Thánh lễ được truyền hình trực tuyến… là từ ngữ của văn nói (khẩu ngữ hàng ngày)

THƠ ĐÌNH CHẨN (Lm Giuse Trần Văn Đỉnh)

Tác giả Đỉnh Chẩn từng đoạt giải nhì *Giải VHNT Đất Mới* (Gp Xuân Lộc) năm 2020 với tác phẩm: *Hồn thơ Thiên linh - Tiên Sa Hài Đồng Giêsu* (62 bài thơ).

Lm Đình Chẩn đã dịch thơ của thánh Giáo hoàng Gioan-Phaolô II; thơ của thánh nữ Têrêsa Hài đồng Giêsu (*Hồn thơ Thiên linh - Tiên sa Hài đồng Giêsu*), *Thần khúc* của Dante Alighieri, phóng tác trường ca *Ave Maria* (theo thánh thi Akathistos của truyền thống Phụng vụ Bizantin).

Về những bản dịch này tôi sẽ đề cập trong một dịp khác. Gs. Nguyễn Văn Hoàn mất hàng chục năm với rất nhiều công sức (kể cả sự đầu tư, trợ giúp của Nhà nước) để dịch và xuất bản *Thần khúc* của Dante Alighieri năm 2009. Ông căn cứ vào 27 bản chép tay, cô đọng lại thành một bản để nghiên cứu. GS Hoàn cho biết ông chủ yếu dịch nội dung, cốt truyện chính chứ còn thành một thể thơ 3 câu của Ý với những cung bậc khác nhau rất khó [3]. So sánh như thế để thấy điều này, khi dịch *Thần khúc* của Dante, Lm Đình Chẩn trở thành một dịch giả trẻ tài năng của văn học Công giáo đương đại.

Tôi đã đọc 30 bài thơ, 1 bài văn tế của Đình Chẩn. Đó là các bài: *Theo Mẹ dâng mình; Vọng ngân mùa chuyển xứ; Chúa mới là tất cả; Ôi Maria vì sao con yêu Mẹ; Về bên Mẹ Bảo Nham; Mẹ thương chín bỏ làm mười; Châu ngọc dâng Mẹ; Tháng hoa Mẹ; Văn tế bà thánh Đê; Sương tình Noel; Huệ bên nhan thánh; Nguyện xin thánh cả âm thầm; Hướng về đồng bào miền trung; Cám ơn nhé, Cô Vy; Vạn sự như ý Chúa. Được thanh tẩy, được sai đi; Chúc mừng Hòa Lạc cung hiến thánh đường; Vang bài ca mới; Món quà "Tháng 03 ngày 08; Thơ khai xuân; Thinh lặng là tiếng Chúa; Cây sáng thế; Khúc ai ca 02; Lời cầu xin của em bé mù; Em bé mù lên tiếng; Mừng vui lên ; Hàn ngọc linh thi 1& 2; Chìm lắng; Xin dẫn con về suối nguồn yêu thương; Emmanuel.*

Thơ Đình Chẩn thuộc dòng *"Thi ca cầu nguyện"*.

Cho con biết noi gương vâng Ý Chúa
Đường lữ hành xưa Mẹ đã đi qua
Nay Ai-cập mai về Na-da-rét
Chúa ở cùng: quê hương thật chan hòa !
(Châu ngọc dâng Mẹ)
Xin tận hiến thành bài ca cảm tạ
Cùng xác tín: 'Ơn ta đủ cho con' (2 Cr 12,9)

---

[3] https://vov.vn/van-hoa/van-hoc/tu-truong-hop-ban-dich-than-khuc-dich-van-hoc-say-me-la-mot-le-862450.vov

Nhịp thời gian dẫu thăng trầm mỏi mòn
'Tình yêu Đức Kitô hằng thúc bách' (2 Cr 5,14)
'Ta ở với ngươi!'Du dương mãnh liệt! (St 28,15)
'Ta sẽ ở với ngươi!' Ôi tuyệt làm sao! (Cv 18,10)
'Chúa chính là nguồn sướng vui dạt dào' (Tv 43,4)
Hòa đất trời hát vang bài ca mới!

(Vang bài ca mới)

Ngòi bút Đình Chẩn điêu luyện về thi luật. Nhạc thơ giàu có, ngôn ngữ trau chuốt, nhiều câu thơ ánh lên chất tài hoa. Vẻ đẹp thơ Đình Chẩn là tình cảm chân thành sâu sắc, là tâm tình cầu nguyện thiết tha với một niềm tin yêu kiên vững noi theo gương sống đạo của Đức Mẹ, thánh Giuse và các thánh tử đạo Việt Nam. Sức mạnh thơ Đình Chẩn là hiện thực được thăng hoa trong đức tin và lòng mến tuyệt diệu khi tác giả hướng về Đức Mẹ, các thánh và đồng bào mình *(Về bên Mẹ Bảo Nham; Văn tế bà thánh Đê; Hướng về đồng bào miền trung; Cám ơn nhé, Cô Vy)*. Đình Chẩn có khả năng khắc họa chân dung nhân vật, miêu tả sự kiện sắc nét với một cảm quan sâu rộng trong không gian, thời gian. Điều này bộc lộ sức sáng tạo của một ngòi bút thơ có nội lực đầy hứa hẹn. Thơ Đình Chẩn giàu màu sắc thẩm mỹ. *Món quà "Tháng 03 ngày 08"* là Thơ vui; *Mẹ thương chín bỏ làm mười* là Lục bát dễ thương; *Chìm lắng* đậm nét kiểu thơ lãng mạn; *Tháng hoa Mẹ* là tiếng nói con trẻ; Một vài bài mang dáng dấp ngôn ngữ thơ Hàn Mạc Tử, kiểu ngôn ngữ tượng trưng, rất dễ trở nên sáo ngữ (*Cây sáng thế; Hàn ngọc linh thi;* Cũng có những bài ý, tứ cũ nên không gây được chú ý với người đọc. Xin đọc:

Giêsu ơi,
Con đắc tội với Chúa!
Xin thứ tha…Tội con bày trước mặt
Đóng đinh Người khi kết án anh em…
Đóng đinh Người khi thờ ơ vô tâm
Khi bả phù hoa gót hài con du lãng…
Hỡi Đấng là Đường, là Sự Thật, là Sự Sống
Xin giải thoát con khỏi quyền lực tối tăm
Dẫn con về Suối nguồn yêu thương
(Xin dẫn con về suối nguồn yêu thương)

THƠ ĐINH VĂN TIẾN HÙNG

Tôi đã đọc: *Mùa Xuân Mới Giáo Hội; Vòng gai & Nụ hôn; Habemus Papam : Chúng ta đã có Giáo Hoàng; Thánh Gia mừng xuân; Muối Cho Đời; Hoa Lòng Dâng Mẹ; Trường ca Mẹ Hồn Xác Lên trời; Kinh Mân Côi; Thơ kinh nguyện cầu; Những Tháng Hoa Kỷ Niệm; Tặng các*

Đội Dâng Hoa; Lòng Chúa Thương Xót; Liên Khúc Giáng Sinh; Mầu Nhiệm Phục Sinh; Tiếng gọi Bê-Linh; Hùng Ca Tử Đạo; Giuse họ đạo quê xưa; Phát Diệm ơi! Yêu thương mấy cho vừa! Con chỉ có một ngày;

Đinh Văn Tiến Hùng có ý thức sáng tạo tiếp cận được Mỹ học Kitô giáo với những chiều kích mới lạ (*Thơ kinh cầu nguyện*). Nghệ thuật thơ điêu luyện, bài thơ nào cũng có đoạn hay, tứ đẹp, lời trong sáng. Tuy viết về những đề tài quen thuộc, song thơ Đinh Văn Tiến Hùng lấp lánh tình ý mới (*Hoa lòng dâng mẹ*). Tình cảm thơ chân thành, lắng đọng (*Giuse họ đạo quê xưa*), giàu cảm xúc lãng mạn (*Liên khúc Giáng sinh*). Hồn thơ cầu nguyện có cảm nghiệm sâu sắc (*Muối cho đời*), từ Kinh thánh nhận ra giá trị tuyệt vời của hiện sinh (*Con chỉ có một ngày*). Đinh Văn Tiến Hùng cũng ghi lại được những sinh hoạt tôn giáo đầy vẻ đẹp văn hóa (*Những tháng hoa kỷ niệm*), những bài diễn ca Kinh thánh đầy niềm vui (*Mầu nhiệm Phục Sinh*) và một tình yêu quê hương đằm thắm khôn nguôi (*Phát Diệm ơi! Yêu thương mấy cho vừa*).

Nhiều bài thơ mở đầu là 4 câu lục bát, sau đó là thơ 7 chữ và kết bằng 4 câu lục bát. Có bài dùng từ láy thật sinh động (*Tặng các đội dâng hoa*). Sức hấp dẫn của thơ là sự chân thành và sự kết hợp giữa hiện thực và cảm hứng lãng mạn, trên nền tảng của một niềm tin yêu giàu trải nghiệm. Tuy nằm trong dòng thơ bình dân song thơ Đinh Văn Tiến Hùng đã hiển hiện một cốt cách riêng. Nhiều bài thơ hay: *Mùa xuân mới Giáo hội; Habemus Papam : Chúng ta đã có Giáo hoàng; Trường ca Mẹ Hồn Xác Lên trời; Thơ kinh nguyện cầu; Phát Diệm ơi! Yêu thương mấy cho vừa! Con chỉ có một ngày…*

Đây là quan niệm thi ca:

Tôi không phải là thi nhân Công giáo,
Mà chỉ là người Công giáo làm thơ,
Cả đời tôi không biết đến bao giờ,
Mới trở thành một nhà thơ tên tuổi?

Nhưng điều đó tôi nào đâu tiếc nuối,
Vì cuộc đời đã là một bài thơ.
Sống trọn vẹn với năm tháng ngày giờ,
Đó chính là bài thơ muôn vần điệu.

Thân thể tôi: một tác phẩm kỳ diệu,
Nhịp tim luôn cuộn dòng máu nhịp nhàng,
Dâng sức sống như biển cả mênh mang,
Đem Tình Yêu dệt bài thơ Hằng Sống.

(Thơ kinh cầu nguyện)

THƠ NGUYÊN HƯƠNG - Mai Đệ Liên

Tôi đã đọc các bài: *Chờ người; Lên đền thánh; Mưa ngâu; Sớm mai; Tâm tình tháng 11; Tâm sự Giáng sinh; Tiếng tình; Tìm người; Tôi vẫn thấy.*

Thơ Nguyên Hương là thơ lãng mạn (thơ 1930-1945), là tiếng nói của "Cái Tôi", là lời tự tình Tôi nói với Tôi (*Tìm người*). Người thơ soi vào hồn mình mà lắng nghe những vang dội của cuộc sống âm vang tâm linh, soi vào hồn mình để thấy một khoảng trống mênh mang khao khát tìm kiếm lấp đầy, vì thế thơ mang giọng buồn. Tác giả tự thổ lộ: *"Bởi trót nặng tình với thơ ca/ Thiên duyên gắn bó quá mặn mà" (Tâm sự Giáng Sinh),* đó là một cốt cách thi nhân có dáng nét tài hoa.

Lời thơ là ngôn ngữ tượng trưng rất ít bóng dáng hiện thực. Nhiều bài thấp thoáng những tứ thơ mới (*Sớm mai; Tâm sự Giáng Sinh; Tôi vẫn thấy*), vì thế, dù thơ Nguyên Hương là thơ Lãng mạn (1301945), song vẫn có sức hấp dẫn với người đọc hôm nay.

Nay gió mưa đông đổ ngang trời
Tôi chờ Người gõ cửa hồn tôi
Chắp tay thành kính xin Người đến
Tưới gội hồn tôi thắm tinh khôi

(Chờ người)

Cuộc đời con cũng mưa ngâu, lạy Chúa
Suốt bốn mùa duyên lỡ cung tơ
Hồn nặng vương tội lỗi phủ mờ
Lỗi ước hẹn, lãng quên bao lời hứa

Chúa có về cho mưa đừng rơi nữa
Ruộng con buồn ôm lại khoảng trời đông
Cho nắng lên xuân ấm nở hoa hồng
Cho nối lại duyên lòng con với Chúa.

(Mưa ngâu)

Con chẳng về thăm mộ mẹ cha,
Dịch bệnh tràn lan chốn xa nhà
Xin gửi lời kinh như hương khói
Dâng lời cầu Chúa tựa đóa hoa

(Tâm tình tháng 11)

Tôi vẫn thấy biển trời kia xanh rộng
Cõi mênh mông những cửa động, rừng xanh
Mà sao tôi không cảm cái mong manh

Của hạt bụi sinh thành tôi bé nhỏ...
Tôi vẫn thấy... và tôi vẫn thấy...

(Tôi vẫn thấy)

THƠ CỦA Lm. GIUSE TRẦN VIỆT HÙNG - Bronx, New York:

12 bài về mẹ của Lm Giuse Trần Việt Hùng là thơ 7 chữ nhưng không theo vần luật của một thể thơ nào. Thơ giàu ý tứ, tình cảm sâu lắng, khai thác phong phú đề tài về mẹ, đôi khi có những hình ảnh xúc động. Tuy vậy chất thơ còn hạn chế ở nhạc điệu, ngôn ngữ và sự sáng tạo những tứ thơ mới.

Thân cò lặn lội, trôi dòng suối,
Nắng mưa không quản, vạn dặm xa.
Gồng gánh nặng vai, hai chân bước,
Lê thê ngàn lối, mối thương trường.
Da nhăn tóc bạc, hạc xế bóng,
Lưng khom mắt mờ, bờ vai nặng.
Thân mòn sức yếu, yêu vô vàn,
Mòn mỏi đợi trông, công thành toại.

(Nghĩa mẹ)

Giọng mẹ dịu hiền, tiếng ân thiêng,
Nải chuối trái xoài, đời chua ngọt,
Bát canh cua đồng, trông mát dạ.
Bó rau cà muối, mối quê nhà,
Một cóng tôm kho, tình gói trọn.
Xa quê mẹ nhớ, mong ngày về,
Vài gói trà sâm, tâm thành kính.
Hộp sữa en-sure, mua gởi mẹ,
Lọ thuốc tiểu đường, thương nhớ mẹ.
Trái gió trở trời, huyết áp lên,
Máu mỡ tăng cao, bao lo lắng.
Lời cầu dâng Mẹ, ban bình an,

(Lễ mẹ)

THƠ CỦA CÁC TÁC GIẢ

Joseph Trần Vũ, Phan Văn Phước, Charles Singer, M. Lưu Phương, Thiên Dưỡng, Kim Ân, Trần Hương, Trăng quê, mỗi người góp vào vườn thơ Phát Diệm một bông hoa với màu sắc và hương thơm riêng. Chẳng hạn, tác giả Thiên Dưỡng với bài *Tượng Chúa bị cụt tay ở Thiện Dưỡng* là một bài thơ có nét lạ. Tác giả Trăng quê với bài Tình xuân chân chất, thơ là tâm tình của người con đi tu.

Nhưng xuân nay không giống những xuân nọ
Con không về, Cha Mẹ vẫn ngóng trông
Đường tình yêu, con nhẹ bước mênh mông
Theo Chúa rồi, con lo tròn bổn phận.
Con không về, Mẹ Cha đừng vướng bận
Lời kinh cầu con gói chữ hiếu, trung
Tình Chúa thương trải rộng đến muôn trùng
Gìn giữ Mẹ, nâng đỡ Cha sớm tối.

***

Văn học Công giáo Phát Diệm đương đại có một đội ngũ hùng hậu, nhiều tài năng. Nhiều tác giả là Linh mục, nên tư tưởng, nội dung và nghệ thuật thơ vượt trội. Mỗi người một cốt cách, một thế giới nghệ thuật riêng. Nội dung thơ khá phong phú, vừa tỏa sáng đức tin, lòng mến, vừa hướng về hiện thực và soi sáng hiện thực bằng ánh sáng Tin mừng. Thơ đem đến niềm tin yêu và sự lạc quan trong mọi hoàn cảnh (dù trong việc miêu tả các thánh tử đạo hay ghi lại cảnh ngộ khốn cùng của người dân trong cơn đại dịch...). Các tác giả Phát Diệm góp phần hiện đại hóa thơ ca Công giáo khi đi vào hiện thực và soi sáng hiện thực bằng niềm hoan ca của Đấng Phục Sinh. Thơ không chỉ là *Thi ca cầu nguyện, Huấn ca, Tụng ca* hay *Diễn ca* truyền thống, mà là tiếng nói của người Công giáo hôm nay trước những vấn đề lớn của thực tại (Thí dụ nạn dịch Covid). Nhà thơ gắn bó với quê hương và dân tộc mình bằng tình cảm thiết tha kết hợp với những suy tư sâu nặng trong niềm tin Cứu Độ.

Những tiếng thơ Phát Diệm nếu chú ý hơn đến sự sáng tạo nghệ thuật sẽ là những hoa trái đẹp trong vườn hoa văn học Công giáo đầy hương sắc.

Tháng 1/ 2022

LÀM LỢI TỪ NÉN BẠC CHÚA TRAO
(Về văn thơ Công giáo Giáo phận Nha Trang)

Phạm Minh Châu

Con thuộc thế hệ 9X, thế hệ sinh sau đẻ muộn của nền văn thơ Công giáo Việt Nam. Qua lời mời gọi của vị linh mục đáng kính Gioan Phêrô Võ Tá Khánh - Trăng Thập Tự, con xin mạnh dạn đặt bút viết vài cảm nhận với niềm hy vọng sẽ được nhận về sự nâng đỡ, dìu dắt và sẻ chia của mọi người. Là một chủng sinh, ngoài việc say mê Thầy Chí Thánh Giêsu, bản thân con còn có thêm một niềm yêu thích khác là văn chương, điều đã và đang giúp con được bình an và hạnh phúc trên bước đường ơn gọi. Nhân cơ hội tập sách "Hướng đến 400 năm Văn học Công giáo Việt Nam" ra đời, con xin được chia sẻ đôi dòng tâm tình về hoạt động sáng tác văn thơ của Giáo phận Nha Trang qua những nhận biết và ý kiến chủ quan của bản thân.

Dựa trên bảng tổng kết cuộc thi Viết Văn Đường Trường sau 6 năm tổ chức, nhìn chung số lượng tác giả thuộc Giáo phận Nha Trang tham gia khá tích cực với 10 tác giả trong tổng số 99 tác giả thuộc 20 Giáo phận (là Giáo phận có số tác giả tham gia đông thứ ba sau Giáo phận Vinh và Qui Nhơn). 10 tác giả này đã mang về cho Giáo phận Nha Trang 2 giải nhất, 2 giải nhì, 4 giải ba và 14 giải khuyến khích sau 6 lần tổ chức (là Giáo phận có thành tích đạt giải thưởng nhiều nhất). Những con số nêu trên như phần nào khẳng định bút lực khá dồi dào của các cây bút trẻ Giáo phận Nha Trang. Nhiều người trong số những tác giả ấy đã trở thành linh mục, tu sĩ, một số vẫn còn là chủng sinh và có cả giáo dân.

Phêrô Phạm Minh Châu

* *Sn. 1995 tại Gx. Hạnh Trí, Ninh Sơn, Ninh Thuận, Gp. Nha Trang.*
* *Chủng sinh thần học ĐCV Sao Biển Nha Trang.*
* *Tác phẩm: Ánh Sao Đêm (Tập truyện ngắn)*
* *Email: peterchaupham@gmail.com*

Những cây bút linh mục

Theo dõi trang web Giáo phận Nha Trang, hằng ngày và hằng tuần, nhiều linh mục vẫn miệt mài viết bài và đăng bài. Những bài viết ấy là những bài suy niệm thánh vịnh, suy niệm Lời Chúa hằng ngày và Chúa Nhật, hay những bài viết liên quan đến đời sống hôn nhân... Những bài viết ấy tuy không nhiều nhưng đủ để giúp người đọc hay những người quan tâm tìm được niềm vui và lợi ích trong "văn hóa đọc".

Một linh mục trẻ từng chia sẻ với con, khi đã trở thành linh mục, cha vẫn miệt mài viết lách. Cha viết không chỉ bằng những khám phá mới nơi các giá trị Tin mừng mà còn bằng chính kinh nghiệm mục vụ và đời sống linh thánh của đời tu. Dẫu rằng, phải chu toàn những sứ vụ khác nhau nhưng cha vẫn không gác lại đam mê, vẫn viết khi có thời gian rỗi, và sẽ cố gắng hoàn thành nếu được trao phó những công việc liên quan đến văn hóa, văn thơ. Nghe những điều ấy, con mừng thầm cho dòng văn thơ Công giáo của Giáo phận trong tương lai.

Hạt mầm nơi vườn ươm Chủng viện

Tại Đại chủng viện Sao Biển Nha Trang, những chủng sinh có đam mê với nghệ thuật nói chung hay văn thơ nói riêng, luôn được các cha trong Ban Giám đốc tạo điều kiện thuận lợi để có thể phát triển khả năng. Đó là những tiết học chính quy liên quan đến Thánh Nhạc hay Tiếng Việt. Đó là những nội san văn thơ hay các cuộc thi sáng tác với quy mô nội bộ chủng viện lần lượt được tổ chức. Quý cha luôn khuyến khích các chủng sinh tham gia những cuộc thi bên ngoài như: Viết Văn Đường Trường, Văn hóa nghệ thuật Đất Mới, Sáng tác nghệ thuật mừng 60 năm Đức Mẹ Tà Pao... hay nhiều cuộc thi khác tương tự. Các ngài cũng chấp thuận cho những chủng sinh đạt giải có cơ hội tham dự những buổi Tổng kết trao giải, điều mà các Đại Chủng viện khác vẫn còn dè dặt. Với các cha, việc để chủng sinh tham gia nhận giải không chỉ là sự khích lệ tinh thần mà còn mong anh em chủng sinh có thể trau dồi thêm những kỹ năng cần thiết cho đời sống mục vụ về sau. Song, quý cha vẫn luôn nhắc nhở các chủng sinh cần biết phân định, cân bằng giữa việc tu học và đam mê.

Bên cạnh đó, tại Đại chủng viện Sao Biển, một ban học tập cũng được hình thành. Các thành viên thuộc ban này có nhiệm vụ chuyển ngữ các bài viết Tiếng Anh liên quan đến Triết học, Thần học hay các chủ đề về Giáo Hội sang Tiếng Việt. Nhờ đó, việc trau chuốt từ ngữ, sử dụng câu cú sao cho phù hợp với văn phong Tiếng Việt luôn được các cha lưu ý và cân nhắc.

Những cây bút giáo dân có chất lượng

Ngoài những cây bút là linh mục, tu sĩ hay chủng sinh, nhiều giáo dân thuộc Giáo phận Nha Trang hiện nay cũng là những cây bút đầy nội lực, có thế giá và đứng vững trong văn đàn Việt Nam. Đó là những cây cao bóng cả như Nguyễn Thành Thống, Trần Vạn Giã, Lê Hồng Bảo... hay nữ văn sĩ Nguyễn Thị Khánh Liên, một cây bút có lối viết nhẹ nhàng nhưng đã đạt rất nhiều giải thưởng cả trong Đạo và ngoài đời.

Trong số những cây bút giáo dân ấy, con đã có cơ hội tiếp xúc với vài người. Nơi họ, ngoài niềm đam mê cháy bỏng với văn chương, họ còn mang trong mình một niềm tin tưởng tuyệt đối vào Thiên Chúa. Đó chính là điều cần và đủ cho một người viết văn Công giáo.

Nhìn về tương lai

Một nén, ba nén, hay năm nén, không ai biết được Chúa đã ban cho bản thân mỗi người bao nhiêu? Lực lượng sáng tác văn thơ của Giáo phận Nha Trang cũng vậy, con không thể đem so sánh với các Giáo phận khác, vì nơi mỗi giáo phận Chúa đã đặt để những ngòi bút khác nhau để làm việc cho Chúa. Chính vì vậy, mỗi người hãy biết làm lợi nén bạc mà Chúa đã trao, đừng tính toán so đo mà đem đi chôn giấu. Nếu trót mang trong mình sứ vụ với văn thơ Công giáo, xin hãy cùng tham gia và hiệp thông các cây bút Công giáo khác ở khắp nơi.

Giáo phận Nha Trang vẫn đang trên đà làm lợi nén bạc mà Chúa trao phó. Con hy vọng, nhờ ơn Ngài, hoạt động sáng tác văn thơ trong Giáo phận sẽ phát triển mạnh mẽ hơn nữa trong tương lai.

ĐỒNG XANH THƠ SÀI GÒN
MỘT MẦM CHỒI ĐANG VƯƠN XANH

An Thiện Minh

Đồng Xanh Thơ (ĐXT) Sài Gòn một cái tên nghe như vừa quen nhưng cũng vừa lạ. Quen vì đã có nghe đến, đã thấy thơ đăng trên các trang mạng và các ấn phẩm, nhưng cũng vừa lạ vì hình như còn nhẹ nhàng ẩn mình và chưa phổ quát trên thi đàn Công giáo.

Trong bài viết nhỏ này, chúng tôi chỉ phác họa qua vài nét của ĐXT Sài Gòn, trong bức tranh thủy mặc tuyệt đẹp của dòng văn học Công giáo Việt Nam, như một điểm nhấn của sự giản đơn nhưng thuần khiết.

1. LỊCH SỬ HÌNH THÀNH VÀ GIAI ĐOẠN HOẠT ĐỘNG

1.1 Lịch sử hình thành

Hưởng ứng lời mời của anh PM Cao Huy Hoàng và cha Trăng Thập Tự, ngày 20/1/2010, tại Tòa Giám Mục Phan Thiết, hàng trăm văn thi hữu Công giáo của mọi miền đất nước và các tác giả của Đồng Xanh Thơ (thơ) và Vườn Ô-Liu (văn) đã hội tụ về dự buổi họp mặt Đồng Xanh Thơ Dũng Lạc lần 2, để định hướng thành lập các CLB Đồng Xanh Thơ theo từng Giáo phận, và đưa ra các phương hướng hoạt động văn học phù hợp cho từng vùng miền.

Ý hướng đầu tiên chỉ là gợi ý thành lập các Đồng Xanh Thơ Giáo phận theo dạng câu lạc bộ, một "sân chơi" để quy tụ các văn thi hữu Công giáo, tạo điều kiện sinh hoạt chung và chia sẻ trong sáng tác, với mục đích Loan báo Tin mừng bằng văn hóa và văn học trong giai đoạn chữ quốc ngữ và tiếng Việt đang hồi "báo động đỏ" về tình trạng xuống cấp, sử dụng tùy tiện.

An Thiện Minh

* Tên thật là Thomas Đoàn Xuân Vũ; Sinh: 09-09-1962 tại Nha Trang.
* Kỹ sư, Cử nhân Quản trị Kinh doanh, Cử nhân Luật.
* Tác phẩm chính: Cuộc Khổ Nạn Của Đức Giêsu Qua Tấm Khăn Liệm Turin, Tiếng Suối Reo, Nốt Lá Dịu Nghiêng.
* Email: <vuanminhat@gmail.com>

Hôm ấy, ĐXT Sài Gòn đã nhanh chóng hội ý, đồng thuận và bầu chọn Ban điều hành đầu tiên gồm các tác giả Mặc Trầm Cung, Hương Quê, Giang Tịnh, Maria Xuyến và Kim Hoa, là những người tiên phong và nòng cốt để quy tụ và phát huy nội lực của thi văn Công giáo tại Giáo phận mình.

Như thế, Đồng Xanh Thơ Sài Gòn đã thành lập tại Phan Thiết và chính thức ra mắt vào ngày 28/02/2010, tại Giáo xứ Nam Hòa, Tổng Giáo phận Sài Gòn.

1.2 Giai đoạn hoạt động

Nhìn trong chiều kích phát triển, có thể chia hoạt động của ĐXT Sài Gòn làm 3 giai đoạn chính như sau:

• Giai đoạn 2010 – 2011: Đây là giai đoạn "Khởi trào" với việc xây dựng và củng cố nội lực trong việc sáng tác thi ca Công giáo, phát hành trên trang mạng 2 kỳ hằng tháng, với Cha Giuse Phạm Quốc Văn, OP làm linh hướng. Nhóm sinh hoạt thường xuyên tại Trung tâm Mục vụ Đa Minh Ba Chuông, Sài Gòn. Giai đoạn này ghi dấu ấn hoạt động rất tích cực của tác giả Mặc Trầm Cung.

• Giai đoạn 2012 – 2018: Đây là giai đoạn "Ổn định" với việc chuyên sâu vào đời sống nội tâm, học hỏi Kinh Thánh và nghệ thuật thi ca, phát hành theo hình thức tập san nội bộ tháng 1 kỳ vào mỗi cuối tháng in tác phẩm của nhóm.

Vào năm 2015, ĐXT Sài Gòn chuyển sinh hoạt về Trung tâm Mục vụ Tổng Giáo phận Sài Gòn, với Cha Phanxicô Xaviê Tâm Giao làm linh hướng.

Giai đoạn này ghi dấu hoạt động rất sôi nổi của các tác giả: Hương Quê, Dzuy Sơn Tuyền, Dã Tràng Cát, Giang Tịnh, Thế Kiên Dominic, Maria Xuyến, Kim Hoa, Vũ Thủy, Vĩnh An, Hoàng Công Nga, Thùy Linh, Xuân Phúc, Thy Hoa, Thanh Hiền và Tiếng Vọng...

Mai…
Người về!
Nghe trái tim lay hoay bỗng ngân vang bài ca bất tận
Để cả muôn chim ngơ ngẩn đứng lặng nhìn
Chúng có biết đâu cánh nhạn tình yêu vừa xây tổ
Và trái yêu thương vừa trĩu nặng mùa vàng

("Mai… Người Về!" - Ánh Thiên)

• Giai đoạn 2019 – nay: Đây là giai đoạn "Vươn xanh" với việc tiếp tục chuyên sâu vào đời sống tâm linh, dệt thơ Tin Mừng nhưng nâng cao tính thẩm mỹ, đi sâu vào các mạn đàm nghệ thuật và sinh hoạt chuyên đề thi ca và đức tin.

Thời gian này ĐXT Sài Gòn mở rộng nguồn lực bằng việc thực hiện nhiều cuộc giao lưu với các văn nghệ sĩ Công giáo trong và ngoài nước, kết hợp với Học viện Mục vụ Tổng Giáo phận Sài Gòn tổ chức các sinh hoạt chuyên đề thi ca.

2. MỤC ĐÍCH - PHƯƠNG HƯỚNG - TẦM NHÌN VÀ MỤC TIÊU

2.1 Mục đích

• Vinh tụng Thiên Chúa qua việc biểu đạt các trải nghiệm tâm linh và chiều sâu nội tâm bằng thi ca

• Loan báo Tin mừng Cứu độ qua sự thăng hoa trong nghệ thuật thi ca

• Sống và lan tỏa Niềm vui Ân sủng cho tha nhân qua dòng chảy thi ca.

2.2 Đường hướng

• Thăng hoa đời sống nội tâm và chiêm niệm

• Đan dệt thi ca dưới tác động linh hứng của Thánh Linh

• Biểu đạt thi ca Công giáo theo Tin mừng và ý hướng mục vụ của Giáo hội

2.3 Tầm nhìn

• Triển nở một môi trường hăng say cho việc luyện tập nhân đức trong việc đan dệt thi ca Công giáo

• Quy tụ nhiều văn thi sĩ Công giáo để cùng loan báo Niềm vui Cứu độ qua các trải nghiệm tâm linh

• Cổ võ ấn hành những tác phẩm mang tính tâm linh sâu lắng.

3. HOẠT ĐỘNG

3.1 Sinh hoạt định kỳ

Các sinh hoạt định kỳ được thực hiện hàng tháng tại Giáo xứ Nam Hòa và Trung tâm Mục vụ Tổng Giáo phận Sài Gòn.

Mỗi tháng đều có những chủ đề riêng và kéo dài suốt năm, tập trung vào các cuộc mạn đàm thi ca, nâng cao tính thẩm mỹ thi ca Công giáo.

3.2 Sinh hoạt chuyên đề

Thi ca Công giáo không dừng ở ngưỡng cửa "Nghệ thuật" nhưng là vươn lên cao hơn, đi vào trong chất "Thánh". Thi ca Công giáo là Nghệ thuật thánh. Đó là bản tình ca của "con người nội tâm" đầy sâu lắng, bí ẩn và bất ngờ trước sự "tỏ mình" diệu kỳ của Đấng Tình Yêu. Tâm hồn giờ đây mở ra với Vô Biên, chiêm ngưỡng Ánh Sáng Sự Thiện và hòa điệu vào cung bậc Vĩnh Hằng.

Vì vậy, việc sinh hoạt chuyên đề là một phương thức hiệu quả nhằm:

• Khai mở một hướng tiếp cận mới giúp hiểu sâu hơn về thi ca Công giáo, thay vì chỉ dừng lại ở mức độ bên ngoài một "câu lạc bộ', một "sân chơi" thi ca thông thường

• Đi sâu vào "tâm tình sống đạo" một cách cụ thể và sinh động, qua các trải nghiệm cá nhân và cộng đoàn trong đời sống tâm linh được cách điệu bằng ngôn ngữ nghệ thuật

• Thúc bách các tác giả nhận ra hồng ân vô giá trong ơn gọi cầm viết của mình

• Nâng cao tính chuyên sâu về việc thẩm định và độ cảm nhận của các tác giả và người đọc

Với những nhận định trên, ĐXT Sài Gòn cộng tác với Học viện Mục vụ, tổ chức chương trình "Thi ca Công giáo trong đời sống nội tâm và sứ vụ", tại Trung tâm Mục vụ Tổng giáo phận Sài Gòn:

• Chuyên đề "Đức tin và thi ca cầu nguyện" vào ngày 26/10/2013, với các tham luận "Đức tin đời tôi qua thi ca" của tác giả Vũ Thủy; "Cầu nguyện và thi ca" của tác giả Dzuy Sơn Tuyền; "Đức tin mở ra từng lời thơ" của tác giả Maria Xuyến; "Tâm tình cầu nguyện qua phổ nhạc thi ca Công giáo" của tác giả Phạm Minh Trí và "Đức tin - Cảm nhận trong thi ca cầu nguyện" của tác giả Đoàn Xuân Dũng.

• Chuyên đề "Thi ca trong đời sống cầu nguyện" vào ngày 06/04/2019, với các tham luận "Thi ca và Cầu nguyện" của tác giả Dzuy Sơn Tuyền; "Như một giọt thương" của tác giả Thy Hoa và "Vút cao lòng mến" của tác giả Đan sĩ Mai Ân Thông.

"Chúng ta được tạo dựng để bay và bay thật cao vào Cung Lòng Cực Thánh, chứ không phải để mòn mỏi lê lết với cung bậc bụi trần giới hạn... Cho mỗi khoảnh khắc bây giờ là lời chúc tụng hòa với trăng sao và nhịp rung lúc này là triều sóng Lòng Mến không bao giờ thôi dứt.

CÁNH DIỀU BAY

Tim thơ no Gió lượn trên cao
Mây thắm hồn con trắng dạt dào
Đón Nắng mùa yêu câu cảm tạ
Cánh diều chao nhẹ khúc trăng sao"

("Vút Cao Lòng Mến" - Đan sĩ Mai Ân Thông)

• Chuyên đề "Dệt thơ với Chúa bằng sợi đức hạnh" vào ngày 01/06/2019, với các tham luận "Cửa thi nguyện mở lối vào vườn nhân đức" của tác giả Dã Tràng Cát; "Nồng nàn tình mến" của tác giả Thùy Linh và "Dệt thơ với Chúa bằng nghĩa cử tha nhân" của tác giả Hoàng Công Nga

"Viết Thi Nguyện... là phương cách hỗ trợ hiệu nghiệm cho ta thực hành linh thao trong đời sống thường nhật; là cách cầu nguyện giúp ta hòa hợp bản thân và kín múc Ơn Thánh Sủng cho tâm hồn từ cả hai môi trường đạo và đời...

Thi nguyện nếu được trải nghiệm trong đời thực là đời lao động với mồ hôi vất vả thì chính là được bén rễ trong đất tốt cho thăng hoa lời ca ngợi Đức Chúa".

(Cửa thi nguyện mở lối vào Vườn nhân đức - Dã Tràng Cát)

• Chuyên đề "Thi ca trong việc sống các giá trị Tin mừng" vào ngày 21/09/2019, với các tham luận "Sống giá trị Tin mừng bằng nhịp rung của Lời Tạ ơn" của tác giả Tri Ân; "Tiếng reo trong lời Tình yêu và Ánh sáng" của tác giả Maria Xuyến và "Dệt thơ trong việc sống giá trị Tin mừng qua tinh thần Nghèo khó" của tác giả Kim Hải Phạm Thị

"Đã bao thời gian, tôi bước vào cuộc đời với những hướng đi vô định, những cung bậc thăng trầm của sự chênh chao tháng ngày mưu sinh, của niềm trăn trở về kiếp người hữu hạn, của biết bao nỗi ưu hoài từng đêm chưa được giải gỡ… Tôi thật sự mong chờ một tin gì đó, một điều gì đó tác động sâu sắc đến cuộc sống tôi, để đem lại cho tôi một định hướng và giải đáp cho muôn vấn nạn và những trăn trở trong tâm hồn.

Và kìa, tôi đã tìm và đã gặp. Tôi đã gõ và cửa đã mở cho… Đức Giêsu Kitô, Ngài chính là 'Tin mừng' của cuộc đời tôi, là dòng chảy dìu tôi đi vào huyền nhiệm của cuộc đời trong sự tĩnh lặng, an bình và ân sủng".

(Tiếng reo trong Lời Tình Yêu và Ánh Sáng – Maria Xuyến)

• Chuyên đề "Thi ca trong niềm vui ân sủng" vào ngày 05/10/2019, với các tham luận "Niềm vui ân sủng trong thi ca" của tác giả Đan sĩ Thiên Giang; "Tất cả là hồng ân" của tác giả Tiếng Vọng và "Yêu với Thánh Têrêsa Hài Đồng Giêsu" của tác giả Dzuy Sơn Tuyền

"Trong nguồn ân sủng, khi ta nhận biết Thiên Chúa hiện diện và có cái nhìn hướng thượng, nghĩa là đặt mọi biến cố vui buồn trong ánh nhìn đức tin, thì niềm vui và hy vọng của chúng ta sẽ không mất đi, ngay cả khi phải đối diện với những thất bại buồn đau trong cuộc sống.

Có thể nói, Ân sủng Thiên Chúa đưa thần trí thi nhân bay cao, bay xa, có tính cách thiêng liêng mầu nhiệm; một tiếng gọi bao la, kín ẩn xâm chiếm trọn tâm hồn... Và thi ca sẽ làm nhiệm vụ ghi lại ấn tượng đã để lại trong trí, dấu ấn trong hồn này".

(Niềm vui Ân sủng trong thi ca - Đan sĩ Thiên Giang)

• Chuyên đề "Thi ca trong việc sống chứng nhân" vào ngày 07/12/2019, với các tham luận "Thi ca giúp tôi trở nên một chứng nhân nhiệt thành" của tác giả Vũ Thủy; "Thi ca trong đời sống chứng nhân" của tác giả Hoàng Công Nga và "Chứng nhân rạng rỡ đời Yêu thương" của tác giả Hồn Biển.

ĐỂ NGÀI MUỐN

Nếu Ngài cho con nhìn lại cuộc đời
Con xin được nhìn thấy cả trái đất bình yên
Nhìn thấy muộn phiền rời xa người đau khổ
Nhìn thấy em thơ má phính môi hồng
...
Nếu Ngài muốn con khép mắt lại vì cuộc đời
Con nguyện một lòng vâng theo thánh ý!

(Thi ca giúp tôi trở nên một chứng nhân nhiệt thành - Vũ Thủy)

3.3 Tĩnh tâm

ĐXT Sài Gòn đều đặn dành thời gian để tĩnh tâm 1-2 lần trong năm để nâng cao đời sống tâm linh. Thời gian vào tháng 3 Mùa Chay và tháng 10 lễ Thánh Têrêsa Hài Đồng Giêsu, Bổn mạng ĐXT Sài Gòn.

Các nơi tĩnh tâm hàng năm gồm nhiều địa điểm như Trung tâm Mục vụ Đa Minh (Ba Chuông), Trung tâm Mục vụ Tổng Giáo phận Sài Gòn, Victor Long An, Vườn Tịnh Tâm Cao Thái, Bà Rịa - Vũng Tàu...

3.4 Hội trại

Hội trại sáng tác Thi ca Công giáo và hành hương là một trong những sinh hoạt đầy sủng lộc để ĐXT Sài Gòn kín múc sự tươi trẻ, khởi hứng và sung mãn trong nguồn mạch Thánh Linh, cũng như mở rộng tâm hồn để cảm nhận sự vi diệu của trời đất và nhân sinh.

ĐXT Sài Gòn đã tổ chức 3 cuộc hội trại sáng tác Thi ca Công giáo và hành hương đến Trung Tâm hành hương Thánh Mẫu Bãi Dâu-Vũng Tàu (2014); Đan Viện Xitô Thánh Mẫu Thiên Phước, Phước Sơn và Vườn Tịnh Tâm Cao Thái (2015 và 2021)

Ngày hội trại hành hương đã tăng thêm lòng sốt mến cho các thành viên khi tham dự Thánh Lễ và hòa mình trong không khí tĩnh lắng.

3.5 Giao lưu

Việc giao lưu và sáng tác thi ca Công giáo là một hoạt động tương hỗ cần thiết để đem lại hiệu quả cao về tính phổ quát và hội nhập văn hóa trong lòng dân tộc, cũng như giúp các tác giả mở rộng tâm hồn, nâng cao tư duy, phát huy nghệ thuật và nhất là thăng hoa trong đời sống tâm linh.

Sau đây là một số các giao lưu chính của ĐXT Sài Gòn trong quá trình hoạt động nghệ thuật và đức tin.

• Các buổi lễ trao giải thưởng thi văn Công Giáo

Cộng tác với ĐXT Dũng Lạc tổ chức buổi lễ trao giải Văn, Thơ, Nhạc, Họa "Sen Giữa Lầy" vào ngày 29/7/2010, và lễ trao giải "Nhánh Huệ Nước Trời" vào ngày 30/06/2011, tại Hội trường An Phong của Trung tâm Mục vụ Dòng Chúa Cứu Thế Sài Gòn. Đây là dịp để giao lưu giữa các tác giả đã tham gia cuộc thi và các tác giả thơ văn Công giáo trên khắp đất nước, cũng như cổ động người trẻ quan tâm đến văn hóa và văn học Công giáo, đồng thời cũng tạo một dấu nhấn về một loại hình sinh hoạt mới giữa lòng Dân Chúa tại Việt Nam, bao gồm các nhóm Đồng Xanh Thơ sáng tác thơ văn Công giáo ở cấp giáo xứ, giáo hạt và giáo phận.

"Đã từ rất lâu, văn thơ Công giáo hầu như im tiếng và mất hút trong lòng dân tộc. Đây là điều đáng tiếc! Nhưng qua cuộc thi "Nhánh Huệ Nước Trời" đã nhìn thấy một ánh quang của thi đàn Công giáo thực thụ, quy tụ những người cầm bút đặc sắc để ca ngợi Thiên Chúa và phát huy tinh hoa ngôn ngữ Việt. Nhìn sơ qua tập sách đã thấy có 8 vở kịch hay. Đây là sức bật rất lớn với những ý tứ và văn chương ở tầm cao, không như những vở hoạt cảnh chưa diễn đã biết, chưa nói đã hiểu. Mong thay việc đẩy mạnh sức sáng tạo của các văn nghệ sĩ trong việc loan báo Tin mừng bằng chính ngòi bút của mình". (Lm. Giuse Tiến Lộc nhận định)

Tham dự cuộc "Họp Mặt - Hành Hương - Trao Giải Viết Văn Đường Trường lần III" vào ngày 18 đến 19/09/2015, tại Chủng viện Qui

Nhơn. Cuộc họp mặt đã thảo luận sôi nổi về văn học Công giáo, với những nhận định sắc nét về thực trạng và các giải pháp. Tiếp đến là cuộc hành hương về Nước Mặn, Gò Thị, Tiểu Chủng viện Làng Sông, Qui Hòa và Ghềnh Ráng, và là cùng một lễ trao giải đầy phấn khởi cho văn học Công Giáo.

• Các buổi ra mắt các tác phẩm thi văn Công giáo

Tham dự buổi ra mắt tác phẩm "Nhà Thơ Xuân Ly Băng - Cuộc đời và Tác Phẩm", vào ngày 13/2/2012, tại Hội trường An Phong, Trung tâm Mục vụ Dòng Chúa Cứu Thế Sài Gòn.

• Các buổi lễ tưởng niệm Văn thi hữu Công giáo

- Tham dự lễ kỷ niệm 100 năm ngày sinh thi sĩ Hàn Mạc Tử, vào ngày 21-22/9/2012 tại Chủng viện Qui Nhơn.

Đây là lần đầu tiên và cơ hội hiếm có cho các văn thi sĩ Công giáo quy tụ lại, để gặp gỡ, giao lưu và chia sẻ những kinh nghiệm sáng tác thi ca Công giáo, cũng là dịp để các tham dự viên hòa mình vào dòng chảy cội nguồn về "dấu chân của Hàn Mạc Tử", thăm lại "cái nôi" của chữ quốc ngữ, những địa danh Loan báo Tin mừng đầu tiên…

Các văn thi hữu Công giáo cũng tham dự buổi phát hành bộ sưu tập "*Có Một Vườn Thơ Đạo*" (bốn tập), do Lm. Trăng Thập Tự chủ biên, tập hợp những bài thơ của Hàn Mạc Tử và 140 tác giả Công giáo các thế hệ tiếp nối.

- Kết hợp với Học viện Mục vụ tổ chức buổi tưởng niệm 75 năm ngày mất Hàn Mạc Tử và ra mắt các thi phẩm mới: "*Có Một Vườn Thơ Đạo* tập 5 - Bay tới cõi Thiên Đường" do Lm. Trăng Thập Tự chủ biên; "Nét Khải Huyền trong Đời và trong Thi ca Hàn Mạc Tử" và "Đi tìm tác phẩm Lệ Thanh thi tập" của tác giả Phaolô Trần Quang Chu, vào ngày 14/11/2015, tại Trung tâm Mục vụ Tổng Giáo phận Sài Gòn.

Buổi lễ tưởng niệm và phát hành trên đã quy tụ nhiều giáo sĩ, tu sĩ, các học giả và tác giả trong giới văn thi hữu Công giáo tham dự, với thánh lễ đồng tế và các tham luận: "Hàn Mạc Tử và hành trình tiếp bước" của Lê Đình Bảng; "Giới thiệu thơ văn Hàn Mạc Tử vừa tìm thấy trên báo Công Luận" của Nguyễn Hữu Sơn; "Đi tìm tác phẩm Lệ Thanh thi tập của Hàn Mạc Tử và Nét Khải huyền trong đời và trong thơ Hàn Mạc Tử" của Trần Quang Chu; "Giới thiệu Có Một Vườn Thơ Đạo, tập 5 - Bay Tới Cõi Thiên Đàng" của Lm. Gioakim Nguyễn Đức Quang; "Đồng Xanh Thơ Sài Gòn - Những bước tiến và thách đố trong hoạt động mục vụ văn hóa" của Hương Quê; "Thi Ca Cầu Nguyện - Sự gắn bó giữa Tin mừng và cuộc sống" của AP. Mặc Trầm Cung; "Thực trạng chung hiện nay của thi ca Công giáo" của Lê Hồng Bảo; "Văn học Kitô giáo được hình thành từ đời sống cầu nguyện" của Dã Tràng Cát; "Giới thiệu Thi Ca Cầu Nguyện" của Cao Huy Hoàng.

"- Đọc Tin mừng để làm thơ, có phải là thơ Tin mừng không?
- Cầu nguyện để làm thơ, có phải là thơ cầu nguyện không?

Theo tôi, câu trả lời là 'Không', vì mục đích của người đó là để 'làm thơ'; trong khi Tin mừng là để sống, một sự sống tìm kiếm chân lý, tìm kiếm ơn cứu độ, và cầu nguyện là sự giao thoa cảm xúc của tâm hồn con người hướng về một 'Ai đó'.

Nếu một bài thơ thiếu những yếu tố đặc tính của Tin mừng, thiếu sự gắn bó với một 'Ai đó' thì bài thơ đó chưa thể gọi là thơ Tin mừng, là Thi ca cầu nguyện.

Vì nếu đọc Tin mừng chỉ để làm thơ, bài thơ đó sẽ rất khô khan, cứng nhắc, đó chỉ là sản phẩm của lý trí. Bởi thơ không chỉ dừng lại ở ngôn ngữ, vì khi bước sâu vào chỗ tận cùng của ngôn ngữ, ta sẽ bắt gặp một dạng ngôn ngữ khác, đó là ngôn ngữ không lời, ngôn ngữ của 'sự thinh lặng'. Nơi đó, ta sẽ gặp gỡ và gắn bó với một 'Ngôi vị' là Thiên Chúa. Tin mừng sẽ hóa giải nội tâm của ta thành cung thánh, thành cảnh vực thần linh của thi ca".

("Thi ca cầu nguyện - Sự gắn bó giữa Tin mừng và cuộc sống" - AP. Mặc Trầm Cung)

- Tổ chức "Lễ Tưởng niệm Đức Ông-Nhà thơ Xuân Ly Băng (1926-2017)" vào ngày 17/08/2017, tại Trung tâm Mục vụ Tổng Giáo phận Sài Gòn, với sự tham dự của nhiều linh mục, tu sĩ và các nhóm văn thi hữu Công giáo, với các tham luận: "Cuộc đời và Tác phẩm của Xuân Ly Băng" của An Thiện Minh; "Thần học trong thơ Xuân Ly Băng" của Lm. Nguyễn Thiên Cung; "Xuân Ly Băng trong tôi" của Lm. Nguyễn Văn Lừng; Di khảo "Dưới bóng Thánh đường Đức Micae" của Phạm Đình Khiêm viết về Xuân Ly Băng tại Thanh Xuân ngày 15/7/1995, được Lm. Trăng Thập Tự chia sẻ, và một số cảm nhận của các tham dự viên. Sau đó là thánh lễ đồng tế với Lm. PX. Bảo Lộc làm chủ tế.

Các giao lưu khác

Giao lưu, chia sẻ thi ca chiêm niệm và đời sống tĩnh nguyện với các Đan viện Xitô, Ban Văn hóa Giáo phận... đặc biệt với Nữ Đan viện Xitô Thánh Mẫu Vĩnh Phước vào ngày 04/06/2016.

"Hơn các tín ngưỡng tự nhiên, người Công giáo làm thơ đạo là người bước vào thánh địa siêu nhiên của thi ca. Thánh địa này nằm giữa đất và trời, giữa cõi những sự thuộc thế gian - và hơn mọi nghệ thuật khác kể cả nghệ thuật thờ phụng - cõi ấy tiếp giáp và nhiều nơi hòa nhập vào cõi của Lời Hằng Hữu.

Vậy những điều kiện để làm thơ đạo là gì? Theo Thomas Merton, đó là khát vọng nên thánh và đời sống chiêm niệm của người làm thơ đạo.

Mọi nhà thơ Kitô hữu đều là những nhà chiêm niệm theo nghĩa họ thấy Thiên Chúa mọi nơi trong tạo vật của Người và trong các mầu nhiệm của Người. Họ nhìn thấy thế giới tạo vật chứa đầy dấu chỉ và biểu tượng của Thiên Chúa.

Rõ ràng nhà thơ không cần phải đi vào một đan viện để trở thành một nhà thơ tốt hơn, cái chúng ta cần là những 'người chiêm niệm" bên ngoài nội cấm và bên ngoài kiểu mẫu cố định nghiêm ngặt của đời tu"...

("Thi ca và đức tin tôn giáo qua kinh nghiệm bản thân" – Vĩnh An)

3.6 Tác phẩm

ĐXT Sài Gòn kết hợp Học viện Mục vụ đã ra mắt 3 ấn phẩm trong các năm 2015 và 2017, tại Trung tâm Mục vụ Tổng Giáo phận Sài Gòn.

- Ra mắt ấn phẩm "Lấp Lánh Sương Mai" vào ngày 23/06/2015.
- Ra mắt ấn phẩm "Mưa Hồng Ánh Thiêng" vào ngày 03/10/2015.
- Ra mắt ấn phẩm "Rợp Bóng Mây Trời" vào ngày 30/09/2017

4. KHÓ KHĂN VÀ THÁCH ĐỐ

Một số khó khăn và thách đố trong việc sinh hoạt và phát triển của ĐXT Sài Gòn:

• Việc mời gọi các thành viên có cùng chung một chí hướng để tham dự và sinh hoạt về thi ca truyền giáo là một vấn đề nan giải. Hầu hết mọi người vẫn thích hoạt động sáng tác theo cách cá nhân, ngại va chạm và ngại sự góp ý chân thành.

• Việc sinh hoạt văn hóa dễ dẫn đến những quan điểm trái chiều, và việc bảo thủ làm tê liệt tính xây dựng của cộng đoàn. Nếu người chủ xướng không có tinh thần khiêm nhu và chịu đựng, hy sinh và mẫu mực sẽ khó tránh khỏi những va chạm.

• Việc tiếp cận thi ca Công giáo với giới trẻ còn rất khiêm tốn. Thi ca Công giáo hầu như chưa có chỗ đứng trong văn hóa đọc của giới trẻ Công giáo, đặc biệt tại Tổng giáo phận Sài Gòn.

Những trăn trở về phát triển thi ca truyền giáo, thu hút thành viên và nhất là việc truyền đạt thi ca trong cộng đồng Dân Chúa thật sự là một thách đố lớn cho ĐXT Sài Gòn.

5. ĐỊNH HƯỚNG PHÁT TRIỂN

Trong kế hoạch dài hạn, ĐXT Sài Gòn tập trung mở rộng nguồn lực với lớp người trẻ, nhằm nâng cao việc yêu mến thi ca Công giáo, phát huy được tính năng động và đa chiều trong việc Loan báo Tin mừng qua nghệ thuật.

Để thực hiện định hướng này, ĐXT Sài Gòn tiếp tục kết hợp với Học viện Mục vụ Tổng Giáo Phận Sài Gòn thực hiện các chuyên đề về Đức tin và Thi ca, nhằm đi sâu vào đời sống tâm linh cũng như việc hội nhập văn hóa và sống đạo giữa lòng dân tộc.

ĐXT Sài Gòn cũng đang mở rộng mảng văn xuôi với những tác giả đầy tâm huyết và những người trẻ hăng say làm tông đồ về văn hóa và đức tin.

Mảng văn xuôi hầu như dễ tiếp cận với người trẻ hơn mảng thi ca. Bởi thế, ĐXT Sài Gòn định hướng kết hợp song song và phát triển đồng thời hai lãnh vực thi văn với nhau, cũng như ra mắt các ấn phẩm chung để tạo tiền đề cho việc yêu mến văn hóa và văn học Công giáo Việt Nam.

6. THAY LỜI KẾT

Trong tâm tình tha thiết muốn nâng cao và triển nở dòng văn hóa và văn học Công giáo, ĐXT Sài Gòn mong muốn được góp một phần nhỏ trong ơn gọi "loan báo Tin mừng qua Thi ca" giữa lòng quê hương Việt Nam, và cùng với Giáo hội Công giáo Việt Nam dâng bài ca chúc tụng lên Đấng Tình Yêu Vĩnh Hằng.

- Hội trại sáng tác Thi ca Công giáo của Đồng Xanh Thơ Sài Gòn, ngày 12-10-2014, tại Trung Tâm hành hương Thánh Mẫu Bãi Dâu - Vũng Tàu

THA THIẾT VỚI KHO TÀNG HÁN NÔM CÔNG GIÁO...

Liên Giang

Từng có lần tham dự buổi sinh hoạt với Câu lạc bộ (CLB) Hán Nôm Công giáo (HNCG) tại Trung tâm mục vụ Tgp Sài Gòn, chúng tôi được gặp gỡ, trao đổi với nhà nghiên cứu Nguyễn Hạnh (Michel Nguyễn Hạnh), người hướng dẫn CLB HNCG. Thầy Hạnh là người dành nhiều tâm huyết trong việc nghiên cứu, giảng dạy, truyền cảm hứng cho thế hệ trẻ về bộ môn Hán Nôm, đặc biệt là HNCG. Khi đợt dịch Covid-19 lần thứ 4 bùng phát tại Sài Gòn, CLB chuyển từ hình thức sinh hoạt trực tiếp sang trực tuyến, thầy Hạnh tiếp tục đồng hành với nhóm, đồng thời vẫn duy trì lớp học HNCG trên kênh YouTube của Tgp Sài Gòn. Đầu tháng 4/2022, có dịp gặp lại người thầy đầy tâm huyết này, trong cuộc trò chuyện, chúng tôi được biết rõ nét hơn về CLB cùng lớp học Hán Nôm Công giáo mà thầy dày công vun đắp, cũng như những dự định, thao thức để duy trì, bảo tồn và phát triển di sản Hán Nôm của cha ông, trong đó có kho tàng HNCG chưa được khai thác hết.

Michel Nguyễn Hạnh

* *Sinh năm 1959, tại Gia Định. Tốt nghiệp ĐH SPKT 1981, chuyên ngành quản lý giáo dục, 1995. Hợp tác viết sách về giáo dục với Nxb Trẻ và Nxb Giáo Dục. Đã xuất bản nhiều sách giáo dục. Chuyên nghiên cứu Tiếng Việt, Hán Nôm, Lịch sử văn hóa, Văn hóa tín ngưỡng, Triết học phương Đông. Hiện là giảng viên tại Đại Chủng Viện Giuse Saigon, Học viện Công giáo Việt Nam, và một số học viện các Dòng. Thành viên Ban Giáo lý Tgp Saigon, dạy Hán Nôm Công Giáo trên Youtube.*

* *Email: cavangchamcom@gmail.com*

Maria Phan Thị Liên Giang

** Bút danh: LIÊN GIANG, PHAN NHI*
** Sinh năm : 1975 tại Sài Gòn, lớn lên ở Tây Ninh*
** Tốt nghiệp Đại học Luật TPHCM, 1998.*
** Vừa làm báo vừa sáng tác văn thơ*
** Tác phẩm đã xuất bản: Băng qua nỗi nhớ (tập thơ, NXB Văn hóa - Văn nghệ 2011)*
** Hiện là Biên tập viên báo Công giáo và Dân tộc*
** Email: l.giang.0504@gmail.com*

** Từng hướng dẫn một lớp học Hán Nôm Công giáo ở Học viện mục vụ - TGP Sài Gòn, rồi đến một CLB Hán Nôm mở ra hơn, thu hút các bạn trẻ trong và ngoài Công giáo tham gia, thầy có thể kể qua về quá trình này?*

Nhà nghiên cứu Nguyễn Hạnh: Khi tham gia cộng tác biên soạn tập sách "Hạnh các thánh tử đạo Việt Nam" do Đức Giám mục Phêrô Nguyễn Văn Khảm chủ biên (ấn hành 2018), biết tôi có tài liệu Hán Nôm để nghiên cứu, Đức cha Phêrô đã gợi ý "làm sao để phổ biến lại kiến thức Hán Nôm cho thế hệ sau, nếu không lại có lỗi với tiền nhân...". Rồi Đức cha Gioan Đỗ Văn Ngân, Chủ tịch Ủy ban Giáo lý Đức tin (trực thuộc Hội đồng Giám mục Việt Nam) khi chuẩn nhận cho một công trình về Hán Nôm Công giáo do tôi nhập liệu lại và chú giải - cuốn "Hội đồng tứ giáo danh sư chú giải" - cũng đã khích lệ tôi truyền đạt sự am hiểu về Hán Nôm lại cho những người quan tâm, yêu mến để có thế hệ kế thừa. Làm việc trong lĩnh vực nghiên cứu văn hóa và cũng là nhà giáo (hiện đang giảng dạy tại Học viện Công giáo Việt Nam), bản thân tôi cũng luôn đau đáu với di sản Hán Nôm của cha ông, trong đó có kho tàng HNCG vẫn chưa được khai thác hết, thế nên tôi nhận thấy việc chia sẻ kiến thức và truyền cảm hứng yêu thích bộ môn này cho người khác, thật sự cần thiết. Rồi một lớp học Hán Nôm đã hình thành tại Học viện Mục vụ từ tháng 9/2018, duy trì được một năm, sau đó nhận thấy ít học viên nên tôi đã bàn với linh mục FX Bảo Lộc - Giám đốc học viện, để chuyển hình thức sinh hoạt thành câu lạc bộ Hán Nôm, hy vọng thu hút nhiều đối tượng hơn. CLB Hán Nôm trực thuộc Học viện Mục vụ - Trung tâm mục vụ Tổng giáo phận Sài Gòn và được sự hỗ trợ của Ban Mục vụ Văn hóa, hoạt động theo tinh thần mở, luôn chào đón những thành viên mới, trong - ngoài Công giáo và miễn phí. Những anh chị em mới gia nhập nhóm thường do bạn bè quen biết hoặc người đã tham gia CLB trước đó giới thiệu...

CLB từng có thời gian sinh hoạt trực tiếp tại Học viện Mục vụ, còn hiện nay sinh hoạt theo hình thức trực tuyến để có thể mời gọi những người ở xa tham dự và cũng tiện việc giữ khoảng cách trong mùa dịch bệnh. CLB hoạt động theo năm học của Học viện Mục vụ. Để giúp các thành viên học (với người mới) hay ôn luyện (với chuyên viên) Hán ngữ, mỗi buổi sinh hoạt thường có chủ đề, chẳng hạn như theo chủ đề các sách trong bộ Tứ Thư và Ngũ Kinh của Nho giáo - tìm hiểu về triết học phương Đông. Mỗi năm, các thành viên sinh hoạt dựa vào một quyển trong bộ sách trên. CLB đã hoạt động được ba năm, đã cùng học tập và thảo luận các sách Kinh Dịch, Đại Học, Hiếu Kinh. Các thành viên trong CLB rất đa dạng: giáo dân, tu sĩ, linh mục, nhà báo, biên tập viên, đạo diễn... Tất cả được phân công soạn và trình bày một vài chương sách: chiết tự, nghĩa từ, điển ngữ, văn phạm, triết lý sống của người xưa và hiện tại hóa cho xã hội hôm nay.

Buổi họp CLB luôn được bắt đầu và kết thúc với kinh nguyện. Trong buổi họp hay sinh hoạt trên nhóm Zalo, chúng tôi thường trao đổi những kiến thức chung và cả các tác phẩm HNCG. Các thành viên đều hiểu rằng mình đang khám phá di sản Hán Nôm của cha ông, trong đó văn hóa Công giáo góp phần không nhỏ vào kho tàng chung ấy.

** Được biết ngoài buổi sinh hoạt với CLB này, thầy còn dạy một lớp HNCG trực tuyến trên kênh YouTube của Tổng giáo phận cho tất cả những ai có nhu cầu học qua mạng. Chương trình này thì thế nào?*

- Nhà nghiên cứu Nguyễn Hạnh: Ngoài CLB Hán Nôm, hơn một năm qua, được sự giúp đỡ của Ban Mục vụ Truyền thông Tổng giáo phận, đặc biệt là linh mục Giuse Vũ Hữu Hiền - Trưởng ban và nữ tu Têrêsa Duyên Sa – Dòng Thánh Phaolô, tôi đã thực hiện được việc dạy Hán Nôm Công giáo trên Youtube vào thứ Năm hằng tuần. Cho đến nay đã thực hiện được hơn 65 clip dạy HNCG. Chủ đề đầu tiên tôi chọn là kinh nguyện, các bài kinh có nguồn gốc Hán Nôm vào cuối thế kỷ XIX và đầu thế kỷ XX. Mỗi bài kinh được giải thích từng từ, chiết tự và giảng giải về ý nghĩa cũng như xuất xứ của lời kinh...

** Trong kho tàng Hán Nôm của tiền nhân, các công trình Hán Nôm Công giáo hẳn không ít. Việc khai thác để giới thiệu cho mọi người biết văn hóa Công giáo đã đóng góp cho văn hóa Việt Nam thế nào, đồng thời cũng để bảo tồn và truyền lại cho thế hệ sau..., chắc chắn đòi hỏi những người có tâm huyết và tha thiết với di sản của cha ông. Là một nhà nghiên cứu quan tâm đến lãnh vực này, thầy có thể cho biết bản thân mình và các cộng sự đã có định hướng hay chương trình gì góp phần vào việc này?*

- Nhà nghiên cứu Nguyễn Hạnh: Tôi được linh mục Giuse Nguyễn Hữu Triết, Trưởng ban Mục vụ Văn hóa Tgp. Sài Gòn giao quản lý phòng sách Hán Nôm và có nhiệm vụ quảng bá các sách Hán Nôm đã có trong phòng sách để được nhiều người biết đến. Trước đây, nhóm biên dịch của cha Vinhsơn Nguyễn Hưng đã dịch âm ra quốc ngữ hơn 120 đầu sách Hán Nôm Công giáo nhưng ở dạng lưu hành nội bộ. Tôi đang xúc tiến việc làm mới lại bộ sách ấy, xin chuẩn ấn (imprimatur) của Đấng Bản Quyền, xin giấy phép của Cục Xuất bản. Được như vậy thì bộ sách Hán Nôm ấy mới có thể bán đại trà ở các nhà sách và là nguồn tư liệu khả tín cho các nhà nghiên cứu.

Hiện nay, có một công việc rất quan trọng, đó là thực hiện quyển *Từ điển Hán Nôm Công giáo*. Đức cha Gioan Đỗ Văn Ngân, Chủ tịch Ủy ban Giáo lý Đức tin, đã đồng ý cho thành lập nhóm Từ điển Hán Nôm Công giáo, Đức ông Phêrô Nguyễn Chí Thiết là trưởng nhóm. Tuy nhiên, do dịch bệnh còn căng thẳng nên nhóm chưa ra mắt được. Song, chúng tôi cũng đã tiến hành từng bước, in lại từng quyển sách HNCG với phần tra cứu từ vựng, diễn giải điển tích và trích dẫn văn liệu. Để rồi tổng hợp lại làm dữ liệu thực hiện quyển *Từ điển Hán Nôm Công giáo*. Chúng tôi đã in được quyển *Hội đồng Tứ giáo Danh sư sưu tầm và chú giải* (với chuẩn ấn của Đức cha Gioan Đỗ Văn Ngân). Trong đó, chúng tôi giải thích gần như từng từ và các điển cố.

Chẳng hạn:

lời 𠳒 HT. khẩu 口 (lấy ý) + trời 𡗶 (lấy âm) ‖ N. tiếng nói ra. Td: *lời* gở 𠳒𢭮; *lời* nói 𠳒吶.

lợi 利 H. tước thưởng. Td: danh *lợi* 名利 (danh vị và lợi lộc).

lớn 懶 GT. lãn 懶 (lười biếng) ‖ N. to, trái với nhỏ. Td: cái trứng *lớn* lắm 丐𦂛懶凜. Tr. 10 dùng từ lớn 懶.

lớn 𡘯 HT. đại 大 (lấy ý) + lại 賴 (lấy âm) ‖ N. to, trái với nhỏ. (núi nào lớn lở xuống 𡶀市𡘯呂) Tr. 78 dùng từ lớn 𡘯.

lợn 𤞼 HT. khuyển 犭 (lấy ý) + lận 吝 (lấy âm) ‖ N. con heo. Td: thần *lợn* 神𤞼.

lu 𠯇 GT. lo 𠯇 ‖ PÂ. Td: Lu-xi-phe 𠯇槎批.

Lu-xi-phe 𠯇槎批 (Lucifer) H. *Lu-xi-phe* là tên gọi của ác thần Sa-tan trước khi sa ngã. Td: Bấy giờ *Lu-xi-phe* thấy mình được sang trọng dường ấy liền sinh lòng kiêu ngạo muốn lên bằng Thiên Chúa 閉䁟𠯇槎批實命特郎重兼氏連生悉驕傲悶達平吴主.

Các ký hiệu viết tắt: H. (chữ Hán); GT (phép giả tá trong lục thư), HT. (phép hài thanh trong lục thư), N. (chữ Nôm), Td (thí dụ).

Ngoài ra, chúng tôi đang có dự án in lại toàn bộ hơn 120 quyển sách Hán Nôm Công giáo đã chuyển dịch sang chữ Quốc ngữ cũng theo cách thức tương tự.

Chính việc in lại cả trăm đầu sách Hán Nôm Công giáo sẽ hỗ trợ cho quyển Từ điển. Ở mỗi mục trong từ điển, sẽ có phần văn liệu. Nghĩa là mục từ ấy đã xuất hiện tuần tự theo năm tháng ở những sách Hán Nôm Công giáo nào. Qua đó người đọc cũng có thể xác định được tần suất của một từ nào đó trong hơn trăm tác phẩm Hán Nôm Công giáo. Khi xuất bản lại các tác phẩm này, chúng tôi cũng sẽ số hóa (nhập lại ký tự) bản văn để dễ truy xuất đưa vào phần văn liệu.

** Việc bảo tồn, phát triển kho tàng Hán Nôm Công giáo, hiện nay theo thầy có những thuận lợi, khó khăn nào?*

Nhà nghiên cứu Nguyễn Hạnh: Công việc bảo tồn và phát triển văn hóa Hán Nôm Công giáo không dễ dàng chút nào. Tôi cảm nhận được hồng ân Thiên Chúa dẫn dắt mình đi từng bước, tuy chậm nhưng chắc chắn. Tôi dạy học ở nhiều Học viện, nơi nào tôi cũng cố gắng thổi ngọn lửa yêu mến Hán Nôm Công giáo để mong rằng sẽ có người kế thừa. Qua mười một năm dạy ở Học viện Dòng Tên, một ngày đẹp trời, tôi được linh mục Viện trưởng Giuse Phạm Tuấn Nghĩa, S.J. cho biết, ngài thấy nỗ lực ươm mầm Hán Nôm của tôi ở Học viện là điều nên làm và chính ngài đã đứng ra dạy Hán văn cho các thầy ở Học viện.

Đặc biệt, năm học 2021-2022, tôi được cha Gioan Nguyễn Thiên Minh (dòng Đa Minh) - Giám đốc Trung tâm Thần học Sedes Sapientiae - mời dạy Hán văn tại Trung tâm này của dòng. Chúa giao cho tôi công việc mới, tôi lại có điều kiện giúp các thầy ở đây học Hán Nôm và thổi ngọn lửa yêu mến văn hóa Hán Nôm Công giáo ở môi trường mới.

Việc xuất bản sách Hán Nôm Công giáo rất cam go. Tôi được các đấng bậc hỗ trợ, động viên nhưng nguồn tài chính sẽ lấy ở đâu? Chắc chắn là từ ân sủng của Chúa Thánh Thần rồi. Tôi cầu nguyện, phó thác và hy vọng chính Chúa sẽ lo mọi sự nếu điều đó đẹp lòng Ngài.

Tôi kỳ vọng ở việc ấn hành toàn bộ các sách mà cha Vinh Sơn Nguyễn Hưng và nhóm "Dịch thuật Hán Nôm Công giáo" đã phiên chuyển sang chữ quốc ngữ. Hơn 120 quyển. Hiện nay chỉ mới hai Học viện Công giáo có dạy Hán Nôm, khi nào bộ sách được phổ biến rộng, có lẽ các học viện đan tu sẽ xem trọng chữ Nôm và số người tự học chữ Nôm cũng sẽ gia tăng.

** Vâng, như thầy đã chia sẻ ở trên là "đang xúc tiến ấn hành các đầu sách Hán Nôm Công giáo", thầy có thể nói rõ hơn về việc "làm mới lại" các tác phẩm này và điều ấy mang lại ý nghĩa gì?*

Nhà nghiên cứu Nguyễn Hạnh: Theo dự án, mỗi tác phẩm đều có cả phiên bản chữ Quốc ngữ và phiên bản chữ Nôm. Có thể cách trình bày này sẽ tạo nên bước đột phá. Chị biết, ngày trước các bạn trẻ Công giáo ít được đi học. Nhờ đâu mà nhiều người trong số những giáo dân nam nữ không được học ấy có thể đọc được sách chữ Nôm cách chính xác? Lúc đầu, họ chỉ nhìn vào sách để quen dần với mặt chữ. Những chữ thường lặp lại sẽ thuộc trước rồi dần dần đến các chữ khác. Nhờ đó, họ không biết chữ Hán mà vẫn đọc được sách Nôm.

Giờ đây, tương tự như vậy, một ấn phẩm có cả hai phiên bản chữ Nôm và chữ Quốc ngữ sẽ giúp những người kiên nhẫn đọc được chữ Nôm trong một thời gian ngắn. Cũng chính là để gợi ý điều ấy, trong những clip dạy Hán Nôm Công giáo, tôi đã khởi đầu bằng các bài kinh có nguồn gốc Hán Nôm. Các thầy Đại chủng viện bị khống chế về thời giờ khó lòng tự học chữ Nôm nhưng những đan sĩ quan tâm đến kho tàng người xưa để lại có thể tận dụng các ấn phẩm này để vừa ngắm nguyện vừa học chữ Nôm và rồi sẽ thành những chuyên viên chữ Nôm, giúp giữ gìn một mảng văn hóa rất đẹp của dân tộc.

** Xin cảm ơn nhà nghiên cứu Nguyễn Hạnh và cầu chúc cho những việc thầy cùng các cộng sự đang làm vì lợi ích chung được "sinh hoa kết trái" trong ơn Chúa!*

LIÊN GIANG (thực hiện)

Suốt 20 năm (1885-2005) Lm. Vinh Sơn Nguyễn Hưng và các cộng sự viên trong Nhóm Dịch thuật Nghiên cứu Hán Nôm Công giáo đã phiên chuyển sang chữ Quốc ngữ được HƠN 120 tác phẩm Hán Nôm Công giáo Thế kỷ XVII-XX: Quý bạn đọc quan tâm, muốn góp phần giữ gìn và tôn tạo những cống hiến của người xưa, mời xem dự án ***VƯỜN XƯA HOA LẠI NỞ*** *ở những trang cuối quyển II bộ sưu tập này.*

TRANG *VĂN THƠ CÔNG GIÁO* (vanthoconggiao.net)

Bùi Công Thuấn[*1]

Trang dunglac.net ngưng hoạt động để lại một khoảng trống không bù đắp được đối với các tác giả, các nhà nghiên cứu và với bạn đọc Công giáo Việt Nam.

Mạng Lưới Dũng Lạc khởi đầu vào ngày 2 tháng 4 năm 2005, có 123 tác giả cộng tác trên các chuyên mục: Điểm nhấn; Văn hóa biên khảo; Văn học nghệ thuật; Tâm linh tôn giáo; Kinh thánh. Dũng Lạc nối kết và giới thiệu Đạo Sống Dũng Lạc: sống dũng như rồng và an lạc như chim tiên. Đặc biệt giới thiệu một số kinh điển Việt tộc bằng song ngữ Anh-Việt như *Lĩnh Nam Chích Quái, Việt Điện U Linh*... và một số tác phẩm về tư tưởng Việt Nam của Gs. Kim Định như *Kinh Hùng Khải Triết, Sứ Điệp Trống Đồng, Hùng Việt Sử Ca*..., của Gs. Nguyễn Đăng Thục: *Lịch Sử Tư Tưởng Việt Nam*, của Gs. Trần Ngọc Thêm: *Tìm Về Bản Sắc Văn Hóa Việt Nam* ...

Các trang mạng của các giáo phận ra đời đã tạo cơ hội cho các tác giả chia sẻ những sáng tác, nghiên cứu văn học Công giáo. Nhưng trong 27 trang mạng của các giáo phận, Mục vụ văn hóa dành cho văn học nghệ thuật là rất giới hạn, theo quan sát của chúng tôi chỉ có 7 giáo phận có mục vụ văn hóa dành cho văn học nghệ thuật và nếu kể thêm trang mạng của các dòng tu có chuyên mục thơ văn, thì đất dành cho văn học nghệ thuật Công giáo vẫn không đáp ứng nhu cầu của thời đại Loan báo Tin mừng.

---

*1 Về tác giả, xin xem trang 108

Vì thế sự ra đời của trang Văn thơ Công giáo là một đòi hỏi hết sức cấp thiết.

NỘI DUNG CỦA TRANG VĂN THƠ CÔNG GIÁO

1.Văn thơ Công giáo có các chuyên trang: Tin tổng hợp, Vườn thơ, Vườn văn, Tác giả, Cuộc thi, Tủ sách, Liên hệ.

Trên giao diện chính, các nội dung hiển thị cập nhật hàng ngày:

Tin mới: có 5 bài viết mới;
Tâm nguyện hiệp hành: có 5 bài;
Vườn thơ: có 6 bài
Vườn Văn: 6 bài;
Tin tổng hợp: có 5 bài
Phê bình sưu khảo: có 4 bài
Chân dung tác giả: có 3 bài
Tủ sách: có 4 bài

Ngoài ra có các chuyên mục:
Xem nhiều trong tuần: 3 bài cập nhật

Điểm tin văn học: liên kết với các trang: Văn Việt, Tạp chí Hợp Lưu, Tập san Mục Đồng, Mai Khôi, Thánh giữa đời vui, Văn hóa Đất Mới, Blog Bùi Công Thuấn, Blog Cao Gia An, Blog Trầm Tĩnh Nguyện

2.Thống kê số bài lưu trữ vào 47 chuyên mục như sau:

Vườn thơ, 710 -Vườn văn, 519 -Tâm tình chia sẻ, 462 -Truyện ngắn, 303 -Viết văn đường trường, 250 -Thi ca cầu nguyện, 247 -Phê bình sưu khảo, 199 -Tin tổng hợp, 165 -Tạp văn, 150 -Góc tâm linh, 129 -Tủ sách, 126 -Viết về yêu thương, 120 -Nhân chứng niềm tin, 104 -Chân dung tác giả, 62 -Thơ Đức Mẹ, 57 -Thơ các thánh, 47 - Ơn gọi, 45 -Truyện ở cộng đoàn, 41 -Câu chuyện truyền giáo, 39 -Văn hóa Đất Mới, 34 -Tâm nguyện hiệp hành, 32 -Truyện dịch, 31 -Đặng Đức Tuấn, 31 -Thơ tình yêu, 30 -Yêu tiếng Việt, 26 -Thần khúc, 22 -Cầu nguyện cá nhân, 18 -Đồng Xanh Thơ, 18 -Thơ tri ân báo hiếu, 17 -Tập san Mục Đồng, 17 -Sáng tác cho tuổi thơ, 13-Tuyển tập Bông hồng nhỏ, 13 -Thơ quê hương, 11 -Hoa Núi Rừng, 9 -Thi hào Dante, 9 -Tùy bút, 7 -Nụ cười nhà đạo, 6 -Tin tổng hợp, 6 -Tủ sách Nước Mặn, 6 -Huấn giáo, 3 -Nhịp cầu đồng bào, 3 -Văn kiện giáo hội, 3 -Tủ sách Tuổi hoa, 2 -Bông hồng nhỏ, 1 -Danh sách tác giả, 1 -Sớ Táo quân, 1 -Truyện rất ngắn, 1.

Thống kê lưu trữ tác giả và tác phẩm (tính đến 07/4/2022): có 616 tác giả. Trong đó có những Đấng bậc trọng vọng và các nhà nghiên cứu uy tín:

ĐGH Gioan Phaolô II; Hy. FX. Nguyễn Văn Thuận; Hy. Phạm Đình Tụng; Gm. Bùi Tuần; Tgm. Ngô Quang Kiệt; Gs. Lm. Thanh Lãng; Nhà nghiên cứu Nguyễn Vy Khanh; Ts. Liễu Trương...

Và đặc biệt là đông đảo các tác giả thơ văn đương đại, trong và ngoài nước.

3. Các tác phẩm được giới thiệu

Tủ sách đã giới thiệu được hơn 110 tác phẩm gồm đủ thể loại. Tôi đặc biệt quan tâm đến các tác phẩm:

5 Chiếc Bánh và 2 Con Cá và Đường hy vọng của Hy. FX. Nguyễn Văn Thuận.

Sáng Thế Diễn Ca, Sách Giảng Viên Diễn Ca, Thánh vịnh diễn ca của Đỗ Quang Vinh

Sấm Truyền Ca (1670) của linh mục Lữ Y Đoan.

Văn học Công giáo Việt Nam - những chặng đường (tập 1) của Lê Đình Bảng.

Lịch sử văn học Công giáo Việt Nam (cuốn 1) của Võ Long Tê.

Việt Nam Giáo sử - Lm Phêrô Phan Phát Huồn, DCCT.

Tự thú của thánh Augustinô.

Tông huấn Gaudete Et Exsultate (Vui mừng và Hân hoan) của Đức Thánh Cha Phanxicô.

NHỮNG GIÁ TRỊ

Trò chuyện với Lm Đình Chẩn, người sáng lập, điều hành và chủ biên trang Văn thơ Công giáo, ngài cho biết:

Trang Văn thơ Công giáo là do ngài thành lập, điều hành và chủ biên. Chi phí hoàn toàn tự túc. Các tác giả gửi bài không có nhuận bút. Hiện tại, phụ trách kỹ thuật công nghệ có 2 người, thầy Lại Đức Giang, OP và một giáo dân kỹ sư tin học trường Bách Khoa; phụ trách đăng bài có 3 người (ba nữ giáo dân trẻ).

"Tôn chỉ. mục đích của trang thể hiện trên logo Văn thơ Công giáo:

Logo này đã có 3 nét sáng tạo gợi nhiều ý nghĩa.

-Trước tiên, hình ảnh Thánh Giá được cách điệu thành cây bút.

-Tiếp theo, tượng Thánh Giá trung tâm được cách điệu thành hình chim bồ câu rất thơ mộng, biểu tượng cho Chúa Thánh Thần, cội nguồn linh hứng, đồng thời cũng là hình chữ S của quê hương Việt Nam.

- Nét sáng tạo thứ ba, chính là hình ảnh đồi Golgotha dưới chân

Thánh Giá được cách điệu thành cuốn sách mở, với 3 tông màu, biểu hiệu cho ba nhân đức: Tin Cậy Mến.

Như vậy, qua Logo này, chúng con ước mong các tác phẩm VTCG quy hướng niềm TIN vào Thánh Giá cứu độ, đặt niềm CẬY trông vào Chúa Thánh Thần hướng dẫn lối viết, và để lòng MẾN ca tụng Thiên Chúa và phục vụ quê hương Việt Nam".

Mặc dù trang Văn thơ Công giáo hoạt động chưa lâu song cho đến nay đã phát huy được nhiều giá trị.

1. Trang ngày càng có sức thu hút mạnh. Lượng truy cập hàng ngày khoảng 5.000 lượt, và ngày càng tăng, đó là con số có nhiều ý nghĩa. Trang Văn thơ Công giáo ngày càng đáp ứng nguyện vọng của bạn đọc và giới sáng tác. Và như thế Mục vụ văn hóa cùng với mục đích loan báo Tin mừng ngày càng có sức lan tỏa.

2. Trang đã quy tụ được hơn 600 tác giả mà đa phần là các tác giả sáng tác văn học. Họ là tác giả của Viết Văn Đường Trường, VHNT Đất Mới, Đồng Xanh Thơ, Thi ca Cầu nguyện, các dòng tu; đồng thời cũng là nơi gặp gỡ các nhà văn, nhà thơ, nhà nghiên cứu trong nước và hải ngoại. Chính sự gặp gỡ cọ sát chia sẻ sáng tác sẽ tạo nên cảm hứng sáng tạo. Xin đơn cử một thí dụ nhỏ. Khi bài thơ Chuyện hoa xoan...mùa thương khó của Lê Đình Bảng được giới thiệu, đã có nhiều bài bình thơ (cảm nhận thơ) viết về bài thơ đó. Đó là một tín hiệu tích cực của sự lan tỏa văn chương.

Giờ đây, sau các giải Viết Văn Đường Trường, VHNT Đất Mới, các tác giả trẻ đã có một "sân chơi" thú vị (được giới thiệu, được đăng bài, được chia sẻ, được gặp gỡ và được sàng lọc...), họ sẽ trưởng thành lên, và trong tương lai họ sẽ là vốn quý của văn học Công giáo.

3. Với kho lưu trữ tác giả, tác phẩm, Văn thơ Công giáo sẽ trở thành một kho tư liệu quý giá cho các nhà nghiên cứu văn học Công giáo đương đại. Bởi nơi đây tập trung khá đông đảo các khuôn mặt văn chương Công giáo đương đại (tuy chưa đầy đủ). Những thông tin về tác giả và tác phẩm đủ chỉ dẫn cho các nhà nghiên cứu tìm đến ngọn nguồn của vấn đề.

4. Chuyên mục Phê bình sưu khảo có 200 bài giá trị, hữu ích cho cả người sáng tác, nhà nghiên cứu và người đọc, bởi những bài ở chuyên mục này là những bài có giá trị nghiên cứu, giúp soi sáng nhiều điều cả về tri thức, lý luận, lịch sử và phương pháp tiếp cận tác phẩm. Những tác giả không được trang bị lý luận văn học, có thể tìm thấy ở đây những quan điểm văn chương tiến bộ. Những độc giả phổ thông có thể tiếp cận được những tri thức chuyên môn văn học, giúp nâng

cao khả năng tiếp nhận. Các nhà nghiên cứu có thể tìm thấy những gợi ý về những vấn đề quan tâm. Dù vậy, chuyên mục này còn cần bài của nhiều nhà nghiên cứu hơn nữa để mở rộng về mọi phương diện nghiên cứu văn học Công giáo trong qua khứ và hiện nay.

5. Lm Đình Chẩn, chủ biên trang Văn thơ Công giáo còn có sáng kiến lập nhóm tác giả Công giáo trên Facebook với hơn 120 thành viên, trong đó có rất nhiều người trẻ tài năng. Xin đơn cử:

Nguyễn Thị Thắm, nhà văn nhà thơ, giảng viên đại học Quy Nhơn,

Đinh Phạm Phương Thảo, với công trình nghiên cứu về Tuồng Thương Khó đang được rất nhiều người chia sẻ.

Meri Vicente Clementi, Singapore.

Jasmine Nguyen Truong Cao Dang Su Pham Trung Uong Tp HCM.

Michael Quang Nguyen Làm việc tại Divine Word Institute of Mission Studies, Tagaytay, the Philippines.

Ngọc Bảo, Linh mục chánh xứ tại Giáo xứ Bảo Thị.

Seraphim Kim Thoa, Làm việc tại NovelToon_VI.

Teresa Kim Liên, Fujisawa, Kanagawa.

Trầm Hương Thơ, Làm việc tại Université catholique de sciences appliquées de Mayence.

Đỗ Anh Vũ, Researcher tại Viện Ngôn ngữ học- Viện Hàn lâm khoa học Xã hội Việt Nam – VASS.

Mai Đệ Liên, Đại học Khoa học XH & NV Hà Nội.

Nhuan Duc, Đại chủng viện Thánh Giuse Sài Gòn.

Cao Gia An, Pontificia Università Gregoriana.

Nguyễn Thị Khánh Liên, Phan Rang-Tháp Chàm, Ninh Thuận, Viet Nam.

Chung Thanh Huy, thành phố Hồ Chí Minh

Vinh Kiu, làm việc tại Viện Hàn lâm Khoa học và Công nghệ Việt Nam.

Nguyễn Phương Thảo, tác giả tiểu thuyết đầu tay Ôi Tội Hồng Phúc (Canada)

…

Sự quy tụ những tài năng đa phần là trẻ như thế này là một tín hiệu rất đáng mừng về lực lượng sáng tác văn học Công giáo trong tương lai gần, cũng là tín hiệu của sự lan tỏa văn học Công giáo trong nhiều môi trường của cộng đồng, và qua đó hiệu quả của việc Phúc âm hóa môi trường ngày một nhân rộng.

Tất nhiên sự quy tụ mới là bước đầu, điều quan trọng là việc tổ chức các hoạt động văn học nghệ thuật để phát huy tài năng của mỗi thành viên.

HƯỚNG VỀ TƯƠNG LAI

1. Đã đến lúc Văn thơ Công giáo tổ chức các cuộc thi hoặc trao giải cho tác phẩm xuất sắc trong năm … Và nếu được, tổ chức họp mặt, tổ chức trại sáng tác hoặc phát động việc sưu tầm tác phẩm văn học của quá khứ để làm kho tư liệu chung vv… Lm Đình Chẩn cho biết: "Chúng con ước mong có thêm cộng tác viên có khả năng phát triển kênh youtube Văn thơ Công giáo, chẳng hạn chuyển thể các tác phẩm thành sách nói. Trong tương lai, chúng con cũng hi vọng sẽ tổ tức trao giải cho các tác phẩm hay trong năm hoặc các cuộc thi hướng tới 400 Năm VTCG".

2. Để nâng chất lượng trang Văn thơ Công giáo, cần có những sáng tác giàu giá trị nghệ thuật, những bài nghiên cứu chuyên sâu, thu hút được nhiều tác giả có uy tín tham gia bài vở. Và như thế cần một ban biên tập chuyên môn ở nhiều lĩnh vực. Cũng cần có sự chọn lọc nhất định bài đăng theo những tiêu chuẩn riêng của trang báo.

3. Hiện nay, việc sắp xếp bài vào các chuyên mục chưa thật khoa học (47 chuyên mục). Cần cố định một số chuyên mục chính để dễ tra cứu (thí dụ: sắp xếp bài theo tác giả, theo thể loại tác phẩm, hay lĩnh vực tri thức (Triết học, Thần học, Lịch sử, Văn hóa,…)

Ước mong sao trang Văn thơ Công giáo thực sự là bộ mặt của văn học Công giáo ở cả lĩnh vực sáng tác, nghiên cứu, sưu tầm và các hoạt động văn học; cũng là nơi ươm mầm các tài năng văn học Công giáo cho tương lai. Muốn được vậy, trang web cần được sự quan tâm giúp đỡ của các cấp thẩm quyền của Giáo hội và cần được sự chung tay xây dựng của mọi người yêu tiếng Việt và yêu văn học Công giáo.

4.Đây là lời cám ơn của Lm Đình Chẩn:

"Sau 5 năm Văn thơ Công giáo ra đời, con rất biết ơn quí đấng bậc tiền bối luôn động viên nâng đỡ; biết ơn quí anh chị em cộng tác viên luôn nhiệt thành làm tông đồ bàn phím (một số anh chị em cựu biên tập viên như Nguyễn Xuân Quang, Maria Phương Thúy, Thanh Tâm, Xuân Trang…). Con cũng rất biết ơn quí tác giả Văn thơ Công giáo đã tích cực cộng tác gửi bài, cho quí độc giả bốn phương được thưởng thức những món ăn tinh thần đa dạng."

Tháng 4/ 2020

MỤC ĐỒNG TRÊN NỘI CỎ QUI NHƠN

Nguyễn Văn Học

Việc cưu mang ý tưởng, xây dựng, xuất bản và phát hành một tạp chí, ấn phẩm, tập san ở thời buổi các phương tiện nghe nhìn nở rộ như nấm sau mưa là không hề đơn giản. Hiện tại, văn hóa đọc đang lao dốc. Giới trẻ thời 4.0 có nhiều cách thức giải trí và mối quan tâm khác nhau. Hiện nay báo chí trong nước đang khốn đốn vì phát hành nên thu hút quảng cáo để tồn tại. Nhiều tờ báo, tạp chí phải dừng hoạt động, để lại trong lòng độc giả sự nuối tiếc. Nhiều sạp bán báo lớn nhỏ ở các đô thị lớn vốn đã tồn tại nhiều năm, nay đã biến mất do ế ẩm. Trong bối cảnh đó, quý cha, quý cộng tác viên, những người quý trọng văn học nói chung, văn học Công giáo nói riêng đã xây dựng và hội tụ nhiều tác giả, góp mặt để phát triển tập san Mục Đồng. Tập san Mục Đồng ra đời, trên nội cỏ Qui Nhơn, nơi có một địa danh đã đi vào lịch sử văn học - Nước Mặn một trong những cái nôi làm nên chữ Quốc ngữ. Đồng thời, đây là diễn đàn để người yêu văn học nói chung và người yêu văn học trong cộng đồng người Công giáo nói riêng cất tiếng nói. Đó là tiếng nói về tình yêu Chúa, yêu cuộc sống, yêu con người, phát triển ngôn ngữ, tình yêu văn chương và khả năng hội nhập. Xin trân trọng kính mời quý độc giả lắng nghe cha Gioachim Nguyễn Đức Quang và anh Tađêô Nguyễn Thanh Xuân nói về chuyện bếp núc khi trực tiếp thực hiện Tập san Mục Đồng.

NVH: *Xin chào cha Gioachim Nguyễn Đức Quang và anh Tađêô Nguyễn Thanh Xuân. Thế là Mục Đồng đã bước sang năm thứ sáu, chúng tôi muốn giới thiệu với độc giả trang Văn Thơ Công giáo đôi nét*

Nhà văn Nguyễn Văn Học

* Sinh năm 1981. Quê ở huyện Phú Xuyên (Hà Tây cũ).
* Tốt nghiệp Khoa Sáng tác - Lý luận - Phê bình văn học, trường Đại học Văn hóa.
* Anh vừa làm thơ vừa viết văn và hiện là phóng viên báo Nhân Dân. Đã có 25 đầu sách riêng gồm ký, thơ, truyện ngắn và tiểu thuyết.
* Email: nhavantre@gmail.com

về tuyển tập này. Xin cha với tư cách chủ biên và anh Nguyễn Thanh Xuân với vai trò trưởng ban biên soạn, vui lòng chia sẻ với quý độc giả. Trước hết, thưa cha Nguyễn Đức Quang, từ đâu mà Ban Văn hóa Giáo phận Qui Nhơn đã có ý tưởng thực hiện tuyển tập định kỳ này?

NĐQ: Giải Viết Văn Đường Trường (2012-2018) được tổ chức nhằm dọn mừng năm thánh kỷ niệm 400 năm loan báo Tin Mừng trên quê hương Giáo phận. Giải thưởng khá hào hứng, cho nên hai năm trước khi kết thúc giải, Ban Văn hóa Giáo phận đã nghĩ cần có một khung sinh hoạt để nối dài thành quả của giải, cụ thể là tạo nên một khu vườn gieo mầm văn thơ Công giáo; tạo điều kiện thuận lợi cho các cây bút trẻ có nơi giao lưu học hỏi, phát triển tài năng văn thơ của mình; cũng là nơi giao lưu gặp gỡ giữa những cây bút "cây đa cây đề" với những "cây bút mới vào nghề"; góp phần vào công cuộc rao giảng Tin mừng cho giới tri thức qua con đường văn thơ. Từ đó Ban văn hóa Giáo phận chúng tôi đã quyết định một ấn phẩm định kỳ về văn thơ Công giáo với tên gọi Tập san Mục Đồng.

Qua hơn 5 năm đều đặn phát hành, vừa làm vừa rút kinh nghiệm vừa lắng nghe ý kiến đóng góp, Mục Đồng đã dần dần ổn định và đã phần nào đạt được những mục tiêu ban đầu của mình. Qua nhiều lần cải tiến về hình thức lẫn nội dung: Từ in trắng đen giấy hẩm và dày trên 100 trang để cố gom được nhiều bài, đã chuyển sang in màu giấy láng và cố định 96 trang để chọn lọc bài chất lượng hơn. Lúc đầu, chỉ chú trọng thơ văn, sau ít lâu mở thêm nhiều chuyên mục mới, thích hợp hơn với nhiều đối tượng độc giả, tạo sự đa dạng cho nội dung Tập san...

Ngoài các tác giả từ giải Viết Văn Đường Trường, số các cây bút từ các Dòng tu nam nữ và Chủng viện ngày càng thêm đông... Đến nay đã có cả những cây bút là linh mục, tu sĩ nam nữ, và nhiều anh chị em trong và ngoài Công giáo tham gia.

NVH: Thưa anh Nguyễn Thanh Xuân, hơn 5 năm qua, Mục Đồng đã diễn tiến như thế nào, gặp những khó khăn nào và khắc phục của Mục Đồng như thế nào? Chủ trương ban đầu của nhóm khởi xướng ra sao? Kết quả thế nào? Hẳn là đã phát hiện và quy tụ tác giả trẻ Công giáo, chủng sinh, tu sĩ và cả một số cây bút nghiên cứu cao niên...

NTX: Về thời điểm ra đời và mục đích xuất bản tờ Mục Đồng, cha Quang đã có nói qua. Ban đầu cũng vấp phải nhiều khó khăn vì nhóm thực hiện không phải là một tòa soạn làm việc tập trung. Các chị Văn phòng nhận bài, gửi đến các vị đọc chọn bài, trưởng ban biên soạn phối trí bài, văn phòng và kỹ thuật viên dàn trang trình bày, thiết kế bìa, mỗi người một nơi, làm việc trên máy vi tính, rồi chuyển tới nhà in... Bộ phận quảng bá và phát hành cũng do cha chủ biên và Ban biên soạn đảm nhiệm luôn! Tuy nhiên về mặt thu thập bài vở thì khá thuận lợi từ "nền tảng" là các tác giả Viết Văn Đường Trường và các em trưởng thành từ "Giải văn thơ Đặng Đức Tuấn" ... rồi dần lan rộng đến các cây bút trẻ khác ở khắp các Giáo phận trong toàn quốc.

Dần dần còn nhắm đến một hướng loan báo Tin mừng qua sáng tác văn học, bằng cách sẵn sàng đón nhận sáng tác của các cây bút ngoài Công giáo, để họ có cơ hội xem qua một tuyển tập văn thơ Công giáo, và rồi giúp lan truyền nếp sống tốt đẹp của người Công giáo đến lương dân, tạo những tình cảm yêu mến ban đầu với đạo Chúa. Việc mời gọi các cây bút ngoài Công giáo cộng tác cũng không dễ, vì họ quan niệm một Tập san Công giáo chắc chỉ nói chuyện đạo giáo chẳng liên quan gì đến họ. Tuy nhiên nhờ sẵn có ảnh hưởng và mối thân tình trong hoạt động văn nghệ, anh em chúng tôi đã giới thiệu tuyển tập cho nhiều người, và dần dần đã có nhiều cây bút ngoài đạo (có cả những cây bút đã thành danh) cộng tác với Mục Đồng.

Về chủ trương chú trọng đến các cây bút trẻ trong các dòng tu thì như cha Quang đã nói, đến nay đã có nhiều cây bút tu sĩ thường xuyên gửi bài và chất lượng tác phẩm ngày càng nâng cao.

NVH: *Thưa cha Quang, trong lúc báo chí trong nước đang khốn đốn vì phát hành và thu hút quảng cáo, thì việc phát hành Mục Đồng gặp khó khăn ra sao, có được Giáo hội nâng đỡ, cộng đồng dân Chúa ủng hộ? Việc khắc phục những khó khăn đó ra sao ạ?*

NĐQ: Nếu báo chí trong nước đang khốn đốn vì phát hành thì Mục Đồng cũng không ngoại lệ.

Trong quá khứ và hiện tại, Mục Đồng luôn được Đức cha Mathêô Nguyễn Văn Khôi động viên nâng đỡ nên vững bước tiến về phía trước trong niềm tin yêu vào sự quan phòng của Thiên Chúa. Chúng tôi mong trong số các chủ chăn các nơi khác, những vị quan tâm tới sự thăng tiến giới trẻ Công giáo cũng ưu ái giới thiệu Mục Đồng như một người bạn đồng hành tốt cho mỗi bạn trẻ. Cũng mong rằng các vị phụ trách đào tạo của các Chủng viện và Dòng tu giới thiệu Mục Đồng đến các thuộc cấp của mình, coi đó như một công cụ giúp nâng cao khả năng đọc và viết tiếng Việt của họ.

Để khắc phục khó khăn trong việc phát hành, còn cần đến sự chung tay của nhiều người để xây dựng một hệ thống phát hành có tổ chức – tông đồ sách báo, được sự ủng hộ và động viên của các vị Chủ Chăn. Điều này không chỉ giúp Mục Đồng mà tất cả sách Công giáo được đến tay độc giả trong và ngoài Công giáo.

NVH: *Thưa anh Xuân, văn thơ Công giáo đương đại vẫn còn chưa thật sự phát triển và chưa hội nhập được với văn thơ ngoài xã hội. Theo anh, Mục Đồng có thể kỳ vọng là nhịp cầu kết nối, giúp cho văn thơ Công giáo, đặc biệt là các tác giả trẻ hội nhập?*

NTX: Vấn đề này cũng đang là mối ưu tư của Ban biên soạn Mục Đồng. Có vẻ như các cây bút Công giáo, nếu không tham gia những hoạt động văn nghệ ngoài đời, thường vẫn trung thành theo một lối viết xưa cũ, nặng tính “giáo huấn” hoặc chỉ là những tâm tình, những suy nghĩ “sáo mòn” theo những gì mình đã học được ở nhà thờ... Bởi thế mà “chất lượng nghệ thuật” của tác phẩm không cao, thậm chí là không thể sử dụng. Ban biên soạn chúng tôi đang cố gắng để mỗi số có thể giới thiệu một vài tác phẩm có phong cách viết hiện đại. Hy vọng với sự “tiếp xúc” thường xuyên này, các cây bút Công giáo sẽ dần tiếp cận được những “khuynh hướng mới” trong sáng tác văn học ngoài xã hội. Thực tế thì có một số cây bút đã mạnh dạn tham gia những cuộc thi văn học ngoài đời và đã đạt giải. Hướng đi của Mục Đồng chắc chắn sẽ là “cầu nối” để đưa các cây bút trẻ Công giáo hòa nhập vào dòng chảy văn học chung của xã hội, thậm chí còn “nổi trội”, được nhiều người biết tới. Như vậy “giá trị nghệ thuật” của Mục Đồng sẽ ngày một nâng cao hơn, được giới văn học nghệ thuật thừa nhận.

NVH: *Thưa cha Nguyễn Đức Quang, theo cha, thời gian tới, cần tạo hướng đi ra sao để Mục Đồng phát triển hơn nữa?*

NĐQ: Hướng đi hay còn gọi là mục đích thì không thay đổi, chỉ thay đổi phương cách, hình thức và cập nhật để Mục Đồng luôn mới đáp ứng mong đợi của quý độc giả bao nhiêu có thể. “Nhân vô thập toàn” Mục Đồng dù cố gắng đến đâu cũng không tránh khỏi những thiếu sót, mong quý độc giả thông cảm và góp ý xây dựng để Mục Đồng mỗi ngày mỗi trưởng thành, đẹp về hình thức cả nội dung.

Việc Mục Đồng cần làm:

- Giữ gìn và tôn tạo thương hiệu riêng của Mục Đồng.
- Lập thư viện bài vừa phong phú, vừa chất lượng.
- Xây dượng mạng lưới liên kết các tác giả và họa sĩ.
- Xây dựng tình thân và hiệp nhất giữa các cộng tác viên.
- Tìm hiểu thị hiếu của độc giả.
- Tạo sự tương tác giữa Mục Đồng và độc giả.
- Trong giới hạn của mình, Mục Đồng cố gắng phát triển hệ thống phát hành tông đồ giáo dân và các nhà sách.
- Vận động thành lập tủ sách tại các Giáo xứ, Giáo họ biệt lập

NVH: *Xin cảm ơn cha Quang và anh Xuân nhiều!*

Như cha Quang và anh Xuân đã chia sẻ, Tập san Mục Đồng là ngôi vườn đã và đang gieo mầm và khơi lại tình yêu văn chương, văn học Công giáo nơi người trẻ. Qua tham dự giải Viết Văn Đường Trường, qua cộng tác viết bài cho Mục Đồng, tôi hiểu hơn về những giá trị mà Tập san mang lại, càng thấy công sức của những người trực tiếp làm nên Mục Đồng. Bởi việc sinh ra một Tập san đã khó, việc nuôi dưỡng và làm cho Tập san sống được càng khó hơn. Với tình yêu Chúa, yêu văn chương, lòng nhiệt thành góp phần gìn giữ và tôn tạo văn học Công giáo của những người thực hiện, đã và vẫn đang tích cực làm công tác kết nối, phát hành, làm lan tỏa giá trị Văn học Công giáo trong thời buổi khó khăn là điều đáng quý. Tôi cũng nhận thấy sự vui mừng của nhiều tác giả. Bởi, nhiều người viết văn Công giáo, ngoài tham gia một số cuộc thi thì trước khi có Tập san Mục Đồng, họ không biết gửi bài đi đâu để đăng. Có hay chăng chỉ là đăng ở trang facebook cá nhân. Khi Tập san Mục Đồng xuất hiện, họ có sân chơi, có "đất diễn" chính thống, được cơ quan nhà nước cấp phép, được biên tập bởi những người tâm huyết. Hẳn, cũng như tôi, họ vui mừng khôn xiết.

Và từ đây, trong tôi nảy chồi một niềm biết ơn những người thực hiện, những người đang đi gieo mầm, gìn giữ và tôn tạo văn chương Công giáo; chăm chút cho rất nhiều cây bút chập chững, khẳng định và làm đầy thêm giá trị của các cây bút đã có tên tuổi. Sự khao khát về một diễn đàn văn chương đã thành hiện thực được hơn 5 năm. Tuy có tuổi đời còn trẻ, nhưng giá trị của Mục Đồng, trong lúc này đáng được nhiều người trân trọng. Tôi cũng tin, với sự dẫn dắt và nhiệt huyết của quý cha, quý cộng tác viên đã và đang thực hiện, góp phần làm lớn mạnh ngôi vườn văn chương Công giáo, khơi dậy dòng chảy Văn học Công giáo trong nhiều năm nay có phần lặng lẽ. Tin tưởng rằng tập san Mục Đồng sẽ còn phát triển hơn nữa, thật sự là ngôi vườn hội tụ những gương mặt đã thành danh và đầy triển vọng, trên mọi miền đất nước.

2. KHUÔN MẶT TÁC GIẢ TRẺ

Ở góc vườn vừa xem, tôi đặc biệt để ý hình ảnh một khóm lay ơn, mùa hoa cũ đã tàn nhưng từ những củ lay ơn đang nẩy nở một mùa hoa mới. Mời bạn mở sang cửa sổ này. Những bông hoa mới chưa nhiều nhưng có thật.

Ở phần II của bộ sưu tập, một vài cây bút nghiên cứu trẻ đã tham gia với một số bài viết đáng trân trọng. Tại góc vừa qua của phần III, chính các bạn trẻ đã giới thiệu hoạt động văn chương văn hóa tại các Giáo phận. Tại góc riêng mới này, nhà văn trẻ Vinh Kiu sẽ giới thiệu 36 khuôn mặt trẻ bạn ấy từng quen biết. Rồi đây, người này sẽ mách cho người khác, đến kỷ niệm 400 năm Văn học Công giáo Việt Nam, họ sẽ tay bắt mặt mừng vì đã gặp nhau từ những Câu lạc bộ trên mạng, từ các cuộc thi, từ những trang báo *Mục Đồng*, từ chương trình *Tiếp sức in sách lần đầu*...

Sự kiện 2032-2033 và phần tiếp theo của thế kỷ XXI thuộc về các tác giả trẻ, thuộc về bạn, người đang mở từng trang của bộ sưu tập hôm nay.

Ở đây xin giới thiệu 10 bài.

CHÂN DUNG MỘT SỐ CÂY VIẾT TRẺ CÔNG GIÁO VIỆT NAM

Vinh Kiu

Là người "sinh sau đẻ muộn" của nền văn chương Công giáo Việt Nam, Vinh Kiu biên soạn cuốn sách này không có tham vọng viết nên một cuốn sách lịch sử về văn học Công giáo Việt Nam mà chỉ điểm xuyết sơ lược chân dung một số cây viết Công giáo Việt Nam có năm sinh từ sau 1975 với hy vọng độc giả có thể hình dung được một bức phác họa về tác giả và tác phẩm trong giai đoạn phát triển nở rộ của internet và mạng xã hội. Các cây viết được nêu trong sách đều có những đóng góp nhất định cho nền văn chương Công giáo với những tác phẩm được in ấn, giành giải thưởng cao trong các cuộc thi viết văn thơ Công giáo trong những năm 2010 đến nay, được nhiều độc giả biết đến và đây cũng là những tiêu chí chính trong việc sắp xếp thứ tự cây viết theo các hạng mục trong sách. Phần bài viết chi tiết, Vinh Kiu gửi email để quý tác giả góp ý và chấp thuận trước khi sách in ấn. Vì góc nhìn chưa đủ rộng, người biên soạn có thể thiếu sót, những cây viết chưa có tên trong sách vui lòng thứ lỗi.

Trước tiên là các tác giả tiêu biểu về Truyện. Đối với một nền văn học thì Truyện được xem là tiêu biểu và có sức mạnh hàng đầu trong nền văn chương, đặc biệt là Tiểu thuyết, Truyện dài. Bên cạnh đó Truyện ngắn cũng là hình thức biểu đạt sắc nét. Các hình thức Truyện ký, Truyện kể, Truyện cười,... cũng góp phần tô điểm, làm cho dòng văn học thêm phong phú, đa dạng. Truyện cũng chính là yếu tố gây sức hút mạnh mẽ hàng đầu cho độc giả yêu thích văn chương. Bạn sẽ được gọi là "Nhà văn" khi bạn có những tập truyện ngắn hay tiểu thuyết được xuất bản. Với tiêu chí này, Vinh Kiu tạm thời giới thiệu một số Nhà văn Công giáo trẻ:

Giuse Lê Ngọc Thành Vinh

** bút danh Vinh Kiu*
** Thạc sĩ Tự động hóa Bách Khoa.*
** Nghiên cứu vật liệu điện tử tại Viện Hàn lâm Khoa học và Công nghệ Việt Nam.*
** Từng đạt giải nhất truyện dài Văn hóa nghệ thuật Đất Mới, giải ba Viết văn Đường trường và nhiều giải thưởng khác...*
** Tác phẩm: Đóa hồng thứ 40 (2020), Hoa trong bão (2022).*
** Email: thanhvinhbk@yahoo.com*

1. Linh mục Giuse Cao Gia An, bút danh Lưu Minh Giản, sinh năm 1981 tại Giáo phận (Gp) Xuân Lộc. Ngài là tu sĩ dòng Tên (S.J), người xuất sắc giành giải cao nhất về Văn của cả hai cuộc thi Văn thơ có quy mô toàn Giáo hội Công giáo Việt Nam đầu tiên ở thời kỳ hiện đại là "Sen giữa lầy" 2009 (Giữa mùa Sen) và "Nhánh Huệ Nước Trời" 2010 (Huệ trong đêm). Đặc biệt, truyện "Huệ trong đêm" đã được chuyển thể thành phim ngắn "Huệ đêm" gây tiếng vang cả trong và ngoài Công giáo. Cùng thời điểm đó, cha cho ra mắt tuyển tập truyện ngắn "Hoa phượng về trời" và tập thơ "Về Núi Thánh" được giới trẻ yêu thích. Ngoài ra ngài cũng có nhiều tập thơ (Mùa cứu rỗi, Tình thơ trên phận người,...) và một số bài bình, giới thiệu sách Công giáo có giá trị.

2. Maria Nguyễn Thị Khánh Liên, sinh năm 1981 tại Ninh Thuận (trên giấy tờ là 1982), thuộc Giáo phận Nha Trang, một trong số ít các văn sĩ Công giáo là Hội viên Hội Nhà văn Việt Nam (cũng là Thanh nữ Công giáo duy nhất của Hội). Được mệnh danh là "Nữ hoàng săn giải", Khánh Liên không chỉ đạt hầu hết các giải thưởng cao nhất của Văn học Công giáo như Viết Văn Đường Trường - Gp Qui Nhơn (gọi tắt là "Đường trường"), Văn hóa nghệ thuật Đất Mới - Gp Xuân Lộc (gọi tắt là Đất Mới), 50 năm Giáo phận Ban Mê Thuột,... mà còn đạt rất nhiều giải thưởng ngoài Công giáo. Tuyển tập truyện ngắn "Sông chảy về đâu" là một dấu ấn đậm nét về các sáng tác văn học Công giáo của chị.

3. Phêrô Nguyễn Văn Học, thuộc Tổng giáo phận Hà Nội. Anh là một tác giả lớn với hơn 40 tác phẩm được in ấn khi bước vào tuổi 40. Phêrô Nguyễn Văn Học cũng sinh năm 1981 nhưng là giữa năm chứ không phải đầu năm như cha Cao Gia An hay cuối năm như nữ sĩ Khánh Liên, và cũng là Hội viên Hội Nhà văn Việt Nam. Anh khẳng định vị thế của mình trong làng văn học Công giáo với giải nhất thể loại truyện ngắn và giải ba truyện dài Đất Mới, giải ba Viết Văn Đường Trường (sau đó làm Giám khảo giải này). Nguyễn Văn Học cũng đạt hàng loạt các giải thưởng ngoài Công giáo. Tuyển tập truyện ngắn "Miền Thánh Đợi" dày 500 trang cỡ lớn 16x24cm tiêu biểu cho sự đồ sộ trong các tác phẩm của anh.

4. Vinh Sơn Chung Thanh Huy (1976), bút danh Huy Chung, nhà văn thuộc Tổng giáo phận (Tgp) Sài Gòn, đồng thời là Nhà báo và Nhiếp ảnh gia. Dưới "lăng kính" của anh, cuộc sống nơi cộng đoàn dân Chúa đậm chất Nam Bộ hiện rõ mồn một trước mắt với tập truyện "Bão", được thu gọn từ các truyện ngắn đạt giải ba của Viết Văn Đường Trường, giải nhì Đất Mới hay giải nhất 60 năm Giáo phận Long Xuyên. Anh cũng có đóng góp lớn trong chuyên mục "Những dặm đường du mục" của Tập san văn thơ Công giáo "Mục Đồng" với những bài viết giới thiệu các địa điểm hành hương cùng những bức hình tuyệt đẹp.

5. Đaminh Nguyễn Ngọc Hoài Nam (1976), bút danh Đa Minh thuộc Tgp Sài Gòn. Không một ai cho rằng Hoài Nam là cây viết "tay ngang" dù chuyên môn được đào tạo và nghề anh đang sinh sống là kỹ sư xây dựng. Anh từng đạt giải ba Đường trường và sau đó làm Giám khảo cuộc thi này. Dưới góc nhìn đầy nhân văn và không hề khô khan, trái lại rất mượt mà và ấm áp, cuộc sống của những người dân trong và ngoài Công giáo hiện lên đầy thân ái, chân thật. Chúng ta có thể thưởng thức bút pháp đậm chất nhân văn trong những ấn phẩm bán chạy như tuyển tập truyện ngắn "Bí mật của ông già Noel" hay tiểu thuyết "Ổ thương yêu" của anh.

6. Linh mục Phêrô Nguyễn Hoàng Hải (1989), thuộc Gp Nha Trang. Cha Hoàng Hải trưởng thành từ Giải Viết Văn Đường Trường khi còn là một chủng sinh của Đại chủng viện Sao Biển, đạt một số giải cao và là tác giả đầu tiên có ấn phẩm riêng theo chương trình của cuộc thi. Tập truyện "Đường về" của cha đã được giới văn chương Công giáo đánh giá cao. Truyện ngắn "Chứng thầm" được nhiều độc giả nhận xét là "rợn cả người" tiêu biểu cho sáng tác của ngài.

7. Maria Đặng Kim Thoa (1983) - Nữ nhà văn thuộc Gp Hải Phòng. Chị là tác giả "độc đáo" của làng văn chương Công giáo Việt Nam với bút pháp mạnh mẽ và táo bạo. Vượt lên nghịch cảnh về đời riêng không thuận lợi, Maria Đặng Kim Thoa thực sự là một tác giả lớn với những tiểu thuyết đạt giải hàng đầu thể loại Truyện dài của Đất Mới như "Thiên Chúa Cha của tôi" (Nhì, 2016) hay "Sứ mạng" (Ba, 2020) có độ dài lên tới khoảng 500 trang in (80.000-100.000 từ). Chị cũng giành được một số giải thưởng về truyện ngắn Công giáo và thậm chí cả giải nhì cuộc thi "Viết Cho Niềm Tin" của Hội thánh Tin lành Hoa Kỳ cùng những giải thưởng ngoài Công giáo khác.

8. Phêrô Phạm Minh Châu (1995), thuộc Gp Nha Trang cũng là một tác giả có nét riêng. Ít ai có thể ngờ một ông thầy Chủng viện có khuôn mặt "baby" với chiều cao chừng mét rưỡi, trông như một cậu nhóc lại là cây viết "có sức nặng". Với bút danh Hải Miên, "thầy nhỏ" đã đạt hàng loạt giải thưởng từ Đường trường qua Đất Mới, từ Tà Pao cho tít tận Gp Long Xuyên và nhiều bài viết trên tập san Mục Đồng cũng như các tập san, báo chí ngoài Công giáo, chẳng hạn Tuổi Trẻ, Áo Trắng,... Tập truyện sắp in "Ánh sao đêm" hứa hẹn sẽ tỏa sáng trên bầu trời Văn thơ Công giáo Việt Nam.

9. Sơ Vinh Sơn Nguyễn Thị Chung (1984), bút danh Hạt Cát Sa Mạc, thuộc Dòng Xi-tô, Gp Xuân Lộc - nữ nhà văn trẻ đáng yêu của nền Văn chương Công giáo Việt Nam. Là nữ tu nhưng chuyên viết về đời sống Công giáo cách chân thực cho thấy sự gần gũi với Cộng đoàn dân Chúa cũng như sức tưởng tượng phi thường của Sơ. Ngoài ra Sơ cũng có những truyện ngắn và một số tác phẩm dịch thuật có giá trị. Hy vọng những tiểu thuyết đạt giải cao cuộc thi Đất Mới của Sơ sẽ sớm được in thành sách, đó hẳn là những tác phẩm được công chúng đón nhận: "Chàng xe ôm" (Nhì, 2019), "Đâu là hạnh phúc thật" (Nhì, 2018),...

10. Linh mục Antôn Trần Văn Dũng, bút danh Mục Đồng, sinh năm 1986 tại Giáo phận Hà Tĩnh. Ngài nổi danh khi còn là chủng sinh của Đại chủng viện Phanxico Vinh - Thanh bởi hàng loạt giải thưởng trong và ngoài Công giáo mà đỉnh cao là giải nhất Đường trường 2018 với hai truyện ngắn "Mắt nhẫn" và "Nụ hôn của một nữ tu" đều đạt điểm cao nhất của cuộc thi. Hiện ngài đang tập hợp các tác phẩm của mình để xuất bản tuyển tập truyện ngắn Công giáo đầu tay. Tin chắc "siêu phẩm" này sẽ được đông đảo độc giả đón nhận.

11. Têrêsa Đinh Thị Thu Hằng (1979), thuộc Tgp Sài Gòn. Chị được xem là "nhà văn đường trường" bởi hai lần bước lên bục cao nhất và các giải Ba, giải khuyến khích khác của Viết Văn Đường Trường. Truyện ngắn "Via Dolorosa - đường còn xa" (giải nhất năm 2015) được đông đảo độc giả nhận xét là "sởn da gà", một số người còn cho rằng đây là tác phẩm hay nhất của 6 chặng thi Đường trường. Ngoài ra Thu Hằng cũng có một số truyện ngắn viết cho thiếu nhi khá đặc sắc, tiêu biểu là hai truyện ngắn được in trong tuyển tập "Lá thư đêm Noel" (NXB Kim Đồng, 2016).

12 - Giuse Lê Ngọc Thành Vinh, bút danh Vinh Kiu, sinh năm 1980 tại Gp Hà Tĩnh, nay là giáo dân Tgp Hà Nội. Thật khó để vẽ một bức chân dung tự họa, Vinh Kiu chỉ biết đưa ra những ghi nhận của các vị Giám khảo và độc giả dành cho các tác phẩm của mình. Chẳng hạn giải nhất Đất Mới 2020 với tiểu thuyết "Đóa hồng thứ 40". Tác phẩm này sau đó được in thành sách và bán hết chỉ sau 4 tháng. Tới năm 2022, cuốn tiểu thuyết Công giáo có tên "Hoa trong bão" của Vinh Kiu bán được 300 bản chỉ sau 2 tuần phát hành chứng tỏ các tiểu thuyết này có sức hút mạnh mẽ với độc giả. Vinh Kiu cũng có một số truyện ngắn đạt các giải thưởng trong các cuộc thi văn thơ Công giáo trên toàn quốc như Viết Văn Đường Trường, 50 năm Gp Ban Mê Thuột,... nên rất có thể trong tương lai sẽ cho xuất bản một tuyển tập truyện ngắn.

Tiếp theo là các tác giả tiêu biểu về Thơ - loại hình nghệ thuật được xem là lãng mạn, bay bổng và dễ nhớ nhất của mỗi nền văn chương. Thơ có nhiều hình thức thể hiện, không chỉ là các thể thơ có niêm luật như tứ tuyệt, thất ngôn, lục bát,... thì thơ tự do cũng là một hình thức đặc sắc, khó thể hiện nhưng lại rất phong phú về ngôn từ, nhạc điệu do không bị gò bó về niêm luật. Ngoài ra các hình thức như trường ca hay dịch thơ nước ngoài cũng là những tác phẩm có giá trị nghệ thuật cao. Vinh Kiu xin giới thiệu một số Nhà thơ Công giáo trẻ tiêu biểu:

1. Linh mục Giuse Trần Văn Đỉnh (1983), bút danh Đình Chẩn, thuộc Gp Phát Diệm. Ngài "xuất khẩu thành thơ" như khả năng thiên phú. Với vốn ngoại ngữ rất tốt, cha Đình Chẩn còn là một dịch giả xuất sắc với các tác phẩm thơ dịch có giá trị, trong đó nổi bật là "Hồn thơ thiên linh" với 62 bài thơ của thánh Têrêsa Hài Đồng Giêsu, đạt giải nhì Đất Mới 2020. Tác phẩm này đã xuất bản và được giới trẻ Công giáo yêu thích, rất tiếc là in ấn với số lượng quá ít và không gửi bán nên không được phát hành rộng rãi. Cha cũng đã dịch siêu phẩm kinh điển "Thần khúc" (Dante) và sẽ phát hành trong thời gian tới.

2. Gioakim Nguyễn Vũ Hồng Kha, sinh năm 1995 tại Gp Qui Nhơn. Bạn trẻ này là một "kỳ phẩm" của văn chương Công giáo Việt Nam bởi tài năng nổi trội cả hai lĩnh vực thơ và truyện Công giáo. Trưởng thành từ giải Viết văn Đường trường với thứ hạng cao (giải ba, 2015, khi tròn 20 tuổi), Nguyễn Vũ Hồng Kha đã có những thể nghiệm về thơ và giành giải nhì Đất Mới năm 2019 với chùm thơ "Dâng". Hồng Kha cũng có những chùm thơ lẻ đạt giải thưởng trong cũng như ngoài Công giáo và một số bài thơ đặc sắc khác được đăng tại tập san Mục Đồng hay Áo Trắng. Hồng Kha từng là đệ tử dòng Tên nhưng không thấy thực sự phù hợp nên đang rời Dòng và tìm kiếm hướng đi mới, hiện anh đang là giáo viên trường THCS tại Sài Gòn.

3. Thầy Lasan Ngô Văn Vỹ (1989), thuộc Gp Đà Lạt. Vị tu sĩ dòng Xi-tô đã vươn tới đỉnh cao với tập thơ thiếu nhi có tên "Bông hồng nhỏ" (giải ba Đất Mới, 2020), thầy cũng có một số bài thơ thiếu nhi, các trò chơi, giải đố,... được đăng ở tập san văn thơ thiếu nhi Công giáo cùng tên (Bông Hồng Nhỏ) và được đông đảo Thiếu Nhi Thánh Thể yêu mến. Tập thơ "Sống đạo" với 64 bài thơ đạt giải khuyến khích Đất

Mới 2019 cũng là một tác phẩm được giới chuyên môn đánh giá cao.

4. Maria Madalena Đặng Hoàng Hương Giang (1990), bút danh Tâm Ngọc, thuộc Gp Kontum là một cô gái nhỏ bé nhưng có chí lớn. Hương Giang trưởng thành từ giải Viết Văn Đường Trường với truyện ngắn "Hoa nở giữa đêm" (giải nhì năm 2016), nhưng chị cũng là một nhà thơ Công giáo xuất sắc với những chùm thơ về các thánh được đông đảo giới tu sĩ cũng như các bạn trẻ nhận vị thánh đó làm bổn mạng yêu thích. Nhiều bài trong số đó đã được in trên tập san Mục Đồng, nguyệt san Đồng Hành và các trang mạng Công giáo. Mặc dù vậy Hương Giang chỉ mới dự thi 50 năm Giáo phận Ban Mê Thuột và giành giải khuyến khích với chùm thơ 3 bài: "Tiếng gà sáng", "Gọi anh" và "Chập chững". Hương Giang từng đạt giải Đất Mới nhưng ở lĩnh vực Truyện ngắn. Hy vọng trong tương lai chị sẽ tham dự nhiều cuộc thi thơ hơn hoặc xuất bản tập thơ riêng.

5. Antôn Nguyễn Như Hồng Ân (1988), bút danh Antoine Nguyễn, thuộc Gp Vinh. Anh là cây thơ hàng đầu của Sinh viên Công giáo Vinh - Hà Tĩnh tại Hà Nội những năm 2009-2016. Năm 2012, tuyển tập thơ "Những mùa xuân Địa đàng" của anh đạt giải nhì cuộc thi "Ươm mầm tài năng" của Cộng đoàn giáo phận Vinh tại Hà Nội. Antoine Nguyễn cũng đã có thơ đăng trên tập san Mục Đồng và một số bài viết đăng trên các trang mạng Công giáo được đánh giá cao.

6. Sơ Maria Nguyễn Thị Thu Thảo (1993), bút danh Maria Thảo Nguyên, thuộc Gp Vinh, nữ tu dòng Phaolo Đà Nẵng. Cũng giống như Hương Giang, sơ Thảo trưởng thành từ Giải Đường trường với truyện ngắn "Tìm chiên lạc" (giải ba năm 2016) nhưng niềm đam mê của Sơ là thi ca cầu nguyện với tập thơ "Chuỗi bạc ơn thiêng" được các tu sĩ dòng Phaolo Đà Nẵng yêu thích. Mặc dù vậy, thi tập này chỉ phát hành nội bộ nên ít người biết đến. Maria Thảo Nguyên cũng từng đạt giải ba cuộc thi "Ươm mầm tài năng" của Cộng đoàn Vinh với bài thơ văn xuôi "Lát cắt ngang qua một tâm hồn". Hy vọng sau khi khấn trọn, Sơ sẽ hoàn thiện tuyển tập thơ văn và xuất bản.

7. Têrêsa Lê Thanh Tâm, bút danh Nốt Nhạc Trầm, sinh năm 1995, tại Gp Hà Tĩnh cũng là một cây viết "song toàn" với tài năng cả hai lĩnh vực thơ và truyện Công giáo. Dấu ấn của Thanh Tâm trong nền văn chương Công giáo Việt Nam là giải khuyến khích cuộc thi Viết Văn Đường Trường năm 2017. Dù vậy niềm đam mê của chị là thi ca. Trong các tác phẩm của chị, số lượng bài thơ chiếm đa số và đã được đăng tải ở Tập san Mục Đồng, Bông Hồng Nhỏ cũng như một số trang mạng Công giáo. Chị từng đạt giải cuộc thi Viết của Cộng đoàn giáo phận Vinh - Hà Tĩnh tại Hà Nội cũng như làm Giám khảo cuộc thi này.

8. Maria Huỳnh Nguyễn Trang Đài sinh năm 1998 tại Gp Nha Trang là một "cánh chim lạ" của nền văn chương Công giáo Việt Nam với dòng thơ cổ vũ Ơn Gọi Thánh Hiến. Các bài thơ đăng tải trên trang Facebook cá nhân của chị được nhiều người yêu mến, trong đó đặc biệt là các vị tu sĩ và dự tu. Trang Đài cũng có nhiều bài thơ đả kích, trào phúng khác được độc giả trong và ngoài Công giáo đón nhận. Chị dự định sẽ in tập thơ "Dâng" trong thời gian tới, khi có đủ tiền in ấn, hoặc đạt giải thưởng cuộc thi văn thơ Công giáo nào đó.

Lĩnh vực thứ ba mà Vinh Kiu muốn giới thiệu với độc giả là Kịch bản Văn học. Đây là một thể loại không hiếm nhưng khó viết đối với mỗi nền văn chương, và trong khuôn khổ Công giáo lại càng hiếm, dù cho chúng ta có rất nhiều diễn nguyện và kịch được trình diễn trong các lễ lớn trong năm, đặc biệt Lễ Giáng Sinh. Trong hàng chục năm qua chỉ có giải Đất Mới có nội dung thi này và số lượng tác phẩm gửi về rất khiêm tốn, có năm chỉ có 07 kịch được gửi về dù định biên là 04 giải, vì thế đã có những năm không có giải nhất nhì ba mà chỉ có khuyến khích. Tuy thế trên Đất Việt cũng đã có những nhà biên kịch tuổi trẻ tài cao xuất hiện, chẳng hạn như:

1. Sơ Maria Đỗ Thị Hồng Nhanh, bút danh Xuân Cát, sinh năm 1988 tại Phú Thọ, thuộc Gp Hưng Hóa. Sơ là nữ tu Dòng Đa Minh Gò Vấp - Sài Gòn nhưng phụ trách Mái ấm tình thương Vinh Sơn Thất Khê của Giáo phận Lạng Sơn. Sơ có gương mặt đẹp với ánh mắt hút hồn mà có lẽ, nếu không đi tu, sẽ là "nàng thơ" của một ai đó thay vì một nhà thơ Công giáo với đỉnh cao là kịch thơ "Món quà kỳ diệu" đạt giải nhất Đất Mới 2020. Ngoài ra Maria Đỗ Thị Hồng Nhanh còn đạt một số giải thưởng Kịch và truyện ngắn, truyện dài khác. Sơ cũng có một số bài văn, truyện, thơ đăng trên Tập san Mục Đồng và các trang mạng Công giáo.

2. Giuse Nguyễn Đức Tuyển (1990), bút danh Nguyên Đức, thuộc Gp Bắc Ninh. Là một cây văn trưởng thành từ giải Đường trường (giải ba năm 2015), Đức Tuyển bất ngờ chuyển hướng sang viết Kịch và đã đạt được nhiều thành công trong đó đỉnh cao là giải nhì Đất Mới năm 2018 với kịch thơ "Giếng Ngọc". Chất liệu mà Đức Tuyển xây dựng nên các vở kịch của mình là lời ca Quan họ Bắc Ninh quê anh. Là một nhà báo, công tác tại tạp chí Văn Hiến, Đức Tuyển cũng có một số bài viết có giá trị nhân văn và được giới báo chí đánh giá cao.

3. Anê Võ Thị Phương, bút danh Hạ Nhiên, sinh năm 1994 tại

Mằng Lăng, Phú Yên nơi được xem là "quê hương của chữ Quốc ngữ", thuộc Gp Qui Nhơn. Cũng là cây văn trưởng thành từ giải Đường trường (giải triển vọng năm 2016), Hạ Nhiên bất ngờ giành giải ba kịch bản văn học Đất Mới chỉ một năm sau đó với vở "Diễn nguyện mừng 100 năm Đức Mẹ hiện ra ở Fatima" vào đúng dịp lễ kỷ niệm đáng nhớ này, năm 2017. Chị cũng được biết đến với biệt danh khá thú vị là "Phương Phũ Phàng" cùng các bài viết, bài thơ được đăng tải trên tập san Mục Đồng và một số trang mạng Công giáo.

Lĩnh vực cuối cùng mà Vinh Kiu muốn giới thiệu với độc giả là Nghiên cứu phê bình Văn học. Đây là một thể loại "hiếm và khó" đối với mỗi nền văn chương, trong phạm vi giới trẻ Công giáo thì lại càng hiếm. Việc nghiên cứu văn học đòi hỏi sự kiên nhẫn và bề dày tri thức. Lý luận phê bình cũng cần cây viết phải chịu khó học hỏi, tìm tòi mới nhận ra cái hay cái đẹp cũng như chỉ ra điểm yếu nơi tác phẩm của người khác. Những đặc điểm này cho thấy để trở thành nhà nghiên cứu lý luận phê bình văn học cần có thời gian, sự trau dồi cũng như kinh nghiệm và vì vậy để có một "Nhà phê bình" trẻ là một điều rất khó, thậm chí bất khả. Do vậy Vinh Kiu chỉ dám đưa ra ba cây viết Nghiên cứu phê bình thuộc "hàng hiếm" của văn chương Công giáo Việt Nam. Các cây viết này đều có những sáng tác văn thơ được giới chuyên môn đánh giá cao và có lẽ những bài lý luận, nghiên cứu phê bình là thứ yếu trong các tác phẩm của họ:

1. Maria Lê Thị Lệ Hằng (1988), thuộc Gp Đà Nẵng. Đây là nhà nghiên cứu phê bình trẻ duy nhất đã xuất bản tác phẩm của mình - cuốn sách có tựa đề: "Nguyễn Hoàng Đức và những dấu chân khai phá trên con đường thi ca" đã được giới văn nghệ sĩ trong và ngoài Công giáo đón nhận. Cuốn sách viết về người thầy của mình nhưng Lệ Hằng không "thần thánh hóa" nhà thơ Nguyễn Hoàng Đức mà đi từ phê bình phản hồi của người đọc, được đánh giá là "khách quan" và "độc đáo". Lệ Hằng cũng có một số bài phê bình văn học, thi ca đăng trên tập san Mục Đồng và một số trang mạng Công giáo. Chị cũng từng đạt giải nhì cuộc thi Viết cho thiếu nhi (Giáo phận Qui Nhơn, 2018) với truyện ngắn "Mình không có Chúa" khi còn là dự tòng và một số bài thơ viết theo thể tự do rất đặc sắc. Ngoài ra Lệ Hằng còn là họa sĩ cừ khôi trong lĩnh vực vẽ tranh tĩnh vật. Thật là một báu vật của nền nghệ thuật Công giáo Việt Nam!

2. Sơ Agata Nguyễn Thị Kim Tuyến, bút danh Kitu, sinh năm 1990 tại Huế. Là một nữ tu Dòng Mến Thánh Giá Huế, Kitu rất yêu thích văn chương, đặc biệt là chuyên ngành đại học của Sơ: nghiên cứu phê bình. Sơ là tác giả trẻ đầu tiên có bài đăng tại Tạp chí Nghiên cứu văn học của Viện Hàn lâm khoa học xã hội Việt Nam (tháng 7 năm 2020), bài viết "Thơ văn Sảng Đình Nguyễn Văn Thích" được giới chuyên môn đánh giá cao. Ngoài ra Sơ còn là "cây viết quen mặt" trong chuyên mục "Điểm sách" của tập san Mục Đồng với các bài bình luận, "review" rất chất lượng, góp phần tăng lượng tiêu thụ của các cuốn sách Công giáo được giới thiệu.

3. Sơ Anna Nguyễn Bích Hạt, bút danh Bông Sim, sinh năm 1988 tại Giáo phận Bắc Ninh là nữ tu Dòng Mến Thánh Giá Thủ Đức, thuộc Tgp Sài Gòn. Sơ cùng chị Maria Nguyễn Thị Thắm - Giảng viên Đại học Qui Nhơn, Giám khảo Giải Viết Văn Đường Trường là đồng tác giả bài viết "Bước dò dẫm của các cây bút nữ Công giáo Việt Nam", một bài điều nghiên công phu, được trình bày tại "Tham luận tại tọa đàm trực tuyến về Văn học Công giáo Đương đại", ngày 19-9-2021 và được giới chuyên môn đánh giá cao. Sơ Bích Hạt còn là cây viết truyện ngắn xuất sắc mà đỉnh cao là giải nhì Đường trường (2018) với hai tác phẩm: "Người vẽ hy vọng" (được chọn làm tên tuyển tập các tác phẩm đạt giải cùng năm) và "Làng". Ngoài ra sơ Bích Hạt cũng có một số bài viết được in trên tập san Mục Đồng. Nếu tập hợp các tác phẩm của mình, sơ Bích Hạt đủ khả năng xuất bản một tuyển tập văn chương có giá trị với hàng trăm trang in, chúng ta hãy chờ xem.

Ngoài 26 tác giả đã xuất bản sách hoặc có số lượng tác phẩm đáng kể trong 04 lĩnh vực chủ đạo của văn chương Công giáo đã kể trên, Vinh Kiu cũng xin điểm xuyết **10 tác giả trẻ có thành tựu nhất định** trong các cuộc thi văn chương Công giáo trên toàn Giáo hội Công giáo Việt Nam.

1. Linh mục Giuse Dương Duy Tân (1985), bút danh Trăng Làng, thuộc Gp Nha Trang, nhiều lần đạt giải Đường trường với đỉnh cao là giải nhất năm 2013 với truyện ngắn "Một niềm tin".

2. Thầy Giuse Nguyễn Ngọc Bích sinh năm 1991 tại Gp Hưng Hóa, hiện là chủng sinh Đại chủng viện Huế, đạt giải ba Đường trường năm 2017 với truyện ngắn "Mùa nắng mới trên vùng cao", giải ba Đất Mới 2018 với tác phẩm: "Những bắp ngô của thằng Tráng", giải nhì cuộc thi Tiếng lòng người trẻ 2020 với tác phẩm: "Những tia nắng độc",...

3. Maria Phạm Thị Yến (1998), thuộc Gp Thanh Hóa, nhiều lần đạt giải Đường trường và Đất Mới trong các hạng mục truyện ngắn, truyện dài trong đó đỉnh cao là giải nhất truyện ngắn Đất Mới năm 2019 với tác phẩm: "Người gác đền" - một tác phẩm rất độc đáo và hiếm thấy.

4. Giuse Phạm Đình Duy (1982), bút danh Nhạn Đình, thuộc Gp

Nha Trang, nhiều lần đạt giải Viết Văn Đường Trường và truyện ngắn Đất Mới trong đó đỉnh cao giải nhất truyện ngắn Đất Mới năm 2020 với tập truyện: "Xưng tội".

5. Anna Dương Thị Thái Chân (1995), bút danh Thái An, thuộc Gp Qui Nhơn, nhiều lần đạt giải truyện ngắn Viết Văn Đường Trường, trong đó đỉnh cao là giải nhì năm 2017 với tác phẩm "Khi bình minh đến".

6. Giuse Trần Cương (1986), bút danh Vô Thường, thuộc Gp Hà Tĩnh, từng đạt giải cống hiến cuộc thi "Ươm mầm tài năng văn học" của Cộng đoàn Giáo phận Vinh tại Hà Nội và có nhiều tuyển tập thơ văn hay được lưu hành nội bộ Cộng đoàn như "Vì sao ban mai" (tuyển truyện ngắn), "Da dê cho người Việt" (Dịch thơ), "Bài giảng và suy ngẫm" (Tạp văn),...

7. Maria Lê Thị Xoan (1991), bút danh Xoan Lê, thuộc Gp Vinh, có kinh nghiệm nhiều năm làm Giám khảo cuộc thi Viết của Cộng đoàn Giáo phận Vinh tại Hà Nội với các chủ đề về thánh Têrêsa Hài Đồng Giêsu và tuổi trẻ Công giáo được tổ chức hàng năm. Chị cũng có một số bài nghiên cứu phê bình có giá trị về các tác phẩm của các Cộng đoàn Sinh viên Công giáo miền Bắc.

8. Maria Trần Thị Hằng Nga (1991), bút danh Thiên Thần Buồn, thuộc Gp Hà Tĩnh, là một trong số ít các tác giả đã từng đạt giải cả Đường trường và Đất Mới. Chị cũng đã từng đạt giải nhất cuộc thi "Ươm mầm tài năng văn học" của Cộng đoàn Giáo phận Vinh tại Hà Nội năm 2012 với tuyển tập truyện ngắn: "Dưới bóng hoàng lan".

9. Phanxico Xavie Trần Duy Thành (1995), bút danh Fx. Trần Duy Thành, Gp Phát Diệm, từng đạt giải Viết Văn Đường Trường (2017) và tặng thưởng "tác giả trẻ Công giáo triển vọng" của giải này. Duy Thành cũng đã được chọn là tác giả có tuyển tập truyện ngắn xuất bản theo chương trình "Ấn phẩm dọn mừng 400 năm Văn học Công giáo (1632-2032)".

10. Cêcilia Vũ Thùy Dung (1996), bút danh Geisha, thuộc Gp Vinh, từng nhiều lần đạt giải cao cuộc thi Viết của Cộng đoàn Giáo phận Vinh tại Hà Nội, trong đó truyện ngắn "Chuông chiều" đạt giải ấn tượng của cuộc thi năm 2018 được in chung trong tuyển tập truyện ngắn các tác giả miền Bắc có tên *"Người Đọc Sách Thánh"* gây ấn tượng mạnh trong lòng các độc giả yêu thích văn học lãng mạn.

KHI VĂN HỌC ĐƯỢC KHỞI ĐI TỪ ĐỨC TIN

Phạm Minh Quân

Đọc tập truyện ngắn "Miền thánh đợi" của Nguyễn Văn Học, NXB Văn học, 2021

Nguyễn Văn Học là một cây bút với lao động viết đáng nể, trường sức. Bởi, chỉ riêng sự dấn thân vào văn chương và nỗ lực miệt mài để cho ra đời tác phẩm của anh, đã là điều đáng ghi nhận và trân trọng. Trải qua hơn hai chục năm cầm bút của mình, trên dưới hai mươi tác phẩm ở nhiều thể loại khác nhau của Nguyễn Văn Học đã được xuất bản, từ dung lượng ngắn và vừa như truyện ngắn *(Bụi cay mắt người, Những cơn mưa thảng thốt, Hoa trôi giữa dòng, Nhạc cây, Mùa nhan sắc, Tiệc hoa)*, tản văn *(Mình ơi anh cưới dòng sông nhé, Bếp lửa ngày cuối năm)*, ký *(Hoa xuân nở thắm biên cương, Yêu sao những bàn tay lao động)* cho tới dung lượng lớn như tiểu thuyết *(Những cô gái bất hạnh, Gái điếm, Đường đời của hạnh phúc, Rơi xuống vực sâu, Bão người, Cao bay xa chạy, Hỗn danh, Khi vết thương nằm xuống, Vết thương hoa hồng, Linh điểu)*. *Miền thánh đợi* (Nxb Văn học, 2021), một cuốn sách tuyển chọn 40 truyện ngắn của Nguyễn Văn Học, là dấu mốc mới nhất trên hành trình văn chương của anh, và ngay từ nhan đề của nó, đã gợi mở cho độc giả nhiều cảm nghiệm mặc khải.

Bên cạnh là một nhà văn, thì Nguyễn Văn Học còn là một nhà báo chuyên viết phóng sự giàu trải nghiệm. Bởi vậy, không khó để phát hiện trong tác phẩm của anh tính thời sự cập nhật, về những vấn đề bức bách của xã hội và bất ổn của nhân sinh vẫn đang diễn ra hằng ngày, như thân phận con người, môi trường sinh thái. Chính sự *nghiệm sinh* của Nguyễn Văn Học, đã góp phần giúp anh tạo dựng nên những

Phạm Minh Quân

* Sn. 1993 tại Hà Nội. Là nhà phê bình, dịch giả năng động.
* Đã xuất bản:
1. Ruth Benedict, Các mô thức văn hóa. Nxb Tri thức.
2. Bronislaw Malinowski, Tình dục và ức chế ở xã hội man dã, Nxb Thế giới.
3. Điêu khắc - Sculpture Ta Quang Bao (viết chung)
* Email: quanpham2212@gmail.com

chân dung nhân vật đa dạng, đa diện, mà bạn đọc có thể nhận diện và đồng dạng mình ở một phương diện nào đó trong đâu đó mỗi nhân vật. Nhưng tác phẩm văn học đâu chỉ đơn thuần là lựa chọn phản ánh hay hư cấu hóa hiện thực, nó còn hé lộ và trình hiện thêm những manh mối về quan điểm nhân sinh quan của tác giả. Giữa các truyện ngắn trong *Miền thánh đợi*, tỏ hiện một mạch ngầm liên kết giữa chúng, một đề tài chủ đạo bao trùm, đó là *đức tin*.

Đức tin, thoạt tiên, là một phạm trù gắn liền với tôn giáo và siêu hình học. Sách Giáo lý Công giáo định nghĩa đức tin là một hồng ân siêu nhiên được Thiên Chúa ban cho tín hữu để họ gắn bó trọn vẹn trong sự tự do và đón nhận những chân lý do Thiên Chúa mặc khải. Việc các cá nhân cùng đặt trọn niềm tín thác vào một đấng thiêng liêng vô hình vốn không hiện hữu ra bên ngoài như một thực thể hữu hình, là thuộc tính cố kết của đức tin trong mỗi cộng đồng. Sự hiện diện thường trực và bất biến của đức tin, mang lại niềm tin hướng thiện, phục thiện cho mỗi con người và hướng con người đến với những giá trị tốt đẹp nhất. Trong một xã hội hiện đại tha hóa, suy đồi, nơi các giá trị bị đảo lộn, con người đánh mất niềm tin dễ rơi vào một thái độ hư vô – bất an, nghi kỵ, vô cảm. Trước tình cảnh thế thái như vậy, Nguyễn Văn Học nhận thấy chỉ có đức tin mới có thể hàn gán những rạn nứt và trục vớt nhân tính, đồng thời anh muốn kêu gọi đức tin qua những ẩn dụ văn học mang tính chất cảnh tỉnh.

Để hiệu triệu đức tin, thay vì dùng những mô típ cổ tích truyền thống theo kiểu thiện thắng ác, chính nghĩa quy phục gian tà như Lọ Lem, Tấm Cám, Nguyễn Văn Học lựa chọn thủ pháp *tương phản đối lập*. Trong tôn giáo, đặc biệt là trong nội dung của *Kinh thánh*, chứa đựng rất nhiều phép đối lập và bổ khuyết. Cặp phạm trù thiện và ác được tượng trưng bởi quỷ dữ và thiên sứ. Quỷ dữ và những linh hồn ma quỷ đe dọa loài người, thiên sứ và thần tiên bảo vệ họ. Quỷ dữ tồn tại nhờ nỗi sợ, còn thiên thần hiển linh nhờ đức tin. Điều gì làm nên cái chết của quỷ dữ? Câu trả lời là khi con người không còn sợ hãi chúng.

Còn điều gì dẫn đến sự biến mất của thánh thần? Đó là khi con người đánh mất niềm tin và không còn sùng bái thần thánh, đồng nghĩa với sự cáo chung của lòng mộ đạo. Trong truyện ngắn của Nguyễn Văn Học, sự thiếu hụt của đức tin được nhấn mạnh thông qua sự thống ngự của cái ác. Đức tin càng lớn, cái ác càng bị đẩy lùi. Do đó, nhà văn không ngại ngần tạo ra kiểu nhân vật mang nhiều dục vọng tăm tối, tham vọng quyền lực, hám lợi, hám sắc, bạo tàn, nhẫn tâm, không từ mọi thủ đoạn, điển hình như nhân vật giám đốc Tiết trong truyện ngắn *Tháng ngày rời rạc*.

Dưới ánh sáng soi chiếu của đức tin, nhà văn Nguyễn Văn Học còn mở rộng và khai thác các mô típ mang sắc thái nhiệm màu tôn giáo như sự vay – trả, cứu chuộc, đền tội và khoan dung, điển hình trong những truyện ngắn *Tháng ngày rời rạc, Mùa nhan sắc, Sợ chuột*. Sự cứu rỗi là một sự giải thoát tâm linh, giải cứu một linh hồn ra khỏi tội lỗi và hậu quả của tội lỗi này. Chúa cứu thế đại diện cho sự cứu rỗi cao nhất – cứu chuộc con người khỏi tội lỗi, và là nguồn gốc của mọi sự cứu rỗi cho nhân loại. Để đạt được cứu rỗi, ngoài đức tin, mỗi con người cần phải có một nỗ lực hướng thiện. Nếu một người xưng mình là tín hữu nhưng không có những việc lành trong đời sống thì có khả năng là người ấy không có đức tin chân thật trong Đức Chúa Trời (Gia-cô-bê 2,14.17.20.26). Các truyện ngắn *Cô gái hát thánh ca, Ngôi nhà có nhiều ô cửa, Nhẫn hoa*, *Miền thánh đợi* tuy chứa đựng đầy kiểu bi kịch của nhân gian, nhưng vẫn đối lập với chúng bằng hình ảnh giàu lay gợi về một nơi an trú bình yên của con người, chính là trong Chúa, và Chúa lúc nào cũng ngự trong tim mỗi chúng ta. Những suy tư của nhân vật cô bé Vân tật nguyền trong *Ngôi nhà có nhiều ô cửa*, phải chăng, chính là hàm ẩn phóng chiếu những suy nghiệm triết lý của tác giả về thế giới và sự cứu rỗi. Bên kia những vực thẳm sâu tối nhất, ngay cả ở những thời khắc niềm tin khủng hoảng nhất, vẫn chan chứa một tiếng gọi nhân hậu và trắc ẩn đến từ thiên đường.

Không thể không nhắc đến những dấu ấn *văn học sinh thái* trong *Miền thánh đợi*. Trong bức tranh toàn cảnh của thế kỷ XXI, bên cạnh các vấn đề đương đại nóng hổi về bình đẳng giới và người thiểu số, như nữ quyền, LGBT… thì vấn đề sinh thái là một vấn đề bức bách nổi lên hàng đầu. Trước thực trạng biến đổi khí hậu, ô nhiễm môi trường, hiệu ứng nhà kính đang ngày một trở nên trầm trọng, loài người đang rất cần một tiếng chuông cảnh tỉnh để nhìn lại chính mình, lắng nghe Trái Đất, và thay đổi để hướng tới tương lai lạc quan hơn. Do đó, sinh thái đã trở thành một chủ điểm văn học, bởi văn học nghệ thuật có chức năng phản ánh và phản tỉnh sâu sắc. Đây là đề tài mà Nguyễn Văn Học đã chú tâm và đạt được thành công nhất định qua bộ ba tiểu thuyết *Vết thương hoa hồng* (Nxb Hà Nội, 2016), *Mình ơi anh cưới dòng sông nhé* (Nxb Văn hóa – Văn nghệ Tp. Hồ Chí Minh, 2018), *Linh điểu* (Nxb Dân trí, 2020).

Những truyện ngắn mang màu sắc sinh thái môi trường trong *Miền thánh đợi* đồng thời thể hiện thể nghiệm độc đáo của tác giả trong việc cung cấp một điểm nhìn khác. Nhân vật chính, chủ thể trần thuật trong những câu chuyện như *Cụ cây, Gió hoang, Nụ cười của lúa, Vịn vào ngọn lúa bay lên* không phải là con người, trái lại, là những sinh thể tự nhiên như cây đa, cây gạo, khóm lúa, cò,... chúng phải trực tiếp hứng chịu chịu ảnh hưởng và thương tổn đến từ những hành động tàn phá môi trường của con người. Chúng là những chứng nhân im lặng, không thể đối thoại trực tiếp với con người, nhưng chúng với tư cách là chủ thể kể chuyện lại đối thoại với chính chúng ta, bạn đọc, để nhắc nhở ta rằng thiên nhiên đang bị đe dọa tới mức nào. Một thủ pháp mang tính thể nghiệm khác hay được Nguyễn Văn Học sử dụng là hoán đổi đan xen giọng điệu trần thuật và ngôi kể chuyện ở trong các truyện ngắn *Ở bên này thế giới, Con khổng tước và cô tiểu thư, Bước qua ranh giới*. Nhờ thủ pháp này, nhà văn cung cấp cho bạn đọc điểm nhìn tham chiếu, thấu rõ tâm tư suy nghĩ và diễn biến tâm lý của mỗi nhân vật trong truyện. Thậm chí, với *Con khổng tước và cô tiểu thư*, Nguyễn Văn Học còn trao cho bạn đọc *quyền tương tác*, tức là thay vì một cái kết mở bỏ ngỏ, nhà văn cho phép bạn đọc lựa chọn kết thúc cho truyện ngắn phù hợp với cách hiểu của mình nhất. Mặc dù chưa thể vượt thoát văn bản giấy để trở thành một nghệ thuật tương tác theo kiểu văn học điện tử (digital literature), hay phá cách về định dạng, cấu trúc và sắp xếp con chữ như văn chương ergodic, nhưng đây là một tìm tòi tự làm mới của tác giả, để tránh sự công thức hóa sáo mòn.

Văn học, được khởi đi từ đức tin, hàm chứa một chiều sâu bản thể và một chiều kích nhân văn. Dường như thông điệp mà nhà văn Nguyễn Văn Học muốn gửi gắm qua *Miền thánh đợi*, là mỗi con người phải tuyên xưng đức tin bằng chính đời sống của mình, từ bên trong sâu thẳm tâm hồn cho đến lời nói và hành động bên ngoài trước tha nhân và trong mọi hoàn cảnh sống. Đó mới là con đường ánh sáng dẫn lối nhân loại đi đến chân trời thiện lương.

LÊ MIÊN CA - MỘT HỒN THƠ LẠ

Nguyễn Thị Khánh Liên *[1]

Lần đầu tiên gặp Lê Miên Ca (tên thật là Phanxico Xavie Lê Công Chính) ở Viết Văn Đường Trường lần IV, tôi cảm thấy chàng trai này có đời sống nội tâm phức tạp và sâu sắc. Một ánh mắt buồn, một gương mặt đầy suy tưởng, lúc nào cũng như đang tìm kiếm một con đường nào đó cho riêng mình.

Lê Miên Ca là một nhà thơ trẻ tài năng, nhiệt huyết, sung sức vào thời điểm các nhóm thơ văn trẻ nở rộ trên văn đàn. Thơ Lê Miên Ca có một chất giọng lạ, có chiều sâu, những câu chữ luôn vẫy vùng vừa ở trong đời sống của thơ vừa muốn thoát ra khỏi giới hạn của thơ. Kiểu như muốn vượt lên để đi tìm một con đường, một chân lý. Tìm kiếm là một công việc đầy hoài nghi, cô đơn và nhiều khi lập dị khi tách mình khỏi yếu tố đám đông. Lê Miên Ca có vẻ là một người cực đoan với việc phải tìm ra con đường ý nghĩa cho mình.

Đời sống của thơ và đời sống của nhà thơ đôi khi tách bạch nhưng thường là không, ít nhất là đối với trường hợp của Lê Miên Ca. Nỗi buồn trong thơ đã vận vào đời sống. Lê Miên Ca đã không sống "bình thường" như nhiều người yêu mến anh kỳ vọng, mà anh thoắt ẩn thoắt hiện trong đời sống. Lúc xuất hiện ở diễn đàn thơ này, lúc ở ẩn, bặt tăm đến nỗi nhiều bạn bè muốn liên hệ không thể tìm được kênh nào để tìm thấy anh. Và khi anh xuất hiện, có vẻ anh buồn hơn, suy tư hơn, khao khát tìm được cho mình một con đường ý nghĩa hơn. Trong khi lúc anh im lặng ai cũng tưởng anh đã tìm thấy rồi.

Đời sống thực tại với những nỗi buồn và mâu thuẫn đã không an ủi được hồn thơ Lê Miên Ca. Cái hồn thơ luôn ngọ nguậy, không chịu

*[1] Về tác giả, xin xem trang 174

thỏa hiệp với sự dễ dàng buồn chán của cuộc sống đời thường. Với sự rung động tinh tế từ gốc rễ tôn giáo, Lê Miên Ca đã tìm đến con đường gần hơn với Chúa, bước vào đan viện, tập tu, sống và nghĩ theo một hướng mới. Dường như chỉ có Chúa mới hiểu được những nỗi buồn, khúc mắc cả thơ và đời của Lê Miên Ca. Và Lê Miên Ca cũng chỉ cần Chúa hiểu, vì những suy tưởng của anh quá lạ lẫm, phức tạp để người đời, kể cả bạn bè hiểu. Trong thế giới nội tâm cô đơn của anh, chỉ có Chúa mới xoa dịu được những cảm giác của anh.

Mặc dù không có dịp tiếp xúc nhiều với Lê Miên Ca, nhưng tôi cảm thấy mình có cái duyên nào đó với Lê Miên Ca. Lần gặp đầu tiên ở Viết Văn Đường Trường lần IV (trước đó tôi đã biết Lê Miên Ca trên văn đàn thơ trẻ), mặc dù Lê Miên Ca hay đứng bên tôi vì muốn trò chuyện nhưng tôi lại không biết phải trò chuyện về điều gì. Trước một đời sống nội tâm sâu sắc, phức tạp, nhiều suy tưởng, tôi không biết mình có thể nói gì với tâm hồn này? Và có lẽ với sự xa cách rụt rè của tôi, Lê Miên Ca không thể chuyện trò. Nhưng khi anh mất, tôi lại là một trong những người được biết sớm. Và tôi lại là người được cha Trăng Thập Tự gởi 12 bài thơ đạo của anh (như một món quà của anh) cho tôi đọc và viết bài cảm nhận. Bất ngờ, hồi hộp, tôi cứ ngồi nghĩ mãi, tại sao lại là tôi? Chúa chọn tôi, cha Trăng chọn tôi, anh chọn tôi để tôi được đọc thơ đạo của anh và viết bài cho anh? Tại sao tôi lại là người may mắn được anh chọn, để mọi người biết về anh, hiểu về anh qua cảm nhận của chính tôi? Và tôi nên viết gì?

Tôi muốn nói cho cả thế giới rằng Lê Miên Ca là một người cô đơn, nhưng không cô độc. Thế giới cô đơn của anh phong phú, sâu sắc, có đường hướng, có lý tưởng. Chúa là người Cha hiểu anh, bao dung với anh, đồng cảm với những rung động, sợ hãi, bi kịch (nếu có) của anh. Ngoài ra anh còn có tài thơ và một hồn thơ lạ.

12 bài thơ:

Cung nhạc buổi chiều
Kẻ với đêm lời tình
Bạch lạp ca tiễn mẹ
Dòng kinh chiều bất chợt
Lặng im và cháy
Vườn trắng Mi Sa
Về trong ân điển
Lòng hoang lắng rũ
Nhìn em ta cũng nôn nao
Khúc đêm
Tự khúc rời với Giê-su

Giao mùa
là một minh chứng cho tài thơ và hồn thơ lạ của anh.
"Bóc từng mảng đêm
thấy mình rầu rĩ
lời kinh cầu âm âm trong miền nhớ cực hình
tiếng chuông chừng lạc giọng chiều nay
trong tiềm thức của mùa yêu dại dột"

(""Kể với đêm lời tình")

Ta có hiểu những cảm xúc này trong trái tim một chàng trai trẻ. Một người "rầu rĩ" với đời thường, bước vào đời sống đan tu để tìm nguồn an ủi nhưng vẫn còn rung động với những "mùa yêu dại dột".

"Em thấy không đêm
khi anh lao vào lời nguyện cầu như cỏ
cánh đồng lô nhô mùi hương nhọc nhằn thế giới
Chúa buông vào tay anh ơn mưa móc
và em, đêm thành người bạn hẹn hò"

("Kể với đêm lời tình")

Ta không biết chàng đang tu hay đang yêu? Dường như chàng đang mang trái tim yêu vào đan viện. Em và đêm và hẹn hò và Chúa. Chúa biết chàng, hiểu chàng nên cũng không giận, chỉ để chàng tâm sự với hồn thơ.

Và tôi rất thích hai câu thơ này trong bài:

"và ở đây anh sẽ rất nhỏ
bởi Chúa muốn anh luôn luôn rất nhỏ"

Hai câu đơn giản vậy thôi nhưng đọc rất thơ. Ngoài đời kia chàng đã từng muốn lớn, với những hoài bão, khát khao của tuổi trẻ. Còn ở đây, trong đan viện, bước đầu tiên của đời tu, chàng đã ngộ ra một chân lý, chàng muốn nhỏ, chẳng để làm màu mè gì, bởi đó là cái "sắc không" của đời tu.

Trong Bạch lạp ca tiễn mẹ, có lẽ cùng đồng cảm với người không còn mẹ, nên tôi đã xúc động lặng người khi đọc những câu thơ:

"bàn tay mẹ giờ không ấm nữa
tiếng chó giục con biến tan mùa ớt chín

...Em gái thắp ngọn nến
ngọn nến bùng câu kinh
lâm râm thơ ngực bạch lạp muộn phiền
mà đức tin cũng lắm lần trì trệ

sợ mẹ bị vùi quên dưới đất

...

Mẹ
đi
vết sẹo khó mòn
lời kinh
con
bật
lòng son khó dời
tím chiều
phủi
nắng sân phơi
con đau điếng
một
nín trời rất êm".

Ai đọc những câu thơ này mà không công nhận Lê Miên Ca là một nhà thơ trẻ tài năng? Sự mới lạ trong tứ thơ cũng như trong ý thơ không phải cố tình mà dễ dàng như hơi thở. Và sự rung động tinh tế trong từng câu chữ. Tôi đọc thơ chàng mà như thấy rõ mồn một nỗi đau buồn của mình, nỗi đau buồn của những đứa con mất mẹ. Sợ mẹ *bị vùi quên dưới đất*, lòng êm trời êm nhưng *nín* cơn đau. Nỗi buồn ấy không dâng trào, bùng nổ mà âm ỉ, kìm nén.

Thơ Lê Miên Ca giãi bày, tâm sự với Chúa hơn là rao giảng về Chúa, dù chàng là một tu sĩ. Chàng tâm sự với Chúa sự lãng mạn của mình, thấp thoáng đâu đó con đường chàng đã đi qua.

"Màu của đức tin cứ ngỡ chết rồi
đã sống dậy vực lòng con bước tiếp
phố nhạt chiều mà tiếng thở rộn rịp
chạy ngược về thẳng ngọn nến dâng kinh
Bên mép chiều hoang hoải con cựa mình
lời thơ suông phút chốc thành dòng kinh
đã thấy Chúa hòa vào con rộng lớn
cơn ngâu rầu cũng chợt vui thình lình"

("Dòng kinh chiều bất chợt")

Từng bước một, hồn thơ lạ, hồn thơ buồn của Lê Miên Ca đã tìm thấy nguồn vui bên Chúa.

"Giêsu
người bạn cuối cùng có thể ngồi chung bàn lâu nhất
vô hình dung

vớt ta khỏi men say lầm lỡ
đổ mưa rậm rịch tươi xanh ngày trở lại
gõ nhịp đều vào đời
hơi thở lan nhanh
mùi uyên nguyên không còn xa tầm với

Tuệ giác trong ta bừng dậy
điều khó để ai tin
ta căng phồng bay từ tâm sung túc"

("Tự khúc rời với Giêsu")

Đọc những dòng thơ này tự nhiên ta vui lây với chàng. Ta thấy chàng đã tìm được con đường chàng mong muốn. Trên con đường tu sĩ, bên Chúa, chàng đã được tìm về những rung cảm nguyên sơ, cây đã *tươi xanh* và *mùi uyên nguyên* đã trở lại.

Ta hãy chung vui với niềm vui của một hồn thơ trẻ.

"Chẳng cần bay
chẳng cần chạy
Chẳng cần gấp vội
ta và Giêsu
có điểm giao từ bi rất đỗi
một rừng lộc non no tràn diệp lục
ta thấy mình bỗng lớn
trong Giêsu
với Giêsu
cùng với giấc mơ đan sĩ trong khu vườn tịch lặng"

("Tự khúc rời với Giêsu")

Cuối cùng, ta đã có thể tin chàng đã tìm ra con đường của mình. Con đường mà thời tuổi trẻ bồng bột, hoang mang chàng trai trẻ hoang hoải đi tìm. Những câu hỏi cội nguồn của cô đơn đã có lời giải đáp. Chàng đã có thể dừng lại, mãn nguyện với con đường của mình.

Không hiểu sao đọc thơ Lê Miên Ca tôi lại nhớ đến nhà thơ Hàn Mặc Tử. Hai hồn thơ đạo, mặc dù cách nhau về tuổi đời, địa lý, không gian, thời gian, bối cảnh xã hội...nhưng tôi lại thấy thấp thoáng Hàn Mặc Tử trong thơ Lê Miên Ca.

Cũng là tài thơ đó, hai chàng trai trẻ bạc mệnh, khao khát được cháy hết ngọn nến đời mình trong thơ và tôn giáo. Một lớn, một nhỏ (*bởi vì Chúa muốn anh luôn rất nhỏ*) nhưng họ có cái gì đó giao cảm. Cũng những ngày tháng chống chọi với bệnh tật, đau đớn, buồn bã, và cô đơn. Chẳng ai hiểu, ngoài thơ và Chúa.

Lê Miên Ca cũng từng đến thăm mộ nhà thơ Hàn Mặc Tử khi tham gia Viết Văn Đường Trường lần IV. Lúc đó chàng nghĩ gì? Chàng có biết mình giống như Hàn, không cháy hết ngọn nến đời mình nhưng với những gì bùng cháy đủ để lại cho đời những rung động.

Ngay cả khi Lê Miên Ca đi khỏi thế giới này, tôi vẫn chưa hiểu Lê Miên Ca. Trước đây, tôi không dám chạm vào thế giới nhiều suy tư của anh. Còn bây giờ, tôi mừng vui cho anh vì ít ra một khoảnh khắc nào đó anh cũng tìm được con đường, niềm vui, ý nghĩa của mình bên Chúa và trong Chúa. Anh đã đi tới *cái đích* của anh, cả nỗi buồn và niềm vui, cả sự sống và cái chết, cả hoan ca thơ và bi ca thơ.

Và tôi, người được Chúa sắp đặt, được cha Trăng Thập Tự kết nối, được anh chọn trong linh cảm, không biết gì hơn ngoài nói lên những rung cảm thực của mình, trước anh và thơ anh.

Nếu anh có thích những điều tôi viết, mong anh hãy mỉm cười ở thế giới không hư vô.

ĐINH PHẠM PHƯƠNG THẢO
Cô sinh viên với niềm say mê nghiên cứu văn học Công giáo

Liên Giang[*1]

Đó là Đinh Phạm Phương Thảo, năm nay 21 tuổi, đang học năm thứ tư ngành Văn học, trường Đại học Khoa học Xã hội và Nhân văn TPHCM. Thảo cũng là người con của giáo xứ Tân Mai (giáo phận Xuân Lộc). Niềm say mê văn học kết hợp với niềm tin tôn giáo đã mở ra cho cô bạn trẻ một lối đi riêng trên con đường học tập...

Trong một nghiên cứu khoa học sinh viên năm 2020 - 2021, Đinh Phạm Phương Thảo đã chọn *"Tuồng Thương khó"* của Đức Giám mục GB. Nguyễn Bá Tòng (1868 - 1949) để tìm hiểu. Đây được xem là một kịch bản viết bằng chữ quốc ngữ đầu tiên do người Việt Nam viết. Bài nghiên cứu này sau đó đã được rút ngắn để trở thành tham luận trong một cuộc hội thảo khoa học quốc tế, diễn ra vào cuối tháng 11.2021.

Xác định hướng đi và nhận được sự nâng đỡ

Ngay từ những buổi đầu tiên khi bước chân vào giảng đường đại học, Thảo đã ấp ủ mong muốn được học tập và nghiên cứu về văn chương Công giáo. Đến năm học thứ ba, cô sinh viên lại càng nhìn nhận rõ hơn mong muốn và khả năng của mình để xác định hướng đi nghiên cứu về văn học Công giáo Việt Nam. Qua tìm hiểu, Thảo cảm nhận văn chương Công giáo như một "cánh đồng lúa chín" mênh mông mà còn thiếu "thợ gặt". Có nhiều tác giả Công giáo, tác phẩm viết về tôn

---
[*1] Về tác giả, xin xem trang 437

giáo chưa được nói đến, thậm chí là bị lãng quên. Đặc biệt trong nền văn học Việt Nam viết bằng chữ quốc ngữ buổi đầu, các trí thức Công giáo góp công không ít và các tác phẩm Kitô giáo chiếm dung lượng đáng kể. Đó cũng là lý do thôi thúc cô bạn trẻ muốn "trở về nguồn", với khát khao được tìm tòi, khám phá những tác phẩm của tôn giáo mình.

Rồi từ nhu cầu của ngành học, Thảo muốn thực hiện một nghiên cứu khoa học. Khi đã xác định được hướng đi, một cột mốc mà cô sinh viên cho là quan trọng, cô đã trao đổi với giảng viên hướng dẫn chuyên môn là PGS.TS Võ Văn Nhơn. *"Ban đầu em có suy nghĩ đến việc nghiên cứu "Gẫm 15 sự thương khó" như một loại hình diễn xướng của văn học dân gian. Song, với sự hiểu biết của mình, thầy Nhơn giới thiệu với em "Tuồng Thương khó", một tác phẩm thầy thấy có nhắc tên trong một công trình nghiên cứu khác..."* - Thảo kể. Nghe thầy gợi ý, cô sinh viên có chút bối rối về thể loại do chưa từng nghiên cứu về kịch bao giờ, sau đó lại đến sự lo lắng của cả thầy trò vì như lời PGS.TS Võ Văn Nhơn: *"Liệu có tìm được kịch bản 'Tuồng Thương khó' không?"*. Câu hỏi này vừa là động lực thôi thúc Thảo phải bắt tay vào việc tìm kiếm kịch bản liền, cũng vừa như một thách thức với cô sinh viên năm 3 lần đầu tập tành nghiên cứu khoa học và chọn một tác phẩm không có sẵn.

Bên cạnh những kiến thức chuyên môn có được thì việc là một Kitô hữu chính là thuận lợi lớn nhất của Thảo khi thực hiện đề tài nghiên cứu này. Được lớn lên trong một xứ đạo có bề dày lịch sử gần 70 năm, tình yêu và sự hiểu biết về tôn giáo được nuôi dưỡng là nền tảng để cô bạn trẻ có khả năng đọc hiểu các tác phẩm văn học Công giáo hơn so với các bạn khác niềm tin. Cùng với đó, theo như Thảo chia sẻ thì em đã nhận được rất nhiều sự giúp đỡ và dẫn dắt. Một số linh mục ở Sài Gòn cũng như tại giáo xứ nhà ở Biên Hòa đã tạo mọi điều kiện để hỗ trợ Thảo trong quá trình tìm kiếm kịch bản *"Tuồng Thương khó"* tại các thư viện Công giáo, *"đặc biệt là sự nâng đỡ của nhà nghiên cứu Lê Đình Bảng và con trai, người sẵn lòng chỉ dẫn và cho em mượn kịch bản 'Tuồng Thương khó' được in lần đầu tiên, một tài liệu quý giá mà nếu không có, hẳn đề tài sẽ khó lòng thực hiện"*. Và một người luôn đồng hành từ lúc khởi đầu cho đến khi cô sinh viên hoàn thành đề tài nghiên cứu, đó là PGS.TS Võ Văn Nhơn, tuy không phải là người Công giáo nhưng thầy cũng có những quan sát và kết nối nhất định với văn học Công giáo Việt Nam giai đoạn cuối thế kỷ XIX, đầu thế kỷ XX.

Tiếp cận "Tuồng Thương khó"

Nhớ lại hành trình tìm kiếm tài liệu về tác giả và tác phẩm, cô sinh viên cho đó như một chặng dài. Bởi khởi đầu chưa có gì là chắc chắn, chỉ có thể nói là "hy vọng". Học đại học ở TPHCM, Thảo vẫn đi xe buýt về nhà trong ngày, nên lúc đi tìm tài liệu cũng rong ruổi khắp các thư viện lớn nhỏ với khoảng cách địa lý khá xa (từ Biên Hòa lên Sài Gòn) và phương tiện di chuyển cũng là xe buýt. Cho đến khi cầm trên tay kịch bản *"Tuồng Thương khó"* nhận được từ ông Lê Đình Quốc Chính (con trai nhà nghiên cứu Lê Đình Bảng), Thảo thật sự xúc động. Chỉ mới trước đó thôi thì mọi hy vọng tìm được bản in đầu tiên dường như bị dập tắt hoàn toàn bởi hầu như các thư viện Công giáo lớn đều không thấy, cuối cùng lại gặp được nó trong một thư viện gia đình.

Trong quá trình đọc kịch bản, nghiên cứu và viết bài, điều Thảo tâm đắc nhất không nằm ở riêng một chi tiết nào, mà trọn vẹn tác phẩm. Điều gợi lên trong cô bạn trẻ nhiều suy tư chính là những gì mà tác giả - Giám mục GB. Nguyễn Bá Tòng - đã làm được trong hơn 100 trang kịch bản. Đó là việc ngài ứng dụng lối viết kịch hiện đại theo kiểu phương Tây, một vở kịch nói viết bằng văn xuôi vào giữa buổi người ta còn đang quen với kiểu tuồng kịch hát bội bằng văn vần. Đó là việc ngài sử dụng ngôn ngữ Nam Bộ, ngôn ngữ của đời sống trong tác phẩm của mình. Đọc hết tác phẩm, Thảo thấy được sự sáng tạo, tài năng của tác giả trong việc tiếp thu các thành tựu của văn học phương Tây kết hợp với những giá trị truyền thống dân tộc; tâm huyết của một vị linh mục trong việc đưa tôn giáo đến gần hơn với đời sống, để người xem kịch, người đọc kịch bản sẽ thấy tôn giáo không phải là chuyện của các vị thánh trên trời mà là những câu chuyện diễn ra trong đời sống, người ta sẽ không thấy Giêsu như một người đàn ông Do Thái xa lạ mà cũng có thể là một người Nam bộ gần gũi... Cô sinh viên cũng nhận ra vở tuồng vẫn còn những điều chưa hoàn thiện, nhưng với cô: *"Trong tư cách là một người nghiên cứu và là một Kitô hữu, em trân trọng tài năng và những đóng góp của tác giả Nguyễn Bá Tòng với văn học và với Giáo hội".*

Từ đề tài nghiên cứu khoa học 50 trang, PGS.TS Võ Văn Nhơn đã ngỏ ý rút gọn lại để tham dự một hội thảo quốc tế và thầy cũng là đồng tác giả của tham luận này. *"Văn học, điện ảnh Việt Nam - Hàn Quốc trong bối cảnh toàn cầu hóa"* là chủ đề của hội thảo, do khoa Văn học trường Đại học KHXH&NV TPHCM tổ chức, với sự tài trợ của Quỹ giao lưu quốc tế Hàn Quốc (Korea Foundation). Do tình hình dịch bệnh diễn biến phức tạp nên sự kiện diễn ra bằng hình thức trực tuyến trên nền tảng Google Meet, với sự tham gia của các giáo sư, học giả tại các trường đại học, viện nghiên cứu trong và ngoài nước.

Tại đây, tham luận *"Tuồng Thương khó - kịch bản sân khấu hiện đại đầu tiên do người Việt Nam viết"* đã được đánh giá như một sự khám phá có tính chất mới mẻ, đặt ra một cột mốc mới cho lĩnh vực văn học và sân khấu hiện đại. Sự xuất hiện của đề tài như một yêu cầu cần phải nhìn nhận lại vấn đề, đưa ra một ghi nhận mới cho cột mốc đầu tiên của kịch nói hiện đại Việt Nam và văn học hiện đại Việt Nam với kịch bản viết bằng chữ quốc ngữ đầu tiên do người Việt sáng tác. Phần trình bày của Phương Thảo được mọi người lắng nghe và có những phản hồi tích cực. Thảo cho biết mình rất vui vì từ đây, đã học hỏi thêm được một số điều hay và lại nhận thêm được sự chia sẻ về nguồn tìm kiếm tài liệu, những tư liệu có liên quan đến tác giả, tác phẩm từ các thầy cô có nghiên cứu giai đoạn văn học này.

Hiện ở năm cuối đại học, cô sinh viên đang nỗ lực hết mình cho việc học tập và nghiên cứu theo niềm say mê của mình. Tại xứ Tân Mai, Thảo vẫn tham gia các sinh hoạt nhà đạo và là một giáo lý viên tích cực.

Nguồn:

http://www.cgvdt.vn/co-sinh-vien-voi-niem-say-me-nghien-cuu-van-hoc-cong-giao_a14115?

NHƯ MỘT BẢN HÒA ÂM

Kim Hòa

(Đọc *"Sông chảy về đâu"* - tập truyện ngắn của Khánh Liên

Ấn phẩm đầu tiên trong loạt

"Ấn phẩm dọn mừng 400 năm Văn học Công giáo")

Tôi là người ngoại đạo. Nhận lời viết vài dòng cho quyển sách này, ấn phẩm đầu tiên được Tủ sách Nước Mặn thực hiện nhằm "dọn mừng 400 năm văn học Công giáo", thực tâm, tôi cũng có chút lo lắng.

Tôi không phải con chiên của Chúa. Biết có hiểu đủ, có cảm hết tâm tư người viết – một trái tim yêu Chúa nồng nàn, "một người con đang hạnh phúc với niềm tin của mình, với tôn giáo của mình, với Thiên Chúa của mình" như cha Cao Gia An từng nhắc trong lời giới thiệu sách?

Đọc xong "*Sông chảy về đâu*", tôi nhận ra mình lo lắng quá thừa. Không có ranh giới nào tồn tại trong văn chương và tình yêu. Chỉ có âm thanh tuyệt diệu từ cái Đẹp, tính Thiện kết nối trái tim, kéo tâm hồn con người lại gần nhau.

"Sông chảy về đâu", với tôi, là một bản hợp âm đẹp, nhiều da diết. Thứ da diết dệt bằng tình yêu tha thiết với đức tin, bằng ngôn ngữ văn chương trong sáng, giàu xúc cảm và cả trái tim đầy nhân hậu của Khánh Liên - một người viết yêu cái Đẹp.

Như một bà chủ nhà ưa Đẹp, chị bày biện không gian truyện – ngôi nhà cho mỗi câu chuyện của mình - đều nhỏ bé, xinh xắn. Nào ngôi nhà nguyện "ấm cúng như một lời cầu xin thầm thì", nào cánh

Nguyễn Thị Kim Hòa

* *Sinh: 1984, tại Phan Rang, Ninh Thuận*

* *Đạt Giải nhất Truyện ngắn các giải Văn nghệ quân đội (2015), Vận động sáng tác Văn học thiếu nhi Việt Nam - Đan Mạch (2015), Giải Tư Văn học tuổi 20 lần 6 (2018).*

* *Một số tập truyện tiêu biểu: -Tay chị tay em, Đinh Khói, Sa mạc & những vệt nhớ, Công chúa nhỏ chăn cừu, Con phim phụng cuối cùng, Cửa sổ phía Đông (tiểu thuyết), Chuyện kể ở lớp Cây Me (truyện đồng thoại thiếu nhi)*

* *Email: kimhoa511@gmail.com*

rừng "lấp loáng ánh trăng bạc", nào "cánh đồng đầy hoa cỏ dại" mênh mông, vang vang "tiếng ụm bò", nào "con đường quạnh hiu có đường tàu nhỏ bỗng nhú lên một vầng trăng",...

Nếu gọi cả cuốn sách là một bản hợp âm, thì giọng solo chính là những nỗi buồn trong vắt: Buồn của một cô bé Raglai đi chân trần "trên con đường vắng, đầy đá sỏi, phân bò, phân dê, lạnh lẽo và cô độc" (truyện *"Người gieo hạt"*). Buồn của người gác chuông nhà thờ "ít được biết tên và thậm chí bị lãng quên" (truyện *"Người gác chuông nhà thờ"*). Hay buồn của buổi "chiều mưa, làng tôi và làng bên có cùng đám tang. Đứng ở sau nhà, chúng tôi ngóng lên cồn cát, nhìn hai đám rước đi về hai nghĩa trang khác nhau. Hai đám rước đi song song cùng nhau. Một đám về nghĩa trang của Chúa, một đám về nghĩa trang của đời. Hai linh hồn. Hai niềm tin khác nhau..." (truyện *"Cát bụi"*).

Có lúc, chùng hẳn xuống so với dòng buồn trong trẻo ấy, ta cũng bắt gặp ở *"Sông chảy về đâu"* những nỗi đau xám đục, câm lặng. Tựa hồ một đoạn nhạc vì tước mất âm thanh, bi kịch từ những phận người bóp nghẹt trái tim người đọc. Ai có thể nói thay cô bé câm tên kẻ đã hãm hiếp mình? Ai có thể tìm giúp người chị đứa em gái tội nghiệp phải bỏ nhà đi vì bạo lực, cưỡng bức? Ai có thể thấu hết nỗi đau của kẻ tình si tiễn người mình yêu vượt biển rồi tự tay chôn xác nàng? Và ai đem những ngày hạnh phúc, khỏe mạnh trở về được cho nàng sơn nữ Lapia, trước khi cơn lũ dữ và căn bệnh cùi quét qua làng?

"Tôi không khóc được, không ăn được, không ngủ được, không cười được. Ngày nào tôi cũng đi dọc theo bãi biển tìm xác người. Người ta bảo tôi mất trí?" (truyện *"Sông chảy về đâu?"*)

"Chồng và con thì đã trôi theo dòng lũ", "Lapia bị rụng mất những ngón tay. Da thịt bầy nhầy...", "kể từ ngày đó Lapia không còn niềm vui, cũng không còn hát nữa..." (truyện *"Bài ca của chú ve nhỏ"*)

Đối diện những đau đớn ấy, dòng văn Khánh Liên cũng nghẹn lại. Bản hợp âm tưởng chừng lịm dần trong âm thanh đáng sợ của câm lặng. Bỗng trỗi lên chuỗi tí tách, thánh thót.

Là âm vọng của đức tin. Tiếng gọi của hi vọng:

"Trong những ngày buồn luôn có một Người để tôi yêu dấu. Người dẫn tôi đi qua hết bóng đêm tới cánh đồng hoa đầy ánh sáng. Người cho tôi rung động trước những vẻ đẹp hiếm hoi trong cuộc sống âm u của tôi...Người đóng trên Thánh Giá kia, nhân hậu nhìn tôi..." (truyện *"Người yêu dấu ơi"*).

Là sám hối của kẻ gây ác sắp rời xa cuộc đời:

"Tôi là kẻ có tội. Tôi rất xấu hổ với Chúa, với mình, với thằng Du, con Quỳnh. Tôi ngàn lần có tội với con bé Thắm. Tôi đã xưng tội với Chúa rồi, nhưng Thắm tôi không biết nó có tha thứ cho tôi không?" (truyện *"Trên cánh đồng cỏ dại"*)

Là tiếng của những giọt nước mắt đoàn tụ vỡ ra, rơi xuống:

"- Mẹ!!!

Tôi kêu thét lên, chạy tới ôm mẹ. Mẹ sợ hãi, muốn bỏ chạy, gạt tôi ra. Nhưng tôi cứ ôm chặt lấy mẹ. Mẹ đành ôm tôi bằng đôi tay cùi. Hai mẹ con tôi cùng khóc." (truyện *"Người yêu dấu ơi"*)

"Theo quy luật của dòng chảy, tất cả mọi dòng sông đều đổ về biển. Đạo Công giáo và đạo Tin lành cũng giống như hai nhánh sông cùng chảy về biển Tình Yêu Chúa. Chúa đứng đó, bao dung và nhân ái chờ đợi những nhánh sông chảy về...Tôi chỉ biết rơi nước mắt nhưng là giọt nước mắt vui mừng." (truyện *"Sông chảy về đâu"*).

Bản hợp âm *"Sông chảy về đâu"* được bắt lại nhịp, chừng như trở nên xôn xao, rộn ràng hơn hơi thở cuộc sống.

Như tiếng đọc kinh, tiếng hát thánh ca bằng cả hai ngôn ngữ Kinh và Raglai hòa cùng nhau trong ngôi làng miền núi nghèo. (truyện *"Người gieo hạt"*).

Như tiếng "lục lạc trên cổ bò rung leng keng, lắc cắc", "tiếng keng keng của chiếc kẻng thô sơ vang lên trong màn mưa" báo tin vui cha xứ tới mảnh đất "lầy lội bùn đất đỏ" của giáo dân Ba Na. (truyện *"Mảnh đất tình yêu"*).

Hay âm thanh ca đoàn những người cùi cất lên trong "ngày thi hát thánh ca mừng lễ kỉ niệm 50 năm Hồng ân Giáo Phận". Mỉm cười với bệnh tật, bất hạnh, những con người khốn khổ hát cùng nhau. Bài hát chiến thắng nỗi đau. Bài hát tôn vinh đức tin, ngợi ca Thiên Chúa. (truyện *"Bài ca của chú ve nhỏ"*).

Bản hợp âm của *"Sông chảy về đâu"* cũng dạt dào âm hưởng ấy.

10 truyện ngắn trong tập, 10 khúc tụng ca Thiên Chúa, "một Thiên Chúa không hề cao vời xa cách" mà "nhập thể hoà mình ngay giữa cuộc nhân sinh" (lời cha Cao Gia An) cứ thế in đậm trong lòng người đọc. Tôi dù không phải con chiên, cũng xin cúi đầu trước Người - một vẻ đẹp kì vĩ mà sao gần gũi, thân thiết vô ngần.

Xét đến cùng, mọi đức tin trên đời và văn chương cũng có nét tương đồng, khi đối tượng hướng đến đều là thế giới nội tâm phức tạp của mỗi cá nhân, với cùng một mục đích là cứu rỗi những tuyệt vọng, chấp cánh thêm cho niềm vui sống.

Gấp lại *"Sông chảy về đâu"*, bỗng chợt muốn hát vang cùng Khánh Liên, để hoà thanh vào bản hợp âm bất tận ngợi ca tôn giáo và cái Đẹp.

“KỴ SĨ *ĐỒNG HÀNH*” HOÀNG MẠNH HÀ

Trần Nguyên

Ngay lần đầu gặp nhau, dù được giới thiệu trước “Hoàng Mạnh Hà hiện là Chủ biên *báo Pháp Luật TP.HCM* số Chủ nhật”, tôi vẫn tin chắc đây là một người Công giáo. Dáng người, cách nói chuyện, giọng nói và cả cử chỉ… đều thể hiện anh là một người sống rất lâu dưới mầu nhiệm tình yêu Thiên Chúa.

Một người làm chứng cho Đức tin

Lần đầu tiên nói chuyện nhiều với nhau, tôi hỏi anh Hoàng Mạnh Hà một câu hơi… nhạy cảm: “Cơ quan *báo Pháp Luật TP.HCM* - trực thuộc sở Tư Pháp, có… biết anh là một người Công giáo không?”. - “Biết chứ” - “Ủa…”.

Cái sự “ủa” này của tôi, là có rất nhiều lý do đằng sau đó. Người làm báo, lại là báo chuyên ngành, lại là cấp quản lý ở tờ báo, thường không mấy ai công khai mình là người Công giáo.

Tôi nhớ có lần Văn phòng Hội đồng Giám mục Việt Nam muốn tổ chức một cuộc gặp gỡ các anh chị em nhà báo người Công giáo nhân dịp Giáng sinh. Việc tìm kiếm thông tin các nhà báo người Công giáo là vô cùng khó khăn. Sau cùng vì nhiều lý do khác nhau mà cuộc gặp này chưa diễn ra được. Và việc luôn xác tín vai trò con chiên Thiên Chúa của Hoàng Mạnh Hà, là một ấn tượng mạnh mẽ trong tôi về một người làm chứng cho Đức tin của mình.

Khi viết bài này, lại rơi vào ngày Lễ Lá, bắt đầu cho Tuần thánh tưởng niệm mầu nhiệm Thương khó và Phục sinh, nên việc luôn xác tín về vai trò Kitô hữu của một người làm báo thật sự mang nhiều ý nghĩa.

Trần Nguyên

* Sinh ngày 28-1-1981, tại Đà Lạt
* Chuyên ngành: Cử nhân báo chí, Thạc sĩ quản trị kinh doanh
* Phó Chủ biên Tạp chí Đồng Hành
* Trưởng đại diện phía Nam, Tạp chí Tia Sáng,
* Nhà sáng lập AI Education
* Email: tranbung@gmail.com

Và có lẽ vì thế, mà sự nghiệp làm chuyên đề Đồng Hành - một ấn phẩm chính thức về Công giáo do Hoàng Mạnh Hà làm chủ biên phát hành mỗi tháng, cũng phải đi qua những thương khó như một sự thông phần với hành trình Vượt qua của Đức Kitô: Bị dèm pha bởi không ít người mà anh từng cộng tác, bị vất vả bởi việc in ấn, phát hành của một tập san tư nhân đều đòi hỏi... kinh phí tự thân mà anh phải một mình gồng gánh, bị dò xét, canh chừng và rất nhiều ánh mắt nghi ngại về động cơ phía sau. Tôi hiểu rằng, nếu không có một Đức tin tuyệt đối như khi chúng ta tuyên xưng, thì không có một *Đồng Hành* kiên định qua nhiều năm tháng, với nhiều công trình khảo cứu, bài vở chất lượng đóng góp cho cộng đồng đến vậy...

Một kỵ sĩ *Đồng Hành*

Anh Hoàng Mạnh Hà rủ rê tôi đảm nhiệm một chuyên mục trong tập san *Đồng Hành:* Những câu chuyện cuộc sống Công giáo từ điện ảnh. Tôi có hơi chần chừ, vì mình chưa bao giờ viết gì về Đạo, và đem con mắt trần gian bất toàn của mình để kể những câu chuyện Đức tin thì có phần e ngại.

Anh cười: "Thì Hoàng Mạnh Hà cũng là một người viết chuyện Đạo bằng con mắt Đời đấy thôi. Đó cũng là tôn chỉ và lý do ra đời của Đồng Hành mà: Đưa những thông điệp, những vấn đề, những câu chuyện của Đạo đến gần hơn với mọi người".

Tôi có chút tự tin, và cũng hơi bất ngờ khi *Đồng Hành* đăng tải những bài viết của mình, về những bộ phim không thuần Công giáo, từ *Tội lỗi nguyên sơn - Sin,* cho tới những mảnh ghép rất lạ của *Giáo hoàng trẻ tuổi* hay *Hai Giáo hoàng* hay cả câu chuyện của những mảnh tối cuộc đời của những con chiên lầm lạc...

Bây giờ, nghĩ lại quãng thời gian gắn bó cùng *Đồng Hành*, tôi lên Tiki tìm mua lại những số cũ của tờ tập san chuyên đề, thấy rất thú vị khi nhìn thấy những chuyên đề, những mảng miếng mà Chủ biên

Hoàng Mạnh Hà đã dày công xây dựng. Rõ ràng, vốn là cử nhân sử học khi đang là ứng sinh Dòng Tên nên khi viết báo đạo phát huy thế mạnh viết biên khảo các đề tài về lịch sử Công giáo Việt Nam, đặc biệt là nhóm đề tài về bảo tồn di sản Công giáo.

Hoàng Mạnh Hà làm *Đồng Hành*, nhưng vẫn là nhà báo hoạt động trong môi trường báo chí ngoài đời, lại là một người Công giáo nên khi điều hành nội dung tạp chí *Đồng Hành*, có những góc nhìn về Đạo dưới cái nhìn của một nhà báo.

Đặt vấn đề nhẹ nhàng để cả người Công giáo và người ngoại đạo đều có thể đọc. Dưới sự định hướng nội dung của anh, các cây bút người Công giáo tham gia *Đồng Hành* đều thể hiện theo bút pháp nhẹ nhàng như vậy: Từ chuyện các nhạc sĩ viết Thánh ca, hay chuyện rất nhạy cảm trong nhà thờ như chuyện bổng lễ, chuyện công nghệ như đi lễ trực tuyến hay chân dung những kiến trúc sư nhà thờ đã bị lãng quên, đi tìm nguyên mẫu cho hình ảnh tượng Đức Mẹ Việt Nam...

Ấn tượng nhất, với tôi, có lẽ là loạt bài bút chiến của Hoàng Mạnhh Hà xung quanh việc một nhóm người hạ thấp vai trò của các giáo sĩ Alexandre De Rhodes, Francisco de Pina trong sáng tạo chữ Quốc ngữ... Không chỉ trên *Đồng Hành*, mà Hoàng Mạnh Hà còn mang cuộc tranh luận vào các cuộc thảo luận trên các phương tiện báo chí khác nhau, và tất nhiên, cả trên mạng xã hội.

Bất giác ngồi đọc lại loạt bài này, tôi nghĩ tới hình ảnh của các chiến hữu nghèo của Chúa Kitô hay còn gọi là hiệp sĩ dòng Đền. Có lẽ so sánh này nó khập khễnh lắm, nên tôi sẽ gọi Hoàng Mạnh Hà là một kỵ sĩ, cưỡi ngựa thong dong trên con đường Đồng Hành với Đức tin của mình...

ĐỌC: *BÊN NGOÀI CỔNG NHÀ THỜ*
TẬP TRUYỆN CỦA LINH MỤC CAO GIA AN

Bùi Công Thuấn *1

Linh mục Giuse Cao Gia An

** Sinh: 1981 tại Hiệp Đức, Bình Thuận. Thụ phong linh mục năm 2014, thuộc dòng Tên. Đang trình luận án tiến sĩ về Chú Giải Kinh Thánh.*
** Đã xuất bản: 3 tập suy niệm: Hãy Học Cùng Giêsu, Bạn Đường Đức Giêsu, Lạy Chúa, Con Đây!*
** 2 tập truyện ngắn: Hoa Phượng Về Trời, Bên Ngoài Cổng Nhà Thờ.*
** 3 tập thơ: Về Núi Thánh, Mùa Cứu Rỗi, Tình Thơ Trên Phận Người.*
** 1 tập tùy bút: Tâm Sự Một Loài Hoa Trên Tường Đá.*
** Email: giaansj@gmail.com*

Nếu bạn hỏi tôi tập truyện *Bên ngoài cổng nhà thờ* có gì là ấn tượng, tôi xin thưa ngay rằng, tập truyện có những trang văn rất đẹp, về người quê hồn hậu, về tình quê thiết tha. Và dù là những câu truyện bi kịch thì cái nhìn của tác giả vẫn lấp lánh một niềm tin yêu trẻ trung tinh khôi và một giọng kể dung dị, gần gũi, ấm áp.

***Bên ngoài cổng nhà thờ* có gì?**

Đây là một bức tranh xã hội: *"Những đứa con được sinh ra, lớn lên, đi làm ăn xa, khắc sâu trong lòng mình chữ đạo chữ hiếu. Họ bán đi cái quê hương xứ xở trong lòng mình, bán đi cả tuổi xuân của mình, bán luôn bao nhiêu là ước vọng của riêng mình. Có những đứa trẻ sớm bị đẩy ra ngoài đường phố, lam lũ với nắng với mưa và với gió bụi cuộc đời. Có những đứa con được gả bán đi, ngơ ngác trong hành trình làm dâu xứ lạ. Có những người trẻ tìm cách ra đi, đau đáu với khát*

*1 Về tác giả, xin xem trang 108

vọng đổi đời, khát vọng về một cuộc đời phồn vinh no ấm cho mình, cho gia đình, cho quê hương mình… (tr.97). Bên ngoài cổng nhà thờ "*còn rất nhiều người nghèo thiếu cả cơm ăn áo mặc. Nghèo hơn nữa là những người nghèo chưa bao giờ được nuôi dưỡng bởi những của ăn tinh thần và đời sống tâm linh. Họ vô phương kháng cự trước vô số cám dỗ và nguy cơ của đời sống hiện đại*" (tr.162).

Tác giả dẫn người đọc đến thăm những cảnh đời mà lối sống đạo truyền thống của người Công giáo đã đẩy họ ra ngoài nhà thờ. Đó là những trường hợp gọi là hôn nhân "rối", những cô gái "chửa hoang" (*Bên ngoài nhà thờ, Cha xứ dở*); những "*cánh hoa rơi*" giữa phố thị (*Tầm xuân giữa phố*); chia sẻ những bi thảm của những số phận bị công nghiệp hóa tước đi môi trường sống (*Miền cỏ xanh dưới lòng sông*), hoặc làm tha hóa những điều đạo đức tốt đẹp, làm tan vỡ những cuộc tình hồn hậu, làm ly tán những gia đình vốn nề nếp hạnh phúc (*Tiếng chuông nhà thờ; Hương ổi ngày xưa; Xóm không đêm; Một cuộc đời để sống)…*

Bên ngoài cổng nhà thờ là cuộc sống phức tạp. Người Linh mục trẻ cảm thấy bất lực. "*Càng va chạm nhiều với thực tế, anh càng gặp nhiều cảnh đời đau lòng. Những cảnh đời đau lòng đặt ra cho anh nhiều câu hỏi vô phương trả lời, nếu chỉ dựa trên những gì anh đã được học, dựa trên những phương tiện anh đã được trang bị, hay dựa trên những luật lệ mà trước đây anh đã từng trân giữ và xác tín.*"(tr.23),

Và đây là một câu hỏi không có lời đáp về một trường hợp chửa hoang mà ba đời chịu khổ: *"tội nhân đã ôm tủi hổ xuống mồ, bố mẹ của tội nhân thì cho đến chết cũng đã không dám ngước mặt nhìn đời, con của tội nhân thì không có cơ hội để sống một cuộc sống bình thường như bao nhiêu người khác. Đáng không? Do đâu mà ra cái bể trầm luân như thế? Còn có cơ hội nào để tìm và cứu những gì hư mất không?" (tr.11).*

Trong bài giảng về đoạn Tin mừng *"Đứa con hoang đàng"* (Luc 15, 1-32), người Linh mục trẻ ấy (Cha Tâm) đã đặt câu hỏi này vào lương tâm người Công giáo: "*Người ra đi, bị gọi là kẻ tội lỗi, kết cục bước vào ở trong nhà của Cha. Còn người ngày ngày ở lại trong nhà Cha, tự xem mình là kẻ công chính, cuối cùng lại tự đặt mình ở ngoài cổng. Chúng ta gặp mình trong nhân vật nào? Người con thứ hay người con cả? Hay cả hai? Đâu là chỗ của chúng ta, trong nhà hay ngoài cổng?"*(truyện *Bên ngoài cổng nhà thờ)*

Những niềm thao thức

Trong thực tại xã hội Việt Nam hiện nay, chủ nghĩa thực dụng, chủ nghĩa cá nhân, chủ nghĩa thế tục và những khuynh hướng suy đồi đang làm băng hoại tận gốc những giá trị văn hóa của dân tộc, thì *bên ngoài cổng nhà thờ* còn bao nhiêu là bi kịch, bao nhiêu điều bất công. Hàng ngày, người ta chứng kiến bao nhiêu là tội ác đổ xuống trên đầu những số phận bé nhỏ, mà bất lực, không lời nào nói hết.

Tuy nhiên ở tập truyện *Bên ngoài cổng nhà thờ,* tác giả không có mục đích "phản ánh hiện thực" để đặt những vấn đề xã hội. Những truyện được kể trước hết là những suy nghiệm, những trăn trở, những ước vọng của sứ vụ Linh mục, đồng thời tra vấn lương tâm người Công giáo trong chính hành trình sống đạo, để cùng thao thức.

Người Công giáo sống đạo không chỉ trong nhà thờ mà hãy nhìn ra ngoài cổng nhà thờ để hướng về tha nhân, để sống đúng với giới răn "*mến Chúa yêu người*". Dường như lâu nay, và từ bao giờ không rõ, người Công giáo đã tự xây bức tường, vạch làn ranh tách biệt mình với bên ngoài, rất nhiệt thành trong việc tổ chức những lễ lạc "xôm tụ, hoành tráng" để *"khẳng định căn tính và danh giá của mình trước mặt những người không cùng đức tin"*, nhưng *"liệu xôm tụ và hoành tráng có phải là cách hữu hiệu để nói với người khác về Chúa, để trình bày về đạo của Chúa không?"*(tr.161)

Tập truyện mở ra nhiều sự việc, nhiều cách nghĩ, cách sống đạo mà người Công giáo phải xem lại mình. Chẳng hạn, việc đọc kinh cầu nguyện, *"Ông Chín tự hỏi lại mình về những giờ kinh gia đình mà ông vẫn thường hướng dẫn. Có thật khi cầu nguyện, "chỉ cần nhắm mắt đọc thuộc lòng cho hết bộ kinh bổn từ đầu cho tới cuối là xong"? Cầu nguyện như vậy, liệu có còn phù hợp với bọn trẻ con cháu của ông không? Thế hệ này hay muốn tìm hiểu và thích đặt câu hỏi tại sao. Còn ông, kinh kệ hình như chỉ là chuyện thuộc nằm lòng. Mọi sự cứ tự nhiên mà tuôn ra theo môi miệng, tự nhiên như lời kinh của lòng ông dâng lên Thiên Chúa. Ông cứ đọc, cứ thuộc, rồi truyền lại cho con, cho cháu, như của gia bảo hồi môn từ thế hệ này sang thế hệ kia."(Đi tìm anh em.tr.41)*

Về vấn đề hoang thai: *"Để che đậy một tội, người ta lại phải phạm một tội khác lớn hơn. Với người trẻ của thời hiện đại, phạt tội liệu có còn là phương pháp giáo dục tốt nhất để gìn giữ lề thói đạo nghĩa không? Răn đe và nghiêm cấm liệu có còn là cách tốt nhất để giáo dục lương tâm không? Còn có cách nào khác để vẽ lại dung mạo của một Giáo hội bao dung và từ nhân hơn? Giá trị của một con người và giá trị của luật lệ, điều gì nên đặt lên trên?...(Cha xứ dở-tr.22)*

Và đây là vấn đề cốt lõi để người Công giáo "sống phúc âm giữa lòng dân tộc". Xã hội có chương trình "xóa đói giảm nghèo", còn người Công giáo sống thế nào? *Tại sao rất dễ để kêu gọi mọi người cùng chung tay tổ chức một cuộc lễ lạc với rước sách long trọng và hoành tráng, nhưng lại rất khó để kêu gọi mọi người tham gia một dự án bác ái xã hội* ***để giúp cho những người nghèo?*** *Tại sao rất dễ để kêu gọi bà con chung tay trong công cuộc xây dựng một công trình gì đó của nhà thờ, nhưng lại rất khó để thuyết phục mọi người đóng góp để xây dựng và giúp đỡ xóm lương dân đang còn nghèo khổ và đói rách?/ Đó là sức ì của truyền thống? Đó là phong cách giữ đạo đã lâu đời đến độ trở th ành một quán tính tự nhiên, nhưng không còn đủ chiều sâu và sức bật? Hay đó là lựa chọn tự vệ của những người đạo đức, trước những đe dọa hữu hình của văn minh hiện đại?"*(Xóm không đêm-tr.163)

Tập truyện đã đưa ra ít nhất hai hình ảnh để người Công giáo tự đối chứng. Đó là trường hợp các anh em Tin Lành. Họ thực hiện lời Chúa dạy là *"Hãy đi và làm cho muôn dân trở thành môn đệ"*. Họ đến với xóm đạo để cùng cầu nguyện. Ông Chín trong truyện ***Đi tìm anh em*** đã phải suy nghĩ lại: *"Như vậy hóa ra muốn sống đạo tốt, theo đúng lời Chúa dạy, thì người ta phải đi. Chỉ một từ "đi" nho nhỏ thôi, mà làm ông Chín bị đụng chạm và thấy nhột quá sức. Tính ra, từ hồi nhỏ tới giờ, ông Chín vẫn nghĩ chỉ cần ngày nào cũng đi từ nhà đến Nhà Thờ thì đã đủ để làm một tín hữu tốt. Xóm đạo của ông được xây dựng như một hợp thể hoàn chỉnh: có nhà thờ, có chợ, có trường học, có một bệnh xá nhỏ. Cả xóm đã như một mô hình khép kín, ít khi nào nghĩ tới chuyện phải đi ra bên ngoài."* (tr.36)

Trường hợp thứ hai ở nhà nuôi dưỡng người già, neo đơn trong một ngôi chùa. Vị Linh mục trẻ tận mắt chứng kiến *"tấm lòng quảng đại từ bi của nhà chùa và các Phật tử hảo tâm. Họ sẵn lòng mở rộng vòng tay để tiếp nhận những người già nua cô độc. Đó là gương phục vụ vô vị lợi của các cô, các dì ở chùa đối với những người già. Họ phục vụ tận tâm từ những người bại liệt, mù loà đến những người già khó tính hay giận hay hờn..."* (truyện *Trong bóng chiều cuộc đời)*. Đối chiếu với Tin mừng, vị Linh mục *"học được nhiều điều và đọc thấy nhiều giá trị Tin mừng,...nơi những người già bị bỏ rơi, tôi tìm thấy hình ảnh của Đức Kitô nghèo hèn và cô độc, nhưng vẫn đẹp đẽ lạ thường"*(tr. 151).

Những cách nhìn như thế chắc chắn là cách nhìn của Giáo hội trong Tông huấn Giáo hội tại Á châu (Ecclesia in Asia): *"Á Châu cũng là chiếc nôi của các tôn giáo lớn trên thế giới -Do Thái giáo, Kitô giáo, Hồi giáo và Ấn giáo. Đó là nơi phát sinh nhiều truyền thống thiêng liêng khác như Phật giáo, Lão giáo, Khổng giáo ...Giáo hội giữ một niềm kính phục sâu xa nhất đối với các truyền thống này và tìm cách chân thành đối thoại với các môn sinh của truyền thống đó. Những giá trị tôn giáo họ truyền dạy, chờ được hoàn thành viên mãn trong Đức Giêsu Kitô.... Họ quý trọng những giá trị như tôn trọng sự sống, lòng trắc ẩn đối với mọi sinh vật, gần gũi với thiên nhiên, hiếu thảo với cha mẹ, đàn anh và tổ tiên, và một ý thức cộng đồng cao độ (11). Đặc biệt, họ coi gia đình là nguồn sống ban sức mạnh, một cộng đồng liên kết chặt chẽ có một cảm thức mạnh mẽ về tình liên đới (12). Các dân tộc Á Châu nổi tiếng có tinh thần bao dung tôn giáo và sống chung hoà bình."*

Một ngòi bút trong trẻo tinh khôi

Điều rất quý ở tập truyện này là ngòi bút trong trẻo, tinh khôi, bộc lộ ở nhiều yếu tố của bút pháp. Dù truyện viết về bi kịch của nhiều cảnh đời bất hạnh, những cuộc tình đổ vỡ, hay những ly tan gia đình do hoàn cảnh, song cái nhìn của tác giả là sự cảm thông chia sẻ, là sự lên tiếng nói. Nhiều truyện kết thúc có hậu. Không phải vô tình mà nhiều truyện, góc trần thuật là cái nhìn của những em bé, rất hồn nhiên (*Đỉnh cao nghệ thuật, Một cuộc đời để sống, Trên những đường cong*).

Một triết lý lạc quan bao trùm không gian truyện, cuộc sống có bi thảm thế nào thì con người vẫn vươn lên để sống. Nhìn dòng sông cạn nước do người ta ngăn đập làm thủy điện, tác giả nhận ra điều này: *"dù dòng sông không còn chảy, cuộc sống vẫn cứ trôi. Bất chấp những thịnh suy thăng trầm, sự sống vẫn cứ tiếp diễn liên tục theo cách rất riêng của mình... Tại nơi mà những người lớn ngoi ngóp mắc cạn, bọn trẻ vẫn có thể có một khung trời tuổi thơ đẹp như mơ.* (tr.84) Triết lý lạc quan này xuất phát từ sự xác tín con đường. Tác giả chia sẻ: "*Có một thời gian tôi ở trong tình trạng lao đao khi muốn tìm cho tương lai mình một lối đi. Chiều chiều, tôi hay ra đứng bên dòng sông Đồng Nai, ngắm những cánh hoa trôi nổi bồng bềnh. Đem so sánh tương lai đời mình với cánh hoa lục bình, tôi thấy có cái gì đó na ná: mong manh phiêu bạt, rồi sẽ chẳng biết sẽ về đâu? Nhưng rồi cũng đến giai đoạn tôi quyết định hướng đi cho tương lai đời mình. Cánh lục bình cho tôi một bài học quý giá: cuộc đời mong manh và vắn vỏi là thế, nên tôi cần tìm cho mình một Bến Đỗ an toàn và bền vững hơn. Tìm về với Đấng là Cội Nguồn và Cùng Đích của đời tôi. Đó là căn nguyên đức tin của tôi*"(tr.147)

Có nhiều trang tả cảnh thiên nhiên đồng quê rất đẹp. Câu chữ hiện lên sắc nét, tươi tắn, thơm tho: "*Mỗi sáng, mặt trời mọc lên bên kia bờ sông, con nước như một tấm gương vàng phản chiếu toàn bộ ánh sáng đầu ngày hắt lên khu đất nhà ngoại. Mỗi chiều, mặt trời khuất sau ngọn đồi, cứ như có ai đó đem toàn bộ của cải giấu sau lưng nhà ngoại.*" (tr.71)

"Trên bầu trời một bóng mây vừa bay qua, để lại một khoảng trời xuân trong veo và xanh thăm thẳm. Trời xuân đổ xuống khoảng sân trước nhà chị Diệp con nắng vàng ươm như rót mật. Trước sân, hàng cau vươn thẳng mình, chìa những táng lá xanh um như những cánh tay

dang rộng mở ra với trời. Trên thân cau là dây trầu quấn quýt. Sau bao mưa gió, lá trầu xanh càng thêm thắm xanh. Sau bao biến đổi thăng trầm, trầu và cau đã được quấn quýt bên nhau…" (tr.142)

Tôi thực sự xúc động trước sự quan sát rất tinh tế và lấp lánh tình người khi tác giả ghi lại hình ảnh bà già mù: *"Từ hai hốc mắt sâu hoắm không còn chút tinh anh của bà, đôi dòng lệ cuộn tròn, trào ra rồi chảy thành dòng qua những nếp nhăn nheo của đôi gò má xương xẩu. Vài tia nắng hắt từ khung cửa sổ đậu lại trên khuôn mặt bà, làm ánh lên hai hàng nước mắt long lanh. Mỗi lần kể chuyện cho tôi nghe bà đều ngồi yên bất động, chỉ có đôi môi mấp máy và cặp mắt nheo nheo như đang hướng về một vùng trời vô định."* (tr.146)

Nếu bạn đọc để ý, sẽ thấy, tác giả không miêu tả những cảnh đời nhầy nhụa hay những hành động tàn bạo của tội ác, những cảnh vô luân hay những biểu hiện của những hình thức "vô văn hóa'; mà luôn giữ cho ngòi bút chừng mực trong thế giới của "cái đẹp", dù rằng trong tập truyện, vẫn có những cảnh đời như thế.

Kiểu truyện ngắn kết hợp với Tùy bút tạo nên một văn phong gần gũi, tín cẩn. Người đọc có cảm giác rằng chính tác giả (không phải nhân vật) đang chia sẻ những thao thức, những trăn trở, những tâm nguyện của mình về việc sống đạo, về lương tâm Công giáo trước thực tại, và mời gọi mọi người cùng mở lòng ra để hướng ra *bên ngoài cổng nhà thờ*. Sự thành tín tùy bút này giúp cho những câu truyện, có khi chỉ là tâm trạng của nhân vật, rất ít tính truyện, vẫn cuốn hút người đọc.

Kiểu ngôn ngữ bình dân, giàu tính nhạc, giàu cảm xúc lãng mạn, giàu chất thơ…lại có một sức hấp dẫn khác. Xin nghe những lời chia sẻ này: *"Thì ra người ta có thể có rất nhiều nơi để đi, nhưng chỉ có một chốn duy nhất để tìm về. Thì ra người ta có thể lớn lên, đi khắp tứ phương thiên hạ, làm được đủ thứ chuyện, nhưng vẫn có một góc nào đó rất nhỏ, trên một mảnh đất nào đó rất nhỏ, khiến người ta thấy mình vẫn chỉ là đứa con nít của ngày hôm qua chưa kịp lớn. (tr.119)*

…Cái nhịp sống ở phố dạy hắn rằng không gì hạnh phúc cho bằng có một chốn để thuộc về, có một nơi để tìm về, có một quê hương xứ sở, có một gốc gác cội nguồn."(tr.125);

Đằng sau tất cả những câu truyện cuộc đời là thông điệp này: *"Lúc này đây, tôi thấy lòng mình bừng lên ước ao muốn được chia sẻ (cho bà) niềm tin của tôi về Đấng Tuyệt Đối là cội nguồn và cùng đích của mọi loài."* (tr.147).

Tháng 12/ 2017

Nguồn: *https://www.vanthoconggiao.net/2017/12/ben-ngoai-cong-nha-tho-lm-cao-gia-an.html*

truyện dài
"ĐÓA HỒNG THỨ 40"
của Lê Ngọc Thành Vinh

(Giải Nhất thể loại truyện dài - Giải VHNT Đất Mới 2020)

Agata Nguyễn Thị Kim Tuyến *[1]

Truyện dài "Đóa hồng thứ 40" kể về cuộc đời của nhân vật Thanh Hiền. Đó là một cô gái có khuôn mặt ưa nhìn, cao ráo, học trường Sư phạm Âm Nhạc. Chuyện xảy ra vào những ngày Thanh Hiền sống và làm việc trên đất Nhật Bản. Bằng thủ pháp nghệ thuật đảo chiều thời gian, tác giả Lê Ngọc Thành Vinh đã kể lại cuộc đời của Thanh Hiền qua dòng hồi ức đan xen hiện tại của chính nhân vật. Mở đầu câu chuyện chính là bối cảnh Thanh Hiền những ngày đầu ở xứ "hoa anh đào". Bức tranh về cảnh vật khắc nghiệt với cái lạnh tái tê của quê người, dường như báo trước những khó khăn mà Thanh Hiền, hay những kẻ tha hương đã, đang và sẽ gặp phải.

"Đóa hồng thứ 40" mở ra trước mắt người đọc những khó khăn, va vấp khi chống chọi trước cơn lũ "thay đổi số phận". Hàng loạt hình ảnh về những người muốn đi nước ngoài để có một tương lai xán lạn hơn, được tỏ hiện qua giọng kể thực tế của Lê Ngọc Thành Vinh. Giấc mộng mang tên "Nước Ngoài" được bóc tách trần trụi khiến người đọc cảm thấy chẳng nơi đâu là thiên đường cả, nhất là những nơi người ta ảo vọng về nó, đặt tất cả sinh mạng, phẩm chất, đạo đức để đánh đổi đồng tiền.

---

*[1] Về tác giả, xin xem trang 288

Dẫu biết rằng, để sinh tồn, không một người nào tránh khỏi sự đánh đổi; nhưng nếu tự mình dùng tiền của để che lấp con mắt đức tin, cản lối lương tâm thì hậu quả sẽ khôn lường.

Đọc truyện dài "Đóa hồng thứ 40", chúng ta dễ dàng xót xa với Thanh Hiền, với những người bị số phận thử thách. Thế nhưng, Thanh Hiền đâu phải là duy nhất, cũng không phải là người xa lạ với chúng ta. Nhân vật trong trang sách bao giờ cũng được lấy nguyên mẫu từ cuộc sống. Và chúng tôi tin, không thiếu những con người như Thanh Hiền đang cần chúng ta quan tâm, cảm thông và yêu thương.

Có thể, độc giả sẽ thở phào nhẹ nhỏm khi Thanh Hiền không bị cuốn vào cạm bẫy của sự dữ; cô được sự nâng đỡ của vợ chồng chủ trọ người Nhật... Nhưng, đó không phải là sự hên xui trong cuộc đời. Tuy tình tiết trong câu chuyện có lẽ là những ngẫu nhiên liên tục, nhưng kỳ thật, đó là kết quả của một lương tâm biết phân biệt xấu-tốt; biết nghi ngờ trước những lời mời gọi của vật chất. Và hơn hết, Thanh Hiền được sự phù trợ của Thiên Chúa - Đấng mà cô đã than trách Ngài khi gặp khốn khó, nhưng cũng đã cậy trông, trao phó cuộc đời mình.

Truyện lấp lánh tình người với sự bảo bọc của vợ chồng già chủ trọ người bản xứ dành cho nhân vật chính. Sự may mắn đến khó tin khi ở đất nước khiến ta chỉ thấy kỷ luật, vội vã, lạnh lùng lại có những con người tinh tế, đáng yêu, đáng quý đến vậy. Như chính Thanh Hiền đã tự cảm thấy mình may mắn: "Không ngờ ở nơi đất khách quê người này, cô đã tìm thấy cha mẹ thứ hai của mình". Để rồi bất chợt người đọc nhận ra rằng, không biết từ bao giờ chúng ta tự đánh mất niềm tin ở con người đến vậy? Có lẽ, sự tái lập niềm tin không phải bắt nguồn từ đâu xa, mà chính ngay bản thân mình trước.

Bằng giọng văn tự nhiên, cây bút Lê Ngọc Thành Vinh đã kể cho chúng ta về phận số của những lữ khách. Đã hẳn, sinh ra trong cuộc đời chúng ta là những lữ khách, cuộc đời là hành trình dẫn về quê hương. Nhưng lữ khách nơi "đất khách quê người" lại mang một cung điệu đầy biến động, lắm khúc quanh.

Được đề cập trong tác phẩm là những vấn đề nóng và là thực trạng của giới trẻ Công giáo hiện nay: xuất khẩu lao động, đối thoại liên tôn (Tin lành - Công giáo), sống ảo - yêu ảo... Tác phẩm được xuất bản vào cuối năm 2020, là tác phẩm đạt Giải Nhất thể loại truyện dài của "Giải Văn Hóa Nghệ Thuật Đất Mới 2020". Thật trùng hợp khi đây cũng là thời điểm đầu năm mới của phụng vụ 2020-2021 với chủ đề được Hội đồng Giám mục Việt Nam chọn: "Đồng hành với người trẻ trong đời sống gia đình". Qua đó, giúp chúng ta có cái nhìn cụ thể hơn để có thể đồng hành với các bạn trẻ trong bối cảnh hiện tại. Giáo Hội đã không ngừng bảy tỏ sự quan tâm mục vụ đặc biệt, giúp cho người trẻ đối diện và vượt qua những thách đố trong cuộc sống, như lời mời gọi của Đức Giáo hoàng Phanxicô: "Chúng ta đừng trở nên một Giáo Hội vô cảm trước những thảm kịch ấy của những người trẻ là con cái mình. Chúng ta đừng bao giờ rơi vào thói quen ấy, vì ai không biết khóc thì không phải là mẹ. Chúng ta muốn khóc để cho xã hội cũng phải trở thành một người mẹ đúng nghĩa hơn, để thay vì sát hại thì xã hội học biết cách sinh thành, trở thành nơi hứa hẹn của sự sống" (Christus vivit, 75).

Mời bạn tìm đọc "Đóa hồng thứ 40" như là tiếng nói của người trẻ Công giáo; của những yếu đuối, tự nhiên mà chân thật. Tiếng nói đó, dẫu vẫn còn một vài vụng về, nhưng là cả nhiệt huyết và khát vọng cống hiến của người cầm bút.

Nguồn: MỤC ĐỒNG 17 Tháng 1/2021

ĐỌC: *ÔI TỘI HỒNG PHÚC*

Bùi Công Thuấn *[1]

Ôi tội hồng phúc của Têrêsa Nguyễn Phương Thảo là truyện dài đạt giải nhất Văn hóa nghệ thuật Đất Mới của Giáo phận Xuân Lộc (2017). Tác phẩm này cũng đã được tác giả in và phát hành ở Việt Nam sau đó.

Trong buổi hội thảo do Hiệp hội Bảo vệ Sự sống tại Canada tổ chức cho giới sinh viên tại giảng đường ở tòa nhà SITE, Đại học Ottawa, thầy Tùng đã kể chuyện về sự chào đời của 3 cháu bé Thiện Tâm,

*[1] Về tác giả, xin xem trang 108

Hồng Phúc, Hồng Ân. Nhưng để bảo vệ được sự sống của các cháu, các nhân vật trong truyện đã phải trải qua những hoàn cảnh hết sức khó khăn, đối mặt với rất nhiều bi kịch.

Đó là bi kịch tình yêu của người trẻ trong xã hội Canada. Trong bối cảnh đó, người Việt trẻ bị giằng xé quyết liệt giữa văn hóa truyền thống Việt và văn hóa phương tây; giữa cách nghĩ, cách sống của người trẻ vô thần với bạn bè, người yêu có đức tin Công giáo. Người trẻ phải trả lời câu hỏi đâu là chân lý của tình yêu, hôn nhân, tình dục. Đó cũng là những vấn đề "nóng" của xã hội Việt Nam hiện tại, khi mà chủ nghĩa thực dụng, chủ nghĩa thế tục và lối sống hưởng thụ của của xã hội tiêu dùng lên ngôi. Gia đình trẻ Việt Nam trở nên chông chênh hơn bao giờ hết.

Chủ đề bảo vệ tình yêu, bảo vệ sự sống, bảo vệ nhân phẩm và các giá trị văn hóa Việt được triển khai sâu sắc dưới ánh sáng tư tưởng Nhân văn Công giáo (bé Hồng Ân, Hồng Phúc) và cái nhìn nhân bản Phật giáo (bé Thiện Tâm). Tác giả tỏ ra am tường sâu sắc về tư tưởng triết học của các tôn giáo. Trong cuộc đấu tranh với chủ nghĩa thế tục, các nhân vật đã kiên định bảo vệ đức tin Công giáo, đồng thời cũng khẳng định cái tâm từ bi của Phật có sức cảm hóa (như trường hợp của Angulimala, một sát thủ,"buông đao thành Phật"). Có lẽ đây là một giá trị đặc sắc nhất của tác phẩm này, bởi các tư tưởng nhân bản phương Đông được xây dựng thành những hình tượng nhân vật trong những cảnh đời rất thực, và tính cách, số phận của các nhân vật được chuyển hóa một cách thuyết phục.

Độc giả Công giáo có thể thấy rõ điều này, truyện kiên định giáo luật Công giáo trong hôn nhân như giữ điều răn thứ sáu tiền hôn nhân, hôn nhân bất khả phân ly. Sự thứ tha là thông điệp xuyên suốt tác phẩm (sự thứ tha cho Tuấn như Chúa thứ tha cho người phụ nữ ngoại tình). Tuấn là một người vô thần, nhưng Tuấn là người tình nghĩa và có trách nhiệm. Sự hiểu biết và tôn trọng tha nhân, tôn trọng sự khác biệt là tư tưởng của thời đại toàn cầu hóa cũng được đặt ra như một nguyên tắc sống, nguyên tắc tư tưởng. Tất nhiên bạn đọc ở Việt Nam với cái nhìn văn hóa truyền thống có thể có sự tiếp nhận rất khác nhau về những vấn đề của người trẻ trong xã hội Canada. Điều ấy là bình thường khi đắm mình trong một tác phẩm có bề sâu văn hóa và tư tưởng.

Về nghệ thuật, truyện có cấu trúc phức tạp, song được kể mạch lạc và lý giải sâu sắc mọi vấn đế được đặt ra, giải quyết triệt để những mâu thuẫn bi kịch của các nhân vật, tuy mất mát nhưng có hậu. Văn phong của Nguyễn Phương Thảo rất trẻ trung, sống động. Truyện cuốn người đọc vào những tình huống gay cấn như trong phim hành động. Các nhân vật như Tuấn, Tùng, Kiều Diễm, Công, ông bà Nghị đều góc cạnh và rất cá tính, để lại những ấn tượng sâu sắc và thú vị...

Bạn đọc sẽ tìm thấy nhiều điều tâm đắc hơn nữa khi đọc tác phẩm này, bởi ở mỗi góc nhìn, người đọc có thể khám phá những sắc màu, những ý nghĩa của tác phẩm mà ở góc nhìn khác không thấy.

Tác phẩm chắc chắn sẽ được bạn đọc yêu quý vì đó là tâm huyết và tài năng của tác giả.

Tháng 12. 2017

Nguồn: Những mùa vàng văn học Công giáo. Nxb Hội Nhà Văn 2020

TÍNH TRIỆT ĐỂ TRONG PHIM TRUYỆN *'ĐI VỀ HƯỚNG MẶT TRỜI'*

Vi Hữu tổng hợp

WHĐ – Khi được cuốn hút *đi về hướng Mặt Trời,* những nhân vật chính trong phim đã quyết tâm rảo bước đến nơi tận cùng của niềm tin, của tình yêu và ơn gọi. Trong hành trình đi tới không ngừng đó, có những lúc họ đã phải rất trăn trở, thậm chí là quằn quại trong cuộc chiến nội tâm khốc liệt...

Đức Thánh Cha Piô XI trong văn kiện Vigilanti Cura (ban hành ngày 29-6- 1936) đã nhận định: Sức mạnh của phim ảnh nằm ở chỗ, nó kể chuyện bằng hình ảnh sống động cụ thể, cộng với những audio đối thoại thuyết minh dễ hiểu và âm nhạc hấp dẫn, khiến tâm trí thích thú tận hưởng, say sưa theo dõi quên cả thời gian, quên cả mệt mỏi.

Linh mục Vũ Hữu Hiền

* *Sinh: 1954. Bút danh Vi Hữu, Linh Hữu, Mạnh Tú.*

* *Thuộc giáo phận Sài Gòn. Hiện làm việc tại Trung Tâm Mục Vụ Tgp Sài Gòn. Trưởng ban Mục vụ Truyền Thông của Tgp Sài Gòn, Thư ký Ủ ban Truyền thông Xã hội trực thuộc Hội đồng Giám mục Việt Nam, nguyên chủ bút nguyệt san Nhịp Sống Tin mừng.*

* *Email: <vuhuuhien@gmail.com>*

Ngay cả những bộ óc thô thiển, thô sơ nhất cũng bị phim ảnh cuốn hút như thế.

Chính vì vậy, Giáo hội rất quan tâm đến phim ảnh, đặc biệt là phim truyện. Khi anh em nhà Lumière trình chiếu bộ phim đầu tiên của thế giới tại Paris Café vào năm 1895, thì chỉ cần 2 năm sau (năm 1897) đã có 2 phim truyện Công giáo xuất hiện mang tên: *Cuộc Thương Khó* (tại Lear, nước Pháp) và *Tuồng Thương Khó* (tại Horitz, Bohemia); và những năm liền kề sau đó có những phim: *La Passion* (Cuộc Thương khó - Auguste & Louis Lumière, 1898), *La vie et la passion de Jesus* (Đời sống và cuộc khổ nạn của Chúa Giêsu - Ferdinand Zecca, 1903)...

Từ khi ấy đến nay đã có vô số phim truyện Công giáo ra đời, đóng góp rất nhiều vào việc giáo dục, giải trí, củng cố đức tin...

Riêng tại Việt Nam, từ khi Giáo hội Công giáo xuất hiện cho đến bây giờ, không thể kể hết bao nhiêu phim tường thuật và phim tài liệu công giáo được thực hiện, mang lại biết bao nhiêu ích lợi cho các tâm hồn. Phải chân thành cám ơn bao nhiêu người đã hy sinh nỗ lực thực hiện những sản phẩm văn hóa quý báu ấy. Tuy nhiên, trong lãnh vực phim truyện thì còn quá ít, mới chỉ có duy nhất một phim truyện dài Công giáo mang tên *“Áo Dòng Đẫm Máu”* (trước 1975) và một phim truyện vừa Công giáo mang tên *“Huệ Đêm”* (2016).

Vào cuối năm 2020, một bộ phim truyện, dài gần 2 giờ, mang nội dung đức tin Công giáo, nhưng lại do một đoàn làm phim ngoài Công giáo thực hiện, đó là phim *‘Đi Về Hướng Mặt Trời’*. Đây là một sự kiện rất đặc biệt, rất đáng được lưu ý. Vào ngày 22-5-2021, Đức Tổng Giám mục Giuse Nguyễn Năng đã gửi những lời khích lệ đến những người thực hiện bộ phim này:

“Là những người chưa theo đạo, các anh chị lại dấn thân thực hiện một cuốn phim về đạo Công giáo. Đó thật sự là một cuộc mạo hiểm đầy khó khăn về mọi phương diện. Nhưng cuối cùng cuộc mạo hiểm đã đạt tới mục tiêu... Tôi nhận ra chính Thiên Chúa đã hoạt động trong cuộc đời quí anh chị và dẫn dắt đoàn trong suốt thời gian qua. Không phải ai cũng có được nhiệt huyết này... Cầu chúc cuốn phim được phổ biến thuận lợi và gây được âm hưởng tốt đẹp trong lòng nhiều người."

Dưới đây là trailer của bộ phim, cùng với tâm tình của những người thực hiện bộ phim *'Đi Về Hướng Mặt Trời'*.

1. QUÁ TRÌNH LÀM PHIM

(Bài viết của diễn viên Lý Thanh Kha trong phim)

Kịch bản phim '*Đi Về Hướng Mặt Trời*' đã đoạt giải thưởng trong cuộc thi sáng tạo văn học nghệ thuật - cho bảy bộ môn của Giải văn hóa nghệ thuật *Đất Mới* của Giáo phận Xuân Lộc năm 2020.

Giải thưởng này đã mở ra một ý tưởng táo bạo cho một dự án làm phim truyện, khởi đi từ kịch bản ấy. Lần đầu tiên thực hiện dự án phim truyện về Công giáo, tác giả (một người ngoại đạo) muốn viết về cuộc sống của những con người luôn mong ước sống tốt đời, đẹp đạo. Một câu chuyện đẹp về Thiên Chúa, một tấm lòng đậm chất nhân văn, có hậu, khởi đi từ 'Tiếng Kêu' trong tập truyện ngắn của Đức Cha Đa Minh Nguyễn Chu Trinh, đã được nhà lý luận phê bình văn học Bùi Công Thuấn góp ý.

Phim xoay quanh cuộc sống của những con người ở một vùng sông nước đồng bằng Bắc bộ. Sự diệu kỳ luôn đến với những người lao động nghèo nhưng có tấm lòng luôn hướng về Chúa. Trong một lần đi lưới, chàng trai Đức Hải vớt được bức tượng đồng "Đức Mẹ bồng con". Từ đó, bao mới lạ, bao niềm vui, bao may mắn yên bình đã đến với gia đình chàng Đức Hải ấy.

Một linh cảm trong tình yêu như những điều huyền bí luôn thoắt ẩn, thoắt hiện. Phải chăng "Quý vật" đã tìm được "Quý nhân", thánh tượng đã tìm được người tốt, để rồi giúp Đức Hải nuôi một lý tưởng, một ước mơ, một lối đi cho riêng mình. Bức tượng hoàn mỹ, thánh thiện kia đã cảm hoá, đã gieo vào lòng Đức Hải một niềm tin, một sức mạnh, một ý chí không gì có thể thay đổi được.

Nhưng cũng chính vì thế mà đã xảy ra những giằng xé, mâu thuẫn khó giải quyết giữa những nhân vật trong phim. Một Đan Hạ với ông bố suốt ngày say xỉn đam mê với thú chọi gà, ngăn cấm đến nghiệt ngã, phũ phàng; và Đan Hạ phải gạt nước mắt chia tay với những lời tỏ tình yêu thương chân thật của bạn trai cùng xóm, v.v... Một Đức Hải 'đi về phía mặt trời', mang nặng trong lòng chữ Hiếu với mẹ cha...

Tiếng chuông nhà thờ vẫn thong thả gióng lên âm vang, ngân nga, ngân xa, dài mãi, xa mãi và cuối cùng hoà tan vào từng nhịp đập bao trái tim trong cộng đồng người dân xứ đạo.

Những bất ngờ luôn xuất hiện như dòng chảy thời gian, ào ào đấy mà êm ả đấy - tính cách nhân vật được khắc hoạ sắc nét, không lên gân, không căng cứng, ấy vậy mà vẫn toát lên nét tinh tuý của nghệ thuật điện ảnh.

'Đi Về Hướng Mặt Trời', sau hơn một năm khởi động, đã hoàn thành được phần quay tiền kỳ. Ê-kíp làm phim không quản mệt nhọc đã rong ruổi dưới cái nắng 41 - 42 độ, những cơn mưa rát mặt, trải dài từ những bờ đê trên dòng sông Kim Trung - Kim Đông, đến Kênh Gà Đồng Chưa - Gián Khẩu, trong sự giúp đỡ nhiệt tình của các Cha xứ và cộng đoàn giáo dân.

Lách Covid mà làm, tránh Covid mà đi, khẩu trang khử khuẩn luôn bên mình, cảnh bấm máy cuối cùng tại Giáo xứ Trung Đồng thật cảm động giữa Cha xứ và cộng đoàn giáo dân thực là một ấn tượng khó quên với đoàn phim.

Phim *'Đi về hướng mặt trời'* mong giúp cho người xem ý thức niềm tin vào những sự tốt đẹp, thánh thiện. Những người làm phim không muốn đánh bóng tô hồng, thêu dệt huyễn hoặc, mà muốn tự bộ phim, tự các nhân vật trong phim sẽ đưa người xem tìm đến một chân lý, một lẽ sống cho chính mình, con cái mình, anh em mình, gia đình mình và cả bạn bè của mình nữa.

Tập thể ê-kíp làm phim luôn gửi gắm tất cả sức lực, tâm trí, tình yêu, niềm tin vào hai vai chính Đức Hải - Đan Hạ, để cùng đi tới sự thánh thiện trong sáng và cứu rỗi là Vầng Dương: *'Đi Về Hướng Mặt Trời'*.

2. LỜI NGÀI TỪ SÂU THẲM CON TIM

(Bài viết của Đạo diễn phim *'Đi về hướng Mặt Trời'*)

"...Tấm thân con cho dù tàn phai, giúp con tim luôn còn ngất ngây, ngát hương trầm hương để hiến tế Ngài. Tình thương Chúa chan hòa tháng năm, tình thương Chúa thắm tươi vô vàn..."

Giọng ca ngọt ngào, tha thiết của ca sĩ Mai Thiên Vân trong bài Thánh ca "Dòng Thời Gian" của tác giả Minh Tâm vừa lắng xuống. Nhưng lòng tôi chợt bừng lên một cảm xúc dâng trào đến khó tả. Điều gì đã làm nên Đức Tin của chúng ta với một Đấng Thiêng Liêng nào đó mà ta không hề được nhìn thấy, không hề được chạm đến bằng xương, bằng thịt? Chúa Giêsu là ai? Đức Mẹ Maria như thế nào? Dường như tất cả những khái niệm đó không hề hiện hữu trong cuộc sống hằng ngày của chúng ta. Nhưng đâu đó trong không gian này, dưới bầu trời bao la này, Lời Chúa vẫn như đang văng vẳng đâu đây trong nhịp sống hằng ngày, trong nhịp đập con tim, trong hơi thở sự sống của mỗi sinh linh. Phải chăng đó chính là Đức Tin?

Với lòng khát khao tìm hiểu về đời sống tâm linh của người Công giáo, tôi đã dấn thân vào cuộc sống của những giáo dân làng Đạo. Một sự bình yên đến thánh thiện được toát lên trong cuộc sống thanh bình từ những con đường, mỗi hàng cây, từng nóc nhà nơi các xứ đạo, như gieo vào lòng tôi cảm giác an lành và hạnh phúc - điều mà ta hiếm thấy trong cuộc sống xô bồ và hối hả ở những miền quê khác. Sự tiếp đón chân tình và thân thiện của mỗi người dân nơi xóm đạo làm cho ta nhớ đến nao lòng khi rời khỏi nơi đây.

Phải chăng Thiên Chúa đã làm nên điều kỳ diệu này? Ý định hướng lòng về Chúa bằng việc xây dựng một bộ phim trong đời sống Công giáo đã nhen nhóm trong lòng tôi. "Tiếng gọi từ dòng sông" được hình thành qua câu chuyện *'Tiếng Kêu'* của Đức cha Đa Minh Nguyễn Chu Trinh, rồi từ đó *'Đi Về Hướng Mặt Trời'* được thai nghén.

Đó cũng chính là khi giông bão, dị nghị và cả những điều thị phi đổ xuống cuộc đời tôi trên con đường nghệ thuật. Đã bao lần âm thầm khóc trong đêm vì chán nản, đã bao lần định buông bỏ vì áp lực cuộc sống bởi cơm, áo, gạo, tiền..., đã bao lần buông bút vì lời khuyên can của anh em, bạn bè, đồng nghiệp và gia đình bởi mấy chữ: "Lĩnh vực nhạy cảm". Nhưng dường như Ơn gọi - như một định mệnh không thể khác - đã ấn định đường đi của tôi, một con đường đầy chông gai và cũng không thiếu hiểm nguy rình rập cận kề.

Cứ mỗi khi lòng kiên trì không còn nữa bởi niềm tin sụp đổ, cứ mỗi khi niềm hy vọng bị suy sụp và lung lay, tôi thường đứng dưới tượng Đức Mẹ Maria và Chúa Giêsu để lẩm nhẩm những lời cầu nguyện ngây ngô của một kẻ ngoại đạo không hề thông thuộc *Kinh thánh* như tôi. Và khi Đức tin chỉ còn cháy leo lét trong con tim thì chính ngài, Đức Tổng Giám mục Giuse Nguyễn Năng, đã lại thổi bùng lên ngọn lửa của lòng yêu thương, để rồi sự quyết tâm cùng nhiệt huyết và những đam mê của người nghệ sĩ trong tôi đã trỗi dậy, đã bùng cháy...

Bộ phim 'Đi Về Hướng Mặt Trời' đã sinh ra trong hoàn cảnh như vậy. Bộ phim Công giáo đầu tiên trong cuộc đời nghệ thuật của tôi được khai sinh đúng ngày 24 tháng 12 năm 2020 sau hơn một năm cùng toàn thể các anh chị em nghệ sĩ (những người ngoài Công giáo) đã cùng nhau chia bùi sẻ ngọt, và cả những đắng cay, để hoàn thành với muôn vàn khó khăn thiếu thốn, nhưng cũng tràn đầy niềm vui và lòng nhân ái của cộng đoàn giáo dân nơi đoàn quay phim làm việc. Ngày đó cũng chính là ngày mà tất cả bà con giáo dân trong cộng đoàn Công giáo trên khắp thế giới chào đón Chúa Giêsu được sinh ra trong máng cỏ, đó là ngày lễ Noel.

Một điều không thể không nhắc đến, đó là sự giúp đỡ tận tình và thân thiện của linh mục phụ trách truyền thông cùng Quý cha trong Trung tâm Mục vụ Tổng Giáo phận Sài Gòn đã ân cần góp ý cho bộ phim ngày càng được hoàn thiện hơn.

Để kết thúc bài viết này, với tư cách là tác giả kịch bản và đạo diễn phim, tôi chỉ xin nhắc lại một câu hỏi của Đức Giám mục Giuse Đinh Đức Đạo: "Là một người ngoài Công giáo, anh suy nghĩ thế nào mà lại dấn thân vào con đường đầy chông gai này?" Và câu trả lời của tác giả: "Chính Chúa chọn con". Câu trả lời đầy tâm huyết đó cũng chính là tiêu đề một bài thánh ca thường vang lên trong các buổi lễ dưới mái vòm cao vời vợi và thiêng liêng của các Thánh đường công giáo.

Đoàn làm phim xin trân trọng giới thiệu đến Quý Đức cha, Quý cha và cộng đoàn bà con Công giáo bộ phim truyện 'Đi Về Hướng Mặt Trời', được xây dựng bằng nước mắt, niềm vui và tình thương của Chúa dành cho những người con ngoài Công giáo luôn hướng lòng về Chúa, với mong muốn ngày một đến gần với Chúa hơn. Hiệp nhất - Yêu thương - Phục vụ, luôn là tiêu chí của đoàn làm phim *'Đi Về Hướng Mặt Trời'*.

Chúng ta cùng hiệp thông cầu nguyện cho bộ phim được lan tỏa rộng rãi trong cộng đoàn Công giáo nói riêng và mỗi người con dân ngoài Công giáo nói chung. Amen.

"Vinh danh Thiên Chúa trên Trời
Bình an dưới Thế cho loài người Chúa thương".

3. ĐI VỀ HƯỚNG MẶT TRỜI

(Bài viết của Ngô Thị Lương Thu - Giám đốc sản xuất phim)

Thế là hơn một năm, ba anh em chúng tôi - những người chủ trương làm phim - nắm tay nhau *'Đi Về Hướng Mặt Trời'*, bắt đầu bằng *'Tiếng Kêu'* - tác phẩm truyện ngắn của Đức Cha Đa Minh Nguyễn Chu Trinh.

Người cao tuổi nhất đã 71, người ít tuổi nhất 61. Chúng tôi đi bằng Đức tin và bằng sự Tôn kính. Sức khoẻ dẻo dai đâu còn đến tuổi này.

Chúng tôi biết hành trình *'Đi Về Hướng Mặt Trời'* sẽ gian nan vất vả, vì ngoài sức khoẻ, còn phải hội tụ nhiều kiến thức, nhiều hiểu biết về *Kinh thánh*, về đời sống giáo dân... Và cả vấn đề kinh tế nữa, mà tiền bạc trong tay chúng tôi thì chỉ có mấy đồng lương hưu trí. Nhưng một điều gì đó từ trên cao vẫn cứ thôi thúc chúng tôi vượt qua tất cả, để tự tin mà đi tiếp.

Riêng tôi, rất may mắn vì luôn được tiếp xúc với giới trẻ công giáo trong các chương trình Noel, Thiếu nhi Thánh Thể... vì tôi là đạo diễn sân khấu và ca nhạc, nên luôn được vinh dự tổ chức các chương trình cho các giáo xứ.

Tôi yêu những ca từ, nốt nhạc trong mỗi bài thánh ca chiều thứ Bảy và trong các dịp lễ trọng. Tôi ngồi hàng giờ im lặng nghe Cha giảng những lời trong *Kinh thánh*, được mở rộng tầm nhìn và hiểu rõ hơn cuộc sống của bà con giáo dân, mặc dù tôi không phải là người Công giáo. Tất cả những lời trong *Kinh thánh* và các bài giảng của Cha xứ luôn dạy cho con người sống tốt Đời đẹp Đạo. Mỗi bài giảng là một chủ đề nên không bao giờ nhàm chán. Sau một thời gian dài, với sự giúp đỡ của cộng đoàn giáo dân, kịch bản phim đã được hoàn thành. Và tôi, với vai trò của người sản xuất, bắt đầu vào cuộc.

Cuộc đời không phải muốn làm gì thì làm, ai làm gì cũng được, mà phải có trên có dưới. Đó là quy luật của đời sống, mà ai hiểu được điều ấy thì cuộc đời sẽ nhẹ nhàng hơn. Chính vì vậy, cái nóng miền Bắc, cơn mưa bất chợt miền Nam, những cơn gió mùa Đông Bắc cũng không làm chúng tôi nản lòng. Vì chúng tôi luôn tin "đã có Chúa nâng đỡ".

Đức Tổng Giám mục Giuse Nguyễn Năng đã có công lao rất lớn với Đoàn làm phim. Ngài rất vui khi biết chúng tôi là người ngoại đạo mà có những tác phẩm viết ca ngợi đời sống của người Công giáo. Đức Tổng đã tạo mọi điều kiện để chúng tôi hoàn thành công việc.

Và các Cha xứ, bà con giáo dân ở những nơi đoàn quay phim cũng ủng hộ nhiệt tình cả về vật chất lẫn tinh thần.

Thế là 60 con người chúng tôi - đạo diễn, diễn viên, hoạ sĩ, quay phim, lái xe, hóa trang, phục trang... - hăm hở, nhiệt tình vào cuộc với tất cả Đức tin.

Hơn một năm trôi qua, bộ phim *'Đi Về Hướng Mặt Trời'* đã hoàn thành. Như người leo núi đứng đây nhìn lại quãng đường mình đã đi, thấy mọi sự không dễ dàng gì. Chúng tôi thường an ủi nhau "Chúa đang thử thách chúng ta".

Giật gấu vá vai, kéo trước hụt sau, đó là sự vất vả nhất của đoàn làm phim, nhất là vai trò của Giám đốc sản xuất, nhưng chúng tôi luôn cố gắng khắc phục để cho ra những thước phim hoàn chỉnh ca ngợi về đời sống Công giáo tốt đời đẹp đạo.

Với vai trò người sản xuất, tôi mong muốn bộ phim 'Đi Về Hướng Mặt Trời' sẽ được các Cha và bà con giáo dân đón nhận và ủng hộ như một bó hoa đẹp dâng lên Chúa.

4. DIỄN VIÊN CHÍNH CỦA BỘ PHIM NÓI VỀ CÔNG GIÁO

(Bài viết của diễn viên Hoàng Thị Bích Phượng - vai Đan Hạ trong phim)

Một bộ phim với quá nhiều cảm xúc, có lẽ những giải bày bằng những dòng chữ giản đơn thế này không đủ để nói hết những cung bậc tình cảm trong lòng...

'Đi Về Hướng Mặt Trời' là bộ phim Công Giáo đầu tiên em tham gia, và cũng là một thể loại vai hoàn toàn khác so với những phim điện ảnh, truyền hình thông thường. Khi được góp mặt tham gia phim, bản thân em đã cảm thấy vui mừng khôn xiết, bởi từ nhỏ em vẫn luôn nghĩ rằng, Chúa tồn tại và Chúa là Đấng đã tạo ra con người.

Ngày hôm nay, khi được nhận vai trò là một đứa con của Chúa trong phim, em và toàn thể ê-kip đã cố gắng 200% năng lượng và sự tôn nghiêm nhất dành trọn trong tác phẩm thiêng liêng này. Hy vọng thông điệp phim gửi gắm sẽ lan tỏa tới hàng triệu trái tim của những người con trong Công giáo nói riêng và mọi người nói chung.

Cảm ơn Chúa, cảm ơn các Cha, cảm ơn Đạo diễn và cảm ơn toàn thể ê-kip đã tin tưởng chọn lựa để em đóng góp một phần nhỏ cho sự thành công của bộ phim này. Nếu có thể, em luôn mong muốn được góp mặt nhiều hơn nữa trong những tác phẩm điện ảnh giống như bộ phim *'Đi Về Hướng Mặt Trời'* này.

Em tin, Chúa luôn ban phước cho những người luôn hướng lòng về Chúa.

Diễn viên Hoàng Thị Bích Phượng trong vai Đan Hạ của Phim 'Đi Về Hướng Mặt Trời'.

5. TẤM LÒNG VỚI CHÚA

(Lý Triệu Khải - Vai ông chú Đan Hạ)

Có lẽ truyện ngắn *'Tiếng Kêu'* của Đức cha Đa Minh Nguyễn Chu Trinh đã là ý Chúa truyền cảm hứng đến những con người luôn hướng thiện. Bởi cũng từ tác phẩm này mà chúng tôi, những kẻ ngoại đạo, bỗng thấm nhuần tình yêu thương mà Chúa dành cho nhân loại, để rồi hình thành nên kịch bản phim 'Đi Về Hướng Mặt Trời'...

Đến nay bộ phim đã được coi là hoàn chỉnh và sẽ sớm đến được với cộng đồng giáo dân cả nước cũng như mọi nơi. Chúng tôi, những người ngoại đạo, với tấm lòng và tình yêu hướng về Thiên Chúa, đã mang hết tâm trí và nghị lực thực hiện sứ mệnh cao quý mà Chúa đã chọn...

6. TRỜI VÀ ĐẤT

(Tâm tình của nghệ sĩ ưu tú Lý Thanh Kha)

Chúa ngự tận trên trời
Chúng con đang mặt đất
Với tấm lòng chân thật
Dồn sức để làm phim
Hành trình hơn một năm
Từ 'Tiếng Kêu' truyện ngắn
Ơn gọi như định sẵn
'Đi Về Hướng Mặt Trời.'

KẾT

Khi được cuốn hút *'đi về hướng Mặt Trời',* những nhân vật chính trong phim đã quyết tâm rảo bước đến nơi tận cùng của niềm tin, của tình yêu và ơn gọi. Trong hành trình đi tới không ngừng đó, có những lúc họ đã phải rất trăn trở, thậm chí là quằn quại trong cuộc chiến nội tâm khốc liệt. Do tính cách triệt để này, bộ phim - tuy vẫn có những hạn chế nhất định - rất đáng được sử dụng để minh họa cho những nỗ lực sống trọn vẹn niềm tin, sống đẹp những mối tương quan trong gia đình, nhất là sống tận cùng ơn gọi của mình.

Sài Gòn, tháng Năm 2021 Vi Hữu (WHĐ) tổng hợp

3. CHĂM SÓC TÀI BỒI TIẾNG MẸ ĐẺ

Bạn có thể đọc trên máy tính, trên điện thoại hay với quyển sách, tờ báo trên tay, nhưng hãy đọc chứ đừng chỉ lướt thôi. Những ảo ảnh của công nghệ rất dễ biến ta thành loài bướm ảo. Người xưa tự cười mình cưỡi ngựa xem hoa. Người nay có tự hỏi mình sẽ rút được gì khi lướt qua vườn hoa bằng xe cao tốc?

Sau câu hỏi của tác giả *Kinh thánh 100 tuần*, rồi câu hỏi *Tương lai sao cho văn hóa đọc* của Ts. Cao Kỳ Hương, với 11 bài ở góc này, mời bạn tìm câu trả lời từ các gợi ý ưu ái:

- Chăm sóc việc đọc của thiếu niên nhi đồng.

- Tự nguyện đến với Lời Chúa và viết nhật ký thiêng liêng.

- Nếu thấy mình có khả năng, hãy mạnh dạn hưởng ứng các cuộc thi văn thơ, trong đạo cũng như ngoài đời.

- Tích cực tham gia hoạt động tông đồ phát hành sách báo.

KHÍCH LỆ TÁC GIẢ VĂN XUÔI CÔNG GIÁO

Nguyễn Văn Học *1

Việc sáng tác văn thơ từ hàng thế kỷ qua đã trở thành nhu cầu thể hiện văn hóa, thẩm mỹ và nhiều mục tiêu khác của con người. Sự sáng tạo là yếu tố then chốt quyết định sự sống còn của người viết trong quy luật phát triển chung của văn học. Tuy nhiên về cơ bản, việc sáng tác này được chia thành hai chuyên ngành chính gồm: thơ và văn xuôi. Và bao giờ lượng người sáng tác thơ cũng nhiều áp đảo so với lượng người sáng tác văn xuôi. Điều đó có thể nhìn rõ nhất bằng con số, là số hội viên Hội Nhà văn Việt Nam bao giờ chuyên ngành thơ cũng gấp đôi chuyên ngành văn xuôi. Số đơn xếp hàng chờ xin vào hội hằng năm, chuyên ngành thơ cũng gấp đôi. Nhìn vào thực tế sáng tác, người làm thơ cũng gấp nhiều lần so với người viết văn xuôi. Hiện nay có sự nở rộ của các câu lạc bộ thơ cấp phường, xã, các diễn đàn thơ thu hút hàng vạn người tham gia. Thậm chí CLB Thơ Việt Nam có thời điểm có hàng triệu hội viên, phân cấp thành lập CLB Thơ Việt Nam đặt tại các tỉnh, thành phố, quận, huyện. Tất nhiên họ không thể tham gia góp mặt vào làng văn do chất lượng thấp. Họ chủ yếu phô tô tác phẩm, in giản đơn và chỉ để nhằm mục đích sinh hoạt tại địa phương. Trong khi đó rất hiếm các CLB văn xuôi hoạt động theo kiểu làng xã.

Văn chương Công giáo cũng không nằm ngoài những điều kiện ấy, khi chúng ta thấy tác giả thơ luôn có số lượng vượt trội so với tác giả văn xuôi. Điều này có thể nhìn thấy rõ tại các cuộc thi văn thơ Công giáo.

Vì sao lại có hiện tượng ấy?

---

*1 Về tác giả, xin xem trang 449

Xét về số lượng và dung lượng chữ thì thơ ít hơn rất nhiều so với văn xuôi. Một truyện ngắn có thể chiếm diện tích bằng cả chục bài thơ, thậm chí nhiều hơn nữa. Thí dụ, ở các báo cuối tuần có đăng văn thơ, thường đăng 1 truyện ngắn, 1 tản văn và 3 đến 5 bài thơ. Báo đăng ít hơn thì thường 1 truyện ngắn, hoặc chỉ đăng 1 tản văn kèm 2 bài thơ. Tại các tờ tạp chí văn nghệ của các tỉnh, thành phố, mỗi số thường đăng đều khoảng 4 truyện ngắn, 1 đến 2 tản văn và 20 đến 25 bài thơ. Tạp chí Văn nghệ quân đội cũng đăng con số tương đối như vậy, kèm một số bài ký, phỏng vấn, chuyện văn nghệ, thơ dịch hoặc truyện dịch từ nước ngoài. Do đó, cơ hội để tác giả thơ xuất hiện trên mặt báo sẽ nhiều hơn văn xuôi.

Xét ở khía cạnh thời gian sáng tạo, viết một truyện ngắn bao giờ cũng công phu, mất nhiều thời gian hơn hàng chục lần khi viết ra một bài thơ. Sáng tạo văn chương nói chung đều cần vốn sống, cảm xúc, sự trải nghiệm. Song về đặc thù, thơ thường có tính chất ngẫu hứng. Một cảm xúc bất chợt, một sự rung động trước con người, cảnh vật cũng khiến người ta dâng trào ngọn bút. Nhiều người trong lúc ngồi chờ xe, giờ nghỉ trưa, lúc dạo trên sông núi cũng có thể viết được vài câu thơ. Còn để sáng tạo ra một truyện ngắn, lớn hơn là truyện dài, một tiểu thuyết có thể mất vài tháng, thậm chí vài năm đằng đẵng lao tâm khổ tứ. Tất nhiên, để tạo ra tác phẩm chất lượng giàu tính biểu tượng thì ở thể loại nào cũng có cái khó riêng. Song cái khó hơn vẫn là văn xuôi, khó nhất là tiểu thuyết. Bởi tiểu thuyết luôn được coi là "trọng pháo" của văn chương. Do tính chất đặc thù, quan trọng, nên người ta phải vận dụng rất nhiều vốn sống, kiến văn, tầm văn hóa sâu rộng để trải lên mỗi chương tiểu thuyết đa tầng nghĩa, nhiều tuyến nhân vật, có nhiều tính cách, nhiều suy tư. Bởi thế, chỉ tác giả vững về văn hóa, vốn sống, đọc nhiều với dám "chạm tay" đến tiểu thuyết hay truyện dài, và khi đã theo văn xuôi, họ phải dấn thân, thậm chí hy sinh thời gian, cơ hội kiếm tiền. Còn thơ, tác giả có thể sáng tạo theo kiểu a-ma-tơ, rẽ ngang rẽ dọc mà không ảnh hưởng gì đến đời sống.

Thêm nữa, như đã nói, chỉ có thơ mới đáp ứng được nhưng yêu cầu của các câu lạc bộ thơ trong quá trình sinh hoạt. Thí dụ người ta có thể đọc thơ ở hội trường, trong các câu lạc bộ, trên tàu xe, trên đường đi mà không thể đọc được văn xuôi. Vài năm trở lại đây, hiếm hoi lắm mới có một màn trình diễn đọc một đoạn truyện ngắn. Như thế, khi cơ hội để thơ xuất hiện dễ dàng thì thơ sẽ dễ đi vào đời sống công chúng, đặc biệt là công chúng bình dân.

Với văn chương Công giáo, khoảng hơn chục năm qua đã xuất hiện các giải thưởng nhằm khơi dậy tinh thần sáng tạo của tác giả Công giáo, có sự tham gia khá nhiệt tình của các tác giả ngoài Công giáo. Phải kể đến sự nỗ lực của giải Viết Văn Đường Trường, Giải Văn hóa nghệ thuật Đất Mới, một số cuộc thi viết của Giáo xứ Bình Thuận, Giáo phận Vinh, Giáo phận Kon Tum... Đặc biệt giải Viết Văn Đường Trường qua 6 lần tổ chức và Giải Văn hóa nghệ thuật Đất Mới đang tổ chức đến lần thứ 11, đã phát hiện, bồi dưỡng, khích lệ nhiều tác giả Công giáo như: Vinh Kiu, Đặng Kim Thoa, Hà Thị Thúy Diễm, Nguyễn Thị Chung, Phạm Thị Lành, Khánh Liên, Dương Thái Chân, Trần Văn Dũng, Dư Văn Từ, Song Ninh... Ngay cả trước khi kết thúc cuộc thi lần 6 Ban Văn hóa giáo phận Quy Nhơn đã có sáng kiến, "sinh ra" tập san Mục Đồng và Bông Hồng Nhỏ để làm nơi quy tụ các cây bút, tạo một sân chơi ý nghĩa, nhân văn, giúp các cây bút được đăng đàn, thể hiện tài năng, rèn giũa việc viết lách. Nhóm tác giả ở phía Bắc cũng đã quy tụ, cùng chung tay in và phát hành tập truyện ngắn *Người đọc sách thánh*. Sự nỗ lực này đã thành công, hứa hẹn những điều tốt đẹp đang ở phía trước, đồng thời tạo sự khích lệ để các bạn khác đứng lên đầu tư, xuất bản sách. Bản thân tôi cũng đã tập hợp in tuyển chọn tập truyện có tên "Miền thánh đợi", với hình thức đẹp, dày. Hy vọng, sẽ có một giải văn chương toàn quốc, nhằm quy tụ và khích lệ nhiều hơn nữa tác giả người Công giáo.

Sáng tác là nhu cầu tự thân, theo chuyên ngành nào đều phụ thuộc vào thể trạng và năng khiếu của từng người. Nhưng muốn theo văn xuôi, người viết phải không ngừng suy tư, ngẫm ngợi, muốn vươn tới địa hạt văn xuôi. Từ đó luôn trau dồi kiến thức, vốn sống để làm giàu khả năng khai triển ý tưởng của mình, tạo nên những tác phẩm có giá trị. Với đội ngũ khá hùng hậu hiện nay, khi đang tiếp tục được khích lệ, đã bùng nổ số lượng người sáng tác văn xuôi, đó là những hạt nhân quan trọng để có thêm những mùa vàng văn chương Công giáo. Thêm một điều nữa, các tác giả văn xuôi, ngoài trông đợi vào các nguồn tài trợ, cũng nên mạnh dạn tiết kiệm chi tiêu, đầu tư xuất bản truyện ngắn, truyện dài của mình. Bởi đó cũng là cách hiến dâng, làm lan tỏa, khích lệ người khác cùng dấn bước. Đó cũng là cách góp những bông hoa vào nhà Chúa.

Chung quy lại, với sự khích lệ từ các cuộc thi văn chương Công giáo, năng khiếu cá nhân rất cần sự hối thúc của lòng đam mê cháy bỏng từ chính mỗi tác giả. Đó là ba trụ cột chính tạo nên thành công.

Nguồn: Tọa đàm về Dòng Văn học Công giáo đương đại, tháng 9-2021.

GIẤC MƠ SÁCH NÓI

Trung Thu

Cùng với sự phát triển nhanh chóng của máy tính, mạng internet, smartphone... lượng kiến thức và thông tin mà con người có thể tiếp cận ngày càng nhiều, nhưng thời gian để tiếp thu lại càng ít bởi nhịp sống ngày một nhanh hơn. Thế nên, ở những xã hội công nghiệp như Mỹ, Châu Âu, Nhật Bản...người ta tìm cách chuyển đổi sách in sang hình thức sách nói (audio book) để tiết kiệm thời gian. Đây là loại sách mà nội dung được chuyển đổi sang dạng âm thanh nhờ giọng đọc của một ai đó. Với định dạng âm thanh này, người ta lồng thêm nhạc nền để bài đọc trở nên thú vị hơn. Chỉ cần một thiết bị có khả năng kết nối mạng internet, chúng ta có thể nghe sách nói ở bất cứ nơi đâu và vào bất cứ thời điểm nào. Vì vậy, sách nói được cho là một xu hướng tất yếu của cuộc sống hiện đại.

Khoảng 15 năm trở lại đây, một số cá nhân, giáo phận và dòng tu tại Việt Nam cũng bắt tay vào làm sách nói. Tiên phong trong lĩnh vực này không thể không nhắc đến nhạc sĩ Đức Thịnh, và "cú hích" khiến anh làm sách nói cũng rất đặc biệt. Năm 2007, mẹ anh bị bệnh nặng, bà chỉ ao ước được nghe Lời Chúa hoặc thánh ca. Nhưng thời điểm đó, anh không tìm đâu ra điều mà mẹ anh mong muốn, mà nếu có thì cũng chỉ là những sản phẩm không trọn vẹn. Vì thế anh bắt tay vào thực hiện món quà tặng mẹ. Tiếc rằng khi mẹ anh qua đời, món quà vẫn chưa làm xong. Chán nản, anh muốn bỏ cuộc. Nhưng một thời gian sau, khi cho bạn bè nghe qua, họ đều khuyên anh nếu không kịp cho mẹ mình nghe thì hãy làm cho các bà mẹ khác và nhiều người nghe hơn nữa. Thế là anh lại tiếp tục để món quà không trở thành vô

Maria Trần Thị Trung Thu

* *Năm sinh: 1988*
* *Học vấn: Cử nhân Báo chí*
* *Nơi sinh sống và làm việc hiện nay: Sài Gòn*
Email: songmay025@gmail.com

nghĩa [1]. Cuối cùng, sau 4 năm thực hiện, cuốn sách nói Kinh thánh cũng đã hoàn thành. Không chỉ làm sách để tặng mẹ, anh còn lập cả một công ty mang tên Vườn Xanh Audio Book để mang sách nói đến cho mọi người vì anh tin rằng, sách nói là một xu hướng tất yếu của thời đại.

Nhạc sĩ Đức Thịnh được xem là người đầu tiên thu âm trọn bộ Kinh Thánh, nhưng anh không phải là người duy nhất làm điều này. Tại hải ngoại, nhóm thanhlinh.net cũng tiến hành thu âm bộ Kinh thánh và hoàn tất vào cuối năm 2011 [2]. Nhóm này còn thu âm nhiều đầu sách khác và tất cả đều được phổ biến trên *website thanhlinh.net* [3]. Ngoài ra, trang Tu Sach Công Giao [4] cũng có trọn bộ sách nói Kinh Thánh. Một số người yêu thích sách nói đã tự lập kênh riêng của mình trên Youtube, rồi làm sách nói chia sẻ cho người khác, ví dụ như “Kênh Sách Nói Của Vĩnh Trinh” [5] hay kênh “Bánh Vụn” của cha Bùi Văn Hồng Phúc, SSS.

Tổng Giáo phận Sài Gòn và Giáo phận Phú Cường là hai giáo phận quan tâm nhiều tới việc làm sách nói. Kênh Youtube của Tổng Giáo phận Sài Gòn được thành lập từ năm 2011 và có hẳn một chuyên mục “Sách nói” [6]. Những đầu sách được chọn để đọc cũng đa dạng, bao gồm các sách về giáo huấn của Giáo hội, Đức Mẹ, truyền giáo hay giải đáp thắc mắc cho người trẻ. Còn Giáo phận Phú Cường thì mở hẳn một kênh Youtube mang tên “Sống đạo – sách nói Công giáo” [7] từ năm 2020 . Kênh có nhiều đầu sách hay như: Con đường dẫn đến tình yêu, Đường hy vọng, Tiếng kêu của sa mạc, Nước trời ẩn giấu, Mỗi ngày một câu chuyện, Nói với chính mình. Phong cách thiết kế của trang này khá trẻ trung, năng động, phù hợp với người trẻ.

---

[1] https://donghanhonline.com/nguoi-dau-tien-thu-am-tron-bo-kinh-thanh/
[2] http://thanhlinh.net/node/7943
[3] https://www.thanhlinh.net/sach-audio
[4] https://www.youtube.com/channel/UCCXgg6clqa111qTM9Wi1QSw
[5] https://www.youtube.com/user/trinhtrinhle/videos
[6] https://www.youtube.com/c/tonggiaophansaigonmedia/playlists?view=50&sort=dd&shelf_id=8
[7] https://www.youtube.com/c/SachNoiCongGiao-SachHay/videos

Trong số các dòng tu làm sách nói, phải kể đến Dòng Tên. Các đầu sách của Dòng Tên thiên về cổ võ ơn gọi, giúp người trẻ sống nhân đức, bảo vệ môi trường, giải đáp thắc mắc... Tất cả các nội dung này được cập nhật thường xuyên trên kênh Youtube "Truyền Thông Dòng Tên" [8]. Tuy nhiên, những cuốn sách nói này lại được lồng ghép vào các chương trình khác nên tìm trên trang sẽ không thấy mục sách nói, nhưng kỳ thực là có ở bên trong. Đặc biệt, các cha Dòng Tên đang phụ trách Vatican news Tiếng Việt đã mở chuyên mục "Bước từng bước" để đọc các tác phẩm văn chương công giáo. Đây là những tác phẩm đoạt giải trong các cuộc thi viết văn tại Việt Nam, ví dụ như giải Viết Văn Đường Trường (Giáo phận Qui Nhơn), giải Đất Mới (Giáo phận Xuân Lộc)... Sách nói rất thích hợp với thể loại kể chuyện. Có lẽ vì vậy mà nhiều kênh Youtube cũng hay chọn đọc truyện các thánh, truyện Đức Mẹ, truyện thánh Giuse, truyện thiên đàng hỏa ngục cho người khác nghe.

Điểm qua một vòng tình hình sách nói Công giáo hiện nay để thấy bức tranh có vẻ đang khởi sắc. Dù vậy, sách nói Công giáo vẫn chưa là gì so với thị trường sách nói tại Việt Nam, kể cả về chất lượng và số lượng. Nếu tìm kiếm từ khóa "sách nói Công giáo" trên cả website, Youtube và Facebook thì được khoảng 15 kênh. Nhưng trong số đó, có tới ½ kênh là do cá nhân làm chủ và thời gian cập nhật sách mới không đều đặn. Có kênh vài tháng mới đăng được một bài đọc mới, thậm chí có kênh vài năm qua không hề có sách mới. Hơn nữa, những kênh có được trên 10 đầu sách cũng chỉ chiếm khoảng 1/3 số kênh. Điều đó cho thấy vấn đề duy trì kênh là chuyện không hề dễ, nhất là đối với các cá nhân. Xét về mặt chất lượng, trong số các kênh trên, chỉ được 4-5 kênh là có giọng đọc tốt, hòa âm hay; còn lại đa số là cần cải thiện thêm. Liên quan tới vấn đề bản quyền, không biết có bao nhiêu kênh xin phép hoặc mua tác quyền để làm sách nói? Bởi lẽ trong số 15 kênh trên, có kênh chuyên đi sưu tầm các bài đọc trên mạng internet về làm của mình. Về mặt nội dung, hầu hết các trang đều xoay quanh Lời Chúa, truyện tích các thánh, truyện Đức Mẹ, thánh Giuse, hôn nhân, bí tích. Như thế, nội dung khá bình dân và phổ quát. Nếu so sánh giữa sách in và sách nói Công giáo thì sách nói còn rất xa trong cuộc đua chinh phục độc giả. Nguyên nhân của tình trạng này đến từ nhiều yếu tố, cả chủ quan lẫn khách quan.

Về mặt chủ quan, để làm ra một cuốn sách nói chỉn chu là điều không dễ. Có thể chỉ cần một chiếc điện thoại thông minh và micro lọc âm là đủ để sản xuất sách nói rồi. Thế nhưng, để đọc sao cho hay,

---

[8] https://www.youtube.com/c/Truy%E1%BB%81nTh%C3%B4ngD%C3%B2ngT%C3%AAn/videos

truyền cảm thì không phải ai cũng làm được. Ngay cả khi có được giọng đọc đẹp, thì việc thu âm một cuốn sách mỏng cỡ trăm trang, dày thì vài trăm, hay cả ngàn trang, đòi hỏi rất nhiều công sức. Rồi còn phải biên tập lại âm thanh, lồng nhạc cho phù hợp nội dung. Đó quả là một công trình! Đấy là chưa kể tới việc xin tác quyền để đọc cuốn sách ấy một cách hợp pháp. Chính vì thế mà có nhiều người ưng cuốn sách nào thì đem bản văn ấy cho máy đọc, rồi lấy đại đoạn nhạc nào đó bỏ vô, thế là thành sách nói. Phải chăng đó là cách mà các USB sách nói được sản xuất và bày bán ngoài đường? Thế nhưng, hệ lụy của lối sản xuất này thật tai hại. Nó cướp mất cái hay, cái đẹp của giọng nói con người mà thay vào đó là những chất giọng robot, vô hồn. Xa hơn nữa, đó còn là sự bất công đối với người giữ tác quyền và làm suy giảm uy tín vào sách nói. Về mặt khách quan, vì sách nói vẫn là một xu hướng mới, nên nó thịnh hành phần lớn nơi thế hệ GenZ [9] và tập trung chủ yếu ở khu vực thành thị. Ngoài ra, ý thức làm sách nói còn quá mới mẻ với người Công giáo. Những đầu sách nói cũng còn quá ít để có thể tạo nên một thị hiếu mới. Tình hình "mạnh ai nhà nấy làm" lấy khiến cho sách nói Công giáo chưa có được tiếng nói chung.

Để tìm hướng đi cho sách nói Công giáo, trước hết cần có sự chuyên nghiệp trong các sản phẩm và đầu ra cho chúng. Ngoài xã hội, những kênh sách nói hiện nay như Fonos, Voiz FM... đã mở ra cánh cửa mới cho lĩnh vực sách nói. Những nhà làm sách nói Công giáo có thể học từ đây những giải pháp hợp thời. Điều quan trọng là chúng ta có muốn làm chỉn chu hay không thôi.

Dẫu biết rằng sách nói là một xu hướng tất yếu của thời đại, nhưng để chuyển đổi thói quen đọc sách in qua nghe sách nói vẫn là một lộ trình dài. Trên hành trình đó cần lắm những người có tâm huyết và tài năng để thực hiện. Mong rằng một ngày nào đó, những cuốn sách thật dầy như Kinh thánh, không còn làm người ta sợ nữa. Nhưng thay vào đó là sự xuất hiện đầy lôi cuốn của sách nói Công giáo trong từng gia đình, từng chiếc xe hơi một, hay từng chiếc điện thoại, để lời của thánh Phaolô "Có đức tin là nhờ lắng nghe" (Rm 10,17) trở thành hiện thực.

---

[9] Từ để chỉ những người sinh sau năm 2000

BẮT ĐẦU LẠI TỪ NỀN MÓNG
Trò chuyện với Gm. Phêrô Nguyễn Văn Khảm, tác giả KINH THÁNH 100 TUẦN

Trần Thị Sứ và Trần Thị Vĩnh An

Gm. Phêrô Nguyễn Văn Khảm

* *Sinh năm 1952 tại Hà Đông, vào Nam năm 1954. Tu học tại Sài Gòn, thụ phong linh mục năm 1980. Phó xứ nhà thờ Đức Bà và giáo sư Đcv. Sài Gòn. Du học Hoa Kỳ, trở về làm Giám đốc Trung tâm Mục vụ Tgp. Sài Gòn. Được bổ nhiệm giám mục phụ tá Tgp. Sài Gòn, 2008. Chủ tịch Ủy ban Truyền thông Xã hội (2010-2013). Giám mục chính tòa Mỹ Tho từ 2014. Tổng thư ký HĐGMVN. Năm 2016, thành viên của Quốc vụ viện Truyền thông, thuộc Giáo triều Rôma.*
* *Email: peternguyen1952@yahoo.com*

Được đề nghị viết về văn học Công giáo miền Tây, chúng tôi nghĩ ngay tới bộ sách Thao Thức của Đức cha Bùi Tuần, 5 quyển dày cộm. Thế nhưng, làm sao để những thao thức của ngài, trong đó có cả thao thức về văn chương và văn học Công giáo được mọi người, nhất là lớp trẻ, biết đến? Lại hình ảnh một giám mục khác của miền Tây xuất hiện, với một sáng kiến của thời đại: Đức cha Phêrô Nguyễn Văn Khảm, giám mục giáo phận Mỹ Tho, với bộ sách nói Kinh Thánh 100 tuần.

Ở bài mở đầu bộ sách, Đức cha đã chia sẻ cơ duyên khiến ngài tổ chức và đeo đuổi lớp dạy Kinh Thánh, rồi nhờ đó chúng ta có bộ sách nói Kinh Thánh 100 tuần, món quà vô giá được trao tặng miễn phí. Từ những hạt giống đầu tiên là những lớp Kinh Thánh, Thiên Chúa đã cho nảy sinh và trổ bông tỏa lan đi khắp nơi, trôi lênh đênh, cuộn tròn giữa dòng xoáy khối lượng thông tin khổng lồ từng ngày trên internet nhưng số lượt truy cập thật nhiều. Có nghĩa là, Lời Chúa đã đến

Anna Trần Thị Sứ

* sinh ngày 1.1.1974 tại Ba Trinh, Kế Sách, Sóc Trăng.
* Hiện tai là giáo viên. Thuộc giáo xứ Thiết An, giáo hạt Đại Hải, gp Cần Thơ..
* Email: suantrandh@gmail.com

M.J Vĩnh An

* tên thật: Maria Giuse Trần thị Nhung, sn. 1955 Giáo xứ Tha La, tại huyện Trảng Bàng tỉnh Tây Ninh.
* Hiện ở tại giáo xứ Chánh toà Phú Cường, Tp. Thủ Dầu Một, tỉnh Bình Dương.
* Đã được góp mặt trong các tác phẩm:
- Có một vườn thơ đạo, Cánh đồng truyền giáo, Ns. Thánh Nhạc ngày nay...
- Các Tuyển tập thơ: Hương xưa, Tình Yêu và nỗi nhớ, Mùa thu của tôi...
* Email: maryjosvian@gmail.com

từng ngõ ngách và bắt đầu chạm sâu vào đời sống giáo dân. Chúng tôi đã nêu câu hỏi tìm hiểu và được Đức cha chia sẻ:

Sứ và Vĩnh An: Chúng con kính chào Đức cha. Theo chúng con tìm hiểu thì Đức cha là một trong những Giám mục trẻ thuộc các giáo phận ở miền Tây, có đóng góp nhiều trong nền văn học Công giáo. Nổi bật nhất là bộ sách nói "Kinh thánh 100 tuần". Xuất phát từ những thao thức nào mà Đức cha đã hình thành ý tưởng sáng tạo ra sách nói "Kinh thánh 100 tuần"?

Giám mục Tác giả: Nhận xét chung của nhiều người là các tín hữu Công giáo tại Việt Nam xem ra ít biết Kinh Thánh trong khi thánh Giêrônimô nói: "Không biết Kinh Thánh là không biết Chúa Kitô". Vậy, có thể làm gì để các tín hữu biết và yêu mến Kinh Thánh hơn?

Năm 2006, tôi có cơ hội đi dự Đại hội Liên Hội Đồng Giám Mục Á Châu (FABC – Federation of Asian Bishops' Conferences) được tổ chức tại Hàn Quốc. Sau những ngày đại hội, tôi cũng đi thăm một số cơ sở Công giáo tại Tổng giáo phận Seoul, được giới thiệu chương trình Kinh Thánh 100 Tuần và được tặng quyển sách của cha Marcel le Dorze: Bible in One Hundred Weeks.

Khi đọc quyển sách này, tôi nghĩ đây có thể là tài liệu giúp người giáo dân không những tìm hiểu *Kinh thánh* mà còn liên kết Lời Chúa với cuộc sống thường ngày và chia sẻ Lời Chúa cho nhau, tuy nhiên tôi cũng thấy cần phải thay đổi cách thực hiện để thích nghi với hoàn cảnh của giáo dân Việt Nam. Có thể gọi đó là giai đoạn thai nghén chương trình Học Kinh thánh trong 100 Tuần tại Việt Nam.

Sau khi bàn thảo với một nhóm anh em, tôi bắt đầu mở khóa đầu tiên tại Trung tâm mục vụ Tổng giáo phận Sài Gòn, vì Trung tâm là địa điểm thuận tiện cho mọi người lui tới, và có nhiều phòng lớp để hội họp.

Khi đồng hành với anh chị em giáo dân trong các khóa Kinh thánh 100 Tuần, mỗi học viên bắt buộc phải mang theo sách Kinh thánh, và trong mỗi buổi học, tôi gửi đến người tham dự một trang giấy tóm tắt những điều chính yếu được trình bày trong buổi học. Sau này những trang tài liệu đó được thu thập lại và biên soạn thành cuốn Đường Về Emmaus: Học Kinh thánh trong 100 Tuần, xuất bản lần đầu vào năm 2012, và được tái bản nhiều lần.

Còn về "sách nói", sở dĩ có Sách nói là vì các học viên muốn thu băng bài hướng dẫn với nhiều lý do: nghe lại cho khỏi quên; chia sẻ cho những người muốn học nhưng không thể đến lớp; chia sẻ cho người trên giường bệnh. "Sách nói" này đã xuất hiện dưới nhiều hình thức: lúc đầu là những CD, rồi đến MP3, máy nghe, rồi lên internet, sau này có người làm thành youtube! Điều đáng nói là chính các học viên thực hiện công việc này, từ ghi âm cho đến phát hành, chứ không phải là sáng kiến của tôi. Tôi muốn ghi lại điều này để thấy được vai trò tích cực của anh chị em giáo dân trong việc quảng bá Lời Chúa.

Sứ và Vĩnh An: Cộng đoàn dân Chúa lần đầu tiên được Đức cha trực tiếp giảng dạy đã đón nhận bằng tinh thần như thế nào?

Giám mục Tác giả: Khi thông báo mở khóa Kinh thánh đầu tiên, tôi hình dung nếu có khoảng 30-50 người tham dự là tốt rồi. Không ngờ con số lên tới 200, rồi 300. Và không chỉ ở khóa đầu tiên nhưng trong các khóa tiếp theo, số người tham dự vẫn đông như thế. Khi còn ở Trung tâm mục vụ Sài Gòn, tôi trực tiếp hướng dẫn các khóa. Từ khi được sai về làm Giám mục Giáo phận Mỹ Tho năm 2014, vì trách nhiệm trong Giáo phận, lại thêm công việc của Hội đồng giám mục, tôi không còn trực tiếp hướng dẫn các lớp Kinh thánh nữa.

Sự tham gia tích cực của anh chị em giáo dân cho thấy vẫn có nhiều người mong muốn học hỏi Lời Chúa; vấn đề là làm sao để trình bày Lời Chúa cho dễ hiểu và gần gũi, thiết thực với cuộc sống.

Từ kinh nghiệm nhỏ bé của mình, tôi nghĩ có một vài lý do giải thích sự hưởng ứng tích cực của anh chị em giáo dân với chương trình Học Kinh thánh trong 100 Tuần : (1) tiếp cận với Lời Chúa trực tiếp thay vì là những kiến thức hàn lâm trừu tượng và khô khan về Kinh thánh; (2) chia sẻ Lời Chúa theo nhóm, mà muốn chia sẻ thì phải đọc, nên người tham dự đóng vai trò chủ động hơn; (3) người giảng dạy là người đồng hành, giúp hiểu Lời Chúa hơn cũng như giải đáp các thắc mắc anh chị em gặp phải khi đọc Kinh thánh, kể cả những thắc mắc về đời sống đức tin nói chung.

Sứ và Vĩnh An: Theo chúng con thấy, lượt truy cập rất nhiều, chứng tỏ người Kitô hữu vẫn khao khát và sẵn lòng học hỏi, đón nhận, tìm hiểu Kinh thánh. Vậy Đức cha có dự định nhân rộng những hình thức đưa Kinh thánh vào sâu giữa lòng dân Chúa bằng những sách nói thiết thực như thế này không?

Giám mục Tác giả: Vì là sách nói và vì có những phương tiện truyền thông hiện đại nên chương trình Kinh thánh 100 Tuần được nhân rộng, không chỉ ở Sài Gòn mà cả nhiều nơi tại Việt Nam, không chỉ tại Việt Nam mà còn tại nhiều nơi trên thế giới có cộng đoàn Việt Nam sinh sống. Tôi biết điều này qua những thư từ tôi nhận được từ khắp nơi. Xin tạ ơn Chúa.

Tôi cũng nghĩ đến những hình thức mới để đem Kinh thánh đến với Dân Chúa nhưng không có khả năng thực hiện. Chị gọi tôi là giám mục trẻ nhưng đó là lúc mới làm giám mục (56 tuổi), còn năm nay tôi sang tuổi 70 rồi. Vì thế, có thể có ý tưởng nhưng không còn khả năng thực hiện; chẳng hạn tôi nghĩ đến hình thức phỏng vấn (talk show): phỏng vấn nhiều nhân vật, về nhiều đề tài (không chỉ là Kinh thánh mà còn về xã hội, lịch sử, văn hóa, nghệ thuật...) nhưng nền tảng vẫn là Lời Chúa, cung cấp một góc nhìn từ đức tin Kitô. Để làm được chương trình như thế, cần có người dẫn chương trình thật tốt (MC), vì có thể nói người này là "linh hồn" của chương trình; một MC như thế không chỉ cần có giọng nói thu hút, mà còn cần có kiến thức rộng, biết khơi gợi vấn đề cách sâu sắc và sống động.

Ngay cả công trình về Văn học Công giáo mà cha Võ Tá Khánh và các anh chị đang thực hiện, tôi tự hỏi các anh chị có nghĩ đến hình thức sách nói không, qua những cuộc phỏng vấn các tác giả?

Sứ và Vĩnh An: Ngoài sách nói "Kinh thánh 100 tuần", chúng con xin được biết những quyển sách mà Đức cha đã từng viết và cho xuất bản? Đức cha có dự định cho một quyển sách mới mà tiếp cận hơn với người giáo dân chứ không chỉ trên ngăn sách của chủng viện, dòng tu?

Giám mục Tác giả: Tôi cũng có xuất bản một vài quyển sách như:

(1) *Người phu quét lá:* tập hợp một số bài viết đăng trên báo, đã xuất bản từ năm 1999;

(2) *Giảng thuyết:* hồng ân và trách nhiệm: tài liệu hướng dẫn các thầy Đại chủng viện Thánh Giuse-Sài Gòn về Giảng thuyết, sau này được in thành sách;

(3) *Đạo yêu thương:* tập sách nhỏ, mong ước giới thiệu Đạo Công giáo cho anh chị em lương dân, đã in nhiều lần với số lượng lớn.

Sứ và Vĩnh An: Với nhịp độ xoáy nhanh của xã hội ngày nay, ít người muốn ngồi trầm tư viết lách, đặc biệt các giáo phận miền Tây, các trang web giáo phận còn nhạt nhẽo chưa thu hút được tín hữu vào xem... nhiều linh mục, tu sĩ đã chuyển hướng thay vì ngồi viết, các vị đã sáng tạo ra nhiều những tiểu phẩm vui, sống động để lời Chúa thẩm thấu một cách nhanh gọn, mau lẹ và phù hợp với nhu yếu con người thời đại. Đức cha nhìn nhận sự việc này ra sao?

Giám mục Tác giả: Tôi ủng hộ những sáng kiến nhằm đem Lời Chúa đến cho con người thời đại, chỉ mong một điều là làm sao để chuyển tải sứ điệp Lời Chúa cách trung thực chứ không chỉ để câu view và thỏa mãn thị hiếu của người nghe và xem.

Sứ và Vĩnh An: Từ sách nói, xin trở về lại sách in. Người Công giáo Nam bộ rất tự hào với Trương Vĩnh Ký (Cái Mơn, Vĩnh Long), Huỳnh Tịnh Của (Đất Đỏ, Bà Rịa), Thánh Philipphê Phan Văn Minh (Cái Mơn, Vĩnh Long), Phêrô Gioan Baotixita Nguyễn Trọng Quản (Bà Rịa), Đức cha G.B. Nguyễn Bá Tòng (Gò Công), Nhà văn Giacôbê Lê Văn Đức (Mỹ Tho). Đó là chưa kể báo *Nam Kỳ Địa Phận* (1908-1945) với biết bao tác giả suốt 37 năm dài, nhà in Tân Định, với bao nhiêu ấn phẩm... Cuối thế kỷ trước và đầu thế kỷ này cũng có những vị nổi tiếng như bản thân Đức cha, Đức cha G. B. Bùi Tuần, cha Piô Ngô Phúc Hậu. Văn học Công giáo đã bắt đầu sớm từ Nam bộ và miền Tây nói riêng, theo Đức cha, ngày nay cần làm sao để tiếp nối truyền thống ấy?

Giám mục Tác giả: Trước khi nói đến sách Công giáo, tôi muốn nhìn vào tình hình chung. Nói đến sách in thì phải nói đến văn hóa đọc, vì nếu không có người đọc thì viết sách làm chi. Câu hỏi căn bản được đặt ra là liệu ở Việt Nam trước đây đã thực sự có văn hóa đọc đông đảo và mạnh mẽ chưa? Chúng ta thường nghĩ như thế nhưng chưa hẳn đã đúng với thực tế. Hãy thử đặt vài câu hỏi: mỗi quyển sách văn học hoặc tư tưởng thường được in bao nhiêu bản? Số ấn bản đó so với dân số của cả nước có tỉ lệ là bao nhiêu phần trăm? Có lẽ câu trả lời không được phấn khởi cho lắm, nghĩa là văn hóa đọc không hẳn là lớn mạnh như ta nghĩ.

Bước vào thời đại kỷ nguyên số, văn hóa đọc ấy lại càng bị thử thách hơn. Xem ra người ta thích nghe (audio) và nhìn (visual) hơn là đọc. Cũng có đọc nhưng là đọc trên mạng internet mà người ta gọi là "lướt web". Từ "lướt" này được dịch từ tiếng Anh "surfing", lướt sóng. Khi lướt sóng, người ta chỉ tiếp cận mặt nước chứ không đi sâu. "Lướt mạng" cũng thế! Cả một biển cả thông tin, dồn dập mỗi ngày, lướt trên bề mặt thôi chứ mấy khi dừng lại suy nghĩ!

Riêng với miền Tây, tình hình còn đáng ngại hơn vì hiện nay các tỉnh miền Tây được xếp vào vùng trũng về văn hóa so với cả Việt Nam. Một thực tế đáng lo ngại! Không phải người dân miền Tây không có khả năng nhưng tác động của cuộc sống thực tế chi phối rất nhiều.

Miền Tây được coi là vựa lúa của cả nước nhưng vựa lúa ấy nay là vùng đất nghèo chứ không còn là miền đất trù phú vì nhiều lý do: dân số gia tăng, đất đai vẫn thế; đất nước chuyển mình từ xã hội nông nghiệp sang xã hội công nghiệp. Người trẻ phải rời nông thôn lên thành thị để kiếm sống, kể cả để học hành, và tìm cách ở lại những thành phố lớn. Biết bao người tài của miền Tây nay đang làm việc ở các thành phố lớn. Miền Tây mất người, mất cả chất xám.

Trong tình hình đó, tôi nghĩ phải bắt đầu từ nền móng:

- Khuyến khích học văn hóa đọc ngay trong giáo dục học đường. Tại nhiều nước trên thế giới, các em học sinh thường được yêu cầu đọc sách và viết cảm tưởng về quyển sách, như thế ngay từ nhỏ các em đã có thói quen tốt là đọc sách.

- Mở Thư viện "mini" tại các giáo xứ, nhất là ở những nơi xa xôi, hẻo lánh, để người trẻ và thiếu nhi có cơ hội đọc sách, nhất là được hướng dẫn chọn những sách chất lượng tốt. Giáo xứ cũng có thể tổ chức những hình thức thi đua, khuyến khích văn hóa đọc và sáng tác vào nhiều dịp như Giáng Sinh, Tết, Hè...

- Hy vọng từ những hạt giống được gieo âm thầm như thế sẽ là bước chuẩn bị cho sự xuất hiện trong tương lai những văn tài nói chung và Công giáo nói riêng.

Sứ và Vĩnh An: Chúng con xin cảm ơn Đức cha. Đức cha nêu câu hỏi căn bản liệu ở Việt Nam trước đây đã thực sự có văn hóa đọc đông đảo và mạnh mẽ chưa? Từ câu hỏi ấy, Đức cha đã gợi ý một số việc cần làm ngay để bắt đầu lại từ nền móng. Đây quả là những gợi ý đáng cho quý Cha sở, quý Phụ huynh cũng như Giáo lý viên và Tu sĩ cùng suy nghĩ và tìm cách thực hiện. Chúng con chân thành cám ơn Đức cha.

Cần Thơ ngày 10/02/2022
Maria Giuse Trần Thị Vĩnh An - Anna Trần Thị Sứ.

TƯƠNG LAI NÀO CHO VĂN HÓA ĐỌC?

Ts. Cao Kỳ Hương

Sau những ngày tết Nhâm Dần, nhân trao đổi về quyển *Hướng Đến 400 Năm Văn Học Công Giáo Việt Nam*, cha Trăng Thập Tự chia sẻ với tôi như một lời cảnh báo: “có khi nào văn hóa đọc của người Công giáo quay ngược về với kinh nghiệm thô sơ của nghe nhìn... vào thời Tin Mừng vừa nhập vào Việt Nam hay không?” Phải chăng do người ta không còn đọc sách, sứ điệp Tin mừng buộc phải chuyển thành những chuỗi hình ảnh bắt mắt lướt trên điện thoại và phải dệt lời rao giảng thành ca từ êm tai cho người ta nghe? Có phải cha đang đưa ra một lời dự báo không mong muốn là văn hóa đọc sẽ bị thay thế bằng một thứ văn chương truyền khẩu mới? Tôi nghĩ, có lẽ không đáng bi quan đến thế...

Trước hết, chúng ta xác định cụ thể ý của cha Trăng Thập Tự là văn hóa đọc sách in, để phân biệt với việc đọc sách trên các phương tiện khác như điện thoại, ipad, laptop, vi tính, Amazon kindle...Theo ý này, quả thực ngày nay có hiện tượng suy giảm đọc sách in trong xã hội. Cách đây vài chục năm, tuy cuộc sống kinh tế khó khăn, người ta vẫn dành dụm tiền mua sách để trau dồi kiến thức, hoặc để giải trí. Các quầy sách cũ, các sạp mua bán sách ở lề đường luôn có người ghé tìm những đầu sách ưng ý, hoặc để trao đổi sách mình không cần dùng. Còn hiện nay, cuộc sống đã tiến bộ nhiều mặt, nhưng nhịp sống cũng hối hả gấp gáp lên, cho nên người ta cảm thấy không còn thời gian, không đủ kiên nhẫn để đọc những tác phẩm dài. Điều này ảnh hưởng đến cả khía cạnh tâm linh: nhiều người tìm đến các thánh lễ ngắn gọn, các bài giảng dưới 10 phút, các bài giáo lý đi thẳng đi nhanh vào trọng tâm... Và văn học Công giáo cũng không nằm ngoài vòng xoáy đương đại.

Ts. Cao Kỳ Hương

** Sinh năm 1953 - tại Đức Hòa - Long An - Cựu học viên Giáo hoàng Học viện Thánh Piô X, Đà Lạt*
** Tiến sĩ Văn hóa dân gian (2017), hiện đang giảng dạy tại Đại chủng viện Sao Biển, Nha Trang.*
** Email: ckyhuong533@gmail.com*

Thế nhưng có phải vì thế mà văn hóa đọc dần bị mai một và bị thay thế bởi văn hóa nghe, nhìn? Ngay trong việc đọc sách in, chúng ta thấy xã hội đang cố gắng quảng bá các tác phẩm giá trị bằng nhiều cách thức như lễ hội sách, đọc sách tại chỗ miễn phí, thư viện lưu động, tủ sách sân trường, thư viện xã thôn, thư viện bưu điện, thư viện tư nhân cho mọi người đến... Về hình thức, sách được in trên giấy trắng sạch sẽ, nếu cần, có hình minh họa; có khi toàn bộ nội dung sách được in nhiều màu khác nhau để phù hợp với chủ đề của bài; sách còn được in theo nhiều khổ giấy để tiện mang theo, có các loại bìa cứng để chưng cất và bìa mềm để uốn gấp trong cặp, túi xách. Trong lĩnh vực tôn giáo, các giáo hội Tin Lành vẫn phát sách cho những người họ giao tiếp, các tác phẩm Phật giáo vẫn xuất hiện dày đặc trong các nhà sách, những tác giả Công giáo vẫn cố gắng đóng góp cho xã hội nhiều tư tưởng Công giáo, như dự án 100 đầu sách Thần học và Triết học Kitô giáo của học giả Nguyễn Thành Thống, báo Mục Đồng, Bông Hồng Nhỏ của Ban mục vụ Văn hóa Giáo phận Qui Nhơn, các bài viết của học giả Nguyễn Đình Đầu, các tập thơ của nhà thơ Lê Đình Bảng v.v...

Thế nhưng việc đọc sách in giấy ngày nay đang sụt giảm dần. Trên không gian mạng, các tài liệu quý hiếm, các sách hay đều đã được đăng cho độc giả đọc miễn phí. Vì nhiều tiện lợi, người ta chọn hình thức này hơn là chọn sách in giấy. Như thế, văn hóa đọc vẫn duy trì và phát triển nhưng dưới cách thức khác.

Văn hóa đọc có nhiều phân khúc thị hiếu: kẻ thì thích đọc sách trinh thám, phiêu lưu, người thì thích tình cảm lãng mạn, lại có người thích đọc sách suy tư...Đó là sự quan tâm đến lĩnh vực mình ưa thích Cũng lưu ý đến phân khúc tuổi tác, giới tính rồi ngành nghề nữa. Với nhiều phân khúc như trên, người viết sách cần suy nghĩ mình sẽ viết cho loại độc giả nào mới thành công được.

Vấn đề ca từ hoặc văn chương truyền khẩu sẽ thay thế văn hóa đọc sách in giấy còn tùy thuộc vào yếu tố văn chương, xã hội, tôn giáo. Các linh mục Xuân Ly Băng, Nguyễn Xuân Văn đã chuyển Kinh Thánh thành các vần thơ xuất thần, rất gần với người Việt qua hình thức lục bát, ngôn từ chọn lọc kỹ, âm vận nhịp nhàng, nội dung hoàn toàn Kinh Thánh...nhưng vẫn chưa được đón nhận nhiều trong các cộng đồng Kitô hữu. Việc này cho thấy văn chương truyền khẩu còn thiếu sức sống, chưa được quan tâm, sử dụng nhiều để hình thành nền văn chương truyền khẩu Công giáo. Trong lần bảo vệ đề tài Luận văn Đạo Hiếu của người Công giáo tại Hà Nội ngày 1-6-2010, tôi trích dẫn câu Ca nhập lễ ngày 2 Tết "Con ơi giữ lấy lời cha, chớ quên lời mẹ, nhớ mà ghi tâm..." được chuyển từ *Châm ngôn* 1,8 và 6,20. Nghe vậy, các Giáo sư, Tiến sĩ trong Hội đồng giám khảo nói với nhau: "Ơ, người Công giáo cũng biết đưa lục bát vào lễ của họ nữa kìa". Họ rất ngạc nhiên và thích thú khi khám phá ra điều đó. Còn chúng ta thì chưa quan tâm quảng bá văn thơ của chính chúng ta.

Từ văn thơ Lời Chúa chuyển sang nhạc khúc lại là một công đoạn phức tạp đòi hỏi sáng tạo cao độ. Điều này đã có nhiều bài viết bàn đến rồi. Tôi chỉ nhấn mạnh việc dùng Lời Chúa làm ca từ không phải nhạc sĩ nào cũng làm được và không phải mọi nhạc sĩ thánh nhạc đều thành công trong hết mọi bài. Ngoại trừ loại nhạc quảng cáo thì nốt nhạc uốn theo lời, còn thể loại nhạc lấy đúng văn bản *Kinh thánh* (như điệp khúc các bài ca Ý lực sống) chỉ thành công, tức là hay, được nhiều nơi sử dụng) với một số rất ít bài. Cho nên việc ca từ sẽ thế chỗ văn chương đọc các tác phẩm Công giáo chắc khó trở nên hiện thực.

Đến đây, tôi ngẫm nghĩ về từ "quay về", thường hàm ý thụt lùi, không tiến bộ, tiến lên mà trở lại điểm cũ xưa nào đó. Thế nhưng, quay về không nhất thiết lạc hậu: phong trào trở về thiên nhiên, trở về cuộc sống đơn giản, giảm bớt nhu cầu...đều là những "quay về" cần thiết và hữu ích. Giả như có những thiên tài chuyển tải được văn chương sang thi ca hoặc ca khúc và được mọi người đón nhận thì "quay về" lại với văn chương truyền khẩu, văn hóa nghe nhìn cũng là điều tuyệt vời vậy.

Tóm lại, tôi cho rằng cần xem xét mở rộng các phân khúc thị trường đọc thì văn hóa đọc sách in sẽ đứng vững. Đồng thời cần xuất hiện nhiều hình thức phổ biến văn hóa đọc như viết nhận định, cảm tưởng, tóm tắt về 1 tác phẩm nào đó, trên mạng hoặc trong các cuộc họp mặt thực tế. Các giáo xứ nên tổ chức tủ sách đạo và đời, giao cho giáo dân (Hội đồng mục vụ chọn người có khả năng nhất) điều hành và chịu trách nhiệm trước cha quản xứ. Và song song đó, hình thức nghe nhìn vẫn cần thiết trong nhiều trường hợp, mà nếu được nghe trong một ca khúc thì càng dễ chịu và dễ thấm hơn.

HƯỚNG TỚI MỘT GIẢI VĂN CHƯƠNG CÔNG GIÁO TOÀN QUỐC

Linh mục Trăng Thập Tự

Tại nhà cụ Phạm Đình Khiêm 01-01-2001

Từ trái: Xuân Lý Băng, Nguyễn Xuân Văn, Nguyễn Tự Do, Phạm Đình Khiêm, Trăng Thập Tự, Đỗ Xuân Quế, Lê Đình Bảng, Vũ Sinh Hiên, Nguyên Xuân Hòa, Phạm Thị Thanh Tâm

Xin kính chào quý Đức Cha, quý Cha và anh chị em,

Nghĩ về tương lai văn học Công giáo Việt Nam, nhiều người đặt câu hỏi/ tại sao Ủy ban Văn hóa trực thuộc Hội đồng Giám mục Việt

Nam/ không đặt ra một giải thưởng văn chương Công giáo toàn quốc để cổ võ phong trào, tìm kiếm và quy tụ tài năng văn học nghệ thuật. Thật ra vấn đề đã được quan tâm hơn 20 năm qua nhưng không dễ.

Trước hết là thẩm quyền tổ chức giải

Ngày mùng 1 đầu năm 2001, cụ Phêrô Phạm Đình Khiêm đã tổ chức tại tư gia một buổi gặp gỡ về văn học Công giáo, có mười người tham dự. Tất cả đều đồng ý rằng/ để gầy dựng đội ngũ những cây bút kế thừa, cần tổ chức thi sáng tác. Rồi anh Lê Đình Bảng và tôi/ đã nói chuyện với cha Antôn Nguyễn Ngọc Sơn, Thư ký Văn phòng HĐGM-VN, và đã có được buổi gặp gỡ tại Trung tâm Công giáo gồm cha Sơn, anh Bảng, tôi và một ân nhân nhận lời tài trợ.

Buổi họp ấy không kết quả. Cha Nguyễn Xuân Văn muốn/ lập một Giải thưởng cấp giáo phận để làm men gây phong trào, nhưng ngài đã vội ra đi. Phải mười năm sau ý tưởng của ngài mới thành hiện thực qua giải Văn thơ Lm. Đặng Đức Tuấn dành cho học sinh giáo lý Gp Qui Nhơn, rồi đến giải Viết Văn Đường Trường. Tại một số giáo phận khác cũng có những cố gắng tương tự. Riêng Giáo phận Xuân Lộc may mắn có được một Giám mục tiểu thuyết gia là Đức cha Đa Minh. Anh em Xuân Lộc đã dựa vào ngài để đẩy mạnh phong trào/ với Giải văn hóa nghệ thuật Đất Mới, nay đã hơn mười năm, đón nhận các tác giả từ khắp nơi trong nước và hải ngoại.

Một lúng túng thứ hai là **chuyện kinh phí.**

Cuối những năm 1980, cụ Võ Long Tê cho tôi xem bản thảo chép tay quyển *Tổng tập Hàn Mạc Tử*. Cụ có tâm nguyện sẽ in ra để lập quỹ lấy tiền lời tổ chức một giải văn học Công giáo. Một hảo ý quá lạc quan! Cuối những năm 1990, cha Antôn Lê Quang Trình cho tôi xem phác thảo/ đề án vận động một tỉ đồng làm quỹ lập giải thưởng Văn học Công giáo. Tôi đã bàn ra/ vì việc quản lý quỹ ấy không đơn giản/ và số lời hằng năm chưa chắc đã đuổi kịp sự trượt giá của đồng tiền.

Đó cũng là điểm gây bế tắc cho buổi họp tại Trung tâm Công giáo nói trên. Vị ân nhân cho biết/ việc ủng hộ giải thưởng hằng năm thì ông giúp được, còn chuyện lập quỹ lấy tiền lời phát thưởng thì bó tay.

Từ kinh nghiệm ấy, khi làm các giải thưởng tại Qui Nhơn, chúng tôi không lập quỹ. Chúng tôi làm liều mạng/ như các cha làm nhà thờ: Cứ bắt đầu rồi tiền bạc tính sau. Đàng khác, để theo đuổi sứ mạng ngôn sứ, cần giữ được tự do, cho nên chúng tôi chỉ mời gọi chung chung, ai cho thì nhận/ nhưng không tìm cầu các đại gia. Mỗi kỳ giải thưởng là một bắt đầu mới. Với ơn Chúa Quan Phòng, vẫn luôn có những đáp án lạ thường, kể cả những lúc bí quá đành gõ cửa làm phiền các Bề trên.

Cái khó thứ ba, là ***tìm đâu ra những người*** đủ trình độ và có cùng cái nhìn mục vụ để mời làm giám khảo? Sáu năm Giải VVĐT, có 15 vị chấm chung khảo. Thuộc Giáo phận Qui Nhơn, chỉ có hai linh mục và một nữ giảng viên đại học, mỗi vị chỉ tham gia một kỳ. Còn mười hai vị khác chúng tôi phải mời từ ngoài: bốn linh mục, năm tác giả giáo dân nữ và nam/ thuộc các giáo phận bạn; hai giáo dân ở nước ngoài/ và một nhà văn ngoài Công giáo. Trong số các vị chấm sơ khảo/ cũng có một nhà văn ngoài Công giáo. Mấy năm cuối nhẹ gánh hơn, chúng tôi đã có thể mời được/ trong số những tác giả đạt giải các năm trước, ba vị chấm sơ khảo và một vị chấm chung khảo.

Cái khó thứ tư là nhân sự tổ chức. Lúc ấy, Ban Văn hóa chúng tôi chỉ có hai linh mục, năm giáo dân đứng tuổi và một sinh viên làm văn phòng. Khởi đi từ một giải thưởng dành cho học sinh giáo lý, chúng tôi vừa làm vừa học; đến giải dành cho người lớn thì tự giới hạn trong vòng sáu năm, và chỉ chuyên về truyện ngắn. Ban Văn hóa Gp Qui Nhơn ít người nhưng có một thuận lợi/ là cha trưởng ban được chước miễn trách nhiệm coi xứ.

Tại Xuân Lộc, có một thuận lợi khác. Ngay từ đầu công việc đã mang tầm vóc giáo phận, do chính Tòa Giám mục chủ trương. Chính thẩm quyền và danh nghĩa ấy/ giúp giải Đất Mới có điều kiện hơn, đã làm được hơn 10 năm, với nhiều bộ môn cùng lúc: Thơ, Truyện ngắn, Truyện dài, Kịch bản, chưa kể các lãnh vực ngoài văn học: Nhiếp ảnh, Videoclip... Đất Mới đã đạt được một kinh nghiệm tổ chức mà lúc này khó có nơi nào bì kịp.

Cả giải Đất Mới và giải Viết Văn Đường Trường/ đều có những kết quả khả quan, thế nhưng chúng tôi ***càng*** làm, càng ***thấy cần phải có một Giải thưởng toàn quốc,*** bằng không mọi chuyện dù kết quả tới đâu cũng không có tương lai. Ở hai năm cuối của giải Viết Văn Đường Trường, chúng tôi đã thấy những hứa hẹn của nó[1] nhưng vẫn giữ nguyên thời hạn kết thúc giải, không kéo dài thêm, và cũng không nghĩ sẽ mở một giải mới tương tự, bởi lẽ một giải thưởng cấp giáo phận dù sôi nổi lắm vẫn mãi là một chuyện dở dang.

---

[1] Ví dụ: Sáu tuyển tập truyện ngắn Công giáo; tiếp nối bằng Tuyển tập Mục Đồng phát hành ba tháng một kỳ; Tuyển tập họa bào Bông Hồng Nhỏ phát hành hằng tháng; rồi các tác giả đạt giải ở Hà Nội và vùng phụ cận đã rủ nhau in tuyển tập ra mắt nhóm sáng tác; khoảng 60 tác giả trẻ từ ba Giáo tỉnh quen biết nhau, liên kết thành một đội ngũ trẻ đồng cảm, giúp nhau tiếp tục rèn luyện ngòi bút, động viên nhau dùng ngòi bút để tôn vinh Thiên Chúa; trong đó có khoảng 10 linh mục, 10 nữ tu dấn thân vào việc loan báo Tin mừng bằng văn chương và nhận ra tầm quan trọng của mục vụ văn hóa; ngày họp mặt truyền thống hằng năm...

Nhiều nơi khác cũng đã từng tổ chức các cuộc thi để động viên các mầm non văn chương/ nhưng chỉ được ít lâu, cả thầy lẫn trò đều mệt mỏi, bỏ cuộc, vì giải thưởng chỉ là chuyện vỗ tay khen nhau trong nội bộ, không có điểm đến, không thấy bến, thấy bờ.

Một cuộc thi cấp toàn quốc hằng năm sẽ là sự cổ võ tinh thần rất lớn. Những người đạt giải/ một cuộc thi được Hội đồng Giám mục (HĐGM) Việt Nam đỡ đầu, sẽ thấy mình là người của Giáo hội/ và hăng hái dấn thân cho đại cuộc. Được HĐGM chính thức nhìn nhận và cổ võ/ từ năm này sang năm khác, cuộc thi sẽ kết quả gấp bội, số lượng tác giả trẻ của từng Giáo phận sẽ gia tăng, trở thành hạt nhân/ cho đội ngũ trí thức Công giáo, có tiềm năng loan báo Tin mừng theo định hướng của Giáo hội.

Một giải thưởng văn thơ toàn quốc là điều hết sức cần thiết. Chúng tôi xác tín điều đó. Đồng thời, với những kinh nghiệm đã nói, chúng tôi cũng nhận ra rằng/ ***công việc này một Ủy ban có nhiệm kỳ khó mà làm được.*** Đức cha Chủ tịch có giáo phận của ngài, cha Thư ký cũng có giáo xứ của mình. Muốn làm được việc ấy, hai vị phải lập nên một Ban Tổ chức, Ban Tổ chức sẽ mời Ban Giám khảo... Điều ấy không khó đối với hai vị, nhưng khi hai vị khác khởi sự một nhiệm kỳ mới thì thường sẽ có một Ban Tổ chức mới, sẽ lặp lại hàng loạt những vấp váp không đáng có?

Một bên là tình cảnh lúng túng vừa nói, một bên là nhờ hẳn một Ban Tổ chức đã có sẵn đội ngũ hùng hậu và kinh nghiệm lâu năm, ta nên chọn bên nào?

Chính vì những lý do ấy, sau lễ trao giải Đất Mới lần thứ 10, năm 2020, chúng tôi đã viết bài đệ trình Đức Cha Chủ tịch Ủy ban Văn hóa, nêu đề xuất nâng tầm giải Đất Mới thành giải văn chương Công giáo toàn quốc.[2] Ủy ban Văn hóa HĐGM không cần đích thân điều hành công việc nhưng nên tin cậy, giao hẳn trách nhiệm cho một đơn vị.

Việc ủy quyền cho một địa phương thực hiện/ có thể gặp một vài bất cập/ nhưng không đáng kể; những thuận lợi vẫn luôn lớn hơn. Công việc sẽ không bị gói gọn trong những tầm nhìn mang tính nhiệm kỳ. Thay vào đó, một nhóm chịu trách nhiệm lâu dài, với ý thức Hội thánh và đam mê nghiệp vụ, tích lũy và triển khai những kinh nghiệm riêng và chung, vừa làm vừa chuẩn bị lớp kế thừa, dưới sự động viên, hướng dẫn, hỗ trợ và kiểm tra của Ủy ban Văn hóa HĐGMVN, công việc sẽ ngày càng tiến trên bước đường tương lai.

---

[2] Lm. Trăng Thập Tự, *bài đã dẫn.*

Thiết tưởng đó là đáp án đúng với một Giáo hội tản quyền và tham gia.

Đã hơn 20 năm đặt vấn đề và dò dẫm thử nghiệm, hẳn đã đến lúc phải có bước đột phá. Chúng ta đã được kêu gọi xây dựng một *Giáo hội tham gia*. Đức Thánh Cha Phanxicô đang thực hiện một *Giáo hội tản quyền*. Chuyện giải thưởng văn chương Công giáo toàn quốc của ta/ hẳn cũng phải theo hướng ấy. Trung ương giữ vai trò điều phối và ủy quyền, trao trách nhiệm Tổ chức cho một đơn vị có kinh nghiệm và thực lực. Cả hai phía đều cần phải quên mình vì ích chung.

Mong sao dân Chúa Việt Nam sớm được thấy hình ảnh/ một Giáo phận ghé vai gánh vác một công việc chung thay các nơi khác. Có qua được bước ấy, mới sớm có ngày Giáo đoàn Việt Nam/ được Giáo hội toàn cầu/ trao cho những trách nhiệm xứng đáng. Ấy là điều cần nghĩ tới/ khi càng lúc càng đến gần kỷ niệm/ 500 năm người Việt nghe loan báo Tin mừng, năm 2033.

Xin cảm ơn mọi người đã lắng nghe.

Nguồn:

Tham luận tại tọa đàm trực tuyến về Văn học Công giáo Đương đại, ngày 19-9-2021

TỪ GIẢI VĂN HỌC CÔNG GIÁO PHÁP NGHĨ VỀ GIẢI VĂN HỌC CÔNG GIÁO VIỆT NAM

ĐÔI NÉT VỀ GIẢI VĂN HỌC CÔNG GIÁO PHÁP

Lm. Đình Chẩn, Bích Duyên, Sophie Vu, Bbt-VTCG

Văn học Công giáo Pháp có một truyền thống phong phú và sâu sắc. Độc giả Việt Nam không xa lạ gì với Chuyện Một Tâm Hồn của thánh nữ Têrêsa Hài Đồng Giêsu hay những bài thơ của Paul Claudel. Nhưng có lẽ ít người biết đến nhà văn triết gia Jacques Maritain (1882-1973), một "thông dịch viên" của thánh Tôma Aquinô, nguyên đại sứ Pháp cạnh Toà Thánh; hay François Mauriac- tác giả Nobel 1952, viện hàn lâm Pháp; hay Henri de Lubac (1896-1991), một trong những "kiến trúc sư" của Công đồng Vatican II.

Trong bài này chúng tôi chỉ xin mạo muội giới thiệu đôi nét về Giải thưởng Văn học Công giáo Pháp và bày tỏ suy nghĩ về giải Văn học Công giáo Việt Nam.

Hiệp hội nhà văn Công giáo Pháp đã ra đời vào Lễ Truyền tin (25.3) năm 1886. Đến năm 1945, hội đã thành lập giải thưởng có tên gọi "Giải thưởng mùa xuân nước Pháp" (Prix du Renouveau français), khởi xướng bởi hai nhà văn, triết gia Công giáo Jacques Maritain và Jacques Maudaule (1898-1993). Sau này giải được biết đến nhiều hơn với tên gọi "Giải Văn học Công giáo" - Pháp (Grand prix des écrivains catholique).

Giải thưởng ra đời trong bối cảnh hậu chiến tranh thế giới thứ II. Có lẽ mục đích ban đầu của giải thưởng là để khơi dậy một cuộc đổi mới (renouveau), vực dậy niềm hi vọng về tương lai, sau những năm

Lm. Giuse Trần Văn Đỉnh

* *Bút danh Đình Chẩn.*
* *Sinh năm:*
* *Tại:*
* *Chủ biên trang VTCG.*
* *Dịch Thần Khúc của Dante và Thơ của Thánh nữ Têrêxa Hài Đồng Giêsu.*
* *Hiện làm việc tại Tòa giám mục Phát Diệm*

tháng bom đạn chết chóc với những gương mặt đời thường như tác phẩm Ba Cô gái nhà Colas (tác phẩm đạt giải 1946 : Claude Franchet, Les Trois Demoiselles de Colas).

Giải được tổ chức thường niên vào mùa xuân từ khi thành lập đến nay, trừ ba năm gián đoạn (1997; 1998; 1999). Tác phẩm đạt giải trên hết phải thể hiện được chất văn chương và các giá trị phổ quát tương ứng với Đức tin Công giáo (Danh sách đạt giải cuối bài).

Gia đình Maria Vũ Thị Thương và Phêrô Lã Hữu Nam (Sophie Vũ và Bích Duyên), hiện sinh sống và làm việc tại Pháp, cộng tác viên dịch thuật của Văn Thơ Công Giáo.

Trên trang chính thức của hội, có lời giới thiệu: "Các nhà văn Công giáo, đến từ những chân trời rất đa dạng (tiểu thuyết, thơ, cổ thư, lịch sử, tiểu sử, dân tộc học, khoa học, thần học, hạnh các thánh, nghệ thuật, truyện tranh), mong muốn tham gia vào sứ mệnh của Giáo hội, trung thành với huấn quyền, thông qua một hiệp hội mà ảnh hưởng của họ góp phần vào đời sống xã hội và văn hóa, cũng như việc quảng bá tiếng Pháp".

Ở đây, khái niệm 'nhà văn' trong tiếng Pháp (écrivain), bắt nguồn từ động từ écrire có nghĩa là viết, người viết. Hiểu theo nghĩa rộng, nhà văn không chỉ là người viết thể loại văn xuôi, nhưng bao gồm rất nhiều loại hình nghệ thuật văn chương, từ tiểu thuyết, thi ca cho đến cả truyện tranh.

Hiệp hội các nhà văn Công Giáo sử dụng tiếng Pháp (không bắt buộc là người Pháp) bao gồm khoảng 450 nhà văn, cả nam lẫn nữ. Hiến chương của hội nhằm cùng nhau tham gia sứ mạng của Giáo hội trong tinh thần đức tin, xoay quanh những đòi hỏi thiết yếu của con người thời đại. Nói cách khác, nhà văn Công giáo nhìn nhận thực tại hiện sinh dưới ánh sáng Đức tin. Hội có 5 hoạt động chính:

- Gặp gỡ độc giả: Hiệp hội tổ chức một buổi gặp gỡ hàng năm, vào đầu tháng 12, tại Toà Thị chính Paris quận 6, Place Saint-Sulpice, 78 rue Bonaparte. Ngày hôm đó, các nhà văn kí tặng sách cho độc giả và tổ chức hội nghị cho những người tham dự.

- Trao đổi giữa các tác giả: Hằng năm, hội tổ chức các buổi gặp gỡ, (từ 3-4 lần) giao lưu dành cho các nhà văn của Hiệp hội. Một cuốn tạp chí riêng với ba số mỗi năm cho phép mọi người giữ liên lạc, xuất bản những sáng tác chưa được công bố và cập nhật những ấn phẩm mới nhất.

- Trao thưởng cho tác giả đoạt giải: Vào mỗi mùa xuân, hiệp hội sẽ xem xét các tác phẩm được xuất bản năm trước, trao giải thưởng cho một nhà văn có được sáng tác bằng tiếng Pháp gây chú ý. Hội đồng xét giải là một số các thành viên của Hội.

-Chia sẻ kỹ năng: Các tác giả cùng nhau trình bày về những chủ đề gần gũi mà mình quan tâm, thông qua buổi gặp gỡ riêng của Hội.

- Nhóm cầu nguyện chung: Hiệp hội có Cha tuyên uý riêng và thường cử hành Thánh lễ chung với nhau trong mỗi dịp gặp gỡ.

Giao lưu độc giả Giải Văn học Pháp năm 2018

PHẦN GỢI Ý SUY TƯ

Lm. Trăng Thập Tự

Ngày 15-3-2022, trên Văn Thơ Công Giáo, BBT có một bài viết được chú ý nhiều "Từ giải Văn học Công giáo Pháp nghĩ về Giải Văn học Công giáo Việt Nam".

Với bài viết sống động đầy gợi hứng, người viết nêu câu hỏi : "Đến bao giờ mới có một Hội Văn thơ Công giáo Việt Nam chính thức ra đời? Bao giờ mới có một giải thưởng thường niên, uy tín trao cho một tác giả-tác phẩm xuất sắc?"

1. Thêm một số thông tin

Đi tìm câu trả lời, người viết có nhắc lại «chuyện thành lập các CLB Đồng Xanh Thơ chục năm trước». Tôi cũng đồng ý không cần thành lập các CLB Văn thơ Công giáo ở khắp các giáo phận. Tuy nhiên đang khi đúc kết bản thảo bộ sưu tập « Hướng đến 400 năm Văn học Công giáo (1632-2032) », tôi may mắn biết tới 16 bài viết về sinh hoạt văn chương văn học tại các giáo phận và cả đến các giáo xứ. Tại phần III của bộ sách, tựa đề « Đón chào năm 2033, kính mừng ơn cứu rỗi », ở mục đầu bạn sẽ lần lượt đọc thấy các bài:

Xuân Lộc : 10 năm giải văn hóa nghệ thuật Đất Mới (Bùi Công Thuấn).

Kon Tum : Đôi nét văn hóa văn học Công giáo Tây Nguyên (Lê Minh Sơn).

Hà Tĩnh : Điểm khởi đầu phong trào thơ văn giáo xứ Hòa Thắng (Maria Trần Thị Thùy).

Hải Phòng : CLB Thơ Tâm Nguyện Hải Phòng (Nguyễn Bá Ninh).

Phan Thiết : Người thơ Phan Thiết (Lê Hồng Bảo).

Hưng Hóa : Những hạt giống vùi dưới lòng đất (Nguyễn Ngọc Bích).

Vinh : Hồn thơ đạo dọc núi Hồng sông Lam (Trần Thị Vân).

Bùi Chu : Ra khơi rồi lại ra khơi (Lm. Nguyễn Văn Lãm).

Ban Mê Thuột : Giải văn thơ 50 năm Gp. Ban Mê Thuột (Vũ Đình Bình).

Hà Nội : Người đọc sách thánh – Tập truyện các tác giả Công giáo (Nguyễn Thị Thắm).

Phát Diệm : Thơ giáo phận Phát Diệm (Bùi Công Thuấn).

Nha Trang : Làm lợi từ nén bạc Chúa trao (Phạm Minh Châu).

Sài Gòn : CLB Đồng Xanh Thơ Sài Gòn (An Thiện Minh).

Sài Gòn : Tha thiết với kho tàng Hán Nôm Công giáo (Liên Giang).

Phát Diệm : Trang Văn thơ Công giáo (Bùi Công Thuấn).

Qui Nhơn : Mục Đồng trên nội cỏ Qui Nhơn (Nguyễn Văn Học).

Với những chia sẻ đáng khích lệ từ các giáo phận, thiết nghĩ ta không câu nệ vào việc tổ chức CLB nhưng có rất nhiều hình thức khác nhau để liên kết và xây dựng sinh hoạt văn chương văn học của các tác giả trẻ từng khu vực. Đó là một nét khả thi đầy hứa hẹn.

2. Học kinh nghiệm của bạn

Trước khi bàn xa hơn, ta hãy nhìn lại tiến trình giới văn học Công giáo Pháp đã vượt qua.

Một hiệp hội (1886) khởi đi với sự có mặt từ khắp nơi, không hẳn là đủ mặt các giáo phận nhưng vẫn là từ khắp nơi của nước Pháp.

Đa số là giáo dân, một số là giáo sĩ, nhưng đặc biệt, nói chung họ là những người cầm bút chuyên nghiệp, những nhà văn.

Từ mốc điểm ấy đến lúc đủ khả năng tự tổ chức giải thưởng (1945) là 60 năm dài. Bao nhiêu kiên nhẫn.

3. Để chạy nhanh gấp 5 lần

Tại Việt Nam, làm sao để giới Công giáo có những người cầm bút chuyên nghiệp, từ khắp nơi trước khi kết thành một hiệp hội có khả năng tự lập, tự tổ chức giải thưởng ?

Trong Tọa đàm trực tuyến về Dòng văn học Công giáo Việt Nam đương đại giữa tháng 9/2021, Đức Cha Giuse Đặng Đức Ngân, Giám mục Giáo phận Đà Nẵng, Chủ tịch Ủy ban Văn hóa trực thuộc Hội đồng Giám mục Việt Nam ghi nhận một giải văn học cho giới Công giáo cả nước là điều cần thiết. Tuy nhiên Ngài nói: “Chắc chắn ngay hôm nay chúng ta chưa thể đưa ra một quyết định chính thức, vì cần phải có một sự đồng thuận cao từ chính chúng ta, của nhiều phía, để Ủy ban Văn hóa sẽ có đề nghị chính thức tới các Bản quyền Giáo phận, và Ban Văn hóa của các Giáo phận liên quan để mong sẽ có được một quyết định chính thức vấn đề này.”

Từ cú bật đèn xanh ấy tính tới tháng 9/2032, kỷ niệm 400 năm Văn học Công giáo Việt Nam, chúng ta có 11 năm.

11 năm này so với 60 năm xưa bên Pháp, tạm cho là 1/5.

Làm sao để đạt đích nhanh hơn họ gấp năm lần ?

Theo vị Chủ tịch Ủy ban Văn hóa, trước hết “cần phải có một sự đồng thuận cao từ chính chúng ta”. Bao giờ có giải Văn thơ Công giáo Toàn quốc, ta chưa biết, nhưng từ hôm nay tới kỷ niệm 400 năm sinh nhật An Rê Phú Yên (2025) – chỉ trong 2 năm - ta cần đạt được 20/27 giáo phận có sinh hoạt liên kết các tác giả - hình thức này hay hình thức khác.

Rồi từ kỷ niệm 400 năm An Rê Phú Yên, ta tìm cách liên kết làm việc chung.

Khi có giải thưởng của HĐGMVN, ta sẽ dựa vào đó để xây dựng đội ngũ cầm bút chuyên nghiệp.

Có thế, tới dịp kỷ niệm 400 năm, giới tác giả Công giáo Việt Nam sẽ đủ sức tự cáng đáng một Giải Văn chương Công giáo chung cả nước.

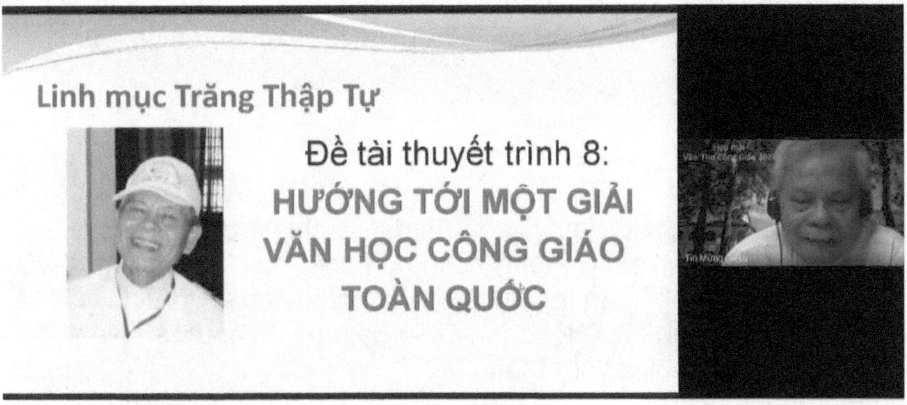

4 Cần bắt đầu từ chính bạn, từ giáo xứ và giáo phận của bạn

- Ngày nay bạn đang có cái thế mạnh của mạng xã hội để cùng xây dựng một ý thức chung,

- Hãy chia sẻ những ưu tư, thao thức của mình.

- Quanh bạn đang có sự tham gia từ đầu của nhiều chủng sinh và tu sĩ nam nữ,

- Đang có những giải thưởng cấp giáo phận và giáo xứ.

- Chính mình bạn, hãy hưởng ứng các cuộc thi trong đạo và ngoài đời.

- Hãy đọc những bài mình thích trong bộ sưu tập Hướng đến 400 năm Văn học Công giáo Việt Nam và cùng nhau chia sẻ.

- Tham gia các khóa đào tạo nghiệp vụ.

- Mạnh dạn tham gia chương trình tiếp sức in sách lần đầu.

- Theo đuổi những học trình chính quy của các Đại học trong và ngoài nước.

- Hãy suy tư, cầu nguyện để xây dựng một niềm riêng với Chúa, dù bạn có hay không niềm cảm hứng muốn trở thành một người cầm bút chuyên nghiệp.

- Rồi trao đổi với những người gần nhất, ngay bên cạnh bạn,

- Tạo chất men cho một phong trào tông đồ sách báo tại khu vực,

- Tiếp đó, bạn hãy thưa chuyện với cha xứ của bạn, trình với Đức giám mục của bạn.

***

Hướng tới chương trình hành động như gợi ý trên đây, mời quý bạn đọc và các tác giả khắp nơi cùng suy tư, viết lên suy tư để cùng trao đổi[1]

THAY LỜI KẾT

Theo Đức Thánh Cha Gioan Phaolô II, chỉ thực sự nói được một cuộc loan báo Tin mừng thành công, khi chất men Tin mừng đi vào lòng người, hội nhập vào truyền thống dân tộc, và biến thành văn hóa. Trong tự sắc thành lập "Hội đồng Giáo hoàng về văn hóa", Ngài viết: "Một đức tin mà chưa biến thành văn hóa, là đức tin chưa được đón nhận trọn vẹn, chưa thực sự được suy tư, chưa được sống một cách chân thành."

Nào, ta hãy cùng bắt đầu.

Phụ lục

TÁC GIẢ,TÁC PHẨM ĐOẠT GIẢI VĂN HỌC CÔNG GIÁO PHÁP

1. "Giải thưởng mùa xuân nước Pháp" "Prix du Renouveau français"

- 1946 : Claude Franchet pour Les Trois Demoiselles de Colas
- 1947 : Elisabeth Barbier pour Les Gens de Mogador
- 1948 : Raïssa Maritain pour Les Grandes Amitiés
- 1949 : Henri Queffélec pour Au bout du monde
- 1950 : Pierre-Henri Simon pour Les Raisins verts

[1] https://www.vanthoconggiao.net/2022/04/gop-them-suy-nghi-ve-giai-van-hoc-cong html

2. "Giải thưởng các nhà văn Công Giáo" "Grand prix des écrivains catholique"

- 1951 : Claude Longhy pour La Mesure du monde
- 1952 : Georges Bordonove pour La Caste
- 1953 : Gilbert Tournier pour Rhône, dieu conquis
- 1954 : Camille Bourniquel pour Retour à Cirgue
- 1955 : Paul-André Lesort pour Le vent souffle où il veut
- 1956 : Yvonne Chauffin pour Les Rambourt et Louise Bujeaud pour La Barre aux faucons
- 1957 : Jean-Claude Renard pour Père, voici que l'homme
- 1958 : Franz Weyergans pour Les Gens heureux
- 1959 : Maurice Zermatten pour l'ensemble de son œuvre
- 1960 : Jean Pélégri pour Les Oliviers de la justice
- 1961 : Lucien Guissard pour Écrits en notre temps
- 1962 : Victor-Henry Debidour pour l'ensemble de son œuvre et Claude Tresmontant pour l'ensemble de son œuvre
- 1963 : Jean Montaurier pour Comme à travers le feu
- 1964 : Jean Sulivan pour Mais il y a la mer et Henri Bars pour La littérature et sa conscience
- 1965 : Miklós Bátori pour Le Vignoble des saints
- 1966 : Yves-Marie Rudel pour l'ensemble de son œuvre
- 1967 : Renée Massip pour Le Rire de Sara
- 1968 : Henri de Lubac, sj, pour Images de l'abbé Monchanin et l'ensemble de son œuvre
- 1969 : André Frossard pour Dieu existe, je l'ai rencontré
- 1970 : Jean Rivière pour La Vie simple
- 1971 : Patrice de la Tour du Pin pour Une Lutte pour la vie
- 1972 : Michel Huriet pour La Fiancée du roi
- 1973 : Lucien Farago pour Mademoiselle Marguerite
- 1974 : François Varillon, sj, pour L'Humilité de Dieu
- 1975 : Valentin-Yves Mudimbe pour Entre les eaux

• 1976 : Jacques de Bourbon Busset pour Au vent de la mémoire (Journal VI)

• 1977 : Jean Delumeau pour Le christianisme va-t-il mourir ?

• 1978 : Maurice Schumann pour Angoisse et Certitude

• 1979 : Stanislas Fumet pour Histoire de Dieu dans ma vie

• 1980 : P. Jean-Robert Armogathe pour Paul, ou l'impossible unité

• 1981 : Jean Mialet pour Le Déporté (la haine et le pardon)

• 1982 : Jean Séverin pour Une vie peuplée d'enfants

• 1983 : Bernard Bro, op, pour l'ensemble de son œuvre

• 1984 : Pierre Pierrard pour L'Église et les ouvriers

• 1985 : Christian Chabanis pour Dieu existe-t-il ? oui

• 1986 : Jeanne Bourin pour Le Grand Feu

• 1987 : Jean Daujat pour l'ensemble de son œuvre

• 1988 : Jean Charbonnel pour Edmond Michelet

• 1989 : Jacques Loew, op, pour l'ensemble de son œuvre

• 1990 : Monique Piettre

• 1991 : Jacques Sommet, sj, pour Passion des hommes et pardon de Dieu

• 1992 : Pierre de Calan pour On retrouve Dieu partout

• 1993 : Christian Bobin pour Le Très-Bas

• 1994 : Olivier Germain-Thomas pour Bouddha, terre ouverte

• 1995 : Xavier Emmanuelli pour Dernier avis avant la fin du monde

• 1996 : Jean-Luc Barré pour Algérie, l'espoir fraternel

• 2000 : Bertrand de Margerie, sj, pour Le Mystère des indulgences

• 2001 : Anne Bernet pour Histoire générale de la chouannerie

• 2002 : Mgr Mansour Labaky pour Kfar Sama ou les enfants de l'aurore

• 2003 : André Courtaigne pour La Mère du printemps et Bernard Quilliet pour La Tradition humaniste

• 2004 : Jean Sévillia pour Historiquement correct : Pour en finir avec le passé unique et Yves Viollier pour L'Orgueil de la tribu

• 2005 : Jean Dutourd pour Journal intime d'un mort

• 2006 : Fabrice Hadjadj pour Réussir sa mort. Anti-méthode pour vivre

• 2007 : Charles Le Quintrec pour l'ensemble de son œuvre.Mention au P. Servais Pinckaers pour Plaidoyer pour la vertu et à Dorian Malovic pour Le Pape jaune.

• 2008 : Philippe Sellier pour La Bible expliquée à ceux qui ne l'ont pas encore lue

• 2009 : Claude-Henri Rocquet pour Goya et Dominique Ponnau pour l'ensemble de son œuvre

• 2010 : Claire Daudin pour Le Sourire

• 2011 : Alain Besançon pour Cinq personnages en quête d'amour. Mention à Christophe Carichon pour Agnès de Nanteuil 1922-1944 une vie offerte et à Nadine Cretin pour Histoire du Père Noël1.

• 2012 : Eugène Green pour La Communauté universelle.Mention à Anne-Dauphine Julliand pour Deux petits pas sur le sable mouillé et à Alain Galliari pour Franz Liszt et l'espérance du bon larron.

• 2013 : Didier Rance pour John Bradburne, le vagabond de Dieu. Mention à Jean-Paul Mongin pour Denys l'Aréopagite et le nom de Dieu2.

• 2014 : François Taillandier pour L'Écriture du monde.Mention à Véronique Dufief pour La Souffrance désarmée et au P. Michaël Brétéché pour L'Enfance retrouvée.

• 2015 : Isabelle Laurent pour Les Deux Couronnes.Mention à Denis Moreau pour Pour la vie et à Christophe Ferré pour Vierge d'amour.

• 2016 : Marie-Joëlle Guillaume pour Vincent de Paul. Mention à Jehanne Nguyen pour Violette et à Patrice de Plunkett pour La Révolution du pape François.3.

• 2017 : François Cassingena-Trévedy pour Cantique de l'infinistère.Mention à Christiane Rancé pour En pleine lumière.

• 2018 : Réginald Gaillard pour La partition intérieure4

• 2019 : Patrick de Gmeline pour François de Sales, le gentilhomme de Dieu5Mention à Pierre-Yves Le Priol pour La Foi de mes pères et à François Dubreil pour La Couronne.

• 2021 : Xavier Patier pour Demain la France (Le Cerf, 2020)

BÀI VIẾT TỔNG HỢP TỪ CÁC NGUỒN TÀI LIỆU NHƯ SAU

1. http://ecrivainscatholiques.fr/salon-grand-prix/grand-prix-catholique-de-litt%C3%A9rature/

2. https://fr.aleteia.org/2021/05/14/lecrivain-xavier-patier-reco-it-le-grand-prix-catholique-de-litterature/

3. https://fr.wikipedia.org/wiki/Grand_prix_catholique_de_lit-t%C3%A9rature

4. https://fr.aleteia.org/2021/05/14/lecrivain-xavier-patier-reco-it-le-grand-prix-catholique-de-litterature/

5. https://eglise.catholique.fr/guide-eglise-catholique-france/structure/association-des-ecrivains-catholiques/

6. https://www.facebook.com/Association-des-%C3%A9crivains-catholiques-de-langue-fran%C3%A7aise-309647982973545

7. https://fr.wikipedia.org/wiki/Cat%C3%A9gorie:%C3%89criv-ain_catholique_fran%C3%A7ais

8. https://vi.wikipedia.org/wiki/Fran%C3%A7ois_Mauriac#:~:-text=Fran%C3%A7ois%20Mauriac%20(11%20th%C3%A1ng%2010,Nobel%20V%C4%83n%20h%E1%BB%8Dc%20n%C4%83m%201952.

9. https://hdgmvietnam.com/chi-tiet/hong-y-henri-marie-de-lubac-sj-va-cong-dong-vatican-ii-41710

10. https://vi.wikipedia.org/wiki/Fran%C3%A7ois_Mauriac#:~:tex-t=Fran%C3%A7ois%20Mauriac%20(11%20th%C3%A1ng%2010,No-bel%20V%C4%83n%20h%E1%BB%8Dc%20n%C4%83m%201952.

11. https://www.hdgmvietnam.com/chi-tiet/toa-dam-ve-van-hoc-cong-giao-42740

Nguồn:

- https://www.vanthoconggiao.net/2022/03/tu-giai-van-hoc-cong-giao-phap-nghi-ve.html

TIẾP SỨC NHỮNG TÁC GIẢ VĂN THƠ CẦN IN SÁCH LẦN ĐẦU

Năm 2033 sẽ là năm đại toàn xá mừng tròn 2000 năm Chúa Cứu Thế chết và sống lại, cũng là 401 năm Giáo sĩ Giêrônimô Majorica lập cơ sở in sách Công giáo tại Thăng Long. Đây là sự kiện đầy cảm hứng nhưng trước mắt chỉ còn mười hai năm. Xin được chia sẻ ý tưởng về kế hoạch nhỏ nhằm dọn mừng 400 văn học Công giáo Việt Nam (1632-2032) và góp phần tạ ơn Thiên Chúa nhân kỷ niệm lớn lao của Giáo hội toàn cầu vào năm 2033. Bài chia sẻ này thay cho bản thể lệ của kế hoạch và thông báo của Ban Văn hóa Giáo phận Qui Nhơn, đơn vị đề xuất và thực hiện kế hoạch.

Dọn mừng 400 năm: Tiếp sức những tác giả văn thơ Công giáo cần in sách lần đầu

Qua trao đổi, chúng tôi thấy có những nguyên do khiến các tác giả ngại in sách đưa đến tình trạng hiếm hoi èo uột của văn thơ Công giáo:

- Hoặc tác giả tưởng rằng thủ tục để in sách quá khó, xin giấy phép cũng như liên lạc với nhà in là những chuyện phức tạp.

- Hoặc tác giả không đủ tiền in.

- Hoặc tác giả không biết in sách ra sẽ gửi về đâu.

Ngoài ra, giữa thực tế văn hóa đọc bị thoái hóa, số lượng người đón nhận ít, có thể do phẩm chất tác phẩm chưa được tốt mà cũng có thể còn vì việc in ấn lẻ tẻ không đủ sức lôi cuốn sự chú ý của người đọc. Việc tập trung ấn hành với danh nghĩa của Tủ sách Nước Mặn sẽ nâng tầm uy tín cho tác giả cũng như tạo ra sức hút cho tác phẩm.

Từ những ghi nhận ấy, anh em trong nhóm Tủ sách Nước Mặn đã đề ra phương án tiếp sức cho những tác giả văn thơ Công giáo muốn có ấn phẩm đầu tay.

Đây sẽ là một kế hoạch nhỏ, giản dị và dễ thực hiện. Nét chính của kế hoạch như sau:

- Chương trình này dành riêng cho những tác giả văn thơ Công giáo chưa có ấn phẩm riêng nào, nay đang muốn in một tác phẩm hay một tuyển tập của chính mình. Với các tác giả đã đạt giải Viết Văn Đường Trường, chương trình này tiếp tục thực hiện lời hứa "những tác giả đạt giải, nếu có nhiều truyện khác có giá trị, sẽ được Tủ Sách Nước Mặn hỗ trợ xuất bản một tuyển tập riêng dưới 200 trang với những truyện ngắn mang nội dung Kitô giáo" (trích Bản thể lệ Giải Viết Văn Đường Trường), kể cả những tác giả đã có sách in.

- Chương trình kéo dài tới năm 2033 nhưng được thực hiện dần từng năm.

- Tác giả tham dự xin ghi rõ: tên thánh, họ và tên, bút danh, năm sinh, rửa tội tại đâu, năm nào, địa chỉ nhận thư, giáo xứ, giáo phận, số điện thoại liên lạc, địa chỉ email, và đính kèm danh sách ít là 03 độc giả dài hạn như sẽ nói ở số 4 dưới đây.

- Thể loại tham gia: Truyện dài, tuyển tập truyện ngắn và tuyển tập thơ, có nội dung Kitô giáo hoặc theo tinh thần giáo dục Kitô giáo.

- Hình thức và độ dài bản thảo: File Word, chữ Times New Roman 12, truyện dài có thể tới 200 trang A4, các tuyển tập truyện ngắn và thơ từ 60-100 trang A4, đủ để in thành một tập (chỉ nhận đủ nội dung in thành sách, không nhận bài rời).

- Thời hạn nhận bản thảo: Từ nay tới giữa năm 2031.

- Mỗi tác giả có thể gửi nhiều lần, mỗi lần một bản thảo.

- Email Ban Tổ chức: <thoconggiao@gmail.com>.

- Các bản thảo sẽ được Ban Tổ chức chuyển đến bộ phận thẩm định.

- Những tác phẩm đạt chuẩn thẩm định sẽ được Ban Tổ chức lo thủ tục xuất bản và ấn hành, đồng thời được đưa vào danh sách **"Ấn phẩm dọn mừng 400 năm Văn học Công giáo Việt Nam"** và hỗ trợ quảng bá giới thiệu tác phẩm lên các kênh truyền thông của Ban tổ chức.

- Mỗi tác phẩm sẽ được in tối thiểu 300 bản.

- Tác giả sẽ nhận được 200 bản miễn phí.

- Nếu tác giả có nhu cầu, cũng có thể kết hợp để in nhiều hơn, tác giả trả tiền cho các bản in thêm.

- Tác giả giữ bản quyền tác phẩm, tự phát hành và thu tiền bán sách.

- Ban tổ chức chỉ giữ 100 bản để gửi tặng đến các thư viện trong chương trình lưu trữ và bảo tồn sách báo Công giáo, và để giới thiệu trong dịp họp mặt tác giả hàng năm vào 21-22/9 tại Chủng viện Qui Nhơn.

Cầu xin các Thánh Tử Đạo Việt Nam phù hộ để tới 2033 có thể đạt được đội ngũ 100 tác giả văn thơ Công giáo trẻ có sách in

Mong được mọi người hưởng ứng

Ban Tổ chức ước mong mọi người cùng hưởng ứng kế hoạch này như một nỗ lực đón chào Năm thánh.

1. Trước hết là các tác giả: Rất mong các bạn mạnh dạn gửi tác phẩm. Không có cuộc thi nhưng các bạn được mời gọi tự vượt lên chính mình.

2. Rất mong quý Ban Văn hóa các Giáo phận, quý Đại chủng viện và quý Dòng tu nam nữ động viên các tài năng trẻ tham gia.

3. Tiếp đến là đội ngũ thẩm định. Ban Tổ chức mong sẽ có nhiều vị tình nguyện tham gia và những vị được mời sẵn lòng dành thời giờ giúp đọc và lượng giá các tác phẩm.

4. Thứ tư là sự tiếp sức của mọi người. Theo dự kiến sẽ in ít là 300 bản nhưng nếu có thể phát hành nhiều hơn, tác giả sẽ vui hơn sẽ thu được nhiều hoa lợi hơn, đồng thời khi số lượng in đạt được 500 trở lên, giá thành sẽ nhẹ hơn. Do đó, như một kế hoạch nhỏ thời học sinh, để các tác giả cộng tác giúp nhau bán sách tăng số lượng ấn hành và tiến tới hiệp thông trong sáng tác phát triển văn chương Công giáo, chúng tôi đã đề nghị mỗi tác giả cố gắng tìm cho chương trình này ít là 03 độc giả dài hạn và giúp giới thiệu sách của nhau đến độc giả. Ước gì khi biết đến chương trình này, nhiều người trong quý vị sẽ tham gia đăng ký dài hạn để ngày càng thêm số lượng phát hành, tạo phấn khởi cho các tác giả có sách in lần đầu. Chúa Giêsu đã đánh giá cao những đồng xu của một bà góa. Ngài cũng sẽ đánh giá sự góp phần của quý vị và các bạn như thế.

5. Hơn ai hết, quý Ban Biên tập các trang truyền thông Công giáo hiểu tầm quan trọng của việc phát hiện, định hướng, khích lệ và nâng

đỡ các tài năng văn thơ để họ được ơn nhiệt thành phục vụ Chúa. Sự quan tâm giới thiệu của quý vị chính là một đóng góp thiết thực vào việc đào tạo các tài năng này.

6. Đặc biệt và không kém phần quan trọng là tấm lòng hào hiệp của các đại ân nhân. Mức độ kết quả của kế hoạch này sẽ khả quan hơn khi có được sự quan tâm của quý vị.

Xin liên lạc về: <thoconggiao@gmail.com>. Xin chân thành cảm tạ và nguyện xin thiên thần Chúa ghi công đức của quý vị vào sổ trên trời.

Thay lời kết: Những kế hoạch nhỏ của bạn

Sau cùng, xin có đôi lời gửi đến tất cả các bạn đọc.

Chào mừng kỷ niệm 2000 năm ơn cứu chuộc của Chúa và 400 năm Văn học Công giáo Việt Nam, ước mong sao mỗi người đều tự lên kế hoạch nhỏ cho bản thân, cho gia đình và giáo xứ. *Giữa nhiều việc có thể làm, xin gợi ý để bạn quan tâm tới việc phát hành sách, có thể nói là quan tâm làm việc tông đồ sách báo.* Hiện nay chúng ta chưa có hệ thống phát hành sách báo cho nên văn thơ Công giáo đang còn èo uột. Mười hai năm quá đủ để quý vị và các bạn gầy dựng cho giáo xứ mình một phòng đọc sách, một thư quán bán sách Công giáo, tạo một đường dây chuyển sách hay từ các nơi về Giáo hạt và Giáo xứ chứ? Tạo điều kiện phát huy văn hóa đọc là một đóng góp thiết thực cho việc loan báo Tin mừng.

Hãy quay sang những anh chị em trẻ cùng Dòng, cùng Giáo phận, các bạn sẽ có hằng chục, hằng trăm sáng kiến cho loan báo Tin mừng, cho bác ái xã hội, cho giáo lý, giáo dục... Tại sao không? Xin hãy cùng suy nghĩ và xắn tay cùng nhau hành động để đền ơn đáp nghĩa những thế hệ đã đi trước suốt bốn thế kỷ qua.

Bản văn cập nhật, thay cho bản văn ngày 03-7-2021
Tp. Quy Nhơn, ngày 20/01/2022
Phụ trách Tủ Sách Nước Mặn
của Ban Văn hóa Giáo phận Qui Nhơn

Lm. G. P. Võ Tá Khánh (đã ký)

Phê duyệt của Giám mục Bản quyền

Tp Quy Nhơn, ngày 21/01/2022
+ Mt. Nguyễn Văn Khôi
Giám mục Giáo phận Qui Nhơn

(đã ký và đóng dấu)

TỌA ĐÀM VỀ VĂN HỌC CÔNG GIÁO

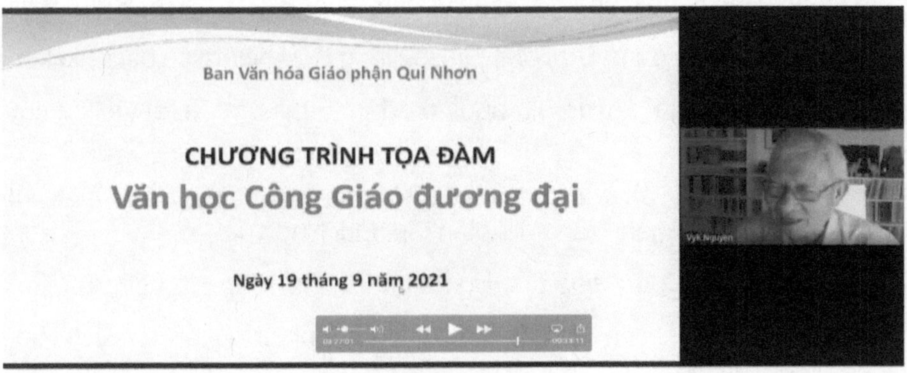

Tọa đàm 2021

Nhân dịp họp mặt các tác giả văn chương Công giáo lần thứ 10, sáng Chúa nhật 19/92021, Ban Văn hóa giáo phận Quy Nhơn tổ chức tọa đàm văn học với chủ đề: "Văn học Công giáo đương đại". Ngày họp mặt này bắt đầu từ dịp kỷ niệm 100 năm ngày sinh nhà thơ Hàn Mạc Tử, 21-22/9/2012 đến nay. Mỗi năm Ban Văn hóa Giáo phận Qui Nhơn đều tổ chức gặp gỡ các tác giả Công giáo tại Chủng viện Qui Nhơn. Năm nay do hoàn cảnh đại dịch Covid, buổi gặp gỡ được tổ chức trực tuyến.

Tuy thiếu cảnh trực tiếp tay bắt mặt mừng, nhưng bù lại, số tham dự viên vượt hẳn các năm trước. Tọa đàm được vinh dự đón tiếp Đức cha Matthêô, Giám mục Giáo phận Qui Nhơn kiêm Chủ tịch Ủy ban Nghệ thuật thánh, Đức cha Giuse Đặng Đức Ngân, Giám mục Giáo phận Đà Nẵng, kiêm Chủ tịch Ủy ban Văn hóa, PGS. TS. Nguyễn Hữu Sơn, nguyên Phó viện trưởng Viện Văn học và Tổng biên tập tạp chí Nghiên cứu Văn học và gần một trăm tham dự viên là các tác giả Công giáo đến từ khắp các miền đất nước cùng hai vị hải ngoại

Sau hát kinh Chúa Thánh Thần, Đức cha Matthêô nhắc tới lai lịch ngày họp mặt và tuyên bố khai mạc. Trong phần chia sẻ, PGS. TS. Nguyễn Hữu Sơn ghi nhận rằng từ xa xưa, đã có sự hội nhập văn học Việt Nam với phương Tây qua văn học Công giáo, và ngày nay giới nghiên cứu ngày càng quan tâm tới Văn học Công giáo. Nhà phê bình văn học Nguyễn Vy Khanh từ Canada bày tỏ sự vui mừng khi tham dự tọa đàm về văn học Công giáo. Ông nói rằng thế hệ nghiên cứu lớp trước giờ đã "lão hóa", và mừng rằng, qua tọa đàm đã thấy thế hệ trẻ đang tiếp bước.

Tám diễn giả đã trình bày tám chuyên đề từ nguồn gốc văn học Công giáo, Hán Nôm Công giáo đến văn học Công giáo từ 1975 đến nay.

Cuối buổi tọa đàm, Đức cha Giuse Đặng Đức Ngân, có bài tổng kết.

Trước hết ngài lượng giá buổi tọa đàm qua cụm đề tài về lịch sử, với các bài:

- *Định hướng văn học trong mục vụ truyền giáo thời đầu tại Việt Nam* (Lm. Trương Đình Hiền, Tổng đại diện Gp. Qui Nhơn).

- *Hán Nôm Công giáo* (Ts. Maria Lê Thị Hà, viện Hán Nôm).

- *Bước dò dẫm của các cây bút nữ* (Nữ tu Anna Nguyễn Thị Bích Hạt, Dòng MTG Thủ Đức).

- *Vài nét về văn học Công giáo trong nước từ 1975 tới nay* (Nhà văn Maria Nguyễn Thị Khánh Liên, Gp. Nha Trang).

Rồi cụm đề tài về văn học địa phương, với các bài:

- *Văn học Công giáo Tây nguyên* (Nhà nghiên cứu Phêrô Lê Minh Sơn, Gp. Kontum).

- *Du lịch văn học tại Bình Định?* (Ts. Lê Nhật Ký, Đại học Quy Nhơn).

Thứ ba là cụm đề tài hướng đến tương lai, với các bài:

- *Khích lệ* các tác giả văn Công giáo (Nhà văn Phêrô Nguyễn Văn Học, Gp. Hà Nội).

- *Hướng tới một giải văn học Công giáo toàn quốc* (Lm. Gioan Phêrô Trăng Thập Tự, Gp. Qui Nhơn).

Từ hai đề tài cuối này, Đức Cha Giuse đã cho câu trả lời về một điều được nhiều lần nhắc lại qua các bài thuyết trình là ước vọng về một Giải Văn chương Công giáo toàn quốc. Ngài cho biết đề xuất xin Ủy ban Văn hóa trực thuộc Hội đồng Giám mục Việt Nam ủy quyền cho một Ban Văn hóa Giáo phận có thực lực và kinh nghiệm là khả thi. Ngài nói: *"Chắc chắn ngay hôm nay chúng ta chưa thể* đưa ra MỘT *QUYẾT ĐỊNH CHÍNH THỨC, vì cần phải có một sự đồng thuận cao từ chính chúng ta, của nhiều phía, để UBVH sẽ có đề nghị chính thức tới các Bản quyền Giáo phận, và Ban VH của các GP liên quan để mong được sẽ có một quyết định chính thức vấn đề* này." (Mời xem toàn văn bài phát biểu tổng kết đính kèm).

Phát biểu ấy của Đức Cha Chủ tịch đã làm nức lòng cử tọa. Mọi người chia tay trong niềm hân hoan đợi chờ sớm được thấy quyết định chính thức ấy.

Thư ký của Tọa đàm

Nên xem thêm:

Trần Phong Vũ, *Đôi điều suy nghĩ về hiện trạng và tương lai văn hóa Công giáo*, http://www.diendangiaodan.com/thu/toasoan59.htm

NGÀY VĂN HỌC CÔNG GIÁO LẦN THỨ 10

Lời chào khai mạc của Đức Giám mục Giáo phận Qui Nhơn trong Tọa đàm trực tuyến về văn học Công giáo, ngày 19-9-2021

Đức cha Mattheô Nguyễn Văn Khôi

** Sinh: 13-10-1951, tại Gò Dài, Bình Định.*
** Linh mục: 10-05-1989. Giám mục: 04-02-2010.*
** Giám mục chính tòa giáo phận Qui Nhơn: 30-06-2012.*
** Bút danh: Người Viễn Khách.*
** Tiến sĩ Thần học Luân lý tại Rôma.*
** Chủ tịch Ủy ban Nghệ thuật Thánh của HĐGMVN từ 2010 đến nay.*
** Ngài có năng khiếu về hội họa và trang trí.*

Xin kính chào Đức cha Giuse, Giám mục Giáo phận Đà Nẵng, Chủ tịch Ủy ban Văn hóa của HĐGM Việt Nam, Cha Tổng Đại diện Giáo phận Qui Nhơn, quý Cha và anh chị em tham dự hội thảo hôm nay,

Cách đây vừa tròn một thập kỷ, trong hai ngày 21-22/9/2012, nhân phát hành bộ sưu tập *Có Một Vườn Thơ Đạo* chào mừng kỷ niệm 100 năm ngày sinh của thi sĩ Hàn Mạc Tử, hơn 60 tác giả Công giáo từ khắp các miền đất nước đã cùng nhau về tham dự cuộc họp mặt Văn thơ Công giáo tại Chủng viện Qui Nhơn, do Ban Văn hóa Giáo phận Qui Nhơn tổ chức.

Dịp ấy, theo sáng kiến của Cha Gioan Phêrô Võ Tá Khánh, bút hiệu Trăng Thập Tự, Trưởng ban Văn hóa Giáo phận Qui Nhơn, tôi đã công bố mở Giải thưởng truyện ngắn Viết Văn Đường Trường kéo dài sáu năm liền để chào mừng 400 năm loan báo Tin mừng tại giáo điểm Nước Mặn thuộc Giáo phận Qui Nhơn và sẽ trao giải thưởng hằng năm vào hai ngày 21-22/9, vì ngày 21 là lễ kính Thánh Matthêô Tông đồ, bổn mạng của giới cầm bút, và ngày 22 là sinh nhật của Hàn Mạc Tử, một nhà thơ lớn Công giáo. Từ đó, ngày 21-22/9 đã trở thành ngày hẹn, ngày họp mặt hàng năm của tất cả chúng ta.

Những chữ "ngày hẹn", "ngày họp mặt" gợi lên nơi mỗi người chúng ta một sự háo hức với khung cảnh thân thương tay bắt mặt mừng, lòng phấn khởi tưng bừng. Tuy nhiên, năm nay vì hoàn cảnh đại dịch đang hoành hành khắp nơi, cuộc họp mặt lần thứ 10 của chúng ta chỉ có thể diễn ra qua màn hình trực tuyến, một kinh nghiệm truyền thông hiện đại có khả năng nối kết bất chấp mọi trở ngại. Chủ đề của cuộc họp mặt hôm nay là *Dòng Văn Học Công Giáo Đương Đại*.

Xin kính chúc tất cả quý vị, các bạn và gia đình được bình an và hạnh phúc trong vòng tay yêu thương của Thiên Chúa.

+ Matthêô Nguyễn Văn Khôi

Giám mục Giáo phận Qui Nhơn

TỌA ĐÀM VỀ VĂN HỌC CÔNG GIÁO VÀ GIẢI VĂN CHƯƠNG CÔNG GIÁO TOÀN QUỐC

Bài phát biểu đúc kết của Đức cha Chủ tịch Ủy ban Văn hóa trong tọa đàm về văn học Công giáo 19-9-2021

Trọng kính Đức cha Matthêô, Giám mục Giáo phận Qui Nhơn

Kính thưa quý Cha và quý tham dự viên cuộc tọa đàm hôm nay

Xin cho tôi được bày tỏ niềm vui khi được mời tham dự và có vài tâm tình trong cuộc tọa đàm với chủ đề: "Văn học Công giáo đương đại". Tôi đã cảm nhận hai niềm vui xuất phát từ chính cuộc "quy tụ" đặc biệt này: (1) Trước hết, là niềm vui được gặp gỡ cả thanh lẫn hình trong hoàn cảnh dịch bệnh tưởng như không thể quy tụ và gặp gỡ; đặc biệt được gặp nhau trong bầu khí huynh đệ từ giáo phận mẹ của Giáo phận Đà Nẵng chúng tôi là Giáo phận Qui Nhơn để cùng chia sẻ những chủ đề liên quan đến "văn hóa-nghệ thuật" mà Đức Cha Matthêu và tôi được vinh dự phân nhiệm trong Hội đồng Giám mục Việt Nam (HĐGM-VN). (2) Thứ đến, cách tổ chức cuộc tọa đàm này cũng rất đặc biệt vì là "trực tuyến" thích hợp với hoàn cảnh và cũng là xu thế hiện nay của thế giới và ngay tại Việt Nam chúng ta, đặc biệt là trong cách hoạt động của chính quyền dân sự và xã hội, ngay cả trong việc giáo dục đào tạo, kể cả các lớp rất nhỏ! Nói theo ngôn ngữ xã hội hiện nay thì hình thức trực tuyến (online hoặc livestream) đang là "xu thế thời đại" và "tất yếu" trong hoàn cảnh khó khăn cho việc tập trung và di chuyển trong giai đoạn dịch bệnh covid-19 đang hoành hành. Giáo hội hoàn vũ nói chung và Việt Nam nói riêng cũng đang sử dụng phương tiện này cho các hoạt động tông đồ, mục vụ và phụng vụ của mình. Có một kiểu nói đặc biệt cho việc ứng dụng các phương tiện truyền thông xã hội trong thời

Đức cha Giuse Đặng Đức Ngân

** Sinh năm 1957, tại Hà Nội.*
** Linh mục: 1987. Du học Roma năm 1994, Tiến sĩ Giáo luật. Năm 1999, Thư ký Tòa Tổng giám mục Hà Nội và Giáo sư Đại chủng viện Thánh Giuse Hà Nội đến năm 2006.*
** 2007- 2016: Giám mục chính tòa giáo phận Lạng Sơn và Cao Bằng.*
** Từ tháng 3/2016 đến nay: Giám mục chính tòa giáo phận Đà Nẵng.*
** Chủ tịch Uỷ ban Văn hóa thuộc Hội đồng Giám mục Việt Nam nhiệm kỳ 2019 - 2022.*
** Email: josdang2003@yahoo.com*

đại internet này là ***"ngôn ngữ mới và văn hóa mới"*** *(new language, new media culture)*. Tôi xin có bày tỏ sự ấn tượng với lời khen và rất biết ơn ban tổ chức của Ban văn hóa giáo phận Quy Nhơn đã can đảm tổ chức trực tuyến Buổi tọa đàm về **Văn học Công giáo đương đại**. Ban Tổ chức có đề nghị tôi phát biểu vài ý kiến về 2 nội dung:

1. Tóm tắt lại các đề tài đã trong buổi tọa đàm chúng ta vừa nghe:

Có 8 đề tài được trình bày theo 3 nhóm chủ đề mà tôi phân ra như sau:

a. 4 đề tài chuyên biệt về văn học Công giáo:

Đề tài 1: *Tìm kiếm và bảo tồn văn học Hán Nôm Công giáo* do Chị Maria Lê Hà thuyết trình.

Đề tài 2: *Bước dò dẫm của các nữ tác giả văn học Công giáo* do Nữ tu Anna Nguyễn Bích Hạt thuyết trình.

Đề tài 4: *Định hướng văn học trong mục vụ truyền giáo thời đầu tại Việt Nam,* do diễn giả là Cha Giuse Trương Đình Hiền, Tổng đại diện Gp Qui Nhơn.

Đề tài 5: *Văn học Công giáo từ năm 1975 đến nay* do chị Nguyễn thị Khánh Liên trình bày.

b. 2 đề tài liên quan tới văn học Công giáo địa phương:

Đề tài 3: *Đôi nét văn học Công giáo Tây Nguyên* do diễn giả Ông Phêrô Lê Minh Sơn trình bày.

Đề tài 7: *Khai thác văn học Công giáo với việc phát triển du lịch tại Bình Định* do Tiến sĩ Lê Nhật Ký trình bày.

c. 2 đề tài liên quan đến việc đề xuất cho hướng phát triển nền văn học Công giáo tương lai:

Đề tài 6: *Khích lệ cho việc phát triển nền văn xuôi Công giáo* do Anh Nguyễn Văn Học trình bày.

Đề tài 8: *Hướng tới một giải văn chương Công giáo toàn quốc* do Lm. Võ Tá Khánh trình bày.

Trước hết, cám ơn Ông Bùi Công Thuấn là người hướng dẫn chương trình rất tri thức, dí dỏm và nhẹ nhàng giúp tọa đàm tốt đẹp. Ngoài 8 đề tài, còn có sự hiện diện và bày tỏ ý kiến của Pgs-Ts. Nguyễn Hữu Sơn-Nguyên Phó viện trưởng Viện Văn học Việt Nam. Ông nhận định Văn học Công giáo đã đóng góp ngay từ ngày đầu cùng với Văn học dân tộc Việt Nam tiếp cận với nền văn học Phương Tây để cùng phát triển nền Văn học đương đại trên thế giới và Việt Nam.

Có thể nói rằng tất cả 8 đề tài đều được các diễn giả nghiên cứu công phu và trình bày rất tâm huyết trong chương trình Tọa đàm hôm nay. Tôi rất mừng khi nhận thấy các nội dung chủ đề được trình bày với định hướng là bảo tồn và phát triển hướng về Loan báo Tin mừng; trong đó có thêm những đề xuất mang tính nhắm vào khả năng phát triển lâu dài mang tính phổ quát, cộng đồng và Công giáo. Với những đề tài mang tính nghiên cứu, tôi rất mong chúng ta nên có thêm những tìm tòi chuyên sâu hơn, đặc biệt đối với các nguồn tư liệu liên quan đến Hán-Nôm, Quốc ngữ thời sơ khai và tìm cách bảo tồn cũng như phổ biến cho các thế hệ trẻ có thể tham khảo và thưởng thức. Điều đặc biệt trong chương trình có ba đề tài do ba người nữ (trong đó có một nữ tu) muốn nói tới sự trân trọng và vai trò của người nữ trong văn học Công giáo. Ngoài ra, tôi cũng lưu ý đặc biệt đến việc tìm cách mở rộng và khuyến khích nỗ lực tìm tòi và nghiên cứu khoa học để lưu giữ và phổ biến các tư liệu và sự phong phú của nền văn học Công giáo tại các giáo phận. Đối với các đề xuất mang tính thực hành để có thể lưu giữ và phát triển phục vụ cho các hoạt động tông đồ mục vụ (đa dạng) và loan báo Tin mừng cần được kiên trì để có thể hiện thực trước khi quá muộn. Những điều này cần sự chung lòng và hợp sức của nhiều thành phần dân Chúa; cách riêng những vị có trách nhiệm và thẩm quyền cần có "tâm" và có "tầm" hơn trong lãnh vực khá riêng biệt này. Đây cũng là một trong những ưu tư và nỗ lực của Ủy ban Văn hóa (UBVH) trực thuộc HĐGMVN mà chúng tôi luôn trăn trở để có thể thực hiện cho Giáo hội Việt Nam chúng ta.

2. Xin Đức cha cho biết đường hướng hoạt động văn hóa, văn học của Hội đồng Giám mục Việt Nam trong giai đoạn tới.

Như chúng ta cũng biết, tháng 04/2017, sau khi ĐC Giuse Vũ Duy Thống, Chủ tịch UBVH qua đời, quý Đức Giám mục trong cuộc họp thường niên kỳ I tại Tgm Nha Trang đã bầu tôi là Chủ tịch UBVH trực thuộc HĐGMVN. Tôi bắt tay hoàn thiện cơ cấu, và tiếp tục đặt Cha Giuse Nguyễn Tín Ý làm Thư ký của UBVH (trước được gọi là Tổng thư ký). Từ đó đã có buổi Hội thảo về Chữ quốc ngữ tại Trung tâm Mục vụ Tgp Tp Hồ Chí Minh. Đã chuẩn bị xong lần hội thảo II tại Tgp Huế, thì Covid.19 đã khiến phải hoãn lại. Sau đề nghị của UBVH, HĐGMVN đã trao cho UBVH lập Thư viện của HĐGMVN, hiện đang thực hiện tại Trụ sở HĐGMVN, 72/12 Trần Quốc Toản, Q.3. Tp Hồ Chí Minh. Chúng ta cũng biết, mỗi UB của HĐGM mỗi năm chỉ có một kinh phí rất nhỏ bé do HĐGM trao, còn tất cả mọi chi phí cho hoạt động, phát triển, hội thảo, in sách... đều tự thu xếp. Ngay việc thành lập Thư viện của HĐGM như mua sắm máy móc, trang bị thư viện, mua và photo, scan sách cũng là sự "vận động" xin các ân nhân.

Chính vì vậy, tôi đã rất quan tâm khi nhận được đề nghị của Cha Trăng Thập Tự, Ban Văn hóa gp Qui Nhơn với những thao thức: *Trước hết là thẩm quyền tổ chức giải; thứ hai là chuyện kinh phí, thứ ba là tìm đâu ra những người* đủ trình độ và có cùng cái nhìn mục vụ để mời làm giám khảo, và thứ tư là nhân sự tổ chức. Ngài tâm sự: Cả giải Đất Mới tại Xuân Lộc và giải Viết Văn Đường Trường tại Qui Nhơn đều có những kết quả khả quan, thế nhưng khi ***càng làm, càng thấy cần phải có một Giải thưởng toàn quốc,*** bằng không mọi chuyện dù kết quả tới đâu cũng không có tương lai. Chắc chắn, chúng ta sẽ phải tìm giải pháp để đưa ra một quyết định như mong ước và đề nghị của Cha Võ Tá Khánh (Trăng Thập Tự), đó là nâng tầm giải Đất Mới thành giải văn chương Công giáo toàn quốc. Nếu đề xuất trên thực hiện thì nên chăng đề nghị Giáo phận Xuân Lộc đứng ra tổ chức, một Giáo phận có nhiều điều kiện về nhân sự và khả năng kinh phí, hoặc ngay chính GP Qui Nhơn với giải Viết Văn Đường Trường và những Vị khả năng văn hóa cũng là một khả thi.

Ngày hôm qua, Vatican News đã trích lời của ĐTC Phanxicô như sau: "*Niềm hy vọng sẽ giúp chúng ta nhận ra: luôn có một lối thoát; chúng ta luôn có thể tái định hướng các bước đi của mình; và chúng ta luôn có thể làm điều gì đó để giải quyết vấn đề của mình*". Như vậy, từ tâm tình của ĐTC Phanxicô, chúng ta đều có quyền hy vọng, và cùng tìm ra giải pháp nào thích hợp nhất cho chương trình và mong ước của chúng ta. Chắc chắn ngay hôm nay chúng ta chưa thể đưa ra MỘT QUYẾT ĐỊNH CHÍNH THỨC, vì cần phải có một sự đồng thuận cao từ chính chúng ta, của nhiều phía, để UBVH sẽ có đề nghị chính thức tới các Bản quyền Giáo phận, và Ban VH của các GP liên quan để mong được sẽ có một quyết định chính thức vấn đề này.

Một lần nữa xin chân thành cám ơn Đức cha Matthêô, quý Cha trong Ban Văn hóa Gp Qui Nhơn, quý Cha và quý Vị trong Ban tổ chức, quý thuyết trình viên, và quý ông bà anh chị em tham dự viên; chắc chắn mỗi cố gắng của chúng ta: là người chuẩn bị, người nói bài, hay người nghe đều đón nhận nơi Chúa là Ân ban, và đón nhận tri thức, khả năng của nhau để cùng xây dựng và phát triển nền Văn hóa Công giáo đương đại phù hợp với Tin mừng và Hội nhập với Văn hóa Dân tộc Việt Nam. Xin kính chúc Đức Cha, quý Cha và toàn thể quý Vi luôn tràn đầy Thánh ân, với sức khỏe, nghị lực, niềm vui và an bình. Xin chân thành cám ơn quý Đức Cha, quý Cha và quý Vị.

Đà Nẵng, Chúa Nhật ngày 19/09/2021

+ Giuse Đặng Đức Ngân

Giám mục GP Đà Nẵng

Chủ tịch UBVN/HĐGMVN

ĐẦU TƯ NHẸ NHÀNG CHO VĂN HÓA ĐỌC

Lm. Trăng Thập Tự

Những bài chia sẻ cuối bộ sách này dập dồn gửi về như muốn cùng ước hẹn cử hành kỷ niệm 400 năm Văn học Công giáo Việt Nam (1632-2032), đồng thời cũng nhấn mạnh tầm quan trọng đặc biệt của việc đọc sách, mời gọi mọi người cùng quan tâm cổ võ lòng yêu thích đọc sách.

TẦM QUAN TRỌNG ĐẶC BIỆT CỦA VIỆC ĐỌC SÁCH

Văn minh kỹ thuật số cung cấp một kho tàng tri thức mênh mông vô tận. Những người giàu kinh nghiệm kiếm tìm, có thể "đãi cát tìm vàng" rất nhanh. Thế nhưng trong thực tế, số người biết chắt lọc không nhiều. Do thiếu kinh nghiệm chọn lọc, phần đông bị mất thời giờ vì những chuyện hời hợt bên ngoài, chạy theo số lượng, lợi nhuận, sở thích và sự khôn ngoan thế gian. Đa số học sinh ngày nay, từ lớp nhỏ tới lớp lớn đều rất yếu về khả năng tập trung - cả khi đọc trên màn hình cũng như khi đọc trong sách. Việc đọc chậm và nghiền ngẫm không những gia tăng khả năng tập trung mà còn giúp ta luyện văn và nhất là giúp ta nhìn ra chiều sâu sự hiện diện của Thiên Chúa, ánh sáng tự trời, sự hoàn thiện và sự khôn ngoan cứu rỗi (x. 1Cr 1,17-25).

Thiên Chúa đã muốn kho tàng mạc khải của Ngài được ghi lại trong *Quyển Sách* vượt trên mọi quyển sách, tức là Sách thánh hay Kinh thánh. Việc lười đọc sách, nhất là đọc Kinh thánh, khiến khả năng cảm nghiệm Lời Chúa bị giảm sút và cả việc diễn tả ý tưởng bằng tiếng mẹ đẻ cũng suy yếu. Không thiếu những bài giảng lễ không đạt cả về nội dung lẫn cách diễn đạt. Không thiếu những thông báo, những bài viết đầy dẫy lỗi chính tả và những lỗi hành văn. Sự yếu kém trong hành văn làm mất uy tín của lời rao giảng Tin mừng. Người ta chỉ cần nghe giảng hoặc đọc lời văn, là đủ đánh giá "trình độ" của người giảng thuyết.

Nếu không tập cho trẻ em Công giáo có thói quen đọc sách, khả năng viết văn của các ứng sinh vào chủng viện và dòng tu sẽ ngày càng tuột dốc, hậu quả trên bài giảng và bài viết về sau của họ sẽ ngày càng thê thảm!

TIA SÁNG CUỐI ĐƯỜNG HẦM

Thế nhưng, nếu các em muốn đọc thì tìm sách ở đâu? Muốn mở tủ sách cho thiếu niên nhi đồng thì mua sách ở đâu? Do đó có một điều quan trọng cần giải quyết là: Làm sao để đưa những sách thích hợp và cần thiết về tận giáo xứ để mọi người có thể mua được quyển sách họ muốn? Về sách báo và phim ảnh trên mạng Internet, cũng cần có một kế hoạch giúp đỡ cả bạn trẻ lẫn người lớn tiếp cận với những nguồn tư liệu tốt, có chọn lọc.

Thế nhưng thực tế không đơn giản. Đã có những cá nhân hoặc cộng đoàn mở cửa hàng sách Công giáo nhưng sách bán không được, đành chuyển sang bán ảnh tượng, hoa đèn,... trên kệ sách chỉ còn dăm ba quyển giáo lý và sách kinh. Họa hoằn có người đến hỏi sách thì tuyệt nhiên không có những sách họ muốn tìm.

Tình cảnh phát hành sách báo Công giáo thật bi đát, khiến cả những người tha thiết nhất với văn hóa đọc cũng nản lòng. Thế nhưng, tạ ơn Chúa! Cuối đường hầm tối mù mịt đã bất chợt xuất hiện một tia sáng. Trên danh sách những người ủng hộ chương trình tặng bộ sưu tập *Hướng đến 400 năm Văn học Công giáo (1632-2032),* trong số 152 khoản tiền của giáo dân và ân nhân ẩn danh thì có đến 19 khoản là do các cá nhân hoặc nhóm Mến Thánh Giá Qui Nhơn tại thế rủ nhau góp tiền ủng hộ . Cũng có ít là 10 khoản tiền nữa tôi biết rõ đã đến từ những hội viên tu hội đời và anh chị em dòng ba của các hội dòng khác nhau. Như thế là có đến 20 % đến từ các anh chị em thánh hiến giữa đời. Sự kiện ngẫu nhiên bỗng thắp lên cho tôi một hy vọng từ những người vốn ôm ấp cao vọng phúc âm hóa các giá trị trần thế. Ôi, các hội viên tu hội đời và hội viên dòng ba mọi hội dòng khắp các vùng miền đất nước: Huynh đoàn Đa Minh, Phan Sinh tại thế, Cát Minh giữa đời, Mến Thánh Giá tại thế, Hiệp tác viên Sa-lê-diêng Don Bosco vv... Một trong những giá trị trần thế lúc này đang hết sức cần được anh chị em quan tâm đến chính là *"văn hóa đọc"*.

Có sự khác biệt trái ngược giữa lướt mạng và đọc sách. Nhờ Internet, ngày nay người ta có thể tiếp cận một lượng thông tin nhiều gấp trăm, gấp nghìn lượng thông tin từ việc đọc sách giấy. Tuy nhiên nhiều người chỉ biết tên của thông tin và đoán chừng một điều gì ở trong đó chứ không thật sự biết nội dung cốt yếu của trang viết.

Thách đố cho gia đình, nhà trường và nhà thờ là làm sao giúp thiếu niên và nhi đồng có một kinh nghiệm *đọc chậm* để phát huy khả năng suy tư và phân định, biết nhận rõ vàng thau khác biệt và quả cảm chọn những giá trị đích thật. Là những người mang trách nhiệm giáo dục, ta không thể đầu hàng xu thế của thời đại. Ta cần xác tín và làm cho người khác xác tín vào tác dụng giáo dục của việc *đọc chậm.*

Ôi! Tôi phải viết thư ngỏ gửi đến tất cả các anh chị em, không phải để xin anh chị em tiền bạc, nhưng để xin anh chị em dành thêm một chút thời giờ đọc sách và thêm một chút thời giờ nữa để chăm sóc cho bất cứ ai quanh anh chị em đang muốn đọc sách. Được anh chị em chăm sóc, số người ít ỏi này sẽ tăng dần. Rồi sẽ tựa như trong đêm vọng Phục sinh, ta nối lửa cho đời, ta nối lửa cho ta, những ánh nến bập bùng chuyền cho nhau trong bóng đêm, và ơn đọc sách sẽ lại bùng lên, sống dậy trong lòng cộng đoàn các con cái Chúa... Và Tin mừng của Đức Kitô sẽ lại rực sáng trên mắt, trên môi các sứ giả của Chúa.

RỦ NHAU PHỤC VỤ MIỄN PHÍ

Vâng, hôm nay với bài chia sẻ này, tôi mong ước ngỏ lời với mọi tâm hồn thánh hiến giữa đời: Xin hãy dồn tâm huyết cho một việc tông đồ rất quan trọng và đầy ý nghĩa đang ở trong tầm tay của anh chị em. Đó là việc tông đồ sách báo: góp phần đưa sách báo Đạo đến cho mọi người và khuyến khích họ cùng đọc - người lớn cũng như trẻ em.

Hiện đang có những tín hiệu cho thấy việc say mê đọc sách sẽ sớm phục hồi trên thế giới. Chẳng hạn những lớp dạy viết văn làm thơ ngày càng nhiều và càng đông học viên. Những lớp đào tạo kỹ năng đọc viết văn chương bằng tiếng Anh thường có hằng ngàn học viên - Ngay cả những lớp dạy sáng tác bằng tiếng Việt cũng đã xuất hiện trên mạng và đang thu hút đông đảo học viên. Vì thế, anh chị em không hề lẻ loi khi đầu tư thời giờ cho văn hóa đọc, nhưng sẽ có vinh dự thuộc lớp tiền phong dấn thân cho sự phục hưng các giá trị tinh thần của nhân loại.

Anh chị em cứ bắt đầu ngay từ chính mình. Ngay hôm nay và lúc này, anh chị em thử cố gắng đọc thêm một trang sách, vài trang sách rồi dành vài phút suy tư nghiền ngẫm, sẽ thấy lòng lắng xuống, bình an. Chính mình thích đọc sách rồi Chúa sẽ giúp anh chị em biết cách làm cho người ta yêu thích đọc sách, và rồi họ sẽ biết ơn anh chị em vì những ơn ích của việc đọc sách đem lại.

Anh chị em không cần lớn tiếng hô hào cải cách Giáo hội. Anh chị em chỉ cần tạo điều kiện cho thiếu niên và nhi đồng đọc được những quyển sách tốt là đã góp phần vun trồng những ơn gọi tốt, và mười lăm năm sau Giáo hội sẽ thu hoạch một đội ngũ linh mục như lòng Chúa mong ước: điềm đạm, hiếu học, cởi mở, cầu tiến, năng động, biết lắng nghe, cảm thông với những tâm hồn khổ đau và biết rao giảng cách mạch lạc, đi thẳng vào lòng người.

Thần dữ biết sự lợi hại của việc đọc sách và nghiền ngẫm, cho nên nó tìm cách phỉnh gạt, xúi giục ta chào thua trào lưu tục hóa của xã hội. Ta hãy xác tín vào năng lực âm thầm của hạt giống (Mc 4,26-29), sự vươn mạnh của hạt cải (Mt 13,31-32): Sự âm thầm và kiên trì đầy ý nghĩa. Chúa Cứu Thế sẽ hài lòng, thiên đàng sẽ vui mừng ứa lệ khi thấy anh chị em lặng lẽ mà kiên quyết. Việc lập tủ sách bạn trẻ giáo xứ, việc tổ chức hội thi đọc sách, việc mua sách đạo làm phần thưởng giáo lý… sẽ có các cha xứ và Hội đồng Giáo xứ lo… Còn anh chị em, những tâm hồn đơn sơ, bé mọn, chìm khuất giữa lòng đời, anh chị em sẽ cống hiến cho Chúa Giêsu, cho Mẹ Maria và những linh hồn mà các Đấng yêu mến một sự phục vụ âm thầm, lặng lẽ, một sự *"góp vốn"* nhẹ nhàng, chẳng tốn kém bao nhiêu… Là những người thấm nhuần đoàn sủng của Dòng, của Tu hội, hiểu được giá trị của ba lời khuyên Tin mừng, anh chị em cảm nghiệm niềm vui của những chương trình phi lợi nhuận, và cũng xác tín quyền năng diệu kỳ của tinh thần nghèo khó…

Điều chúng ta nhắm đến không phải là phát hành sách nhưng là phục vụ, một cố gắng làm tông đồ sách báo. Muốn rõ hơn, anh chị em có thể liên lạc về văn phòng Tủ sách Nước Mặn qua email: ***<tusachnuocman1618@gmail.com>*** hoặc đtdđ: ***0935 424 449.*** Sẽ có người chia sẻ với anh chị em về *kinh nghiệm phục vụ độc giả và cả kinh nghệm hỗ trợ nhà phát hành.* Anh chị em có thể tìm thông tin về sách đạo trên Facebook: *"Hội những người thích đọc sách Công giáo".* Cũng có thể chính các nhà phát hành sẽ nhắn tin đến anh chị em những sản phẩm mới của họ để anh chị em giới thiệu với độc giả.

Chỉ cần một phòng nhỏ hay một tủ kính là có thể tiến hành. Ở đó sẽ trưng bày những sách đang cần giới thiệu với mọi người, trên tường sẽ cập nhật áp-phích về các sách mới và về hướng phục vụ của quầy sách: nhận phát hành sách báo ký gửi, nhận liên lạc mua giúp những sách khách hàng đăng ký, giới thiệu những đường dẫn, những địa chỉ website thích hợp, tìm ân nhân để tổ chức hội thi đọc sách vv…

Đây không phải là một hội đoàn mới nhưng là một công việc mới, nhiều nhóm, nhiều đoàn thể, nhiều người cùng liên kết với nhau, thành một phong trào tông đồ giáo dân về sách báo, trong đó mỗi người sẽ tự mình gia tăng giờ đọc sách và dấn thân phục vụ, tạo thuận lợi cho người khác tiếp cận với sách vở Công giáo. Anh chị em sẽ mời cả những người ngoài dòng ba: Chức việc, giáo viên, giáo lý viên, huynh trưởng, những bạn trẻ nhanh nhạy với việc dùng điện thoại và các thiết bị khác...

Một nỗ lực lội ngược dòng chảy bao giờ cũng đòi nhiều nghị lực và tinh thần phục vụ cao độ. Mùa thu hoạch đến chậm đòi phải giữ vững niềm cậy trông. Thế nhưng anh chị em sẽ thấy mọi hy sinh đều được bù đắp xứng đáng khi nhận ra mình đang góp phần tạo nên một thế hệ công dân tốt, tín hữu nhiệt thành và tông đồ mẫu mực, làm chất men cho một xã hội đậm nét *văn minh tình thương*.

CHIA SẺ TỔNG KẾT

HƯỚNG ĐẾN 400 NĂM VĂN HỌC CÔNG GIÁO VIỆT NAM

Linh mục Trăng Thập Tự

Như đã nói ở lời mở đầu, ý tưởng về bộ sưu tập này được trao tặng cho chúng tôi như một gói quà giản dị nhưng kỳ diệu, cứ mở ra là bắt gặp tuần tự những mảnh ghép của một món đồ chơi, đến chi tiết cuối cùng là chiếc chìa khóa khởi động, giúp cho món đồ chơi ấy vận hành được. Chúng tôi không hề tính trước nhưng những bài viết tìm thấy đã tuần tự xuất hiện vào lúc cần thiết, thật bất ngờ. Đúng là một món quà quan phòng của Thiên Chúa. Với những nét phác thảo cho một bức tranh toàn cảnh về văn học Công giáo Việt Nam, quyển sách trải dài từ quá khứ, đến hiện tại và hướng tới tương lai. Quả tình, món quà nhận được khiến chúng tôi thấy cần phải nói về trách nhiệm của những anh chị em quan tâm đến văn học Công giáo đối với công ơn của người xưa và cả của những bậc thầy gần đây, nỗi băn khoăn cho các bạn trẻ hiện nay và niềm hy vọng cần có cho các thế hệ tương lai. Đó là những trách nhiệm quá lớn nhưng có được sự đồng cảm tương trợ của nhiều người và nhất là có được ân sủng của Thiên Chúa, mọi sự đều ở trong tầm tay.

1. TRI ÂN QUÁ KHỨ

Kinh nghiệm cho thấy ngay từ đầu văn học Kitô giáo thể hiện một nỗ lực loan báo Tin mừng. Khởi đi từ *Kinh thánh* rồi các bút tích của truyền thống giáo phụ và các tác giả khác về sau, tất cả đều tham gia vào một công cuộc chung.

Tại Việt Nam cũng thế. Các thừa sai dòng Tên vừa đến Cửa Hàn, Đà Nẵng, năm 1615 thì ba năm sau tại Nước Mặn, Bình Định, đã có một quyển giáo lý đầu tiên bằng chữ Nôm, nay đã mai một. Rồi chưa đầy 15 năm sau đó, năm 1632, cha Jerônimô Majorica lập một xưởng in mộc bản tại Thăng Long để ấn hành sách Công giáo bằng chữ Hán và chữ Nôm. Chỉ riêng cha Majorica đã chủ biên đến 45 đầu sách, đã in được một số quyển, trong đó có quyển giáo lý do ngài biên soạn, tựa đề *Thiên Chúa Thánh Giáo Khải Mông*, còn giữ được tới nay.

Tiếc rằng cơ sở in bị tàn phá ngay trong năm ấy. Kỹ thuật in mộc bản giản dị nhưng vẫn đòi nhiều kinh nghiệm, khi phải làm lén lút, thiếu tổ chức, chỉ còn rất ít tài liệu chữ Nôm may mắn được in ra. Lúc ấy, những sáng tác bằng chữ quốc ngữ với mẫu tự La tinh muốn in phải đưa về tận châu Âu. Do việc truyền đạt giáo lý phải thực hiện bằng truyền khẩu, những tín hữu có khả năng và tâm huyết đã soạn ra những bài học bằng văn vần để giúp dân chúng dễ học thuộc lòng và truyền lại cho nhau.

Dòng văn học chữ Nôm và chữ Quốc ngữ đã phải chép tay. Tuyệt tác *Sấm Truyền Ca* của cha Lữ Y Đoan (hoàn thành vào năm 1670) cũng chỉ chép tay nên đã bị mai một, hiện còn giữ được tập đầu là *Tạo Đoan Kinh*[1]. Mãi đến cuối thế kỷ XIX mới có các nhà in chữ Quốc ngữ, đáng kể là nhà in Ninh Phú ở Hà Nội và Phú Nhai ở Bùi Chu, nhà in Làng Sông ở Qui Nhơn và nhà in Tân Định ở Sài Gòn.

[1] *Sấm Truyền Ca,* Tủ sách Nước Mặn số 67, Nxb Hồng Đức 2020.

Ngoài các giáo sĩ phương Tây và các linh mục cùng các thầy giảng người Việt, ngay từ đầu đã có những giáo dân tham gia sáng tác để góp phần loan báo Tin mừng, viết bằng chữ Nôm cũng như chữ quốc ngữ. Các sách chữ Nôm, nhiều quyển được chuyển sang chữ quốc ngữ. Năm 1899, nhà in Tân Định đã thực hiện một sưu tập tựa đề "Vãn và tuồng", 616 trang, gồm 35 tác phẩm, hầu hết đã bị khuyết danh tác giả[2]. Năm 1982, được sự hỗ trợ của Đức cha Nicolas Huỳnh Văn Nghi, cha Vinh Sơn Nguyễn Hưng đã quy tụ một số cộng sự viên lập thành nhóm "Dịch thuật Nghiên cứu Hán Nôm Công giáo", suốt 25 năm đã phiên âm các sách chữ Nôm và dịch nghĩa các sách chữ Hán được trên 120 tác phẩm. [3]

Trong số các tác phẩm chữ Quốc ngữ một số quyển đã đóng vai trò đi đầu của một lãnh vực, như *Truyện Thầy Lazarô Phiền* của JB. Nguyễn Trọng Quản, in năm 1887, được coi là quyển tiểu thuyết đầu tiên theo cung cách phương Tây, Petrus Trương Vĩnh Ký đi đầu với hàng loạt công trình nghiên cứu và sáng tác, Paulus Huỳnh Tịnh Của đi đầu trong lãnh vực từ điển với Đại Nam quấc âm tự vị... *Tuồng Thương Khó* của Đức cha JB. Nguyễn Bá Tòng, in vào năm 1912, hiện được coi là kịch bản đi đầu của kịch nói Việt Nam[4]... Năm 1927, nhà in Làng Sông ấn hành quyển *Hai Chị Em Lưu Lạc* của Lm. Phêrô Lục, được coi là tác phẩm đi đầu về văn học cho trẻ em[5]. Về báo chí, từ đầu thế kỷ XX đã có những tờ báo đáng nhớ: *Nam Kỳ địa phận* (Sài Gòn), *Lời Thăm* (Qui Nhơn), *Chức dịch Thư tín* (Kontum), *Công giáo Đồng thinh* (Hà Nội). Thế nhưng văn học Công giáo đã sớm bị đẩy lùi về phía sau, không bắt kịp đà tiến của trào lưu văn học mới của cả nước.

Bước khai phá của nhóm Tự Lực Văn Đoàn đã đẩy văn học cả nước tiến đến một chân trời hoàn toàn mới, với làn sóng văn xuôi trong sáng, lưu loát đến bay bổng. Đức cha Đa Minh Hồ Ngọc Cẩn đã khuyến khích các sinh viên triết học và thần học của ngài noi theo bước chân của Tự Lực Văn Đoàn[6]. Tiếc rằng, lúc ấy chỉ mới có ngài và Đức cha JB. Nguyễn Bá Tòng là giám mục người Việt, phong trào chưa thể lan rộng. Nhà thơ Hàn Mạc Tử sáng bừng lên nhưng chỉ là một ngôi sao cô độc. Nhóm *Tác phẩm đầu Xuân* (Hà Nội, 1944) và nhóm *Ra Khơi* (Bùi Chu, 1945) hình thành vào lúc thời cuộc xã hội chính trị nước nhà biến động không

---

[2] Tủ sách Nước Mặn có dự định năm 2022 sẽ in lại quyển này.

[3] Trích bản tiểu sử đọc trong tang lễ.

[4] x. Lê Thanh Hiền, *Thương Khó - vở kịch nói và vở opera đầu tiên ở Việt Nam?* - https://nhandan.vn/di-san/thuong-kho-vo-kich-noi-va-vo-opera-dau-tien-o-viet-nam-594749/

[5] TS. Lê Nhật Ký, *Văn học thiếu nhi ở Làng Sông*, có in lại trong sưu tập này.

[6] Hán Chương Vũ Đình Trác, *Khái Hưng xâm nhập hàng ngũ tu trì*, có in lại trong sưu tập này.

ngừng, cuộc vận động đổi mới văn phong trong giới Công giáo không kết quả gì lắm. Mặc dù báo chí Công giáo có nhiều nhưng vẫn lặp lại loại văn chương nhà đạo cổ kính, hình thức trình bày các ấn phẩm cũng mộc mạc theo lối xưa, tất cả lạc loài bước bên lề phong trào thơ và văn xuôi mới mẻ thập niên 1960-1970. Trên các kệ sách đời muôn màu muôn vẻ thời ấy hoàn toàn vắng bóng văn chương Công giáo, không một tuyển tập truyện ngắn, không một truyện dài mang dấu ấn Kitô giáo... *"Mơ về nước Chúa"* là một truyện ngắn của Hồ Dzếnh chìm trong quyển *Chân Trời Cũ* thời tiền chiến được in lại, chẳng mấy ai biết đến để tìm đọc...

2. TÌM LẠI NGÔN NGỮ TIN MỪNG CHO NGƯỜI NGHÈO

Để đổi mới ngôn ngữ và văn phong cho cộng đồng Công giáo, công cụ tuyệt vời nhất không gì khác hơn là một quyển *Kinh thánh* với bản dịch chính thức của hàng Giáo phẩm. Cha Giuse Nguyễn Thế Thuấn (1922-1975) cũng đã dịch bộ *Kinh thánh* sang chữ Quốc ngữ, với tiêu đích vừa dịch thật sát nguyên bản vừa ưu tiên chọn ngôn ngữ của dân thường, chuyển Phúc âm thành "Tin mừng", chuyển Sa-bát thành "hưu lễ", Pharisiêu thành "Biệt-phái", có những người đã tiếp bước chân ngài để chuyển "hưu lễ" thành "lễ nghỉ" và Biệt phái thành "Phái Tách biệt". Điều quá khó, khó tới mức ảo tưởng, là làm sao để một bản dịch *Kinh thánh* có thể cùng lúc vừa "chuyên nghiệp" vừa "bình dân".

Sách bài đọc thánh lễ của Ủy ban Giám mục về Phụng vụ (1971) là tuyển tập những trích đoạn *Kinh thánh* được dịch khá trong sáng, chỉ một ít đoạn cần chỉnh sửa đôi chút, nếu đem nối lại để trau chuốt thành một quyển *Tân ước* thì các tín hữu Công giáo đã có được bản dịch chính thức từ 50 năm rồi. Thế nhưng chúng ta đã bỏ mất cơ hội.

Năm nay, Nhóm Phiên dịch Các Giờ Kinh Phụng Vụ mừng 50 năm hiện diện. Từ chỗ cùng nhau thực hiện một bản dịch tốt cho các giờ cầu nguyện trong cộng đoàn tu sĩ, giờ đây nhóm này đã hoàn thành nhiều công trình lớn về *Kinh thánh*. Bản dịch *Kinh thánh* của nhóm này hẳn cũng có những giới hạn nào đó không tránh được, nhưng về mặt hành văn thì nói chung là chuẩn xác. Khi giúp các chủng sinh nhỏ trau dồi tiếng Việt, chúng tôi vẫn khuyên các em học thuộc lòng Lời Chúa theo bản dịch này, vừa để cảm nghiệm vừa để trau dồi tiếng Việt.

Hiện nay, Ủy ban Phụng tự và Ủy ban Kinh thánh trực thuộc Hội đồng Giám mục Việt Nam đã phối hợp thực hiện bản dịch mới các bài *Kinh thánh* dùng cho năm phụng vụ. Ước mong sao bản văn này sớm được tổ chức thành quyển *Tân ước* tiếng Việt chính thức của Giáo hội Việt Nam. Mục đích không chỉ để tiện dụng cho Dân Chúa nhưng trước hết là để có một cơ sở tham chiếu hầu sớm thống nhất những thuật ngữ và những quy cách trình bày hiện còn trôi nổi. Thánh danh Chúa chúng ta sẽ viết là Yêsu, Giêsu hay Giêsu? Nhiều chi tiết hiện đang được thể hiện tùy tiện theo những cách khác nhau, cần có một bản dịch *Kinh thánh* chính thức làm chuẩn để mọi người sớm thống nhất cùng một cách viết, một cách dùng từ...

Khi sử dụng công cụ "Google dịch" hoặc "dịch trang này" trên Google, để dịch thử một vài tài liệu Công giáo, ta nhận ra hiện nay những thuật ngữ Công giáo được Ban Biên tập các chương trình này chọn dùng đã chiếm một tỉ lệ rất lớn. Tuy nhiên trên sách vở và truyền thông Công giáo vẫn còn khá nhiều từ chưa tìm được mẫu số chung, gây trở ngại lớn cả cho Dân Chúa, cho các ứng sinh đang được đào tạo tại các Chủng viện và Dòng tu, lẫn các nhà nghiên cứu trong đạo và ngoài đời.

3. NHỮNG BĂN KHOĂN CHO HIỆN TẠI

Để có được một ngôn ngữ trong sáng cho giới bình dân, bên cạnh việc thực hiện một ấn bản *Tân ước* chính thức, thiết tưởng cần có kế hoạch đào tạo tiếng Việt hữu hiệu cho các ứng sinh vừa nói. Các bạn trẻ của cộng đồng mạng hiện đang sử dụng một thứ tiếng Việt vụn vỡ và hỗn độn. Họ cũng chạy theo phong trào để dùng những từ rất kêu mà không hiểu ý nghĩa thật của những từ ấy. Nếu các ứng sinh để mình bị tiêm nhiễm lề thói ấy, sẽ phương hại trầm trọng cho việc loan báo các giá trị thật của mạc khải. Chương trình đào tạo cần dành đủ thời gian để giúp các ứng sinh trực giác được cái hay của tiếng Việt, lời Việt và văn Việt. Việc giúp họ làm quen với lịch sử văn học Công giáo Việt Nam sẽ gián tiếp thúc đẩy họ tự tìm hiểu và nâng cao khả năng Việt ngữ, biết chuyển các thuật ngữ chuyên môn của nhà trường thành ngôn ngữ bình dân để kể cho mọi người câu chuyện về Chúa Giêsu, hiểu chính xác những điều Ngài dạy, ngõ hầu đến lượt mình, người dân thường cũng có thể kể những sự thật thiêng thánh bằng ngôn ngữ dân gian của chính họ cách hồn nhiên mà chính xác.

Xưa *Sấm Truyền Ca* và các vè vãn tuồng tích đã đem đến cho quần chúng đương thời những nội dung sống động, trong một ngôn ngữ gần gũi với thường dân. Còn hiện nay nhiều bản dịch văn kiện, bài giảng, cho đến những bản tin vẫn đầy dẫy những chỗ dịch sát từng chữ trong câu văn tiếng Anh hay tiếng Ý, làm thành những bài toán thách đố người nghe và người đọc phải đoán già đoán non để tìm ra ý nghĩa. Tuy nhiên lại cũng có một số dịch giả trẻ nắm được cái tinh túy của Việt ngữ. Điều này cho thấy nếu dụng công đào tạo, hy vọng kết quả sẽ khả quan.

Thập niên 1990, khi thực hiện bộ sách *Chương trình Giáo lý Phổ thông* theo tuổi, một trong những bận tâm của cha Trưởng ban Giáo lý Giáo phận Nha Trang và các cộng sự viên là lời văn các bài học giáo lý phải thật chuẩn để gián tiếp giúp các em trau dồi tiếng Việt. Năm 2016, Ban mục vụ Văn hóa Giáo phận Qui Nhơn thấy cần có một mặt bằng cho các bạn trẻ Công giáo yêu văn thơ rèn luyện tài năng, cho nên đã khai trương một tuyển tập văn thơ Công giáo ba tháng một kỳ mang tên *Mục Đồng*, tập cuối của năm 2021 đã là số 20. Để quy tụ những cây bút và cây cọ phục vụ trẻ em, năm 2019 Ban Văn hóa này đã tổ chức cuộc thi *Sáng Tác Cho Tuổi Thơ* và khai trương Tuyển tập họa báo hàng tháng mang tên *Bông Hồng Nhỏ*. Tiếc thay, tập 24 của Giáng sinh 2021 cũng là tập nói lời tạm biệt độc giả. Cả hình thức lẫn nội dung đều "không đến nỗi nào" nhưng chúng tôi buộc lòng phải đình bản. Sự thâm hụt quá lớn khiến phải bỏ cuộc. Cũng có đề xuất nhờ một ân nhân hằng tâm hằng sản đỡ đầu nhưng đó không phải là giải pháp chúng tôi nghĩ đến. Thực ra, không riêng tờ *Bông Hồng Nhỏ,* hiện nay các tác giả Công giáo in sách chủ yếu chỉ để tặng – rất dễ nản lòng. Việc phát triển sách báo Công giáo nói chung sẽ khá hơn nhiều nếu Giáo hội Công giáo Việt Nam có một hệ thống phát hành theo hàng dọc như kiểu "Tổ in ấn và phát hành sách" bên Giáo hội Phật giáo, Giáo hội Cao Đài hay như hệ thống của "Ban Tu thư" bên Hội thánh Tin Lành, các đại lý phát hành tại các giáo phận có thể tiếp sức phân phối và quảng bá...

Có lần tôi mơ thấy nhà văn hóa trẻ Phanxicô Xaviê Phạm Lê Anh Tuấn (1978-2017). Tôi gặp anh lần đầu, khi anh 28 tuổi, đang lo việc lượng giá bản thảo cho một nhà sách Phật giáo. Ngay chiều hôm ấy anh đến chỗ tôi trọ để chia sẻ những trăn trở về phát hành sách Công giáo. Tôi đã viết bài thay anh để đưa vấn đề lên báo Hiệp Thông[7]. Sau đó anh bỏ chỗ làm, về lập nhà sách Hoàng Mai và theo học các khóa thần học giáo dân. Tôi giúp anh vận động tổ chức "tuần lễ phát hành sách Công giáo" và suýt thành hiện thực. Trong giấc mơ, tôi hỏi:

- Lên trên đó rồi, Tuấn thấy thế nào?

- Dễ ợt cha ơi. Hiện nay tại Việt Nam đã có ba dòng tu chuyên về sách báo Công giáo. Chỉ cần mỗi giáo phận tạo điều kiện cho hai dòng mở quầy sách là xong. Đa nguyên, đa dòng, lúc nào cũng sẽ có nhiều sách hay, in đẹp và giá rẻ.

Một chuyện khác là tiếp sức cho người nghiên cứu cũng như sáng tác, góp phần phổ biến và lưu trữ, bảo tồn những công trình của họ.

Khi lập ra Nhóm Dịch thuật Hán Nôm Công Giáo, cha Vinh Sơn Nguyễn Hưng rất thao thức thực hiện quyển Từ điển Hán Nôm Công

---

[7] Bản tin Hiệp Thông số 45, tháng Giêng 2008, trang 188-200.

Giáo nhưng ngài đã về với Chúa khi công việc còn dở dang. Nhóm làm việc tan rã. May thay, hiện nay một cộng sự viên của cha Vinh Sơn là anh Michel Nguyễn Hạnh, cựu tu huynh La San, đang kiên trì nhen lại bếp lửa bằng những video dẫn nhập rất hay về Hán Nôm Công giáo. Ước mong sao quý Bề trên các Chủng viện cũng như các Dòng tu nam nữ khuyến khích thuộc viên của mình tham gia học hỏi, để quyển Từ điển ước mơ sớm được hoàn thành. Ước mong sao sẽ có nhiều người nhận ra rằng cần phải đầu tư biết chừng nào, Giáo hội mới có thể có lại được một vài chuyên viên Hán Nôm kế thừa sự nghiệp tiền nhân? Cha Vinh Sơn Nguyễn Hưng là người con thứ mười một trong gia đình có đến mười sáu người con, đã may mắn được cha Giuse Hoàng Gia Huệ, Giám đốc Đại Chủng viện Bùi Chu nhận làm nghĩa tử, sau khi làm linh mục còn được sang Pháp học thêm bảy năm![8] Rồi ngài đã cống hiến cho Giáo hội như vừa nói. Xót xa thay, sách ngài làm ra chỉ có thể in nhỏ giọt một số bản theo đơn đặt hàng. Giờ này sinh viên muốn tìm tham khảo, chưa hẳn thư viện nào cũng có. Nào có ai đã tinh tế ủng hộ, bỏ ra số tiền của dăm bao xi-măng, mua một số sách của cha Hưng, đem tặng đến các thư viện trong đạo cũng như ngoài đời để lưu trữ và bảo tồn?. [9]

Hơn một năm qua, với sự khuyến khích của Đức Giám mục giáo phận Qui Nhơn, chúng tôi đã thử lên một kế hoạch tìm kiếm những ấn phẩm cổ xưa đáng quan tâm của Công giáo đem gửi gắm vào các thư viện để giữ lại cho mai sau. Chúng tôi in 35 bản, gửi bằng đường bưu điện đến 16 địa chỉ thư viện, mỗi nơi hai bản. Đã có gần 100 đầu sách được gửi đi. Cuộc thử nghiệm cho thấy đây là việc khả thi và hữu ích, đồng thời cũng có thể thực hiện hợp thời và đỡ tốn kém hơn bằng cách số hóa các tài liệu có được và chia sẻ đến các thư viện. Dù sao, muốn bền lâu, cả hai cách đều cần có sự đầu tư về nhân lực. Hy vọng rồi ra sẽ có những đan viện nghĩ đến việc này.

Trong số những sách đã gửi đi có cả những sách mới xuất bản và cả những bản photocopy. Lượng sách này nằm trong phần thứ hai của cuộc thử nghiệm, nhằm thăm dò xem liệu có thể mời gọi các cơ sở ấn hành sách Công giáo tham gia "nộp lưu chiểu" để gửi gắm cho các thư viện bảo tồn? Hoặc các thư viện sẽ được ưu đãi mua sách với giá thành của sản phẩm để giúp lưu giữ? (Chúng tôi chưa biết ý của các cơ sở ấn hành nhưng về phía các tác giả, câu trả lời là có: tất cả các vị được gợi ý đều gửi sách tặng thư viện). Cũng có thể do kho chứa sách thư viện không đủ chỗ, phía làm sách sẽ ký gửi file vi tính cho thư viện điện tử? Liệu Ủy ban Văn hóa trực thuộc Hội đồng Giám mục có thể điều phối việc này chăng?

---

[8] Theo bản tiểu sử đọc trong tang lễ.

[9] Xem dự án «Vườn xưa hoa lại nở» cuối quyển II bộ sưu tập này.

Cũng xin chia sẻ chút tâm tình với những vị dấn thân làm công tác văn hóa. Là những người đảm nhận sứ vụ tiên tri, có thể các vị rất ngần ngại khi phải gõ cửa các đại gia. Trực giác ấy có lý. Thoạt đầu bản thân tôi cũng đã có lúc đi tìm đại ân nhân và cũng có người đã giúp, nhưng sau đó tôi hiểu ra rằng nên bắt đầu từ sự thiếu thốn thì mới trọn ý nghĩa. Khi quá cần thì gõ cửa Bề trên hoặc một vài anh em đã từng đồng cảm chứ không để mình phải quỵ lụy người ngoài. Nếu gặp lúc Bề trên và anh em không giúp được thì chấp nhận nợ nần rồi trang trải sau. Đó không chỉ là lý thuyết, cả thực tế cũng đầy an ủi. Qua hơn mười năm làm mục vụ văn hóa, tôi đã từng phải gõ cửa không riêng Đức Giám mục Giáo phận mà cả đến các Bề trên khác. Kết quả là, ngoài Đức Giám mục Giáo phận, tôi còn nhận được sự trợ giúp hào phóng của sáu vị Tổng Giám mục, từ Hà Nội, Huế đến Sài Gòn, cùng một vài Giám mục khác. Có cả một cha Giám tỉnh khi nghe biết nỗ lực và khó khăn của tôi, đã nhường hẳn cho tôi trọn khoản tiền một Đại học nước ngoài tặng thưởng cho một công trình nghiên cứu của ngài. Tôi thật hạnh phúc vì đã được các Bề trên ưu ái như một người con, một người anh em và một người bạn. Tôi chia sẻ như thế để những anh chị em đang băn khoăn cho tiền đồ văn học Công giáo Việt Nam hiểu rằng tận thâm sâu cõi lòng, các mục tử vẫn luôn tha thiết với việc loan báo Tin mừng bằng văn hóa, văn chương và nghệ thuật. Đám đông quần chúng thường không hiểu tầm quan trọng của văn chương nghệ thuật trên đường loan báo Tin mừng nhưng các Giám mục hiểu. Một khi đã xem xét kỹ để biết đúng điều Chúa muốn, đã xây dựng được kế hoạch hữu ích và khả thi, và đã cố gắng hết sức mình, thì với tinh thần bé nhỏ, anh chị em cứ can đảm trình bày, đừng ngại. Kinh nghiệm được quan tâm ấy giúp tôi hiểu rằng chương trình "hiệp hành" mà Đức Thánh Cha Phanxicô mời gọi đang giúp Giáo hội tiến đến một viễn cảnh đầy triển vọng.

4. ĐỒNG LÒNG, HIỆP Ý, NHỊP BƯỚC, CHUNG TAY

Những chia sẻ trên đây cũng còn cho thấy cả hiện tại lẫn tương lai của văn học Công giáo đều tùy thuộc nhiều nơi sự quan tâm của mọi thành phần Dân Chúa và, cách riêng, tùy thuộc sự điều phối của những người hữu trách. May thay, ơn Chúa đang mở ra trước mắt ta một cơ hội thật lạ lùng.

Hẳn không phải tình cờ mà lời kết này được viết vào đúng Chúa nhật đầu mùa Vọng 2021, ngày được Giáo hội Việt Nam chọn để khai mạc Thượng Hội đồng về "hiệp hành" ở cấp giáo phận. Từ "hiệp hành" được tạo ra để phiên dịch thuật ngữ "synodality" nhằm diễn tả một tính cách kép của Giáo hội Công giáo đã có ngay từ đầu, nay được đề cao như một chương trình mục vụ cấp thiết trong thời đại này, với hai hướng hiệp nhất và dấn thân mà theo kinh nghiệm các gia đình là: phải "thuận vợ thuận chồng" mới mong "tát cạn biển Đông". Đức Thánh Cha Phanxicô mong ước mọi cấp của Giáo hội khởi đi từ tế bào nhỏ nhất là các gia đình tới giáo xứ, giáo phận, quốc gia cho tới toàn cầu, mọi thành phần trong cộng đồng đều biết lắng nghe Chúa Thánh Thần và lắng nghe nhau, người dưới lắng nghe người trên, người trên lắng nghe người dưới và lắng nghe cả những góp ý xây dựng của người ngoài, để xây dựng chính mình thành một cộng đồng yêu thương hiệp nhất, trong đó mọi người đều cảm thông sâu xa, một lòng một ý, cùng góp sức chung tay dấn thân trên đường loan báo Tin mừng, cùng hiệp thông và tham gia vào sứ vụ.

Hội thánh hiệp hành không phải là một thực tế đã có sẵn để tự hào nhưng là một viễn ảnh cần nhắm tới. Đây là một chương trình đầy cao vọng, muốn biến ước mơ thành hiện thực. Chương trình sẽ kết quả nhiều hay ít còn tùy nơi thái độ hưởng ứng của Dân Chúa. Nếu người ta chỉ đáp ứng vụ hình thức theo phong trào, để có một bản báo cáo tốt, mọi sự sẽ đâu vẫn hoàn đấy. Thế nhưng bất cứ gia đình nào, bất cứ đơn vị Giáo hội nào thật tình hưởng ứng để xây dựng chính mình thành cộng đồng hiệp hành thực sự, mọi sự sẽ đổi thay tận gốc rễ. Chắc hẳn ta không thể mơ một sự hưởng ứng đồng bộ và đồng loạt trên thế giới nhưng có thể chờ đợi tác dụng dây chuyền, như vết dầu loang, như câu chuyện hạt cải (x. Mt 13,31-32). Sức sống sẽ không dừng lại với ngày bế mạc Thượng hội đồng. Vâng, chỉ nhìn theo ánh mắt nhân loại, mục tiêu có vẻ quá xa vời, gần như ảo tưởng, nhưng trong ánh mắt đức tin, tin vào quyền năng Thiên Chúa, chẳng có gì là không thể được (x, Mc 10,27). Nếu khắp nơi đều thể hiện đúng như mong ước của Đức Thánh Cha Phanxicô, ta có thể hy vọng Thượng Hội đồng lần này trong thực chất sẽ là một công đồng Vaticanô III để đưa Giáo hội tiến vào giai đoạn mới của lịch sử. Công đồng Vaticanô

II đã đi bước đột phá về học thuyết, Thượng hội đồng kỳ thứ XVI sẽ là bước đột phá về cuộc sống.

Bí quyết để hưởng ứng đúng chương trình này là đừng chờ người bên canh mình khởi đầu trước nhưng cần bắt đầu từ chính mình, gia đình mình, cộng đoàn mình, giáo xứ mình, ban ngành của mình. Theo hướng ấy, bộ sưu tập những nghiên cứu và chứng từ này thật là một quà tặng Thiên Chúa gửi đến cho cộng đồng những người quan tâm tới văn học Công giáo Việt Nam để ai nấy đều gắng sức cùng hiệp thông chia sẻ, đóng góp suy tư và nỗ lực để tham gia và kiến tạo. Cuộc trở mình của Giáo hội khắp nơi là một lời mời gọi, một khởi đầu. Nỗ lực của chúng ta sẽ không kết thúc vào cuối năm phụng vụ 2023 nhưng sẽ hướng tới một trạm trung chuyển xa hơn, như một bàn đạp tiến về chân trời tương lai mút mắt. Trạm trung chuyển ấy là năm 2033, kỷ niệm tròn 2000 năm Chúa Cứu Thế Giêsu Kitô chết, sống lại và ban Thánh Thần để cứu chuộc chúng ta.

Chúng ta đã từng rộn ràng với tâm tình này trong những năm dọn mừng kỷ niệm 2000 năm Chúa Cứu Thế giáng sinh, năm đại toàn xá mở đầu thiên niên kỷ thứ ba. Hồi ấy, khi ghé lại giáo xứ nhỏ dưới chân đèo Sông Pha, đứng trước ngôi nhà thờ xây trên một vầng đá tự nhiên, không cầm lòng được, tôi đã ghi lại mấy câu lục bát:

Đèo Sông Pha, suối Sông Pha,
Nhà xây trên đá, đây là lời xưa.[10]
Ta là không, ta là chưa,
Ngài vừa là có, lại vừa là xong.
Ta thì nhớ, Ngài thì mong,
Dừng đây sắp trọn hai vòng thiên thu.
Maranatha[11]*, Giêsu !*
Bao giờ? lạy Đức Chinh Phu đời đời !

Sông Pha, 01.01.1990

Đối với cộng đồng những người quan tâm tới văn học Công giáo Việt Nam, chúng ta còn có vinh dự đóng vai người dọn đường cho sự kiện ấy, vì trước đó một năm, năm 2032, sẽ là tròn 400 năm một cơ sở in ấn sách vở Công giáo được thiết lập tại Thăng Long. Dù nó có bị tàn phá trong cùng năm ấy, nó đáng được coi như một quyết tâm hiệp hành của giáo sĩ Giêrônimô Majorica, cùng chung công góp sức vào việc loan báo Tin mừng cho dân Việt.

---

[10] X. Mt 16,18: "Thầy bảo cho anh biết: anh là Phê-rô, nghĩa là Tảng Đá, trên tảng đá này, Thầy sẽ xây Hội thánh của Thầy, và quyền lực tử thần sẽ không thắng nổi."

[11] Maranatha, nghĩa là "Lạy Chúa, xin hãy đến!'

Sưu tập *Hướng Đến 400 Năm Văn Học Công Giáo Việt Nam* cũng diễn tả cao vọng ấy. Trong số các tác giả có bài viết trong tập này, ngoài các giám mục và linh mục đã có 4 nữ tu, 20 giáo dân, gồm 14 nam và 6 nữ. Đặc biệt là 3 trong số 4 nữ tu và 6 giáo dân nữ đều thuộc tầng lớp trẻ. Mảnh vườn sau một thời gian khô cháy nay đã có dấu hiệu đâm chồi nảy lộc.

Hướng hiệp hành của Đức Thánh Cha Phanxicô còn vươn xa hơn, mong ước mời gọi sự chung công góp sức cả của những anh chị em thiện chí ngoài Kitô giáo. Kính thưa Đức Thánh Cha rất đáng mến, chúng con hy vọng rằng cộng đồng những tâm hồn yêu văn học Công giáo Việt Nam sẽ không phụ lòng mong mỏi của Đức Thánh Cha. Cuối thế kỷ XIX, một tác giả ngoài Kitô giáo là Trương Minh Ký đã viết *Tuồng Joseph* góp phần quảng bá thông điệp Kitô giáo cho người Việt. Trong bộ sưu tập chúng con đang thực hiện có đến 23 tác giả ngoài Kitô giáo, chưa kể hai trang *Wikipedia* và *Vansu.vn.*[12] Họ đã đầu tư suy nghĩ và công sức để viết nên những trang vàng cho lịch sử văn học Công giáo Việt Nam, mà trong thực chất, đây chính là những trang đã truyền cảm hứng cho chúng con thực hiện bộ sưu tập này, một sưu tập mở đầu, mở ra cho những sưu tập khác còn ở trước mắt.

Kính chúc Hội thánh Chúa thực hiện chương trình hiệp hành cách tốt nhất để chu toàn sứ mệnh mà Chúa Kitô muôn vàn yêu dấu đã trao cho: "Anh em hãy đi khắp tứ phương thiên hạ, loan báo Tin mừng cho mọi loài thọ tạo" (Mc 16,15).

Viết tại Nhà hưu dưỡng Tòa Giám mục Qui Nhơn,
Chúa nhật đầu Mùa Vọng 2021

---

[12] Xin chân thành biết ơn những vị có bài trong sưu tập này, đặc biệt xin tưởng nhớ những vị đã ra đi (+): Pgs.Ts. Trần Hoài Anh, Nhà nghiên cứu văn học Lại Nguyên Ân, Nhà báo Xuân Ba, Nhà thơ nhạc sĩ Văn Cao (+), Nhà văn Ngô Văn Cư, Nhà nghiên cứu Trần Văn Chánh, Gs. Ts. Nguyễn Huệ Chi, Pgs. Ts. Hoàng Dũng, Pgs. Ts. Nguyễn Hồng Dương, GS. Trần Thanh Đạm (+), Nhà báo Lê Anh Đủ, Nhà nghiên cứu Khổng Đức (+), Nhà báo Nguyễn Thị Ngọc Hải, Nhà văn Phan Tấn Hải, Ts. Võ Minh Hải, Nhà văn Kim Hòa, Nhà báo Cát Hùng, Ts. Phan Mạnh Hùng, Gs. Ts. Đỗ Quang Hưng, Ts. Lê Nhật Ký, Gs. Hoàng Châu Ký (+), Đạo huynh Huệ Khải, Nhà thơ Du Tử Lê (+), Nhà văn Viên Linh, Nhà văn Trần Như Luận, Chị Kiều Mai Ly, PGS.TS. Võ Văn Nhơn, Nhà phê bình Vũ Ngọc Phan (+), Học giả Lê Phụng (+), Pgs. Ts. Trần Thị Phương Phương, Nhà báo Nguyễn Thanh Quang, Ts. Nguyễn Thanh Sơn, PGS.TS. Nguyễn Hữu Sơn, Pgs. Ts. Phạm Văn Tình, Pgs. Ts. Đỗ Lai Thúy, Pgs. Ts. Nguyễn Thị Phương Thúy, Nv. Hoàng Hương Trang (+), ThS. Lê Thụy Tường Vi

PHỤ LỤC
BỔ SUNG CÁC ĐƯỜNG DẪN THAM KHẢO

Dưới đây là những tài liệu tham khảo nhận được vào phút chót, khi bản thiết kế đã hoàn thành. Chúng tôi xếp theo tên tác giả (NN. Là nhiều tác giả hoặc tác giả không rõ) để quý vị dễ tìm và dễ ghi thêm những thông tin mới. Danh sách này sẽ được cấp nhật đều đặn và thường trú tại vanthoconggiao.net và tapsanmucdong.net. Tủ sách Nước Mặn có ước vọng lưu trữ và bảo tồn sách vở và tài liệu liên quan đến văn học Công giáo. Nếu quý vị tìm thấy những bài viết và những tài liệu cân cập nhật, xin cho chúng tôi đường link để đưa vao danh sách cập nhật. Nếu quý vị có file PDF các tài liệu, xin vui lòng chia sẻ với chúng tôi. Chúng tôi sẽ lưu trên hai blog vừa nói để những ai quan tâm tiện sử dụng.

Tác giả	Đề tài	Đường dân bài tham khảo
Bảo Lâm	Cảm nghiệm đức tin Công giáo từ một truyện ngắn	http://www.cgvdt.vn/van-hoa-nghe-thuat/cam-nghiem-duc-tin-cong-giao-tu-mot-truyen-ngan_a2374
Biển Đức XV, Giáo hoàng	Thông điệp Trên Đỉnh Hào Quang của ĐTC Biển Đức XV dịp 600 năm giỗ đại thi hào Dante Alighieri	https://www.vanthoconggiao.net/2021/12/thong-iep-tren-inh-hao-quang-cua-tc.html
Bùi Công Thuấn	Một tấm lòng với thi ca Công giáo –	https://www.vanthoconggiao.net/2020/10/mot-tam-long-voi-thi-ca-cong-giao-le-dinh-bang.htm
Bùi Công Thuấn	Trò chuyện với nhà thơ-nhà nghiên cứu văn học Lê Đình Bảng	
Bùi Công Thuấn	Khuôn mặt văn chương Công giáo đương đại-Truyện ngắn Nguyễn Trung Tây- Truyền Thống và Hiện Đại.	https://www.vanthoconggiao.net/2021/11/khuon-mat-van-chuong-cong-giao-uong-ai.html
Bùi Công Thuấn	Vẻ đẹp văn hóa Công giáo trong thơ Lê Đình Bảng	https://www.vanthoconggiao.net/2021/06/ve-ep-van-hoa-cong-giao-trong-tho-le.html#more

Bùi Công Thuấn	Giải Viết Văn Đường Trường 2017- Niềm vui mùa gặt mới	https://www.vanthoconggiao.net/2017/09/giai-viet-van-uong-truong-2017-niem-vui.html
Bùi Công Thuấn	Giải Viết Văn Đường Trường Quy Nhơn 2016	https://www.vanthoconggiao.net/2017/06/giai-viet-van-uong-truong-quy-nhon-2016.html
Bùi Công Thuấn	Inê Tử Đạo Văn, Những vấn đề nhìn từ văn bản	https://www.vanthoconggiao.net/2021/08/i-ne-tu-ao-van-tac-gia-bui-cong-thuan-2.html
Bùi Công Thuấn	Tây Dương Gia Tô bí lục-Những nghi vấn	https://buicongthuan.wordpress.com/2021/10/04/tay-duong-gia-to-bi-luc-nhung-nghi-van/comment-page-1/#comment-294
Bùi Công Thuấn	Ghi nhận về Văn Học Công Giáo Việt Nam-Những chặng đường của Lê Đình Bảng	https://www.vanthoconggiao.net/2021/10/ghi-nhan-ve-cuon-sach-van-hoc-cong-giao.html
Bùi Công Thuấn	"Thuật tích việc đạo nước Nam" của Lm.Gioakim Đặng Đức Tuấn (1806-1874)	https://www.vanthoconggiao.net/2022/01/thuat-tich-viec-ao-nuoc-nam-cua.html
Bùi Công Thuấn	Thơ Trần Vạn Giã	https://www.vanthoconggiao.net/2021/10/cam-nhan-tho-tran-van-gia-tac-gia-bui.html
Bùi Hải Sơn	Hội nhập và những giá trị nghệ thuật của Giáo hội Công giáo Việt Nam	http://www.cgvdt.vn/cong-giao-viet-nam/hoi-nhap-va-nhung-gia-tri-nghe-thuat-cua-giao-hoi-cong-giao-viet-nam_a5351
Cao Danh Viện, Mic.	Một khởi đầu loan báo Tin mừng bằng văn học Công giáo tại giáo phận Xuân Lộc	http://www.vietcatholic.net/News/ Home/Article/85656
Dương Thị Thùy Linh	Báo chí Công giáo ở Giáo phận Hà Nội trước năm 1945	http://www.cgvdt.vn/van-hoa-nghe-thuat/bao-chi-cong-giao-o-giao-phan-ha-noi-truoc-nam-1945_a3432

Đàm Trung Phán	Mối tương đồng lý thú giữa tục ngữ Việt Nam và tục ngữ nước ngoài	https://www.vanthoconggiao.net/2021/11/moi-tuong-ong-ly-thu-giua-tuc-ngu-viet.html
Đào Trung Hiệu, Lm. FX.	Hội thảo Văn hóa: Thánh Philipphê Phan Văn Minh - Cánh Én Báo Mùa Xuân Văn Học Chữ Quốc Ngữ Thế Kỷ XIX	https://hdgmvietnam.com/chi-tiet/thanh-philipphe-phan-van-minh-canh-en-bao-mua-xuan-van-hoc-chu-quoc-ngu-the-ky-xix--35493
Đình Chẩn	Đôi nét về thân thế và sự nghiệp đại thi hào Dante Alighieri	https://www.vanthoconggiao.net/2021/11/oi-net-ve-than-va-su-nghiep-ai-thi-hao.htm
Đình Chẩn	Giới thiệu kiệt tác THẦN KHÚC - ĐỊA NGỤC của thi hào Dante Alighieri	https://www.vanthoconggiao.net/2021/09/gioi-thieu-kiet-tac-than-khuc-ia-nguc.html
Đình Chẩn	Hồn Thơ Thiên Linh - Tiên Sa Hài Đồng Giêsu	https://www.vanthoconggiao.net/2021/09/tang-sach-hon-tho-thien-linh.html
Đình Nam	Cuộc Hải Hành của Cha Francisco de Pina đến Đàng Trong (1608	https://hdgmvietnam.com/chi-tiet/cuoc-hai-hanh-cua-cha-francisco-de-pina-den-dang -trong-1608--40473
Đỗ Huy Nghĩa OP, Lm. Giacôbê	Người Công giáo và việc đọc sách nhà đạo	http://www.cgvdt.vn/xa-hoi/nguoi-cong-giao-va-viec-doc-sach-nha- dao_a6956
Đỗ Quang Chính, SJ, Lm.	Nhận xét của một số người Tây phương về tiếng Việt	https://dongten.net/2014/02/06/nhan-xet-cua-mot-so-nguoi-tay-phuong-ve-tieng-viet/
Đoàn Xuân Dũng, Bs.	Bước đầu đánh giá tác phẩm Sứ Điệp Tình Thương của linh mục Nguyễn Xuân Văn (Bài 1)	http://www.vietcatholic.net/News/ Home/Article/40605
FA. Lê Quang Thạch	Họp mặt cộng tác viên tuyển tập mục đồng	https://gpquinhon.org/q/van-hoa/hop-mat-cong-tac-vien-tuyen-tap-muc-dong-2062.html

FX. Cao Dương Cảnh	Văn học Công giáo Việt Nam đồng hành cùng dòng văn học dân tộc	https://www.vanthocong giao.net/2017/11/van-hoc-cong-giao-viet-nam-dong-hanh.html
Gia Kỳ	Có một nền văn chương tâm linh?	https://hdgmvietnam.com/chi-tiet/co-mot-nen-van-chuong-tam-linh--42158
Giang Phan	Cuộc trưng bày "Ấn phẩm văn hóa Kitô giáo" lần II tại TGP Sài Gòn	http://www.cgvdt.vn/xa-hoi/ve-cuoc-trung-bay-an-pham-van-hoa-kito-giao-lan-ii_a8409
Gioan Phaolô II, Thánh Giáo hoàng	Tuyển tập thơ	https://www.vanthocong giao.net/2021/10/tuyen-tap-tho-cua-thanh-giao-hoang.html
Giuse Nguyễn	"Sách đạo" vào thế kỷ đầu (tk. XVII) của lịch sử Công giáo ở việt nam	https://hdgmvietnam.com/chi-tiet/-sach-dao-vao-the-ky-dau-tk-xvii-cua-lich-su-cong-giao-o-viet-nam-40278
Hà Đình Nguyên	Giáo phận Xuân Lộc trao giải và kỷ niệm 10 năm giải văn học nghệ thuật Đất Mới	http://www.cgvdt.vn/cong-giao-viet-nam/giao-phan-xuan-loc-trao-giai-va-ky-niem-10-nam-giai-van-hoc-nghe-thuat-dat-moi_a11992
Hoàng Hương Trang	Philipphê Bỉnh - Nhà văn hóa quốc ngữ đầu tiên, bị lãng quên	Tapchisonghuong.com.vn;http://conggiao.info/philipphe-binh---nha-van-hoa-quoc-ngu-dau-tien-bi-lang-quen-d-15526
Hội đồng Giáo hoàng về văn hóa	Hướng tới một cách tiếp cận văn hóa mang tính mục vụ	https://hdgmvietnam.com/chi-tiet/huong-toi-mot-cach-tiep-can-van-hoa-mang-tinh-muc-vu-40501
Hv. Văn Quynh S.J.	Mục đích của các thừa sai Dòng Tên khi sáng tạo chữ Quốc ngữ abc	http://conggiao.info/muc-dich-cua-cac-thua-sai-dong-ten-khi-sang-tao-chu-quoc-ngu-abc-d-57528
Khổng Thành Ngọc	Người đầu tiên được tôn vinh trong ngôi đền tinh hoa văn hóa Việt Nam thời hiện đại: Petrus Trương Vĩnh Ký	https://hdgmvietnam.com/chi-tiet/nguoi-dau-tien-duoc-ton-vinh-trong-ngoi-den-tinh-hoa-van-hoa-viet-nam-thoi-hien-dai-petrus-truong-vinh-ky-41434

Khổng Thành Ngọc	Giám mục Bá Đa Lộc: Một con người không di chuyển và một guồng máy đang chuyển động	https://hdgmvietnam.com/chi-tiet/giam-muc-ba-da-loc-mot-con-nguoi-khong-di-chuyen-va-mot-guong-may-dang-chuyen-dong-40527
Lã Minh Hằng, Pgs.Ts.	Nguồn tư liệu từ vựng thế kỉ 17 qua khảo sát truyện ông Thánh Inaxu	http://conggiao.info/nguon-tu-lieu-tu-vung-the-ki-17-qua-khao-sat-truy- en-ong-thanh-inaxu-d-20603
Lã Minh Hằng, Pgs.Ts.	Thư tịch Hán Nôm Công giáo	http://khoavanhoc-ngonngu.edu.vn/ nghien-cuu/
Lại Nguyên Ân	Nguồn sáng lạ Thiên Chúa Giáo và cách tân văn học Việt Nam	giaophanhatinh.com
Lan Giao	Trao giải viết văn Đường Trường lần thứ IV	http://www.cgvdt.vn/cong-giao-viet-nam/trao-giai-viet-van-duong-tru- ong-lan-thu-iv_a3839
Lê Đình Bảng	Từ ngắm nguyện đến vè vãn ca ngâm Công giáo	http://www.cgvdt.vn/xa-hoi/tu-ngam-nguyen-den-ve-van-ca-ngam-cong-giao_a5291
Lê Đình Thông	Thánh Philipphê Phan Văn Minh (1815-1853) nhà thơ và ngữ học tiên phong	http://giaoxuvnparis.org/bai-viet/211-thanh-philipphe-phan-van-minh-1815-1853-nha-th0-va-ngu-hoc-tien-phong.html
Lê Hồng Bảo	Vai trò người kế thừa	http://conggiao.info/ke-thua-van-hoc-cong-giao-trong-thoi-ky-khung-hoang-d-2346
Lê Minh Sơn	Dòng thơ Công giáo Làng Hồ	https://www.vanthoconggiao.net/2020/10/dong-tho-cong-giao-lang-ho.html
Lê Thị Hoa Maria	Văn học và Đạo Công Giáo đã góp phần xây dựng lịch sử xã hội Việt Nam trong niềm tin như thế nào?	https://dcvxuanloc.net/van-hoc-cong-giao-va-dao-cong-giao-da-gop-phan-xay-dung-lich-su-va-xa-hoi-viet-nam-trong-niem-tin-nhu-the-nao/
Lê Văn Khuê	Công giáo tại đồng bằng Nam Bộ trong các Thế kỷ XVII và XVIII	https://hdgmvietnam.com/chi-tiet/ cong-giao-tai-dong-bang-nam-bo-trong-cac-the-ky-xvii-va-xviii-40767

Liên Giang	Chữ Quốc ngữ trong hành trình 400 năm truyền giáo tại Việt Nam	http://www.cgvdt.vn/cong-giao-viet-nam/chu-quoc-ngu-trong-hanh-trinh- 400-nam-truyen-giao-tai-viet-nam_ a10075
Liên Giang	Tìm lại làn điệu vè văn nhà đạo	http://www.cgvdt.vn/van-hoa-nghe-thuat/tim-lai-lan-dieu-ve-van-nha-dao_a2625
Liên Giang	Nhìn lại Thư Chung 1980 qua dòng chảy 40 năm	http://www.cgvdt.vn/cong-giao-viet- nam/nhin-lai-thu-chung-1980-qua-dong-chay-40-nam_a11396
Liên Giang	Gặp gỡ các thế hệ sinh viên thực tập tại báo Công giáo và Dân tộc	http://www.cgvdt.vn/xa-hoi/gap-go-cac-the-he-sinh-vi-en-thuc-tap-tai-bao-cong-giao-va-dan-toc_a13052
Liễu Trương	Sứ mạng của người cầm bút theo linh mục Thanh Lãng	https://lieutruongvi-etvadoc.word-press.com/2018/12/31/su-mang-cua-nguoi-cam-but-theo-linh-muc-thanh-lang/
Mai Thanh Sơn	Catholic Việt - Dòng văn hóa đơn côi	https://www.vanthocongglao.net/2019/06/catholic-viet-dong-van-hoa-don-coi-bai-1-bai-5.htm-l#more
Mai Thanh Sơn	Catholic Việt - Dòng văn hóa đơn côi (từ bài 6 đến hết)	https://www.vanthoconggiao.net/2019/06/catholic-viet-dong-van-hoa-don-coi-bai-6.html
Mattheô Nguyễn Văn Khôi, Gm.	Ngày văn học Công Giáo lần thứ 10	https://www.vanthoconggiao.net/2021/09/ngay-van-hoc-cong-giao-lan-thu-10.html
Minh Minh	Từ những cuộc thi văn thơ Công giáo…	http://www.cgvdt.vn/cong-giao-viet-nam/tu-nhung-cuoc-thi-van-tho-cong-giao_a10426 cong-giao_a10426
Nguyễn Công Đức Pgs.Ts.; Vũ Văn Khương, Linh mục Giuse	Ngôn ngữ và tôn giáo: Các định hướng nghiên cứu	https://www.vanthoconggiao.net/2021/10/ngon-ngu-va-ton-giao-cac-inh-huong.html

Nguyễn Đăng Trúc	Một vài kỷ niệm sống động về Đức Hồng y FX. Nguyễn văn Thuận	https://www.vanthoconggiao.net/2020/02/mot-vai-ky-niem-song-dong-ve-duc-hong-y-fx-nguyen-van-thuan.html
Nguyễn Đức Thông, Lm.	Video thuyết trình về Văn học Công giáo từ 1620	https://www.youtube.com/watch?v=Gw-zxkQTemcs&list=PLI0t-Z7p8KAmziPihTIk7bEU-Wdf1kM_j_&index=5watch?v=Gwzx-kQTemcs&list=PLI 0t-Z7p-8KAmziPihTIk7bEUWdf1k-M_j_& index=5Z
Nguyễn Hải Hoành	Tiếng Việt kỳ diệu: Hành trình từ chữ Nho, chữ Nôm đến chữ Quốc ngữ	https://www.vanthoconggiaonet/2021/09/tieng-viet-ky-dieu.html
Nguyễn Hai Tính, SJ, Lm.	Ngôn ngữ biểu trưng trong Giáo lý-Sách Giáo Lý Của Cha Girolamo Maiorica-và Sáng Kiến Hội Nhập Văn Hoá	https://hdgmvietnam.com/chi-tiet/ngon-ngu-bieu-trung-trong-giao-ly-sach-giao-ly-cua-cha-girolamo-maiorica-va-sang-kien-hoi-nhap-van-hoa-42185
Nguyễn Hoàng Sơn, Lm. Gioakim	Linh mục Jêrônimô Maiorica S.J Với Tác Phẩm Giáo Lý Chữ Nôm	https://gpkontum.wordpress.com/2016/05/06/linh-muc-jeronimo-maiorica-s-j-voi-tac-pham-giao-ly-chu-nom/
Nguyễn Hoàng Sơn, Lm. Gioakim	Thiên Chúa thánh giáo khải mông (1623)	https://gpkontum.wordpress.com/2016/05/06/linh-muc-jeronimo-maiorica-s-j-voi-tac-pham-giao-ly-chu-nom/
Nguyên Hưng	Về bộ sưu tập nghệ thuật của cố linh mục Đa Minh Trần Thái Hiệp	http://conggiao.info/ve-bo-suu-tap-nghe-thuat-cua-co-linh-muc-da-minh-tran-thai-hiep-d-8360
Nguyễn Khắc Phê	Tư liệu mới về Hoàng Sa – Trường Sa (Võ Long Tê)	https://www.sggp.org.vn/tu-lieu-moi-ve-hoang-sa-truong-sa-332117.html
Nguyễn Minh Chính, Lm.	Nhà in Làng Sông - Qui Nhơn phổ biến chữ Quốc Ngữ: Tuyện "Lục Súc Tranh Công"	http://conggiao.info/nha-in-lang-song---qui-nhon-pho-bien-chu-quoc-ngu-tuyen-luc-suc-tranh-cong-d-61688
Nguyễn Nghị	Léopold Michel Cadière 1869-1955	https://hdgmvietnam.com/chi-tiet/leopold-michel-

Nguyễn Ngọc Sơn, Lm. Antôn	Giáo trình lớp Hội nhập Văn hoá "Văn hoá Công Giáo Việt Nam	http://www.vietcatholic.net/News/ Home/Article/254004
Nguyễn Ngọc Sơn, Lm. Antôn	Nhà thờ- Nhà thơ	http://www.vietcatholic.net/News/ Home/Article/46139
Nguyễn Ngọc Sơn, Lm. Antôn	Văn hóa Công giáo trong lòng văn hóa dân tộc	https://www.vanthocongiao.net/2019/10/van-hoa-cong-giao-trong-long-van-hoa-dan-toc.html.
Nguyễn Quang Duy	Trương Vĩnh Ký – nhà giáo dục yêu nước của Việt Nam	https://www.vanthocongiao.net/2019/05/truong-vinh-ky-nha-giao-duc-yeu-nuoc.html
Nguyễn Thanh Quang	Nơi "dòng sông chữ Việt" không ngừng chảy	http://baobinhdinh.vn/viewer.aspx?macm=22&macmp=22&mabb=224181
Nguyễn Trọng Quản, P.JB.	Truyện Thầy Lazarô Phiền	https://thuvien4u.com/thay-lazaro-phien/chuong-01-2/ https://cvdvn.files.wordpress.com/2017/10/thay-lazaro-phien.pdf
Nguyễn Văn Lục	Dòng văn học mang dấu Chúa	kontumquetoi.com› 2017/01/25 › dong-van-hoc-man...
Nguyễn Văn Lục	Giới thiệu cuốn "Công trạng Văn học trong Các Xứ Đạo" của Lê Phụng	www.dcvonline.net› 2017/02/09›gioi-thieu-cuon-co..
Nguyễn Văn Sâm	Trương Vĩnh Ký, người giữ lửa cho tiếng nói Nam Kỳ	https://www.vanthocongiao.net/2017/07/truong-vinh-ky-phan-khoi-loan-bao-tin-mung.html
Nguyễn Văn Sâm	Mảng tác phẩm Công Giáo của văn chương Nam Kỳ đầu thế kỷ 20	https://gpquinhon.org/q/ton-giao/ mang-tac-pham-cong-giao-cua-van- chuong-nam-ky-dau-the-ky-20-4652.html
Nguyễn Vy Khanh	Tiếng Việt qua một số tác-phẩm	https://www.namkyluctinh.org/tuy-en-tap/nguyen-vy-khanh/tuyen-tap/ tieng-viet-qua-mot-so-tac-pham.html
Nguyễn Vy Khanh	Gs. Nguyễn Nam Châu	http://www.tongphuochiep.com/ index.php/bao-chi/tac-gi-tac-ph-m/30568-giao-su-nguy-n-nam-chau-1929-2005-nguy-n-vy-khanh1

Nguyễn Vy Khanh	Bùi Giáng-Con đường ngã ba	http://www.vanchuongviet.org/in-dex.php?comp=tacpham&action=detail&id=15407
Nguyễn Vy Khanh	Nguyên Sa, Nhà báo, Nhà thơ	http://www.vanchuongviet.org/in-dex.php?comp=tacpham&action=detail&id=15235
NN.	Thể lệ cuộc thi truyện ngắn Giải văn học Đức Mẹ Hằng Cứu Giúp năm 2006	http://www.vietcatholic.net/News/ Home/Article/38461
NN.	Đêm tọa đàm về văn học Công Giáo Việt Nam với chủ đề: Người Chứng Thứ Nhất	http://www.vietcatholic.net/News/ Home/Article/37292
NN.	Những đóng góp của Kitô giáo Việt Nam cho nền văn hóa và văn học dân tộc	https://hdgmvietnam.com/chi-tiet/nhung-dong-gop-cua-kito-giao-viet-nam-cho-nen-van-hoa-va-van-hoc-dan-toc-40112
NN.	Tài liệu liên quan tới cuộc vận động cải cách chữ quốc ngữ ở Việt Nam vào đầu thế kỷ XX	https://hdgmvietnam.com/chi-tiet/tai-lieu-lien-quan-toi-cuoc-van-dong-cai-cach-chu-quoc-ngu-o-viet-nam-vao-dau-the-ky-xx-40682
NN.	Bốn trăm năm hình thành và phát triển Chữ Quốc Ngữ trong lịch sử loan báo Tin Mừng tại Việt Nam	https://hdgmvietnam.com/chi-tiet/nhin-lai-hoi-thao-van-hoa-bon-tram-nam-hinh-thanh-va-phat-trien-chu-quoc-ngu-trong-lich-su-loan-bao-tin-mung-tai-viet-nam-35508
NN.	Hội thảo về Léopold Cadière (14/2/1869 - 6/7/1955) tại Tổng giáo phận Huế, 7-9/09/2010	https://hdgmvietnam.com/chi-tiet/hoi-thao-ve-leopold-cadiere-1421869-671955-tai-tong-giao-phan-hue-23230
NN.,	Buổi họp sáng lập Ban cổ động dự án xây dựng Không Gian Tôn Vinh Chữ Quốc Ngữ và Tiếng Việt	https://www.vanthoconggiao.net/2019/07/ban-co-dong-du-xay- dung-khong-gian-ton-vinh-chu-quoc-ngu-tieng-viet.html
NN.,	Khánh thành bia tri ân ngài Alexan- dre De Rhodes, Isfhan, Ba Tư, ngày 5/11/2018	https://www.vanthoconggiao.net/2018/11/khanh-thanh-bia-tri-ngai-alexan dre-de-rhodes-2018.html

Phạm Bá Nha	Đóng góp của thơ Công giáo vào việc truyền bá Tin mừng	http://giaoxuvnparis.org/bai-viet/561-%C3%900ng-g0p-cua-th0-c0ng-giao-vao-viec-truyen-ba-tin-mung.html
Phạm Đình Khiêm	Các chặng đường thi ca Công giáo	http://conggiao.info/nhin-qua-nhung-chang-duong-thi-ca-cong-giao-viet-nam-d-8641
Phạm Huy Thông, Ts.	Văn hoá Việt Nam với đạo Công giáo	http://www.vietcatholic.net/News/ Home/Article/57666
Phạm Huy Thông, Ts.	Những đóng góp của đạo Công giáo với văn hoá Việt	http://www.vietcatholic.net/News/ Home/Article/57260
Phạm Thị Kiều Ly, Ts.	Lịch Sử Chữ Quốc Ngữ từ 1615 – 1919	https://hdgmvietnam.com/chi-tiet/hoi-thao-van-hoa-lich-su-chu-quoc-ngu-tu-1615-1919-35471
Phạm Thị Kiều Ly, Ts.	Nhà Biên Soạn Thực Sự Của Cuốn Manuductio Ad Linguam Tukinensem (Văn Phạm Việt Ngữ Thế Kỷ 17-18	https://hdgmvietnam.com/chi-tiet/hoi-thao-van-hoa-nha-bien-soan-thuc-su-cua-cuon-manuductio-ad-linguam-tukinensem-van-pham-viet-ngu-the-ky-17-18--35473
Phanxicô, Giáo hoàng	Vẻ huy hoàng của Ánh sáng Vĩnh - Tông thư nhân dịp giỗ 700 năm thi hào Dante Alighieri	https://www.vanthoconggiao.net/2021/04/tong-thu-ve-huy-hoang-cua-anh-sang-vinh.html
Phaolô VI, Thánh Giáo hoàng	Ca Khúc Tuyệt Đỉnh -Tự sắc của Thánh Giáo hoàng Phaolô VI-dịp 700 năm sinh nhật đại thi hào Dante Alighieri	https://www.vanthoconggiao.net/2021/11/ca-khuc-tuyet-dinh-dante.html
Phước Nguyên	Phan Khôi (1887-1959): Cuộc đời và sự nghiệp	https://www.thuvientinlanh.org/bio_phankhoi_p04/
PM. Cao Huy Hoàng	Người thơ về với nguồn thơ...	http://www.cgvdt.vn/xa-hoi/nguoi-tho-ve-voi-nguon-tho_a5422
PM. Cao Huy Hoàng	Kế thừa Văn học Công Giáo trong thời kỳ khủng hoảng	http://conggiao.info/ke-thua-van-hoc-cong-giao-trong-thoi-ky-khung-hoang-d-2346
Quách Tấn	Ảnh hưởng Đạo Phật trong thơ Hàn Mạc Tử	http://conggiao.info/anh-huong-dao-phat-trong-tho-han-mac-tu-d-7453
Quốc Dũng	Văn hóa Công giáo ở Việt Nam, "kho tàng" cần khai mở	http://www.cgvdt.vn/ban-doc/van-hoa-cong-giao-o-viet-nam-kho-tang-can-khai-mo_a1651

Tgp Hà Nội	Cố linh mục Gioan Lasan Nguyễn Văn Vinh: Tấm gương can trường	https://www.vanthocongiao.net/2018/12/co-linh-muc-gioan-la-san-nguyen-van-vinh.html
Thanh Long	Phan Khôi – người có công lớn trong việc dịch Kinh Thánh ra tiếng Việt cho người theo đạo Tin lành.	https://www.vanthocongiao.net/2017/07/truong-vinh-ky-phan-khoi-loan-bao-tin-mung.html
Thanh Quảng sdb	Ngày Quốc tế Văn học Công Giáo tại Rome từ ngày 26-29 tháng 6 năm 2019	http://www.vietcatholic.net/News/ Home/Article/249735
Trần Anh Dũng	Thư mục báo chí Công giáo Việt Nam (1908-2003)	http://giaoxuvnparis.org/bai-viet/563-thu-muc-bao-chi-c0ng-giao-viet-nam-1908-2003.html
Trần Cao Tường, Lm.	Một lần ghé thăm ngôi nhà văn hóa Công giáo Việt Nam	http://www.vietcatholic.net/News/ Home/Article/36471
Trần Quốc Anh, SJ, Lm. Ts.	Ảnh hưởng của văn chương Công giáo trên việc truyền bá đức tin tại Việt Nam thế kỷ 17-19	https://hdgmvietnam.com/chi-tiet/hoi-thao-van-hoa-anh-huong-cua-van-chuong-cong-giao-tren-viec-truyen-ba-duc-tin-tai-viet-nam-the-ky-17-19-35488
Trần Thanh Ái	Người Bồ Đào Nha đến Đại Việt	https://nghiencuulichsu.com/2021/09/03/nguoi-bo-dao-nha-den-dai-viet/
Trần Văn Toàn, Gs.	Vấn đề phiên dịch các khái niệm đạo Thiên Chúa sang tiếng Việt	https://hdgmvietnam.com/chi-tiet/van-de-phien-dich-cac-khai-niem-dao-thien-chua-sang-tieng-viet-40967
Trần Văn Toàn, Gs.	Minh triết dân gian Việt Nam theo cái nhìn của Cố Cả (Léopold Cadière)	http://www.vietcatholic.net/News/ Home/Article/86262
Trần Văn Toàn, Gs.	Hội nhập và tiếp thu văn hóa - Bàn về việc đạo Thiên Chúa ăn rễ vào đất Việt Nam	http://www.vietcatholic.net/News/ Home/Article/39304
Trần Văn Toàn, Gs.	Nhận xét về tầm quan trọng của chữ Nôm Công Giáo	http://www.vietcatholic.net/News/ Home/Article/269587
Trần Văn Toàn, Gs.	Chữ quốc-ngữ và chữ nôm Tự-vị Taberd và di-sản văn-hóa Việt-Nam	http://www.vietcatholic.net/News/ Home/Article/41740
Trần Văn Toàn, Gs.	Vô-thần và Tôn-giáo	http://www.vietcatholic.net/News/ Home/Article/39783

Trần Văn Toàn, Gs.	Bàn về thuyết "tam phụ" trong đạo Thiên Chúa, Một bước đi vào văn hóa Việt Nam	http://www.vietcatholic.net/News/ Home/Article/39345
Trần Văn Toàn, Gs.	Đạo Thiên Chúa, đạo Gia Tô, đạo Cơ Đốc, đạo Công giáo? Nên gọi thế nào cho chính danh?	http://www.vietcatholic.net/News/ Home/Article/39310
Trần Văn Toàn, Gs.	Hội nhập và tiếp thu văn hóa - Bàn về việc đạo Thiên Chúa ăn rễ vào đất Việt Nam	http://www.vietcatholic.net/News/ Home/Article/39304
Trăng Thập Tự, Lm.	Giới thiệu Tủ Sách Nước Mặn của Ban Văn hóa Giáo phận Qui Nhơn	https://hdgmvietnam.com/chi-tiet/gioi-thieu-tu-sach-nuoc-man-cua-ban-van-hoa-giao-phan-qui-nhon-40898
Trăng Thập Tự, Lm.	Kỷ niệm 350 năm "Sấm Truyền Ca"	https://hdgmvietnam.com/chi-tiet/ ky-niem-350-nam-sam-truyen-ca--41288
Trăng Thập Tự, Lm.	Kỷ niệm 100 năm ngày sinh nhà thơ Hàn Mạc Tử: Giới thiệu Bộ Sưu tập Thơ Công giáo "Có một Vườn thơ Đạo"	https://hdgmvietnam.com/chi-tiet/ky-niem-100-nam-ngay-sinh-nha-tho-han-mac-tu-gioi- thieu-bo-suu-tap-tho-cong-giao-%E2%80%9Cco-mot-vuon-tho-dao%E2%80%9D-23232
Trăng Thập Tự, Lm.	Bản tin tổng kết giải Viết Văn Đường Trường 2018	https://gpquinhon.org/q/van-hoa/ban-tin-tong-ket-giai-viet-van-duong-truong-2018-1363.html
Trăng Thập Tự, Lm.	Tuần lễ Văn thơ Công giáo: Họp mặt tác giả Công giáo nhiều nơi	https://www.vanthoconggiao.net/2019/10/tuan-le-van-tho-cong-giao-hop-mat-tac-gia-nhieu-noi.html
Trăng Thập Tự, Lm.	Vài nét về con người và cuộc đời linh mục thi sĩ FX. Nguyễn Xuân Văn	https://www.vanthoconggiao.net/2019/01/vai-net-ve-con-nguoi-va-cuoc-doi-linh-muc-nguyen-xuan-van.html
Trăng Thập Tự, Lm.	Đóng góp của Giáo sư Phan Cự Đệ về Hàn Mạc Tử	https://www.vanthoconggiao.net/2017/02/ong-gop-cua-giao-su-phan-cu-e.html
Trăng Thập Tự, Lm.	Cuộc thi Sáng Tác Cho Tuổi Thơ: Bản tin tổng kết	https://www.vanthoconggiao.net/2019/09/cuoc-thi-sang-tac-cho-tuoi-tho-ban-tin-08.html

Trăng Thập Tự, Lm.	Chào mừng Thi Ca Cầu Nguyện tròn 400 số	https://www.vanthoconggiao.net/2018/11/chao-mung-thi-ca-cau-nguyen-tron-400-so.html
Trương Đình Hiền, Lm.	Ngôn ngữ Tin Mừng trong Dáng Đứng Việt Nam	https://www.vanthoconggiao.net/2017/12/ngon-ngu-tin-mung-trong-dang-dung-viet-nam.html
Trương Đình Hiền, Lm. Giuse	Bài dẫn nhập lễ công bố kết quả và trao giải báo tường " Văn hóa-Đức tin Nguyễn Xuân Văn 2007"	http://www.vietcatholic.net/News/ Home/Article/40516
Trương Đình Hiền, Lm. Giuse	Truyền thống văn học Công giáo từ Anrê Phú Yên đến nay.	http://www.vietcatholic.net/News/ Home/Article/35427
Trương Đình Hiền, Lm. Giuse	Đêm tọa đàm-thơ-nhạc phát huy văn học-nghệ thuật Anrê Phú Yên	http://www.vietcatholic.net/News/ Home/Article/35389
Võ Đình Đệ, Lm.	Một danh nhân văn hoá bị lãng quên- Cha Laurent Emmanuel Huỳnh Văn Lâu (1660-1732)	https://hdgmvietnam.com/chi-tiet/ mot-danh-nhan-van-hoa-bi-lang- quen-cha-laurent-emmanuel-huynh-van-lau-1660-1732--42705
Võ Long Tê	Kinh nghiệm thơ và hành trình tinh thần của Hàn Mạc Tử	https://www.vanthoconggiao.net/2016/12/kinh-nghiem-tho-va- hanh-trinh-tinh-than.html
Võ Văn Nhơn, Pgs. Ts. - Lê Thúy Tường Vy, Ths.	Vở kịch quốc ngữ hiện đại đầu tiên của Việt Nam	Nghiên cứu Văn học, số 3 (601), tháng 3/2022
Vũ Quốc Thúc, Gs.	Một vài cảm nghĩ về tập thơ Nôm của cụ Phước Môn Nguyễn Hữu Bài	www.giaoxuvnparis.org
Vũ Văn An	Nhà văn Mỹ gốc Việt từng đoạt giải văn chương Pulitzer năm 2016 nói về đức tin Công Giáo	https://www.vanthoconggiao.net/2017/12/nha-van-my-goc-viet-giai-pulitzer-2016.html
Vũ Văn Khương, Lm. Giuse	Từ ngữ Công giáo trong một số tục ngữ, ca dao tiếng Việt	https://www.vanthoconggiao.net/2021/10/tu-ngu-cong-giao-trong-mot-so-tuc-ngu.html
Vũ Văn Khương, Linh mục Giuse - Nguyễn Công Đức PGS.TS.;	Ngôn ngữ và tôn giáo: Các định hướng nghiên cứu	https://www.vanthoconggiao.net/2021/10/ngon-ngu-va-ton-giao-cac-inh-huong.html

WHĐ	Hội Thảo 2019 về Chữ Quốc Ngữ	https://hdgmvietnam.com/chi- tiet/hoi-thao-2019-ve-chu-quoc-ngu-37897
Wynn Wilcox	Kỷ niệm 160 năm Bản điều trần của cha Đặng Đức Tuấn: Thuật tích việc Nước Nam, nguồn chữ Nôm và lịch sử Việt Nam thế kỷ XIX	https://gpquinhon.org/q/on-co-tri- tan/ky-niem-160-nam-ban-dieu-tran- cua-cha-dang-duc-tuan-thuat-tich- viec-nuoc-nam-nguon-chu-nom-va- lich-su-viet-nam-the-ky-xix-4530. html

LỜI THƯA CUỐI SÁCH

Xin chân thành cảm ơn quý độc giả đã mở quyển sách tới trang cuối cùng để sống lại một lịch sử dài của ơn thánh. Trước mắt chúng ta là tương lai thăm thẳm. Chúng tôi xin được đặt tương lai này trong tay quý độc giả với những việc cụ thể sau đây:

- Góp phần xây dựng tại giáo xứ (hoặc giáo họ) mình một quầy phát hành sách Công giáo, tuyệt đối không nhằm kinh doanh nhưng chỉ nhằm làm tông đồ sách báo. Quầy sách này cần được sự hỗ trợ của các ân nhân trong giáo xứ. Quầy sách sẽ do một đoàn thể trong giáo xứ đảm trách, mở cửa mỗi tuần vào Thứ Bảy và Chúa nhật.

- Đặt mua dài hạn cho gia đình mình hoặc đoàn thể mình các ấn phẩm dọn mừng kỷ niệm 400 năm Văn học Công giáo, các Tuyển tập Mục Đồng và Bông Hồng Nhỏ. Mỗi năm khoảng chừng 500.000 đồng. Chính sự đóng góp nhỏ bé đều đặn của từng người sẽ làm sống dậy nền văn học Công giáo và từng bước sẽ tạo được cho chính mình và con em một tủ sách ý nghĩa, đậm giá trị giáo dục về đức tin, nhân bản và văn học nghệ thuật Công giáo.

Tương lai văn học Công giáo Việt Nam mờ tối hay chói sáng là tùy mỗi người trong chúng ta, và chắc hẳn nó sẽ chói sáng vì những độc giả của bộ sách này đang muốn đặt vào đó một chút tâm huyết.

Mong sao mỗi người đều tiếp tay giúp giới thiệu sưu tập này đến mọi người. Bản PDF được lưu tại một số trang truyền thông Công giáo, trong đó có:

https://www.tapsanmucdong.net/ https://www.vanthoconggiao.net/

Đang khi hoàn thành bản thảo quyển này, chúng tôi nhận ra trên mạng Internet còn nhiều bài khác mà chúng tôi chưa biết. Nếu quý độc giả tìm thấy những bài viết ý nghĩa về văn học Công giáo, xin vui lòng chia sẻ với chúng tôi và xin liên lạc về thoconggiao@gmail.com. Chúng tôi sẽ tìm cách để giới thiệu rộng rãi đến những người quan tâm.

Song song với việc sưu tầm các bài viết, Ban Văn hóa Giáo phận Qui Nhơn còn có chương trình tìm lại những sách cổ của văn học, văn chương và văn hóa Công giáo. Nếu quý vị có ấn bản nào, xin vui lòng tiếp tay, chia sẻ với chúng tôi hoặc nguyên bản hoặc bản chụp scan. Xin liên lạc về email nói trên.

Với lòng biết ơn, chúng tôi nguyện chúc tất cả quý độc giả muôn ơn lành của Thiên Chúa.

Ban Văn hóa Giáo phận Qui Nhơn

ĐỊA CHỈ QUYÊN GÓP ỦNG HỘ

Cảm ơn bạn đã chọn đọc cuốn sách này!

Đây là một cố gắng trong chương trình Tủ Sách Nước Mặn dọn mừng kỷ niệm 2000 năm Chúa Giêsu Kitô chết và sống lại vì ta (0033-2033) và, trước đó, kỷ niệm 400 năm Văn học Công giáo Việt Nam (1632-2032).

Nếu bạn quan tâm muốn trợ giúp tài chính cho chương trình này, xin gửi về:

Lm. Võ Tá Khánh
Tòa Giám mục Qui Nhơn
116 Trần Hưng Đạo Tp. Quy Nhơn, Việt Nam
Sđt: 0935-424-449 – <tinmunggiesu@gmail.com>

Số Tài khoản:
STK: 0051 000 457 135 VO TA KHANH
VIETCOMBANK QUY NHON.

CHƯƠNG TRÌNH ẤN PHẨM DỌN MỪNG

400 NĂM VĂN HỌC CÔNG GIÁO (1632 - 2032)

Để phục vụ công việc truyền giảng Tin mừng, năm 1632, cha Giêrônimô Majorica, Dòng Tên, đã lập một "nhà in" mộc bản tại Thăng Long, chuyên in các sách Hán Nôm Công giáo. Cho dù cơ sở in ấn này bị tàn phá ngay trong năm ấy, nó vẫn đáng được coi là cột mốc chào đời của văn học Công giáo Việt Nam. Thấm thoát, kỷ niệm 400 năm sự kiện ấy đang đến gần, vào năm 2032, như mùa vọng chào mừng Năm thánh đại toàn xá 2033, kỷ niệm tròn 2000 năm Chúa Cứu Thế chết và sống lại để cứu chuộc nhân loại.

Tủ sách Nước Mặn thực hiện chương trình dọn mừng với những ấn phẩm đặc biệt:

• Những sáng tác thơ, văn, bút ký, chia sẻ mang nội dung Kitô giáo,

- Mở đầu với những tập truyện của: Nguyễn Thị Khánh Liên (Sông chảy về đâu), Chung Thanh Huy (Bão), Phạm Minh Châu (Ánh sao đêm), Vinh Kiu (Maria ngoại truyện)...

- Tiếp nối với những tập truyện Công giáo của Đặng Kim Thoa, Nguyễn Đức Thông, Nguyễn Tầm Thường, Nguyễn Trung Tây, Nguyễn Văn Học, Song Nguyễn,

- Những tuyển tập thơ đạo của Bùi Nghiệp, Cao Danh Viện, Cao Gia An, Cao Huy Hoàng, Lê Đình Bảng, Lê Miên Ca, Lê Quang Hận, Lê Quốc Hán, Mạc Tường, Nguyễn Nam Việt, Sơn Ca Linh, Thế Nhân, Trăng Thập Tự, Trần Phương Nhã, Xuân Ly Băng,...

• Những tác phẩm nghiên cứu và phê bình văn học của: Bùi Công Thuấn, Đoàn Xuân Dũng, Lam Giang và Võ Ngọc Nhã, Nguyễn Vy Khanh, Nguyễn Thị Kim Tuyến,

• Sách giáo khoa văn chương: Lịch sử Văn học Công giáo VN (Nguyễn Vy Khanh chủ biên), Nghệ thuật Viết văn (Phạm Việt Tuyền, Nguyễn Thanh Xuân và Trăng Thập Tự cập nhật), ...

• Những tác phẩm của người xưa: Vãn và tuồng, Sấm truyền ca, Truyện Thầy Lazarô Phiền...

Các thông tin chi tiết sẽ được thông báo cụ thể tại Facebook "Hội những người thích đọc sách Công giáo".

Tủ sách Nước Mặn hân hoan đón chào những tác phẩm đặc sắc của các bạn trẻ Công giáo, đặc biệt là những bạn cần được tiếp sức in sách lần đầu... Bản thảo xin gởi về: thoconggiao@gmail.com

Với lòng biết ơn, Tủ sách Nước Mặn ước mong được sự ủng hộ của những tấm lòng tha thiết với văn học Công giáo. Rất mong quý vị và các bạn đăng ký và cổ võ mua dài hạn các tác phẩm dọn mừng 400 năm Văn học Công giáo Việt Nam.

Đăng ký mua sách, ủng hộ, xin gửi về: Ô. Dương Thành Thiêng 0905.340.307 (có Zalo), <duongthieng@gmail.com>

MỤC LỤC

MỤC LỤC QUYỂN II

5. NHỚ 1908, TUẦN BÁO *NAM KỲ ĐỊA PHẬN*

6. NHỚ 1933, GIONG CÁNH BUỒM RA KHƠI

MỤC LỤC QUYỂN III

8. VĂN HỌC CÔNG GIÁO VIỆT NAM HẢI NGOẠI

9. NHỚ 2005, VĂN HỌC NỐI MẠNG

DỰ ÁN "VƯỜN XƯA HOA LẠI NỞ"

ẤN HÀNH 125 SÁCH HÁN NÔM ĐÃ CHUYỂN SANG QUỐC NGỮ

Suốt 20 năm (1995-2005)
Lm. Vinh Sơn Nguyễn Hưng và các cộng sự viên
trong Nhóm Dịch thuật Nghiên cứu Hán Nôm Công giáo
đã phiên chuyển sang chữ Quốc ngữ được
hơn 120 tác phẩm Hán Nôm Công giáo Thế kỷ XVII-XX.
Khi cha Nguyễn Hưng về với Chúa (2010),
di sản này được giao cho Ban Văn hóa Tổng giáo phận Sài Gòn bảo quản.
Nay Ban Văn hóa Tổng giáo phận Sài Gòn
cùng với Tiểu ban Từ vựng Hán Nôm của Ủy ban Giáo lý Đức tin
xem lại và lên kế hoạch ấn hành để lưu trữ và bảo tồn.
Sách sẽ được tiến hành xuất bản thành nhiều đợt,
sẽ được thông báo cụ thể trên các trang truyền thông Công giáo.
Xin mọi người góp tay giúp bảo tồn di sản tiền nhân.

NGƯỜI PHỤ TRÁCH VÀ ĐỊA CHỈ LIÊN LẠC

Quý độc giả quan tâm muốn có sách, có thể đặt trước qua email của:
1/ Đức Ông Phêrô Nguyễn Chí Thiết: *<toan14131@gmail.com>*
2/ Ông Michel Nguyễn Hạnh: *<cavangchamcom@gmail.com>*
Hoặc Zalo: 0908118553
Mong quý độc giả đăng ký trước, ghi rõ họ, tên, địa chỉ nhận sách
và số điện thoại.
- Đăng ký lẻ từng quyển: người mua chịu cước phí bưu điện.
- Đăng ký lẻ từ 5 quyển trở lên: bên phát hành chịu cước phí bưu điện.
- Đăng ký nguyên từng đợt: bên phát hành chịu cước phí bưu điện.

Chúng tôi chân thành tri ân hảo tâm giúp đỡ của mọi người.

Mời xem bài viết tại Quyển II trang 543-545, Quyển III, trang 427-432

và danh sách tác phẩm tại Quyển II các trang 546-554.

THẦN KHÚC
CỦA ĐẠI THI HÀO DANTE ALIGHIERI

NHẬN XÉT CỦA CÁC ĐỨC GIÁO HOÀNG

Đức Giáo hoàng Biển Đức XV

"Thực vậy, tất cả Thần Khúc của ông, xứng đáng mang danh hiệu thần thánh. Ngay cả trong các hư cấu mang tính biểu tượng và trong ký ức về đời sống của con người trên trái đất, Thần Khúc không nhằm mục đích nào khác hơn là để tôn vinh Thiên Chúa là Đấng công chính và quan phòng tất cả". (Tông thư Trên Đỉnh Hào Quang, dịp 600 năm giỗ Dante).

Đức Thánh Giáo hoàng Phaolô VI

"Chắc chắn thi phẩm của Dante Alighieri có giá trị phổ quát: trong bề rộng mênh mông ôm trọn cả thực tại, cả trời và đất, cả vĩnh cửu và thời gian, cả những mầu nhiệm của Thiên Chúa và những sự kiện của con người, cả những giáo lý thánh thiêng và những quy luật thế tục". (Tự sắc Ca Khúc Tuyệt Đỉnh, dịp 700 năm sinh nhật Dante).

Thánh Giáo hoàng Gioan Phaolô II

"Thi sĩ trác tuyệt như Dante Alighieri thì sáng tác ra "Thần Khúc, thi phẩm do trời và đất chung tay nhau tạo thành" (Thư gửi các nghệ sĩ).

Đức nguyên Giáo hoàng Biển Đức XVI

"Chuyến du ngoạn vũ trụ, mà Dante muốn người đọc tham gia trong Thần Khúc, kết thúc trước Ánh sáng vĩnh cửu là chính Thiên Chúa, trước Ánh sáng đồng thời là " Tình yêu xoay mặt trời xoay tinh tú" (Thiên Đàng XXXIII). Ánh sáng và tình yêu là một và giống nhau. Đó là sức mạnh sáng tạo nguyên thủy để xoay chuyển vũ trụ" (Diễn từ với Hội Cor Unum, 2006).

Đức Thánh Cha Phanxicô

"Tôi khuyến khích các nghệ sĩ thể hiện giọng nói, khuôn mặt và trái tim, tạo hình dạng, màu sắc và âm thanh cho Thi Phẩm của Dante, theo con đường của cái đẹp, mà ông đã bước đi một cách thành thạo, và do đó truyền đạt nhiều chân lý sâu sắc hơn và lan tỏa hơn, với ngôn ngữ nghệ thuật, thông điệp về hòa bình, tự do và tình huynh đệ". (Tông Thư Vẻ Huy hoàng của Ánh Sáng Vĩnh Cửu, dịp 700 giỗ Dante)

THẦN KHÚC
CỦA ĐẠI THI HÀO DANTE ALIGHIERI

Trong cảm nghiệm của người Việt

Đức TGM Giuse Ngô Quang Kiệt, *Nguyên Tổng Giám mục Hà Nội*

"Thật kỳ diệu một kiệt tác. Đó là vẻ đẹp tinh khôi nguyên tuyền. Nhìn đâu cũng thấy đẹp. Kỳ diệu nhất là ai cũng thấy mình trong đó. Giáo hội tán dương *Thần khúc* là một lời tuyên xưng đức tin tuyệt hảo. Nước Ý tự hào *Thần khúc* là áng thi ca làm rạng ngời ngôn ngữ tuyệt vời này. Thế giới yêu mến *Thần khúc* đã nói lên tâm tư nguyện vọng của mọi người mọi nơi mọi thời".

Lm. Nhà văn Nguyễn Trung Tây

"Chuyển ngữ không dễ. Nói chi, đây là dịch thơ của tác giả ngoại quốc Dante Alighieri. Tôi đọc *"Thần Khúc"* và tưởng đây là bản nguyên thủy viết trong tiếng Việt"

Lm. Giuse Cao Gia An, S.J

"Tôi gọi đây là chấp bút, vì không thể xem tác phẩm của Đình Chẩn chỉ đơn thuần là một bản dịch. Công việc mà tác giả này đã miệt mài từ những tháng ngày còn là một chủng sinh thần học tại Rôma cho đến khi đã lãnh nhận thiên chức linh mục ở Việt Nam chính là sáng tác lại tác phẩm *Thần Khúc* từ khởi nguồn cảm hứng của Dante".

Nhà PBVH Bùi Công Thuấn, *Hội Nhà Văn Việt Nam*

"Dịch một tác phẩm lớn như *Thần Khúc* của Dante, quả là một thử thách đối với tri thức, tài năng và nghị lực của một dịch giả… Đình Chẩn có tất cả những phẩm chất ấy".

Nhà văn Nguyễn Thị Khánh Liên, *Hội Nhà Văn Việt Nam*

"Tóm lại, "*Thần Khúc* Hoả Ngục" không phải là một tác phẩm dễ đọc. Nó là một tác phẩm "nổ não". Nhưng những tác phẩm "nổ não" thường đáng đọc. Đỉnh núi càng cao leo càng thú vị".

Lệ Hằng, *nhà thơ, nhà nghiên cứu trẻ*

"Đọc bản Việt ngữ *Thần Khúc* của linh mục Đình Chẩn, tôi thấy mình như thâu góm được tất cả tinh hoa của các thể thơ truyền thống của dân tộc mình, đồng thời sự xuất hiện của một số lượng lớn những câu thơ từ các tác phẩm kinh điển khác và ca dao, thành ngữ cũng giúp tôi củng cố vốn kiến thức văn học của mình".

Nhà thơ Xuân Cát, O.P

"Người viết mong có nhiều người say mê đọc *Thần Khúc*. Vì đây là là thi phẩm được coi như "Kinh Thánh" thời Trung Cổ, là bản dịch đầu tiên do người 'nhà mình', người cùng niềm tin viết ra".

Tu sĩ Minh Đức, *độc giả*

"*Thần Khúc* là một hành trình thân mật giữa người hướng đạo và bất kỳ ai khát khao tìm về với Chúa. Bạn đọc sẽ thực sự có được một trải nghiệm vượt sức tưởng tượng trong từng ca khúc".

Anh Jena, độc giả

"Người đọc sẽ cảm nhận được hồn thơ Việt thấm nhuần, hòa lẫn với văn hóa, tín ngưỡng, triết lý và những thứ quen thuộc từ mấy trăm năm trước ở một đất nước xa xôi như hiện rõ trong cấu trúc ngôn từ chắc chắn, không cao siêu xa vời, không màu mè nhưng lại tràn ngập màu sắc của âm điệu như đang nghe những bản vĩ cầm của Lindsey Stirling".

www.ingramcontent.com/pod-product-compliance
Lightning Source LLC
LaVergne TN
LVHW060309051026
849517LV00004B/1039